പെണ്ണരങ്ങ്

കാലാന്തരയാത്രകൾ

pennarangu
kaalaandharayaathrakal
study
•
editors
dr. b r rajalekshmi, dr. priya nair
•
first chintha edition
january 2020
•
published
chintha publishers, thiruvananthapuram
•
typesetting
star communications, thiruvananthapuram
•
printed
repro india ltd, mumbai
•
cover
vinod mangoes
•
price
rupees three hundred and twenty only

Distribution
DESHABHIMANI BOOK HOUSE
H O Thiruvananthapuram 695035
phone: 0471-2303026, 6063026
Email: chinthapublishers@gmail.com
Website: www.chinthapublishers.com

Branch
Head Office Kunnukuzhi • Statue Thiruvananthapuram • KSRTC Bus Station Alappuzha • KSRTC Bus Station Ernakulam • Machingal Lane Thrissur • IG Road Kozhikode • Mavoor Road Kozhikode • NGO Union Building Kannur • Central Bus Terminal Complex Thavakkara Kannur

---

CO - 2901 / 5194
ISBN - 978-93-89410-61-7

പെണ്ണരങ്ങ്
കാലാന്തരയാത്രകൾ

എഡിറ്റേഴ്സ്
ഡോ. ആർ ബി രാജലക്ഷ്മി
ഡോ. പ്രിയാനായർ

ചിന്ത പബ്ലിഷേഴ്സ്
തിരുവനന്തപുരം-695 035
വില :₹ 320

ഡോ. ആർ ബി രാജലക്ഷ്മി

കോട്ടയം ജില്ലയിൽ തോന്നല്ലൂരിൽ കെ ബാലകൃഷ്ണമേനോന്റെയും സി സരസ്വതിയമ്മയുടെയും മകളായി ജനിച്ചു. തലയോലപ്പറമ്പ് ദേവസ്വം ബോർഡ് കോളേജ്, കാര്യവട്ടം മലയാള വിഭാഗം എന്നിവിടങ്ങളിൽ നിന്ന് ബിരുദ-ബിരുദാനന്തരപഠനവും പ്രശ്നനാടക സങ്കല്പം: എൻ കൃഷ്ണപിള്ളയുടെ നാടകങ്ങളിൽ എന്ന വിഷയത്തിൽ ഗവേഷണവും പൂർത്തിയാക്കി. വിവിധ എൻ എസ് എസ് കോളേജുകളിൽ അദ്ധ്യാപികയായി ദീർഘകാലം സേവനമനുഷ്ഠിച്ചു. നാടകം: *സൃഷ്ടിയും സാക്ഷാത്ക്കാരവും (2001), അരങ്ങിന്റെ കാണാപ്പുറങ്ങൾ (2008), എൻ കൃഷ്ണപിള്ളയും പ്രശ്നനാടകങ്ങളും (2008), സർഗ്ഗഭാവനയുടെ പെൺപക്ഷം* (2010) എന്നിവയാണ് പ്രധാനകൃതികൾ. *ഇടറാത്ത ഇച്ഛാശക്തി: സ. ദേവകീവാര്യർ* (2011) എന്ന പുസ്തകം എഡിറ്റ് ചെയ്തിട്ടുണ്ട്. കേരള സംഗീത നാടക അക്കാദമി നിർവ്വാഹകസമിതി അംഗമായും കേരള സർവ്വകലാശാല അക്കാദമിക് കൗൺസിൽ അംഗമായും പ്രവർത്തിച്ചു. ഇപ്പോൾ സാഹിത്യ പ്രവർത്തക സഹകരണസംഘം നിർവ്വാഹക സമിതിയംഗമാണ്.

ഭർത്താവ്	:	ആർ സുധാകരൻ
മക്കൾ	:	ദീപു സുധാകരൻ, ബാലു സുധാകരൻ
മരുമക്കൾ	:	അനീറ്റപാട്രിക്, സ്മൃതി മുകുന്ദൻ
വിലാസം	:	സുരഭി, ടി സി 55/1102, നീറമൺകര കൈമനം പി ഒ, തിരുവനന്തപുരം - 695040

ഡോ. പ്രിയാനായർ

വൈക്കത്ത് ജനനം. വൈക്കം ചന്ദ്രശേഖരൻനായരുടെയും സുശീലാദേവിയുടെയും മകൾ. കൊല്ലത്തും കൊച്ചിയിലും തിരുവനന്തപുരത്തുമായി വിദ്യാഭ്യാസം. കാര്യവട്ടം മലയാളവിഭാഗത്തിൽനിന്ന് എം ഫില്ലും ഒ ചന്തുമേനോന്റെ കൃതികളിൽ ഗവേഷണ ബിരുദവും നേടി. ശ്രീശങ്കാരാചാര്യ സംസ്കൃത സർവ്വകലാശാല തിരുവനന്തപുരം പ്രാദേശിക കേന്ദ്രത്തിൽ അസോസിയേറ്റ് പ്രൊഫസർ ആയിരുന്നു. കാലടി സംസ്കൃത സർവ്വകലാശാല മുഖ്യ കേന്ദ്രത്തിൽ മലയാളം പ്രൊഫസർ, ആനുകാലിങ്ങളിൽ ചെറുകഥകളും ലേഖനങ്ങളും പ്രസിദ്ധീകരിച്ചിട്ടുണ്ട്. *അമ്മമരം* (2012) എന്ന ചെറുകഥാ സമാഹാരം എസ് പി സി എസ് പ്രസിദ്ധീകരിച്ചു.

വിലാസം	:	മലയാളവിഭാഗം എസ് എസ് യു എസ് കാലടി, എറണാകുളം 683574

ഉള്ളടക്കം

ഭാഗം - രണ്ട്
പണിപ്പുര ആവിഷ്കാരം

അനുബന്ധം

പ്രസാധകക്കുറിപ്പ്

ആണധികാരത്തിന്റെ പ്രത്യയശാസ്ത്രങ്ങൾക്കുള്ളിലാണ് അരങ്ങ് പരിപാലിക്കപ്പെടുന്നത് എന്നതുകൊണ്ടുതന്നെ അവിടെ സ്ത്രീകൾക്ക് സവിശേഷമായ അംഗീകാരങ്ങൾ ലഭിച്ചിരുന്നില്ല. ഇത്തരമൊരു പശ്ചാത്തലത്തിലാണ് സ്ത്രീ നാടക രചിതാക്കളുടെയും സ്ത്രീ നാടകവേദിയുടെയും ഇടപെടലുകൾ പ്രസക്തമാകുന്നത്. ചരിത്രത്തിൽ തമസ് കരിക്കപ്പെട്ട സ്ത്രീ മുതൽ സമകാലിക സ്ത്രീപക്ഷ നാടക വേദിയുടെ രാഷ്ട്രീയ ഇടപെടലുകൾവരെ ആധികാരിക മായി ചൂണ്ടിക്കാണിക്കുന്ന പഠനങ്ങളുടെ സമാഹാരമാണ് *പെണ്ണരങ്ങ് കാലാന്തരയാത്രകൾ* എന്ന ഗ്രന്ഥം. മലയാള നാടകവേദിയിലെ സ്ത്രീകളുടെ ചരിത്ര സാംസ്കാരിക രാഷ്ടീയ ഇടപെടലുകളെ ചൂണ്ടിക്കാണിക്കുന്ന ഈ ഗ്രന്ഥം. കേരളചരിത്രത്തിലേക്കുള്ള ഒരു ചൂണ്ടുപലക കൂടിയാണ്.

ചിന്ത പബ്ലിഷേഴ്സ്

സമർപ്പണം

മലയാളനാടക ചരിത്രത്തിൽ
വിസ്മൃതരായ പെൺപ്രതിഭകൾക്ക്

പെണ്ണരങ്ങിന്റെ തിരനോട്ടം

അരങ്ങ് ഒരു ഏകാന്തവിസ്മയമല്ല. മനുഷ്യാനുഭവങ്ങൾ കലമ്പുന്ന സവിശേഷമായ രംഗഭൂമിയാണ്. അവിടെ ആൺകോയ്മയുടെ അധീശ ബലതന്ത്രങ്ങൾ പരിപാലിക്കുന്ന രാഷ്ട്രീയ പ്രത്യയശാസ്ത്രങ്ങൾക്കുള്ളിലാണ് അരങ്ങ് നിർവ്വചിക്കപ്പെട്ടത്. ആണധികാരത്തിന്റെ കാഴ്ചാശീലങ്ങളിലേക്ക് പെണ്ണനുഭവങ്ങളുടെ പെരുക്കങ്ങൾ കടന്നുവരുന്നത് സ്ത്രീവാദ ചിന്തയുടെ വിശാലഭൂമികയിലാണ്. പുരുഷകേന്ദ്രിതമായ അരങ്ങിനെ, സ്ത്രീവാദചിന്തകളാൽ പ്രബലമാകുന്ന ഒരു സ്ത്രീപക്ഷനാടകവേദിയായി പുനർനിർമ്മിക്കുക എന്ന ലക്ഷ്യമാണ് കഴിഞ്ഞ മൂന്ന് ദശകങ്ങളിലായി സ്ത്രീനാടക പ്രവർത്തകരെ മുന്നോട്ട് നയിക്കുന്നത്. സ്ത്രീയനുഭവങ്ങളെ നാടകവല്ക്കരിക്കുകയല്ല; നാടകപാഠത്തെ, രംഗഭാഷയെ, നാടകസിദ്ധാന്തങ്ങളെ ഒക്കെ സമഗ്രമായി പുനർനിർമ്മിക്കുകയാണ് സ്ത്രീനാടകവേദി ചെയ്യുന്നത്. ഒപ്പം ഒരു പ്രതിസൗന്ദര്യശാസ്ത്രവിചാരവുമാണത്. അവമാനവീകരിക്കപ്പെട്ട സ്ത്രീസത്തയിൽനിന്ന് അരങ്ങിലൂടെ നേടുന്ന വിമോചനമാണ് സ്ത്രീനാടകവേദി.

അരങ്ങിലെ സ്ത്രീ ഒരു സ്വതന്ത്രകർതൃത്വമല്ല. പുരുഷനിഷ്ഠമായ ചോദനകളുടെ വിഷയവും യഥാർത്ഥസ്വത്വത്തിൽനിന്നും അന്യമായൊരു കല്പിതരൂപവുമാണ്. അംഗീകൃതമായ നാടകസൗന്ദര്യശാസ്ത്രതത്ത്വങ്ങളെ സ്ത്രീനാടകവേദി പുനർപാരായണം ചെയ്യുന്നു. സ്ത്രൈണാനുഭവങ്ങൾക്കും സ്ത്രൈണഭാഷയ്ക്കും സ്ത്രീസത്താപരമായ ആവിഷ്കാരഘടന നല്കുക, രസാനുഭൂതിപരമായ രംഗപ്രയോഗമല്ല നാടകം എന്നു തിരിച്ചറിയുക, ലിംഗപദവിപരവും പുരുഷകേന്ദ്രിതവുമായ പ്രത്യയശാസ്ത്രങ്ങൾ അരങ്ങിൽ നിർമ്മിക്കുന്ന സ്ത്രീബിംബങ്ങളെ സൈദ്ധാന്തികമായി അപഗ്രഥിക്കുക ഇതൊക്കെയും സ്ത്രീനാടകവേദിയിലെ അന്വേഷണങ്ങ

ളാണ്. അരങ്ങിലെ പുരുഷതേർവാഴ്ചകളെ നിരാകരിക്കുന്ന സ്ത്രീനാടകവേദി സ്ത്രീകേന്ദ്രിതമായ സൗന്ദര്യശാസ്ത്രത്തെയാണ് ലക്ഷ്യമാക്കുന്നത്. സ്ത്രീ സ്വത്വാവിഷ്കാരത്തിനുതകുന്ന രംഗഭാഷയും ശരീരഭാഷയും ഒരു രാഷ്ട്രീയപ്രയോഗമായി അരങ്ങിനെ നവീകരിക്കുന്നു. സ്ത്രീയുടെ ബഹുസ്വരമായ നിലകളുടെ ആവിഷ്കാരവേദിയായി മാറുന്നു സ്ത്രീനാടകപരിശ്രമങ്ങൾ.

സ്ത്രീയും നാടകവും തമ്മിലുള്ള ബന്ധത്തിന്റെ ചരിത്രത്തെ, സംസ്കാരത്തെ, രാഷ്ട്രീയത്തെ ഒക്കെ പുനർനിർമ്മിക്കുകയും സ്ത്രീനാടകവേദിയുടെ ധാരകൾ മലയാള നാടകവേദിയിൽ സാർത്ഥകമാകുന്നതിന്റെ ചരിത്രപഥങ്ങളെ കണ്ടെത്തുകയും നവീനമായൊരു സ്ത്രീനാടകസൗന്ദര്യശാസ്ത്രത്തിന്റെ സാദ്ധ്യതയെ തിരയുകയുമാണ് *പെണ്ണരങ്ങ്: കാലാന്തരയാത്രകൾ* എന്ന പുസ്തകത്തിലെ ഓരോ ലേഖനവും. അതു തന്നെയാണ് ഈ പുസ്തകത്തിന്റെ പ്രസക്തിയും പ്രാധാന്യവും. ചരിത്രഭൂതകാലത്തിൽ നിഗൂഢമാക്കപ്പെട്ട അരങ്ങ് സ്ത്രീയിൽ തുടങ്ങി സമകാലീന സ്ത്രീപക്ഷനാടകവേദിയിലെ സവിശേഷമായൊരു സൗന്ദര്യശാസ്ത്രമായി വികസിക്കുന്ന സ്ത്രീസത്തയിൽ എത്തിനില്ക്കുന്നു ഈ പഠനങ്ങൾ. ഒപ്പം ചരിത്രത്തിന്റെയും സംസ്കാരരാഷ്ട്രീയത്തിന്റെയും ജ്ഞാനപരിസരങ്ങളിൽ പുനർപാരായണത്തിനും പുനർനിർമ്മിതിക്കും ശ്രമിക്കുകയും ചെയ്യുന്നു.

രണ്ടു ഭാഗങ്ങളിലായി നടത്തുന്ന പഠനത്തിന്റെ *ചരിത്രപാഠം രംഗപാഠം* എന്ന ആദ്യഭാഗത്ത് 17 ലേഖനങ്ങളാണുള്ളത്. കെ ജി പൗലോസിന്റെ *ക്ലാസിക്കൽ കലകളിലെ സ്ത്രീ സാന്നിദ്ധ്യം* കേരളീയ അരങ്ങുമാതൃകകളിലെ സ്ത്രീസാന്നിദ്ധ്യത്തെ ചരിത്ര-സംസ്കാരപഠനത്തിന് വിധേയമാക്കുകയും അതിന്റെ വർത്തമാനകാല സാദ്ധ്യതകളെ വിലയിരുത്തുകയും ചെയ്യുന്നു. പ്രിയാ നായരുടെ *രംഗവേദിയിലെ സ്ത്രീ: ചരിത്രവും പാഠസന്ദർഭങ്ങളും* പ്രാചീന ഇന്ത്യൻ ആവിഷ്കാരകലകളിലെ സ്ത്രീയെ ചരിത്രത്തിലും വേദസംഹിതകളിലും സാഹിത്യ ലക്ഷ്യങ്ങളിലും അന്വേഷിക്കുന്നു. ഉഷാ നങ്ങ്യാരുടെ *കൂടിയാട്ടത്തിലെ സ്ത്രീ* നങ്ങ്യാർകൂത്തിന്റെ ഉത്ഭവചരിത്രവും സ്ത്രീവേഷങ്ങളുടെ ചരിത്രസംസ്കാരസന്ദർഭങ്ങളും വിവരിക്കുന്നു. സി ആർ രാജഗോപാലന്റെ *സ്ത്രീത്വത്തിന്റെ ആവിഷ്കാരങ്ങൾ* എന്ന ലേഖനം ഇന്ത്യയിലെ നാടോടിയും ക്ലാസിക്കലും ആയ ആവിഷ്കാരകലകളിൽ സ്ത്രീസ്വത്വനിർമ്മിതിയുടെ സവിശേഷ ഘടനകളെയാണ് വിശദമാക്കുന്നത്. കെ എസ് ശ്രീനാഥിന്റെ *സ്ത്രീനാടകസൗന്ദര്യശാസ്ത്രത്തിനൊരാമുഖം* പാശ്ചാത്യമായ ജ്ഞാനമണ്ഡലത്തിൽ സ്ത്രീനാടകവേദിയുടെ സൗന്ദര്യശാസ്ത്രം രൂപമെടുക്കുന്നതിന്റെ സംസ്കാരരാഷ്ട്രീയത്തെ ചരിത്രപരമായി വിശകലനം ചെയ്യുന്നു. എൽ തോമസ് കുട്ടിയുടെ *നമ്മുടെ ഫെമിനിസ്റ്റ് നാടകയത്നങ്ങൾ* പാശ്ചാത്യ സ്ത്രീവാദപരിസരത്തിൽ സ്ത്രീനാടകവേദിയുടെ വികാസഘട്ടങ്ങളെ കുറിച്ച് ചർച്ച ചെയ്യുന്നു. ആർ ബി രാജലക്ഷ്മി രചിച്ച *സ്ത്രീപക്ഷനാടക*

വേദി ഇന്ത്യൻ പരിപ്രേക്ഷ്യം എന്ന ലേഖനം ഇന്ത്യൻ സ്ത്രീനാടകവേദിയുടെ വികാസപരിണാമഘട്ടങ്ങളെ ചരിത്രപരമായി വിവരിക്കുന്നു. ആദ്യകാല മലയാള നാടകങ്ങളിലെ സ്ത്രീസാന്നിദ്ധ്യങ്ങൾ നാടകചരിത്രത്തിൽനിന്ന് മറയ്ക്കപ്പെട്ടതിന്റെ കാരണങ്ങൾ തേടുന്ന സാവിത്രി ലക്ഷ്മണന്റെ *ശബ്ദരഹിതമായിപ്പോയ സ്ത്രീപങ്കാളിത്തം,* കേരളത്തിലെ നാടോടിനാടകസ്ത്രീയെ ഓർമ്മകളിലൂടെ വീണ്ടെടുക്കുന്ന ഇ പി രാജഗോപാലന്റെ *പെണ്ണരങ്ങ്: ചില നാടൻ നോട്ടങ്ങൾ,* നിരീക്ഷണനാടകവേദി പ്രവർത്തകയായ ഇ രാജരാജേശ്വരിയുടെ നാടകപരിശ്രമങ്ങളെ വിവരിക്കുന്ന രാജാവാര്യരുടെ *സ്വത്വാന്വേഷണത്തിന്റെ രചിതരേഖകൾ* തുടങ്ങിയ ലേഖനങ്ങൾ ഈ പുസ്തകത്തിലുണ്ട്. മലബാർ നാടകവേദിയിലെ സ്ത്രീസാന്നിദ്ധ്യത്തെ ചരിത്രപരമായി വിവരിക്കുന്ന കെ എം രാഘവൻ നമ്പ്യാരുടെ ലേഖനം, മലയാളത്തിലെ സ്ത്രീനാടകങ്ങളുടെ ഒരു നൂറ്റാണ്ടിന്റെ ചരിത്രം പറയുന്ന ആർ ബി രാജലക്ഷ്മിയുടെ ലേഖനം, നാടകരംഗത്തെ സ്ത്രീസാന്നിദ്ധ്യങ്ങളെ വിവരിക്കുന്ന ജെ ശൈലജയുടെ ലേഖനം, മാധവിക്കുട്ടിയുടെ *മാധവിവർമ്മ* എന്ന നാടകത്തെ വിലയിരുത്തുന്ന സി ജയകുമാറിന്റെ ലേഖനം, ശ്രീജയുടെ നാടകങ്ങളെ പരിചയപ്പെടുത്തുന്ന എസ് ശ്രീകുമാരിയുടെ ലേഖനം എന്നിവയും സ്ത്രീനാടകവേദിയുടെ ചരിത്രകാലങ്ങളെ വ്യത്യസ്തങ്ങളായ മാനദണ്ഡങ്ങളിലൂടെ വീണ്ടെടുക്കുന്നു. *ആവിഷ്കാരം പണിപ്പുര*യിൽ സ്ത്രീനാടകവേദിയുടെ രംഗകലാപ്രയോഗങ്ങളുടെ ചരിത്രസന്ദർഭങ്ങളെയും അതിൽ പങ്കാളികളാകുന്ന സ്ത്രീനാടകപ്രവർത്തകരെയും അവരുടെ പ്രവർത്തനങ്ങളെയും സമഗ്രമായി വിശകലനം ചെയ്യുന്നു.

ചരിത്രഭൂതകാലത്തിൽ മറഞ്ഞുകിടന്ന സ്ത്രീയുടെ രംഗകലാസാന്നിദ്ധ്യങ്ങളെ ഓർമ്മകളിലൂടെ, ചരിത്രരേഖകളിലൂടെ വീണ്ടെടുക്കുവാനായിരുന്നു ഞങ്ങളുടെ ശ്രമം. അദൃശ്യമായൊരു സാന്നിദ്ധ്യമായി ഒരു ചരിത്രത്തുടർച്ചപോലെ എഴുത്തുകാരിയും സൂത്രധാരിണിയും അണിയറക്കാരിയും അഭിനേത്രിയും ഒക്കെയായ ഒരു 'നാടകസ്ത്രീ' ഞങ്ങളിൽ ഉരുവംകൊണ്ടിരുന്നു. ഒട്ടേറെ പേരോട് സംസാരിച്ചു. നിശ്ശബ്ദത പാലിച്ചവരുണ്ട്. സ്നേഹപൂർവ്വം സഹകരിച്ചവരുണ്ട്. ഞങ്ങളുടെ സ്നേഹത്തിന്, നിർബ്ബന്ധങ്ങൾക്ക് ഒപ്പം നിന്നവരുണ്ട്. ഈ കൃതിയുടെ കാലികപ്രസക്തി അംഗീകരിച്ചുകൊണ്ട് ഞങ്ങളോട് സഹകരിച്ച എല്ലാ എഴുത്തുകാർക്കും നന്ദി. ഈ പുസ്തകത്തിന്റെ പൂർത്തീകരണത്തിൽ ഞങ്ങൾക്കൊപ്പം സഞ്ചരിച്ച സി അനൂപ്, ആനന്ദ് ബി, ജയപ്രഭ എസ് എസ്, അനിൽവേഗ എന്നിവരെയും സ്നേഹത്തോടെ ഓർക്കുന്നു. പുസ്തകം പ്രസിദ്ധീകരിക്കുന്ന ചിന്തയോടുള്ള കടപ്പാട് രേഖപ്പെടുത്തുന്നു.

ഏവർക്കും നന്ദി.

ഡോ. ആർ ബി രാജലക്ഷ്മി
ഡോ. പ്രിയാനായർ

As a woman I have no country
As a woman my country
is the whole world.

Virginia Woolf

ഭാഗം - ഒന്ന്

ചരിത്രപാഠം രംഗപാഠം

ക്ലാസിക്കൽ കലകളിലെ സ്ത്രീസാന്നിദ്ധ്യം[1]

ഡോ. കെ ജി പൗലോസ്

നാടകത്തിൽ താല്പര്യമുള്ള ഡൽഹിയിലെ വനിതാകോളേജിലെ ഒരദ്ധ്യാപികയെ ഈയിടെ പരിചയപ്പെടുകയുണ്ടായി. കോളേജ് ദിനത്തിൽ അവരുടെ വിദ്യാർത്ഥിനികൾ അവതരിപ്പിച്ച നാടകത്തെപ്പറ്റി സരസമായി അവർ സംസാരിച്ചു. ബിരുദാനന്തരബിരുദ വിദ്യാർത്ഥിനിയാണത് സംവിധാനം ചെയ്ത് അഭിനയിച്ചത്. മുഖ്യകഥാപാത്രം ഹിഡിംബ-ഭീമന്റെ പത്നി, ഘടോൽക്കചന്റെ അമ്മ. പത്നിയോട് കടുത്ത പ്രണയമുണ്ടായിരുന്നു ഭീമന്. എന്നാൽ കുന്തി തന്ത്രപൂർവ്വം അവരെ വേർപെടുത്തി. പാണ്ഡവരിൽ രണ്ടാമത്തവന്റെ ആദ്യ പത്നിയായിട്ടും ദ്രൗപദിക്കോ സുഭദ്രയ്ക്കോ ഉള്ള സ്ഥാനം അവൾക്ക് ലഭിച്ചില്ല. വിശേഷാവസരങ്ങളിൽപ്പോലും ആരുമവളെ കൊട്ടാരത്തിലേക്ക് ക്ഷണിച്ചുമില്ല. അവഗണനയുടെ കാരണം നാടകത്തിൽ ഹിഡിംബ വ്യക്തമാക്കിയതിങ്ങനെയാണ്- "സുഭദ്രയ്ക്കൊപ്പം എന്നെ കണക്കാക്കാത്തതെന്തെന്നറിയുമോ? ഞാൻ ഫെയർ ആന്റ് ലൗവ്‌ലി തേച്ചിട്ടില്ല." ആ പോസ്റ്റ് ഗ്രാഡ്വേറ്റ് പെൺകുട്ടിയോടെനിക്ക് മതിപ്പ് തോന്നി.[2] അതുപക്ഷേ, അദ്ധ്യാപികയോട് തോന്നിയില്ല. അതിനുകാരണം തുടർന്നുവന്ന അവരുടെ കമന്റാണ്; "അതിനുശേഷം കോളേജിൽ ഫെയർ ആന്റ് ലവ്‌ലിക്ക് നല്ല ഡിമാന്റാണ്."

ലോകവൃത്താനുകരണമെന്ന് നാടകത്തെ ഭരതൻ പണ്ടേ നിർവ്വചിച്ചിട്ടുണ്ട്. കുറ്റമറ്റ നിർവ്വചനമാണിത്. ലോകത്തെ നിർവ്വചിക്കുമ്പോഴാണ് പ്രശ്നങ്ങളുണ്ടാകുന്നത്. ഏകശിലാരൂപമായ ലോകമല്ല നമ്മുടേത്. അനേകം ലോകങ്ങൾ നമുക്കു ചുറ്റുമുണ്ട്. ഹിഡിംബയുടെ ലോകമല്ല സുഭദ്രയുടേത്; അഭിമന്യുവിന്റേതല്ല ഘടോല്കചന്റേത്. നാടകം ഏതു

ലോകത്തെ ആവിഷ്കരിക്കുന്നു എന്നതാണ് കാതലായ കാര്യം. ശകുന്തളയെപ്പറ്റി റോമിലാ ഥാപ്പർ നടത്തിയ വിദഗ്ദ്ധപഠനത്തിൽ അനേകം ശകുന്തളമാരെ നമുക്ക് കാണാം.[3] വ്യാസന്റെ ശകുന്തളയല്ല കാളിദാസന്റേത്. ഇതുരണ്ടുമല്ല കൊളോണിയൽ കാലത്തെ ശകുന്തള. ആധുനിക കാലത്ത് ശാന്താറാം സിനിമയിലെത്തിച്ചത് മറ്റൊരു ശകുന്തളയെയാണ്. ഒരേ ശകുന്തള ഇത്രയേറെ മാറിയതെങ്ങനെയാണ്? മാറ്റമുണ്ടായത് ശകുന്തളയ്ക്കല്ല, സമൂഹത്തിനാണ്. സമൂഹത്തിന്റെ ഉല്പന്നമാണ് നാടകം. നാടകത്തിൽ സ്ത്രീയുടെ (പുരുഷന്റെയും) സ്ഥാനം നിർണ്ണയിക്കുന്നത് സമൂഹമാണ്. വ്യക്തിയുടെ, സമൂഹത്തിലെ സ്ഥലരാശി അളക്കുന്നതിന് അവന്/ അവൾക്ക് മുകളിൽ രണ്ടുശക്തികളുണ്ട് - രാജാവ്, പുരോഹിതൻ. ഇവർ കല്പിക്കുന്ന ഭാവമണ്ഡലമാണ് വ്യക്തിയുടെ ചലരാശി. പൗരോഹിത്യം പടുത്തുയർത്തിയ ചിന്താഗോപുരങ്ങൾ, പുതിയ സ്മൃതികൾ വന്നിട്ടും (അത് രചിച്ചത് അംബേദ്ക്കർ ആയിട്ടുപോലും) ഇളക്കമില്ലാതെ തുടരുന്നു. അത്രമേൽ ദൃഢബദ്ധമാണ് സമൂഹത്തിന്റെ ഘടന.

നാടകം യജ്ഞമാണെന്ന് കാളിദാസനെ ഉദ്ധരിച്ച് നാമഭിമാനിക്കാറുണ്ട്.[4] യാഗത്തോട് നാടകത്തിനുള്ള പവിത്രബന്ധത്തെപ്പറ്റി അനേകം പഠനങ്ങൾ നടന്നിട്ടുണ്ട്. സ്ത്രീശരീരത്തിന്റെ വടിവുകളുള്ള യാഗവേദിയെ ദേവന്മാർ ഇഷ്ടപ്പെടുന്നു എന്നാണ് ശതപഥബ്രാഹ്മണത്തിന്റെ വിവരണം.[5] വേദിയിൽ ജ്വലിക്കുന്ന അഗ്നി പുരുഷനാണ്; ആജ്യം അർപ്പിക്കുന്നതിലാണ്. ഇത് നല്കുന്ന സൂചന വ്യക്തം; ഉർവ്വരതയോട് ബന്ധപ്പെട്ടതാണത്. അലഞ്ഞുനടന്ന ആദിമജനതയുടേതാണ് ഈ സങ്കല്പം. കൃഷി മുഖ്യവൃത്തിയായി ആവാസവ്യവസ്ഥ ഉറച്ചതോടെ ഉർവ്വരതാസങ്കല്പം വികസിച്ചു. സ്ത്രീ ക്ഷേത്രമായി. വയലിലാണ് വംശവൃക്ഷം മുളയ്ക്കുന്നതും വളരുന്നതും. മേൽകീഴ് തലങ്ങളില്ലാത്ത ഒന്നുചേർന്ന ജീവിതമാണിവിടെയും. നാഗരികതയുടെ കടന്നാക്രമണത്തിൽ കൈവന്ന പുതിയ അധികാരമാണ് മനുഷ്യചരിത്രത്തിലെ ഏറ്റവും വലിയ ചോദ്യമുന്നയിച്ചത്. വിളവിനുടമ വയലോ വിതയ്ക്കുന്നവനോ? ചോദ്യത്തിനു മുന്നിൽ കുന്തി വിളറിപ്പോയി. പാണ്ഡുവിന്റെ ബീജങ്ങളല്ലെങ്കിൽ നിന്റെ മക്കൾ രാജ്യത്തിനവകാശികളാകുന്നതെങ്ങനെ? പുതിയൊരു ദായവ്യവസ്ഥ കൊണ്ടുവരികയായിരുന്നു രാജാവ്. നിയോഗം[6] സാധുവായിരുന്നു ഇന്നലെവരെ. ധൃതരാഷ്ട്രരും പാണ്ഡുവും ജനിച്ചതങ്ങനെയാണ്. കാർഷികസമൂഹം നാഗരികസമൂഹമായി വളർന്നപ്പോഴുണ്ടായ മാറ്റമിതാണ്. മണ്ണും പെണ്ണും പുരുഷന്റെ സ്വന്തമാകുന്നു. നാഗരികതയുടെ പുതിയ നീതിശാസ്ത്രത്തിനെതിരെയായിരുന്നു കുന്തിയുടെ പോരാട്ടം. മക്കളെ മനുഷ്യരാക്കി വളർത്തുന്നതിനു പകരം പകയോടെ കുന്തി അവരെ ചാവേറുകളാക്കി. ഹിഡിംബ

യോടും പാഞ്ചാലിയോടും പേരറിയാത്ത നിഷാദിനിയോടുപോലും[7] കുന്തി ക്രൂരത കാണിച്ചു. എല്ലാം നശിപ്പിച്ച മഹായുദ്ധത്തിനുപോലും അധികാര മടിച്ചേല്പിച്ച നീതിശാസ്ത്രത്തെ തോല്പിക്കാനായില്ല. ദുര്യോധനനേ ക്കാൾ കരുത്തോടെ പിന്നാലെ വന്നവർ മണ്ണിനും പെണ്ണിനും മുകളിൽ ആധിപത്യം ഉറപ്പിച്ചു. ഇതോടെ സമൂഹത്തിൽ സ്ത്രീയുടെ സ്ഥാനം നിർണ്ണയിക്കപ്പെട്ടു. രണ്ടിനേയും കീഴടക്കുന്നതാണ് പൗരുഷം. അതുകൊ ണ്ടാണ് നാന്ദ്യോദയമായ നാടകത്തിൽ മുഖ്യമായി ശൃംഗാരവും വീരവു മെന്ന രണ്ടുരസം മതിയെന്ന് ഭരതൻ നിശ്ചയിച്ചത്.

1. നാട്യശാസ്ത്രം

അടിച്ചേല്പിച്ച അധീശത്വത്തെ എതിർത്തുകൊണ്ടാണ് നാട്യ ശാസ്ത്രം തുടങ്ങുന്നത്;[8] ഒടുങ്ങുന്നതോ എതിർപ്പിനെ കീഴടക്കിക്കൊണ്ടും. ആദ്യനാടകത്തിൽ സ്ത്രീകളില്ലായിരുന്നു; നൃത്തവുമില്ലായിരുന്നു. ബ്രഹ്മാ വിന്റെ മാനസപുത്രികളായ അപ്സരസ്സുകളാണ് നാടകത്തിലെ ആദ്യത്തെ സ്ത്രീകൾ.

മൂന്നടരുകളുണ്ട് നാടകത്തിലെ പാത്രങ്ങൾക്ക് - ഉത്തമർ, മദ്ധ്യമർ, അധമർ. സ്ത്രീകളിതിൽ നീചപ്രകൃതികളിൽപ്പെടുന്നു. സംസ്കൃതം സംസാരിക്കാൻ അധികാരമില്ല. കർതൃത്വപരമായ സ്ഥാനം അവർക്കില്ല. മൂന്നുതരത്തിലായിരുന്നു നാടകത്തിൽ സ്ത്രീകൾ സന്നിഹിതരായിരുന്നത്. നടകുലം, ഗണിക, സ്ത്രീനാടകസംഘം.

സംസ്കൃതനാടകങ്ങൾ അവതരിപ്പിച്ചത് നടകുലങ്ങളാണ്. കുടുംബ ക്കൂട്ടായ്മയായിരുന്നു നാടകപഠനവും രംഗാവതരണവും. നായകൻ, സൂത്ര ധാരൻ, പത്നി നടി, കുടുംബാംഗങ്ങളോ ശിഷ്യരോ അഭിനേതാക്കൾ. മുതിർന്ന കാരണവർ നാട്യാചാര്യൻ- ഇതായിരുന്നു രീതി. ഇവിടെപ്പോലും നടിയെ സമൂഹം മാന്യയായി കണക്കാക്കിയില്ല. പത്നിയെ അരങ്ങത്തയ ക്കുന്ന ഭർത്താവിനൊരു പരിഹാസപ്പേരു നല്കി - ജായാജീവി, ഭാര്യ യുടെ സൗന്ദര്യം കാണിച്ചുകഴിയുന്നവൻ.

രൂപോപജീവികളായിരുന്നു ഗണികകൾ - സൗന്ദര്യം വിറ്റ് ജീവിക്കു ന്നവർ. തോട്ടത്തിലെ പൂവാണ് പത്നി; തെരുവിലെ പുഷ്പമാണ് ഗണിക; ആർക്കും പറിച്ചെടുത്ത് തലയിൽ ചൂടാം. എങ്കിലും സമൂഹത്തിലവൾ മാന്യ യായിരുന്നു; കാരണം ഉന്നതസ്ഥാനങ്ങളിലായിരുന്നു അവൾ വ്യാപരിച്ചി രുന്നത്. *കാമശാസ്ത്രവും അർത്ഥശാസ്ത്രവും* ഗണികയെ നാഗരികത യുടെ അനിവാര്യതയാക്കിമാറ്റി. ഒരു പ്രത്യേക ഡിപ്പാർട്ടുമെന്റ് പോലും ചാണക്യൻ അവർക്ക് വേണ്ടി സ്ഥാപിച്ചു. ഉയർന്ന വിദ്യാഭ്യാസവും കല കളിൽ പ്രാവീണ്യവും ഗണിക നേടിയിരുന്നു.

അന്തഃപുരത്തിൽനിന്നാണ് സ്ത്രീനാടകങ്ങളുടെ തുടക്കം. നാട്യാചാ

ര്യന്മാർ അന്തഃപുരസ്ത്രീകളെ നൃത്യനാട്യങ്ങൾ പഠിപ്പിച്ചിരുന്നു. അകത്തുള്ളവർക്കുവേണ്ടിയാണ് ആദ്യമിവർ നടിച്ചിരിക്കുക. ക്രമേണ പൊതുവേദിയിലും അവർ പ്രത്യക്ഷപ്പെട്ടു. *രാമായണ*ത്തിൽ വധൂനാടകസംഘങ്ങളുണ്ട്. സ്ത്രീപ്രക്ഷേപണങ്ങളെ ചാണക്യൻ വിവരിക്കുന്നുമുണ്ട്. കുട്ടനീമതത്തിലെ (8-ാം നൂറ്റാണ്ട്) രത്നാവലി നാടകത്തിൽ പുരുഷവേഷങ്ങളും അഭിനയിച്ചത് സ്ത്രീകളാണ്.

സംസ്കൃതപ്രഭാവം നിലനിന്ന പൊതുവർഷം പത്താം നൂറ്റാണ്ടുവരെയുള്ള കഥയാണിത്. പിന്നീട് പ്രാദേശികതലത്തിലാണ് അരങ്ങുകൾ വികസിച്ചത്. അതതുകാലത്തെ സമൂഹജീവിതത്തിന്റെ പ്രതിഫലനങ്ങളായിരുന്നു മേൽവിവരിച്ച സ്ത്രീപ്രതിനിധാനമാതൃകകൾ; സ്ത്രീ സങ്കല്പമാകട്ടെ മുഖ്യമായും ശൃംഗാരത്തിന്റെ വിഭാവമെന്ന നിലയിലും. അതിനപ്പുറമൊരു പങ്ക് സ്ത്രീക്ക് സമൂഹം കല്പിച്ചിരുന്നില്ല.

2. കേരളീയ മാതൃകകൾ

വിന്ധ്യനുവടക്ക് ആര്യാവർത്തവും തെക്ക് തമിഴകവുമായിരുന്നു. പണ്ട് ദക്ഷിണാപഥമെന്ന് തമിഴകത്തെ സംസ്കൃതഗ്രന്ഥങ്ങളിൽ പരാമർശിച്ചുകാണാം. തമിഴകത്തിന്റെ പാരമ്പര്യം ആര്യാവർത്തത്തിന്റേതല്ലായിരുന്നു; പ്രത്യേകിച്ച് ചേരനാടിന്റെ സ്ത്രീ ഇവിടെ അമ്മയായിരുന്നു. മാതൃത്വത്തിന്റെ രോഷമായിരുന്നു കണ്ണകിക്ക്. മുലയുണ്ടുവളർന്നവൻ പാതകം ചെയ്തതിനാണ് മുലപറിച്ചെറിഞ്ഞ് രോഷാഗ്നിയിൽ അവനെ ദഹിപ്പിച്ചത്. കണ്ണകി കൊടുങ്ങല്ലൂരമ്മ ആയതോടെ, അമ്മ കേരളത്തിനു സ്വന്തമായി. അതിനു മുൻപ് തന്നെ ചേരനാട്ടിൽ കൺകണ്ടദൈവമായിരുന്നു അമ്മ, മകന്/മകൾക്ക് അമ്മയുള്ളതുപോലെ നാടിന് അമ്മയുണ്ട്. കാവിലമ്മ, കാളി, ഭദ്രകാളി. കാവും സർപ്പങ്ങളും നന്തുണിപ്പാട്ടുകളും നിറഞ്ഞതായിരുന്നു കേരളത്തനിമ. വടക്കൻകാറ്റ് ഈ അമ്മസങ്കല്പത്തെ പിഴുതെറിഞ്ഞു. മാതൃഹത്യയായിരുന്നു പുതിയ കേരളം സൃഷ്ടിച്ച പരശുരാമന്റെ ഏകമാഹാത്മ്യം.

കൊല്ലുകയും പിന്നീടതിനെ മഹത്വവല്ക്കരിക്കുകയും ചെയ്യുന്നത് വരേണ്യതയുടെ മുഖമുദ്രയാണ്. പഞ്ചകന്യകകളെ നിത്യം സ്മരിക്കാൻ ഉദ്ദേശിച്ചത് അങ്ങനെയാണ്. ഒരു കന്യകപോലും അവരെപ്പോലെ ആകാൻ ആഗ്രഹിക്കുകയില്ല. കുറ്റബോധമാണിങ്ങനെ ഉപദേശിക്കുന്നത്.[9] നമ്മുടെ തെയ്യങ്ങൾ പലതുമിങ്ങനെ ഉണ്ടായതാണ്. നിഷ്ക്കളങ്കയായ ഒരു ബ്രാഹ്മണകന്യകയാണ് മുച്ചിലോട്ട് ഭഗവതി ആയത്.[10] ചേരനാടിന്റെ സൗഭാഗ്യങ്ങളെല്ലാമുഴുതുമറിച്ചാണ് ആര്യാവർത്തമിവിടെ ആധിപത്യമുറപ്പിച്ചത്.

ഈ പശ്ചാത്തലത്തിലാണ് രണ്ടാം ചേരസാമ്രാജ്യകാലത്ത്, പൊതുവർഷം 8 മുതൽ 12 വരെ നൂറ്റാണ്ടുകളിൽ, ക്ലാസിക്കൽ കലകൾ ഇവിടെ

രൂപം കൊള്ളുന്നത്. ചേരചക്രവർത്തി കുലശേഖരൻ രചിച്ച രണ്ടു നാടകങ്ങൾ ശൃംഗാര പ്രധാനങ്ങളായിരുന്നു. രതിയുടെ വിഭാവങ്ങളായിരുന്നു നായികമാർ. എങ്കിലും അദ്ദേഹം ആവിഷ്കരിച്ച അഭിനയരീതി, വിചാരാഭിനയം, മാനസികഭാവങ്ങളുടെ ആവിഷ്കാരത്തിന് സാദ്ധ്യതകളുള്ളതായിരുന്നു.[11] പന്ത്രണ്ടാം നൂറ്റാണ്ടോടെ കൂടിയാട്ടം രൂപപ്പെട്ടു. രണ്ടു നൂറ്റാണ്ടുകൾ കഴിഞ്ഞപ്പോൾ ക്ഷേത്രാനുഷ്ഠാനങ്ങളിലൊന്നായി അതുമാറുകയും ചെയ്തു. ഭക്തിക്കും ചടങ്ങുകൾക്കുമായി പ്രാധാന്യം. സ്ത്രീക്കും പുരുഷനും തുല്യപ്രാധാന്യമുണ്ട് കൂടിയാട്ടത്തിൽ. എന്നാൽ ക്രമേണ സ്ത്രീകൾ പിന്നിലേക്ക് തള്ളപ്പെട്ടു. ഇതിന്റെ രാഷ്ട്രീയകാരണം ചേരസാമ്രാജ്യത്തിന്റെ പതനത്തിനുശേഷം സമൂഹത്തിലുണ്ടായ ചേരിതിരിവുകളാണ്. ഏകീകൃത ഭരണസംവിധാനത്തിന്റെ അഭാവത്തിൽ നാട്ടുപ്രഭുക്കൾ കൈയൂക്കുകൊണ്ട് കാര്യം നേടുകയും പൗരോഹിത്യം അവരെ പിൻതുണയ്ക്കുകയും ചെയ്തു. അതോടെ ഭൂമിയിലെ ദേവന്മാർ എന്ന ആലങ്കാരികനില വിട്ട് കേരളത്തിൽ ബ്രാഹ്മണർ ഭൂമിയുടെതന്നെ നാഥന്മാരായി മാറി. ഭൂമിയുടെ അധികാരം പകുത്തു പോകാതിരിക്കാൻ സംബന്ധം എന്നൊരേർപ്പാട് സ്ത്രീപുരുഷബന്ധത്തിൽ നടപ്പാക്കി. ഇത് സൃഷ്ടിച്ച ലൈംഗികാരാജകത്വമാണ് അച്ചീചരിതങ്ങളിലും വൈശികതന്ത്രങ്ങളിലും പ്രതിഫലിക്കുന്നത്. ഈ വൃത്തികേടിന്റെ കാവ്യാത്മക വർണ്ണനകളാണ് കൂടിയാട്ടത്തിലെ വിദൂഷകന്റെ പുതിയ പുരുഷാർത്ഥങ്ങൾ. സ്ത്രീ അതോടെ ശരീരം മാത്രമായി; പുരുഷന്റെ കാഴ്ചയിലുള്ള ശരീരം. പഞ്ചാംഗവർണ്ണന ശ്രദ്ധിച്ചാൽ ഗ്രഹിക്കാം, സ്ത്രീയിൽ എന്താണ് അന്നത്തെ സമൂഹം കണ്ടിരുന്നതെന്ന്. അമ്മ, സഹോദരി, മകൾ, സഖി എന്നീ ഭാവങ്ങളെയെല്ലാം സ്ത്രീയിൽനിന്ന് തുടച്ചുമാറ്റുകയാണ് കൂടിയാട്ടം ചെയ്തത്. സ്ത്രീയെപ്പറ്റി ഫ്യൂഡൽസമൂഹം നിലനിർത്തിയ കാഴ്ചപ്പാടാണ് കലകളിൽ അവൾക്കുള്ള സ്ഥാനമപഹരിച്ചത്. കൂടിയാട്ടത്തെ തുടർന്നു രൂപപ്പെട്ട കൃഷ്ണനാട്ടം സ്ത്രീയുടെ സാന്നിദ്ധ്യത്തെ തമസ്കരിച്ചു. രാമനാട്ടവും തുടർന്നു കഥകളിയും അതേ നിലപാട് സ്വീകരിച്ചു. പാശ്ചാത്യ സ്വാധീനത്തിൽ രൂപപ്പെട്ട ചവിട്ടുനാടകവും സ്ത്രീകളെ അകറ്റിനിർത്തി. ക്ലാസിക്കൽ കലകൾ പൊതുവെ സ്ത്രീകളെ ഒഴിവാക്കി; എന്നാൽ അവയിൽ നിറഞ്ഞുനിന്നത് സ്ത്രീകളാണ്. പുരുഷകാഴ്ചയിലെ സ്ത്രീ. കീചകദൃഷ്ടിയെന്ന് ഇതിനെ വിശേഷിപ്പിക്കാം[12] അടുത്തകാലം വരെ ഈ സങ്കല്പം അരങ്ങിൽ നിലനിന്നു.

3. വിമോചനത്തിന്റെ നൂറ്റാണ്ട്

സ്ത്രീകളുടെ മാത്രമല്ല, കലകളുടെയും വിമോചനത്തിന്റെയും കാലമാണ് ഇരുപതാം നൂറ്റാണ്ട്. രണ്ട് കാരണങ്ങൾ ഇതിനുണ്ട്. പാശ്ചാത്യാധീശത്വത്തെ പ്രതിരോധിക്കാൻ കലകളുയർത്തുന്ന സ്വത്വബോധത്തിനു കഴി

യുമെന്ന തിരിച്ചറിവ്, രണ്ട്, ആധുനികതാബോധം നല്കിയ നവീകരണ വ്യഗ്രത. സ്ത്രീപക്ഷത്തുനിന്നു നോക്കുമ്പോൾ മൂന്നുവ്യക്തികൾ/പ്രസ്ഥാനങ്ങൾ സ്ത്രീവിമോചനത്തിന് തുടക്കം കുറിച്ചു- ടാഗോർ, ഉദയശങ്കർ, ഇന്ത്യൻ പീപ്പിൾസ് തിയേറ്റർ.[13] പുരാണങ്ങളിലുള്ള സ്ത്രീരൂപങ്ങൾക്കല്ല തന്റെ രചനകളിലൂടെ ടാഗോർ ജന്മം നല്കിയത്.[14] ആത്മാഭിമാനവും സ്വാശ്രയത്വവുമായിരുന്നു ടാഗോറിന്റെ സ്ത്രീയുടെ മുഖമുദ്ര. കലാരംഗത്തെ സ്ത്രീയുടെ പങ്കാളിത്തത്തെ പുനർനിർവ്വചിച്ച കലാകാരനാണ് ഉദയശങ്കർ. അനേകം സ്ത്രീകളെ കലാരംഗത്തേക്ക് അദ്ദേഹം ആനയിച്ചു. വിമോചനമെന്ന ലക്ഷ്യത്തിനുവേണ്ടി രൂപപ്പെട്ട നാടകപ്രസ്ഥാനമായിരുന്നു, ഇപ്റ്റ.[15] ഈ മൂന്നുപ്രസ്ഥാനങ്ങൾക്കും കേരളത്തോട് അടുത്ത ബന്ധമുണ്ടായിരുന്നു. ഇതിന്റെ സ്വാധീനം ഇവിടുത്തെ അരങ്ങിൽ പ്രകടമാകുകയും ചെയ്തു.

കേരളത്തിൽ ക്ലാസിക്കൽ കലകളിലെ ആധുനികത ആരംഭിക്കുന്നത് കലാമണ്ഡലത്തിന്റെ വരവോടെയാണ്. ഇതേറ്റവും സഹായിച്ചത് സ്ത്രീകളെയാണ്. ആധുനികതയുടെ പ്രത്യക്ഷഫലമാണ് നങ്ങ്യാർകൂത്തിന്റെ ഉയർത്തെഴുന്നേല്പ്. കലാപരമായി നങ്ങ്യാർകൂത്തിനെ നവീകരിച്ച് സൗന്ദര്യാത്മകമാക്കിയത് പൈങ്കുളം രാമച്ചാക്യാരാണ്; അമ്മന്നൂർ അതു പൂർത്തിയാക്കി. ശ്രീകൃഷ്ണകഥയാണ് നങ്ങ്യാർകൂത്തിനുപയോഗിച്ചു പോന്നത്. എന്നാൽ *കോവിലൻകഥ*യും *രാമായണ*വും *സൗന്ദര്യലഹരി*യുമൊക്കെ ഇന്നു സാധാരണമായിരിക്കുന്നു. ഗിരിജ, ഷൈലജ, മാർഗ്ഗി സതി, ഉഷ നങ്ങ്യാർ എന്നിവരാണ് ഈ രംഗത്തെ ആദ്യപഥികർ. കപില, അവർണ്ണ, ഇന്ദു തുടങ്ങിയ പലരും ഈ രംഗത്ത് മുദ്രപതിപ്പിച്ചുകഴിഞ്ഞു.

ആധുനികമായ സ്ത്രീഭാവങ്ങൾ ഉൾക്കൊള്ളാൻ നങ്ങ്യാർകൂത്തിനിപ്പോൾ കഴിയുന്നു. ഉഷാനങ്ങ്യാർ അവതരിപ്പിച്ച ദ്രൗപദി തന്നെ മികച്ച ഉദാഹരണം.[16] ദ്രൗപദി, എക്കാലത്തും മനുഷ്യമനസ്സുകളിലെ നൊമ്പരമാണ്.[17] പാഞ്ചാലിയെ പരിഹാസപാത്രമാക്കിയത് കുഞ്ചൻ നമ്പ്യാരാണ്; മറ്റുപലർക്കുമെന്നപോലെ ദ്രൗപതിയുടെ മനസ്സുകാണാൻ നമ്പ്യാർക്കുമായില്ല. പ്രക്ഷുബ്ധമായ ആ മനസ്സിലേക്കാണ് ഉഷ ഊളിയിട്ടിറങ്ങുന്നത്. ദ്രൗപദിയുടെ ജീവിതത്തിലെ മൂന്നു നിർണ്ണായക സന്ദർഭങ്ങളെ തെരഞ്ഞെടുത്ത് അതിലൂടെ സ്ത്രീ മനസ്സിലേക്കിറങ്ങുകയാണ് കലാകാരി. സ്വയംവരം, ദ്യൂതസഭയിലെ അപമാനം, മക്കളെല്ലാം മരിക്കുന്ന നിശായുദ്ധം - ഇവയാണാ നിർണ്ണായകമുഹൂർത്തങ്ങൾ. ഉറച്ച മനസ്സോടെ ദ്രൗപദി പ്രതിസന്ധികളെ നേരിടുന്നു. തീരുമാനങ്ങളെടുക്കുന്നു. കുലത്തിന്റെ പ്രശസ്തി നിലനിർത്താൻ തനിക്കു ബാദ്ധ്യതയുണ്ട്. തന്റെ സ്ഥാനമവൾ തിരിച്ചറിയുന്നു. അഞ്ചു മുത്തുകൾ കോർത്ത സ്വർണ്ണനൂലാണ് താൻ. നൂലിന്റെ ബലമാണ് മുത്തുകളുടെ ശക്തി. ശൈലീകൃതമായി ഉറച്ച ഘടനയിൽപ്പോലും സ്ത്രൈണതയുടെ സാന്ദ്രഭാവങ്ങൾ ഉൾക്കൊള്ളാൻ കൂടി

യാട്ടത്തിനു കഴിയുമെന്ന് തെളിയിച്ച അവതരണമാണിത്.

ഇക്കൂട്ടത്തിൽ ചേർത്ത് പറയാവുന്ന അവതരണമാണ് ഗാന്ധാരിയുടേത്.[18] നൂറുമക്കളും നഷ്ടപ്പെട്ട ഗാന്ധാരിയെ അനുഗ്രഹം തേടി ശ്രീകൃഷ്ണനും യുധിഷ്ഠിരനും സമീപിക്കുന്നു; ഗാന്ധാരി സംശയിക്കുന്നു. ധർമ്മം ജയിക്കുമെന്ന തന്റെ അനുഗ്രഹം ഫലിച്ചോ? ധർമ്മമാണോ ജയിച്ചത്. എന്തനുഗ്രഹമാണ് ഞാനിനി നല്കുക. ഓർമ്മകൾ പിന്നോട്ടുപായുന്നു. ഗാന്ധാരദേശത്തെ കുട്ടിക്കാലം. അമ്മയില്ലാതെ വളർന്ന ബാലിക. രാജഭരണത്തിന്റെ കാർക്കശ്യം പേറുന്ന അച്ഛൻ. കാട്ടുപൊന്തയിലും ഊഞ്ഞാൽ വള്ളികളിലും അമ്മയെ തെരഞ്ഞുനടന്ന പെൺകുട്ടി. നദിയിൽ നിന്നുകിട്ടിയ മിനുസമായ അമ്മക്കല്ല്. അമ്മമാരില്ലാത്ത ലോകത്ത് വളർന്ന തനിക്ക് വന്നുചേർന്ന വിവാഹം. ഭർത്താവ് അന്ധനാണെന്നറിയുമ്പോഴത്തെ വികാരം. തുടർന്നുള്ള അനുഭവങ്ങൾ. ഒരു പുരാണകഥാപാത്രത്തിന്റെ മനസ്സല്ല, ഡോ. ഇന്ദു ഗാന്ധാരിയിലൂടെ ആവിഷ്കരിക്കുന്നത്. ആധുനികഭാവങ്ങൾ ഭാവനാത്മകമായി സന്നിവേശിപ്പിക്കാൻ ഉറച്ച രൂപഘടന ഇടം നല്കുന്നു എന്നതാണ് കലാകാരിക്ക് ലഭിക്കുന്ന സ്വാതന്ത്ര്യം.

പുരുഷന്മാർ സ്ത്രീവേഷമെടുക്കുന്ന കഥകളിയിലും സ്ത്രീയുടെ ആവിഷ്കരണത്തെ നവീനഭാവുകത്വം സ്വാധീനിച്ചിട്ടുണ്ട്. കോട്ടയ്ക്കൽ ശിവരാമന്റെ സ്ത്രീവേഷങ്ങളിലാണ് ഇതേറ്റവും പ്രകടമായത്. നമ്മുടെ നടന്മാരിൽ വായനാശീലം അധികമുള്ളത് ശിവരാമനായിരുന്നു. ആധുനികസങ്കല്പങ്ങൾ നിരന്തരവായനയിലൂടെയാണ് ശിവരാമനിൽ തളിരിട്ടത്. നളചരിതവും കർണ്ണശപഥവും പ്രദാനം ചെയ്ത നവഭാവുകത്വത്തിന്റെ പിന്നിൽ ശിവരാമന്റെ ദമയന്തികുന്തിമാരുടെ സവിശേഷമായ ഭാവാവിഷ്കാരത്തിന് വലിയ പങ്കുണ്ട്. കീചകനിൽനിന്ന് ദൃഷ്ടി നളനിലേക്ക് വ്യാപിക്കുന്നതുതന്നെ വലിയൊരു ഭാവുകത്വപരിണാമമാണല്ലോ.

ഇപ്പോൾ, ധാരാളം സ്ത്രീകൾ കഥകളി പഠിക്കുകയും അവതരിപ്പിക്കുകയും ചെയ്യുന്നുണ്ട്.[19] സ്ത്രീകളുടെ മാത്രമായ കഥകളിസംഘം തൃപ്പൂണിത്തുറയിലുണ്ട്. പുരുഷവേഷങ്ങളുൾപ്പെടെ കഥകളി വേഷങ്ങളെല്ലാം ഭംഗിയായി അവതരിപ്പിക്കാൻ അവർക്കു കഴിയുന്നു. ഈ സാഹചര്യത്തിലാണ് കഥകളി പഠിക്കാൻ കലാമണ്ഡലത്തിൽ പെൺകുട്ടികൾക്ക് അവസരമുണ്ടാകണമെന്ന ചിന്ത പ്രസക്തമാകുന്നത്. വൈസ് ചാൻസലറായിരുന്നപ്പോൾ, പൊതുസദസ്സുകളിൽ ഞാനീ വിഷയം അവതരിപ്പിച്ചിരുന്നു. ഗോപിയാശാനുൾപ്പെടെയുള്ള മഹാനടന്മാർ ഇതിനെ അനുകൂലിക്കുകയും ചെയ്തു. എങ്കിലും, കഥകളിലോകത്തിന്റെ പൊതുധാരണ 'സമയമായില്ല' എന്നാണ്. നിലവിലുള്ള സമ്പ്രദായത്തിന് മാറ്റം വരുത്താതെതന്നെ, കഥകളിക്ക് സ്ത്രീവിഭാഗം തുടങ്ങുകയും തുടക്കത്തിൽ പ്രത്യേകാവതരണങ്ങൾക്ക് അവസരമൊരുക്കുകയുമാണ് ഇപ്പോൾ ചെയ്യാവുന്ന കാര്യം; കൂടി

യാട്ടത്തിലേതുപോലെ ചേർന്നുള്ള അഭിനയം ക്രമേണ സാദ്ധ്യമായിക്കൊള്ളും.

സ്ത്രീകളുടെ മാത്രമായ കലാരൂപം, കേരളത്തിൽ, മോഹിനിയാട്ടമാണ്. ആധുനികകാലത്ത് മോഹിനിയാട്ടത്തിനുണ്ടായ മാറ്റം അത്ഭുതകരമാണ്. ഇരുപതാം നൂറ്റാണ്ടിൽ നൃത്തരംഗത്ത് ഭാരതത്തിൽ പൊതുവേ ഉണ്ടായൊരു പ്രവണതയാണ് സംസ്കൃതീകരണം.[20] എല്ലാ നൃത്തരൂപങ്ങളെയും നാട്യശാസ്ത്രത്തിലേക്ക് ബന്ധിപ്പിക്കാനും ശൈലീകരിക്കാനും നടന്ന ബോധപൂർവ്വമായ ശ്രമമാണിത്. ഈ പ്രക്രിയയുടെ പരിണതഫലമാണ്, ഭരതനാട്യം, കഥക്, ഒഡീസി, കുച്ചുപ്പുടി തുടങ്ങിയവയുടെ ആധുനികരൂപം. നിയോ-ക്ലാസിക്കൽ എന്നാണ് ഡോ. കപിലാവാത്സ്യായൻ ഈ രൂപങ്ങളെ വിശേഷിപ്പിക്കുന്നത്.

ഇത്തരമൊരു സംസ്കൃതീകരണത്തിന്റെ ഉല്പന്നമാണ് ഇപ്പോഴത്തെ മോഹിനിയാട്ടം. കലാമണ്ഡലത്തിലാണ് അത് രൂപപ്പെട്ടത്. കേരളത്തിനു വെളിയിൽ മോഹിനിയാട്ടം പ്രചരിപ്പിക്കുന്നതിൽ കനക്റിലേ, ഭാരതി ശിവജി തുടങ്ങിയവർ വലിയ പങ്ക് വഹിച്ചിട്ടുണ്ട്. കേരളീയസോപാന സംഗീതത്തോട് ബന്ധപ്പെടുത്തി മോഹിനിയാട്ടത്തിന്റെ തനിമ തേടുന്നതിനുള്ള ശ്രമങ്ങളും ഇപ്പോൾ നടക്കുന്നുണ്ട്. ശ്രീ കാവാലം നാരായണപ്പണിക്കരാണ് ഇതിന് നേതൃത്വം നല്കുന്നത്.[21]

നവോത്ഥാനകാലത്താണ് നൃത്തത്തിന്റെ ശക്തി നാം തിരിച്ചറിഞ്ഞത്. മൃണാളിനി സാരാഭായിയുടെ നേതൃത്വത്തിലുള്ള ദർപ്പണ അവതരിപ്പിച്ച ഒരു നൃത്തശില്പമുണ്ട്. നൂറു മക്കളെ നഷ്ടപ്പെട്ട ഗാന്ധാരി യുദ്ധഭൂമിയിൽ ശവശരീരങ്ങൾക്കിടയിൽ മക്കളെ തെരയുന്നു. മക്കളഞ്ചും നഷ്ടപ്പെട്ട ദ്രൗപതി അങ്ങോട്ട് കടന്നുവരുന്നു- എല്ലാം നഷ്ടപ്പെട്ട രണ്ടമ്മമാർ. ആ രംഗത്തേക്ക് ഓടിയടുക്കുന്നു, ഉത്തര. അവളുടെ ഗർഭത്തെ നശിപ്പിക്കാൻ അശ്വാത്ഥാമാവയച്ച അസ്ത്രത്തിൽനിന്ന് രക്ഷപ്പെടാനാണവൾ ഓടുന്നത്. അസ്ത്രത്തെ തടുക്കാൻ തുനിയുന്ന ഭഗവാനെ അമ്മമാർ തടുക്കുന്നു: 'വേണ്ട കൃഷ്ണ, ഉത്തരയുടെ ഗർഭം അലസട്ടെ. പുരുഷന്റെ യുദ്ധക്കൊതി തീരും വരെ ഗർഭപാത്രങ്ങൾ ഊഷരങ്ങളാകട്ടെ.'

ഉപസംഹാരം

ആധുനികകാലത്ത് ക്ലാസിക്കൽ കലകളിലെ സ്ത്രീസങ്കല്പവും സ്ത്രീസാന്നിദ്ധ്യവും മെച്ചപ്പെട്ടിട്ടുണ്ട്. എങ്കിലും പുതിയ പ്രശ്നങ്ങൾ കൈകാര്യം ചെയ്യുന്നതിൽ പലതരം പരിമിതികൾ ശൈലീകൃതരൂപങ്ങൾക്കുണ്ട്. നാടകങ്ങൾക്ക് അത്തരം പരിമിതികളില്ല. ഏതുരൂപവും സ്വീകരിക്കാനുള്ള അയഞ്ഞ ഘടന അതിനുണ്ട്. സ്വരൂപപരം മാത്രമല്ല പ്രശ്നം, ധർമ്മപരവുമാണത്. മഹത്വവല്ക്കരിച്ച് വ്യവസ്ഥയെ നിലനിർത്തുകയാണ് ക്ലാസിക്കൽ കലകളുടെ ധർമ്മം; സമൂഹഘടനയെ തകർത്തു അഭികാമ്യമായ മറ്റൊന്നിനെ സൃഷ്ടിക്കുകയാണ് നാടകത്തിന്റെ ലക്ഷ്യം.

സംരക്ഷിക്കാനെന്നപേരിൽ പലതരം രൂപക്കൂടുകൾ സ്ത്രീക്കുചുറ്റും സമൂഹം സൃഷ്ടിച്ചിട്ടുണ്ട്. അവയിൽനിന്നു പുറത്തുവരാതെ സ്ത്രീക്ക് രക്ഷപ്പെടാനാവില്ല. കൂടുകൾ കുറ്റമറ്റരീതിയിൽ നിലനിന്നുകാണാനാണ് നിർമ്മിച്ചവർ ആഗ്രഹിക്കുക. അകത്തുള്ളവരുടെ ആവശ്യം പക്ഷേ, സ്വയം പുറത്തുവരിക എന്നത് തന്നെയാണ്. കൂടുകൾ കാത്തുസൂക്ഷിക്കാൻ അവർക്കു ബാദ്ധ്യതയില്ല.

പാഠം ഒന്ന് ഒരു വിലാപം എന്ന സിനിമ സ്ത്രീകളുടെ പ്രശ്നങ്ങളെ സമർത്ഥമായി കൈകാര്യം ചെയ്യുന്ന ഹൃദ്യമായ ഒരു കാഴ്ചാനുഭവം നമുക്ക് നല്കി. അതിനു തുടർച്ചയായി *പാഠം രണ്ട്* എന്നൊരു നാടകം വരുമ്പോഴേ നേർദിശയിലാണ് നാം നീങ്ങുന്നതെന്ന്, നമുക്ക് ആശ്വസിക്കാൻ കഴിയൂ.

കുറിപ്പുകൾ

1. ക്ലാസിക്കൽ, ഫോക്ക് തുടങ്ങിയ വർഗ്ഗീകരണം അശാസ്ത്രീയമാണ്. ഇവയൊക്കെ കലർന്നതാണ് കല. പ്രാചീനഭാരതീയമായ അടിത്തറയുള്ളതും ശൈലീകൃതാഭിനയരീതി സ്വീകരിക്കുന്നതുമായ രൂപങ്ങളെയാണ് ക്ലാസിക്കൽ എന്നു ഈ പ്രബന്ധത്തിൽ വ്യപദേശിക്കുന്നത്. കൂടിയാട്ടം, കൃഷ്ണനാട്ടം, കഥകളി, മോഹിനിയാട്ടം എന്നിവയാണ് കേരളത്തിന്റെ ക്ലാസിക്കൽ കലാരൂപങ്ങൾ. സ്ത്രീസാന്നിദ്ധ്യമെന്ന ശീർഷകം സ്ത്രീസങ്കല്പത്തെയും ഉൾക്കൊള്ളുന്നു.
2. അഭിമന്യുവും ഘടോൽക്കചനും മരിച്ചപ്പോൾ വ്യത്യസ്തപ്രതികരണങ്ങളായിരുന്നു, പാണ്ഡവകൂടാരത്തിൽ, ആദ്യത്തേതിൽ ദുഃഖം, രണ്ടാമത്തേതിൽ ആഹ്ലാദം, ഈ വ്യത്യാസം, ഒതുക്കിയ ചിരിയോടെ *രണ്ടാമൂഴ*ത്തിൽ എം ടി ഓർമ്മിപ്പിക്കുന്നുണ്ട്. പെങ്ങൾകുട്ടിയുടെ പത്നി ഉള്ളിലേറ്റുന്ന ഗർഭത്തിന് മുകളിൽ കിരീടം വെക്കാനുള്ള തടസ്സം മാറിക്കിട്ടിയതുകൊണ്ടാണ് ഭീമപുത്രന്റെ മരണത്തിലാഹ്ലാദം. ഒന്നിച്ച് പടപൊരുതുമ്പോൾ പോലും ഉള്ളിലമർത്തുന്ന വർഗ്ഗ വൈരുദ്ധ്യത്തെയാണ് മനോഹരമായ രൂപകത്തിലൂടെ ഈ വിദ്യാർത്ഥിനി ധ്വനിപ്പിച്ചത്. ധ്വനിപാഠം വായിക്കാൻ, പക്ഷേ, ടീച്ചർക്കു കഴിഞ്ഞില്ല.
3. *Sakuntala: Texts, Reading and Historics, Romila Thapar* 1999
4. ദേവാനാമിദമാനനന്തി മുനയഃ കാന്തം ക്രതും ചാക്ഷുഷം, *മാളവികാഗ്നി മിത്രം,* അങ്കം ഒന്ന്.
5. ഏവം ഏനാം പ്രശസ്യോഷിദാകാരാം വേദീം കുർവ്വൻ ദേവേഭ്യഃ പ്രിയാം കരോതി
   ശതപഥബ്രാഹ്മണം 2.5.16
   വേദാന്തപ്രകാശവ്യാഖ്യാനം - പേജ് 31. നാഗ് പബ്ലിക്കേഷൻസ്, ഡൽഹി, 1990
6. വംശം നിലനിർത്താൻ ഭർത്താവിന്റെ അനുമതിയോടെ പത്നി പരപു

രുഷനെ പ്രാപിക്കുന്നതാണ് നിയോഗം. അങ്ങനെയാണ് വിചിത്രവീര്യന്റെ പത്നിമാരിൽ വ്യാസൻ പാണ്ഡുവിനും ധൃതരാഷ്ട്രർക്കും ജന്മം നല്കിയത്. കുന്തിയും ചെയ്തതതുതന്നെയാണ്. പാണ്ഡു നിയോഗിച്ചതനുസരിച്ചാണ് അവർ പുത്രന്മാർക്ക് ജന്മം നല്കിയത്. പിതൃദായക്രമത്തിലേക്കുള്ള പ്രാചീന സമൂഹത്തിന്റെ പരിവർത്തനത്തെയാണ് ഈ സംഭവം സൂചിപ്പിക്കുന്നത്.

7. മഹാശ്വേതാദേവിയുടെ ഒരു ചെറുകഥയുണ്ട്. അവസാനകാലത്ത് ധൃതരാഷ്ട്രരോടും ഗാന്ധാരിയോടുമൊപ്പം വനത്തിൽ വസിക്കുമ്പോൾ വിറകെടുക്കാനെത്തിയ ഒരു കാട്ടാളത്തി കുന്തിയെ തിരിച്ചറിഞ്ഞു. അരക്കില്ലത്തിൽ അമ്മയോടൊപ്പം കുന്തി എരിയിച്ച അഞ്ചുമക്കളിൽ മൂത്തവന്റെ പത്നിയായിരുന്നു, അവൾ. അവളുടെ രോഷാഗ്നിയിൽ എരിഞ്ഞടങ്ങാതെ പിടിച്ചു നില്ക്കാൻ കുന്തിക്ക് കഴിഞ്ഞില്ല.
8. പാലാഴി മഥനമായിരുന്നു ആദ്യാവതരണത്തിന്റെ വിഷയം. അമൃതിന് വേണ്ടി ദേവാസുരന്മാർ ഒരുമിച്ചാണ് പാൽക്കടൽ കടഞ്ഞത്. അവസാനം അസുരന്മാർ വഞ്ചിക്കപ്പെട്ടു. ഈ കഥ നാടകമാക്കുന്നത് തങ്ങളെ അപമാനിക്കാനാണെന്ന് പരാതിപ്പെട്ടാണ് അസുരന്മാർ നാടകാവതരണം തടഞ്ഞത്. പൊതുവികാരത്തെ അടിച്ചമർത്താൻ മൂന്നുപാധികളാണ് ഭരതൻ സ്വീകരിച്ചത്. 1. പൊതുവേദിയിൽനിന്ന് സംരക്ഷിതമണ്ഡലങ്ങളിലേക്ക് അവതരണം മാറ്റി; 2. അഭിനയം നാട്യധർമ്മിയാക്കി. 3. സാത്വികാഭിനയത്തിന് പ്രാമുഖ്യം നല്കി.
9. അഹല്യാ, ദ്രൗപതി, സീതാ, താരാ, മണ്ഡോദരി - നീതിശാസ്ത്രത്തിന്റെ ബലിയാടുകളായിരുന്നു ഐവരും. സ്ത്രീയെ ഭീഷണിപ്പെടുത്തി മെരുക്കുന്നതിന്റെ മാതൃകയുമാവാമിത്.
10. വാദ്ധ്യാർ ചോദിച്ചു ഏറ്റവും വലിയ രസമേത്? ബാലിക പറഞ്ഞു: 'കാമരസം', 'വേദനയോ?' 'പ്രസവവേദന.' അവൾ കന്യകയല്ലെന്ന് സമൂഹം തീർപ്പു കല്പിച്ചു. അഗ്നിയിലവർ ആത്മഹത്യ ചെയ്തു. പിന്നീടവളെ തെയ്യമാക്കി.
11. വ്യംഗ്യവ്യാഖ്യാ - വിചാരാഭിനയമാണ് ഇതിന്റെ മുഖമുദ്ര.
12. പുരുഷപ്രേക്ഷകർ കീചകനിൽ തങ്ങളുടെ പ്രതിരൂപം കാണുന്നതുകൊണ്ടാണ് ആ വേഷത്തിനിത്ര പ്രാധാന്യം കൈവന്നത്. കീചകവേഷം അഴിക്കാതെ വരാനാണ് താത്രിക്കുട്ടിപോലും നടനോട് നിർദ്ദേശിച്ചത്.
13. In this context it is necessary to assess three different agencies, that of contribution of Rabindranatha Togore, Uday Sankar and the Indian Peoples Theatre Association, Engendering Performance, 2010 Sage Publication, New Delhi - page 209.
14. All this narratives and lyrics are free from the conventional religiousity, they are inspired by what can be termed as 'spiritual humanism'. Tagore's women are not moulded in the model

of classical nayikas. There is no attempt to glorify with the religous aura of Shakti, the female energy. Such glorification often blurs the basic issue of women's human right. Tagore's women are slef-respecting, self reliant and sensous human beings. Chaki Sankar, Manjusri 1984, *Feminism in a Traditional Society*, page 35, Shakti books, Culcutta.

15. Heros gods and goddesses, prince and princesses who dominated the classics were now driven out of the theatre... the typical beauty of heroine was no longer a factor... Engendering performance page 87.

    ഈ നവീകരണ പ്രവർത്തനങ്ങൾ രംഗവേദിയിലുണ്ടാക്കിയ ഉണർവ്വിന്റെ ഫലമാണ് രുഗ്മിണീദേവി, ബാലസരസ്വതി, ഇന്ദ്രാണി റഹ്മാൻ, രാഗിണീദേവീ, ചന്ദ്രലേഖ, മൃണാളിനി സാരാഭായ് തുടങ്ങിയ കലാരംഗത്തെ മുൻനിരക്കാർ. ഭാരതീയ സ്ത്രീത്വത്തിന്റെ ആധുനികമുഖമാണ് ഇവർ പ്രചരിപ്പിച്ചത്.

16. കലാമണ്ഡലത്തിൽ നടന്ന ഒരു കൂടിയാട്ടചർച്ചയിൽ അമ്മ, സഹോദരി, മകൾ തുടങ്ങിയ സ്ത്രൈണഭാവങ്ങളൊന്നും കൂടിയാട്ടത്തിൽ പ്രദർശിപ്പിക്കാറില്ല എന്നൊരു വിമർശനമുണ്ടായി. ദ്രൗപദിയെ അവതരിപ്പിക്കാൻ ഉഷാനങ്ങ്യാരെ പ്രേരിപ്പിച്ചത് ഈ ചർച്ചയായിരുന്നു. ദ്രൗപദിയുടെ മാനസികഘടന വിശകലനം ചെയ്യുന്നതിൽ ഇരാവതി കാർവേയുടേതുൾപ്പെടെ ഒട്ടനവധി ആധുനിക ഗ്രന്ഥങ്ങൾ കലാകാരിയെ സഹായിച്ചിട്ടുണ്ട്.

17. അടുത്തിടെ കൊച്ചിൻ യൂണിവേഴ്സിറ്റിയിലെ എഞ്ചിനീയറിങ് വിദ്യാർത്ഥിനിയായ സുകന്യ, ദ്രൗപദിയെ അവതരിപ്പിച്ചിരുന്നു. പുതുതലമുറയ്ക്ക് ദ്രൗപദി ആരാണെന്ന അന്വേഷണമായിരുന്നു അത്. ലോകധർമ്മി അവതരിപ്പിച്ച നാടകം സംവിധാനം ചെയ്തത് ചന്ദ്രദാസൻ ആണ്.

18. 2007 ൽ കലാമണ്ഡലത്തിൽ കൂടിയാട്ടത്തിന് ആരംഭിച്ച ബിരുദാനന്തരകോഴ്സിന്റെ അവസാന പരീക്ഷയ്ക്ക് പ്രാക്ടിക്കലായി ഗാന്ധാരി നിർദ്ദേശിക്കപ്പെട്ടിരുന്നു. ആയിടെ *ഭാഷാപോഷിണി*യിൽ പ്രസിദ്ധീകരിച്ച പി ഗീതയുടെ *അമ്മക്കല്ല്* ആയിരുന്നു ഇതിന് പ്രചോദനം. ഡോ. ഇന്ദു ഗാന്ധാരിയുടെ കഥ രൂപപ്പെടുത്തിയതിന്റെ പശ്ചാത്തലമിതാണ്.

    കലാമണ്ഡലം ഗിരിജയുടെ മകൾ ശാലിനിക്കു മാധവിയുടെ കഥ നങ്ങ്യാർകൂത്തിന് ഞാൻ നിർദ്ദേശിച്ചിരുന്നു. അതും കൂടിയാട്ടവേദിയിൽ വന്നിട്ടുണ്ട്. മാധവിയെ മലയാളി വേണ്ടത്ര ശ്രദ്ധിച്ചിട്ടില്ല. മഹാകവി ഒ എൻ വിയുടെ *സ്വയംവരം*, മാധവിയുടെ കഥയാണ്. ഇന്ദിരയുടെ നോവലുമുണ്ട്. മാധവിയെപ്പറ്റി.

19. *കളിയമ്മമാർ* - പി ഗീത, റെയിൻബോ ബുക്സ് 2011.

20. പ്രശസ്ത സാമൂഹ്യ ശാസ്ത്രജ്ഞനായ എം എൻ ശ്രീനിവാസനാണ് 1956 ൽ Sanskritisation എന്ന പദം പ്രയോഗിച്ചത്. 'a delibarate self-concious return to ancient Vedic and Brahmanical Value and customs... which usually confers status' എന്നതാണ് ഈ പ്രക്രിയയുടെ സ്വഭാവം.
'Sanskritisation in the context of dance also means establishing a strong link with the predominately Hindu historical past, and legitimizing the narratives in the context of Brahmanical texts and giving a shape to body movements, which actually make the linking with the sculputural aesthetic casy to visualize'. *The body and the Women Dance*. P 205

21. പ്രശസ്ത നർത്തകികളായ മോഹിനി, സരിത, പല്ലവികൃഷ്ണൻ, ജയ പ്രഭ മേനോൻ, ഗോപികാവർമ്മ, വിനീത നെടുങ്ങാടി, ചിത്രസുകു മാരൻ തുടങ്ങിയവർ സോപാനമാർഗ്ഗത്തിൽ പ്രവർത്തിച്ചവരാണ്. *സോപാനതത്ത്വം*, കാവാലം നാരായണപ്പണിക്കർ, 2011 *മാതൃഭൂമി* ബുക്സ്, കോഴിക്കോട്.

രംഗവേദിയിലെ സ്ത്രീ: ചരിത്രവും പാഠസന്ദർഭങ്ങളും

ഡോ. പ്രിയാനായർ

ഇന്ത്യൻ നാടകത്തിന്റെ പ്രാചീനചരിത്രം പുരാണവും പുരാവൃത്തവും അനുഷ്ഠാനങ്ങളും നാടോടി സംസ്കൃതിയും ഒക്കെച്ചേർന്ന വൈജ്ഞാനിക സ്രോതസ്സിലാണ് സന്നിഹിതമായിരിക്കുന്നത്. ഉപദാനങ്ങളുടെ അഭാവമല്ല, അന്വേഷണത്തിന്റെയും വ്യാഖ്യാനങ്ങളുടെയും അപര്യാപ്തതയാണ് ഇന്ത്യൻ പ്രാചീനനാടകചരിത്രത്തെ ആധികാരികപ്പെടുത്തുന്നതിൽ അസഫലമാക്കിത്തീർക്കുന്നത്. 2500 ഓളം വർഷങ്ങളുടെ പിന്നാമ്പുറങ്ങളിലേക്കുള്ള സഞ്ചാരം ഗ്രീക്കുനാടകവേദിയെക്കുറിച്ചും അതു രൂപപ്പെടുത്തിയ സംസ്കാരഘട്ടങ്ങളെക്കുറിച്ചും കൃത്യതയാർന്ന ചരിത്രരേഖകളിൽ നല്കുമ്പോൾ ഇന്ത്യൻപ്രാചീനനാടകവേദിയെക്കുറിച്ചുള്ള ആഖ്യാനങ്ങൾ മിത്തിക്കൽ ഭാവനയിൽ നിയന്ത്രിതമാക്കപ്പെട്ടിരിക്കുന്നു. ഇന്ത്യൻനാടകസാഹിത്യം വിപുലമായ ഒരു അന്വേഷണമേഖലയാണ്. നാടകം ഒരു ദൃശ്യകലയെന്ന നിലയിൽ സ്വാർത്ഥകമാകുന്നത് അരങ്ങിലാണ്. എന്നാൽ അരങ്ങിനെയും അഭിനയത്തെയും കുറിച്ച് നാട്യശാസ്ത്രവും മറ്റും നല്കുന്ന അറിവുകളുടെ പ്രയോഗതലം പൂർണ്ണമായ അന്വേഷണമേഖലയായി അവശേഷിക്കുന്നു. അഭിനയകലയായ നാടകത്തിന്റെ സാഹിത്യപാഠം അരങ്ങിൽ പൂർണ്ണമാകുന്നത് കഥാപാത്രങ്ങളിലൂടെ/അഭിനേതാക്കളിലൂടെയാണ്. പക്ഷേ, അരങ്ങിലെ പുരുഷ/സ്ത്രീ സാന്നിദ്ധ്യത്തെക്കുറിച്ചു ലഭിക്കുന്ന വിവരങ്ങൾ പരിമിതമാണെന്നല്ല, ഏകപക്ഷീയമാണെന്നു പറയേണ്ടിവരും. നാട്യശാസ്ത്രം നടനെക്കുറിച്ചും ചതുർവിധാഭിനയങ്ങളെക്കുറിച്ചും ദീർഘമായ വിവരങ്ങളാണ് നല്കുന്നത്. നാട്യശാസ്ത്രംതന്നെ നല്കുന്ന ചില സൂചനകളൊഴിച്ചാൽ നാടകവേദിയിലെ ഒരു സജീവസാന്നിദ്ധ്യമായിരുന്ന 'നടി'യെ അപ്രത്യക്ഷമാക്കിക്കൊണ്ടുള്ള നാടകചർച്ചകളാണ് എക്കാലവും നടന്നിട്ടുള്ളത്. ഇന്ത്യൻ

നാടകചരിത്രത്തെക്കുറിച്ചുള്ള ഏകപക്ഷീയമായ ആഖ്യാനങ്ങളിലെ നിർബ്ബന്ധിത നിലപാടുകൾ തമസ്കരിച്ച ഒരു യാഥാർത്ഥ്യമെന്ന നിലയിലാണ് നാടകത്തിലെ അഭിനേത്രിയെക്കുറിച്ചു ചിന്തിക്കേണ്ടത്.

ഇന്ത്യൻ നാടകവേദിയുടെ രൂപീകരണവും വികാസവും ഒപ്പം അരങ്ങിലെ സ്ത്രീയുടെ നിലയും പരസ്പരപൂരകമാണെന്ന ധാരണയുടെ പശ്ചാത്തലത്തിലാണ് ഇവിടെ നാടകസ്ത്രീചരിത്രം അന്വേഷിക്കുന്നത്. വേദസാഹിത്യം, ഇതിഹാസപാഠങ്ങൾ, ഉപനിഷത്ത്, ഭാസൻ, കാളിദാസൻ, ഭവഭൂതി എന്നിവരുടെ നാടകങ്ങൾ, കൗടില്യന്റെ *അർത്ഥശാസ്ത്രം, നാട്യശാസ്ത്രം, ജാതകകഥകൾ* തുടങ്ങിയ പ്രാചീന സാഹിത്യ-ചരിത്രസൈദ്ധാന്തിക ഗ്രന്ഥങ്ങളെ ഉപജീവിച്ച് ഈ വിഷയം ചർച്ച ചെയ്യപ്പെടേണ്ടതുണ്ട്. ഇന്ത്യൻ നാടകത്തിന്റെ ഉത്ഭവചരിത്രത്തിനനുബന്ധമായാണ് സ്ത്രീപങ്കാളിത്തവും ചർച്ച ചെയ്യേണ്ടത്. ഒരു കർമ്മാനുഷ്ഠാനമെന്ന നിലയിൽ തുടങ്ങി പിന്നീട് സാഹിത്യപാഠമായും രംഗാവിഷ്കരണകലയായും നാടകം വികാസം നേടുന്നു. ഈ ഘട്ടപരിണാമങ്ങളെക്കുറിച്ചുള്ള അന്വേഷണങ്ങൾക്കൊപ്പമാണ് നാടകത്തിന്റെ അരങ്ങിലും അണിയറയിലുമുള്ള സ്ത്രീയെ കണ്ടെത്തുന്നത്.

ഒരു നാടകപ്രമേയത്തിന്റെ ഭാഗം എന്നതിലുപരി നാടകത്തിലെ സ്ത്രീയെക്കുറിച്ചുള്ള ചർച്ചകൾ പൊതുവെ നിഷേധാത്മകമാണ്. നാടകത്തിലെ സ്ത്രീയുടെ അഭാവത്തിന് ചില സാമൂഹ്യരാഷ്ട്രീയകാരണങ്ങളാണ് നല്കപ്പെട്ടത്. ആവിഷ്കരണകലയിലെ സ്ത്രീസാന്നിദ്ധ്യം ഗുഹാഭിത്തികളിലും പാറപ്പൊത്തുകളിലുമുള്ള ചിത്രമെഴുത്തിൽനിന്നു തുടങ്ങുന്നു. നൃത്തക്കാരി അഥവാ ആട്ടക്കാരിയായ സ്ത്രീ ചുവർചിത്രങ്ങളിൽ ധാരാളമുണ്ട്. സ്ത്രീകൾ നൃത്തപരിശീലനം നേടിയിരുന്നു എന്നും പൊതുസ്ഥലത്ത് നൃത്തം ചെയ്തിരുന്നു എന്നുമുള്ള സൂചനകൾ ഇവ നല്കുന്നു. ഹാരപ്പാ-മോഹൻജൊദാരോ ഖനനങ്ങളിൽനിന്ന് നൃത്തം ചെയ്യുന്ന പെൺകുട്ടിയുടെ ചെമ്പുപ്രതിമ ലഭിച്ചിട്ടുണ്ട്. സ്ത്രീയും ചിത്രകലയും തമ്മിലുള്ള ബന്ധത്തിന്റെ ആദിരൂപങ്ങൾ ഇവിടെ കാണാം.

ഒരു ആവിഷ്കരണകലയുടെ ആദിരൂപം എന്ന നിലയിൽ നാടകകലയുടെ ആദ്യസൂചനകൾ വൈദികസംസ്കൃതിയിൽനിന്നു ലഭിക്കുന്നു. യജ്ഞമണ്ഡപങ്ങളെ കേന്ദ്രീകരിച്ചുകൊണ്ടുള്ള ജീവിതസംസ്കാരത്തിന്റെ ലിഖിതപാഠം എന്ന് വേദസാഹിത്യത്തെ വിശേഷിപ്പിക്കാം. പ്രാക്ചരിത്രകാലത്തെ പുരാവൃത്തങ്ങൾ അർത്ഥപരിണാമത്തിനു വിധേയമായി വൈദിക സാഹിത്യത്തിന്റെ ഭാഗമായി മാറിയിട്ടുണ്ട്. മതപരമായ അനുഷ്ഠാനങ്ങൾ വൈദികസാഹിത്യത്തിൽ പ്രത്യക്ഷപ്പെടുകയും ആര്യവംശീയതയുടെ സ്ഥാപനത്തിനായി യജ്ഞമണ്ഡപങ്ങൾ ഉപയോഗിക്കുകയും ചെയ്തു. പുരാവൃത്തങ്ങൾക്കു മതപരമായ പരിവേഷം നല്കി വൈദികസംസ്കൃതിയുടെ അനുഷ്ഠാനകർമ്മത്തിന്റെ ഭാഗമായി വിവരിച്ചു. വൈദിക ധർമ്മം യജ്ഞ പ്രധാനമായിത്തീരുകയും എല്ലാറ്റിനേയും യാഗകർമ്മമായി പരിവർത്തിപ്പിക്കുകയും ചെയ്തു. കഥയും ദർശനവും കൂട്ടി

യിണക്കിയ അനുഷ്ഠാന കർമ്മവേദിയായി യജ്ഞമണ്ഡപങ്ങൾ രൂപാന്തരപ്പെട്ടു. കഥപറച്ചിലിന്റെയും ആവിഷ്കരണത്തിന്റെയും വേദിയായി യജ്ഞശാലകൾ മാറുന്നു. സംഭാഷണം, സംഗീതം, അഭിനയം, നൃത്തം എന്നിവ കൂട്ടിയിണക്കി ഒരു പുരാണകഥാസന്ദർഭത്തെ യാഗവേദിയിൽ അവതരിപ്പിച്ചുകൊണ്ട് ഒരു രംഗവേദിയായി മാറുന്ന യജ്ഞമണ്ഡപം. ആദ്യം മുതല്ക്കേ ഈശ്വരസമർപ്പണമെന്ന അനുഷ്ഠാനാത്മകധർമ്മമാണ് നാടകത്തിന് കല്പിക്കപ്പെട്ടിരുന്നത്. യജ്ഞശാല ഒരു അനുഷ്ഠാനനാടകവേദിയായി രൂപാന്തരപ്പെടുന്നു. *ഋഗ്വേദ* സംഹിത മുതല്ക്കുതന്നെ അനുഷ്ഠാനാത്മക നാടകത്തിന്റെ സൂചനകൾ ലഭ്യമാണ്. സംഭാഷണങ്ങൾ ചേർന്ന സൂക്തങ്ങളായാണ് ഇവ ആദ്യം പ്രത്യക്ഷപ്പെടുന്നത്. യമ-യമി ഭാഷണം, പുരൂരവസ്സ് - ഉർവ്വശി സംഭാഷണം, ഇന്ദ്രൻ- ഭാർഗ്ഗവഭാഷണം, ഇന്ദ്രൻ- വസുക്രഭാഷണം എന്നിവ അനുഷ്ഠാനകർമ്മങ്ങളിലെ സംവാദാത്മകതയെ സൂചിപ്പിക്കുന്നു. വാദ്യോപകരണങ്ങളുടെ അകമ്പടിയോടെ യജ്ഞമണ്ഡപത്തിനു ചുറ്റും പാട്ടുപാടി നൃത്തം ചെയ്യുന്ന പുരുഷനെ *ഋഗ്വേദ*ത്തിൽ വിവരിക്കുന്നു. *അഥർവ്വവേദ*ത്തിൽ മരുത്തുക്കളെക്കുറിച്ചുള്ള വിവരണവേളയിൽ ഇന്ദ്രന്റെയും മരുത്തുകളുടെയും വേഷം ധരിച്ചവർ രണ്ടു വിഭാഗമായി പ്രത്യക്ഷപ്പെട്ട് യജ്ഞവേദിയിൽ സംഭാഷണരൂപത്തിൽ സൂക്തങ്ങൾ അഭിനയിച്ചവതരിപ്പിച്ചിരുന്നതായി ജർമ്മൻ സംസ്കൃതപണ്ഡിതനായ മാക്സ്മുള്ളർ രേഖപ്പെടുത്തിയിട്ടുണ്ട്. പ്രാചീനഭാരതീയർ ഈശ്വരപ്രീതിക്കായി നാടകം അവതരിപ്പിച്ചിരുന്നു എന്നത് ഈ സന്ദർഭത്തിന്റെ തുടർച്ചയായി കാണാം.

*ഋഗ്വേദ*ത്തിന്റെ 10-ാം മണ്ഡലത്തിൽ നൃത്തം ചെയ്യുമ്പോൾ കറുത്ത മേഘം പോലെ പൊടിപടലം ആകാശത്തേക്കുയരുന്നതിന്റെ വർണ്ണനയുണ്ട്. *അഥർവ്വവേദം* പൃഥ്വിസൂക്തത്തിൽ പൊതുസ്ഥലത്തെ അഭിനയാവതരണങ്ങളെക്കുറിച്ചു വിവരിക്കുന്നു. വേദകാലത്തെ മഹാവ്രതം തുടങ്ങിയ അനുഷ്ഠാന കർമ്മങ്ങളിൽ ജലകുംഭങ്ങൾ തലയിലേറ്റി യജ്ഞാഗ്നിക്കു ചുറ്റും പെൺകുട്ടികൾ നൃത്തമാടിയിരുന്നു. പാണ്ഡവന്മാർ അശ്വമേധയാഗം നടത്തുന്ന വേളയിൽ യജ്ഞവേദിക്കു സമീപം വിനോദപ്രകടനങ്ങൾ നടത്തിയതായി *മഹാഭാരത*ത്തിൽ വിവരിക്കുന്നു. *ഹരിവംശപുരാണത്തിൽ* വാസുദേവൻ നടത്തുന്ന യജ്ഞത്തിൽ ഭദ്രൻ എന്ന നടൻ മഹർഷിമാരെ ആനന്ദിപ്പിക്കുന്നതിനായി കലാപ്രകടനങ്ങൾ നടത്തുന്നു. യജ്ഞമണ്ഡപവും നാട്യശാലയും തമ്മിൽ ഒരലൗകികബന്ധമാണ് നിലകൊള്ളുന്നത്. സുഗന്ധവും പൂക്കളുമെന്നതിനേക്കാൾ നാടകാവതരണം ദേവനെ പ്രീതിപ്പെടുത്തുന്നു എന്ന് ഭരതമുനിയുടെ *നാട്യശാസ്ത്രം* പറയുന്നു. ദേവപൂജയ്ക്ക് തുല്യമായ മോക്ഷം നാടകദർശനത്തിലൂടെ ലഭിക്കുന്നു.

പ്രാചീന ഇന്ത്യൻ നാടകവേദിയെക്കുറിച്ചു പ്രധാനപ്പെട്ട വിവരങ്ങൾ നല്കുന്നു *ജാതകകഥകളും* കൗടില്യന്റെ *അർത്ഥശാസ്ത്ര*വും. ഗൗതമബുദ്ധന്റെ പൂർവ്വജന്മകഥകൾ വിവരിക്കുന്ന 547 *ജാതകകഥകൾ* കണ്ടെടു

ത്തിട്ടുണ്ട്. ബർഹൂട്ട്, സാഞ്ചി, അമരാവതി എന്നിവിടങ്ങളിലെ അശോക സ്തൂപങ്ങളിലും അജന്ത ഗുഹാഭിത്തികളിലും ചിത്രരൂപത്തിൽ *ജാതക കഥകൾ* ആലേഖനം ചെയ്തിട്ടുണ്ട്. ബുദ്ധമത സാഹിത്യമായ *ത്രിപീടകം* നാടകകലയെക്കുറിച്ചു സൂചന നല്കുന്നു. നൃത്ത-ഗീത-വാദ്യങ്ങൾ ചേർന്ന കലാവിഷ്കരണത്തോടുള്ള ബുദ്ധഭിക്ഷുക്കളുടെ താല്പര്യത്തെ ശ്രീബുദ്ധൻ എതിർത്തിരുന്നുവത്രെ. ഗുട്ടിൽ ജാതകത്തിലും ആയോഘർ ജാതകത്തിലും രംഗമണ്ഡപ വിവരണമുണ്ട്. *ചുല്ലവഗ്ഗ, ഗാമനി സംയുക്ത* എന്നീ ബുദ്ധമതഗ്രന്ഥങ്ങളിലും തിയേറ്റർ എന്ന അർത്ഥത്തിൽ വൃത്താകൃതിയിലും തുറസ്സുമായ താല്ക്കാലിക രംഗമണ്ഡപങ്ങളെക്കുറിച്ചു വിവരിക്കുന്നു.

അനുകരണാത്മക കലകളാണ് ഉത്സവവേളകളിലെ പ്രധാനവിനോദ പരിപാടിയായിരുന്നത്. വിദൂര പണ്ഡിത ജാതകകഥയിൽ നട, നർത്തക, ഗായക, ശോഭിയ എന്ന് കലാപ്രകടനക്കാരെ വിളിക്കുന്നു. പ്രാചീന ബുദ്ധമതഗ്രന്ഥമായ *ദിഗ്ഗനികായ*ത്തിലും 'നട' വിവരണമുണ്ട്. ബോധിസത്വൻ പുനർജ്ജന്മങ്ങളെടുക്കുന്ന 'നട' വംശത്തെക്കുറിച്ച് *ഉച്ഛസ്ഥഭട്ടജാകത*ത്തിൽ പറയുന്നു.

അനുഷ്ഠാനത്തിൽനിന്ന് ഒരു കലാപ്രകടനമായി നാടകം വികസിക്കുന്നത് ക്ഷേത്രാനുബന്ധമായാണ്. വാത്സ്യായനമുനിയുടെ *കാമസൂത്ര*ത്തിൽ നഗരകവൃത്തപ്രകരണത്തിൽ കലാകാരനായ നഗരകനോട് സരസ്വതീക്ഷേത്രത്തിൽ ഉത്സവം നടത്തുന്നതിനും കുശീലവന്മാർ (നടന്മാർ) ഒരു നാടകം (പ്രേക്ഷണകം)[1] അവതരിപ്പിക്കുന്നതിനും മുനി നിർദ്ദേശം നല്കുന്നുണ്ട്.

ബി സി നാലാം നൂറ്റാണ്ടിൽ പാടലീപുത്രരാജാക്കന്മാരായ നന്ദന്മാരെ കൗശലപൂർവ്വം തോല്പിച്ചു ചന്ദ്രഗുപ്തമൗര്യനെ പ്രതിഷ്ഠിച്ച് മൗര്യരാജവംശസ്ഥാപനത്തിന്റെ സൂത്രധാരനായി മാറിയ കൗടില്യന്റെ *അർത്ഥശാസ്ത്രം* സാമൂഹിക രാഷ്ട്രീയതലത്തിൽ രംഗാവിഷ്കാരകലകളുടെ സാമ്പത്തികശാസ്ത്രം അവതരിപ്പിക്കുന്നു. കലകളുടെ സൗന്ദര്യ ശാസ്ത്രപരമായ വീക്ഷണമായിരുന്നില്ല അത്. മറിച്ച് കലകൾക്ക് സമൂഹത്തിലുള്ള ഉപയോഗമൂല്യത്തെയാണ് അന്വേഷിക്കുന്നത്. ദേശത്തോടും രാജാവിനോടും കലാകാരൻ അനുഷ്ഠിക്കേണ്ട കടമകളും ധർമ്മങ്ങളും വ്യക്തമാക്കുന്നു. അതോടൊപ്പം കലാകാരന്മാർക്ക് ചില ആനുകൂല്യങ്ങൾക്ക് അവകാശവും ഉണ്ട്. കൂടാതെ കലാകാരന്മാരിൽനിന്നും ഈടാക്കേണ്ട പല തരം നികുതികളെക്കുറിച്ചും കൗടില്യൻ പറയുന്നുണ്ട്. രാഷ്ട്രത്തിന്റെ സാമൂഹിക-സാമ്പത്തിക ഭദ്രതയിൽ ഊന്നുന്ന കൗടില്യൻ കലകളുടെ ഉല്പാദനമൂല്യത്തെക്കുറിച്ചും ചിന്തിക്കുന്നുണ്ട്. രാഷ്ട്രതന്ത്രത്തിലും ഭരണമികവിലും രംഗാവിഷ്കാരകലകളെ എങ്ങനെ പ്രയോജനപ്പെടുത്താമെന്നും സമാജങ്ങൾ ഉത്സവങ്ങൾ നടത്തിയും രാജാവ് ജനപ്രീതിയും ഒപ്പം രാഷ്ട്രത്തിന്റെ വരുമാനവർദ്ധനവും നേടണമെന്നുമാണ് കൗടില്യന്റെ അഭിപ്രായം.

'പ്രേക്ഷം' എന്ന സംജ്ഞയാണ് രംഗാവിഷ്കാരം- 'നാടകം' എന്ന

അർത്ഥത്തിൽ കൗടില്യൻ പ്രയോഗിക്കുന്നത്. പ്രേക്ഷണം' എന്നതിനും രംഗാവിഷ്കാരം എന്നാണർത്ഥം. പാലിഭാഷയിലെഴുതപ്പെട്ട ബുദ്ധസാഹിത്യത്തിൽ കാണുന്ന 'പേഖം' ആണ് സംസ്കൃതത്തിലെ പ്രേക്ഷം. കാഴ്ച, ദൃശ്യാവിഷ്കാരം (Performance) എന്ന രണ്ടർത്ഥങ്ങൾ പ്രേക്ഷാപദത്തിനു നല്കുന്നു. ബുദ്ധഘോഷൻ പ്രേക്ഷണകത്തിന് നടസമാജം എന്ന് അർത്ഥം പറയുന്നു. അഭിനയം, നൃത്തം, ഗാനം എന്നീ കലകളിൽ പ്രവീണകളായിരുന്ന ഗണികകൾ, ദാസികൾ, അഭിനേത്രികൾ (രംഗോപജീവനി) എന്നിവരെക്കുറിച്ച് കൗടില്യന്റെ വിവരണം ശ്രദ്ധേയമാണ്. *അർത്ഥശാസ്ത്ര*ത്തിന്റെ 'അദ്ധ്യക്ഷപ്രചാരം' എന്ന രണ്ടാം അധികരണത്തിൽ ഗണികാദ്ധ്യക്ഷപ്രകരണം എന്ന 27-ാം അദ്ധ്യായത്തിൽ രൂപവതിയും യൗവനയുക്തയും നൃത്തഗാനനിപുണയുമായ ഗണികയെ ആയിരം പണം പ്രതിഫലം നല്കി നിയമിക്കേണ്ടതാണെന്നു പറഞ്ഞിരിക്കുന്നു. ഇവരുടെ കലാസംഘം വിദ്യകൾ അവതരിപ്പിക്കുമ്പോൾ പ്രേക്ഷവേതനമായി 5 പണം അടയ്ക്കണം. രംഗോപജീവനികളായ ഗണികകളെ ഗീതം, വാദ്യം, നൃത്തം, നാട്യം എന്നിവ അഭ്യസിപ്പിക്കുന്നവന് രാജകീയധനത്തിൽ നിന്ന് ഉപജീവനം നല്കണം. പലതരം നികുതികളെപ്പറ്റി ചർച്ച ചെയ്യുന്ന അധികരണത്തിൽ ഇങ്ങനെ കാണുന്നു. ഭർത്താവിന്റെ അനുവാദമില്ലാതെ ഒരു സ്ത്രീ പകൽ നേരത്ത് സ്ത്രീകൾ മാത്രം അവതരിപ്പിക്കുന്ന കാഴ്ച- സ്ത്രീപ്രേക്ഷ- കാണുകയാണെങ്കിൽ ആ സ്ത്രീയിൽനിന്ന് 6 പണം പിഴയായി വസൂലാക്കണം. പുരുഷപ്രേക്ഷയാണ് സ്ത്രീ കാണുന്നതെങ്കിൽ 12 പണം ഈടാക്കണം. രാത്രിയിലാണെങ്കിൽ പിഴ ഇരട്ടിയായി ഈടാക്കിയിരുന്നു.[2] ഈ വിവരണങ്ങളിൽനിന്നാണ് സ്ത്രീകൾ രംഗാവിഷ്കാരം നടത്തുന്ന സ്ത്രീപ്രേക്ഷയെക്കുറിച്ച് ആദ്യസൂചനകൾ ലഭിക്കുന്നത്. വേദാനന്തരകാലത്ത് സ്മൃതിക്കാരനായ മനു ഉത്സവങ്ങളോടനുബന്ധിച്ച് നടത്തിയിരുന്ന രംഗാവിഷ്കാരങ്ങൾ കാണുന്ന സ്ത്രീക്ക് പിഴശിക്ഷ ഏർപ്പെടുത്തിയിരുന്നതായി പറയുന്നതും ഇവിടെ ഓർക്കാം.

സ്ത്രീ രംഗാവിഷ്കാരത്തെക്കുറിച്ചു വിവരിക്കുന്ന ഒരു ആധികാരിക പഠനമാണ് ഭരതമുനിയുടെ *നാട്യശാസ്ത്രം* (1). ദേവലോകത്തെ നാടകകലയുടെ ആചാര്യനായ ഭരതമുനി ചരിത്രവും കല്പനയും കൂട്ടിയിണക്കിയെഴുതിയ *നാട്യശാസ്ത്രം* നാടകവേദിയിലെ സ്ത്രീസാന്നിദ്ധ്യത്തെ അംഗീകരിക്കുന്നുണ്ട്. നാടകം യജ്ഞത്തിനു തുല്യമായ അനുഗ്രഹം പ്രേക്ഷകനു നല്കുന്നതായി മുനി പറയുന്നു. നാട്യോല്പത്തി എന്ന ഒന്നാം അദ്ധ്യായത്തിൽ നാടകത്തിൽ നാലുവൃത്തികൾ കല്പിച്ചിരിക്കുന്നു. ഇതിലൊന്നായ കൈശികീവൃത്തി സൗന്ദര്യത്തിനുവേണ്ടി ചെയ്യുന്നതും മധുരലാളിത്യങ്ങൾ വർദ്ധിപ്പിക്കുന്നതുമത്രെ. കൈശികീവൃത്തി പ്രദർശനത്തിൽ സ്ത്രീകളും സംഗീതവും നൃത്തവും മികച്ച വേഷവിധാനങ്ങളും കോപ്പുകളും ശൃംഗാരാത്മകമായ ഇതിവൃത്തങ്ങളുമുണ്ട്. നൃത്തസംബന്ധികളായ അംഗവിക്ഷേപങ്ങൾ ചേർന്നതും രസഭാവങ്ങളുടെ അഭിനയരൂപത്തിലുള്ളതും ലളിതമായ വേഷവിധാനത്തോടു കൂടിയതും ശൃംഗാ

രരസാസ്വാദനം ജനിപ്പിക്കേണ്ടതുമായ കൈശികീവൃത്തി സ്ത്രീകൾക്കല്ലാതെ പുരുഷന്മാർക്കു പ്രയോഗിപ്പാൻ കഴിയുകയില്ല. അതുകൊണ്ട് കൈശികീവൃത്തി അഭിനയിക്കുന്നതിനായി സ്ത്രീകളെ നല്കണമെന്ന് മുനി ബ്രഹ്മാവിനോട് അപേക്ഷിക്കുന്നു. നാട്യപ്രയോഗത്തിൽ മുനികളോടൊപ്പം അഭിനയിക്കാൻ മുനികന്യകമാർ യോഗ്യകളല്ലെന്നു കണ്ട് ബ്രഹ്മാവ് 24 അപ്സരസ്സുകളെ സൃഷ്ടിച്ചു.[3] മഞ്ജുകേശി, സുകേശി, മിശ്രകേശി, സുലോചന, സൗദാമിനി, ദേവദത്ത, ദേവസേന, മനോരമ, സുദതി, സുന്ദരി, വിഗദ്ഗ്ധ, വിപുല, സുമാല, സന്തതി, സുനന്ദ, സുമുഖി, മാഗധി, അർജ്ജുനി, സരള, കേരള, ധൃതി, നന്ദ, പുഷ്കല, കളഭ എന്നീ അഭിനേത്രികളുടെ പേര് മുനി നല്കുന്നു. 24-ാം അദ്ധ്യായത്തിൽ അവയവങ്ങളിൽ (അംഗങ്ങളിൽ) ഉണ്ടാകുന്ന ഭാവം, ഹാവം, ഹേലാ എന്ന് മൂന്നു നായികാലങ്കാരങ്ങൾ (നായികാഭാവങ്ങൾ) വിവരിക്കുന്നു. കഥാപാത്ര സ്വഭാവജന്യമായി 10 അലങ്കാരങ്ങളും അയത്നമായി ജനിക്കുന്ന 7 അലങ്കാരങ്ങളും സ്ത്രീക്കുള്ളതായി പറയുന്നു.

31-ാം അദ്ധ്യായത്തിൽ സ്ത്രീനാട്യാവിഷ്കാരത്തിന്റെ വിവിധ രീതികൾ വിവരിക്കുന്നു. ചെറുതും ലളിതവുമായ 'ലാസ്യം' സ്ത്രീ സാന്നിദ്ധ്യം കൊണ്ട് ശ്രദ്ധേയമാണ്. ശൃംഗാരപ്രധാനമായതും സ്ത്രീ-പുരുഷന്മാർക്ക് അന്യോന്യമുള്ള മനോവികാരത്തെ അവലംബമാക്കി അവതരിപ്പിക്കുന്നതുമാണ് ലാസ്യം. ഒരേയർത്ഥത്തെയോ വെവ്വേറെ അർത്ഥങ്ങളെയോ ഉപജീവിക്കുന്ന ലാസ്യത്തിന് 10 വിഭാഗങ്ങളുണ്ട്. 'ഗേയപദ' ലാസ്യത്തിൽ ഉപവിഷ്ഠാസനത്തിൽ പ്രത്യക്ഷപ്പെടുന്ന സ്ത്രീ കാമുകനെയോർത്തു പാടുകയും കൈവിരലുകളാൽ നൃത്തചലനങ്ങൾ നിർവ്വഹിക്കുകയും ചെയ്യുന്നു. സ്ത്രീഭാഷണപ്രധാനമായ ലാസ്യമാണ് 'ഉക്ത-പ്രത്യുക്ത' പുരുഷവേഷം ധരിച്ച സ്ത്രീ തന്റെ പെൺ സുഹൃത്തുക്കളെ രസിപ്പിക്കുന്നതിനായി സംസ്കൃതത്തിൽ മധുരമായി പാടി അഭിനയിക്കുന്ന ലാസ്യമാണ് 'പുഷ്പഗന്ധിത'. പാർവ്വതി പരമശിവനെ വശീകരിക്കാൻ ലാസ്യമാണത്രേ ആവിഷ്കരിച്ചത്. നന്ദികേശ്വരാചാര്യന്റെ അഭിനയദർപ്പണത്തിൽ ബാണാസുര പുത്രിയായ ഉഷയെ പാർവ്വതിയാണ് ലാസ്യം പഠിപ്പിച്ചതെന്നു പറയുന്നു. വ്രജഭൂമിയിലെയും സൗരാഷ്ട്രയിലെയും ഗോപികമാർ ഉഷയിൽ നിന്നും ലാസ്യാഭിനയം അഭ്യസിച്ച് പ്രചരിപ്പിച്ചുവത്രെ. നൃത്താഭിനയങ്ങൾ ചേർന്ന ലാസ്യം സ്ത്രീനാടകത്തിന് ദൃഷ്ടാന്തമാണ്. *നാട്യശാസ്ത്ര*ത്തിൽ പറയുന്ന പുഷ്പഗന്ധിതയിലും നാടകലക്ഷണരത്നകോശത്തിൽ വിവരിക്കുന്ന *ലീല* നാടകത്തിലും സ്ത്രീകൾ ആൺവേഷത്തിൽ അഭിനയിച്ചിരുന്നു എന്നു വ്യക്തമാകുന്നു. സ്ത്രീകളുടേതു മാത്രമായ ഒരു രംഗവേദിയുണ്ടായിരുന്നു എന്നും വിഖ്യാതങ്ങളായ അഭിനേത്രികൾ ശൃംഗാരപ്രധാനമായ നാടകങ്ങളിൽ അഭിനയിച്ചിരുന്നു എന്നും മനസ്സിലാക്കാം.

ഇതേകാലത്തു തന്നെ നാടകത്തിന്റെ വ്യത്യസ്ത മേഖലകളിൽ സ്ത്രീസാന്നിദ്ധ്യമുണ്ടായിരുന്നതിന്റെ സാഹിത്യപരമായ തെളിവുകൾ ലഭ്യമാണ്. നാടകത്തെ ഒരു ജനകീയകലയാക്കി മാറ്റിയ ഭാസന്റെ *ചാരുദത്തവും*

*പ്രതിമാനാടക*വും സ്ത്രീയുടെ പങ്കിനെക്കുറിച്ചുള്ള പല അറിവുകളും നല്കുന്നു. അഭിനയകലയിലും അണിയറയിലും ഗണികകൾക്ക് പരിശീലനം നല്കിയിരുന്നു എന്ന *അർത്ഥശാസ്ത്ര*വിവരണങ്ങളെ ഇതു ശരിവെക്കുന്നു. നാല് അങ്കത്തിൽ അവസാനിക്കുന്ന ശൃംഗാരപ്രധാനമായ കല്പിതകഥ *ചാരുദത്തം* നാടകം ഭാസന്റെ അപൂർണ്ണരചനയാണ്. (നാടകകഥ പൂർത്തീകരിച്ചത് അതിനെ പരിഷ്കരിച്ചത് *മൃച്ഛകടികം* നാടകമെഴുതിയ ശൂദ്രകനാണ്). *ചാരുദത്തം* നാടകം ഒന്നാമങ്കത്തിൽ നായികയായ വസന്തസേന രംഗകലകളിൽ പ്രവീണയായിരുന്നു (രംഗപ്രവേശന കലാനാം ചൈവ ശിക്ഷയാ) എന്നുപറയുന്നുണ്ട്. ദാനധർമ്മംകൊണ്ടു ദരിദ്രനായ ചാരുദത്തനും ഗണികയായ വസന്തസേനയും തമ്മിലുള്ള ഗൂഢപ്രണയമാണ് പ്രമേയം. ഒന്നാമങ്കത്തിൽ വസന്തസേനയെ അവതരിപ്പിക്കുന്നതാണ് സന്ദർഭം. ശകാരൻ, വിടൻ എന്നു രണ്ടുപേർ തന്നെ രാത്രിയിൽ പിന്തുടരുന്നതറിഞ്ഞ് ഭയപ്പെട്ട വസന്തസേന ചാരുദത്തന്റെ വീടിന്റെ മതിലിനു മറഞ്ഞു നില്ക്കുന്നു. ഈ സന്ദർഭത്തിൽ വീടിനു പുറത്തേക്ക് വിദൂഷകനൊപ്പം വരുന്ന ദാസിയായ രദനികയെ ഇരുട്ടിൽ വസന്തസേനയെന്നു കരുതി അവർ കടന്നുപിടിക്കുകയും ചെയ്യുന്നു. "നിങ്ങൾ എന്താണ് ചെയ്യുന്നത്?" എന്ന് ദാസി ചോദിക്കുമ്പോൾ "ഇതു വസന്തസേനയല്ലെന്ന് എനിക്കു ശബ്ദം കൊണ്ടു മനസ്സിലാക്കി" എന്നു ശകാരൻ. അതിന് വിടൻ പറയുന്ന മറുപടി ഇപ്രകാരമാണ്.

"ഏഷാ രംഗപ്രവേശനകലാനാം ചൈവ ശിക്ഷയാ
സ്വരാന്തരേണ ദക്ഷഹി വ്യാഹർതും തന്നമുച്യതാം."

(നാടകത്തിൽ അഭിനയിക്കുന്നതിനാലും കലകൾ അഭ്യസിച്ചതിനാലും സ്വരം മാറ്റി സംസാരിക്കുവാൻ ഇവൾക്കു കഴിയും.) അക്കാലത്തു തന്നെ നാടകകലയിൽ ശബ്ദവിന്യാസപരിശീലനവും സ്ത്രീകൾ നേടിയിരുന്നു എന്നാണീ സന്ദർഭം വ്യക്തമാക്കുന്നത്.

*വാല്മീകിരാമായണ*ത്തെ ആസ്പദമാക്കി, അയോദ്ധ്യയിലെ യുവരാജാവായി ശ്രീരാമനെ അഭിഷേകം ചെയ്യാൻ തീരുമാനിച്ചതു മുതല്ക്കു രാവണവധാനന്തരം അയോദ്ധ്യയിലേക്കു മടങ്ങുന്നതുവരെയുള്ള കഥാസന്ദർഭത്തിന് ഭാസൻ രചിച്ച നാടകമാണ് *പ്രതിമാനാടകം*. ഒന്നാമങ്കത്തിൽ രാമന്റെ അഭിഷേകവേളയിൽ സംഗീതശാലയിലെ നടീനടന്മാരോട് സമയോചിതമായി ഒരു നാടകം അവതരിപ്പിക്കുന്നതിന് തയ്യാറാകാൻ പറയുന്നു. തത്സമയം അണിഞ്ഞൊരുങ്ങുന്ന സീതയുടെ സമീപത്ത് അലങ്കരണങ്ങൾ കൊണ്ടുവരേണ്ട തോഴി അവദാതിക ഒരു മരവുരിയുമായാണ് എത്തുന്നത്. നാടകത്തിന്റെ അണിയറയുടെ മേൽനോട്ടക്കാരിയാണ് രേവ. അഭിനയത്തിനുപയോഗിക്കുന്ന മരവുരിയാണ് അവദാതിക രേവയെ കുറ്റക്കാരിയാക്കാൻ എടുത്തുകൊണ്ടുവന്നത്. ഇതിനെക്കുറിച്ച് അവദാതിക ഇങ്ങനെ പറയുന്നു.

"നേപഥ്യപാലിന്യാര്യരേവാ നിർവൃത്തപ്രയോജനമശോകവൃക്ഷസ്യൈകം കിസലയമസ്മാഭിര്യാചിതാസീത്. ന ച തയാ ദത്തം

തതോ/ർഹത്യപരാധ ഇതീദം ഗൃഹീതം"

(അണിയറ കാവല്ക്കാരിയായ ബഹുമാന്യ രേവയോട് നാടകത്തിൽ ഉപയോഗിച്ചു കഴിഞ്ഞ ഒരു അശോകത്തളിർ ഞങ്ങൾ ആവശ്യപ്പെട്ടിരുന്നു. അവൾ അതു തന്നില്ല. അതിനാൽ കുറ്റക്കാരിയാക്കാൻ വേണ്ടി ഇത് എടുത്തുകൊണ്ടുവന്നതാണ്)

അഭിനയം, നൃത്തം, ഗാനം എന്നിവയ്ക്കൊപ്പം ശബ്ദവിന്യാസം, അലങ്കരണം (മേക്കപ്പ്) തുടങ്ങിയ കലകളിലും സ്ത്രീകൾ പരിശീലനം നേടിയിരുന്നതായി ഈ നാടകസന്ദർഭങ്ങൾ തെളിയിക്കുന്നു. 'നേപഥ്യം' എന്നാൽ അണിയറ - ഗ്രീൻ റൂം - എന്നർത്ഥം. വാത്സ്യായനമുനിയുടെ *കാമസൂത്ര*ത്തിലും സ്ത്രീകളെ പരിശീലിപ്പിക്കുന്ന 65 കലകളിൽ നേപഥ്യപ്രയോഗം, നാടകാവതരണം, ഗീത-വാദ്യ-നൃത്തപരിശീലനം എന്നിവ ഉൾപ്പെടുന്നുണ്ട്.

വരരുചിയുടെ *ഉഭയാഭിസാരിക* എന്ന ഗുപ്തകാലത്തെഴുതപ്പെട്ട ഭാണത്തിൽ സ്ത്രീരംഗാവിഷ്കാരത്തെക്കുറിച്ച് ദീർഘവർണ്ണനയുണ്ട്. മദനസേന എന്ന ഗണിക വിഷ്ണുക്ഷേത്രത്തിൽ ഒരു നൃത്തനാടകം - സംഗീതകം - അവതരിപ്പിക്കുമ്പോൾ രാജപുത്രനായ കുബേരദത്തൻ നർത്തകിയെ അഭിനന്ദിക്കുന്നു. ഇതേ ഭാണത്തിൽ 'വിട' എന്ന ഭാഗത്ത് പാടലീപുത്രത്തിലെ കുമാരഗുപ്തമഹേന്ദ്രാദിത്യൻ എന്ന ഗുപ്തരാജാവിന്റെ മുന്നിൽ ഗണികകളായ പ്രിയാംഗുസേനയും ദേവദത്തയും ചേർന്ന് 'പുരന്ദരവിജയം' എന്ന സംഗീതകം അവതരിപ്പിക്കുന്നു. സ്ത്രീനാടകവേദിയെ ചരിത്രപരമായി അടയാളപ്പെടുത്തുന്ന ഒരു സന്ദർഭമായി ഇതിനെ കാണാം.

ഭാരതീയനാടകകലയെ ഒരു സമഗ്രസാഹിത്യശില്പമായി രൂപപ്പെടുത്തിയ കാളിദാസന്റെ വിഖ്യാത രചനകളായ *വിക്രമോർവ്വശീയം, മാളവികാഗ്നിമിത്രം* എന്നീ നാടകങ്ങളിൽ സ്ത്രീകളുടെ മാത്രമായ 'ഗർഭനാടകം' അരങ്ങേറുകയും അത് കഥാഗതിയിൽ നിർണ്ണായകമാവുകയും ചെയ്യുന്നു. ശൃംഗാരപ്രധാനമായ നാടകമാണ് *വിക്രമോർവ്വശീയം*. മൂന്നാമങ്കത്തിലെ മിശ്രവിഷ്കംഭത്തിൽ ഭരതമുനിയുടെ ശിഷ്യന്മാരായ ഗാലവനും പല്ലവനും തമ്മിലുള്ള സംഭാഷണത്തിലൂടെ നാടകത്തിനുള്ളിലെ നാടകാവതരണം പ്രത്യക്ഷപ്പെടുന്നു. ദേവസദസ്സിനെ തൃപ്തിപ്പെടുത്തുന്നതിന് ഭരതമുനി അവതരിപ്പിച്ച നാട്യപ്രയോഗമാണ് സന്ദർഭം. 'ആചാര്യന്റെ നാട്യപ്രയോഗത്തിന് ദേവസദസ്സിനെ തൃപ്തിപ്പെടുത്തുവാൻ കഴിഞ്ഞുവോ?' എന്ന ഗാലവന്റെ ചോദ്യത്തിന് പല്ലവൻ നല്കുന്ന മറുപടിയിലാണ് സ്ത്രീനാടകസൂചനയുള്ളത്. സരസ്വതീദേവി രചിച്ച *ലക്ഷ്മീ സ്വയംവരം* നാടകം ദേവലോകത്ത് ഇന്ദ്രനു മുന്നിൽ അവതരിപ്പിക്കുന്നത് സ്ത്രീകളുടെ നാടകസംഘമാണ്. സംവിധായകൻ ഭരതമുനിയും ലക്ഷ്മി (സീത)യായി ഉർവ്വശിയും വാരുണിയായി മേനകയും അഭിനയിക്കുന്നു. 'മൂന്നു ലോകത്തിലേയും സൽപുരുഷന്മാരിൽ ആരുടെ നേരെയാണ് നിനക്കിഷ്ടമെന്ന് മേനക (വാരുണി) ചോദിക്കുമ്പോൾ. പുരുഷോത്തമന്റെ നേരേ'

എന്നതിനുപകരം 'പുരൂരവസ്സിന്റെ നേരെ' എന്ന് ഉർവ്വശി സംഭാഷണം തെറ്റിച്ചു പറയുന്നു. നാടകപാഠത്തിൽനിന്നും വ്യത്യസ്തമായ ഒരു സംഭാഷണം ഉർവ്വശി ഉപയോഗിച്ചതിന് സംവിധായകനായ ഭരതമുനി നടിയായ ഉർവ്വശിയെ ശപിക്കുന്നു. 'പഠിപ്പിച്ചതു തെറ്റിച്ച നിനക്കിനി ദേവലോകത്തിൽ സ്ഥാനമുണ്ടാവില്ല എന്നായിരുന്നു മുനിശാപം. നാടകം ഗൗരവമേറിയ കർമ്മമാണെന്നും സംഭാഷണത്തിലെ പിഴവുപോലും കടുത്ത ശിക്ഷയ്ക്ക് കാരണമാകുന്നുവെന്നും വ്യക്തമാക്കുന്നു. അഭിനയം മാത്രമല്ല, നാടകരചനയും സ്ത്രീകൾ നടത്തിയിരുന്നു എന്നും പുരുഷവേഷവും സ്ത്രീകൾ തന്നെയാണ് ചെയ്തിരുന്നതെന്നെല്ലാം ഈ കഥാസന്ദർഭം തെളിയിക്കുന്നു. നൃത്ത ഗാന അഭിനയകലകളിൽ ഗണികകളും അപ്സരസ്സുകളുമാണ് പരിശീലനം നേടിയിരുന്നത്.

കാളിദാസന്റെ രണ്ടാമതു നാടകമാണ് *മാളവികാഗ്നിമിത്രം.* ഇതിൽ അരങ്ങേറിയ നാട്യമത്സരം നാടകവും സ്ത്രീയും തമ്മിലുള്ള ബന്ധത്തിന്റെ സൂചന നല്കുന്നു. രാജാവായ അഗ്നിമിത്രന്റെ സദസ്യനും നാട്യാചാര്യനുമായ ഗണദാസൻ നായികയായ മാളവികയെ അഭിനയം പഠിപ്പിക്കുന്നു. നാട്യത്തെ കുലവിദ്യ എന്നാണ് ഗണദാസൻ ബഹുമാനിക്കുന്നത്. സ്ത്രീകൾ അഭ്യസിക്കുന്നതാണ് പഞ്ചാംഗാഭിനയം എന്ന് ആചാര്യവാക്കുകളിൽനിന്നു തെളിയുന്നു. ഗണദാസനും ഹരദത്തനും തമ്മിലുള്ള നാട്യമത്സരത്തിൽ അഭിനേത്രി മാളവികയാണ്. "ഞാൻ അവൾക്ക് അഭിനയിക്കാൻ എന്തെന്തു ഭാവങ്ങളാണോ ഉപദേശിക്കുന്നത് അതെല്ലാം അധികഭംഗിയിൽ അഭിനയിച്ച് ആ കുട്ടി എനിക്ക് ഇങ്ങോട്ടുപദേശിക്കുന്നതു പോലെയാണിരിക്കുന്നത്." എന്ന് ഗണദാസൻ മാളവികയുടെ അഭിനയ പാടവത്തെ പ്രശംസിക്കുകയും പഞ്ചാംഗാഭിനയം ഉപദേശിക്കുകയും ചെയ്യുന്നു. നാലുപദങ്ങളിലുള്ളതും അഭിനയിക്കാൻ പ്രയാസമേറിയതുമായ 'ഛലികം' അവതരിപ്പിക്കാൻ രാജകല്പനയുണ്ടായപ്പോൾ, ശർമ്മിഷ്ഠയെക്കുറിച്ചു രചിച്ച മദ്ധ്യലയം ചേർന്ന നാലുപാദമുള്ള ഗീതിയെ അടിസ്ഥാനമാക്കി ഉണ്ടാക്കിയ ഛലിക രൂപത്തിലുള്ള അഭിനയത്തിലൂടെ മാളവിക രാജാവിന്റെ ഹൃദയത്തിലിടം നേടുന്നു. മാളവികയുടെ അഭിനയപാടവത്തെ പരിവ്രാജിക പ്രശംസിക്കുന്നത് അംഗാഭിനയപ്പൊരുത്തം, താളബോധം, രസനീയത, കൈമുദ്രാഭിനയചാരുത എന്നിവയെക്കൊണ്ടാണ്. ശൃംഗാരലാസ്യത്തിന്റെ എല്ലാ ഘടകങ്ങളും ഇവിടെ ഒത്തിണങ്ങുന്നു. കാളിദാസകൃതികളിൽ നിന്നു ലഭിക്കുന്ന ഈ സൂചനകൾ സ്ത്രീയും രംഗാവിഷ്കരണവും തമ്മിലുള്ള ബന്ധത്തിന്റെ പ്രാചീനതയാണ് വെളിപ്പെടുത്തുന്നത്.

*ഹരിവംശപുരാണ*ത്തിൽ പല സന്ദർഭങ്ങളിലും നടികളെക്കുറിച്ചുള്ള പരാമർശങ്ങളുമുണ്ട്. ശ്രീകൃഷ്ണന്റെ ജീവിതത്തെ മുൻനിർത്തി നിരവധി കഥകൾ സ്ത്രീകൾ അവതരിപ്പിച്ചിരുന്നു. അസുരരാജാവായ വജ്രനാഭൻ നടത്തിയ കലോത്സവത്തിൽ *രംഭാഭിസാരം* എന്ന നാടകത്തിൽ നായികാവേഷമായ രംഭയെ അവതരിപ്പിച്ചത് ദ്വാരകയിലെ മനോവതി എന്ന ഗണി

കയായിരുന്നു. ബാണഭട്ടന്റെ കാദംബരിയിൽ വർണ്ണിക്കുന്ന സംഗീതഗൃഹത്തിൽ സ്ത്രീകളുടെ അഭിനയാവതരണങ്ങൾ അരങ്ങേറിയിരുന്നുവത്രെ. 10-ാം നൂറ്റാണ്ടിലെ ബയണരേഖകളിൽ നടിമാരുടെ രൂപലാവണ്യത്തെ വർണ്ണിച്ചിരിക്കുന്നതായി കാണുന്നു. പുരി ജഗന്നാഥക്ഷേത്രത്തിലെ നടമന്ദിരത്തിൽ ജയദേവകവിയുടെ *ഗീതഗോവിന്ദം* ഭോഗവേല (ഭക്ഷ്യസമർപ്പവേള) എന്ന ആഘോഷവേളയിൽ കവിയുടെ ഭാര്യയായ പത്മാവതി നൃത്താഭിനയരൂപത്തിൽ അവതരിപ്പിച്ചിരുന്നു എന്നും പറയപ്പെടുന്നു)

പ്രാചീനഭാരതത്തിൽ സ്ത്രീയുടെ രംഗാവിഷ്കാരങ്ങൾ പ്രചരിച്ചിരുന്നതിന് പുരാശാസ്ത്രപരമായ തെളിവുകളും ലഭിച്ചിട്ടുണ്ട്. പ്രശസ്തമായ ബർഹ്യൂട്ട് സ്തൂപത്തിലെ പ്രസേനജിത്ത് സ്തംഭത്തിൽ ഗായികമാർ, നർത്തകികൾ തുടങ്ങി നിരവധി സ്ത്രീകൾ പങ്കെടുക്കുന്ന ഒരു ഉത്സവമേളം കൊത്തിവെച്ചിരിക്കുന്നതായി കാണാം. മീസകേശി, പത്മാവതി, ശുഭദ എന്നീ സ്ത്രീനാമങ്ങളും ഒപ്പം ചേർത്തിട്ടുണ്ട്. ഒരു വൃക്ഷചൈത്യത്തിനു മുന്നിൽ നൃത്തം ചെയ്യുന്ന അപ്സരനർത്തകിയായ മീസകേശിയുടെ പേര് *നാട്യശാസ്ത്ര*ത്തിലും പരാമർശിക്കുന്നുണ്ട്. ഭുവനേശ്വറിലെ റാണിഗുംഫ ഗുഹയുടെ താഴെ നിലയിലുള്ള ചുവരുകളിൽ സ്ത്രീകളുടെ ലാസ്യനൃത്തചിത്രങ്ങൾ കൊത്തിവെച്ചിരിക്കുന്നു.

എട്ടാം നൂറ്റാണ്ടിൽ ജീവിച്ചിരുന്ന ഭവഭൂതിയുടെ *ഉത്തരരാമചരിതം* നാടകത്തിന്റെ മൂന്നാമങ്കത്തിൽ സ്ത്രീനാടകത്തെക്കുറിച്ചുള്ള സൂചനയുണ്ട്. മൂന്നാമങ്കത്തിൽ വാല്മീക്യാശ്രമത്തിലെത്തുന്ന ദശരഥനോടും കൗസല്യയോടും ലവൻ തനിക്ക് ശ്രീരാമകഥയറിയാമെന്നു പറയുന്നു. മുനിവാല്മീകി രാമകഥയുടെ ഒരു ഭാഗം നാടകമായവതരിപ്പിക്കുന്നതിന് നൃത്ത-ഗീതവാദ്യശാസ്ത്രകർത്താവായ ഭരതമുനിക്കു നല്കാനായി ശിഷ്യന്മാരുടെ കൈവശം കൊടുത്തയച്ചിരിക്കുന്നു. അവർക്ക് രക്ഷയ്ക്കായി ചാപപാണിയായി കുശനേയും മുനി അയച്ചിട്ടുണ്ട്. ഏഴാമങ്കത്തിൽ അപ്സരസ്സുകളുടെ സഹായത്തോടെ ഭരതമുനി വാല്മീകി രചിച്ച നാടകം അവതരിപ്പിച്ച് നാടകത്തിനുള്ളിൽ നാടകം സൃഷ്ടിക്കുന്നു. സീത, ഗംഗ, പൃഥ്വി എന്നീ വേഷങ്ങളും അപ്സരസ്സുകളായ നടികൾതന്നെ അവതരിപ്പിക്കുന്നുണ്ട്.

7-ാം നൂറ്റാണ്ടിൽ ജീവിച്ചിരുന്ന ഹർഷൻ ഉദയനരാജാവിനെ നായകപാത്രമാക്കിയെഴുതിയ നാടകമാണ് *പ്രിയദർശിക*. ഉദയനചരിത്രം എന്ന പേരിൽ ഒരു ഗർഭനാടകം അരങ്ങേറുന്നതാണ് *പ്രിയദർശികാനാടക*ത്തിന്റെ ശ്രദ്ധേയമായ പുതുമ. നാടകകഥാപാത്രങ്ങൾ തന്നെ ഗർഭനാടകത്തിന്റെ പ്രേക്ഷകരാകുന്നു. ഗർഭനാടകത്തിന്റെ ഇതിവൃത്തം ഉദയനന്റെയും വാസവദത്തയുടെയും വിവാഹപൂർവ്വപ്രണയകാലത്തെ സംഭവങ്ങളാണ്. വാസവദത്തയുടെ സഖി സംകൃത്യായനിയാണ് ഗർഭനാടകം രചിച്ചതെന്ന് പറയുന്നു. വാസവദത്തയുടെ ഭാഗം തോഴിയായ ആരണ്യയും ഉദയനരാജാവായി അഭിനയിക്കാൻ മറ്റൊരു തോഴിയായ മനോരമയും നിയുക്തരാകുന്നു. എന്നാൽ തോഴിയായ ആരണ്യകയോട് പ്രണയം തോന്നുന്ന ഉദയ

നരാജാവ് വേഷപ്രച്ഛന്നനായി മനോരമയ്ക്ക് പകരം രാജാവിന്റെ വേഷം സ്വയം അഭിനയിക്കുകയും കഥാപാത്രവുമായി മനോരമയ്ക്കുള്ള താദാത്മ്യം കണ്ട് വാസവദത്ത അത്ഭുതപ്പെടുകയും ചെയ്യുന്നു. അംഗരാജകുമാരിയായ പ്രിയദർശികയായിരുന്നു ആരണ്യകയെന്ന തോഴിയായി കൊട്ടാരത്തിൽ കഴിഞ്ഞിരുന്നത്. സമൂഹത്തിൽ ഉന്നതകളായ സ്ത്രീകൾ നാടകമെഴുതുകയും അഭിനയിക്കുകയും ചെയ്തിരുന്നതിന് ഈ സന്ദർഭം ഒരു ദൃഷ്ടാന്തമാണ്.

കാശ്മീരികവിയും ജയദീപരാജാവിന്റെ മന്ത്രിയുമായിരുന്ന ദാമോദരഗുപ്തന്റെ (എ ഡി 8-ാം ശതകം) *കുട്ടനീമതം* കാവ്യം സ്ത്രീനാടകസംഘത്തെക്കുറിച്ചുള്ള വിവരണമുൾക്കൊള്ളുന്നു. പ്രാചീന മഹാരാഷ്ട്രത്തിലെ രാജാവായ സമരഭടൻ വാരണാസിയിലെ വിശ്വേശ്വര ക്ഷേത്രം സന്ദർശിക്കുന്ന വേളയിൽ ഹർഷന്റെ *രത്നാവലീ*നാടകത്തിന്റെ ഒന്നാമങ്കം വാരണാസിയിലെ ഗണികകൾ രാജാവിന്റെ ബഹുമാനാർത്ഥം അവതരിപ്പിച്ചതായി *കുട്ടിനീമത*ത്തിൽ വർണ്ണിക്കുന്നു. നായികയായ രത്നാവലിയുടെ വേഷം മാത്രമല്ല ഉദയനരാജാവിന്റെയും വിദൂഷകൻ വസന്തന്റെയും ഭാഗങ്ങൾ സ്ത്രീകൾ തന്നെയാണ് അഭിനയിക്കുന്നത്. ഈ സന്ദർഭത്തിൽ *കുട്ടനീമത*ത്തിലെ ഒരു നൃത്താചാര്യൻ വാരണാസിയിലെ ഗണികകൾക്ക് അഭിനയകലയോടുള്ള സമർപ്പണമില്ലായ്മയെ വിമർശിക്കുന്നുണ്ട്. മാംസഭക്ഷണത്തോടും പുരുഷനോടും കാമമുള്ളവരും സ്വത്വബലം കുറഞ്ഞവരുമായ ഗണികകൾക്ക് മികച്ച അഭിനേത്രികളാകാൻ കഴിയില്ലെന്നു പറയുന്ന ആചാര്യൻ നാടകത്തിൽ രത്നാവലിയുടെ ഭാഗമഭിനയിച്ച മഞ്ജരി എന്ന ഗണികയെ അഭിനയിക്കുകയും ചെയ്യുന്നു. ഗണികകൾ അഭിനയകലയിലും നൃത്തത്തിലും പുലർത്തിയിരുന്ന സമീപനമാണിവിടെ വ്യക്തമാക്കുന്നത്. മാംസം, മദ്യം, പുരുഷൻ ഇവ മൂന്നിനോടും താല്പര്യമുള്ള സ്ത്രീകൾ ഇതിനുവേണ്ടി നാടകത്തെ ഉപേക്ഷിക്കുന്നുവെന്ന് ആചാര്യൻ ഖേദിക്കുന്നു. സ്ത്രീകളുടേതു മാത്രമായ നാടകസംഘത്തെക്കുറിച്ചുള്ള (സ്ത്രീപ്രേക്ഷണകം) വ്യക്തമായ സൂചനയാണ് ഈ കാവ്യത്തിലൂടെ ലഭിക്കുന്നത്.

രംഗവേദിയിലെ സ്ത്രീസാന്നിദ്ധ്യത്തെക്കുറിച്ചുള്ള ചർച്ചകൾ പ്രാചീന ഇന്ത്യയിലെ ചില സാമൂഹ്യയാഥാർത്ഥ്യങ്ങളെക്കൂടി ഉൾക്കൊള്ളുന്നുണ്ട്. എന്തുകൊണ്ടാണ് സ്ത്രീയെ അസന്നിഹിതമാക്കിക്കൊണ്ടുള്ള രംഗപാഠനിർമ്മിതികൾ എക്കാലവും നടന്നത് എന്നുള്ള അന്വേഷണമാണ് പ്രാചീനമായ ചില ചരിത്രസന്ദർഭങ്ങളിൽ കൊണ്ടു ചെന്നെത്തിക്കുന്നത്. കലയെ സംബന്ധിച്ച ഇന്ത്യൻ വിചാരങ്ങളിലെ ദൈവിക സങ്കല്പം പുരുഷകേന്ദ്രിതമായ പ്രത്യയശാസ്ത്രങ്ങളെയാണ് പരിചരിച്ചത്. ഒരു സാദ്ധ്യതയെന്ന നിലയിൽപ്പോലും സ്ത്രീയെ രംഗവേദിയിൽ സങ്കല്പിക്കുവാനുള്ള ശ്രമങ്ങളൊക്കെ പാർശ്വവല്ക്കരിക്കപ്പെട്ടു. പഞ്ചമവേദമായി നാടകം സങ്കല്പിക്കപ്പെട്ടതോടെ സ്ത്രീയുടേതല്ല നാടകം എന്നുതന്നെ തീറെഴുതപ്പെടുകയും ചെയ്തു. ആൺകോയ്മയുടെ അനുശാസനകൾക്കുള്ളിലാണ് നാട

കബോധം രൂപപ്പെട്ടത്. രംഗവേദിയിലെ പുരുഷമേൽക്കോയ്മ സ്ത്രൈണാനുഭവങ്ങളെ മറച്ചു പിടിക്കുകയും സ്ത്രീയവതരണങ്ങളെ പൊതു ഇടത്തിൽനിന്ന് പുറത്താക്കുകയും ചെയ്തു. പ്രാചീന സംസ്കൃതനാടകങ്ങളുൾക്കൊള്ളുന്ന ജ്ഞാനമണ്ഡലം എങ്ങനെയാണ് പുരുഷന്റേതു മാത്രമായിത്തീർന്നതെന്ന് പില്ക്കാല ജ്ഞാനവ്യവസ്ഥയുടെ രാഷ്ട്രീയ ഇച്ഛകളിൽനിന്നു തിരിച്ചറിയാവുന്നതാണ്. എന്നാൽ ഇമ്മട്ടിലുള്ള നാടകചരിത്രസന്ദർഭങ്ങൾക്കു വെളിയിൽ അഭിനേത്രിയെ കണ്ടെത്താൻ കഴിയും. അപ്സരസ്സുകളുടെ ദിവ്യത്വവും ഗണികയുടെ മ്ലേച്ഛത്വവും കല്പിച്ച് രംഗവേദിയിലെ സാമൂഹ്യ രാഷ്ട്രീയ കാരണങ്ങൾ ഉന്നയിച്ച് നിരസിക്കുകയായിരുന്നു പിന്നീട്. മദ്ധ്യകാല സാമൂഹ്യ അധിനിവേശങ്ങൾ പെണ്ണനുഭവങ്ങളെ, അതിന്റെ ആവിഷ്കരണങ്ങളെ പൂർണ്ണമായും നിരോധിക്കുകയായിരുന്നു. സ്ത്രീവേഷവും പുരുഷൻ തന്നെ ചെയ്തുകൊണ്ടാണ് സ്ത്രീയെ രംഗവേദിയിൽനിന്ന് അപഹരിച്ചത്. പൊതു ഇടങ്ങളിൽ ആടുകയും പാടുകയും ചെയ്യുന്ന സ്ത്രീയെ അഭിസാരികയാക്കുന്ന സാമൂഹിക നീതിബോധമാണ് കോളനികാലത്തോടെയുണ്ടായ പുതിയ ചിന്താമണ്ഡലത്തിൽ ശക്തമായ അടിത്തറയുറപ്പിച്ചത്. ഇന്ത്യൻ സാമൂഹ്യ പൊതുമണ്ഡലത്തെ സംബന്ധിച്ച എല്ലാ (തെറ്റു) ധാരണകളും നിർമ്മിക്കപ്പെട്ടകാലമായിരുന്നു കോളനി ഭരണകാലം. ഇക്കാലത്ത് ഇന്ത്യൻ സമൂഹഘടനയിലെ എല്ലാ ജ്ഞാനവ്യവഹാരങ്ങളുടെയും അടിസ്ഥാനതത്ത്വങ്ങൾ പൊളിച്ചെഴുതപ്പെട്ടു. 19-ാം നൂറ്റാണ്ട് ഇന്ത്യയെക്കുറിച്ചു നിർമ്മിച്ച ഒരു ജ്ഞാനമണ്ഡലത്തിലാണ് പില്ക്കാല ഇന്ത്യ ഏറെക്കാലം ജീവിച്ചത്, ജീവിച്ചുകൊണ്ടിരുന്നത്. സ്ത്രീയുടെ നാടകപങ്കാളിത്തത്തെക്കുറിച്ചുള്ള എല്ലാ അറിവുമേഖലകളും ബോധപൂർവ്വമായോ അല്ലാതെയോ തമസ്കരിക്കപ്പെടുന്നതോടെ ശേഷമെഴുതപ്പെട്ട എല്ലാ നാടകചരിത്രപാഠങ്ങളും സ്ത്രീയെ നിഷേധിച്ചുകൊണ്ടുള്ള നിലപാടാണ് സ്വീകരിച്ചത്. ചരിത്രപരവും സാഹിത്യപരവുമായ പാഠസന്ദർഭങ്ങളെ ലഭ്യമായ തെളിവുകളുടെ പശ്ചാത്തലത്തിൽ വിലയിരുത്തുമ്പോൾ നാടകാവിഷ്കാരത്തിന്റെ എല്ലാ സന്ദർഭങ്ങളിലും സ്ത്രീയെക്കൂടി കാണാതിരിക്കാനാവില്ല എന്നതാണ് യാഥാർത്ഥ്യം.

കുറിപ്പുകൾ

1. പ്രേക്ഷണിക് - രംഗാവിഷ്കാരങ്ങളിൽ തല്പരയായ സ്ത്രീ.
2. *Traditions of Indian Theatre* p. 35.
3. *നാട്യശാസ്ത്രം* വാല്യം 1, പു. 89.

ഗ്രന്ഥസൂചി

1. *നാട്യശാസ്ത്രം* 1, 2 വാല്യങ്ങൾ, വിവ: കെ പി നാരായണപ്പിഷാരടി, തൃശൂർ, കേരള സാഹിത്യ അക്കാദമി.
2. കൗടില്യന്റെ *അർത്ഥശാസ്ത്രം,* വിവ. കെ വി എം, തൃശൂർ, കേരള സാഹിത്യ അക്കാദമി.
3. *കാളിദാസസാഹിത്യസർവ്വസ്വം,* ഡോ. സുധാംശു ചതുർവേദി, കോട്ടയം, കറന്റ് ബുക്സ്.
4. *ഭാസനാടകസർവ്വസ്വം,* ഡോ. സുധാംശു ചതുർവേദി, കോട്ടയം കറന്റ് ബുക്സ്.
5. *സംസ്കൃതസാഹിത്യചരിത്രം,* കൃഷ്ണചൈതന്യ
6. *Traditions of Indian Theatre,* M I Varadpandey, Abhinav Publications.

കൂടിയാട്ടത്തിലെ സ്ത്രീ

ഉഷാ നങ്ങ്യാർ

പാരമ്പര്യകലകൾക്ക് കേൾവികേട്ട നാടായ കേരളത്തിലെ പാരമ്പ ര്യകലാശ്രേണിയിൽ പ്രാചീനതകൊണ്ടും അഭിനയപ്രാധാന്യം കൊണ്ടും അഭിനയവൈവിദ്ധ്യംകൊണ്ടും പ്രഥമസ്ഥാനം അർഹിക്കുന്നവയാണ് കൂത്തും കൂടിയാട്ടവും. പ്രത്യക്ഷത്തിൽ കൂത്ത് ഏകാഭിനയവും കൂടിയാ ട്ടമെന്നാൽ പലരും കൂടിച്ചേർന്നഭിനയിക്കുന്നതുമാണ്. സംസ്കൃതഭാഷയെ ആധാരമാക്കിയുള്ള ഗദ്യപദ്യങ്ങളുടെ വിശദാഭിനയങ്ങൾ ചതുർവ്വിധങ്ങ ളായി സമ്മേളിക്കുന്ന ഈ ദൃശ്യശ്രാവ്യകലാരൂപങ്ങൾ തികച്ചും ക്ഷേത്ര കലകളായിത്തന്നെയാണ് ഇന്നും അറിയപ്പെടുന്നത്.

എ ഡി 11-12-ാം നൂറ്റാണ്ടോടുകൂടി കൂടിയാട്ടമെന്ന നാടകാഭിനയ ത്തിന് സ്വന്തമായ ഒരു രൂപം കൈവന്നതായാണ് ചരിത്രരേഖകൾ സൂചി പ്പിക്കുന്നത്. നാടകാവതരണത്തെ സംബന്ധിച്ച ദേശിയായ പല പരാമർശ ങ്ങളും ശിലാശാസനകളും ആട്ടപ്രകാരങ്ങളും അവയുടെ ഭാഷകളെ സംബ ന്ധിച്ച വിവരങ്ങളും മറ്റും നമുക്ക് കുറെയൊക്കെ ലഭിച്ചിട്ടുണ്ട്. ഇളങ്കോവ ടികളുടെ *ചിലപ്പതികാര*മെന്ന തമിഴ് മഹാകാവ്യത്തിൽനിന്നും തുടങ്ങി ഈ നൂറ്റാണ്ടിന്റെ ആരംഭദശവരെ എത്തിനില്ക്കുന്ന കൂടിയാട്ടത്തിന്റെ ഭൂത, വർത്തമാനചരിത്രത്തെ സമഗ്രമായി പ്രതിപാദിക്കുന്ന ഗ്രന്ഥങ്ങളും ലേഖ നങ്ങളും ഇന്ന് കിട്ടാനുമുണ്ട്.

കൂടിയാട്ടാവതരണം

ദൃശ്യകലകളിലെ നൃത്ത, നൃത്യനാട്യഭേദങ്ങളിൽ പദാർത്ഥാഭിനയ പ്രധാനമായ നാട്യവിഭാഗത്തിലാണ് കൂടിയാട്ടത്തിനു സ്ഥാനം. സംസ്കൃത രൂപകാഭിനയമായ കൂടിയാട്ടത്തിൽ ഒരു രൂപകം മുഴുവൻ തുടർച്ചയായി

അഭിനയിച്ചു പോരുന്നതായല്ല കണ്ടുവരുന്നത്. അതിലെ ഓരോ അങ്കവും പ്രത്യേകം എടുത്ത് അതുതന്നെ പല ദിവസങ്ങൾ കൊണ്ടാണ് അവതരിപ്പിക്കുന്നത്.

പുറപ്പാട്, നിർവ്വഹണം, നാടകാഭിനയം എന്ന ക്രമത്തിലാണ് ഓരോ അങ്കവും അഭിനയിക്കുന്നത്. ചില അങ്കങ്ങളിൽ ഒന്നിൽ കൂടുതൽ കഥാപാത്രങ്ങൾക്ക് പുറപ്പാടും നിർവ്വഹണങ്ങളും പതിവുണ്ട്. ദിവസങ്ങൾ നീണ്ടുനില്ക്കുന്ന അഭിനയങ്ങളെ കോർത്തിണക്കി ഇത്തരം ഒരു ഘടന പൂർവ്വികർ രൂപീകരിച്ച് അനുവർത്തിച്ചുപോന്നത് രസാഭിനയത്തിന്റെ പരിപൂർണ്ണതയ്ക്കു വേണ്ടിയായിരിക്കാം.

അഭിനയരീതി

പൊതുവെ സംസ്കൃതനാടകങ്ങളിലൊക്കെ കണ്ടുവരുന്നത് പുരുഷകഥാപാത്രങ്ങളെ പുരുഷന്മാരും, സ്ത്രീകഥാപാത്രങ്ങളെ സ്ത്രീകളും അവതരിപ്പിക്കുക എന്നതാണ്. അതിൽനിന്നും വിഭിന്നമല്ല കൂടിയാട്ടത്തിലും. ശൂർപ്പണഖ(കരി) ഒഴികെയുള്ള മറ്റെല്ലാ സ്ത്രീപാത്രങ്ങളെയും സ്ത്രീകൾതന്നെയാണ് കെട്ടിയാടുന്നത്.

നങ്ങ്യാന്മാർക്ക് നടികളുടെ സ്ഥാനം മാത്രമല്ല കൂടിയാട്ടത്തിലുള്ളത്. അരങ്ങിലിരുന്ന് മിഴാവിന് സഹായകമായി കുഴിത്താളം പിടിക്കുന്നതും ആവശ്യമുള്ള സന്ദർഭങ്ങളിൽ ശ്ലോകങ്ങളും വാക്യങ്ങളും ചൊല്ലുന്നതും; പുറപ്പാട് തുടങ്ങിയവയ്ക്ക് അക്കിത്തഗീതങ്ങൾ ആലപിക്കുന്നതും ഇവർതന്നെ, ചുരുക്കത്തിൽ നാടകാവതരണത്തിന്റെ ആദ്യന്തഭാഗഭാക്കുകളിൽ ഒരു കൂട്ടർ സ്ത്രീകളാണ് എന്നർത്ഥം. അതുകൊണ്ടുതന്നെ സ്ത്രീക്ക് ഒഴിച്ചു കൂടാനാകാത്ത ഒരു സ്ഥാനവും പ്രാധാന്യവും കൂടിയാട്ടത്തിൽ കല്പിക്കുന്നുമുണ്ട്.

ഐതിഹ്യം

നാടകാഭിനയത്തിൽ സ്ത്രീകൾ പങ്കാളികളായതിനു പിന്നിൽ രസകരമായ ഒരു കഥയുണ്ട്. ബ്രഹ്മദേവൻ പഞ്ചമവേദമായി നാട്യം സൃഷ്ടിച്ച് തദനുസാരിയായി ഭരതമുനിയും പുത്രന്മാരും ദേവസദസ്സിൽ നാടകങ്ങൾ അവതരിപ്പിച്ചപ്പോൾ അവയിൽ സ്ത്രീകളുടെ അഭാവം മൂലം ശൃംഗാരാദി രസങ്ങൾക്കും അലങ്കാരാദികൾക്കും നിറവ് കൈവരാത്തതിനാൽ നാടകങ്ങൾക്ക് പൂർണ്ണത ലഭിക്കുന്നില്ല എന്ന അഭിപ്രായം വരികയും അതിനു പ്രതിവിധിയായി ബ്രഹ്മാവ് സുന്ദരികളും വിദഗ്ദ്ധകളും ആയ 'ഇരുപത്തിനാല് അപ്സരസ്സുകളെ'[1] സൃഷ്ടിച്ച് പ്രയോഗപരിശീലനത്തിന് ഭരതമുനിയെ ഏല്പിക്കുകയും ചെയ്തു എന്നാണ് വിശ്വാസം. ഇവരായിരുന്നത്രെ ആദ്യത്തെ അഭിനേത്രികൾ. അവരിൽ 'കേരള' എന്ന അപ്സരസ്സിന്റെ വംശത്തിൽ പിറന്നവരത്രെ കേരളത്തിലെ നൃത്തനാടകങ്ങളിൽ നടീസ്ഥാനത്തി

നർഹരായവർ. ഇതിൽ എത്രമാത്രം വിശ്വാസ്യത ഉണ്ടെന്നറിയില്ലെങ്കിലും ഇതേതാണ്ട് ശരിയാണെങ്കിൽ അന്നത്തെ അത്തരം നൃത്ത, നാടക സമ്പ്രദായങ്ങളുമായി പിന്നീട് ആര്യന്മാരുടെയോ, ബ്രാഹ്മണരുടെയോ കാലത്ത് സംസ്കൃത നാടകങ്ങളെ യോജിപ്പിക്കാൻ നടന്ന ശ്രമങ്ങളുടെ ഫലമായിട്ട് പുതിയ നൃത്ത നാടകസമ്പ്രദായങ്ങൾ ഉണ്ടാവുകയും പിന്നീട് ഓരോ സമുദായത്തിനും ഓരോ തൊഴിലെന്ന ഒരു വിഭജനം ഉണ്ടായപ്പോൾ ഈ നാടകസമ്പ്രദായം ചാക്യാർ - നമ്പ്യാർ സമുദായങ്ങൾക്ക് കല്പിതമായതും ആയിരിക്കാം. അങ്ങനെയാകാം നമ്പ്യാർ സ്ത്രീകളായ നങ്ങ്യാന്മാർക്ക് നാടകാവതരണാവകാശം കൈവന്നത്. ഇവയെല്ലാം ഊഹാപോഹങ്ങൾ ആണെങ്കിലും പണ്ടുകാലം മുതല്ക്കുതന്നെ നാടകാഭിനയത്തിൽ പുരുഷന്മാർക്കൊപ്പം സ്ത്രീകൾക്കും തുല്യമായ ഒരു പങ്ക് ഉണ്ടായിരുന്നു എന്നത് നിസ്തർക്കമാണ്.

കൂടിയാട്ടത്തിലെ സ്ത്രീകഥാപാത്രങ്ങൾ

സംസ്കൃത നാടകാഭിനയമാണ് കൂടിയാട്ടം എന്നിരിക്കിലും എല്ലാ നാടകങ്ങളും സാധാരണയായി അവതരണത്തിന് ഉപയോഗിച്ചു കാണുന്നില്ല. അഭിനയിക്കാൻ ധാരാളം വകകൾ ഉള്ള, സങ്കേതങ്ങൾ ഉള്ള, സാദ്ധ്യതകൾ ഉള്ള നാടകങ്ങൾ മാത്രമേ രംഗപ്രയോഗത്തിന് സ്വീകരിച്ചിരുന്നുള്ളൂ. മിക്കവാറും എല്ലാറ്റിലും സ്ത്രീപാത്രങ്ങൾ ഉണ്ടുതാനും. പുരുഷപാത്രങ്ങൾക്കൊപ്പം സ്ഥാനം ഉണ്ടായിട്ടും, ഇല്ലാതെയും ഉള്ള സ്ത്രീകഥാപാത്രങ്ങൾ. എന്നാൽ കവിയുടെ നിർദ്ദേശങ്ങൾ ഉണ്ടെങ്കിലും എല്ലാ സ്ത്രീപാത്രങ്ങളെയും രംഗത്ത് കൊണ്ടുവന്നിരുന്നില്ല. മാത്രമല്ല, നിവൃത്തിയില്ലാത്ത കഥാപാത്രങ്ങളെത്തന്നെ വളരെ അപ്രസക്തങ്ങളായാണ് ഈ അടുത്ത കാലം വരെ പുറപ്പെടുവിച്ചിരുന്നതും.

ഇതിനു കാരണം പലതാകാം.

(i) ഇന്നുപയോഗിക്കുന്ന അല്ലെങ്കിൽ പ്രചാരത്തിലുള്ള മിക്ക നാടകങ്ങളിലും പുരുഷപാത്രങ്ങളുടെ അഭിനയസാദ്ധ്യതകൾ കണക്കിലെടുക്കുമ്പോൾ സ്ത്രീപാത്രങ്ങൾക്ക് വളരെ കുറച്ചേ ചെയ്യാനുള്ളൂ.

(ii) സ്ത്രീപാത്രങ്ങൾക്കഭിനയിക്കാൻ വകയുള്ള കൂടിയാട്ടങ്ങൾ പ്രചാരത്തിലിരുന്നില്ല.

(iii) പഞ്ചകന്യകമാരുടെ വേഷം പതിവില്ല എന്ന ശ്രുതി.

(iv) കൂടിയാട്ടത്തിൽ 'കേട്ടാടുക' എന്നൊരു സമ്പ്രദായം ഉള്ളത് മറ്റ് കഥാപാത്രങ്ങളുടെ എണ്ണം കുറയ്ക്കാൻ കാരണമായിട്ടുണ്ട്. ഇവിടെയും കൂടുതൽ ക്ഷീണം സംഭവിച്ചത് സ്ത്രീപാത്രങ്ങൾക്കാണ്.

ഇവയെല്ലാം ഒരുപക്ഷേ, കൂടിയാട്ടത്തിന് തന്നെ ശോഷണം സംഭവിച്ച കാലത്ത് ആയിത്തീർന്നതാകാം. മാത്രമല്ല മാറി വന്ന സമൂഹ്യാന്തരീക്ഷത്തിൽ യാത്രയിലും താമസത്തിലും പ്രത്യേകിച്ചും, ക്ഷേത്രങ്ങളി

ലാകുമ്പോൾ സ്ത്രീകളുടെ ജീവിതത്തിനും സുരക്ഷിതത്വത്തിനും ഉള്ള ബുദ്ധിമുട്ട്, അതും പോരാഞ്ഞ് ശിക്ഷണം ലഭിച്ച നടികളുടെ അഭാവം, ക്ഷേത്രങ്ങളിൽനിന്നുമുള്ള പ്രതിഫലക്കുറവ്, കാലക്രമേണ വേദികളുടെ ദൗർല്ലഭ്യം, ആസ്വാദകവൈരള്യം ഇവയെല്ലാം സ്വാധീനിച്ചിരിക്കാം. എന്നാൽ ഈ കാരണങ്ങളെക്കൊണ്ടുമാത്രം ലോപിച്ചു പോയതാണോ അതോ രംഗത്തിൽ സ്ത്രീപാത്രങ്ങൾക്ക് വേണ്ടത്ര പ്രാധാന്യം ഒരു കാലത്ത് കൊടുക്കാതിരുന്നതാണോ എന്നത് ചിന്തിക്കേണ്ടതാണ്. കാരണം അഭിനയവിദഗ്ദ്ധകളായ പല നങ്ങ്യാന്മാരെക്കുറിച്ചുള്ള കേട്ടു കേൾവികളും, ഇന്ന് നമുക്ക് ലഭിച്ചിട്ടുള്ള പല ആട്ടപ്രകാരങ്ങളുടെയും ക്രമദീപികകളുടെയും വിശദാംശങ്ങളും ഇന്നു നടന്നുപോരുന്ന കൂത്ത്-കൂടിയാട്ടങ്ങളിലെ ചില ചിട്ടകളും ചടങ്ങുകളും സമ്പ്രദായങ്ങളും എല്ലാം കൂട്ടിച്ചേർത്തു നോക്കുമ്പോൾ, സൂക്ഷ്മമായി പരിശോധിക്കുമ്പോൾ മുൻപേ അക്കമിട്ടു സൂചിപ്പിച്ച കാരണങ്ങളുമായി പൂർണ്ണമായും യോജിക്കാനാവില്ല. എന്നുതന്നെയല്ല പലതും അടിസ്ഥാനരഹിതവുമാണ്. അതുകൊണ്ടുതന്നെ സ്ത്രീപാത്രങ്ങളുടെ അടുത്ത കാലംവരെയുണ്ടായിരുന്ന തളർച്ചയ്ക്ക് മൂലഹേതു അതിന് ഇടക്കാലത്തെന്നോ നഷ്ടമായ പ്രാധാന്യമാകാനേ തരമുള്ളൂ. ഇവയോരൊന്നും കാര്യകാരണസഹിതം വിശകലനം ചെയ്യുന്നത് ഇത് വ്യക്തമാക്കാൻ സഹായിച്ചേക്കും.

(i) കൂടിയാട്ടത്തിനുപയോഗിക്കുന്ന മിക്ക നാടകങ്ങളിലും പുരുഷകഥാപാത്രങ്ങളെ അപേക്ഷിച്ച് സ്ത്രീപാത്രങ്ങൾക്ക് വളരെ കുറച്ചേ അഭിനയിക്കാനുള്ളൂ എന്നത് തികച്ചും വാസ്തവമാണ്. എന്നാൽ അവയിൽത്തന്നെ കുറച്ചെങ്കിലും സാദ്ധ്യതകൾ ഉള്ള കഥാപാത്രങ്ങൾക്ക് വേണ്ടത്ര ആട്ടം ഉൾപ്പെടുത്തിയായിരുന്നില്ല അവതരണം നടത്തിയിരുന്നത്.

ഉദാഹരണത്തിന് കഴിഞ്ഞ 30-35 വർഷങ്ങൾക്കു മുമ്പുവരെ *സുഭദ്രാധനഞ്ജയം* ഒന്നാമങ്കത്തിലെ സുഭദ്ര, ശൂർപ്പണഖാങ്കത്തിലെ ലളിത *നാഗാനന്ദ*ത്തിലെ നായിക മലയവതി, സഖി എന്നീ ചുരുക്കം ചില കഥാപാത്രങ്ങൾ മാത്രമാണ് അരങ്ങിലുണ്ടായിരുന്നത്. അതും വിസ്തരിച്ചൊരഭിനയത്തിനിടയില്ലാതെ വാക്യങ്ങൾ ചൊല്ലിപ്പോവുകയാണ് ചെയ്തിരുന്നത്. നാടകത്തിന്റെ മുമ്പോട്ടുള്ള ഗതിക്ക് ഒഴിച്ചുകൂടാൻ പറ്റാത്തവരാണ് ഇത്തരം കഥാപാത്രങ്ങൾ എന്നതുകൊണ്ടാകാം നാമമാത്രമായിട്ടാണെങ്കിലും ഇവ അരങ്ങിൽ നിലനിന്നത്.

സുഭദ്രയ്ക്ക് ഒന്നാമങ്കത്തിൽ ആകെ നാലു വാക്യങ്ങളേ വരുന്നുള്ളൂ. അതിൽ മൂന്നെണ്ണം 'ആത്മഗത'ങ്ങളും ആണ്. അതുകൊണ്ട് അരങ്ങിലൊപ്പം നില്ക്കുന്നു എങ്കിലും അർജ്ജുനന് സ്വയം കേട്ടാടാൻ നിവൃത്തിയില്ല. നങ്ങ്യാന്മാരെക്കൊണ്ട് ചൊല്ലിക്കാനും നിർവ്വാഹമില്ല. പിന്നെ ലളിത, ലളിതയ്ക്ക് ഒറ്റയ്ക്കാടേണ്ടുന്ന രംഗങ്ങളും, രാമനോടൊപ്പമുള്ള കൂടിയാട്ടങ്ങളും വരുന്നുണ്ട്. തുടർന്ന് യഥാർത്ഥ ശൂർപ്പണഖയുടെ പ്രവേശവും

വേണമെന്നിരിക്കെ ലളിതയുടെ രൂപഭാവസാന്നിദ്ധ്യം അരങ്ങിന്റെ അനിവാര്യതയാണ്. അതുപോലെതന്നെ കൂടിയാട്ടത്തിലെ ആഹാര്യാഭിനയത്തിന്റെ ചുരുക്കം ചില സാദ്ധ്യതകളിലൊന്നാണ് മലയവതിയെന്ന നായികയുടെ 'കെട്ടിഞാലൽ'. ഇത്തരം രംഗസജ്ജീകരണസാദ്ധ്യതകളെ പൂർണ്ണമാക്കുന്നതിനും, നാടകത്തിൽ ആദ്യന്തം നിറഞ്ഞു നില്ക്കുന്ന കഥാപാത്രമെന്ന നിലയിലും മലയവതി ഒഴിവാക്കാൻ സാധിക്കാത്ത രംഗസാന്നിദ്ധ്യമാണ്. അവളെ നയിക്കുന്നവളാണ് ഇതിലെ ചേടി എന്നതുകൊണ്ടു ചേടീപ്രവേശവും അനിവാര്യമാണ്. ഇങ്ങനെ അത്യാവശ്യമുള്ള സ്ത്രീപാത്രങ്ങൾ മാത്രമാണ് രംഗത്തിൽ നിലനിന്നുപോരുന്നത്.

(ii) സ്ത്രീപാത്രങ്ങൾക്കഭിനയിക്കാൻ വകയുള്ള കൂടിയാട്ടങ്ങൾ പ്രചുരപ്രചാരത്തിലിരുന്നില്ല എന്നതു അരങ്ങിലെ സ്ത്രീസാന്നിദ്ധ്യത്തിന് മങ്ങലേല്ക്കാൻ ഒരു കാരണമായി. പല നാടകങ്ങളിലും നാടകകഥാപാത്രങ്ങളുടേതുപോലെ പുറപ്പാടും വിശദമായ നിർവ്വഹണാഭിനയവും സ്ത്രീപാത്രങ്ങൾക്കും വേണമെന്ന് വിധിയുണ്ട്. എന്നാൽ അവയ്ക്കൊന്നും എന്തുകൊണ്ടോ പിന്നീട് തുടർച്ച ഉണ്ടായില്ല. അവയിൽ പ്രധാനപ്പെട്ട ചിലവ താഴെ കൊടുക്കുന്നു.

(a) പർണ്ണശാലാങ്കത്തിലെ ലളിത.

പുറപ്പാട്, നിർവ്വഹണം, കൂടിയാട്ടം എന്നിവ ഉണ്ട്. കൂടിയാട്ടത്തിൽ ലളിതയും ലക്ഷ്മണനും കൂടിയുള്ള ആട്ടങ്ങൾ വളരെ സാദ്ധ്യതയുള്ള ഭാഗങ്ങളാണ്.

(b) ശൂർപ്പണാഖാങ്കത്തിലെ ലളിത

പർണ്ണശാലാങ്കത്തിലെപ്പോലെതന്നെ പുറപ്പാടും നിർവ്വഹണവും കൂടിയാട്ടവും ഉണ്ട്. ഇതിൽ രാമനും സീതയും ലളിതയും ചേർന്നുള്ള കൂടിയാട്ടഭാഗം അന്നും ഇന്നും അരങ്ങിൽ പ്രസക്തങ്ങളാണ്. എന്നാൽ പുറപ്പാടും നിർവ്വഹണവും ഇല്ലാതായിട്ട് കാലമേറെയായി.

(c) *സുഭദ്രാധനഞ്ജയം* രണ്ടു മുതല്ക്കുള്ള അങ്കങ്ങളിൽ സുഭദ്രയ്ക്കും സഖിമാർക്കും വേണ്ടത്ര നാടകഭാഗങ്ങളും ചിലേടത്ത് നിർവ്വഹണാദികളും കാണാനുണ്ട്.

(d) തപതീസംവരണത്തിൽ, നായിക തപതി, സഖിമാരായ മേനക, രംഭ തുടങ്ങിയവർ പിന്നെ ലളിത എന്നിങ്ങനെ നാലു പ്രധാന കഥാപാത്രങ്ങൾ അരങ്ങിൽ വരുന്നുണ്ട്. മാത്രമല്ല തപതിക്കും മേനകയ്ക്കും മറ്റും നിർവ്വഹണങ്ങളോടു കൂടിയ അരങ്ങു പെരുമാറ്റങ്ങളും നിർദ്ദേശിച്ചിട്ടുണ്ട്. ഒന്നാമങ്കത്തിന്റെ അവസാനം മുതൽ ആറങ്കങ്ങളിലും ഈ സ്ത്രീപാത്രങ്ങൾക്ക് പ്രസക്തിയുണ്ട്. കൂടാതെ ശൂർപ്പണഖയുടെ തനിപ്പകർപ്പായ മോഹിനികയും, അവളുടെ നിണമണിയലും സ്ത്രീ ആഹാര്യങ്ങളിൽ വിശേഷപ്പെട്ടതാണ്. നമ്മുടെ പഴഞ്ചൊല്ലുകളിൽപ്പെട്ട 'നങ്ങ്യാരുടെ ഒഴുകൽ' എന്ന പരാമർശം ഈ നാടകത്തിലെ അഭിനയഭാഗമാണ്. ഇതിലെ

ആറങ്കങ്ങൾക്കും ക്രമദീപിക ലഭ്യമാണ്. ഒരുകാലത്ത് ഈ നാടകം പൂർണ്ണമായും കൂടിയാട്ടവേദികളിൽ അരങ്ങേറിയിരുന്നു എന്നത് സ്പഷ്ടമാണ്. എന്നാൽ ഇപ്പോൾ ഒന്നാമങ്കത്തിൽ നായികാപ്രവേശം വരെയുള്ള ഭാഗങ്ങൾ മാത്രമാണ് അഭിനയിക്കാറുള്ളത്.

(e) *നാഗാനന്ദ*ത്തിൽ മലയവതിയും സഖിമാരും

മലയവതിക്ക് ഏകാഭിനയ പ്രധാനമായ നിർവ്വഹണവും, തുടർന്ന് കൂടിയാട്ടവും ഉണ്ട്. സഖിമാർക്കും അഭിനയത്തിന് വകയുള്ള സന്ദർഭങ്ങൾ നിരവധിയാണ്.

(f) ഗൗരി, കാർത്ത്യായനി പുറപ്പാടുകൾ: വേഷത്തിലും ഭാവത്തിലും വളരെ വൈവിദ്ധ്യം പുലർത്തുന്ന ഈ സ്ത്രീകഥാപാത്രങ്ങൾ യഥാക്രമം *നാഗാനന്ദം, സുഭദ്രാധനഞ്ജയം* എന്നീ നാടകങ്ങളിലെ കഥാപാത്രങ്ങളാണ്. തികച്ചുമൊരനുഷ്ഠാനത്തെ ഓർമ്മിപ്പിക്കുന്ന ഇവരുടെ പുറപ്പാടുകൾ വളരെ കാലങ്ങളായി അരങ്ങിലില്ല.

ഇങ്ങനെ ഓരോന്നും പരിശോധിക്കുകയാണെങ്കിൽ സ്ത്രീപാത്രങ്ങൾക്കഭിനയിക്കാൻ വകയുള്ള കൂടിയാട്ടങ്ങൾ വളരെയുണ്ട്. ഇവയെല്ലാം അഭിനയിച്ചിരുന്നുതാനും. എന്നാൽ നാമാവശേഷമായിട്ട് എത്ര കാലമായി എന്നു വ്യക്തമല്ല.

കാലങ്ങൾക്കു മുമ്പ് - നൂറ്റാണ്ടുകളായിക്കാണണം - വളരെ ഗംഭീരമായി നടന്നിരുന്നു എന്നതിന് ഇന്നവശേഷിക്കുന്ന പ്രധാന തെളിവുകളിൽ ഒന്ന് ഇവയ്ക്കെല്ലാം ക്രമദീപികകൾ കാണാനുണ്ട് എന്നതുതന്നെയാണ്. പലതും പൂർണ്ണമല്ലെങ്കിലും അവതരണങ്ങളുടെ സാക്ഷ്യപാത്രങ്ങളെന്നനുമാനിക്കാവുന്ന ഈ കുറിപ്പുകൾ സൂചിപ്പിക്കുന്നത് സ്ത്രീപാത്രങ്ങൾക്ക് അന്നുണ്ടായിരുന്ന രംഗപ്രവേശങ്ങളെയാണ്. മറ്റൊരു തെളിവ് അഭിനയനിപുണകളായ നങ്ങ്യാന്മാരെക്കുറിച്ചുള്ള കേട്ടുകേൾവികളാണ്.

[2](i) കൊട്ടാരം വക കഥകളിനടന്മാരെ രസാഭിനയം പരിശീലിപ്പിച്ച ഇരിങ്ങാലക്കുട വിലവട്ടത്തെ ഒരു പാപ്പിനങ്ങ്യാർ (ii) തിരുവല്ലാക്ഷേത്രത്തിലെ ശിലാശാസനം (iii) 'പറക്കുന്ന ചാക്യാരെം, ഒഴുകുന്ന നങ്ങ്യാരേം കണ്ടാൽ തൊഴണം' എന്ന പഴഞ്ചൊല്ല് (iv) നങ്ങ്യാർകൂത്തിന്റെ ഉത്ഭവത്തിന് നിദാനമായ നങ്ങ്യാരുടെ അഭിനയപാടവത്തെപ്പറ്റിയുള്ള പരാമർശം (v) *ഉണ്ണിനീലിസന്ദേശ*ത്തിലെ തപതി കെട്ടിയ നങ്ങ്യാരുടെ കൂത്തിനെപ്പറ്റിയുള്ള സൂചന (vi) പ്രശസ്ത കഥകളി നടനായിരുന്ന ഇട്ടീരിപ്പണിക്കർക്ക് അഭിനയം കാണിച്ചുകൊടുത്ത, കൊച്ചി രാജകുടുംബത്തിലെ നേത്യാരായിരുന്ന ഒരു നങ്ങ്യാരമ്മ (vii) അമ്മന്നൂർ ചാക്യാരെ കൂടിയാട്ടം അഭ്യസിപ്പിച്ച ചങ്ങന്നൂർ കുടുംബത്തിലെ ഒരു നങ്ങ്യാരമ്മ.

ഇങ്ങനെ, പല കാലങ്ങളിലായിട്ടാണെങ്കിലും അരങ്ങിലുണ്ടായിരുന്ന ഈ നങ്ങ്യാന്മാരെക്കുറിച്ചുള്ള പരാമർശങ്ങൾതന്നെ ധാരാളം മതിയല്ലോ, ഒരു കാലത്ത് സ്ത്രീകളും ചാക്യാന്മാരെപ്പോലെതന്നെ അരങ്ങു പെരുമാ

റ്റത്തിൽ വളരെ നിഷ്കർഷിച്ചിരുന്നു എന്നു മനസ്സിലാക്കാൻ.

(iii) പഞ്ചകന്യകകളുടെ വേഷം കൂടിയാട്ടത്തിൽ പതിവില്ല, എന്ന പാരമ്പര്യമൊഴി സ്ത്രീപാത്രങ്ങളെ സംബന്ധിച്ചിടത്തോളം ഇടക്കാലത്തെന്നോ വന്നുചേർന്ന ദൗർഭാഗ്യമാണ്. ഈ പ്രമാണംകൊണ്ട് രാമായണനാടകങ്ങളിലെ പ്രധാന സ്ത്രീപാത്രം അപ്രസക്തമായി. രാമന്റെ പകർന്നാട്ടത്തിന് സാദ്ധ്യതയും ഏറി. എന്തുകൊണ്ടിവർക്കഞ്ചുപേർക്കും അരങ്ങിൽ വിലക്കുവന്നു എന്ന ചോദ്യത്തിന് 'പതിവില്ല' എന്നു മാത്രമാണ് ഉത്തരം. അഭിഷേക നാടകത്തിൽ സ്ത്രീപാത്രമാടാറില്ല എന്ന ഒരു പരാമർശം *രാമായണം* ക്രമദീപികയിൽ കാണുന്നതല്ലാതെ മറ്റൊരു രേഖയും ഇതിനോട് ബന്ധപ്പെട്ട് ലഭിച്ചിട്ടില്ല. ഏതായാലും ലിഖിതപാരമ്പര്യത്തേക്കാൾ, എന്നും വാചികപാരമ്പര്യത്തിന് പ്രാധാന്യം കല്പിക്കുന്ന കൂടിയാട്ടം ഇതും മുൻപിൽ നോക്കാതെ അക്ഷരംപ്രതി അനുസരിച്ചുപോന്നു.

എന്താണീ പഞ്ചകന്യകകൾക്കുള്ള വിശേഷണങ്ങൾ?[3] നാടകങ്ങളിൽ അവരുടെ പ്രസക്തി എന്താണ്? രംഗപ്രവേശത്തിനുള്ള തടസ്സങ്ങൾ എന്തെല്ലാമായിരുന്നു? എന്നെല്ലാം പരിശോധിക്കുന്നത് തികച്ചും ആവശ്യമെന്നു തോന്നുന്നു. മാത്രമല്ല ഇന്ന് അവരെ അരങ്ങിലവതരിപ്പിക്കുന്നു എന്നതുകൊണ്ടുകൂടിയും ഈ ചിന്ത പ്രയോജനകരമാകുമെന്നതിൽ സംശയമില്ല.

പഞ്ചകന്യകകൾ

(സംസ്കൃതനാടകങ്ങളിലും കൂടിയാട്ടത്തിലും)
അഹല്യാ ദ്രൗപദീ സീതാ
താരാ മണ്ഡോദരീ തഥാ
പഞ്ചകന്യാ: സ്മരേന്നിത്യം
മഹാപാതകനാശനം

പഞ്ചകന്യകകളെ സ്മരിക്കുന്ന ഈ ശ്ലോകം നമ്മുടെ പ്രഭാതകീർത്തനങ്ങളുടെയും സന്ധ്യാനാമങ്ങളുടെയും ശ്രേണിയിൽപ്പെട്ട ഒരു മംഗളപദ്യമായിട്ടാണ് അറിയപ്പെടുന്നത്. കേരളത്തിൽ പരമ്പരാഗതമായി പലരും ഭക്തിയോടെ നിത്യവും ജപിക്കുന്ന സ്തോത്രങ്ങളിൽ ഒന്നുമാണ് ഇത്. ഈ അഞ്ചുകന്യകകളെയും ദിവസവും സ്മരിച്ചാൽ കൊടിയ പാപങ്ങൾ പോലും നശിച്ച് ശ്രേയസ്സുകൾ ലഭിക്കുമെന്നാണ് വിശ്വാസം.

പഞ്ചദേവിമാർ, പഞ്ചഭൂതങ്ങൾ, പഞ്ചപ്രാണങ്ങൾ തുടങ്ങി അഞ്ചിനെക്കുറിക്കുന്ന ഒട്ടനവധി വിശേഷങ്ങളുണ്ട്. ഇവയ്ക്കെല്ലാം അടിസ്ഥാനമെന്തെന്ന് ഏറക്കുറെ മനസ്സിലാക്കാൻ സാധിക്കുന്നുമുണ്ട്. എന്നാൽ എന്തുകൊണ്ട് അഹല്യാദികളെ പഞ്ചകന്യകകളായി ഗണിക്കുന്നു? അല്ലെങ്കിൽ പഞ്ചകന്യാഗണത്തിൽ എങ്ങനെ ഇവരഞ്ചുപേരും ഉൾപ്പെട്ടു? സുചരിതകളായ ഒട്ടേറെ നാരിമാർ വേറെയും ഇല്ലേ? ഇങ്ങനെയെല്ലാം ചിന്തിക്കു

മ്പോൾ ഈ അഞ്ചുപേർക്കും പൊതുവായി എന്തെങ്കിലും സമാനതകൾ ഉള്ളതുകൊണ്ടാണ് ഇവരെ ഒരേ ഗണത്തിൽ പെടുത്തിയത് എന്നനുമാനിക്കാനേ നിർവ്വാഹമുള്ളൂ.

'കന്യാ' ശബ്ദത്തിന് ശോഭയുള്ളവൾ, ആഗ്രഹം ജനിപ്പിക്കുന്നവൾ, കമനീയമായി ആനയിക്കപ്പെടേണ്ടവൾ തുടങ്ങി നാനാർത്ഥങ്ങൾ ഉണ്ടെങ്കിലും 'വിവാഹം കഴിക്കാത്തവൾ' അല്ലെങ്കിൽ പുരുഷസംഗം ലഭിക്കാത്തവൾ എന്നാണല്ലോ പ്രത്യക്ഷാർത്ഥം. എന്നാൽ ഇവരഞ്ചുപേരും ഭർത്തൃമതികളാണ്, എന്നുമാത്രമല്ല സീതയൊഴികെ മറ്റു നാലുപേരും സ്വേച്ഛാപ്രകാരമല്ലെങ്കിലും വിധിവൈപരീത്യം[4] കൊണ്ട് ഒന്നിലധികം ഭർത്താക്കന്മാരെ സ്വീകരിക്കേണ്ടി വന്നിട്ടുള്ളവരുമാണ്. എന്നിരുന്നാലും പതിവ്രതകളായി ഗണിക്കപ്പെടുമെന്ന വരലബ്ധി മൂലം ഈ സ്ത്രീ രത്നങ്ങൾ പുരാണങ്ങളിൽ പ്രഥമഗണനീയരാണ്, പൂജ്യരുമാണ്. എന്നാൽ സീതയെ സംബന്ധിച്ചിടത്തോളം ഇങ്ങനെ ഒരു കഥ ഇല്ലതന്നെ. എന്നിട്ടും പാതിവ്രത്യത്തിന്റെ ശുദ്ധി ലോകസമക്ഷത്തിൽ തെളിയിക്കേണ്ടിവന്ന ആ സാദ്ധ്വി പക്ഷേ, പിന്നീട് പരപുരുഷഗൃഹനിവാസം എന്ന അപവാദത്താൽ സ്വകുലത്തിൽ നിന്നുപോലും നിഷ്കാസിതയായി. കിംവദന്തികൾ ഉണ്ടായി എങ്കിലും സീതാദേവിയുടെ ഏകപതീവ്രതം ഏവരും ശ്ലാഘിച്ചുകൊണ്ടേയിരുന്ന ഒന്നാണ്. അതുകൊണ്ടു തന്നെ സീത മറ്റു നാലുപേരിൽനിന്നും വേറിട്ടു നില്ക്കുന്നു.

ഇവിടെയാണ് പഞ്ചകന്യകകളെ കുറിക്കുന്ന മറ്റൊരുപാഠം പ്രസക്തമാകുന്നത്. താരാനാഥതർക്കവാചസ്പതിയുടെ *വാചസ്പത്യ*ത്തിലും രാധാകാന്തദേവ് ബഹാദൂറിന്റെ *ശബ്ദകല്പദ്രുമ*ത്തിലും കാണുന്നത്.

അഹല്യാ ദ്രൗപദീ കുന്തീ
താരാ മണ്ഡോദരീ തഥാ
പഞ്ചകന്യാഃ സ്മരേന്നിത്യം
മഹാപാതകനാശനം

എന്ന് കുന്തീദേവിയെ സംബന്ധിച്ച് സമാനാനുഭവം ഉണ്ടുതാനും. അതുകൊണ്ടുതന്നെ പഞ്ചകന്യാഗണത്തിൽ കുന്തീദേവിയുടെ നാമം തന്നെയാണ് അഭികാമ്യമായിട്ടുള്ളത്. സീത എന്നത് കേരളത്തിലെയും കുന്തി എന്നത് ഉത്തരേന്ത്യയിലെയും പാഠമാണെന്ന് ഊഹിക്കാം. കൂടിയാട്ടത്തിൽ കേരള പാഠങ്ങൾക്ക് മുൻതൂക്കം കൊടുക്കുന്നതുകൊണ്ടാകാം സീത, പഞ്ചകന്യകകളിൽ ഒരുവൾ എന്ന ചിന്ത അരങ്ങിലില്ലാതിരുന്നത്.

സീതയായാലും കുന്തീദേവിയായാലും ശരി, ഈ കുലസ്ത്രീകളെല്ലാവരും തന്നെ അവരുടെ ജീവിതയാത്രയിൽ നേരിടേണ്ടിവന്ന പ്രതിസന്ധികളെ അനുഭവിച്ച ക്ലേശങ്ങളെ, അതിലുമുപരി തങ്ങളിലെ സ്ത്രീത്വത്തിനേറ്റ അപമാനങ്ങളെ അനുഭവിച്ചുതന്നെ മറികടന്ന് ഉജ്ജ്വലതേജസ്സുകളായിത്തീർന്നതിനാലാകാം അവരെ സ്മരിക്കുന്നതുതന്നെ മോക്ഷദാ

യകങ്ങളെന്ന് ലോകർ കരുതുന്നത്.

ഇവരുടെ രംഗപ്രവേശമാണല്ലോ ഇവിടെ വിഷയം[5]. ഇതിൽ അഹല്യ, കുന്തി, എന്നിവർ പ്രധാന നാടകങ്ങളിലൊന്നും തന്നെ കഥാപാത്രങ്ങളാകുന്നില്ല. അതുകൊണ്ട് ഒരു വിലയിരുത്തൽ സാദ്ധ്യവുമല്ല. താര കേവലം ഒരു നാടകത്തിൽ മാത്രമാണ് അല്പമാത്രമായി പ്രത്യക്ഷപ്പെടുന്നത്. മറ്റ് മൂവരും പല നാടകങ്ങളിലും പ്രധാന കഥാപാത്രങ്ങളാണ്. ഇതിൽത്തന്നെ സീതയാണ് കൂടുതൽ നാടകങ്ങളിൽ ഉൾപ്പെട്ട് രംഗത്തുവരുന്നത്. പല പില്ക്കാല നാടകരചയിതാക്കൾക്കും രാമായണകഥ ഒരു പ്രചോദനമായിരുന്നു എന്നതാവാം ഇതിനൊരു കാരണം.

'പഞ്ചകന്യകകൾ പതിവില്ല' എന്ന കൂടിയാട്ടത്തിലെ മുൻമൊഴിയെ ചികയുന്നതിനുമുമ്പ് ഇവരുടെ സാന്നിദ്ധ്യത്തെക്കുറിച്ചുള്ള സംസ്കൃത നാടകസാഹിത്യത്തെയും അതിലൂടെ സൂചിതമാകുന്ന ഇവരുടെ - കഥാപാത്രങ്ങളുടെ വ്യക്തിത്വം, അഭിനയസാദ്ധ്യതകൾ എന്നിവയെക്കുറിച്ചും വേഗത്തിലൊരെത്തിനോട്ടം നടത്തുന്നത് ഗുണകരമാകുമെന്നതിന് തർക്കമുണ്ടാവാനിടയില്ല.

സംസ്കൃതനാടകങ്ങളിലെ സാന്നിദ്ധ്യം

1. സീത

വിദേഹരാജനായ ജനകന്റെ വളർത്തുപുത്രി. രാജാവിന് ഉഴവുചാലിൽനിന്നും ലഭിച്ച മകളാണ് രാമപത്നിയായ സീത. സീതയുടെ പ്രവേശം വരുന്ന പ്രധാന നാടകങ്ങൾ ഇവയാണ്.

1. *പ്രതിമാനാടകം* (ഭാസൻ)
2. *അഭിഷേക നാടകം* (ഭാസൻ)
3. *ഉത്തമ രാമചരിതം* (ഭവഭൂതി)
4. *മഹാവീരചരിതം* (ഭവഭൂതി)
5. *ആശ്ചര്യചൂഡാമണി* (ശക്തിഭദ്രൻ)
6. *അനർഘരാഘവം* (മുരാരി)
7. *ഹനുമന്നാടകം* (ഹനുമാൻ)
8. *പ്രസന്നരാഘവം* (ജയദേവൻ)

1) പ്രതിമാനാടകത്തിലെ ഒന്നും നാലും അഞ്ചും ഏഴും അങ്കങ്ങളിൽ സീതയുടെ സാന്നിദ്ധ്യമുണ്ട്. ഒന്നാമങ്കത്തിൽ രാമന്റെ കിരീടധാരണം തീരുമാനിക്കുന്നതും മുടങ്ങുന്നതുമാണ് പ്രതിപാദ്യം. രാമന്റെ വനവാസത്തിനു പോകാനുള്ള തീരുമാനം കേട്ട് സീത സസന്തോഷം കൂടെ പോകാൻ തീരുമാനിക്കുന്നു. എന്നാൽ ശ്വശുരനോടും ശ്വശ്രുവിനോടും അവൾക്കുള്ള ബഹുമാനവും ഒട്ടും കുറവല്ല എന്നതിന്[6] സൂചനകളുണ്ട്.

നാലാമങ്കത്തിൽ ഭരതൻ സുമന്ത്രനോടൊത്ത് വനവാസം അനുഷ്ഠിക്കുന്ന രാമനെ കാണാൻ കാട്ടിലെത്തുന്നു. അവിടെയും സീതയുടെ ഭർത്തൃ

സഹോദരനോടുള്ള സ്നേഹം പ്രകടമാണ്. അഞ്ചാമങ്കത്തിൽ സീതാരാമന്മാരുടെ വനത്തിലെ ജീവിതവും സീതാപഹരണവും വിഷയങ്ങളാണ്.

ഏഴാമങ്കത്തിൽ രാവണനിഗ്രഹത്തിനുശേഷം അയോദ്ധ്യയിലേക്ക് തിരികെ പോകുന്ന രാമനും സീതയും പഴയ വനവാസകാലത്തെ അനുസ്മരിച്ച് നടത്തുന്ന സംഭാഷണങ്ങൾ ഉണ്ട്.

നാടകത്തെ സമഗ്രമായി കണക്കിലെടുക്കുമ്പോൾ, ഭർത്ത്യുച്ഛായയിൽ ജീവിക്കാനാഗ്രഹിക്കുന്ന ഒരു പതിവ്രതയുടെ അടക്കമുള്ള സാന്നിദ്ധ്യമാണ് സീതയിൽ ദർശിക്കാനാവുക.

അനർഘരാഘവം, മഹാവീരചരിതം, ഹനുമന്നാടകം, പ്രസന്നരാഘവം എന്നീ നാടകങ്ങളിലും സീത കഥാപാത്രമാണ്. എങ്കിലും എടുത്തു പറയത്തക്ക സജീവസാന്നിദ്ധ്യം ഇല്ല.

2. ദ്രൗപദി

ദ്രുപദ മഹാരാജാവിന് ഹോമകുണ്ഡത്തിൽനിന്നും ലഭിച്ച കന്യക പിന്നീട് പാണ്ഡവപത്നി. ദ്രൗപദീപ്രവേശം വരുന്ന നാടകങ്ങൾ ഭട്ടനാരായണന്റെ *വേണീസംഹാരം*. കുലശേഖരന്റെ *സുഭദ്രാധനഞ്ജയം*. നീലകണ്ഠന്റെ *കല്യാണസൗഗന്ധികം* എന്നിവയാണ്.

3. താര

പാലാഴി മഥനസമയത്ത് ഉയർന്നുവന്ന സ്ത്രീരത്നങ്ങളിൽ ഒരുവളാണ് താര എന്നും സുഷേണൻ എന്നു പേരായ ഒരു യൂഥപന്റെ പുത്രിയാണെന്നും രണ്ടുപക്ഷമുണ്ട്.

*അഭിഷേകനാടക*ത്തിലെ ഒന്നാമങ്കത്തിൽ ബാലി, സുഗ്രീവനുമായി യുദ്ധത്തിനു പുറപ്പെടുന്ന സന്ദർഭത്തിലാണ് താരയുടെ പ്രവേശം.

4. മണ്ഡോദരി

മയാസുരന്റെ പുത്രിയായ മണ്ഡോദരി രാക്ഷസചക്രവർത്തി രാവണന്റെ പട്ടമഹിഷി കൂടിയാണ്. മണ്ഡോദരീപ്രവേശം കുറിക്കുന്ന നാടകങ്ങൾ (1) ശക്തിഭദ്രന്റെ *ആശ്ചര്യചൂഡാമണി*, (1) ഭവഭൂതിയുടെ *മഹാവീരചരിതം* (3) ഹനുമാന്റെ *ഹനുമന്നാടകം*, (4) ജയദേവന്റെ *പ്രസന്നരാഘവം* എന്നിവയാണ്.

പഞ്ചകന്യാസാന്നിദ്ധ്യം കൂടിയാട്ടത്തിൽ

പഞ്ചകന്യാസാന്നിദ്ധ്യത്തെക്കുറിക്കുന്ന മേല്പറഞ്ഞ നാടകങ്ങളിൽ *അഭിഷേകനാടകം, ആശ്ചര്യചൂഡാമണി, സുഭദ്രാധനഞ്ജയം, കല്യാണസൗഗന്ധികം* എന്നിവയാണ് കൂടിയാട്ടരൂപത്തിൽ ഇന്നും അരങ്ങിലുള്ളത്. *പ്രതിമാനാടകം* അവതരിപ്പിച്ചിരുന്നു എന്നതിന് രേഖകളും ഉണ്ട്. ഇവയി

ലെല്ലാം ഈ നായികമാരുടെ നേരിട്ടുള്ള സാന്നിദ്ധ്യം ഒഴിവാക്കിയതിനു പിന്നിലെ വസ്തുത എന്തെന്ന് വ്യക്തവുമല്ല. എന്നാൽ ഇവരിൽത്തന്നെ, മണ്ഡോദരി അരങ്ങിലുണ്ടായിരുന്നതിന് സ്പഷ്ടമായ തെളിവുകളുമുണ്ട്. അതുകൊണ്ട്, 'പതിവില്ല' എന്നതിനേക്കാൾ ഒഴിവാക്കിയതോ നഷ്ടപ്രായ മായതോ ആയിരുന്നിരിക്കണം.

കൂടിയാട്ടത്തിന്റെ അഭിനയച്ചിട്ടകളും, അതിനൊരു ക്രമവും ഉപദേശിക്കുന്ന ആധികാരിക ഗ്രന്ഥമാണല്ലോ *ക്രമദീപിക*, കൂടിയാട്ട അരങ്ങുകൾ എല്ലാം തന്നെ *ക്രമദീപിക*യെ അനുസരിച്ചാണ് വർത്തിക്കുന്നത്. ക്രമദീപികകൾ ഉള്ളവയാണ് എങ്കിൽ ഇന്നും കാര്യമായ വ്യതിചലനങ്ങൾ അതിൽ നടത്താറുമില്ല. രാമായണ നാടകങ്ങളുടെ *ക്രമദീപിക*യിൽ ആദ്യ ഖണ്ഡികയിൽത്തന്നെ നടീനടന്മാരുടെ പ്രതിഫലനത്തെക്കുറിച്ച് പറയുന്നിടത്ത് മണ്ഡോദരി ആടുന്ന നങ്ങ്യാർക്ക് കൊടുക്കേണ്ട വിഹിതം ഇത്രയെന്നുപോലും സൂചിപ്പിച്ചിട്ടുണ്ട്. മാത്രമല്ല *ആശ്ചര്യചൂഡാമണി* അഞ്ചാമങ്കത്തിൽ മണ്ഡോദരിക്ക് പ്രത്യേകം പുറപ്പാടും നിർവ്വഹണവും ക്രമദീപിക നിർദ്ദേശിക്കുന്നുമുണ്ട്. അശോകവനിതാങ്കം തുടങ്ങുന്നതുതന്നെ മണ്ഡോദരീ പുറപ്പാടോടുകൂടിയാണ്. പിറ്റേന്നു മുതലുള്ള നിർവ്വഹണത്തിൽ 'ആസീത്സനാരായണനാഭിപത്മാൽ' എന്നു തുടങ്ങി 'അക്ഷോനാമഭവത്തത്ര' എന്നിടത്തോളം ശ്ലോകങ്ങൾ അഭിനയിക്കണമെന്നും നിർദ്ദേശമുണ്ട്. തുടർന്ന് കൂടിയാട്ടഭാഗങ്ങളും ചിത്രീകരിച്ചിരിക്കുന്നു. ഇത്രയും പോരേ മണ്ഡോദരിക്ക് രംഗപ്രവേശം ഉണ്ടായിരുന്നു എന്നതിന് തെളിവുകൾ? മാത്രമല്ല വെറുതെ എഴുതി സൂക്ഷിക്കുന്ന ഒരു സമ്പ്രദായം മുൻകാലങ്ങളിൽ ഉണ്ടായിരുന്നതായി തോന്നുന്നില്ല. കൂടാതെ മണ്ഡോദരി രാവണനുമായി നേരിൽ സംവദിക്കുന്ന ഒരു രംഗം ഈ അങ്കത്തിന്റെ അവസാനഭാഗത്ത് വരുന്നുണ്ട്. അത് രാവണൻ കേട്ടാടുന്നതായി ആട്ടപ്രകാരത്തിൽ സൂചിപ്പിച്ചിട്ടില്ല. അതുകൊണ്ടുതന്നെ മണ്ഡോദരിയുടെ പ്രത്യക്ഷസാന്നിദ്ധ്യം അരങ്ങിലുണ്ടായിരുന്നു എന്നത് നിശ്ചയമാണ്. അതുപോലെ *അഭിഷേക നാടക*ത്തിൽ സ്ത്രീ പാത്രമാടാറില്ല എന്ന ക്രമദീപികാകാരന്റെ സൂചനയാകാം താരയ്ക്കു വന്ന വിലക്കിനു കാരണം. 'സ്ത്രീ പാത്രമാടാറില്ല' എന്നേ സൂചിപ്പിച്ചിട്ടുള്ളൂ. ആടരുത് എന്ന് വിലക്കിയിട്ടില്ല.

പിന്നെ സീതയാണ്. സീതയുടെ വാക്യങ്ങൾ അരങ്ങിലെ നങ്ങ്യാരെക്കൊണ്ട് ചൊല്ലിച്ച്, അത് കേട്ടാടുന്ന സമ്പ്രദായവും ചൊല്ലിക്കാതെ തന്നെ എന്താണ് സീത പറഞ്ഞത് എന്നഭിനയിച്ച് അത് അവതരിപ്പിക്കുന്ന സമ്പ്രദായവും പതിവുണ്ട്. നാടകങ്ങളിൽ സീതയുടെ പ്രാധാന്യത്തെ അധികരിച്ചാണെന്നു തോന്നുന്നു ഈ വിഭജനം. സീത പ്രധാനിയായി കാണുന്ന അങ്കങ്ങളിൽ അതായത് നാടകത്തെ നയിക്കുന്നതിൽ സീത അനിവാര്യമായ കഥാപാത്രമാണ് എങ്കിൽ, നങ്ങ്യാരുടെ ശബ്ദംകൊണ്ട് സീതയുടെ സാന്നിദ്ധ്യം പ്രകടമാകുന്നുണ്ട് എന്നത് ശ്രദ്ധേയമാണ്. ഉദാഹരണത്തിന്

*ചൂഡാമണി*യിലെ അഞ്ചും ആറും അങ്കങ്ങളായ അശോകവനികാങ്കത്തിലും ആംഗുലിയാങ്കത്തിലും സീത ഒഴിച്ചുകൂടാനാവാത്ത സാന്നിദ്ധ്യമാണ്. അതിനു അവലംബിച്ചിരിക്കുന്ന മാർഗ്ഗം (i) അശോക വനികാങ്കത്തിൽ, അരങ്ങിൽ വലതുഭാഗത്തായി ഏതാണ്ട് നങ്ങ്യാരുടെ സമീപം ഒരു മരച്ചില്ല സ്ഥാപിച്ച് അശോകവനിക എന്ന സങ്കല്പം അതിനല്പം മുമ്പിൽ ഒരു കോടിമുണ്ട് മടക്കി വിരിച്ച് ഒരു നിലവിളക്ക് കൊളുത്തി വയ്ക്കുന്നു. ഈ പുടവയിലാണ് രാവണൻ സീതയ്ക്കുള്ള കാഴ്ച വയ്ക്കുന്നത്. സീതയുടെ ആത്മഗതങ്ങളല്ലാത്ത വാക്യങ്ങൾ നങ്ങ്യാർ ചൊല്ലുകയും ചെയ്യും.

(ii)ആംഗുലീയാങ്കത്തിൽ വിശേഷാൽ രംഗസജ്ജീകരണങ്ങളൊന്നും ഇല്ല. വാക്യങ്ങൾ ചൊല്ലുന്ന ജോലി നങ്ങ്യാർക്കുതന്നെ. എന്നാൽ ഹനുമാൻ അംഗുലീയകം കൊടുക്കുന്ന സമയത്ത് നങ്ങ്യാർ ഒരുത്തരീയം അണിഞ്ഞ കഥാപാത്രമാവുന്നുണ്ട്. മറുപടിയായി ചൂഡാരത്നം ഹനുമാന് നല്കുന്ന സന്ദർഭം വരെ അരങ്ങിലെ നങ്ങ്യാർ സീതയാണ്. അതുകഴിഞ്ഞാൽ ഉത്തരീയം അഴിച്ചുവച്ച് യഥാപൂർവ്വം വാക്യങ്ങൾ ചൊല്ലുകയും ചെയ്യുന്നു. ഇന്ന് മറ്റ് കൂടിയാട്ടങ്ങളിൽ സീതയെ പുറപ്പെടുവിക്കുന്നുണ്ട് എങ്കിലും ഈ രണ്ട് അങ്കങ്ങളിലും പഴയ രീതിതന്നെ തുടർന്നുപോരുന്നു. അംഗുലീയാങ്കമാണെങ്കിൽ കാഴ്ചക്കൂത്തായി നടത്തുന്ന പതിവും സാമാന്യേന ഇല്ല.

*ചൂഡാമണി*യിലെത്തന്നെ മൂന്നാമങ്കമായ 'മായാസീതാങ്ക'ത്തിൽ ശൂർപ്പണഖ സീതയുടെ രൂപം ധരിച്ച് ശ്രീരാമസമീപം എത്തുന്നുണ്ട്. ആധികാരികമായി മറ്റൊരാളാണ് എങ്കിലും അരങ്ങിൽ രൂപത്തിലും ഭാവത്തിലും സീതയായാണ് പെരുമാറുന്നത്. അപ്പോൾപ്പിന്നെ യഥാർത്ഥ സീത പുറപ്പെടുന്നതിൽ അന്ന് എന്തായിരുന്നിരിക്കാം തടസ്സം? വേഷവിധാനങ്ങളാണെങ്കിൽ എല്ലാ സ്ത്രീപാത്രങ്ങൾക്കും ഒന്നുതന്നെയാണുതാനും.

എന്നാൽ കൂടിയാട്ടത്തിൽ യഥാർത്ഥ സീത അരങ്ങിൽ വരുന്ന ഒരു സന്ദർഭമുണ്ടത്രെ. ശ്രീരാമപട്ടാഭിഷേകത്തിന് രാമനോടൊപ്പം പീഠത്തിലിരുന്നാണ് സീതയുടെ പ്രവേശമെന്നും, തലമുടി തിരുകിവച്ച്, പുടവ ഞൊറിഞ്ഞുടുത്ത്, അന്തർജ്ജനങ്ങളെ ഓർമ്മിപ്പിക്കുന്ന വേഷവിധാനങ്ങളോടെ അത് അവതരിപ്പിക്കുന്നു എന്നും ആചാര്യന്മാർ പറഞ്ഞുകേട്ടിട്ടുണ്ട്. ഇങ്ങനെ പട്ടാഭിഷേകത്തിനും മായാസീതയായിട്ടും, അശരീരിയായിട്ടും സീതയുടെ സാന്നിദ്ധ്യം അരങ്ങിൽ ഉണ്ടായിരുന്നു എന്നതുകൊണ്ടുതന്നെ പഞ്ചകന്യകകളിൽ ഒരുവൾ എന്ന സങ്കല്പത്താലാണ് സീത അരങ്ങിലില്ലാതിരുന്നത് എന്ന് വിശ്വസിക്കാൻ പ്രയാസമാണ്.

'അയോനിജ' എന്ന സങ്കല്പത്തിലാണ് സീതയ്ക്ക് രംഗപ്രവേശം നിഷിദ്ധമായത് എന്നൊരു പക്ഷം കൂടിയുണ്ട്. അതുപക്ഷേ, വാസ്തവവിരുദ്ധമാണ്. കാരണം തപതീസംവരണത്തിൽ 'മേനക'യ്ക്ക് പുറപ്പാടും, നിർവ്വഹണവും, നാടകഭാഗങ്ങളും തപതീസംവരണത്തിന്റെ ക്രമദീപിക

യിൽ നിർദ്ദേശിക്കുന്നുണ്ട്. അതുപോലെ മണ്ഡോദരിയുടെ അരങ്ങുസാന്നിദ്ധ്യം നേരത്തെ സൂചിപ്പിച്ചിട്ടുണ്ടല്ലോ. ഇവർ രണ്ടുപേരും അയോനിജകൾ തന്നെയാണ്. അതുകൊണ്ട് സീതയെ സംബന്ധിച്ച് ആ സങ്കല്പമാകാനും ഇടയില്ല.

ഇതുപോലെതന്നെയാണ് ദ്രൗപദിയും. ധനഞ്ജയം അഞ്ചാമങ്കത്തിൽ കാർത്ത്യായനീദേവി ദ്രൗപദീരൂപത്തിലാണ് ആദ്യം അരങ്ങിൽ വരുന്നത്. തുടർന്ന് യഥാർത്ഥ ദ്രൗപദിയുടെ സാന്നിദ്ധ്യമുണ്ടാകുമ്പോഴാണ് ദേവി സ്വന്തം രൂപം കൈക്കൊള്ളുന്നത്. നാടകത്തിന്റെ മിഴിവിനും, പൂർണ്ണതയ്ക്കും ഇവിടെ ദ്രൗപദി അനിവാര്യമാണ്.

ഇങ്ങനെ ഇവർ ഓരോരുത്തരെയും എടുത്തു പരിശോധിക്കുമ്പോൾ നാടകത്തിൽ ദൃശ്യസാദ്ധ്യതകൾ ഉള്ള അനേകം രംഗങ്ങൾ ഇവരുടെ സാന്നിദ്ധ്യം കൊണ്ട് സൃഷ്ടിക്കാമെന്ന് കാണാം. എന്നാൽ ചിലേടത്ത് ഇവരുടെ സാന്നിദ്ധ്യം രസഭംഗവും സൃഷ്ടിച്ചേക്കാം. അത്തരമൊരു മറുവശവും ഈ പുറപ്പാടുകൾ കൊണ്ട് സംഭവിക്കാനിടയുണ്ട്. ഉദാഹരണത്തിന് അശോകവനികാങ്കത്തിൽ മണ്ഡോദരി രാവണനെ തടുക്കുന്ന ഒരു രംഗമുണ്ട്. തന്റെ ആഗ്രഹത്തിന് സീത വശംവദയാകുന്നില്ലെന്നു കണ്ട് ക്രുദ്ധനാവുന്ന രാവണൻ ചന്ദ്രഹാസം എടുത്ത് സീതയെ വെട്ടാൻ ഒരുങ്ങുന്ന സന്ദർഭത്തിൽ അല്പമകലെ വള്ളിക്കുടിലിൽ മറഞ്ഞിരുന്ന മണ്ഡോദരി അത് കണ്ട് 'പതിവ്രതയായ ഒരു സ്ത്രീയോട് ചെയ്യുന്ന ഈ അക്രമത്തിന് രാജാവ് അനുഭവിച്ചേക്കാവുന്ന ആപത്തുകളിൽനിന്ന് തന്റെ പ്രാണൻ കൊടുത്തുകൊണ്ടാണെങ്കിലും അദ്ദേഹത്തെ രക്ഷിക്കണം' എന്നർത്ഥം വരുന്ന ഒരു നീണ്ട വാക്യം ചൊല്ലിക്കഴിഞ്ഞാണ് ഓടിവന്ന് തടുക്കുന്നത്. ഇത്തരം രംഗങ്ങളിൽ അവസരോചിതമായ രംഗബോധവും സമയക്രമീകരണവും മണ്ഡോദരി പാലിക്കുന്നില്ല എങ്കിൽ രാവണൻ സീതയെ വധിക്കുമെന്നതു തീർച്ച. അതിന് നിവൃത്തിയില്ലാത്തതുകൊണ്ട് മണ്ഡോദരി ഇടയിൽ വരുന്നതുവരെ കാത്തുനില്ക്കേണ്ട അവസ്ഥ രാവണന് ഉണ്ടാകുന്നു. 'രസവിച്ഛിത്തി' എന്നത് കൂടിയാട്ടത്തിൽ പുതുമയല്ലെങ്കിലും ഇത്തരം മർമ്മപ്രധാനമായ രംഗങ്ങളിൽ അത് അസഹ്യം തന്നെയാണ്. എന്നാൽ വേണ്ടപോലെ അഭിനയിക്കാൻ സാധിക്കയാണെങ്കിൽ ഇത്തരം സന്ദർഭങ്ങളെ അമൂർത്തമാക്കാൻ ഈ സാന്നിദ്ധ്യങ്ങൾക്ക് കഴിയും എന്നത് അനുഭവമാണ്. കാരണം തുടർന്നുള്ള രാവണന്റെ ഭാവമാറ്റവും മണ്ഡോദരിയുടെ നിലയും മനോഹരമായ ഒരു അഭിനയമുഹൂർത്തമാണ്. അതുപോലെതന്നെയാണ് യുദ്ധസന്നദ്ധനായി പുറപ്പെടുന്ന ബാലിയെ വസ്ത്രാഞ്ചലത്തിൽ പിടിച്ചു നിർത്തുന്ന താരയെ കണ്ട് ബാലിക്കുണ്ടാകുന്ന ഭാവമാറ്റവും. ഇത്തരം രംഗങ്ങളിൽ രൂപസാന്നിദ്ധ്യം ഭാവത്തെ പുഷ്കലമാക്കുന്നു. അവിടെ രസാനുഭവവും വർദ്ധിക്കുന്നു.

ചൂഡാമണി, അഭിഷേകം തുടങ്ങിയ വീരരസപ്രധാനമായ നാടകങ്ങ

ളിൽ നായികാപ്രാധാന്യം താരതമ്യേന കുറവാണ്. ഇതിവൃത്തനിർവ്വഹണത്തിനു മാത്രമാണ് നായികാദികൾ. ഈ ചിന്തയല്ലേ കൂടിയാട്ടവേദികളിൽനിന്നും പഞ്ചകന്യകമാർ അപ്രത്യക്ഷരാകാൻ ഉണ്ടായ പ്രധാനകാരണം? ഇതാകാനേ തരമുള്ളൂ.

ഇന്നത്തെ അവസ്ഥ

സ്ത്രീപാത്രങ്ങളുടെ രംഗപ്രവേശത്തിന് തടസ്സമായിത്തീർന്ന മേല്പറഞ്ഞ ദുര്യോഗങ്ങൾ[7] എല്ലാം ഏതാണ്ട് 15-16 നൂറ്റാണ്ടിനോടടുത്ത കാലത്തായിരിക്കണം സംഭവിച്ചിരിക്കുക. കാരണം കൂടിയാട്ടത്തിന്റെ തന്നെ ചരിത്രത്തെ മൂന്നു ഘട്ടങ്ങളിലായി തിരിച്ച് വിശകലനം ചെയ്താൽ ഏതാണ്ട് മദ്ധ്യഘട്ടത്തിലാണ് സ്ത്രീപാത്രങ്ങളുടെ പ്രാധാന്യവും പ്രസക്തിയും ക്രമേണ കുറഞ്ഞുവന്നത് എന്ന് കാണാം. അരങ്ങിലെ സാന്നിദ്ധ്യം എണ്ണത്തിൽ കുറവായിരുന്നിട്ടും ചരിത്രത്തിന്റെ ഭാഗമായി മാറിയ, നങ്ങ്യാന്മാരുടെ രസാഭിനയത്തിന്റെയും അവതരണങ്ങളുടെയും കേൾവികേട്ട പരാമർശങ്ങൾ വിളിച്ചു പറയുന്നത്, ഈ അഭിനയപാരമ്പര്യത്തെ നാമാവശേഷമാകാതെ നിലനിർത്താൻ, കാലത്തെ അതിജീവിച്ച് മുന്നേറാൻ എക്കാലത്തും അഭിനേത്രികളും ഉണ്ടായിരുന്നു എന്നുതന്നെയാണ്.

ആ അനുസ്യൂതിയുടെ പവിത്രതയിൽനിന്നും വീര്യമുൾക്കൊണ്ട് ഇരുപതാം നൂറ്റാണ്ടിൽ മദ്ധ്യത്തോടെ ആരംഭിച്ച ഈ നവീനഘട്ടത്തിൽ സ്ത്രീപാത്രങ്ങൾ പഴയകാല പ്രതാപങ്ങളെക്കുറിച്ചുള്ള കേട്ടറിവുകൾ അയവിറക്കിക്കൊണ്ട് ഒരു തിരിച്ചുവരവിന് ശ്രമം നടത്തുകയാണ്. അതിനു വഴിതുറന്നിട്ടത് ശ്രീ പൈങ്കുളം രാമചാക്യാരാണ്. നടപ്പുള്ള കൂടിയാട്ടങ്ങളിൽത്തന്നെ സ്ത്രീവേഷങ്ങളുടെ അഭിനയഭാഗങ്ങൾ കൂടുതൽ പൊലിപ്പിച്ചുകൊണ്ടും, സീത, താര തുടങ്ങിയവരെ അരങ്ങിൽ പ്രവേശിപ്പിച്ചുകൊണ്ടും ഭഗവദ്ജ്ജുകം, നാഗാനന്ദം തുടങ്ങിയ സ്ത്രീവേഷപ്രാധാന്യമുള്ള കൂടിയാട്ടങ്ങൾ ചിട്ടപ്പെടുത്തിക്കൊണ്ടും അരങ്ങിലെ സ്ത്രീപാത്രങ്ങളെ അദ്ദേഹം പുനാരാവിഷ്കരിച്ചു. അതോടൊപ്പം വേഷവിധാനങ്ങളിലും കാര്യമായ അഴിച്ചുപണി നടത്തി. തുടർന്ന് പലരുടെയും ശ്രമഫലമായി സ്ത്രീകഥാപാത്രങ്ങൾ അരങ്ങിൽ സജീവമായി. ഏകാഭിനയപ്രധാനമായ നങ്ങ്യാർകൂത്തിന്റെ ഉയിർത്തെഴുന്നേല്പ് സ്ത്രീപാത്രങ്ങളുടെ അഭിനയത്തികവിന് മാറ്റു കൂട്ടി. ഇന്ന് മിക്കവാറും കൂടിയാട്ടങ്ങളിൽ സ്ത്രീവേഷങ്ങൾ പുറപ്പെടുന്നുണ്ട്. രൂപത്തിൽ ഒരുപോലെയെങ്കിലും ഭാവത്തിൽ വ്യത്യസ്തത പുലർത്തുന്ന ഇരുപതിലേറെ സ്ത്രീപാത്രങ്ങൾ.

ഇന്നവതരിപ്പിക്കുന്ന കഥാപാത്രങ്ങൾ

1. ആശ്ചര്യചൂഡാമണി

1. പർണ്ണശാലാങ്കം - സീത, ലളിത, നടി

2. ശൂർപ്പണഖാങ്കം - സീത, ലളിത
3. മായാസീതാങ്കം - സീത, മായാസീത
4. ജടായുവധാങ്കം - സീത
5. അശോകവനികാങ്കം - മണ്ഡോദരി, ചേടി
6. ഏഴാമങ്കം - സീത, സൗദാമിനി

2. സുഭദ്രാധനഞ്ജയം

1. ഒന്നാമങ്കം - സുഭദ്ര
2. രണ്ടാമങ്കം - സുഭദ്ര, സഖിമാർ

3. നാഗാനന്ദം

1. രണ്ടാമങ്കം - നായിക (മലയവതി), സഖിമാർ
2. മൂന്നാമങ്കം - മലയവതി, സഖി

4. ഭഗവദജ്ജുകം - വസന്തസേന, പരഭൃതിക, അത്ത എന്നീ മൂന്ന് കഥാപാത്രങ്ങൾ

5. ബാലിവധം - താര

5. തോരണയുദ്ധം - വിജയ

7. കല്യാണസൗഗന്ധികം - ഗുണമഞ്ജരി

8. ഹനുമദ്ദൂതം - സീത

9. ശാകുന്തളം - ശകുന്തള, അനസൂയ, പ്രിയംവദ, ചതുരിക, യവന സ്ത്രീകൾ, നടി

10. സ്വപ്നവാസവദത്തം - നായിക

സ്ത്രീപാത്ര നിർവ്വഹണങ്ങൾ

1. പർണ്ണശാലാങ്കത്തിൽ ലളിതയ്ക്ക് പുറപ്പാട്, നിർവ്വഹണം (ഒരു ദിവസം)
2. ശൂർപ്പണഖാങ്കത്തിൽ ലളിതയ്ക്ക് പുറപ്പാട്, നിർവ്വഹണം (ഒരു ദിവസം)
3. അശോകവനികാങ്കത്തിൽ മണ്ഡോദരിക്ക് പുറപ്പാടും മൂന്നുദിവസത്തെ നിർവ്വഹണവും.

4. സുഭദ്രാധനഞ്ജയം അഞ്ചാമങ്കത്തിൽ സുഭദ്രയ്ക്ക് പുറപ്പാട്, നാലു ദിവസം നിർവ്വഹണം.
5. ശ്രീകൃഷ്ണചരിതം നങ്ങ്യാർകൂത്ത്
സുഭദ്രാധനഞ്ജയം രണ്ടാമങ്കം. കല്പലതികയുടെ നിർവ്വഹണം
6. ശ്രീരാമചരിതം നങ്ങ്യാർകൂത്ത്
ഉത്തരരാമചരിതത്തിൽ സീതയുടെ നിർവ്വഹണം.

കുറിപ്പുകൾ

1. മഞ്ജുകേശി, സുകേശി, മിശ്രകേശി, സുലോചന, സൗദാമിനി, ദേവദത്ത, ദേവസേന, മനോരമ, സുദതി, സുന്ദരി, വിദഗ്ദ്ധ, വിപുല, സുമാല സന്തതി, സുനന്ദ, സുമുഖി, മാഗധി, അർജ്ജുനി, സരള, കേരള, ധൃതി, നന്ദ, പുഷ്കല, കളഭ (*നാട്യശാസ്ത്രം* വാള്യം ഒന്ന് നാട്യോല്പത്തി ശ്ലോകം നം. 28).
2. (i) തിരുവിതാംകൂർ മഹാരാജാവ് കല്പിച്ചയച്ച കൊട്ടാരം വക മൂന്നു കഥകളി നടന്മാർ ഒരിക്കൽ ഇരിങ്ങാലക്കുട വിലവട്ടത്ത് നമ്പ്യാർ കുടുംബത്തിൽ എത്തിയത്രെ. അവിടുത്തെ 'പാപ്പി' എന്നു പ്രസിദ്ധയായ നങ്ങ്യാരിൽനിന്നും, ഈ നടന്മാർക്ക് രസാഭിനയത്തിൽ കൂടുതൽ പരിശീലനം കിട്ടുക എന്നതായിരുന്നു മഹാരാജാവിന്റെ ഉദ്ദേശ്യം. വിവരം അറിഞ്ഞ നങ്ങ്യാർ അവരോട് ലങ്കാവർണ്ണന ആടിക്കാണിക്കാൻ ആവശ്യപ്പെടുകയും മൂവരും ചിട്ടപോലെ അഭിനയിക്കുകയും ചെയ്തുവത്രെ. 'നിങ്ങളിൽ രണ്ടാമൻ ഇവിടെ നില്ക്കട്ടെ. മറ്റു രണ്ടുപേർക്കും തിരിച്ചുപോകാം. രണ്ടാമൻ അഭിനയിച്ചപ്പോൾ ലങ്കയ്ക്കു ഒരു കുടിലിന്റെ ഛായയൊക്കെ തോന്നി. എന്ന് അഭിപ്രായപ്പെട്ടു എന്നുമാണ് കേൾവി. മറ്റു രണ്ടുപേരുടെയും അഭിനയത്തിൽ അതുപോലും തോന്നിയില്ല എന്നു സാരം. (വിലവട്ടത്ത് രാവുണ്ണിനമ്പ്യാർ, ചാത്തക്കുടം കൃഷ്ണൻ നമ്പ്യാർ എന്നിവർ പറഞ്ഞു കേട്ടിട്ടുള്ളത്)

(ii) വൃശ്ചികമാസത്തിലെ രോഹിണി നക്ഷത്രത്തിൽ കാളിയാങ്കം ആടുന്ന നങ്ങ്യാർ കൊടുക്കുന്ന പ്രതിഫലത്തെപ്പറ്റിയും മറ്റും (1027 എ ഡി)

(iii) ശ്രീഹർഷന്റെ *നാഗാനന്ദ*ത്തിൽ ഗരുഡൻ പ്രവേശിക്കുന്നുണ്ട്. ഇവിടെ 'പറക്കൽ' അഭിനയിക്കാറുണ്ടത്രെ. *തപതീസംവരണം* നാടകത്തിൽ നായികയായ തപതി നദിയിലൂടെ ഒഴുകി വരുന്ന രംഗമുണ്ട്. ഈ രണ്ട് രംഗങ്ങളും അഭിനയിക്കുക ദുഷ്കരമാണെന്നാണ് കേൾവി.

(iv) നാട്യനിപുണയായിരുന്ന ഒരു നങ്ങ്യാരെ അവരുടെ അഭിനയപാടവം കണ്ട് കുലശേഖരൻ വിവാഹം ചെയ്തു എന്നും തുടർന്നു നങ്ങ്യാരുകൂത്തിന്റെ ഉല്പത്തിയും. 'നങ്ങ്യാരുകൂത്ത്' എന്ന ഭാഗം നോക്കുക.

(v) ക്രി പി പതിനാലാം ശതകത്തിൽ എഴുതപ്പെട്ട *ഉണ്ണുനീലി സന്ദേശ*

ത്തിൽ ഇങ്ങനെ ഒരു പരാമർശമുണ്ട്. 'നാം ഇരുവരും അന്നൊരിക്കൽ തളിയിൽ കൂത്തു കണ്ടല്ലോ. അന്ന് തപതിയുടെ വേഷം കെട്ടിയ നങ്ങ്യാർ പ്രാകൃതം പറഞ്ഞ് എന്നെ നോക്കിയപ്പോൾ എനിക്ക് ആ അന്യസ്ത്രീയുമായി സംഗമുണ്ടെന്ന് ശങ്കിച്ച് നീ പിണങ്ങിപ്പോയല്ലോ.' എന്ന് നായകൻ ഉണ്ണുനീലിയോട് പറയുന്നുണ്ട്. (മാർഗ്ഗി സൊവനീർ 1975)

(vi) 984 ൽ വെള്ളാരപ്പള്ളിയിൽ വച്ച് തീപ്പെട്ട തിരുമനസ്സിന്റെ കാലത്ത് കപ്ലിങ്ങാട് നമ്പൂതിരിയുടെ ശിഷ്യൻ ഇട്ടിരിപ്പണിക്കർ കൊട്ടാരത്തിൽ (കൊച്ചി രാജകുടുംബം) വരുകയും അവിടുത്തെ കളിയിൽ വേഷം കെട്ടുകയും ഉണ്ടായിട്ടുണ്ട്. അന്ന് ഒരു ദിവസം ദശമുഖന്റെ വേഷം കഴിഞ്ഞപ്പോൾ 'ഒക്കെ നന്നായില്യേ' എന്ന് പ്രസിദ്ധ നടിയും, അവിടുത്തെ നേത്യാരും ആയ നങ്ങ്യാരമ്മയോട് അരുളിചെയ്ത് ചോദിച്ചപ്പോൾ "തരക്കേടില്ല. പക്ഷേ, വൈശ്രവണൻ പുഷ്പകവിമാനത്തിൽ കയറിപ്പോയത് തട്ടിൻപുറത്തു കൂടി ആയിപ്പോയി" എന്നു പറയുകയും ഇട്ടീരിപ്പണിക്കർ കൂടിയുള്ളപ്പോൾ അവർ ആ ഭാഗം നടിച്ച് അനുഭവപ്പെടുത്തിക്കൊടുക്കുകയും ചെയ്തു. (കെ പി എസ് മേനോൻ. *കഥകളി രംഗം*, പേജ് നം. 143 പാരഗ്രാഫ്)

(vii) അമ്മന്നൂർ കുടുംബത്തിൽ കുലത്തൊഴിൽ പഠിപ്പിക്കാൻ ആളില്ലാതെ വന്ന ഒരു കാലത്ത് അവിടുത്തെ ഒരു ചാക്യാർ അഭിനയത്തിലുള്ള താല്പര്യം കൊണ്ട് പറവൂരുകാർ സംഘടിപ്പിച്ച നാടകത്തിൽ അഭിനയിക്കാൻ പോയി എന്നും, അതു കാണാനിടവന്ന തിരുവിതാംകൂർ രാമവർമ്മ മഹാരാജാവ്, ചാക്യാർക്ക് ചെങ്ങന്നൂരുള്ള പ്രസിദ്ധമായ ഒരു നങ്ങ്യാരമ്മയുടെ അടുത്ത് പരിശീലനത്തിനുള്ള ഏർപ്പാടുകൾ ചെയ്തുകൊടുത്തു എന്നുമാണ് കേൾവി. പിന്നീട് അമ്മന്നൂർ വലിയ പരമേശ്വര ചാക്യാർ എന്നു പ്രസിദ്ധനായ അദ്ദേഹം കൊല്ലവർഷം 993 ൽ 80-ാം വയസ്സിൽ അന്തരിച്ചു. (മാർഗ്ഗി സൊവനീർ 1975, *ആട്ടത്തിന്റെ വഴിയടയാളങ്ങൾ* - ശ്രീ മാർഗ്ഗി മധു)

3. *സംസ്കൃത നാടക സാഹിത്യത്തിലെ പഞ്ചകന്യാസങ്കല്പം.* വിവരങ്ങൾക്ക് കടപ്പാട്: ഡോ. മുത്തുലക്ഷ്മി.

4. സ്വന്തം ഭർത്താവിന്റെ രൂപത്തിൽ സന്നിഹിതനായ ദേവേന്ദ്രനാൽ കബളിപ്പിക്കപ്പെട്ട അഹല്യാദേവി, മദ്ധ്യമപാണ്ഡവനായ അർജ്ജുനനെ കാമിച്ച് പാണ്ഡവന്മാർ അഞ്ചുപേരുടെയും ഭാര്യയായി കഴിയേണ്ടി വന്ന പാഞ്ചാലി, ശിവരേതസ്സിനെ വഹിക്കേണ്ടിവന്ന മധുര എന്ന മണ്ഡോദരി, ജ്യേഷ്ഠാനുജന്മാരുടെ ഭാര്യയാകേണ്ട ഗതി വന്ന താര, സന്തത്യർത്ഥം നാലു ദേവന്മാരെ പ്രാപിക്കേണ്ടി വന്ന പാണ്ഡുപത്നിയായ കുന്തീദേവി എന്നിവരെ സംബന്ധിച്ച പ്രസ്തുത കഥകൾ പ്രസിദ്ധമാണല്ലോ.

5. അഹല്യ - ഗൗതമപത്നി

(a) ബ്രഹ്മാവ് ആദ്യം സൃഷ്ടിച്ച സ്ത്രീ, ഒരപ്സരസ്സ് (ഹരിവംശം)

(b) പുരുവംശത്തിലെ ഒരു രാജകന്യ, പഞ്ചാശന്റെ പുത്രി. ബാലിസുഗ്രീവന്മാരുടെ വളർത്തമ്മ.
(1. പുരാണിക് എൻസൈക്ലോപീഡിയ- വെട്ടം മാണി. 2. ശബ്ദതാരാവലി) കുന്തി - പാണ്ഡുപത്നി. യാദവരാജാവായ ശൂരന്റെ മകൾ, കുന്തിഭോജന്റെ ദത്തുപുത്രി (ശബ്ദതാരാവലി)

6. സീത = എനാമുദ്ദിശ്യ (ശ്വശ്രൂശുരശുശ്രൂഷാം) ദേവതാനാം പ്രണാമഃക്രിയതെ.

7. 'എല്ലാം' എന്ന് പൊതുവായി സൂചിപ്പിച്ചതാണ് സീതയും ദ്രൗപദിയും അതിനുമുമ്പും പുറപ്പെട്ടിട്ടില്ല.

സ്ത്രീത്വത്തിന്റെ ആവിഷ്കാരങ്ങൾ

ഡോ. സി ആർ രാജഗോപാൽ

ഏറ്റവും സജീവമായ ഒരു കലാരൂപമെന്ന നിലയ്ക്ക് നാടകവേദിയിലാണ് ആവിഷ്കാരങ്ങളുടെ പോരാട്ടമുണ്ടായിട്ടുള്ളത്. നവമാധ്യമങ്ങൾ കടന്നുവരുന്നതിനു മുമ്പുതന്നെ ദേശീയമായ ഒട്ടേറെ ദൃശ്യകലാരൂപങ്ങളിൽ സ്ത്രീത്വകലയുടെ ആദിരൂപങ്ങളുണ്ടായിരുന്നു. ഗോത്രവർഗ്ഗ-നാടോടി ജീവികയിൽ എന്നെന്നും സ്ത്രീക്ക് പങ്കാളിത്തമുണ്ടായിരുന്നതിന്റെ കരുത്തിൽനിന്നും സർഗ്ഗാത്മകതയിൽനിന്നുമാണ് അത്തരം കലാരൂപങ്ങൾ ജന്മമെടുത്തിട്ടുള്ളത്. നാടൻ മിത്തുകളുടെ മണ്ണുറപ്പിൽ ആടിയും പാടിയും പറഞ്ഞും കളിക്കുവാൻ വേറെയും പ്രചോദനങ്ങളുണ്ടായിരുന്നു. എന്നെന്നും ആവാസവ്യവസ്ഥയുടെ ഭാഗമായിരുന്നു സ്ത്രീ-പുരുഷ കർമ്മജീവിതം. അതാതു താഴ്വരകളുടെ ഋതുസംക്രമണങ്ങൾക്കിടയിലൂടെ കടന്നുപോകുന്ന ജൈവവാഴ്വുകൾ ആർജ്ജിച്ചെടുത്തത് പ്രകൃതിയുടെ താളങ്ങളും ദേശസൗന്ദര്യബോധവുമാണ്. അതാകട്ടെ ഉർവ്വരതയുടേയും അമ്മദൈവാരാധനയുടെയും നാട്ടുപുരാവൃത്തങ്ങളുടെയും ലോകമായിരുന്നു. മാർഗ്ഗിയും ദേശിയുമായി ഇന്ത്യയിലെ വിവിധ സംസ്ഥാനങ്ങളിൽ കാണപ്പെടുന്ന സ്ത്രീനൃത്തങ്ങളുടെ അകപ്പൊരുളും പുറപ്പൊരുളും ഇതാണ് വ്യക്തമാക്കുന്നത്. 'നാട്ടുജീവിതത്തിന്റെ കർമ്മകാണ്ഡം ഞങ്ങളുടെ ശരീരത്തെ ചലിപ്പിക്കുന്നു. താങ്ങും തണലും നല്കുന്ന മണ്ണമ്മ പ്രചോദിപ്പിക്കുന്നു.' ഇതാണ് സ്ത്രീനാട്ടുകലയുടെ ഉരിപ്പൊരുളും കരുപ്പൊരുളും.

ഇന്ത്യയിലെ പ്രാദേശിക കലാരൂപങ്ങളിൽ സ്ത്രീപങ്കാളിത്തത്തിന്റെ സാന്നിദ്ധ്യമുണ്ടായിരുന്നു. ഭരതനാട്യം, മോഹിനിയാട്ടം, ബിഹുനൃത്തം, കുച്ചിപ്പുടി, ഒഡീസി, മണിപ്പൂരി, തിരുവാതിരക്കളി തുടങ്ങി ക്രോഡീകൃത നൃത്തങ്ങളിലും തമാശ, ഭവായ്, ചാവു, ജാത്ര, കട്ടൈക്കൂത്ത്, തെരുക്കൂത്ത്, യക്ഷഗാനം, ബയലാട്ടം, കഥകളി, കൃഷ്ണനാട്ടം, പൊറാട്ടുനാടകം,

കാക്കാരിശ്ശി, വീഥീനാടകം തുടങ്ങിയ രംഗങ്ങളിൽ അത്ര സജീവമല്ലെങ്കിലും സ്ത്രീപങ്കാളിത്തം ഉണ്ടായിരുന്നു. കൂടിയാട്ടത്തിലാകട്ടെ നങ്ങ്യാർമാർ തന്നെയാണ് സുഭദ്ര, താര തുടങ്ങിയ സ്ത്രീവേഷങ്ങൾ അഭിനയിച്ചിരുന്നത്. അതിൽനിന്ന് കല്പലതിക എന്ന തോഴിയുടെ കഥ പറയുന്ന സാത്വികാഭിനയം നിറഞ്ഞ ഏകാഹാര്യാഭിനയരൂപമായ നങ്ങ്യാർകൂത്ത് ജന്മമെടുത്തു. സ്ത്രീയുടെ കണ്ണിലൂടെ പുരാവൃത്തവും പരിസരവും നോക്കിക്കാണുന്ന അവതരണബലതന്ത്രങ്ങൾ നിറഞ്ഞ സ്ത്രീത്വകലയാണ് നങ്ങ്യാർകൂത്ത്. സ്ത്രീകൾ മാറുമറച്ചുകൊണ്ട് അരങ്ങിൽ വരികയും സഭ്യവല്ക്കൃത സദസ്സിനു മുൻപിൽ ആടുകയും ചെയ്തിരുന്നുവെന്നത് ചരിത്രസത്യമാണ്.

നടാങ്കുശക്കാരൻ ഈ അവതരണത്തെ വിമർശിക്കുന്നത് പുരുഷാധിപത്യവീക്ഷണത്തിൽ നിന്നുകൊണ്ടാണ്. സ്ത്രീകൾ അടുക്കളയിൽ നിന്നും അരങ്ങിലെത്തിയിരുന്നു. അഷ്ടപദിയാട്ടം, മോഹിനിയാട്ടം തിരുവാതിരക്കളി, കൈകൊട്ടിക്കളി, ചോടുകളി, മുടിയാട്ടം, ആദിവാസി നൃത്തങ്ങൾ ഇവയെല്ലാം സ്ത്രീത്വാവിഷ്കരണത്തിന്റെ നിലപാടുകൾ നിറഞ്ഞതാണ്. മുദ്രാഭിനയത്തേക്കാളും സ്തോഭാഭിനയത്തേക്കാളും ചുവടുകൾക്കും കൈകൾക്കും ശരീരത്തിനാകെത്തന്നെയും പ്രാധാന്യമുള്ള ശരീരാഭിനയങ്ങൾ അദ്ധ്വാനിക്കുന്ന ജനതയുടെ സ്വാതന്ത്ര്യപ്രകടനങ്ങളായിരുന്നു. പൂരക്കളി ഒരു കാലത്ത് സ്ത്രീകളുടെ മാത്രം നൃത്തകലയായിരുന്നുവെന്നും പിന്നീട് സ്ത്രീകളുടെ സ്ഥാനം പിന്നാമ്പുറങ്ങളിലായപ്പോൾ പുരുഷന്മാരുടെ ചടുലനൃത്തകലയായി അത് മാറിയെന്നും രംഗാവതരണ ചരിത്രം പറയുന്നു. മലബാറിൽത്തന്നെ അപൂർവ്വമായി അവതരിപ്പിക്കുന്ന ഒരു സ്ത്രീത്തെയ്യമാണ് മലയിക്കൂത്ത്. സ്ത്രീകൾ നേരിട്ട് തെയ്യം അവതരിപ്പിക്കുന്നില്ലെങ്കിലും അനുഷ്ഠാനത്തിൽ ഓരോ ഘട്ടത്തിലും സ്ത്രീപങ്കാളിത്തം പ്രകടമാണ്. പൊട്ടൻതെയ്യത്തിൽ പുലച്ചാമുണ്ഡിത്തോറ്റം സ്ത്രീകൾ ആവേശകരമായി അവതരിപ്പിച്ചിരുന്നുവെന്ന് തെയ്യക്കാർ തന്നെ പറയുന്നുണ്ട്. നാടോടിജീവികയിൽ സ്ത്രീയുടെ സാന്നിദ്ധ്യം രേഖപ്പെടുത്തുന്ന കലാരൂപങ്ങളിൽ പ്രധാനപ്പെട്ട ഒന്നാണ് പുള്ളുവൻപാട്ട്. പുള്ളുവക്കുടം വായിച്ചുകൊണ്ട് നാഗങ്ങളുടെ ഉല്പത്തി പുരാവൃത്തങ്ങൾ പാടുന്ന സ്ത്രീയുടെ വംശീയസംഗീതപ്പൊരുൾ ഗ്രാമങ്ങളിൽ നിറഞ്ഞു നിന്നു.

സ്ത്രീക്കും പുരുഷനും തുല്യതയുണ്ടായിരുന്ന ഒരു കാലഘട്ടത്തിന്റെ ആവിഷ്കരണമെന്ന നിലയിൽ തെക്കേ ഇന്ത്യയിൽ ധാരാളം ദൃശ്യകലകൾ ഉണ്ടായിരുന്നു. ഇത് സംഘകാലദൃശ്യകലകളുടെ തുടർച്ചയാണ്. കണ്ണകി പുരാവൃത്തത്തെ കേന്ദ്രീകരിച്ചുകൊണ്ടാണ് ഈ നൃത്തകലകളുടെ അരങ്ങേറ്റമുണ്ടായത്. ശാലിനിയുടെ നൃത്തം, കുമരിക്കോലം, വേലൻവെറിയാട്ട്, കുരവക്കൂത്ത്, പലതരം കൂത്തുകൾ എന്നിവയിലെല്ലാം സ്ത്രീകൾക്ക് പങ്കാളിത്തമുണ്ടായിരുന്നതായി സംഘകാല പുണർകൂടൽ കലകൾ തെളിവു നല്കുന്നു. ശക്തി-പുരുഷ ദ്വന്ദ്വപരികല്പനകളുടെ രൂപ

ത്തിൽ കുറവൻ-കുറത്തി എന്ന ആദിമരൂപം ഇവിടെയൊക്കെ കാണാം. ഊരുചുറ്റി കഥകൾ പറയുന്ന, പാട്ടുകൾ പാടുന്ന, നാടകം കളിക്കുന്ന നിരവധി ഇരുവർ നൃത്തങ്ങൾ ഗ്രാമങ്ങളിലുണ്ടായിരുന്നു. പാണസമുദായക്കാരുടെ കുറത്തിക്കളി പെൺകുട്ടികൾ അവതരിപ്പിക്കുന്നതാണ്. തഞ്ചാൻമലയുടെ നടുവിൽ പുനംകൃഷി നടത്തിയിരുന്ന കാലവും തുടർന്നുള്ള പ്രാചീനജീവിതാന്തരീക്ഷവും ആരാധനയും അടങ്ങിയതാണ് കുറത്തിക്കളി. മണ്ണാൻ-മണ്ണാത്തി, തൊട്ട്യാൻ-തൊട്ടിച്ചി, ചക്ലിയൻ-ചക്ലിയത്തി തുടങ്ങിയ ദ്വന്ദ്വങ്ങളിലൂടെ ഗ്രാമീണജീവിതത്തെ അവതരിപ്പിക്കുന്ന പൊറാട്ടുനാടകവും കണ്യാർകളിയിലെ കൂട്ടപ്പൊറാട്ടും ഇരട്ടപ്പൊറാട്ടും തൃശൂർ ജില്ലയിൽ അവതരിപ്പിക്കുന്ന കുറത്തിയാട്ടവും തെക്കൻ ജില്ലകളിലുള്ള കാക്കിരിശ്ശി നാടകവും സ്ത്രീത്വത്തിന്റെ ആശയങ്ങളെ കളിരസരൂപത്തിൽ നാട്ടരങ്ങിലും കാവരങ്ങിലും അവതരിപ്പിച്ചുപോന്നു.

പുരുഷന്മാർ തന്മയത്വത്തോടെ ഭംഗിയായി സ്ത്രീസ്വത്വത്തെ അരങ്ങിൽ കൊണ്ടുവന്നു. പണിയാള ജീവിതത്തിന്റെ നൊമ്പരങ്ങളും കഷ്ടപ്പാടുകളും യഥാർത്ഥ ചിത്രീകരണവും നാട്ടുസദസ്സിൽ കൊണ്ടുവരുന്നു എന്നതാണ് പൊറാട്ടു നാടകത്തിന്റെ പ്രത്യേകത. ഇന്ന് കുറത്തിയാട്ടത്തിലും കാക്കാരിശ്ശി നാടകത്തിലും സ്ത്രീവേഷം സ്ത്രീകൾ തന്നെ അഭിനയിച്ചുവരുന്നു. അരങ്ങിലേക്ക് വരാൻ സ്ത്രീകൾക്ക് ധൈര്യമുണ്ടായിരിക്കുന്നു. പൊതുവേദികളിലും അക്കാദമിക് രംഗാവതരണങ്ങളിലും സ്ത്രീസാന്നിദ്ധ്യം പ്രകടമാണ്. ഇതുപോലെ തൊണ്ണൂറുകൾക്കുശേഷം അരങ്ങിലേക്ക് സജീവമായി കടന്നുവന്ന പണിയാള-അടിയാള കൂട്ടായ്മയുടെ ശക്തമായ ദൃശ്യകലയായിരുന്നു മുടിയാട്ടം. മുടിവീശിക്കളി, തലയാട്ടം എന്നീ പേരുകളുള്ള മുടിയാട്ടത്തിന്റെ പുനർജ്ജനി നാട്ടറിവുപാട്ടു സംഘങ്ങളോടൊപ്പമാണുണ്ടായത്. നാടൻപാട്ടുസംഘങ്ങൾ പലതും എടുത്തുപയോഗിച്ചിരുന്നത് അമ്മമാരുടെ, കാരണവോത്തിമാരുടെ പാരമ്പര്യമായ പാട്ടുകളായിരുന്നു. കാവുകളിലും പതികളിലും കാരണവത്തറകളിലും കൊടുങ്ങല്ലൂരിലും മാത്രം അവതരിപ്പിച്ചിരുന്ന മുടിയാട്ടത്തിന് ഒരു സ്ത്രീനൃത്തകലാരൂപമെന്ന നിലയിലുള്ള അംഗീകാരം ലഭിച്ചത് കേരളത്തിലെ നാടൻകലകളുടെ പുനരുജ്ജീവനകാലത്തായിരുന്നു. ജനകീയാസൂത്രണത്തിന്റെയും നാട്ടറിവുപാട്ടുകളുടെ രംഗാവതരണത്തിന്റെയും പൊതുവേദികളിലും നാട്ടുത്സവങ്ങളിലും മുടിവീശി പെണ്ണുങ്ങൾ വന്നു.

സ്ത്രീത്വത്തിന്റെ ഇത്തരം പ്രാചീന സാന്നിദ്ധ്യത്തെ കണ്ടെത്തി അതിന്റെ നാട്ടുസൗന്ദര്യതലത്തേയും സാമൂഹ്യശാസ്ത്രത്തെയും വിലയിരുത്തുന്നതിൽ സ്ത്രീപക്ഷപാതികൾ പരാജയപ്പെടുകയാണുണ്ടായത്. ഗ്രാമസദസ്സുകളെ മുഴുവൻ ചലിപ്പിച്ച ഈ പെൺനൃത്തം പിന്നീട് സിനിമകളിലും നവമാധ്യമങ്ങളിലും ധാരാളമായി ഉപയോഗപ്പെടുത്തി. കേരളത്തിന്റെ ഐശ്വര്യപൂർണ്ണമായ സ്ത്രീത്വകല മുടിയാട്ടമാണെന്ന് നാം തിരിച്ചറിയേണ്ടിയിരിക്കുന്നു. പുരുഷന്മാരുടെ തുടികൊട്ടിനും ചെണ്ടകൊട്ടിനുമൊപ്പം വലത്തെ ചുവടെടുത്തുവച്ചുകൊണ്ട് അമ്മമാർ മുടിയാടിക്കളിച്ചത് ദേശ

സംസ്കാരത്തിന്റെ വളർച്ചയ്ക്കുവേണ്ടിയായിരുന്നു. കണ്ണിക്കാലുറയ്ക്കാനും മുലവളരാനും, മുടിവളരാനും ഉറച്ച ശരീരമുണ്ടാകുന്നതിനും വേണ്ടിയുള്ള ഈ അദ്ധ്വാനകലയുടെ നൃത്തശാസ്ത്രവും സംവിധാന ഭംഗിയും കൂടുതൽ പഠിക്കേണ്ടതുണ്ട്. ഇന്ന് ആധുനികനർത്തകർ പുള്ളുവപ്പാട്ടിലെ പിണിയാൾ ആട്ടവും മുടിയാട്ടവും കൈകൊട്ടിക്കളിയുടെ ശരീരഭാഷയും മറ്റും ഉപയോഗിച്ചുകൊണ്ട് ആധുനിക അരങ്ങിനു യോജിച്ച ദൃശ്യാവിഷ്കാരങ്ങൾ കൊണ്ടുവരാൻ ശ്രമിക്കുന്നുണ്ട്. സ്ത്രീകൾ തന്നെയാണ് ഈ പരീക്ഷണങ്ങളിലേർപ്പെട്ടിരിക്കുന്നത്. എന്നാൽ മദ്രാസ്, കല്ക്കത്ത, ബോംബെ തുടങ്ങിയ നഗരങ്ങളിൽ ഉണ്ടായതുപോലെയുള്ള സ്ത്രീസാന്നിദ്ധ്യത്തിന്റെ നവഅരങ്ങുകൾ സൃഷ്ടിക്കാൻ കേരളത്തിലാരും ഉണ്ടായില്ല. മോഹിനിയാട്ടത്തിന്റെ പരിഷ്കരണത്തെ മറന്നുകൊണ്ടല്ല ഇതു പറയുന്നത്.

സ്വാതന്ത്ര്യകാല-നവോത്ഥാനകാലത്ത് കല്ക്കത്തയിലെ അരങ്ങുകളിൽ സ്ത്രീത്വത്തിന്റെ മഹനീയമായ സാന്നിദ്ധ്യമുണ്ടായിരുന്നു. രവീന്ദ്രനാഥ ടാഗോറിന്റെ കലാവിഷ്കരണങ്ങളിൽ പ്രധാനമായ രവീന്ദ്രസംഗീതം ഉപയോഗിച്ചുള്ള സ്ത്രീനൃത്തങ്ങൾ കഴിഞ്ഞ നൂറ്റാണ്ടിന്റെ ആരംഭത്തിൽ ബംഗാളിലുണ്ടായിരുന്നു. സ്ത്രീകൾ തന്നെയാണ് രവീന്ദ്രസംഗീതം നൃത്തത്തിന്റെ കൊറിയോഗ്രാഫി ചെയ്തത്. സാധാരണക്കാരായ സ്ത്രീകളും പെൺകുട്ടികളുമാണ് ഈ നൃത്തങ്ങളിൽ പങ്കെടുത്തിരുന്നത്. ഒരു ജനപ്രിയ നൃത്തരൂപമെന്ന നിലയിൽ ഇത് കലാസദസ്സുകളിലും ഉത്സവവേളകളിലും ഗൃഹസദസ്സുകളിലും ആവേശകരമായി അരങ്ങേറി; അത്രകണ്ട് വശ്യമായിരുന്നു രവീന്ദ്രസംഗീതത്തിന്റെ അവതരണം. പല പാട്ടുകളും ഭൂമിഗീതങ്ങളായിരുന്നു. പ്രകൃതിയെപ്പറ്റിയുള്ള പാട്ടുകൾ സ്ത്രീകൾ പാടി.

ഭരതമുനിയുടെ *നാട്യശാസ്ത്ര*ത്തിൽ തന്നെ അരങ്ങിലെ സ്ത്രീപങ്കാളിത്തത്തിന്റെ പ്രാധാന്യം എടുത്തുപറഞ്ഞിട്ടുണ്ട്. ഭരതന്റെ നൂറുമക്കൾക്കു പുറമെ സ്ത്രീകഥാപാത്രങ്ങളായി അപ്സരസ്സുകളാണ് അഭിനയിക്കുവാൻ തയ്യാറായി വന്നത്. സവർണ്ണരും അവർണ്ണരും അടക്കം എല്ലാവർക്കും ഒരുമിച്ചിരുന്ന് കാണാനും കേൾക്കാനും കഴിയുന്ന ഒരു ക്രീഡനീയക തിയേറ്റർ രൂപത്തിന്റെ ആവശ്യകത ഊന്നിപ്പറയുന്നതാണ് നാട്യോല്പത്തിക്കഥ. സ്ത്രീ അഭിനയസങ്കേതമായ 'കൈശികീവൃത്തി'യെപ്പറ്റി നാട്യാചാര്യന്മാർ എടുത്തുപറയുന്നുണ്ട്. അതുപോലെ ലാസ്യനൃത്തത്തിന്റെ പ്രാധാന്യത്തെപ്പറ്റിയും. ദളിതരെ മോശമായി ചിത്രീകരിക്കുന്ന *അസുരനിഗ്രഹം* എന്ന നാടകം ഇടയ്ക്കുവച്ച് തല്ലിക്കൂടിപ്പിരിഞ്ഞു. അസുരന്മാർ നാടകവേദി തകർത്തുകളഞ്ഞു. പിന്നീട് വഴക്കുകൂടിപ്പിരിഞ്ഞ അസുരന്മാരെ അനുനയിപ്പിച്ച് കൊണ്ടുവന്നാണ് തുല്യപ്രാധാന്യമുള്ള *പാലാഴിമഥനം* എന്ന നാടകം കളിച്ചത്. ഈ നാട്യോല്പത്തി പുരാവൃത്തം സൂചിപ്പിക്കുന്നത് നാടകവേദിയിലെ ജനകീയകൂട്ടായ്മയുടെ പ്രാധാന്യത്തെയാണ്.

ഫോക്കലകളിൽ നിന്ന് പ്രചോദനം ഉൾക്കൊണ്ടുകൊണ്ട് ആധുനിക അരങ്ങുണ്ടാക്കുവാൻ ഇരുപതാം നൂറ്റാണ്ടിന്റെ ആരംഭത്തിൽ നാടകകൃ

ത്തുക്കളും നടന്മാരും നടിമാരും സംവിധായകരും ശ്രമിച്ചിട്ടുണ്ട്. ഇവിടെ ചിമൻലാൽ നായ്ക്കിന്റെ നാമം ഓർക്കേണ്ടതാണ്. ഗുജറാത്തിലെ ഭവായ് തിയേറ്ററിൽ സ്ത്രീവേഷം കെട്ടിയാണ് ചിമൻലാൽ രംഗത്തുവന്നത്. 1870 ബ്രിട്ടീഷ് ആധിപത്യകാലത്ത് ബംഗാളിൽ ഇന്റോർ പ്രൊസീനിയം സങ്കല്പത്തിലുള്ള ഇംഗ്ലീഷ് നാടകാവിഷ്കാരങ്ങൾ നടന്നിരുന്നു. ഉന്നതകുലജാതർ മാത്രം പങ്കാളികളായ ഇത്തരം നാടകവേദിയിൽ സ്ത്രീകൾക്ക് വലിയ പങ്കൊന്നുമുണ്ടായിരുന്നില്ല. 1900 ൽ ഇന്ത്യൻ തിയറ്റർ കമ്പനികളുടെ നാടകങ്ങളിൽ പതിതകുലങ്ങളിലെ സ്ത്രീകളാണ് ഇംഗ്ലീഷ് നാടകങ്ങളിൽ സ്ത്രീവേഷം കെട്ടിയിരുന്നതത്രെ. ജയശങ്കർ 'സുന്ദരി' (ഗുജറാത്ത്), ബാലഗന്ധർവ്വ (മഹാരാഷ്ട്ര) എന്നിവർ അക്കാലത്തെ സ്ത്രീവേഷം കെട്ടുന്ന നടന്മാരായിരുന്നു. ഉപാസന നടത്തുന്ന ദേവദാസികൾ, കൊട്ടാരം നർത്തകികൾ എന്ന സ്ഥാനമാണ് അക്കാലത്ത് സ്ത്രീനർത്തകർക്കുണ്ടായിരുന്നത്. അതിനപ്പുറമുള്ള പൊതുസമൂഹത്തിലെ കലാമാന്യത സ്ത്രീജനങ്ങൾക്കുണ്ടായിരുന്നില്ല. പാട്ടുപാടി ജീവിക്കാൻ വേണ്ടിയാണ് സ്ത്രീകൾ രംഗത്തുവരുന്നത്. ഒന്നുകിൽ തിയേറ്റർ മാനേജരെ വിവാഹം കഴിക്കണം. അല്ലെങ്കിൽ സംവിധായകരുടെ മിസ്ട്രസ് ആയി ഇരിക്കാം എന്ന് അഞ്ജും കാത്യാൽ, പ്രൊമിത ബാനർജി എന്നിവർ പറയുന്നു.

പിന്നീട് നഗരത്തിലെ വിദ്യാസമ്പന്നരായ സ്ത്രീകൾ അരങ്ങിലേക്ക് കാലെടുത്തു വയ്ക്കുന്നതായി കാണാം. അമേച്വർ രംഗവേദി രൂപപ്പെടുന്ന കാലമായിരുന്നു അത്. സമകാലിക സാമൂഹ്യജീവിതത്തിന്റെ പ്രമേയങ്ങൾ നാടകവേദിയിൽ പ്രത്യക്ഷപ്പെട്ട ഇക്കാലത്ത് പല സ്ത്രീകളും നാടകവേദിയിലേക്ക് കടന്നുവന്നതായി അഞ്ജുംകാത്യാൽ എന്ന നാടകപ്രവർത്തക പറയുന്നുണ്ട്. അക്കാലത്ത് തന്നെ നടിയും എഴുത്തുകാരിയുമായ ഷീലാ ഭാട്യ (ഡൽഹി) സ്ത്രീകളുടെ ഫോക് ഓപ്പറയും മോഡേൺ ഓപ്പറയും അവതരിപ്പിച്ചു വന്നു. മോഡേൺ ഓപ്പറ സ്ത്രീരംഗാവതരണത്തോടെയാണുണ്ടായത്. 'സ്ത്രീത്വത്തെപ്പറ്റിയുള്ള പാട്ടുകൾ അതിമനോഹരമായി അവർ ഓപ്പറകളിൽ അവതരിപ്പിച്ചുവന്നു. എന്തുകൊണ്ട് സ്ത്രീകൾ അടിച്ചമർത്തപ്പെടുന്നു എന്ന ചോദ്യമാണ് അവർ ഉന്നയിച്ചത്. ഒരു ഭാഗത്ത് ദേവി സങ്കല്പത്തെ ആരാധിക്കുന്ന ഈ സമൂഹം തന്നെ സ്ത്രീത്വത്തെ ചവിട്ടിമെതിക്കുന്നതെന്തുകൊണ്ട് എന്ന് അവർ ഈ പാട്ടുകളിലൂടെ ചോദിക്കുന്നു. ജനങ്ങളോട് സംവദിക്കാനുള്ള ശക്തമായ ഒരു മാധ്യമമാണ് സംഗീതവും നാടോടിജനകീയ ഗാനങ്ങളുമെന്ന് തിരിച്ചറിഞ്ഞ ഒരു നടിയായിരുന്നു ഷീല ഭാട്യ. 'ഹേ ഹേ... ഹാ.. ഫുല്ലേ ഫുല്ലേ ഫൂലാരേ..' എന്ന പാട്ട് ജനകീയഗാനമായി ജനങ്ങളുടെ ഹൃദയത്തിൽ അലതല്ലി. സംഗീതത്തിന്റെ വശ്യത 'സംവേദനത്തിനുവേണ്ടി ഉപയോഗിക്കണം. ചുറ്റുപാടുകളാണ് സംസ്കാരത്തെ നിയന്ത്രിക്കുന്നത് എന്നതുകൊണ്ട് സാമൂഹ്യജീവിതത്തിന്റെ പ്രശ്നങ്ങൾ നൃത്തസംഗീതനാടകങ്ങളിൽ അവതരിപ്പിച്ചു. തീക്ഷ്ണമായ സാമൂഹ്യ യാഥാർത്ഥ്യങ്ങളോട് ഏറ്റുമുട്ടുവാനും പ്രതികരിക്കുവാനും സ്ത്രീനാടകരംഗത്ത് സ്ത്രീകൾ തന്നെ മുന്നോട്ടുവന്നു.

സ്ത്രീക്കുമാത്രമേ സ്ത്രീയാഥാർത്ഥ്യങ്ങൾ അവതരിപ്പിക്കുവാൻ കഴിയൂ എന്ന ബോധത്തിൽനിന്നാണ് ഇന്ത്യയിൽ സ്ത്രീനാടകവേദി ഉണർന്നെഴുന്നേറ്റത് എന്ന് പലരും അറിയപ്പെടാതെ പോയി. ഇന്ത്യയിലെ സ്ത്രീ നാടകവേദിയുടെ ചരിത്രം നിർമ്മിക്കാനും അത് ഒരു ഡോക്യുമെന്ററിയായി അവതരിപ്പിക്കുവാനും ജീവിച്ചിരിക്കുന്ന കലാകാരികളുമായി അഭിമുഖം നടത്തുവാനും തയ്യാറായവരാണ് അമേരിക്കയിൽ കാലിഫോർണിയയിലെ പുമോല കോളേജിലെ നാടകവിഭാഗം പ്രൊഫസറായ ബെറ്റി ബർണാഡും ഗുജറാത്തിലെ ദർപ്പണ നാടകവിഭാഗം അക്കാദമി ഓഫ് പെർഫോമിങ് ആർട്ടിലെ കൈലാസ് പാണ്ഡ്യയും. കടുത്ത യാഥാർത്ഥ്യങ്ങൾ നേരിട്ട 1942 ലെ ക്വിറ്റ് ഇന്ത്യാസമരകാലത്തും 42 ലെ ബംഗാൾ ക്ഷാമകാലത്തുമാണ് ശക്തമായ സ്ത്രീത്വാവിഷ്കാരങ്ങൾ ഉണ്ടായത്. ഇടതുപക്ഷ നേതൃത്വത്തിലെ ഇപ്റ്റ (IPTA) യുടെ നേതൃത്വത്തിലുള്ള പൊളിറ്റിക്കൽ തിയേറ്റർ എന്ന ആശയം രൂപപ്പെട്ടത് ഇക്കാലത്താണ്. പത്രപ്രവർത്തകയായ പ്രൊമിത ബാനർജി പറയുന്നു: 'സാമൂഹ്യയാഥാർത്ഥ്യങ്ങൾ അവതരിപ്പിക്കുന്നതുകൊണ്ട് ഒരർത്ഥത്തിൽ എല്ലാം രാഷ്ട്രീയനാടകങ്ങളാണ്. നടിയും സംവിധായികയുമായ തൃപ്തി മിത്ര, ശംഭുമിത്രയുടെ നേതൃത്വത്തിൽ അവതരിപ്പിച്ച നാടകങ്ങളിൽ സ്ത്രീപങ്കാളിത്തമുണ്ടായിരുന്നു. ഇപ്റ്റയുടെ നേതൃത്വത്തിൽ അരങ്ങേറിയ നാടകങ്ങളിൽ ക്ഷാമം പ്രമേയമായി അവതരിപ്പിച്ച് 'നബാന'യിലും സ്ത്രീകൾ കടന്നുവന്നു. ആദ്യത്തെ സ്ത്രീസംവിധായികയായിരുന്ന തൃപ്തി മിത്രയ്ക്ക് നിരവധി അവാർഡുകൾ ലഭിച്ചു, അംഗീകാരവും. നാടകരചന, അവതരണം, സംവിധാനം, സംഗീതാവിഷ്കാരം എന്ന തലങ്ങളിൽ സ്ത്രീകളുടെ നേതൃത്വത്തിൽ തന്നെ നടന്നതിന്റെ രാഷ്ട്രീയ-സാമൂഹ്യപ്രാധാന്യത്തെപ്പറ്റി സൊഹാങ് സെൽ വാചാലയാകുന്നു. നാടകം അഭിനയിക്കുകയും അവതരിപ്പിക്കുകയും ചെയ്യുന്നതിലൂടെ എങ്ങനെയാണ് രാഷ്ട്രീയ പ്രത്യയശാസ്ത്ര സങ്കല്പങ്ങൾ സ്ത്രീ നാടകവേദിയിൽ കടന്നുവരുന്നതെന്ന് സോവസെന്നും എഴുതിയിട്ടുണ്ട്. ഒരു രാഷ്ട്രീയ പ്രവർത്തനം തന്നെയാണ് നാടകപ്രവർത്തനം. നാടകവേദി ജനങ്ങളെ സഹായിക്കുന്നതായിരിക്കണം. ക്ഷാമകാലത്ത് യുവാക്കളടക്കമുള്ളവർ വഴിയോരങ്ങളിൽ വീണു മരിക്കുന്ന കാലത്തിന്റെ പരുഷ സത്യങ്ങൾ കാണാതിരിക്കാൻ സ്ത്രീ നാടകവേദിക്ക് കഴിഞ്ഞിരുന്നില്ല. പല സ്ത്രീകളും സ്ത്രീവേഷം അഭിനയിക്കാൻ രംഗത്തുവന്നത് അക്കാലത്താണ്.

സ്ത്രീകളെ വെറും നടിമാരായി കാണുന്ന യാഥാസ്ഥിതികതയ്ക്കെതിരെ പ്രതികരിക്കുകയും സ്ത്രീസംവിധായികയുടെ പ്രാധാന്യം എടുത്തുകാണിക്കുകയും ചെയ്ത ഷീന പഥക് ഗുജറാത്തിലെ സ്ത്രീനാടകവേദിയുടെ വക്താവാകുന്നു. 'ഞങ്ങൾക്ക് ചിലത് പറയാനുണ്ടെന്നും ഭരണവർഗ്ഗത്തിന്റെ സംസ്കാരത്തിനെതിരെ പോരാട'ണമെന്നും പറയുന്ന അവർ സ്ത്രീയെ 'ശക്തി' എന്നുവിശേഷിപ്പിക്കാനാണിഷ്ടപ്പെടുന്നത്. 'ഗുജറാത്തിലെ നാടോടി നാടകരൂപമായ 'ഭവായി'യുടെ ജനസ്വാധീനഘടകങ്ങളും

മറ്റും ഉപയോഗിച്ചുകൊണ്ടുള്ള ആധുനിക നാടകാവിഷ്കാരങ്ങളുമുണ്ടായി. ഇപ്റ്റയുടെയും മറ്റ് ആധുനിക നാടക പ്രവർത്തകരുടെയും പ്രവർത്തനഫലമായി മദ്ധ്യവർഗ്ഗത്തിലെ വിവിധ വിഭാഗങ്ങളിൽനിന്ന് കൂടുതൽ സ്ത്രീകൾ രംഗകലയിലേക്ക് വന്നു. 1965 കാലത്ത് പ്രബിത അഗർവാളിന്റെ 'അനാമിക' എന്ന തിയേറ്റർ ഗ്രൂപ്പ് സ്ത്രീകൾക്കെതിരായ അതിക്രമങ്ങൾക്കെതിരെ ശക്തമായി പ്രതികരിച്ചിരുന്നു. സതി, സ്ത്രീധനം, ബാല്യവിവാഹം, സാമൂഹ്യ അതിക്രമങ്ങൾ, വിവേചനം എന്നീ വിഷയങ്ങൾ പൊതുസമൂഹത്തിനു മുന്നിലേക്കെറിഞ്ഞുകൊണ്ട് അരങ്ങ് സജീവമായി.

അരങ്ങിലെ സ്ത്രീരംഗഭാഷയുടെ നാട്യക്രമംകൊണ്ട് പരിശീലനത്തിനും ശില്പശാലയ്ക്കും പ്രാധാന്യം കൊടുത്ത നാടകപ്രവർത്തകയാണ് രതി ബാർത്തെലെമോ. നടിമാരുടെ അന്തർശ്ശക്തികൾ ദൃശ്യവല്ക്കരിക്കുന്ന ആധുനികരംഗഭാഷ അവർ നിർമ്മിച്ചു. അസാമാന്യമായ ഊർജ്ജവും ശക്തിയും സ്ത്രീശരീരഭാഷയ്ക്കുണ്ട്. സ്ത്രീകൾക്കുവേണ്ടി സ്ത്രീകൾ രചിച്ച് സംവിധാനം ചെയ്യുന്ന നാടകങ്ങളാണ് സ്ത്രീത്വനാടകവേദിക്ക് വേണ്ടത് എന്ന് അവർ വിളിച്ചുപറഞ്ഞു. തെരുവിലോ ശില്പശാലകളിലോ തനിയെ രൂപപ്പെട്ടുവരുന്ന ഈ നാടകക്രിയയെ 'തിയേറ്റർ യൂണിയൻ' എന്നു വിളിക്കുന്നു. പ്രധാനമായും സ്ത്രീധനം എന്ന വിഷയത്തെയാണ് പ്രമേയമാക്കിയത്. തിരശ്ശീലകളുടെ ആധുനികരംഗഭാഷ അവതരണങ്ങളിൽ ഉപയോഗിച്ചു.

മദ്രാസും പിന്നീട് ഗുജറാത്തും തന്റെ പ്രവർത്തനവേദിയാക്കി മാറ്റിയ മൃണാളിനി സാരാഭായ് പാരമ്പര്യംകൊണ്ടും പ്രതിജ്ഞകൊണ്ടും തനതായ സ്ത്രീത്വരംഗഭാഷ സൃഷ്ടിച്ചു. കഥകളിയും ഭരതനാട്യവും പഠിച്ച് നൃത്തകലയിൽ നവീനമായ വഴക്കങ്ങളും അഭിരുചികളും സൃഷ്ടിക്കുവാൻ മൃണാളിനിക്കു കഴിഞ്ഞു. രാഷ്ട്രീയ സാമൂഹ്യപ്രശ്നങ്ങൾ കലാപരമായി അവതരിപ്പിക്കുന്നതായിരുന്നു അവരുടെ തിയേറ്റർ ഗ്രൂപ്പ്. നൃത്തം എന്ന സ്ത്രീകലയിലൂടെ രംഗഭാഷയിൽ പ്രതികരണങ്ങളും പ്രതിരോധങ്ങളും സൃഷ്ടിക്കുവാൻ കഴിയുമെന്ന് മൃണാളിനിയിലൂടെയും മകൾ മല്ലിക സാരാഭായിയിലൂടെയും ശ്രമിക്കുകയായിരുന്നു ദർപ്പണഗ്രൂപ്പ് ചെയ്തത്. ഇന്ന് ലോകത്തിൽത്തന്നെ അറിയപ്പെടുന്ന നൃത്തസംവിധാനത്തിന്റെയും തിയേറ്ററിന്റെയും സംഘമായ ദർപ്പണയിൽ പ്രശസ്തരായ ജോൺ മാർട്ടിനും റൽഫ് യാരോയും തിയേറ്റർ ശില്പശാലകൾ നടത്തിയിട്ടുണ്ട്. പീറ്റർ ബ്രൂക്കിന്റെ *മഹാഭാരതം* അവതരണത്തിൽ ഇന്ത്യയിൽനിന്നുള്ള ഏക പ്രതിനിധിയായി പാഞ്ചാലിയെ അവതരിപ്പിച്ചത് മല്ലിക സാരാഭായി ആയിരുന്നു.

ഇന്ത്യൻ സമകാലിക സ്ത്രീനാടകവേദി വളരെ സങ്കീർണ്ണമായ അവസ്ഥയിലൂടെ കടന്നുപോകുകയാണ്. അതിനുള്ള കാരണങ്ങൾ ഏറെയാണ്; ഇന്ത്യയുടെ രാഷ്ട്രീയസാമൂഹ്യവ്യവസ്ഥയുടെ വൈവിദ്ധ്യം തന്നെയാണ് ഒന്നാമത്തെ കാരണം. മറ്റൊന്ന് പാരമ്പര്യമായുള്ള സ്ത്രീരംഗകലകളുടെ സ്ത്രീതത്ത്വശാസ്ത്രം ആധുനികരായ ഫെമിനിസ്റ്റുകൾ അവഗണിച്ചതാണ്.

നഗരകേന്ദ്രീകൃതമായാണ് ഇത്തരം പ്രസ്ഥാനങ്ങൾ അധികമുണ്ടായത്. അതിനാൽ ഉപരിവർഗ്ഗത്തേയും മദ്ധ്യവർഗ്ഗത്തേയും കേന്ദ്രീകരിച്ചുകൊണ്ടാണ് അവതരണങ്ങളുണ്ടായത്. കർഷകത്തൊഴിലാളികളും തൊഴിലാളിവർഗ്ഗവും എന്നും ഇത്തരം കലാപ്രവർത്തനങ്ങളിൽനിന്ന് പുറത്തായിരുന്നു. ഗ്രാമങ്ങളിൽനിന്ന് സ്ത്രീനാടകവേദി ഉയിർപ്പൂണ്ടതിന്റെ ഉദാഹരണങ്ങൾ കുറവായിരുന്നു. കൂടാതെ പരിസ്ഥിതിയുമായി ബന്ധപ്പെട്ട് ഉണ്ടായ നിരവധി ആവിഷ്കാരങ്ങൾ പലതും സ്ത്രീപുരുഷ ഏകോപനത്തിലൂടെയുണ്ടായതായിരുന്നു. പരിസ്ഥിതി ആഘാതങ്ങൾ ഏറ്റവും കൂടുതൽ അനുഭവിക്കേണ്ടി വരുന്ന സ്ത്രീകളുടെയും കുട്ടികളുടെയും അവസ്ഥകൾ ഇത്തരം പ്രതിരോധ-സമരസംഘടനകൾ അവതരിപ്പിക്കുകയുണ്ടായി. ടെഹ്റി അണക്കെട്ട്, നർമ്മദപദ്ധതി, ആണവനിലയങ്ങൾ എൻഡോസൾഫാൻ, പുഴമലിനീകരണം, ചേരി നിർമ്മാർജ്ജനം, കർഷക ആത്മഹത്യ, ഒറീസ്സയിലെ ഗന്ധമാദന പർവ്വതസമരം തുടങ്ങിയ ദേശീയ സമരങ്ങളിലൊക്കെ ഈ സമരോത്സുക നാടകവേദിയുണ്ടായിരുന്നു. അതിൽ സ്ത്രീപങ്കാളിത്തം സജീവമായിരുന്നു. ഈ ആധുനിക നാടകപരീക്ഷണരംഗത്ത് ഏറെ അവഗണിക്കപ്പെട്ടത് കുട്ടികളുടെ നാടകവേദിയായിരുന്നു. ചിൽഡ്രൻസ് തിയേറ്ററിന് ഒരു പതിത്വം കല്പിക്കപ്പെട്ടിരിക്കുന്നു. ആ രംഗത്ത് പ്രവർത്തിക്കുന്ന സ്ത്രീകളും സംവിധായിക/സംവിധായകന്മാരും വേണ്ടത്ര പരിഗണിക്കപ്പെട്ടില്ല.

ഇതിനു സമാന്തരമായി ഇന്ത്യൻ ഗ്രാമങ്ങളിൽ സ്ത്രീകേന്ദ്രീകൃതമായ ഉജ്ജ്വല രംഗാവിഷ്കാരങ്ങൾ ഏറെ നടന്നിരുന്നു. ഗോത്രവർഗ്ഗ- നാടോടി രംഗകലകൾ, വാമൊഴി ആവിഷ്കാരങ്ങൾ എന്ന നിലയിൽ മാത്രം കണ്ടിരുന്ന ഈ കലകളിൽ (പലതും അനുഷ്ഠാനകലകളായിരുന്നു) സ്ത്രീത്വരംഗഭാഷയുടെ പൊലിമയുണ്ടായിരുന്നു.

കേരളത്തിലെ സർപ്പംതുള്ളൽ, ബാവൂൾ അവതരണം, കപാലി സംഗീതം തുടങ്ങിയവയിലൊക്കെ ഇന്ത്യൻ സ്ത്രീത്വത്തിന്റെ അപൂർവ്വമായ ദൃശ്യഭാഷയുണ്ടായിരുന്നു. അവർക്ക് അവരുടെ ഗോത്ര-നാടോടി ഭാഷ മാത്രമേ കൈവശമുണ്ടായിരുന്നുള്ളൂ. അരങ്ങുപൊലിപ്പിക്കാനുള്ള പാരമ്പര്യമായ കഴിവാണ് നാടോടി സ്ത്രീകൾക്കുണ്ടായിരുന്നത്. പുതു സംസ്കാരത്തിനു മുന്നിൽ 'അഭിനയിക്കാൻ' കഴിയുമായിരുന്നില്ല. നാടോടി നൃത്തവും വായ്പ്പാട്ടും കൊട്ടും അവർക്കറിയാമായിരുന്നു. വംശീയസംഗീതത്തിന്റെ ശ്രുതിപരമ്പരകൾ, ഈണങ്ങൾ അറിയാമായിരുന്നു. ഇതൊക്കെ അറിയാവുന്ന സ്ത്രീനാടകപ്രവർത്തകർ എത്രയുണ്ട് എന്ന ചോദ്യം അവശേഷിക്കുന്നു. തൗര്യത്രികത്തിലൂടെ വന്ന് വീഴുന്ന സ്ത്രീത്വ ത്രിഭംഗി അനുഷ്ഠാന സ്ത്രീരംഗകലകൾക്കുണ്ട്. അദ്ധ്വാനത്തോടൊപ്പം സ്ത്രീകൾ പാടിപ്പോന്ന പാട്ടുകളുടെ രംഗാവതരണകല എത്രപേർ കണ്ടെത്തിയിട്ടുണ്ട്. വീരരസപ്രധാനമായ വടക്കൻപാട്ടുകളുടെ രംഗാവതരണവും ചാക്കാടിനുപാടുന്ന റുഡാലിയുടെയും മഹാരാഷ്ട്രയിൽ നെല്ലുകുത്തു

മ്പോൾ സ്ത്രീകൾ പാടിയിരുന്ന സ്ത്രീരാമായണങ്ങളുടെയും അർത്ഥതലങ്ങൾ വിശദീകരിക്കണം. എന്നെന്നും മുഖ്യവ്യവഹാരങ്ങൾക്കും ആഖ്യാനങ്ങൾക്കും ബദലായി എതിർ ആഖ്യാനങ്ങൾ സ്ത്രീകൾ രചിച്ചിരുന്നു. അതെല്ലാം വാമൊഴി ആഖ്യാനങ്ങളായി സമൂഹസദസ്സിൽ നിലകൊണ്ടു എന്നു മാത്രം. ഇത്തരം പതിത കുലങ്ങൾ എന്നും ഉയർത്തിപ്പിടിച്ച സംരക്ഷണപ്രതീകം സീതയായിരുന്നു. ഇന്ത്യയിലെ വനവാസി സംസ്കാരത്തിന്റെയും നാടോടിത്തത്തിന്റെയും ആജീവന പുരാവൃത്തബിംബമാണ് ചീത. കേരളത്തിൽ തന്നെ കൈകൊട്ടിക്കളിയിലും സീതാദുഃഖം കിളിപ്പാട്ടിലും കാണുന്ന ആഖ്യാനം സ്ത്രീകളുടേതായിരുന്നു.

പുരുഷകേന്ദ്രീകൃതമായ സാഹിത്യ തത്ത്വശാസ്ത്രങ്ങളിലൊന്നും ഇതു കടന്നുവരുന്നില്ല. അംഗീകൃത അഭിജാതസാഹിത്യം എന്നും ഇങ്ങനെയായിരുന്നു. എഴുത്തുകാരികൾ ഉണ്ടാകുന്നതിനുമുൻപ് 'പാട്ടുകാരികൾ' സ്ത്രീത്വത്തിന്റെ കൂട്ടായ്മകൾ നിലനിർത്തിയിരുന്നു. അസാമാന്യമായ നൃത്താവിഷ്കാരത്തിന്റെ ഉടമകൾക്കുപകരം ഇന്ന് പൊതുകലാവ്യവഹാരങ്ങളിൽ പ്രത്യക്ഷപ്പെടുന്നത് ആരാണ്? കൽബാരി, ബിഹു, സർപ്പപ്പാട്ട്, തിരുവാതിര, നങ്ങ്യാർകൂത്ത് തുടങ്ങിയ സ്ത്രീനൃത്തങ്ങളുടെ കുലപതികളെ രേഖപ്പെടുത്തിയിട്ടുണ്ടോ എന്നു ചോദിക്കണം.

ആധാരം

1. Brockett, Oscar G and Franklin J Hildy. 2003. *History of the Theatre*. Ninth edition, International edition. Boston: Allyn and Bacon.
2. Richmond, Farley P, Darius L, Swann, and Phillip B, Zarrilli, eds 1993. *Indian Theatre: Traditions of Perfomance.* U of Hawaii P.
3. *The Indian theatre*, by Mulk Raj bansal, Published by D Dobson, 1950
4. *Theatre in India*, by Balwant Gargi, Published by Theatre Arts Books, 1962.
5. *A Panoram of theatre in India,* by Som Benegal. Published by Popular Prakashan, Indian Council for Cultural Relations (ICCR) 1968.
6. *Indian Theatre: Theatre of Origin, Theatre of Freedom,* by Ralph Yarrow. Routledge, 2001.
7. *The Oxford Companion to Indian Theatre,* by Ananda Lal. Oxford Universtiy Press, 2004.
8. Betty Bernhard, Producer and photographer, Women Theatre

Activists of India; 1996.

9. http://www.indianetzone.com/63 women_modern_ indian_theatre.htm.

നാടകനിർമ്മിതിയിലെ പെൺ പങ്കാളിത്തം
കല-രാഷ്ട്രീയം-സമൂഹം

ജെ ശൈലജ

നാടകവേദിയിലെ സ്ത്രീസാന്നിദ്ധ്യത്തെക്കുറിച്ചുള്ള ചർച്ചകൾ മാത്രമാണ് ഇന്നും നടക്കുന്നത്. ഇനിയും എത്രകാലം കഴിഞ്ഞാലാണ് സ്ത്രീകളുടെ ക്രിയാത്മക പങ്കാളിത്തത്തെക്കുറിച്ചുള്ള ചർച്ചകളും വിമർശനങ്ങളും ഉണ്ടാവുക? നൂറ്റാണ്ടുകൾ പഴക്കമുള്ള ഒരു കല, അതിൽ മനുഷ്യരാശിയുടെ പകുതിയിലധികം വരുന്ന സ്ത്രീകളുടെ സാന്നിദ്ധ്യവും പങ്കാളിത്തവും സ്വാഭാവികമായി ഇനിയും സംഭവിച്ചിട്ടില്ലായെന്നത് ആരിലും സംശയം ജനിപ്പിക്കും. പാശ്ചാത്യലോകത്ത് ആശയപരമായ മുന്നേറ്റങ്ങൾകൊണ്ടും നൂതനമായ അവതരണങ്ങളാലും എഴുത്തിലെന്നതുപോലെ അരങ്ങിലും സ്ത്രീകൾ സ്വയം കണ്ടെത്തുന്നതിന്റെ രൂപപ്പെടുത്തലുകൾ ഉണ്ടായിട്ടുണ്ട്. 'അരങ്ങിലെ സ്ത്രീ' ഇന്നും നമുക്ക് ഒരു ഗവേഷണവിഷയമാണ്.

അടിസ്ഥാനപരമായ രാഷ്ട്രീയമാനദണ്ഡങ്ങളെയും ചരിത്രപരമായ ചില കെട്ടുകഥകളെയും ശരിയായ തരത്തിൽ നോക്കിക്കണ്ടാൽ മാത്രമേ ഈ വിഷയത്തിന് സാമാന്യമായ ഒരുത്തരം കിട്ടുകയുള്ളൂ. കുടുംബം-സമൂഹം-അധികാരം എന്നീ ത്രയങ്ങളാണ് സ്ത്രീയുടെ പദവിയെയും പങ്കാളിത്തത്തെയും നാടകത്തിലോ കലയിലോ മാത്രമല്ല ജീവിതത്തിന്റെ എല്ലാ തലങ്ങളിലും നിർണ്ണയിക്കുന്നത്. പെണ്ണിന്റെ പ്രവൃത്തിമണ്ഡലങ്ങളെ വിലയിരുത്തുമ്പോൾ നാടകം ഒറ്റപ്പെടുത്തലിന്റെ, ഒറ്റപ്പെട്ടുനില്ക്കുന്ന ഒരു വേദിയല്ല എന്നു കാണാം. ജനനം മുതൽ മരണം വരെയുള്ള 'മഹാനാടക'ത്തിലെ ഓരോ രംഗത്തിലും ഓരോ 'പഞ്ച്' ഡയലോഗിനൊപ്പവും പെണ്ണിന്റെ കർമ്മഭൂമി, സഞ്ചരിക്കേണ്ട വഴികൾ, പാലിക്കേണ്ട രീതികൾ തുടങ്ങി എല്ലാം സ്ക്രിപ്റ്റ് റൈറ്റർ' വ്യക്തമാക്കിയിട്ടുണ്ടെന്നും സംവിധായകർ പറയുന്നതിനനുസരിച്ച് ചലനങ്ങൾ ചിട്ടപ്പെടുത്തണമെന്നും നിർദ്ദേ

ശിക്കുന്ന വിശ്വാസ- അനുശാസനകൾ ഒരു വഴിക്ക്. കുടുംബത്തെ സ്വകാര്യ സ്വത്തായും പെണ്ണിനെ ആനന്ദം നേടാനുള്ള വസ്തുവായും പ്രജനനമാദ്ധ്യമമായും സമ്പത്തിന്റെ കേന്ദ്രീകരണത്തിനുള്ള ഉപാധിയായും മാത്രം കാണുന്ന രാഷ്ട്രീയനിലപാടുകൾ മറുവഴിക്ക്. ഇവ രണ്ടും ഒരുപോലെ ശ്വാസം മുട്ടിക്കുന്നിടത്തുനിന്നാണ് സ്ത്രീ ഏത് അരങ്ങിന്റെയും പ്രവേശനകവാട (Extry point) ത്തിൽ എത്തേണ്ടത്. ഈ സാമൂഹ്യസാഹചര്യത്തിന്റെ പശ്ചാത്തല (Back drop)ത്തിലാണ് ഈ വിഷയത്തെ ചർച്ചയ്ക്കെടുക്കേണ്ടത്.

സാമൂഹ്യമായും രാഷ്ട്രീയമായും പദവിക്കും തുല്യതയ്ക്കും വേണ്ടി ഇന്നും പോരാട്ടങ്ങൾ നടന്നുകൊണ്ടിരിക്കുന്നിടത്താണ് നമ്മുടെ വിഷയത്തിന്റെ ഭൂമിക. കുറച്ചുകൂടി സൂക്ഷ്മമമായി വിശകലനം ചെയ്താൽ കുടുംബരാഷ്ട്രീയം. (Family politics), ലിംഗരാഷ്ട്രീയം (Gender Politics), സമൂഹരാഷ്ട്രീയം (Society Politics), അധികാര രാഷ്ട്രീയം (Power Politics), എന്നീ തൂണുകളിൽ ഉയർന്നു നില്ക്കുന്ന പുരുഷ നിർമ്മിത സ്റ്റേജി (Public life)ലാണ് സ്ത്രീക്ക് സ്വന്തം ഇടം കണ്ടെത്തേണ്ടത്. അഭിനയദാഹിയായ കലാകാരന് കഥാപാത്രത്തിന്റെ പദവിയോ അഭിനയ ദൈർഘ്യമോ പ്രശ്നമേയല്ല. അരങ്ങിലൊന്നെത്തുക! അതുമാത്രമാണ് സ്വപ്നം. ഉയർത്തിക്കെട്ടിയ തറയിൽ (Third space) നിന്ന് മുന്നിൽ താഴെയിരിക്കുന്ന സദസ്സിന്റെ കണ്ണിൽനോക്കി (Eye contact) സംഭാഷണ (dialogue) മുരുവിടുന്ന അഭിനേതാവിന് കിട്ടുന്ന ആത്മവിശ്വാസവും ധൈര്യവും പിന്നെ പറഞ്ഞറിയിക്കാനാകാത്ത 'ആ നിർവൃതി'യും. നൂറ്റാണ്ടുകളായി സ്ത്രീസമൂഹം പൊതുവേദികളിൽ തേടുന്നത് ഇതുതന്നെയാണ്.

കാലവും ചരിത്രവുമൊക്കെ പലവുരു മാറി മറിഞ്ഞിട്ടും ജീവിതവും രീതികളും വ്യത്യസ്തതയിൽനിന്നും വ്യത്യസ്തതയിലേക്ക് കുതിച്ചു ചാടുമ്പോഴും ഒരേയൊരു കാര്യത്തിൽ മാത്രം നമ്മുടെ മനോഭാവത്തിന് മാറ്റമില്ലാതെ തുടരുന്നു. സ്ത്രീകളുടെ കായികക്ഷമതയെയും ബുദ്ധിയെയും കുറിച്ചുള്ള സംശയവും അധിക്ഷേപവുമാണിത്. ബുദ്ധിയും മനോബലവും ശാരീരികശേഷിയുമില്ലാത്ത സുന്ദരമായ ഒരു 'വളർത്തുമൃഗം' എന്ന സ്ത്രീയെക്കുറിച്ചുള്ള പൊതുധാരണ നാടകരംഗത്തെങ്കിലും മാറ്റപ്പെട്ടുവോ? എന്നത് പ്രസക്തമായ ചോദ്യമാണ്. പോയകാലത്തും വർത്തമാനകാലത്തും ഈ ധാരണയ്ക്ക് നമുക്കിടയിൽ എത്ര അടിത്തറയുണ്ടായി? അത് തിരുത്തിക്കാൻ നടത്തിയ, നടത്തിക്കൊണ്ടിരിക്കുന്ന ശ്രമങ്ങൾ എത്ര? തുടങ്ങിയവയ്ക്കെല്ലാം ഉത്തരം തേടിക്കൊണ്ടുമാത്രമേ ഈ വിഷയത്തിന്റെ ഉള്ളറകളിലേക്ക് കടക്കാൻ പറ്റൂ.

കലകളുടെ ഉദയം - മനുഷ്യന്റെയും

മനുഷ്യചരിത്ര(എഴുതപ്പെടാത്തതും)ത്തോളം പഴക്കമുള്ള കലകളാണ്

ചിത്രകലയും നാടകവും. ഈ രണ്ട് കലകളും ദൈനംദിനജീവിതത്തിന്റെ അവശ്യഘടകങ്ങളായി ഉരുത്തിരിഞ്ഞുവന്നവയാണ്. വാമൊഴിക്കും വരമൊഴിക്കും തുല്യമായ ധർമ്മങ്ങൾ ഇവ നിർവ്വഹിച്ചുപോന്നു. അന്നത്തെ നാടക (അവതരണം)ത്തെ ഇന്ന് കാണുന്നതുമായി തട്ടിച്ചു നോക്കേണ്ടതില്ല. അഭിനേതാക്കളും കാണികളും മാത്രം ഉണ്ടായിരുന്ന ഒരു അവതരണരീതിയായിരുന്നു അത്. ആദിമമനുഷ്യന്റെ അന്നം തേടിയുള്ള ഫലഭൂയിഷ്ഠമായ കൃഷിയിടം കണ്ടെത്താനുള്ള യാത്രയുടെ യഥാതഥ വിശദീകരണ (ഭാഷയില്ലാത്ത)ങ്ങളായിരുന്നു അവയെല്ലാം. ഭക്ഷണത്തിനുവേണ്ടി പക്ഷിമൃഗാദികളെ തേടിപ്പിടിച്ചു കൊല്ലുക (വേട്ട), ഘോരവനങ്ങളിൽനിന്ന് കായ്കനികൾ ശേഖരിക്കുക, വന്യജീവികളോട് ഏറ്റുമുട്ടുക. പ്രകൃതിദുരന്തങ്ങളെ നേരിടുക തുടങ്ങി കായിക അദ്ധ്വാനത്തിന്റെയും അതിനായുള്ള നീണ്ട യാത്രകളുടെയും അനുഭവങ്ങളായിരിക്കണം ആ വിശദീകരണങ്ങൾ. ആശയവിനിമയത്തിന് മറ്റൊരുപാധിയും ഇല്ലാതിരുന്ന വേളയിൽ ആവശ്യകതയിൽനിന്ന് ആംഗികഭാഷ ജന്മം കൊള്ളുകയായിരുന്നു. ഈ ആംഗികാവതരണങ്ങളെ പലതരത്തിൽ തിരിച്ചറിയാം. പങ്കെടുക്കാതിരുന്നവർക്കുവേണ്ടിയുള്ള കഥപറച്ചിൽ (Sharing), ഓരോ യാത്രയിലും പറ്റിയ തെറ്റുകളെ തിരിച്ചറിഞ്ഞ് തിരുത്താനുള്ള അവസരം സൃഷ്ടിക്കൽ (Discussion and Analysis), ഓരോരുത്തർക്കും പറ്റുന്ന അബദ്ധങ്ങളെയും വീഴ്ചകളെയും പെരുപ്പിച്ച് പുനഃസൃഷ്ടിച്ച് കാണിക്കൽ (Entertainment) (ആധുനിക പ്രവർത്തകർക്കിടയിലും ശക്തമായി തുടരുന്ന പ്രവണത (Self Entertainment) യാണിത്) തുടങ്ങി ആധുനിക നാടകത്തിന് അടിസ്ഥാനമായി മാറിയ പലതും ഇങ്ങനെയാണ് ആരംഭിച്ചത്.

ഭക്ഷണവും വെള്ളവും മാത്രം പ്രാഥമികാവശ്യങ്ങളായിരുന്ന കാലത്ത് അത് അന്വേഷിച്ചുള്ള യാത്രകളുടെ ഭാഗമായി ഉടലെടുത്ത കല ശരിക്കും 'ജീവന്റെ കല'തന്നെയാണ്. നാടക ഉല്പത്തിയിൽ അറിഞ്ഞുകൊണ്ട് സ്ത്രീയെ മാറ്റിനിർത്തിയെന്നു പറയാൻ തക്ക അടിസ്ഥാനമില്ല. ആണും പെണ്ണും എന്ന രണ്ട് മത-ജാതി-വർഗ്ഗമേ അന്ന് മനുഷ്യരുടെയിടയിൽ ഉള്ളൂ. പൊതു ഇടങ്ങളിൽനിന്നും സ്ത്രീകളെ അകറ്റിനിർത്തുന്ന ആധുനിക ഭാഷ്യങ്ങളൊന്നും അന്നുണ്ടായിരുന്നില്ല. കാരണം പുറംസമ്മർദ്ദങ്ങളോ ആഭിജാത്യപ്രശ്നമോ, ആൺ-പെൺ മേൽക്കോയ്മയോ, സ്വകാര്യ (പെണ്ണ്) സ്വത്തുപ്രശ്നമോ, സമ്പത്തിന്റെ വിഭജനമോ, മൊറാലിറ്റിയോ അന്ന് അവരെ അലട്ടിയിരുന്നില്ല, തീർത്തും സൗകര്യമോ സ്നേഹമോ ആയിരുന്നിരിക്കണം സ്ത്രീകളുടെ അസാന്നിദ്ധ്യത്തിന് നിദാനം. അതിജീവനത്തിന്റെ തന്ത്രങ്ങളും അതിലുൾപ്പെട്ടുവരുന്ന രസങ്ങളും ചേർന്നതായിരുന്നു. മനുഷ്യന്റെ ജീവിതം പോലെ തന്നെ അന്നത്തെ കലയും.

കഠിനപ്രയത്നങ്ങളും ഭീകരാനുഭവങ്ങളും മാത്രം നിറഞ്ഞ ജീവിതായോധന പ്രക്രിയയിൽ സ്ത്രീപങ്കാളിത്തം ഉണ്ടാവാത്തതിൽ അത്ഭുതമില്ല. അതുകൊണ്ട് സ്ത്രീകളുടെ നർമ്മഭാവനയ്ക്കോ കർമ്മശേഷിക്കോ കുറവുണ്ടെന്ന് വ്യാഖ്യാനിക്കുന്നതിൽ അർത്ഥമില്ല. ഒരുപക്ഷേ, നാടകത്തിൽ

ഓരോ വിഭാഗങ്ങൾ നോക്കി നടത്താൻ പ്രത്യേകം യോഗ്യതയുള്ള ആളുകളെയും കലാകാരന്മാരെയും ഏല്പിക്കുന്നതുപോലെ പ്രിമിറ്റീവ് നാടകവേദി (നാടകവും ജീവിതവും ഒന്നായ)യിൽ സ്ത്രീക്കും ഇതുപോലെ ഒരു വിഭാഗം നോക്കി നടത്താൻ ഉണ്ടായിരുന്നു എന്നുവേണം അനുമാനിക്കാൻ. സംഘബലം കൂട്ടാൻ കൂടുതൽ മനുഷ്യർ (അഭിനേതാക്കൾ)ക്ക് ജന്മം കൊടുക്കുക (വാർത്തെടുക്കു)യായിരുന്നിരിക്കണം ആ ഉത്തരവാദിത്വം. യുദ്ധ(പ്രകൃതിമല്ലിടൽ, വേട്ട)ത്തിന് (അഭിനയത്തിന്) കൂടുതൽ ആളുണ്ടാകുന്നത് ശക്തിയും കാഴ്ചയ്ക്ക് രസവും നല്കും. ഓരോ യുദ്ധത്തിലും മരിച്ചുവീഴുന്നവർക്ക് പകരം (നാടകവേദിയിൽ കൊഴിഞ്ഞുപോക്ക്) പുതിയ യോദ്ധാക്കൾ ഉണ്ടായേ മതിയാകൂ. ആ ഭാരിച്ച കടമ ഏറ്റെടുത്ത് മനുഷ്യരാശിയെ ഇന്നത്തെ നിലയിൽ എത്തിക്കാൻ തങ്ങളുടെ ഭാഗം നന്നായി കൈകാര്യം (perform) ചെയ്തവരാണ് ആദിമസ്ത്രീകൾ. കായികശക്തിയും ക്ഷമതയും (physical performance) എല്ലാത്തിനും ആധാരമായിരുന്ന കാലമായിരുന്നു അത്. അന്നത്തെ സ്ത്രീകളുടെ ഭാഗം പുരുഷന്റേതിന് തുല്യമോ എന്ന ചോദ്യമില്ല. പുരുഷന്റെ കായികാദ്ധ്വാനത്തിന് സമമോ ധാർമ്മികതലത്തിൽ ഒരുപടി മുകളിലോ ആയിരുന്നു സ്ത്രീയുടെ കായികപങ്കാളിത്തം.

ഗർഭധാരണവും പ്രസവവും മറ്റൊരുതരത്തിൽ കായികവും പ്രകൃതിയോട് മല്ലിടലും തന്നെയല്ലേ? പൈതങ്ങളെ യോദ്ധാക്ക(നടൻ)ളാക്കി വളർത്തുക, ഭക്ഷണം പാകം ചെയ്യലും വിതരണവും, അരങ്ങൊഴിഞ്ഞ യോദ്ധാക്കളുടെ സംരക്ഷണം അങ്ങനെ സ്ത്രീയുടെ കായികാദ്ധ്വാനത്തിന്റെ പട്ടിക നീളുന്നു. സൂക്ഷ്മമായി വിലയിരുത്തിയാൽ വളരെ ശ്രദ്ധേയമായ മറ്റൊരു കാര്യം വെളിവാകുന്നത് കാണാം. ഏതൊരു കലാരൂപത്തിന്റെയും അവശ്യഘടകമായ കാണിക (audience)ളുടെ ഭാഗം (role) ഇവിടെ മറ്റാരുമായും പങ്കുവയ്ക്കാതെ സ്ത്രീകളും കുട്ടികളും ചേർന്ന് നിർവ്വഹിച്ചുപോന്നു. നാടകനിർമ്മിതിയിൽ ഇന്നും വ്യക്തത ആയിട്ടില്ലാത്ത ഒരു ഭാഗമാണ് കാണികൾ. കാഴ്ചക്കാരുടെ റോളിനെയും കാണാൻ വേണ്ടുന്ന തയ്യാറെടുപ്പുകളെയും പറ്റിയുള്ള ചർച്ചകൾ ഇപ്പോഴും തുടരുന്നു. കാഴ്ചക്കാരുടെ റോളിനെപ്പറ്റി വ്യക്തത ഇനിയും വന്നിട്ടില്ലാത്തത് അതിന്റെ തുടക്കക്കാർ സ്ത്രീകളായതുകൊണ്ടാണെന്ന് ഇതുവരെ ആരും പറഞ്ഞുകേട്ടില്ല. ഒരുപക്ഷേ, സ്ത്രീകളായിരുന്നു തുടക്കക്കാർ എന്ന് തിരിച്ചറിയാതെ പോയതുകൊണ്ടാകുമോയിത്?

കൃഷിയും കലയും സ്ത്രീപങ്കാളിത്തത്തിൽ

പിന്നീട് ജീവിതരീതി മാറുകയും മനുഷ്യൻ കാട്ടിൽനിന്നും നാടുണ്ടാക്കി അവിടെ പാർപ്പ് തുടങ്ങുകയും ചെയ്തപ്പോൾ ഈ പ്രവണതയ്ക്ക് കൃത്യമായ മാറ്റം ഉണ്ടായി. കൃഷിയിലും അനുബന്ധ കാര്യങ്ങളിലും സ്ത്രീ പുരുഷന് തുല്യമായ കായിക പങ്കാളിത്തം ഉറപ്പിച്ചപ്പോൾ കലാപരമായ

പങ്കാളിത്തം കൂടി ഉറപ്പാക്കപ്പെടുകയായിരുന്നു. വേട്ടയാടി ജീവിച്ച കാലത്തിന്റെ തുടർച്ച സ്ത്രീപുരുഷ സമത്വത്തിന്റെ വഴിയിലേക്കായിരുന്നു വളർന്നത്. അക്കാലത്തിന്റെ സുവർണ്ണമുദ്രകളാണ് നമ്മൾ ഇന്ന് കൊണ്ടാടുന്ന എല്ലാ നാടൻ കലാരൂപങ്ങളും പാട്ടുകളും. പണിയിടങ്ങളിലും വീടുകളിലും പാട്ടുപാടുമ്പോഴും ആട്ടമാടുമ്പോഴും നാടകം കളിക്കുമ്പോഴും സ്ത്രീക്ക് നിർവ്വഹിക്കാൻ കൃത്യമായ റോളുണ്ടായിരുന്നു. അഥവാ സ്ത്രീകളുടെ പങ്കാളിത്തം അനിവാര്യമായിരുന്നു. ഇവിടെയൊന്നും സ്ത്രീകളുടെ മനോബലമോ കായബലമോ ചോദ്യം ചെയ്യപ്പെട്ടിരുന്നില്ല. അവർ മടികൂടാതെ മുൻനിരയിൽത്തന്നെ നിന്നതിന്റെ സാക്ഷ്യം നമുക്കുണ്ട്.

കാണികളെ ഉദ്ദേശിച്ചോ മറ്റുള്ളവരെ എന്റർടെയിൻ ചെയ്യാനോ ബോധവല്ക്കരിക്കാനോ ആയിരുന്നില്ല അവരുടെ പ്രകടനങ്ങളൊന്നും. ജോലിഭാരം കുറയ്ക്കാനും അതുവഴി സ്വയം മറന്ന് പ്രവൃത്തിയിൽ മുഴുകുവാനും വേണ്ടി മാത്രം. കൃഷിയിടങ്ങളിലും വീട്ടുമുറ്റത്തും കളത്തറകളിലും മെതിക്കളങ്ങളിലും ആണും-പെണ്ണും ചേർന്ന് കൃഷിയുടെ-ജീവന്റെ- ഓരോ അവസ്ഥകളും ആഘോഷമാക്കിയിരുന്ന കാലത്ത് അഭിനയവും പാട്ടുമെല്ലാം ജീവിതത്തുടിപ്പുകളായിരുന്നു. ആണും പെണ്ണും ഒന്നായി നടത്തുന്ന കാർഷിക ഉല്പാദന പ്രക്രിയ - കല അതിന്റെ അവിഭാജ്യഘടകവും. ഇവിടെ പെണ്ണിന്റെ കായികശേഷിയോ ബുദ്ധിസാമർത്ഥ്യമോ ഒരിക്കലും ചോദ്യം ചെയ്യപ്പെട്ടിരുന്നില്ല. കൃഷിയും ഭക്ഷണവുമായി ബന്ധപ്പെട്ട് നിന്ന അഭിനയവും പാട്ടുമെല്ലാം അതിന്റെ ഭൂമിക വിട്ട് മറ്റുള്ളിടങ്ങളിൽ അരങ്ങേറാൻ തുടങ്ങിയപ്പോൾ സ്ത്രീയുടെ പങ്കാളിത്തത്തെ സംബന്ധിച്ച് ചരിത്രപരമായ പല മാറ്റങ്ങളും സംഭവിച്ചു. പരിഷ്കൃതനാകുന്തോറും മനുഷ്യരുടെയിടയിൽ കൂടിക്കൂടി വന്ന ജാതി-മത സമ്പ്രദായങ്ങൾ ഈ കലാപ്രകടനങ്ങളെയും ബാധിച്ചു. ഉച്ചനീചത്വങ്ങൾ ഉണ്ടായി. ആൺപെൺ വ്യത്യാസം വന്നു. വേദികൾ മാറ്റപ്പെട്ടു. ഉയർന്ന ജാതികളും സമ്പ്രദായങ്ങളും മുൻനിരയിലേക്കും ബാക്കിയുള്ളവ പിന്നിലേക്കും തഴയപ്പെട്ടു. കാണികളെ പ്രത്യേകം തരം തിരിച്ചു. പോകപ്പോകെ വരേണ്യവർഗ്ഗ താല്പര്യങ്ങളെ സംരക്ഷിച്ചുകൊണ്ട് മാത്രം നടത്തപ്പെടുന്ന പൊതുപരിപാടികളായി മാറി നാടകവും കലയുമെല്ലാം. അവിടെ സ്ത്രീകൾക്കും അവശ ജനവിഭാഗങ്ങൾക്കും പ്രവേശമുണ്ടായിരുന്നില്ലായെന്നത് എടുത്തു പറയേണ്ടതില്ലല്ലോ.

ബുദ്ധിപ്രയോഗത്തിനും സാമൂഹ്യമാറ്റത്തിനും നടുവിൽ - സ്ത്രീകൾ

സംഘശക്തിയും കായികമേൽക്കൈയും ജീവിതഗതി നിയന്ത്രിച്ചിരുന്ന കാലത്തെ നാടക (അഭിനയം)വും സ്ത്രീപങ്കാളിത്തവുമാണ് മേൽവിവരിച്ചതെങ്കിൽ പതുക്കെപ്പതുക്കെ അത് വഴിമാറുന്ന ചരിത്രമാണ് കാണാനാകുന്നത്. അതിന്റെ ആദ്യപാദത്തിൽ സ്ത്രീയുടെ അസാന്നി

ദ്ധ്യവും രണ്ടാംപാദത്തിൽ സാന്നിദ്ധ്യവും അതിന്റെ കാര്യകാരണങ്ങളും നമ്മൾ കണ്ടുകഴിഞ്ഞു. ഇനി ബുദ്ധിപരമായ ഇടപെടലുകളുടെ കാലത്തെ സ്ത്രീനാടകസാന്നിദ്ധ്യത്തെക്കുറിച്ചാണ് വിശദമായി അപഗ്രഥിക്കാനുള്ളത്. ഈ കാലത്തിന്റെ തുടർച്ചയിലാണ് വർത്തമാനകാലജീവിതവും നാടകവും നമ്മളും.

കൂട്ടായ്മയ്ക്കും ശാരീരികശക്തിക്കും മുകളിൽ ബുദ്ധിയും കുതന്ത്രങ്ങളും വിജയിക്കുന്നതരം നാടകങ്ങൾ നമുക്ക് ഉണ്ടാകുവാൻ തുടങ്ങി. നാടകം ജീവിതത്തിന്റെ നേർക്കാഴ്ചയെന്നതുപോലെ ജീവിതത്തിന്റെ എല്ലാ മേഖലകളിലേക്കും ഈ ബുദ്ധിപരമായ കടന്നുകയറ്റം സംഭവിച്ചു. ഇതിനെ സാധൂകരിക്കുന്ന ഇതിഹാസങ്ങൾ നമുക്കുണ്ടായി. അഞ്ചുപേരോട് നൂറ് പേർ തോല്ക്കുന്ന *മഹാഭാരത*വും വ്യക്തിയോട് രാജ്യം തോല്ക്കുന്ന *രാമായാണ*വും. സാധാരണ ജനത്തിന് പാറി നടക്കാൻ പാകത്തിലെഴുതിയ *മഹാഭാരത*ത്തിലും *രാമായണ*ത്തിലും ശക്തിക്ക് മേൽ ബുദ്ധി ജയിച്ചു കയറുന്ന നാടക മുഹൂർത്തങ്ങളിലൊന്നിലും സ്ത്രീയുടെ പങ്കാളിത്തമോ സാന്നിദ്ധ്യമോ കാണാനില്ല. ഈ കാലമെത്തുമ്പോഴേക്കും സ്ത്രീയുടെ റോൾ പരാതിയുടെയും പരിഭവത്തിന്റെയും കുശുമ്പിന്റെയും പട്ടികയിലാക്കി ആവശ്യം വരുമ്പോൾ വിലപിക്കുകയും നിലവിളിക്കുകയും ചെയ്യുന്ന യാന്ത്രികതയിലേക്ക് ബുദ്ധിപരമായി ഒരുക്കി നിർത്തുന്നത് കാണാം.

ആധുനികനാടകത്തിന്റെ തുടക്കവും നാടകമെന്നാൽ അഭിനയം മാത്രമെന്ന മട്ടിൽ തന്നെയായിരുന്നു. 19-ാം നൂറ്റാണ്ടിന്റെ ഉത്തരാർദ്ധത്തിൽ ആരംഭിച്ച ആധുനികനാടകപ്രവർത്തനം സ്ത്രീകളുടെ പങ്കിനെയോ പങ്കാളിത്തത്തെയോ കുറിച്ച് ഗൗരവമായ ചിന്ത നടത്തിയിരുന്നില്ലായെന്ന് കാണാം. ഭക്തിനാടകങ്ങളും പുരാണനാടകങ്ങളും സാമൂഹ്യനാടകങ്ങളുമെല്ലാം ആ വഴിക്കുള്ളതായിരുന്നു. അഭിനയത്തിന്റെയും കലാപ്രകടനങ്ങളുടെയുമൊക്കെ തുടക്കം താഴേത്തട്ടിൽ നിന്നായതുകൊണ്ടുതന്നെ നാടകം കുറച്ച് കൂടി സാമൂഹ്യമായപ്പോഴും യാഥാസ്ഥിതികതയോ, ധാർമ്മികപ്രശ്നമോ എന്തായാലും സ്ത്രീകളെ പങ്കെടുപ്പിക്കുക ബുദ്ധിമുട്ടായി. പിന്നീടതിന് ഒരു മാറ്റം കണ്ടു തുടങ്ങിയത് സാമുദായിക പുനരുദ്ധാരണത്തിന്റെയും സാംസ്കാരിക നവോത്ഥാനത്തിന്റെയും രാഷ്ട്രീയ പ്രചരണത്തിന്റെയും ഭാഗമായി അരങ്ങേറിയ നാടകങ്ങളിലാണ്. അവരൊക്കെ 'നടികൾ' എന്നതിലുപരി ആശയപരമായ ആഭിമുഖ്യം ഉള്ളവരായിരുന്നു. സ്വന്തം ജീവിതത്തിന്റെ തന്നെ ചങ്ങലകൾ പൊളിച്ചുവന്നവരോ, സാമുദായിക വിലക്കുകളെ വെല്ലുവിളിച്ചവരോ, പാർട്ടി പ്രവർത്തകരോ ഒക്കെയായിരുന്നു ഇവരിലേറെയും. അഭിനയം ഇവർക്ക് സ്വത്വപ്രകാശനത്തിലുപരി മാറ്റത്തിനുവേണ്ടിയുള്ള സാമൂഹിക- സാമുദായിക-രാഷ്ട്രീയ പോരാട്ടങ്ങളിലെ പങ്കാളിത്തമായിരുന്നു.

ഈ കാലത്തിലെ നാടകവേദിയിലെ സ്ത്രീസാന്നിദ്ധ്യത്തെ നാടകത്തിന്റെ തലത്തിൽ മാത്രം വിലയിരുത്തിയാൽ അതിന്റെ തുടർച്ച എങ്ങും

കാണാനാകില്ല. എന്തെങ്കിലും തലത്തിലുള്ള സ്വാതന്ത്ര്യ സമരങ്ങളുടെ ഭാഗമായി ഉടലെടുത്ത അത്തരം നാടകപ്രവർത്തനം അതിന്റെ ദൗത്യത്തിനു ശേഷം നിലച്ചുപോവുകയാണുണ്ടായത്. ലോകമെങ്ങും ഉണർവ്വുണ്ടാക്കിയ വ്യാവസായികവല്ക്കരണത്തിന് ശേഷമാണ് ഇരുപതാം നൂറ്റാണ്ടിൽ എല്ലായിടങ്ങളിലും നാടകത്തിലും കലയിലും സാഹിത്യത്തിലും വ്യത്യസ്ത തൊഴിൽ മേഖലകളിലുമെല്ലാം സ്ത്രീസാന്നിദ്ധ്യത്തെയും പങ്കാളിത്തത്തെയും കുറിച്ചുള്ള ചർച്ചകളും നിർദ്ദേശങ്ങളും ഗൗരവം നേടുന്നത്. കുടുംബത്തിലും സമൂഹത്തിലും സ്ത്രീയുടെ പദവിയെക്കുറിച്ചുള്ള ചർച്ച പ്രധാനവേദികളിൽ സ്ഥാനം പിടിച്ചു.

നിരവധി സ്ത്രീപ്രക്ഷോഭകരും എഴുത്തുകാരികളും കലാകാരികളും സാമൂഹിക പ്രവർത്തകരും ഇതിന്റെ പേരിൽ ചരിത്രത്തിൽ സ്ഥാനം നേടി. സ്ത്രീപ്രാധാന്യമുള്ള, സ്ത്രീകളുടെ മോശപ്പെട്ട അവസ്ഥകൾ വെളിവാക്കുന്ന രചനകൾ ഉണ്ടാകാൻ തുടങ്ങി. പുരുഷന്മാർ ചെയ്തിരുന്ന സ്ത്രീകഥാപാത്രങ്ങൾ സ്ത്രീകളെ തേടിയെത്താൻ തുടങ്ങി. അങ്ങനെ ഇരുപതാം നൂറ്റാണ്ടിന്റെ പകുതിവരെ നാടകമെന്നാൽ രചനയും അഭിനയവും മാത്രമായിത്തുടർന്നു. സ്ത്രീകൾ അഭിനേതാക്കൾ എന്ന നിലയിൽ അരങ്ങിൽ വെളിവായിത്തുടങ്ങുകയും ചെയ്തു.

അക്കാദമിക് യുഗപ്പിറവി

ഇരുപതാം നൂറ്റാണ്ടിന്റെ രണ്ടാം പകുതിയിൽ ചിത്രം വീണ്ടും മാറി. അതുവരെ കൃത്യമായ ഗ്രാമറോ നിയതമായ നിയമങ്ങളോ ഇല്ലാതിരുന്ന നാടകനിർമ്മിതിയിൽ അതൊക്കെ ഉണ്ടായി എന്നു മാത്രമല്ല നാടകത്തെ ഗൗരവമായി സമീപിക്കുവാനുള്ള ഒരു സാമൂഹ്യ ഉത്തരവാദിത്വത്തിനുള്ള ആഹ്വാനവുമുണ്ടായി. നാടകം ഒരു പഠനവിഷയമായി. സ്കൂളുകളും കോളേജുകളും യൂണിവേഴ്സിറ്റികളുമുണ്ടായി. നാടകനിർമ്മിതിക്കാവശ്യമായ അനുബന്ധഘടകങ്ങളെക്കുറിച്ച് കലാപ്രവർത്തകർക്ക് പഠിക്കാൻ പുസ്തകങ്ങളുണ്ടായി. അങ്ങനെ നാടകം ഒരു അക്കാദമിക വിഷയമായി മാറി.

നാടകപഠന സ്ഥാപനങ്ങളുടെ ഉദയവും അതുമൂലമുണ്ടായ മാറ്റങ്ങളും പുറം നാടുകളിൽ ഉണ്ടാക്കിയ ചലനങ്ങളിൽനിന്നും വ്യത്യസ്തമായാണ് നമ്മുടെ രാജ്യത്ത് സംഭവിച്ചത്. തുടക്കത്തിൽ അപൂർവ്വ സ്ത്രീസാന്നിദ്ധ്യമാണ് ഈ കോഴ്സുകളിൽ ഉണ്ടായിരുന്നത്. ഇപ്പോഴും പലയിടങ്ങളിലും വലിയ മാറ്റമില്ലാതെ ഇത് തുടരുകയാണ്. ഇന്ത്യയിൽ 60 വർഷം പിന്നിട്ട National School of Drama യിലാകണം ഇതിനൊരപവാദമായി പെൺകുട്ടിയുടെ സീറ്റ് തീർച്ചപ്പെടുത്തി അഡ്മിഷൻ നടത്തുന്നത്. ഇന്ന് എല്ലാ കലകളും പഠനവിഷയങ്ങളാണ്. പക്ഷേ, നമ്മൾ കണ്ടുകൊണ്ടിരിക്കുന്ന വർത്തമാനകാലയാഥാർത്ഥ്യം സിനിമയും ചിത്രകലയും ശില്പകലയുമെല്ലാം പണപരമായ സാദ്ധ്യതകളെ തുറന്നുകൊടുക്കുന്ന മാധ്യമ

ങ്ങളായി മാറിയെന്നതാണ്. പക്ഷേ, നാടകമിന്നും, ഇന്ത്യയിൽ പ്രത്യേകിച്ചും പ്രചരണായുധവും തെരുവുകളിൽ കളിക്കാനുള്ളതും കലാപ്രവർത്തകർ പട്ടിണി കിടക്കാനുള്ളവരുമാണ്. ഈ സാഹചര്യത്തിലാണ് ആധുനികലോകത്തെ നാടകപ്രവർത്തനത്തിലുള്ള സ്ത്രീസാന്നിദ്ധ്യത്തെക്കുറിച്ച് അന്വേഷിക്കേണ്ടത്. നാടകമിന്ന് ജീവിതത്തിന്റെ മറ്റേത് അംശത്തെയും പോലെ മാറ്റത്തിനും പുതിയ ചലനങ്ങൾക്കും വിധേയപ്പെട്ടുകൊണ്ടിരിക്കുന്നു. ഈ പുതിയ അരങ്ങിൽ അഭിനേതാക്കളുടെ റോളിൽ നിന്ന് സ്ത്രീകളുടെ സാന്നിദ്ധ്യം മറ്റേതൊക്കെ മേഖലകളിലേക്ക് എത്തിപ്പെട്ടുവെന്നും പരിശോധിക്കുകയാണിനി.

മാറുന്ന നാടകം, ശാസ്ത്രീയമാനം

ആധുനികനാടകവേദി അഭിനയത്തിനപ്പുറം എണ്ണമറ്റ വൈദഗ്ദ്ധ്യങ്ങളുടെ സമന്വയമാണ്. വ്യത്യസ്ത മാധ്യമസങ്കേതങ്ങളും അതിനായുള്ള ആധുനിക ഉപകരണങ്ങളും അവയൊക്കെ ഉപയോഗിക്കുവാനും പ്രവർത്തിക്കുവാനുമുള്ള പരിജ്ഞാനവും ചേർന്നിടത്താണ് ആധുനികനാടകം അരങ്ങിലെത്തുന്നത്. സാങ്കേതികതയെ വേണ്ടവണ്ണം ഉപയോഗിക്കുകയും നിയന്ത്രിക്കുകയും ചെയ്യുന്നതാണ് ഇന്ന് നാടകനിർമ്മിതിയുടെ പ്രധാനഭാഗം. നാടകമെന്നാൽ കൃതിയും അഭിനേതാക്കളും മാത്രം ഉണ്ടായിരുന്നിടത്തേക്ക് 20-ാം നൂറ്റാണ്ടിൽ വളരെ ശക്തിയോടെ അവതരിപ്പിക്കപ്പെട്ടതാണ് സംവിധായക റോൾ. പിന്നാലെ ശബ്ദത്തിനും വെളിച്ചത്തിനും ഉപകരണങ്ങൾ വന്നു. പിന്നീട് പ്രത്യേകം തയ്യാർ ചെയ്ത set, props തുടങ്ങിയവ ഉണ്ടായി. അരങ്ങിന്റെ ആവശ്യത്തിനായി പ്രത്യേക വസ്ത്രങ്ങൾ തുന്നാൻ തുടങ്ങി. ചലനങ്ങൾ ചിട്ടപ്പെടുത്തുക, സംഭാഷണങ്ങൾ ഏകോപിപ്പിക്കുക, സംഗീതം ചിട്ടപ്പെടുത്തി ഉപയോഗിക്കുക, പ്രൊഡക്ഷൻ മാനേജ് ചെയ്യാൻ ആളുണ്ടാവുക, മൊത്തം കാര്യങ്ങൾ നോക്കി നടത്താൻ സ്റ്റേജ് മാനേജർ ഉണ്ടാവുക തുടങ്ങി ഇരുപത്തൊന്നാം നൂറ്റാണ്ടെത്തുമ്പോഴേക്കും നാടകം ഒരു സാമൂഹ്യകല എന്നതിലുപരി പ്രൊഫഷണലുകളുടെ കലയായി മാറി. ഇന്നിപ്പോൾ നാടകമെന്നാൽ വീഡിയോ ഇൻസ്റ്റലേഷൻ (Video Installation), സ്ലൈഡ് ഷോ (Slide show), ലൈവ് ഷൂട്ടിങ് (Live Shooting) തുടങ്ങി മൾട്ടിമീഡിയകളുടെ ഒരു സംവാദം (Interaction) അഥവാ പ്രദർശനം (Exhibition) എന്നൊക്കെ പറയാവുന്ന തരത്തിലേക്ക് മാറുകയോ വളരുകയോ ചെയ്തിരിക്കുന്നു.

ഈ നൂതന-സാങ്കേതിക അരങ്ങിലെ പെൺസാന്നിദ്ധ്യം മുൻകാല ചരിത്രംപോലെ തന്നെ നമ്മുടെ രാജ്യത്തും പുറം രാജ്യങ്ങളിലും സമാനതകളില്ലാതെയാണ് രൂപപ്പെട്ടത്. ആ രാജ്യങ്ങളിൽ അവിടുത്തെ അതുവരെയുണ്ടായിരുന്ന പെൺപങ്കാളിത്തം സാങ്കേതികതയുടെ വരവോടുകൂടി ഒരുപടി മുന്നിലാവുകയാണ് ചെയ്തത്. കാരണം ഉപകരണങ്ങളുടെ കൈകാര്യവും നിയന്ത്രണവും ആഗോളയുഗത്തിലെ സാധാരണ സംഭവ

മായതുകൊണ്ട് സ്ത്രീകൾക്ക് ഈ മേഖലയിൽ ആധിപത്യം ഉറപ്പിക്കാൻ എളുപ്പമായി. നമ്മുടെ അനുഭവം നേരെ മറിച്ചാണ്. ഓരോ കാലത്തും ഓരോ മേഖലയിലും അധികാരത്തിന്റെ പ്രതീകമായി നിലകൊള്ളുന്നതെന്താണോ അതിൽ നിന്നെല്ലാം സ്ത്രീകളെ അകറ്റിനിർത്തുക (അതോ സ്വയം അകന്നുമാറി നില്ക്കുന്നതോ?) എന്നുള്ളതാണ്.

നാടകം ഒരു അക്കാദമിക് വിഷയമായി പരിണമിച്ചതോടെ ഇന്ത്യയിലും നാടകപഠനം നടത്തിയ ധാരാളം സ്ത്രീകൾ ഉണ്ടെങ്കിലും അവരിൽ നാടകപ്രവർത്തകർ എന്നു പറയാവുന്നവർ പരിമിതമാണ്. രാജ്യത്ത് നിലനില്ക്കുന്ന സാമൂഹ്യാവസ്ഥയെ പരിഗണിച്ചാൽ ഇന്ത്യൻ നാടകവേദിയിലെ സ്ത്രീസാന്നിദ്ധ്യത്തിന്റെ മുഖം അത്ര മോശപ്പെട്ടതല്ല എന്നു കാണാം. എന്നാൽ 'നടികൾ' എന്ന പരമ്പരാഗത റോളിനപ്പുറം ധാരാളം പേർക്ക് മുന്നോട്ടുപോകാനായിട്ടുണ്ടെങ്കിലും 'സ്ത്രീ' എന്ന കെട്ടുപാടിന് പുറത്തേക്ക് ഒരു കലാകാരി എന്ന നിലയിൽ സ്ഥാനമുറപ്പിക്കാൻ, സ്വന്തം സൃഷ്ടിക്ക് പരിപൂർണ്ണപങ്കാളിത്തം നല്കുന്ന തരത്തിലേക്ക് വളരാൻ അപൂർവ്വം സ്ത്രീകൾക്ക് മാത്രമേ കഴിഞ്ഞിട്ടുള്ളൂ. ശരിയായ അർത്ഥത്തിൽ ഒരു കലാകാരനോ കലാകാരിയോ ജന്മം കൊള്ളുന്നത് ആ കലയോടുള്ള അടക്കാനാവാത്ത അഭിവാഞ്ഛയും പുതുതായി പലതും തന്റേതായ രീതിയിലും ശൈലിയിലും പ്രകടിപ്പിക്കാനും ഉള്ളപ്പോഴാണ്. ദൗർഭാഗ്യവശാൽ അനുകൂല സാഹചര്യത്തിന്റെയും പലവിധ ആവശ്യങ്ങളുടെയും വ്യക്തികൾ എന്നതരത്തിലുള്ള ആഗ്രഹങ്ങളുടെയും പരിണതഫലമായിട്ടാണ് നല്ല ശതമാനം സ്ത്രീനാടകപ്രവർത്തകരും ആ മേഖലയിലേക്ക് എത്തപ്പെടുന്നത്.

ശിലായുഗത്തിലെ കായികഭാഷയിൽനിന്നും ആംഗികചലനങ്ങളിൽ നിന്നും തുടങ്ങിയ നാടകയാത്ര മനുഷ്യനെയും കടന്ന് നിഴലുകളും സാങ്കേതികതയും ചേർന്നാൽ നാടകമാകുന്ന (ഒരു പാവയും കുറച്ച് ലൈറ്റുകളും ഉണ്ടായാൽ നാടകം നിർമ്മിക്കാൻ അതുമതി എന്നു പറഞ്ഞ ഗോൾഡൻ ക്രെയ്ഗിനെ ഓർക്കുന്നു) വർത്തമാനകാല അനുഭവങ്ങളെ വിലയിരുത്തുമ്പോൾ, സ്ത്രീയുടെ ബുദ്ധിയെയും കായികക്ഷമതയേയും കുറിച്ചുള്ള കമന്റുകൾക്കും ആധുനികഭാഷ്യം കൈവരിക്കുന്നതായി കാണാം. ഇന്ന് ഇന്ത്യയിലെന്നല്ല ലോകത്തെമ്പാടും നാടകമെന്നാൽ Assembled Art ആണ്. Copy, Cut, Paste എന്നീ മൂന്ന് IT Key വാക്കുകൾ നാടകവേദിയിൽ എന്നല്ല ജീവിതത്തിന്റെ ഒട്ടുമിക്ക പ്രദേശങ്ങളെയും കൈയടക്കി കഴിഞ്ഞു. മുമ്പ് സൂചിപ്പിച്ചിരുന്നതുപോലെ ഏറിയകൂറും ഉപകരണത്തിലധിഷ്ഠിതമായി ഇന്ന് നടക്കുന്ന നാടകനിർമ്മിതി കായികക്ഷമതയോ വലിയ ബുദ്ധിപരതയോ ആവശ്യപ്പെടുന്നില്ല. ഇവിടെപ്പോലും കലാകാരികളെ അത്തരം ഉത്തരവാദിത്തങ്ങൾ (Programme creation & operation) ഏല്പിച്ചുകൊടുക്കാൻ നമ്മുടെ നാടകവേദി ഇന്നും മടിക്കുന്നു. സ്ത്രീകൾക്ക് സ്വന്തം കഴിവുകളെ പരിശോധിച്ച് തെറ്റുതിരുത്തി ആത്മവിശ്വാസത്തോടെ മുന്നേറാനുള്ള വേദികളുടെ അപര്യാപ്തത എന്നും

അവരെ പിന്നിൽ നില്ക്കാൻ പ്രേരിപ്പിക്കുന്നു. ഇതിനെ സാമൂഹിക വീക്ഷണത്തോടെ സമീപിക്കാതെ പരമ്പരാഗത ചൊല്ലുകൾക്ക് അടിവരയിടാനുള്ള ശ്രമങ്ങളാണ് എവിടെയും.

പാരമ്പര്യത്തിന്റെ വാതിൽപ്പുറത്തേക്ക് എത്രപേർ?

ദേശീയതലത്തിൽ നാടകരംഗത്തെ പെൺസാന്നിദ്ധ്യം മെട്രോപൊളിറ്റൻ സിറ്റികൾ കേന്ദ്രീകരിച്ചാണ് പ്രവർത്തിക്കുന്നതെങ്കിലും മറ്റ് നഗരങ്ങളിലും ചെറുപട്ടണങ്ങളിലും അതിന്റെ അലയൊലി എത്തിത്തുടങ്ങിയിട്ടുണ്ട്. ഡൽഹി, മുംബൈ, കൊല്ക്കത്ത, ബാംഗ്ലൂർ, ചെന്നൈ തുടങ്ങി മെട്രോപൊളിറ്റൻ സിറ്റികളിലാണ് പ്രധാന സ്ത്രീനാടകപ്രവർത്തനങ്ങൾ നടക്കുന്നത്. എന്നാൽ കഴിഞ്ഞ കുറച്ചു വർഷമായി നോർത്ത്-ഈസ്റ്റ് സംസ്ഥാനങ്ങളായ മണിപ്പൂർ, ആസാം കൂടാതെ മദ്ധ്യപ്രദേശ്, ഗുജറാത്ത്, കേരളം എന്നീ സംസ്ഥാനങ്ങളിൽനിന്നും സ്ത്രീനാടകചിന്തകളും പ്രൊഡക്ഷനുകളും ഉണ്ടാകുവാൻ തുടങ്ങിയിട്ടുണ്ട്. സംവിധായകരുടെ റോളിലേക്ക് കൂടുതൽ നാടകപ്രവർത്തകർ ഇങ്ങനെ കടന്നുവന്നുകൊണ്ടിരിക്കുന്നു. എന്നാൽ വളരെ ഗൗരവമായി കാണേണ്ട വിഷയമാണ് നാടകത്തിന്റെ മറ്റ് മേഖലകളിലെ സ്ത്രീസാന്നിദ്ധ്യം. പട്ടണങ്ങളും ചെറുനഗരങ്ങളും ഒഴിച്ച് സിറ്റികളിൽ നാടകം ഒരു പ്രൊഫക്ഷണൽ കലയായി പരിഗണിക്കുന്ന ഇന്ന് മറ്റേതുമേഖലയിലും എന്നപോലെ സ്ത്രീകൾക്ക് കടന്നുവരാൻ സാദ്ധ്യതയും സാഹചര്യവും ഉണ്ട്. എന്നിട്ടും എന്തുകൊണ്ടാണ് നാടകത്തിന്റെ സാങ്കേതികമേഖലയിൽ സ്ത്രീകൾ എത്തിപ്പെടാതിരിക്കുന്നത്. നമുക്ക് അറിയപ്പെടുന്ന നിരവധി സംവിധായികമാരുണ്ട്. എന്നാൽ ഒരു പ്രത്യേക മേഖലയിൽ മാത്രം കേന്ദ്രീകരിച്ചു പ്രവർത്തിക്കുന്ന സാങ്കേതികവിദഗ്ദ്ധരുടെ കൂട്ടത്തിൽ സ്ത്രീകളുടെ പേര് കാണുക ബുദ്ധിമുട്ടായിരിക്കും. സ്വന്തം നാടകങ്ങൾക്ക് വേണ്ടി ലൈറ്റ് ഡിസൈൻ ചെയ്യുകയോ ഓപ്പറേറ്റ് ചെയ്യുകയോ ചെയ്യുന്ന സംവിധായികമാർ നമുക്കുണ്ട്. സംവിധാനത്തോടൊപ്പം സുഹൃത്തുക്കൾക്കും പരിചയക്കാർക്കും വേണ്ടി ഡിസൈൻ ചെയ്ത സ്ത്രീനാടകപ്രവർത്തകരുണ്ട്. എന്നാൽ ആ മേഖലയിൽ തനതായ വ്യക്തിമുദ്ര പതിപ്പിക്കാൻ ആവശ്യമായ അന്വേഷണവും അർപ്പണവുമുള്ള സ്ത്രീനാടകപ്രവർത്തകർ നമുക്കില്ല. സംഗീത സംവിധാനത്തിലും സൗണ്ട് ഡിസൈനിങ്ങിലും സ്ത്രീകൾ തീരെ താല്പര്യം പ്രകടിപ്പിച്ചിട്ടില്ല. പലപ്പോഴും മ്യൂസിക് ഓപ്പറേഷൻ വരെ എത്തിനില്ക്കുന്നു അവരുടെ പങ്കാളിത്തം. സെറ്റ് ഡിസൈനിങ്ങും പ്രോപ്സ് നിർമ്മാണവും പ്രൊഫഷണലായി കാണുന്ന കലാകാരികൾ നമുക്കില്ലെന്നു തന്നെ പറയാം. ഇതിന് ചെറിയ ഒരപവാദം വസ്ത്രാലങ്കാര മേഖലയിലാണ്. വിരലിലെണ്ണാവുന്നതാണെങ്കിലും ആ മേഖലയിൽ പെൺസാന്നിദ്ധ്യം സജീവമാണ്. നാടകരചനയുടെ കാര്യത്തിലും സ്ഥിതി ആശാവഹമല്ല. അപൂർവ്വം സംവിധായികമാർ രചന നിർവ്വഹിക്കുന്നുണ്ടെന്നതൊഴി

ച്ചാൽ ആ മേഖലയിലും സ്ത്രീസാന്നിദ്ധ്യം വിരളമാണ്. മൊത്തത്തിൽ നാടകമെന്നത് ഇന്നും പുരുഷന് മേൽക്കൈയുള്ള കലാരൂപമായി നില കൊള്ളുന്നത് കാണാം.

ഇരുപത്തിയൊന്നാം നൂറ്റാണ്ട് എല്ലാം മേഖലയിലും സ്ത്രീകളുടെ മുന്നേറ്റത്തിന് തുടക്കം കുറിച്ചിരിക്കുകയാണ്. സ്ത്രീശാക്തീകരണത്തി ലൂടെ സ്ത്രീയുടെ ശക്തമായ പങ്കാളിത്തം രാജ്യപുരോഗതിയിലും വിക സനത്തിലും ഉറപ്പുവരുത്താനുള്ള ഭരണഘടനാപരമായ ശ്രമങ്ങൾ തുട ങ്ങിയിട്ടുണ്ട്. രാഷ്ട്രീയത്തിനും അതുവഴി രാഷ്ട്ര പുനർനിർമ്മാണത്തിനും സ്ത്രീകൾക്ക് തങ്ങളുടേതായ ആശയവും പ്രവൃത്തിയും കാഴ്ചവെക്കാൻ അവസരങ്ങൾ ഉണ്ടായിത്തുടങ്ങിയിട്ടുണ്ട്. തുടക്കത്തിന്റേതായ ബാലാരി ഷ്ടതകളും ഗുണപരമായ പ്രശ്നങ്ങളും സ്വാഭാവികം മാത്രം. ദേശീയമായി ഇങ്ങനെയൊരു സാമൂഹ്യരാഷ്ട്രീയപശ്ചാത്തലം ഒരുങ്ങിക്കൊണ്ടിരിക്കു മ്പോൾ നാടകവേദിയിൽ കുറച്ചുകൂടി പങ്കാളിത്തപരമായ നിലയിലേക്ക് കലാകാരികൾക്ക് ഉയരാൻ കഴിയണം.

സ്ത്രീ-സ്നേഹത്തിന്റെ ഉത്തരവാദിത്വത്തിലെ നാടകമുന്നേറ്റം

സൂക്ഷ്മമായി പരിശോധിക്കുമ്പോൾ ഈ സാങ്കേതികയുഗത്തിലും അഭിനയവും സംവിധാനവും നാടകത്തിന്റെ നെടുംതൂണുകളായി തന്നെ വർത്തിക്കുന്നു. ഈ രണ്ട് മേഖലയിലും സ്ത്രീക്കും പുരുഷനും സമാന തകളില്ലാത്തതാണെങ്കിലും പ്രശ്നങ്ങളും പ്രതിസന്ധികളും നേരിടേണ്ട തായിട്ടുണ്ട്. ഇവിടെ ബുദ്ധിക്കും കായികശേഷിക്കുമപ്പുറം ഭാവനയ്ക്കും സംഘാടനപാടവത്തിനും മുൻതൂക്കമേറുന്നു. നാടക പ്രവർത്തനമെന്നാൽ ഒരു സംഘപ്രവർത്തനമാണ്. ഇവിടെ ഒരു സംഘത്തെ കൂട്ടിയോജിപ്പിച്ച് പൊതുവായ ഒരു ലക്ഷ്യത്തിലേക്ക് നയിക്കുവാനുള്ള കഴിവാണ് സംഘ നേതാവിനാവശ്യം. ഈ കാര്യത്തിൽ ഒരുപക്ഷേ, പുരുഷനേക്കാൾ ഭംഗി യായി ഒരു ഗ്രൂപ്പിനെ നയിക്കാൻ സ്ത്രീകൾക്കായിരിക്കും എളുപ്പം.

വരും നാളുകൾ സാന്നിദ്ധ്യത്തിനപ്പുറം ക്രിയാത്മകമായ പങ്കാളിത്ത ത്തിന്റേതാക്കിക്കൊണ്ട് സ്ത്രീനാടകപ്രവർത്തകർ നാടകവേദിയെ സജീ വമാക്കട്ടെ എന്ന് ആഗ്രഹിക്കാം. വറ്റിവരണ്ടും വെട്ടി നശിപ്പിക്കപ്പെട്ടും രൂപം മാറ്റിക്കൊണ്ടിരിക്കുന്ന പ്രകൃതി അതിന്റെ താണ്ഡവത്തിനായി കാത്തിരി ക്കുമ്പോൾ മനുഷ്യരെ സൽക്കർമ്മങ്ങളിലേക്ക് നയിക്കാനും അവരുടെ ബുദ്ധിയെ ശരിയായ രീതിയിൽ പ്രവർത്തിക്കാൻ പ്രചോദിപ്പിക്കുവാനും കഴിയുന്നത് കലയിലൂടെ മാത്രമാണ്. എത്രയൊക്കെ സാങ്കേതികതയുടെ അതിപ്രസരമുള്ള കലകൾ ഉടലെടുത്താലും മനുഷ്യൻ മനുഷ്യനോട് നേരിട്ട് സംവദിക്കുന്ന ആദിമകലയായ നാടകത്തിന് അവരിൽ ചെലുത്താ നാകുന്ന സ്വാധീനം അളവറ്റതാണ്. ഏത് കലയുടെയും അടിസ്ഥാനതത്ത്വം സ്നേഹമാണ്, മനുഷ്യത്വമാണ്, മാനവികതയാണ്. നാടകവേദിയിലൂടെ യാണ് ഈ ആശയത്തെ ശക്തമായ സന്ദേശമായി മനുഷ്യരിലേക്ക് നയി

ക്കാനാകുന്നത്. സ്നേഹമാണ് അടിസ്ഥാന തത്ത്വമെന്നതുകൊണ്ടുതന്നെ ആണിനും പെണ്ണിനും തുല്യപങ്കാളിത്തവും ഉത്തരവാദിത്വവുമുള്ള ഒരു നവനാടക സങ്കല്പം തന്നെ നമുക്കുണ്ടാകണം. അവിടെ ശക്തിക്കോ, ബുദ്ധിക്കോ, ഭാവനയ്ക്കോ സാങ്കേതികതയ്ക്കോ ഉള്ളതിനേക്കാളെല്ലാം സ്നേഹത്തിനും മനുഷ്യമതത്തിനും സ്ഥാനം ഉണ്ടാകണം. അവിടെ നമുക്ക് സ്ത്രീപുരുഷഭേദമില്ലാതെ കല ചെയ്യുന്നവരുടെ തെറ്റുകുറ്റങ്ങളെ വിമർശിക്കാം. വിലയിരുത്താം. പരാതികളും പരിഭവങ്ങളും പങ്കുവെക്കാം. ആണോ പെണ്ണോ ആയിട്ടല്ല പ്രതിബദ്ധതയോടെ കല ചെയ്യുന്നവരായി. അങ്ങനെ ഒരു നാളേക്കായി കാതോർക്കാം.

സ്ത്രീനാടകസൗന്ദര്യശാസ്ത്രത്തിന് ഒരാമുഖം

കെ എസ് ശ്രീനാഥ്

വിജ്ഞാനത്തിന്റെ എല്ലാ മേഖലകളിലുമുണ്ടായ സ്ത്രീവിമോചനാശയങ്ങളുടെ ഇടപെടൽ നാടകവേദിയിലും ചിന്താപരവും പ്രായോഗികവുമായ വിസ്ഫോടനങ്ങൾക്ക് വഴിതെളിച്ചു. ഫെമിനിസം സ്ത്രീവിമോചനത്തിന്റെ രാഷ്ട്രീയപ്രക്രിയയായിരിക്കുമ്പോൾത്തന്നെ ഒരു തത്ത്വചിന്തയും സൗന്ദര്യശാസ്ത്രവും കൂടിയാണ്. ഫെമിനിസ്റ്റ് തത്ത്വചിന്തയുടെ വിശാലമായ ഒരു പ്രശ്നപരിസരത്തിൽ നിന്നുവേണം സ്ത്രീനാടകവേദിയുടെ സൗന്ദര്യശാസ്ത്രത്തെക്കുറിച്ചുള്ള ചിന്തകൾ ആരംഭിക്കേണ്ടത്.

വസ്തു (matter) വും സത്ത (self)യും സ്ഥല (space)വും തമ്മിലുള്ള ബന്ധത്തിലൂടെ എങ്ങനെ ജ്ഞാനം ഉല്പാദിപ്പിക്കപ്പെടുന്നുവെന്നതാണ് തത്ത്വചിന്ത ഉൾക്കൊള്ളുന്ന അടിസ്ഥാനപരമായ അന്വേഷണം. സത്യത്തെപ്പറ്റി, സത്തയെപ്പറ്റി, യാഥാർത്ഥ്യത്തെപ്പറ്റി, അർത്ഥത്തേയും മാനവികതയേയും പറ്റിയൊക്കെ വ്യത്യസ്തമായ ദർശനങ്ങൾ ഉരുത്തിരിഞ്ഞിട്ടുള്ളത് അതിഭൗതിക (Metaphysical)മായ ഇത്തരം അന്വേഷണങ്ങളുടെ ഫലമായാണ്. സൗന്ദര്യശാസ്ത്രചിന്തകൾ ഓരോ കാലത്തെയും ദാർശനിക വ്യവഹാരമണ്ഡലങ്ങളുമായി അഭേദ്യമാംവണ്ണം ബന്ധപ്പെട്ടുകിടക്കുന്നു. ഗ്രീക്കു സൗന്ദര്യശാസ്ത്രചിന്തകൾ സോക്രട്ടീസിലൂടെയും പ്ലോറ്റോവിലൂടെയും വികാസം പ്രാപിക്കുന്ന തത്ത്വചിന്തകളുമായി ബന്ധപ്പെട്ടിരിക്കുന്നതുപോലെ തന്നെ ഭാരതീയ സൗന്ദര്യശാസ്ത്രവും ശൈവവും, വൈഷ്ണവവുമായ ഭാരതീയ തത്ത്വചിന്താപാരമ്പര്യവുമായി ബന്ധപ്പെട്ടു കിടക്കുന്നു. ആനന്ദവർദ്ധനന്റെ ധ്വനിസിദ്ധാന്തം കാശ്മീരി ശൈവിസവുമായി ചേർത്തുവച്ച് പാരായണം ചെയ്യുമ്പോൾ മാത്രമേ ധ്വനിയിലേക്കുള്ള വെളിച്ചം പൂർണ്ണമാവുകയുള്ളൂ. ചുരുക്കത്തിൽ സൗന്ദര്യശാസ്ത്രത്തെക്കുറിച്ചുള്ള ചിന്തകൾ ആരംഭിക്കേണ്ടത് തത്ത്വചിന്തയിൽനിന്നാ

ണ്. എങ്കിൽ സ്ത്രീനാടകവേദിക്ക് ഒരു സൗന്ദര്യശാസ്ത്രമുണ്ടോ? ആ സൗന്ദര്യശാസ്ത്രത്തിന് സ്ത്രീയുടേതായ ഒരു തത്ത്വചിന്തയുടെ പിൻബലമുണ്ടോ? ഈ ചോദ്യങ്ങൾക്ക് ഉത്തരം കണ്ടെത്തുവാനും, സ്ത്രീ സൗന്ദര്യശാസ്ത്രത്തിന്റെ രൂപീകരണത്തിന് സഹായകമായിരിക്കുന്ന ഇതര ജ്ഞാനസിദ്ധാന്തങ്ങളെന്തെന്ന് ആരായുവാനുമാണ് ഈ ലേഖനം ശ്രമിക്കുന്നത്.

ഫെമിനിസ്റ്റ് തത്ത്വചിന്ത യാഥാർത്ഥ്യത്തെക്കുറിച്ച് വ്യത്യസ്തമായ ഒരു ദർശനം മുന്നോട്ടു വയ്ക്കുന്നു. പാശ്ചാത്യ/പുരുഷകേന്ദ്രീകൃത അതിഭൗതികചിന്ത സത്തയും വസ്തുവും തമ്മിലുള്ള ബന്ധത്തെ വൈരുദ്ധ്യമായി കണ്ടു (Self other opposition). ഈ പ്രപഞ്ചവീക്ഷണവുമായി അടിസ്ഥാനപരമായി വിയോജിച്ചുകൊണ്ട് സത്തയും വസ്തുവും തമ്മിലുള്ള പരസ്പരബന്ധമായി (self-other relation) ലോകത്തെ കണ്ടുകൊണ്ടാണ് ഫെമിനിസ്റ്റ് തത്ത്വചിന്ത ആരംഭിക്കുന്നത്. സിദ്ധാന്തം/ പ്രയോഗം, സംസ്കാരം/പ്രകൃതി, മനസ്സ്/ശരീരം, മാനുഷികം/അമാനുഷികം, രാഷ്ട്രീയം/സ്വകാര്യം തുടങ്ങിയ വൈരുദ്ധ്യാത്മക പരികല്പനകളെ നിഷേധിച്ചുകൊണ്ട് സത്തയും വസ്തുവും തമ്മിലുള്ള സങ്കീർണ്ണമായ പരസ്പരബന്ധത്തിലൂടെ യാഥാർത്ഥ്യത്തെ നിർണ്ണയിക്കുന്ന ഒരു രീതിശാസ്ത്രമാണ് ഫെമിനിസ്റ്റ് തത്ത്വചിന്തയ്ക്കാധാരം.

പുരുഷകേന്ദ്രീകൃതമായ അതിഭൗതികശാസ്ത്രത്തെ മനഃശാസ്ത്രസിദ്ധാന്തങ്ങളുപയോഗിച്ച് പുനർപാരായണം ചെയ്യുന്ന ഫെമിനിസം മൂന്നു പ്രധാന ആശയങ്ങൾ പാശ്ചാത്യ ചരിത്രത്തിലുടനീളം ആവർത്തിക്കുന്നതായി കണ്ടെത്തുന്നു.

(i) സ്ത്രീ അപൂർണ്ണനായ പുരുഷനാകുന്നു.

(ii)സ്ത്രീത്വം, പുരുഷത്വം എന്നിങ്ങനെ വൈരുദ്ധ്യാത്മകവും, പരസ്പരപൂരിതവുമായ ലിംഗവ്യവസ്ഥകൾ യാഥാർത്ഥ്യത്തെ നിർമ്മിക്കുന്നു.

(iii) ശക്തി, നന്മ എന്നിങ്ങനെ സ്ത്രീത്വവുമായി ബന്ധപ്പെട്ടു നില്ക്കുന്ന സങ്കല്പങ്ങൾ പുരുഷന്റെ ആവശ്യങ്ങൾക്കുവേണ്ടി സൃഷ്ടിക്കപ്പെട്ടവയാണ്.

സ്ത്രീസത്തയുടെ രൂപീകരണം, വികാസം ഇവയെ വിശകലനം ചെയ്യുന്നതിലൂടെ ഫ്രോയിഡും യുങ്ങും രൂപപ്പെടുത്തുന്ന വ്യാവഹാരിക തലങ്ങളാണിത്. സ്ത്രീസത്ത (Feminine subjectivity)യുടെ രൂപീകരണത്തിൽ ലിംഗപരത (Penency) നിർണ്ണായകമായ പങ്കുവഹിക്കുന്നുവെന്ന് വാദിക്കുന്ന ഫ്രോയിഡ് അപകർഷ (inferior)മായ ഒരു ലിംഗവ്യവസ്ഥയായാണ് സ്ത്രീയെ കണ്ടത്. പുരുഷലിംഗവും അധികാരവും തമ്മിലുള്ള ബന്ധവും ലിംഗഭാവം സൃഷ്ടിക്കുന്ന അപകർഷതാബോധവും രൂപപ്പെടുത്തുന്ന സങ്കീർണ്ണതനിറഞ്ഞ ഒരു ഘടനയാണ് ഫ്രോയിഡ് സ്ത്രീസത്തയെ കാണുന്നത്. സ്ത്രീ അപൂർണ്ണനായ പുരുഷനാണെന്ന ഫ്രോയിഡിയൻ വാദത്തിന്റെ അടിത്തറയിതാണ്.

പുരുഷകേന്ദ്രീകൃത അതിഭൗതികചിന്തയുടെ അടിത്തറയായ ഈ

ദ്വിത്വപരികല്പന (Dualism) പൈഥഗോറസും പ്ലേറ്റോയും അരിസ്റ്റോട്ടിലുമുൾപ്പെടെയുള്ള തത്ത്വചിന്തകർ പിന്തുടരുന്നുണ്ട്. *Physics, Generation of Animals* തുടങ്ങിയ വിശ്രുത ഗ്രന്ഥങ്ങളിൽ സ്ത്രീയെയും പുരുഷനെയും വിശുദ്ധ വ്യക്തിസത്തകളായി പ്രതിഷ്ഠിച്ചുകൊണ്ടാണ് അരിസ്റ്റോട്ടിൽ തന്റെ ബൗദ്ധികാന്വേഷണം ആരംഭിക്കുന്നത്. സ്ത്രീയായി ജനിക്കുകയെന്നത് ഏറ്റവും സാധാരണമായ വൈരൂപ്യമാണെന്ന് *Generation of Animals* ൽ അരിസ്റ്റോട്ടിൽ ആവർത്തിച്ചു പ്രഖ്യാപിച്ചു. കാരണം അധികാരം സ്വതന്ത്രനും പൂർണ്ണനുമായ പുരുഷനിൽ (Athenian citizen) നിക്ഷിപ്തമാണ്. കുട്ടികൾ, സ്ത്രീകൾ, അടിമകൾ തുടങ്ങിയവരുടെ സാമൂഹ്യാസ്തിത്വം നിർണ്ണയിക്കുന്നത് പുരുഷന് അവരുമായുള്ള ബന്ധത്തിന്റെ മാനദണ്ഡമനുസരിച്ചാണ്.

സ്ത്രീയുടെ മാനസികഘടന, ലൈംഗികഘടന, സത്തയുടെ രൂപീകരണം ഇവയെക്കുറിച്ചുള്ള സൂക്ഷ്മമായ മനശ്ശാസ്ത്രപഠനങ്ങളിലൂടെയാണ് ഫെമിനിസ്റ്റ് ചിന്താപദ്ധതി പുരുഷവീക്ഷണത്തിനു സമാനമായ ഒരു ലോകവീക്ഷണവും മനുഷ്യദർശനവും രൂപപ്പെടുത്താൻ ശ്രമിക്കുന്നത്. സത്ത (self)യുടെ രൂപീകരണത്തെക്കുറിച്ചുള്ള പഠനങ്ങളിലെ മനഃശാസ്ത്രലഘൂകരണത്തെ വിമർശിക്കുന്ന ഫെമിനിസ്റ്റ് ചിന്ത സാംസ്കാരികവും രാഷ്ട്രീയവുമായ ഒട്ടേറെ ധാരകളാണ് സ്ത്രീസത്തയെയും യാഥാർത്ഥ്യത്തെയും നിർമ്മിക്കുന്നതെന്ന് കണ്ടെത്തുന്നു. ഫ്രോയിഡിനു നേരെ അതിശക്തമായ വിമർശനങ്ങൾ സ്ത്രീ-ചിന്ത മുന്നോട്ടു വയ്ക്കുന്നു. സ്ത്രീയോട് പുരുഷനുള്ള ലൈംഗികചോദന (desire)യുടെ കാഴ്ചപ്പാടിലൂടെയാണ് അമ്മയും മകനും തമ്മിലുള്ള ബന്ധത്തെ ഫ്രോയ്ഡ് വിലയിരുത്തുന്നതെന്ന് കുറ്റപ്പെടുത്തുന്നു. പൂർണ്ണമായും ശാരീരികവളർച്ചയെത്തിയ പുരുഷന് സ്ത്രീയോട് തോന്നുന്ന ലൈംഗികാകർഷണത്തെ ബോധമനസ്സോ അബോധമനസ്സോ രൂപപ്പെട്ടിട്ടില്ലാത്ത (Infant) കുട്ടിയിലേക്ക് ആരോപിക്കുകയാണ് ഫ്രോയിഡ്. മനുഷ്യബന്ധങ്ങളുടെ മനശ്ശാസ്ത്രതലങ്ങളെക്കുറിച്ചുള്ള ഫ്രോയിഡിന്റെ ഈ തെറ്റായ ആരോപണം അമ്മ/മകൾ, പിതാവ്/കുട്ടികൾ, സഹോദരൻ/സഹോദരി തുടങ്ങിയ എല്ലാ വ്യക്തിബന്ധങ്ങളെയും ഇന്ദ്രിയപരവും (Sensual) ലൈംഗികപരവു(erotic)മായി ലഘൂകരിക്കുന്നുവെന്ന് ഫെമിനിസ്റ്റു തത്ത്വചിന്ത വിമർശിക്കുന്നു. അപമാനവീകരിക്കപ്പെട്ട സ്ത്രീസത്തയിൽനിന്നുള്ള മോചനത്തിനു വേണ്ടിയുള്ള പോരാട്ടത്തിലൂടെയാണ് സ്ത്രീയുടെ സമ്പൂർണ്ണമായ വ്യക്തിത്വം രൂപപ്പെടുന്നതെന്ന് ഫെമിനിസ്റ്റ് തത്ത്വചിന്തകൾ സിദ്ധാന്തിക്കുന്നു.

ജ്ഞാനം, യാഥാർത്ഥ്യം, സ്ത്രീകർത്തൃത്വം ഇവയെ കേന്ദ്രമാക്കിയുള്ള ജ്ഞാനസിദ്ധാന്തപരിസരത്തിൽനിന്നാണ് സ്ത്രീയുടേതായ ചരിത്രവീക്ഷണവും ലോകവീക്ഷണവും സൗന്ദര്യശാസ്ത്രവും രൂപം കൊള്ളുന്നത് സ്ത്രീനാടകവേദിയുടെ സൗന്ദര്യശാസ്ത്രത്തെക്കുറിച്ചുള്ള ചിന്തകൾക്ക് ഇത്ര വിശദമായ ഒരു പശ്ചാത്തലം അവതരിപ്പിച്ചത് സ്ത്രീനാടക

വേദി, സ്ത്രീപീഡനത്തിന്റെ വിഷയങ്ങൾ നാടകരൂപത്തിലവതരിപ്പിക്കുന്ന ഏതെങ്കിലും ഒരു നാടകരൂപമല്ല എന്ന് പറയുവാൻ കൂടിയാണ്. കൃതിയെ, രംഗഭാഷയെ, നാടകസിദ്ധാന്തങ്ങളെ ഒക്കെ തന്നെ സമഗ്രമായി പുനർനിർമ്മിക്കുന്ന ഒരു സൗന്ദര്യദർശനത്തെയാണ് അത് ഉൾക്കൊള്ളുന്നത്.

സ്ത്രീനാടകവേദിയുടെ സൗന്ദര്യശാസ്ത്രം നാടകേതര വിജ്ഞാനശാഖകളിൽനിന്നും ഒട്ടേറെ കണ്ടെത്തലുകൾ സ്വാംശീകരിച്ചു കൊണ്ടാണ് രൂപപ്പെട്ടിട്ടുള്ളത്. ലിംഗ (gender) പരവും സാംസ്കാരികവുമായ അറിവുകൾ നരവംശശാസ്ത്രം, സാമൂഹ്യശാസ്ത്രം, രാഷ്ട്രമീമാംസ ഇവയിൽ നിന്നും; പാഠത്തിന്റെ ഫെമിനിസ്റ്റ് പാരായണതന്ത്രങ്ങൾ ഭാഷാപഠനത്തിൽ നിന്നും; രംഗാവതരണത്തെ വിശകലനം ചെയ്യാനുപയോഗിക്കുന്ന സൈക്കോ സെമിയോട്ടിക്സ് രീതിശാസ്ത്രം ഫിലിം തിയറിയിൽനിന്നും; പോസ്റ്റ് മോഡേൺ ക്രിട്ടിസിസം, പോസ്റ്റ് - സ്ട്രക്ച്ചറലിസം ഇവയിൽ നിന്നും കർത്തൃത്വ (Subjectivity)ത്തെക്കുറിച്ചുള്ള പഠനങ്ങളും, അപനിർമ്മാണ (deconstruction)ത്തിന്റെ വിമർശനപദ്ധതികളും സ്വീകരിച്ചു കൊണ്ട് സ്ത്രീയെ ലോകത്തിന്റെയും കലയുടെയും കർതൃസ്ഥാനത്ത് (Subject position) നിർത്തിക്കൊണ്ടാണ് ഫെമിനിസ്റ്റ് സൗന്ദര്യശാസ്ത്രം രൂപം കൊണ്ടിട്ടുള്ളത്.

സ്ത്രീനാടകവേദിയുടെ സമകാലീന സൗന്ദര്യശാസ്ത്രമേഖലയിലേക്കു പ്രവേശിക്കാനുള്ള വാതിൽ തിയേറ്റർ സെമിയോട്ടിക്സ് ആണ്. ഒരു സമൂഹ സംഘടനയ്ക്കുള്ളിൽ അർത്ഥം എങ്ങനെ ഉല്പാദിപ്പിക്കപ്പെടുന്നു എന്നതിനെക്കുറിച്ചു പഠിക്കുന്ന ശാസ്ത്രമാണ് ഏറ്റവും ലളിതമായ അർത്ഥത്തിൽ സെമിയോട്ടിക്സ് അഥവാ ചിഹ്നവിജ്ഞാനീയം. സമൂഹഘടനയ്ക്കുള്ളിൽ നിലനില്ക്കുന്ന ചിഹ്നങ്ങളുടെ പരസ്പരബന്ധത്തിലൂടെയാണ് ഒരു സവിശേഷമായ അർത്ഥം രൂപപ്പെടുന്നത്. ഒരു രംഗാവതരണം എങ്ങനെ സംവേദനക്ഷമമാകുന്നു, അഥവാ നാടകാവതരണം എങ്ങനെ ഒരു സവിശേഷമായ അർത്ഥത്തെ രൂപീകരിക്കുകയും സംവദിക്കുകയും ചെയ്യുന്നുവെന്ന അന്വേഷണമാണ് തിയേറ്റർ സെമിയോട്ടിക്സിന്റെ പഠനമേഖല. വാച്യവും വ്യംഗ്യവുമായ (signifier/signified) അർത്ഥതലങ്ങളെ സൃഷ്ടിച്ചുകൊണ്ടാണ് അരങ്ങിൽ ഒരു ദൃശ്യചിഹ്നം പ്രവർത്തനക്ഷമമാകുന്നത്. നാടകപാഠം, നടൻ/നടി, രംഗസ്ഥലം, ദീപവിതാനം, ബ്ലോക്കിങ്, ഇവ ചേരുന്നതാണ് അരങ്ങിന്റെ വാച്യാർത്ഥം. ഈ വാച്യാർത്ഥവും സദസ്സിന്റെ സഞ്ചിതാവബോധവും (collective unconsiousness) കൂടി ചേർന്ന് രൂപപ്പെടുന്ന നാടകത്തിന്റെ അർത്ഥമോ, സന്ദേശമോ ഭാവതലമോ ആണ് വ്യംഗ്യാർത്ഥം (Signified meaning). ഉദാഹരണത്തിന് ഒരു നാടകത്തിന്റെ സെറ്റ് എങ്ങനെ ഒരു ചിഹ്നമായി മാറുന്നുവെന്നും, അത് സ്ഥലം, കാലം, സാമൂഹിക പരിതസ്ഥിതി, ഭാവം ഇവയെ എങ്ങനെ വ്യഞ്ജിപ്പിക്കുന്നുവെന്നും ചിഹ്നവിജ്ഞാനീയം വെളിപ്പെടുത്തുന്നു.

ചിഹ്നവിജ്ഞാനീയപാരായണം ഒരു രംഗപാഠത്തിൽ (Performance text) തന്നെ ഒന്നിലധികം പാഠങ്ങളെ ഉല്പാദിപ്പിക്കുന്നു.

(i) കൃതിയായി വായിക്കപ്പെടുന്ന നാടകപാഠം (നാടകസാഹിത്യം)

(ii)സംവിധായകൻ റിഹേഴ്സലിനു തയ്യാറാക്കുന്ന രംഗപാഠം (രംഗാവതരണം)

(iii) നടൻ ഉപയോഗിക്കുന്ന റിഹേഴ്സൽ പാഠം (അഭിനയാദികൾ)

(iv) നാടകം കാണുന്നതിലൂടെ പ്രേക്ഷകൻ വായിച്ചെടുക്കുന്ന മറ്റൊരുപാഠം (ധ്വനിപാഠം).

ഈ ഓരോ പാഠങ്ങളും വ്യത്യസ്തങ്ങളും തുല്യപ്രാധാന്യത്തോടെ പരിഗണിക്കേണ്ടതുമാണ്.

അരങ്ങിൽ മാത്രം പൂർണ്ണമാകുന്ന ഒന്നല്ല നാടകത്തിന്റെ അർത്ഥം. സദസ്സുകൂടി ചേർന്ന് നിർണ്ണയിക്കുന്നതാണത്. സദസ്സിന്റെ ലിംഗപരവും വർഗ്ഗപരവും വർണ്ണപരവുമായ വ്യത്യാസങ്ങൾ രംഗാവതരണത്തിന്റെ അർത്ഥം നിർണ്ണയിക്കുന്നതിൽ സുപ്രധാനമായ പങ്കുവഹിക്കുന്നു. ചിഹ്നവിജ്ഞാനത്തിന്റെ ഈ പാരായണതന്ത്രം സ്ത്രീനാടകവേദിയുടെ സജീവമായ ഒരു അന്വേഷണമേഖലയാണ്. പ്രേക്ഷകപക്ഷത്തുനിന്നുള്ള സ്ത്രീയുടെ കാഴ്ചയിലൂടെ നാടകത്തിന്റെ പരമ്പരാഗതമായ രൂപഘടന (form) യെ സ്ത്രീനാടകവേദി തകർക്കുന്നു. ചിഹ്നത്തിൽ അന്തർല്ലീനമായിരിക്കുന്ന സാംസ്കാരികമായ അർത്ഥതലങ്ങളിലേക്കാണ് ഈ അന്വേഷണം ചെന്നെത്തുന്നത്. ഒരു സാംസ്കാരിക ഘടനയ്ക്കുള്ളിൽ നിലനില്ക്കുന്ന മൂല്യങ്ങൾ, വിശ്വാസങ്ങൾ, കാഴ്ചയുടെ പ്രത്യേകതകൾ ഇവ ചിഹ്നത്തിന്റെ അർത്ഥത്തെ നിർണ്ണയിക്കുന്നു. ഇത് കാഴ്ചയുടെ പ്രത്യയശാസ്ത്രപരതയാണ്. ഒരു പ്രത്യേക സാംസ്കാരികസന്ദർഭത്തിൽനിന്നുള്ള ഒരു കാഴ്ച നാടകപാഠത്തിന്റെ അർത്ഥത്തേയും രംഗപാഠത്തിന്റെ രൂപഘടനയെയും പ്രേക്ഷകാനുഭവത്തെത്തന്നെയും രൂപീകരിക്കുന്നു.

ഏതൊരു നാടകാവതരണത്തിനും ഒരു രാഷ്ട്രീയ നിലപാടുണ്ടെന്ന് സ്ത്രീനാടകവേദി വിശ്വസിക്കുന്നു. നാടകപാഠത്തിൽനിന്ന് രംഗപാഠം രൂപപ്പെടുന്ന പ്രക്രിയയിൽ സാംസ്കാരികവും ലിംഗപരവുമായ ഒട്ടേറെ രാഷ്ട്രീയ ഇടപെടലുകൾ പ്രവർത്തനക്ഷമമാകുന്നുവെന്ന് സ്ത്രീനാടകവേദിയുടെ സൈദ്ധാന്തികപഠനങ്ങൾ ഉദാഹരിക്കുന്നു. *റോമിയോ ആന്റ് ജൂലിയറ്റ്* എന്ന നാടകം ഒരു സംവിധായകൻ അവതരണത്തിനായി തെരഞ്ഞെടുക്കുന്നുവെന്നിരിക്കട്ടെ, നാടകം അവതരിപ്പിക്കപ്പെടുന്ന സമകാലീന സമൂഹത്തിൽ നിലനില്ക്കുന്ന സൗന്ദര്യസങ്കല്പവുമായി സംവിധായകൻ ജൂലിയറ്റിന്റെ സൗന്ദര്യത്തെ ബന്ധിപ്പിക്കുന്നു. ഈ സമകാലീന സ്ത്രീസങ്കല്പം നാടകത്തിലെ ജൂലിയറ്റിന്റെ വേഷചമയങ്ങളെ നിർണ്ണയിക്കുകയും രംഗചലനങ്ങൾ, രംഗപടുതികൾ എന്നിവയിലൂടെ സംവിധായകൻ ഈ സൗന്ദര്യാംശത്തിന് പ്രാമുഖ്യം നല്കി തന്റെ കഥാപാത്രത്തെ പ്രേക്ഷകനിലെത്തിക്കുകയും ചെയ്യുന്നു. എന്നാൽ ഷേക്സ്പിയർ ഈ നാടകമെഴുതുമ്പോൾ അദ്ദേഹത്തിന്റെ മനസ്സിലുണ്ടായിരുന്നത് ഗ്ലോബ് തിയേറ്ററിൽ

സ്ത്രീവേഷം കെട്ടുന്ന ബാലനടന്മാരിലാരോ ആണ്. അപ്പോൾ ഒരു നാടകപാഠത്തിന്റെയോ, അതിലെ ഒരു കഥാപാത്രത്തിന്റെയോ അർത്ഥം നാടകപാഠത്തിനകത്തു നിന്നല്ല രൂപപ്പെടുന്നത്. മറിച്ച് സവിശേഷമായ ഒരു സാംസ്കാരിക സന്ദർഭത്തിനകത്തു നിലനില്ക്കുന്ന സ്ത്രീസങ്കല്പത്തെയും ജ്ഞാന/അധികാരബന്ധങ്ങളെയും അടിസ്ഥാനപ്പെടുത്തിയുള്ള പാരായണങ്ങളിലൂടെയാണ്. ആകാരസൗഷ്ഠവവും സൗന്ദര്യവും കുറഞ്ഞ നടികൾ രണ്ടാം നിരയിലേക്ക് തള്ളപ്പെടുന്നതിനു പിന്നിലും നാടകപാഠേതരമായ ലിംഗരാഷ്ട്രീയത്തിന്റെ ശക്തികളാണ് പ്രവർത്തിക്കുന്നത്. നീണ്ടിടതൂർന്ന ചുരുളൻ മുടിയിഴകളും വിടർന്ന കണ്ണുകളും മാംസളമായ ശരീരവടിവും ഒരു നടിയുടെ യോഗ്യതകളായി മാറുന്നതിനു പിന്നിൽ പുരുഷാസക്തിയുടെ നിർമ്മിതിയാണ് പ്രവർത്തിക്കുന്നത്. ഈ നിർമ്മിതിയുടെ എണ്ണമറ്റ നിഴൽ രൂപങ്ങളാണ് നാം അരങ്ങിൽ കാണുന്ന സ്ത്രീബിംബങ്ങൾ.

സ്ത്രീസൗന്ദര്യശാസ്ത്രം നാടകവേദിയിൽ നടത്തുന്ന ഇത്തരം പുനരന്വേഷണങ്ങൾ രംഗഭാഷയേയും, ശരീരഭാഷയേയും കുറിച്ചുള്ള പുതിയ സങ്കല്പങ്ങൾക്ക് വഴി തെളിച്ചു. ലിംഗാധിഷ്ഠിതവും പുരുഷകേന്ദ്രീകൃതവുമായ ഒരു പ്രത്യയശാസ്ത്രം അരങ്ങിൽ സ്ത്രീബിംബങ്ങളെ എങ്ങനെ സൃഷ്ടിക്കുന്നുവെന്നാണ് സൈദ്ധാന്തികമായി സ്ത്രീനാടകവേദിയിൽ നടക്കുന്ന പ്രമുഖമായ ഒരന്വേഷണം. സ്ത്രീയുമായി ബന്ധപ്പെട്ട് സമൂഹത്തിൽ നിലനില്ക്കുന്ന യാഥാസ്ഥിതികത്വം, ആചാരം, മൂല്യവിശ്വാസങ്ങൾ ഇവയൊക്കെ ചേർന്നാണ് അരങ്ങിലെ സ്ത്രീബിംബത്തെ നിർമ്മിക്കുന്നത്. നടിയുടെ രംഗചലനങ്ങൾ, രംഗപടുതികൾ, രംഗചേഷ്ടകൾ ഇവയൊക്കെ വിശദമായ പഠനങ്ങൾക്ക് വിധേയമാക്കുന്ന സ്ത്രീനാടകവേദി, അധികാരവും സ്ത്രീയും തമ്മിൽ സമൂഹത്തിൽ നിലനില്ക്കുന്ന ബന്ധം തന്നെയാണ് അരങ്ങിലും പ്രതിഫലിക്കുന്നതെന്ന് കണ്ടെത്തുന്നു.

സ്ത്രീത്വത്തെക്കുറിച്ചുള്ള എല്ലാ അർത്ഥരൂപീകരണത്തെയും ഫെമിനിസ്റ്റ് പാരായണത്തിനു വിധേയമാക്കുന്നു. ഈ അന്വേഷണത്തിന്റെ വെളിച്ചത്തിൽ അരങ്ങിൽ നില്ക്കുന്ന സ്ത്രീ ജൈവപരമോ പ്രാകൃതികമോ ആയ യാഥാർത്ഥ്യമല്ലെന്നും ആ യാഥാർത്ഥ്യത്തെ കുറിച്ചുള്ള കല്പിത ബിംബമാണെന്നും ഫെമിനിസ്റ്റ് ചിഹ്നവിജ്ഞാനത്തിന്റെ സൈദ്ധാന്തികർ വാദിക്കുന്നു. മറ്റൊരർത്ഥത്തിൽ രംഗസങ്കേതങ്ങളാണ് അരങ്ങിൽ നില്ക്കുന്ന ഒരു സ്ത്രീയുടെ അർത്ഥം രൂപപ്പെടുത്തുന്നത്. ഈ സങ്കേതങ്ങളാകട്ടെ സംസ്കാരത്തിന്റെ ഉല്പന്നവും സ്ത്രീയും സംസ്കാരവും തമ്മിലുള്ള ബന്ധത്തിന്റെ പ്രതിഫലനവുമാണ്. ആദ്യകാല ഫെമിനിസ്റ്റ് ചിന്താപദ്ധതികൾ കലയിലും സാഹിത്യത്തിലുമുള്ള കല്പിത സ്ത്രീബിംബങ്ങളെ പഠനവിധേയമാക്കിയിരുന്നില്ല. മറിച്ച് യാഥാർത്ഥ്യത്തെ പുനർസൃഷ്ടിക്കുകയായിരുന്നു. എന്നാൽ ഫെമിനിസ്റ്റ് ചിന്താധാരയിലെ സമകാലീന പ്രവണതകൾ കല്പിത സ്ത്രീബിംബങ്ങളുടെ പുനർസവിശേഷമായ ഒരു സംസ്കാരത്തിനുള്ളിൽ സ്ത്രീയുടെ കർത്തൃത്വം എന്നിങ്ങനെ രൂപീ

കരിക്കപ്പെടുന്നുവെന്നാണ് ഈ പഠനങ്ങളുടെ അടിസ്ഥാനം. സ്ത്രീയുടെ ജൈവപരമായ സവിശേഷതകളെ സംസ്കാരത്തിൽനിന്നും അനുഭവത്തെ പ്രത്യയശാസ്ത്രത്തിൽനിന്നും വേർതിരിച്ചുകൊണ്ട് കല്പിത സ്ത്രീസമൂഹത്തെ അപനിർമ്മാണത്തിനു വിധേയമാക്കുന്ന രീതിശാസ്ത്രമാണത്. ഈ വിമർശനപദ്ധതി സ്ത്രീയെ സംബന്ധിക്കുന്ന എല്ലാ ലിംഗപരമായ സാംസ്കാരിക നിർമ്മിതിയേയും പുനർപാരായണത്തിനും പുനർ നിർമ്മിതിക്കും വിധേയമാക്കുന്നു.

അരങ്ങും പ്രേക്ഷകനും ഒത്തു ചേർന്നുള്ള ഒരു പ്രക്രിയയിലൂടെയാണ് രംഗപാഠം രൂപപ്പെടുന്നത്. അരങ്ങിലെ സ്ത്രീയുടെ അർത്ഥം രൂപപ്പെടുന്നതും ഇങ്ങനെ പ്രേക്ഷകനും കൂടിച്ചേരുമ്പോഴാണ്. അരങ്ങിലെ ചിഹ്നവ്യവസ്ഥയും പ്രേക്ഷകനും അർത്ഥവും ഇവയ്ക്കിടയിൽ പ്രവർത്തനക്ഷമമാകുന്ന ജ്ഞാന/അധികാരബന്ധങ്ങളും സമകാലീന നാടകവേദിയിൽ പൊതുവേയും സ്ത്രീനാടകവേദിയിൽ വിശേഷിച്ചും ചർച്ച ചെയ്യപ്പെടുന്ന സങ്കീർണ്ണമായ സൗന്ദര്യശാസ്ത്രപ്രശ്നങ്ങളാണ്. അരങ്ങിലെ ചിഹ്നവ്യവസ്ഥ പുരുഷന്റെ കാഴ്ചയാണ്. സ്ഥലവും കാലവും രംഗവസ്തുക്കളുമെന്നപോലെ സ്ത്രീശരീരവും അവിടെ പുരുഷന്റെ ഇച്ഛയ്ക്കനുസരണമായി ക്രമപ്പെടുത്തുന്ന നാടകോപാധികളാണ്. സ്ത്രീശരീരത്തോടുള്ള പുരുഷന്റെ അബോധ ലൈംഗികചോദനകളും (Desire) അധികാരവും അരങ്ങിലെ ചിഹ്നവ്യവസ്ഥ രൂപപ്പെടുന്നതിൽ നിർണ്ണായകമായ പങ്കുവഹിക്കുന്നു. പ്രേക്ഷകന് സ്വതന്ത്രമായ ഒരു കാഴ്ചയില്ല. അവൻ അന്ധനാണ്. നാടകകൃത്തിന്റേയോ സംവിധായകന്റേയോ കാഴ്ചകൾ പൊലിക്കുന്ന പ്രകാശത്തിൽ മാത്രമേ പ്രേക്ഷകൻ നാടകാവതരണത്തിന് സാക്ഷിയാകുന്നുള്ളൂ. കടം വാങ്ങിയ ഒരു കാഴ്ചയിലൂടെയാണ് പ്രേക്ഷകർ രംഗപാഠം കണ്ടെത്തുന്നത്. മറ്റൊരർത്ഥത്തിൽ പൂർവ്വനിശ്ചിതമായ ഒരു കാഴ്ചയും അർത്ഥവും കണ്ടെത്തുന്ന ആഹ്ലാദമാണ് നാടകാസ്വാദനം. ഈ വാദത്തിന്റെ അടിസ്ഥാനത്തിൽ ചിന്തിക്കുമ്പോൾ അരങ്ങിൽ രൂപപ്പെടുന്ന സ്ത്രീയുടെ അർത്ഥത്തിന് സ്ത്രീയുടെ യാഥാർത്ഥ്യവുമായും അനുഭവങ്ങളുമായും ബന്ധമില്ല. പുരുഷന്റെ കാഴ്ചയും അബോധലൈംഗികചോദനങ്ങളും രൂപപ്പെടുത്തിയ ഒരു കല്പിതസ്ത്രീയാണത്. അരങ്ങിലെ ഈ സ്ത്രീബിംബം ഒരു സംസ്കാരത്തിനുള്ളിൽ രൂപപ്പെടുന്ന സ്ത്രീസത്തയുടെ പ്രതിഫലനം തന്നെയാണ്. ചുരുക്കത്തിൽ നാടകത്തിന്റെ കാഴ്ച പുരുഷന്റെ കാഴ്ചയാണ്. അരങ്ങിലെ സ്ത്രീയെ ഒരു പുരുഷവീക്ഷണത്തിലൂടെയാണ് പ്രേക്ഷകൻ കാണുന്നത്.

ഒരു നാടകത്തിലെ സ്ത്രീകഥാപാത്രത്തെ പ്രേക്ഷകർ കാണുന്നത് ആ നാടകത്തിലെ തന്നെ പുരുഷകഥാപാത്രങ്ങൾ ആ സ്ത്രീകഥാപാത്രത്തെ കാണുന്ന രീതിയിലാണ്. *ഋതുമതി* നാടകത്തിലെ ആദ്യരംഗം നോക്കുക. ദേവകി ആദ്യമായി രംഗപ്രവേശനം ചെയ്യുന്ന രംഗമാണത്. ആ രംഗത്തിൽ ദേവകി കാണപ്പെടുന്നത് വാസുദേവന്റെയും കുട്ടന്റെയും കാഴ്ചപ്പാടിലാണ്. വാസുദേവൻ, കുട്ടൻ, പനമ്പള്ളി, കിഴക്കേപ്രം തുട

ങ്ങിയ പുരുഷ കഥാപാത്രങ്ങളുടെ ദൃഷ്ടിയിലൂടെയാണ്, നാടകത്തിലുട നീളം പ്രേക്ഷകൻ ദേവകിയെ കാണുന്നത്. ഈ പുരുഷകഥാപാത്രങ്ങ ളോടുള്ള ബന്ധത്തിലൂടെ രൂപപ്പെടുന്ന ഒരു അർത്ഥം, ഇവ മാത്രമേ നാട കത്തിലുടനീളം ദേവകിക്കുള്ളൂ. ഈ ഉദാഹരണം വെളിപ്പെടുത്തുന്ന ഒരു വലിയ സാംസ്കാരികാർത്ഥമെന്തെന്നാൽ മലയാള നാടകവേദിയുൾപ്പെ ടെയുള്ള ലോകനാടകവേദിയിൽ ക്രിയയുടെ കർത്തൃത്വസ്ഥാനം (Subject of Dramatic Action) പുരുഷന്റേതാണെന്നതാണ്. മനോ-ചിഹ്ന വിജ്ഞാനീയം (Psycho-semiotics) പുരുഷകർത്തൃത്വത്തിന്റെയും സാംസ്കാരികവും രാഷ്ട്രീയവുമായ തലങ്ങൾ വിശദമായ പഠനങ്ങൾക്ക് വിധേയമാക്കുന്നു. ഫ്രോയിഡിൽനിന്നും ലക്കാനിൽനിന്നും പിന്നെയും മുന്നോട്ടു പോയ ഫെമിനിസ്റ്റുകളാകട്ടെ പുരുഷകർത്തൃത്വം എങ്ങനെ സംസ്കാരത്തിൽ ആധിപത്യം നേടുന്നുവെന്ന പഠനങ്ങൾക്ക് പ്രാധാന്യം നല്കുന്നു.

ലോകം ഒരു ചിഹ്നവ്യവസ്ഥയാണ്. മനഃശാസ്ത്രപരവും ലൈംഗിക വുമായി കർത്തൃത്വം എങ്ങനെ വികാസം പ്രാപിക്കുന്നുവെന്ന പഠനമാണ് ഫ്രോയിഡിയൻ തത്ത്വങ്ങളെ പുനർപാരായണം ചെയ്തുകൊണ്ട് ലക്കാൻ നിർവ്വഹിക്കുന്നത്. ശൈശവാവസ്ഥയിലെ കർത്തൃത്വരൂപീകരണം സാമൂ ഹികവും സാംസ്കാരികവുമായ നിയമ (Codes) ങ്ങളുമായി എങ്ങനെ ബന്ധപ്പെട്ടിരിക്കുന്നുവെന്ന് ലക്കാനിയൻ മനഃശാസ്ത്രപഠനങ്ങൾ വ്യക്ത മാക്കുന്നു. കർതൃത്വം എപ്പോഴും ലോകമെന്ന ചിഹ്നവ്യവസ്ഥയ്ക്കകത്ത് നിശിതമായ സാംസ്കാരികാർത്ഥവുമായി മാത്രം ബന്ധപ്പെട്ടു നിലനി ല്ക്കുന്ന ഒന്നാണ്. ലോകമെന്ന ചിഹ്നവ്യവസ്ഥയുമായുള്ള കർത്തൃത്വ ത്തിന്റെ ബന്ധം നൈസർഗ്ഗികചോദന (Libidinal desires)കളുടെ സംപൂർത്തിയിൽ നിന്നുള്ള അന്യവല്ക്കരണമാണ്. മറ്റൊരർത്ഥത്തിൽ കർത്തൃത്വരൂപീകരണം സമ്പൂർണ്ണമാകാത്ത ചോദന (unfinished desires)കളുടെ അടിത്തറയിൽ സംഭവിക്കുന്ന ഒന്നാണ്. മനഃശാസ്ത്രം, ചിഹ്നവിജ്ഞാനീയം, ഫെമിനിസം ഇവയുടെ സൈദ്ധാന്തികാടിത്തറയിൽ നിന്നുകൊണ്ട് രംഗപാഠത്തെ വിശകലനം ചെയ്യുവാനുതകുന്ന ഒരു വിമർശനപദ്ധതി ഫെമിനിസ്റ്റുകൾ രൂപപ്പെടുത്തിയിട്ടുണ്ട്. പുരുഷകർത്തൃ ത്വത്തിലെ സമ്പൂർണ്ണമാകാത്ത ചോദനകളുടെ സൃഷ്ടിയാണ് നാടകവേദി യെന്ന് ഈ ഫെമിനിസ്റ്റ് സൗന്ദര്യശാസ്ത്രം വാദിക്കുന്നു. സമ്പൂർണ്ണമാ കാത്ത ഇത്തരം ചോദനകളെ പുനഃസൃഷ്ടിക്കുകയും അതിലൂടെ അബോ ധചോദനകളുടെ സാക്ഷാൽക്കാരം സാദ്ധ്യമാക്കുകയും ചെയ്യുന്ന ഒരു സ്ഥലമാണ് അരങ്ങ്. രംഗാവതരണം അബോധചോദനകളുടെ സാക്ഷാൽ കാരമായി മാറുന്നു. രംഗചലനങ്ങൾ, ശരീരഭാഷ, രംഗപടുതികൾ ഇവയി ലൂടെ അവിടെ സൃഷ്ടിക്കപ്പെടുന്ന സ്ത്രീബിംബങ്ങളാകട്ടെ അബോധചോ ദനകളുടെ സാക്ഷാൽക്കാരത്തിനുതകുന്ന രംഗവസ്തുക്കളായിത്തീരുന്നു. അരങ്ങിലെ ചിഹ്നവ്യവസ്ഥ പ്രേക്ഷകനിലേക്ക് പ്രക്ഷേപിക്കുന്നതും പ്രേക്ഷകൻ രംഗപാഠത്തിലൂടെ അനുഭവിക്കുന്നതും സമ്പൂർണ്ണമാകാത്ത

അബോധചോദനകളുടെ സാക്ഷാൽക്കാരമാകുന്നു.

രംഗാവതരണം, ആസ്വാദനം ഇവയുമായി ബന്ധപ്പെട്ട് ഏറ്റവും അടിസ്ഥാനപരമായി സംഭവിക്കുന്ന ഈ അർത്ഥ-ബിംബ രൂപീകരണപ്രക്രിയയിൽ സ്ത്രീയുടെ സ്ഥാനം കാണപ്പെടേണ്ടുന്ന ഒരു വസ്തു എന്ന നിലയിലാണ്, മറിച്ച് കാഴ്ചയെ രൂപപ്പെടുത്തുന്ന കർത്തൃത്വമെന്ന (subject) നിലയിലല്ല. പുരുഷന്റെ അബോധചോദനകളിൽനിന്നും രൂപപ്പെടുന്ന ഒരു കാഴ്ച (gaze) യാണ് സ്ത്രീയെ ഒരു ദൃശ്യോപാധിയാക്കി തീർക്കുന്നത്. ചുരുക്കത്തിൽ ആൺകോയ്മയിലധിഷ്ഠിതമായ ജ്ഞാനവും കാഴ്ചയും സമ്പൂർണ്ണമാകാത്ത അബോധചോദനകളും നിർമ്മിക്കുന്ന രംഗവേദികളിൽ സ്ത്രീ ഒരപരസാന്നിദ്ധ്യമായി നിലകൊള്ളുന്നു. പുരുഷന്റെ കാഴ്ചയും കർത്തൃസ്ഥാനവും കൈക്കൊള്ളുന്ന പ്രേക്ഷകനും സമ്പൂർണ്ണമാകാത്ത അബോധചോദനകളുടെ ഉപാധിയായി മാറുന്നു അരങ്ങിലെ സ്ത്രീരൂപം. ആൺകോയ്മയിലധിഷ്ഠിതമായ അരങ്ങിലെ ഈ കല്പിത സ്ത്രീരൂപങ്ങളാകട്ടെ സ്ത്രീയുടെ അനുഭവങ്ങളിൽനിന്നും സത്തയിൽ നിന്നും അന്യവല്ക്കരിക്കപ്പെടുകയും അവൾക്കു തന്നെ അപരിചിതങ്ങളായിത്തീരുകയും ചെയ്യുന്നു. ചിന്താപരവും സൈദ്ധാന്തികവുമായ ഇത്തരം ഒരു തിരിച്ചറിവിൽ നിന്നുകൊണ്ടാണ് സ്ത്രീനാടകവേദി നിലനില്ക്കുന്ന നാടകവേദിയേയും അതിന്റെ സൗന്ദര്യശാസ്ത്രാടിത്തറയേയും പുനർ പാരായണത്തിന് വിധേയമാക്കുന്നത്. അരങ്ങിലെ ചിഹ്നവ്യവസ്ഥക്കുള്ളിലെ ഒരു ദൃശ്യോപാധിയെന്നതിനപ്പുറം, രംഗപാഠത്തിന് അർത്ഥവും രൂപവും സൃഷ്ടിക്കാൻ കഴിയുന്ന കർത്തൃസ്ഥാനത്ത് വേദിയെ പ്രതിഷ്ഠിച്ചുകൊണ്ട് നാടകവേദിയുടെ പരമ്പരാഗത വിശ്വാസങ്ങളെയും വ്യവസ്ഥാപിത രൂപക്രമങ്ങളെയും നിർമ്മിക്കുന്ന പ്രക്രിയയാണ് സമകാലീന ലോക നാടകവേദിയിൽ സ്ത്രീചിന്ത തുടങ്ങിവച്ച സൗന്ദര്യശാസ്ത്രവിപ്ലവം.

പുരുഷകർത്തൃത്വം ചരിത്രപരമായി രൂപപ്പെടുത്തിയെടുത്തതാണ് ലിംഗപരമായ മേധാവിത്വം എന്നു വിശ്വസിക്കുന്നു ഫെമിനിസ്റ്റു സൗന്ദര്യശാസ്ത്രം. തത്ത്വചിന്തയിലേയും മനഃശാസ്ത്രത്തിലേയും ദർശനങ്ങളെ മാത്രമല്ല, ക്ലാസിക്കുകൾ എന്ന് വിശേഷിപ്പിക്കുന്ന നാടകകൃതികളെയും രംഗാവതരണങ്ങളെയും പുനർവായനയ്ക്ക് വിധേയമാക്കുന്നു. പരമ്പരാഗത വ്യവഹാരത്തിനുള്ളിൽ കർത്തൃത്വമെന്നത് പുരുഷകർത്തൃത്വമാണ്. ഈഡിപ്പസും ഹാംലറ്റും ദുഷ്യന്തനും രാവണനും ദാവീദു രാജാവുമെല്ലാം പുരുഷന്റെ മനഃശാസ്ത്രപരവും ലൈംഗികവുമായ ആകുലതകളുടെ പ്രതിരൂപങ്ങളാണ്. ഫ്രോയിഡിന്റെ മനശ്ശാസ്ത്ര സിദ്ധാന്തങ്ങളിലെ ഈഡിപ്പൽ സന്ദിഗ്ദ്ധത (Oedipal crisis) രൂപപ്പെടുത്തുന്ന മാനവികസത്ത (self) പുരുഷ സത്തയാണെന്ന് ഫെമിനിസ്റ്റ് സൗന്ദര്യശാസ്ത്രം വിമർശിക്കുന്നു. വ്യക്തിയുടെ മനോവികാസത്തെക്കുറിച്ചുള്ള ഫ്രോയിഡിന്റെ ലിംഗാധിഷ്ഠിത സിദ്ധാന്തങ്ങൾ ആധുനിക നാടകവേദിയെ നിരവധി തലങ്ങളിൽ ആഴത്തിൽ സ്വാധീനിച്ചിട്ടുണ്ടെന്ന് കാണാം. സ്റ്റാനിസ്ലാവ്സ്ക്കിയുടെ അഭിനയപദ്ധതിയുടെ സൈദ്ധാന്തികാടിത്തറ ഫ്രോയിഡിന്റെ മനഃശാസ്ത്രസി

ദ്ധാന്തങ്ങളാണ്. അതുകൊണ്ടുതന്നെ സ്റ്റാനിസ്ലാവ്സ്ക്കിയുടെ സിദ്ധാന്തങ്ങളെ ആസ്പദമാക്കിയുള്ള കഥാപാത്രവിശകലനം, അഭിനയം ഇവ പുരുഷന്റെ സ്വത്വാവിഷ്കാരത്തിന് പ്രാധാന്യം നല്കുന്നവയാണെന്നും സ്ത്രീ ആവിഷ്കാരത്തെ വൈകാരികമായി തടയുന്നതാണെന്നും ഫെമിനിസ്റ്റ് സൗന്ദര്യശാസ്ത്രം സിദ്ധാന്തിക്കുന്നു. *ലങ്കാലക്ഷ്മി*യിലെ മണ്ഡോദരിയുടെ ഉദാഹരണമെടുക്കുക. രാവണൻ പ്രചണ്ഡമായ കരുത്തിന്റെയും ഉജ്ജ്വലമായ വ്യക്തിത്വത്തിന്റെയും പ്രതീകമാണ്. നാടകേതിവൃത്തം ആകമാനം രൂപപ്പെടുന്നത് ഗംഭീരതേജസ്സാർന്ന ഈ കഥാപാത്രത്തിന്റെ ആന്തരിക സംഘർഷങ്ങളിലൂടെയാണ്. ശാന്തവും നിശ്ശബ്ദവുമായ സാന്നിദ്ധ്യം മാത്രമായി നാടകത്തിൽ പ്രത്യക്ഷപ്പെടുന്ന മണ്ഡോദരിയുടെ അന്തഃസംഘർഷങ്ങൾ നാടകത്തിലുടനീളം കാണാൻ കഴിയാതെ വരുന്നു. പുരുഷന്റെ അമർത്തപ്പെട്ട അബോധലൈംഗികചോദനകളുമായി ബന്ധപ്പെട്ട ഒരു അസ്തിത്വം മാത്രമേ പൊതുവേ സ്ത്രീകഥാപാത്രങ്ങൾക്ക് നാടകങ്ങളിൽ കാണാറുള്ളൂ. മണ്ഡോദരി ശ്രേഷ്ഠനായ രാവണന്റെ ഭാര്യയും വീരനായ ഒരു പുത്രന്റെ അമ്മയുമാണ്. നാശങ്ങളും മരണവും വാരിവിതറി യുദ്ധം ലങ്കയിൽ കരിനിഴൽ പടർത്തുമ്പോഴും അന്തഃപുരത്തിൽ അമ്മയുടെയും ഭാര്യയുടെയും ധർമ്മം നിർവ്വഹിക്കാൻ ഉഴലുന്ന മൗനം പേറുന്ന കഥാപാത്രമാണ് മണ്ഡോദരി. ചോരപ്പുഴകൾക്കും കൊലവിളികൾക്കും നടുവിൽ നില്ക്കുന്ന മണ്ഡോദരിയുടെ അന്തഃസംഘർഷങ്ങൾ നാടകത്തിന് വിഷയമാകുന്നതേയില്ല. ഈ നാടകത്തിലെ ക്രിയകളുമായി ബന്ധപ്പെട്ട കർത്തൃത്വസ്ഥാനം പുരുഷന്റേതാണ്. രാവണൻ കാണുന്ന മണ്ഡോദരി മാത്രമേ ഈ നാടകത്തിലുള്ളൂ. പ്രധാന കഥാപാത്രമായ രാവണന്റെ നാടകക്രിയകളാകട്ടെ സ്വന്തം ആഗ്രഹപൂർത്തിക്കുവേണ്ടി നടത്തപ്പെടുന്നതും. സ്ത്രീയുടെ സവിശേഷമായ മാനസികഘടനയുടെയോ വ്യക്തിത്വത്തിന്റെയോ പ്രതിഫലനങ്ങൾ ഈ നാടകങ്ങളിൽ കാണുക വിഷമമാണ്. പുരുഷകർത്തൃത്വത്തെ കേന്ദ്രമാക്കി രൂപപ്പെട്ടിട്ടുള്ള ഫ്രോയിഡിയൻ മനഃശാസ്ത്രസിദ്ധാന്തങ്ങളെ അടിസ്ഥാനമാക്കിയുള്ള സ്റ്റാനിസ്ലാവ്സ്കിയുടെ കഥാപാത്ര-വിശകലനനിർമ്മാണ പ്രക്രിയ സ്ത്രീയുടെ സ്വത്വാവിഷ്കാരത്തെ ശിഥിലമാക്കുമെന്നും മനഃശാസ്ത്രപരവും ലൈംഗികവുമായ സവിശേഷതകളിലൂന്നിയുള്ള സ്ത്രീസത്തയുടെ കണ്ടെത്തലിനെ തടസ്സപ്പെടുത്തുമെന്നും സ്ത്രീ നാടകവേദിയുടെ സൗന്ദര്യശാസ്ത്രം സിദ്ധാന്തിക്കുന്നു.

സ്ത്രീയുടെയും പുരുഷന്റെയും സവിശേഷമായ അനുഭവങ്ങളും നാടകരൂപവും തമ്മിലുള്ള ബന്ധത്തെക്കുറിച്ച് ഒട്ടേറെ പഠനങ്ങൾ ഫെമിനിസ്റ്റ് സൗന്ദര്യശാസ്ത്രത്തിന്റെ മേഖലയിൽ നടന്നിട്ടുണ്ട്. ഗിലൻഹന്ന (Gillan Hanna) അതിൽ പ്രധാനിയാണ്. പുരുഷന്റെ ആനുഭവികലോകവും ജീവിതവും രേഖീയമായ ഒരു ചിത്രമാണ് കാഴ്ച വയ്ക്കുന്നതെന്ന് ഗിലൻഹന്ന കണ്ടെത്തുന്നു. പുരുഷൻ അവനു നിയന്ത്രിക്കാൻ കഴിയുന്ന ഒരു ലോകത്തിലേക്കാണ് ജനിച്ചു വീഴുന്നതെന്നും വിദ്യാഭ്യാസം, തൊഴിൽ, കുടും

ബജീവിതം, പൊതുപ്രവർത്തനം ഇവയിലെല്ലാം പുരുഷന് രേഖീയമായ ഒരു ആനുഭാവികവികാസം കാണാൻ കഴിയുമെന്നും അവർ വാദിക്കുന്നു. സ്ത്രീയുടെ അനുഭവികലോകം ശിഥിലവും സ്വയം സമ്പൂർണ്ണവുമായ ഒട്ടേറെ യൂണിറ്റുകളാണെന്ന് സിദ്ധാന്തിക്കുന്ന ഗിലൻഹന്ന പുരുഷനിൽ കാണുന്ന രേഖീയമായ അനുഭവികലോകത്തിന്റെ വികാസം സ്ത്രീയിൽ ഗർഭധാരണം, പ്രസവം തുടങ്ങിയ ജൈവപ്രക്രിയയിലൂടെയും കാമുകി, ഭാര്യ, അമ്മ തുടങ്ങിയ സാമൂഹികസ്ഥാനങ്ങളിലൂടെയും ശിഥിലമാക്കപ്പെടുന്നുവെന്ന് കണ്ടെത്തുന്നു. ശിഥിലമായ ഈ ഓരോ യൂണിറ്റും വ്യത്യസ്തമായ സാംസ്കാരിക മൂല്യങ്ങളുടെയും അനുഭവങ്ങളുടെയും സാന്നിദ്ധ്യമുള്ളതുമാണ്. ഏകാഗ്രവും ഏകമുഖവുമായി വികസിക്കുന്ന പരമ്പരാഗത നാടകരൂപങ്ങളും കഥാപാത്ര വികാസത്തെ സമഗ്രവും രേഖീയവുമായി കാണുന്ന സ്റ്റാനിസ്ലാവ്സ്ക്കിയുടെ അഭിനയ സമ്പ്രദായങ്ങളും സ്ത്രീയുടെ അനുഭവത്തെ ആവിഷ്കരിക്കാനുതകുന്ന നാടകീയോപാധികളല്ലെന്ന് ഈ പഠനത്തിന്റെ വെളിച്ചത്തിൽ സ്ത്രീനാടകവേദി വാദിക്കുന്നു.

മുതലാളിത്തസമൂഹത്തിലെ ബൂർഷ്വാസദാചാരമൂല്യങ്ങളുടെയും അണുകുടുംബസങ്കല്പത്തിന്റെയും ആശയാടിത്തറയുള്ള റിയലിസം ഗൃഹാന്തരീക്ഷത്തെയും അതിനുള്ളിലെ സ്ത്രീപുരുഷബന്ധങ്ങളെയും നാടകവേദിയിൽ ആവർത്തിച്ചാവർത്തിച്ച് ആവിഷ്കരിക്കുകയാണ് ചെയ്തത്. ഈ ആവിഷ്കാരങ്ങളാകട്ടെ സാമ്പത്തികവും ലൈംഗികവുമായ സ്ത്രീയുടെ അടിമത്തത്തിന്റെ രാഷ്ട്രീയ സാംസ്കാരികാവസ്ഥയെ വ്യക്തമായി പ്രതിഫലിപ്പിക്കുകയും ചെയ്യുന്നു. ഈ നാടകങ്ങളുടെ രംഗാവതരണത്തിലാകട്ടെ അരങ്ങിന്റെ പശ്ചാത്തലമായി ഗൃഹാന്തരീക്ഷത്തെ പുനർപ്രതിഷ്ഠിക്കുകയാണ് ചെയ്യുന്നത്. സഭ്യവും സൗമ്യവുമായ രംഗസഞ്ചാര ചേഷ്ടാദികളിലൂടെ ആവിഷ്കരിക്കുന്ന സ്ത്രീകഥാപാത്രങ്ങളാകട്ടെ സ്ത്രീയുടെ സ്വത്വാവിഷ്കാരത്തിന്റെ വഴിയിൽ ചേർത്തടയ്ക്കുകയും ചെയ്യുന്നു. അതുകൊണ്ടാണ് റിയലിസം, കലയുടെ മാത്രമല്ല സ്ത്രീസ്വത്വാവിഷ്കാരത്തിന്റെയും തടവറയായി ഫെമിനിസ്റ്റ് സൗന്ദര്യശാസ്ത്രം കാണുന്നത്. കഥാപാത്ര വിശകലനം, കഥാപാത്രനിർമ്മിതി, കഥാപാത്രാവിഷ്കാരം ഇവയ്ക്കെല്ലാം വ്യത്യസ്തമായ സൈദ്ധാന്തിക-പ്രായോഗിക പദ്ധതികൾ കണ്ടെത്തുവാൻ ഫെമിനിസ്റ്റ് സൗന്ദര്യശാസ്ത്രം ശ്രമിക്കുന്നത് ഈ പശ്ചാത്തലത്തിലാണ്.

സ്ത്രീരംഗഭാഷയും രൂപഘടനയും

ഫെമിനിസ്റ്റ് സൗന്ദര്യശാസ്ത്രം ലോകനാടകവേദിയിൽ നടത്തുന്ന ശ്രദ്ധേയമായ അന്വേഷണം സ്ത്രീയുടെ സ്വത്വാവിഷ്കാരം സാദ്ധ്യമാക്കുന്ന സവിശേഷമായ രംഗഭാഷയേയും ശരീരഭാഷയേയും കുറിച്ചാണ്. സൗന്ദര്യശാസ്ത്രത്തിന്റെ ചരിത്രത്തിലെ മഹത്തായ സാംസ്കാരികവിപ്ല

വമെന്ന് ഫെമിനിസ്റ്റുകൾ വിശേഷിപ്പിക്കുന്ന ഈ അന്വേഷണം വൈവിദ്ധ്യം നിറഞ്ഞ ഒട്ടേറെ ധാരകൾക്കും വൈരുദ്ധ്യം നിറഞ്ഞ ഒട്ടേറെ ചോദ്യങ്ങൾക്കും ഇടം നല്കുന്നതാണ്. സ്ത്രീജന്യമായ രംഗഭാഷയ്ക്കും ശരീരഭാഷയ്ക്കും വേണ്ടിയുള്ള അന്വേഷണങ്ങൾ നാടകവേദിയിൽ നൂതനമായ ഒട്ടേറെ പരീക്ഷണങ്ങൾക്കു വഴി തെളിച്ചിട്ടുണ്ട്. ഫ്രഞ്ച് ഫെമിനിസ്റ്റു സൈദ്ധാന്തികമായ ഹെലൻ സിക്സസ്സി(Helene cixous)ന്റെ *പോട്രിയിറ്റ് ഓഫ് ഡോറ* എന്ന നാടകത്തിന്റെ രംഗാവതരണത്തിലൂടെ സിമോൺ ബെൻമൂസ (Simone Benmossa) രൂപപ്പെടുത്തിയ രംഗഭാഷയും അഭിനയ പരിശീലനവുമാണ് ലോകശ്രദ്ധ ആകർഷിച്ചിട്ടുള്ളത്. ഫെമിനിസ്റ്റ് മനഃശാസ്ത്രസിദ്ധാന്തങ്ങളെ നാടകത്തിന്റെ സൗന്ദര്യശാസ്ത്രവുമായി ബന്ധപ്പെടുത്തിക്കൊണ്ട് വ്യത്യസ്തമായ ഒരു രംഗഭാഷയ്ക്കു രൂപം നല്കിയെന്നതാണ് ബെന്മൂസയെ ലോകനാടകവേദിയിൽ ശ്രദ്ധേയയാക്കുന്നത്.

ഫ്രോയിഡിന്റെ കേസ് ഡയറിയിലെ ഒരു സംഭവം ആധാരമാക്കിയാണ് ഹെലൻ സിക്സസ്സ് നാടകരചന നിർവ്വഹിച്ചിട്ടുള്ളത്. ഡോറ എന്ന പെൺകുട്ടിയുടെ സ്വപ്നത്തെ വിശകലനം ചെയ്തുകൊണ്ട് അവളുടെ രോഗാതുരമായ മനസ്സിലെത്തുകയാണ് ഫ്രോയിഡ് ചെയ്യുന്നത്. ഫ്രോയ്ഡിന്റെ മനഃശാസ്ത്രവിശകലനത്തെ വിമർശിക്കുന്ന ഫെമിനിസ്റ്റ് മനോവിജ്ഞാനീയത്തിന്റെ സൈദ്ധാന്തിക അടിത്തറയിൽ രചിക്കപ്പെട്ട ഈ നാടകത്തിൽ ഫ്രോയിഡ് പ്രധാന കഥാപാത്രമാണ്. നാടകത്തിന്റെ അവസാന ഭാഗത്ത് ഫ്രോയിഡിന്റെ എല്ലാ നിർദ്ദേശങ്ങളെയും അവഗണിച്ചുകൊണ്ട് അവൾ സ്വാതന്ത്ര്യത്തോടെ രംഗവേദി ഉപേക്ഷിച്ചുപോകുന്നു. ഫ്രോയിഡ് ഡോറ എന്ന പെൺകുട്ടിയിൽ നടത്തുന്ന മനോവിശകലനമാണ് നാടകത്തിന്റെ പ്രധാന ക്രിയാംശം. സ്വപ്നവും ഓർമ്മയും മിഥ്യാഭ്രമങ്ങളും നിറഞ്ഞ യഥാർത്ഥമല്ലാത്ത അയവുള്ള ഒരു ഘടനയാണ് നാടകത്തിനുള്ളത്. ഭൂതവും വർത്തമാനവും അതീതയാഥാർത്ഥ്യങ്ങളും ഒരേ കാലത്തു തന്നെ അരങ്ങിൽ ഇടകലരുന്നു. കാര്യകാരണബന്ധത്തിലധിഷ്ഠിതമല്ലാതെ ക്രിയാംശം വികാസം പ്രാപിക്കുകയും കഥാപാത്രങ്ങളുടെ പ്രവേശന നിഷ്ക്രമണങ്ങൾ യുക്തിക്കതീതമായ ഒരു തലത്തിൽ സംഭവിക്കുകയും ചെയ്യുന്നു. ഡോറയും ഫ്രോയിഡും തമ്മിലുള്ള രംഗങ്ങൾക്ക് സമാന്തരമായി തന്നെ ഭൂതകാലത്തുനിന്നും ഡോറയുടെ ഓർമ്മകളിലേക്കെത്തുന്ന കഥാപാത്രങ്ങളുടെ രംഗങ്ങളും നടക്കുന്നു. സംഭാഷണങ്ങളുടെ സ്വാഭാവികതയിലേക്ക് പൊടുന്നനെ തള്ളിക്കയറി വരുന്ന ഡോറയുടെ അബോധതല ബിംബങ്ങൾ പശ്ചാത്തല സംഗീതത്തിന്റെ സഹായത്തോടെ ആവിഷ്കരിക്കപ്പെടുന്നു. അരങ്ങിനെ ഡോറയുടെ അബോധമനസ്സായാണ് സങ്കല്പിച്ചിരിക്കുന്നത്. ഫെമിനിസ്റ്റ് മനശ്ശാസ്ത്രസിദ്ധാന്തങ്ങളും നാടകനിയമങ്ങളും ചാരുതയോടെ സമ്മേളിക്കുന്ന ഒരു രംഗഭാഷയാണ് സിമോൺ ബെൻമൂസ ഈ നാടകത്തിലൂടെ രൂപപ്പെടുത്തിയിട്ടുള്ളത്. സ്വപ്നപ്രക്രിയപോലെ തന്നെയാണ് രംഗാവതരണ പ്രക്രിയയുമെന്ന് ബെൻമൂസ വിശ്വസിക്കുന്നു. ഒരു മുഹൂർത്തമോ, ഒരു ഇച്ഛയോ വാക്കുക

ളായും ചേഷ്ടകളായും ഒരു സ്ഥലത്തേക്ക് ഇമേജുകളിലൂടെ ദൃശ്യവല്ക്കരിക്കപ്പെടുന്ന പ്രക്രിയയാണ് രംഗാവതരണം. നിഗൂഢമായ സ്വപ്നങ്ങൾ പ്രതിഫലിക്കുന്ന ഒരു തലമായാണ് ബെൻമൂസ അരങ്ങിനെ കാണുന്നത്. വാക്കിൽനിന്ന് ചേഷ്ടയിലേക്കും ഇമേജിൽനിന്ന് ശരീരത്തിലേക്കും വ്യാപരിക്കപ്പെടുന്ന അബോധാസക്തികളുടെ സമ്മേളനസ്ഥലമാണത്.

*പോട്രിയിറ്റ് ഓഫ് ഡോറ*യുടെ രംഗാവതരണവുമായി ബന്ധപ്പെട്ട ബെൻമൂസയുടെ കുറിപ്പുകളും പഠനങ്ങളും ഫെമിനിസ്റ്റ് സൗന്ദര്യശാസ്ത്രത്തിന്റെ മേഖലയിലെ ശ്രദ്ധേയമായ പഠനങ്ങളാണ്. സ്ത്രീയുടെ ആന്തരികചോദന (female desire)യെ നാടകത്തിലെ മുഖ്യകഥാപാത്രമായി കണ്ടുകൊണ്ടാണ് ബെൻമൂസ കൃതിയുടെ രംഗാവതരണ പ്രവർത്തനങ്ങൾ ആരംഭിക്കുന്നത്.

അഭിനേതാക്കളുടെ പ്രകടനത്തിലുപരിയായി മറ്റൊരു ദൃശ്യതലം കൃതി ആവശ്യപ്പെടുന്നുവെന്ന് ബെൻമൂസ കണ്ടെത്തി. അവ്യക്തദൃശ്യങ്ങളും ഭ്രമാത്മകതയും മങ്ങിയ ഓർമ്മകളും നിറഞ്ഞ ഡോറയുടെ അബോധതലത്തെ സ്ഥലകാലങ്ങളുടെ വ്യതിരിക്തതയെ നിരാകരിച്ചുകൊണ്ട് ബെൻമൂസ ഇമേജുകളാക്കി മാറ്റി. നാടകത്തിലെ പല യൂണിറ്റുകളെയും സംഭാഷണത്തിന്റേയും ചേഷ്ടകളുടെയും തലത്തിൽനിന്ന് ഇമേജുകളാക്കി പരിവർത്തിപ്പിച്ചു. നാടകത്തിലെ വൈകാരികസന്ദർഭങ്ങളെ മനഃശാസ്ത്രപരമായ ഉൾക്കാഴ്ചയോടെ പ്രകടിപ്പിക്കുകയെന്ന സാമ്പ്രദായികാഭിനയ ശൈലിക്കുപകരം കോറിയോഗ്രാഫിക്കു സമാനമായ ഒരു വിന്യാസക്രമം സ്വീകരിക്കുകയും വാക്കുകളേക്കാൾ വാക്കുകൾക്കിടയിലെ മൗനത്തെ അനുഭവവേദ്യമാക്കാൻ അഭിനേതാക്കളോട് ആവശ്യപ്പെടുകയും ചെയ്തു. കഥാപാത്രങ്ങളും ശബ്ദങ്ങളും റിയലിസവും ഫാന്റസിയും ഡോറയുടെ ആന്തരികലോകത്തിന്റെ ഇമേജുകളെ പുനർസൃഷ്ടിച്ചുകൊണ്ട് രംഗവേദിയിൽ ഇടകലരുന്ന ഒരു ഘടനയാണ് ചുരുക്കത്തിൽ രംഗാവതരണത്തിനുണ്ടായിരുന്നത്. ആൺകോയ്മയുടെ സാംസ്കാരികമൂല്യങ്ങളും ഫ്രോയിഡിയൻ സിദ്ധാന്തങ്ങളും അടക്കിവാണിരുന്ന നാടകവേദിയിലെ ആവിഷ്കാരസമ്പ്രദായത്തെ തകർക്കുകയും മറ്റൊരു രംഗഭാഷ സാദ്ധ്യമാക്കുകയുമാണ് ഹെലൻ സിക്സസും സിമോൺ ബെൻമൂസയും ചെയ്തത്.

ആൽബർട്ട് നോബ്സ് (Albert Nobbs) എന്ന മറ്റൊരു നാടകത്തിലും നൂതനമായ ഒട്ടേറെ രംഗപരീക്ഷണങ്ങൾ ബെൻമൂസ നടത്തിയിട്ടുണ്ട്. ഈ നാടകത്തിൽ സ്ത്രീകഥാപാത്രങ്ങൾ മാത്രമേ രംഗത്ത് വരുന്നുള്ളൂ. പുരുഷകഥാപാത്രങ്ങളെല്ലാം അണിയറയിലാണ്. അവരുടെ ശബ്ദം മാത്രമേ അരങ്ങിലെത്തുന്നുള്ളൂ. നിഗൂഢതയോടെ തുറന്നടയുന്ന വാതിലുകളിലൂടെ പുരുഷകഥാപാത്രങ്ങളുടെ സാന്നിദ്ധ്യം ബെൻമൂസ അരങ്ങിലെത്തിക്കുന്നു. ഒരു ചെറുകഥയെ ആസ്പദമാക്കിയുള്ള ഈ നാടകത്തിലെ കഥ കഥാകൃത്തു തന്നെ നാടകത്തിലുടനീളം പറഞ്ഞുകൊണ്ടിരിക്കുന്നുണ്ട്. പുരുഷ കഥാപാത്രങ്ങളുടെ സംഭാഷണങ്ങൾക്കും പുരുഷനായ കഥാകൃത്തിന്റെ കഥാഖ്യാനത്തിനുമനുസരിച്ച് അരങ്ങിൽ ചലിക്കുന്ന സ്ത്രീക

ഥാപാത്രങ്ങളിലൂടെ നാടകവേദിയിൽ മാത്രമല്ല സംസ്കാരത്തിൽത്തന്നെ അന്തർഹിതമായിരിക്കുന്ന ആൺകോയ്മയെ വിമർശനാത്മകമായി ചിത്രീകരിക്കുകയാണ് ബെൻമൂസ. മാനവജ്ഞാനത്തിന്റെ എല്ലാ മണ്ഡലങ്ങളെയും സ്ത്രീകർത്തൃത്വത്തിന്റെ ദാർശനികാടിത്തറയിൽ പുനർപാരായണത്തിനു വിധേയമാക്കുന്ന സ്ത്രീചിന്ത ലോകനാടകവേദിയിൽ മാത്രമല്ല കഥാരംഗത്താകമാനം നവീനമായ ഒരു സൗന്ദര്യശാസ്ത്ര വിപ്ലവത്തിന് തുടക്കംകുറിച്ചു കഴിഞ്ഞു.

ആധാരഗ്രന്ഥങ്ങൾ

1. The Semiotics of Theatre and Drama (Keir Elam)
2. Body Politics (Nancy Healey)
3. The Subject of Semiotics (Kaja Silverman)
4. Feminism and Theatre (Sue Ellencase)
5. Women and Philosophy - ed: Gould and Wartofsky
6. Women, Knowledge and Reality - ed. Ann Garry and Marilyn Pearsall.
7. Foucault and Feminism: Louis Mcnay
8. Contemporary Feminist Theatres- Lixbeth Goodman.

നമ്മുടെ ഫെമിനിസ്റ്റ് നാടകയത്നങ്ങൾ

ഡോ. എൽ തോമസ്കുട്ടി

ലോകനാടകവേദിയിൽ ഫെമിനിസ്റ്റ് നാടകമെന്ന ആശയം പ്രബലമാകുന്നത് ഇരുപതാം നൂറ്റാണ്ടിന്റെ ഒടുവിലത്തെ മൂന്നു ദശകങ്ങളോടെയാണ്. സ്ത്രീസ്വാതന്ത്ര്യത്തെക്കുറിച്ചും സ്ത്രീസമത്വത്തെക്കുറിച്ചുമുള്ള സാമൂഹ്യ-രാഷ്ട്രീയ വിചിന്തനങ്ങളായിരുന്നു അതിന് ആധാരം. സ്ത്രീകൾ എഴുതിയ നാടകങ്ങളെന്നും സ്ത്രീകളുടെ പ്രശ്നങ്ങളെ അനുതാപപൂർവ്വം ഗണിക്കുന്ന നാടകങ്ങളെന്നുമുള്ള സാമാന്യാർത്ഥങ്ങൾക്കുപരിയായി വിപുലമായൊരു പ്രത്യയശാസ്ത്രമാനത്തിലേക്ക് അത് വികസിച്ചു. ഏസ്കിലസി (Aeschylus) ന്റെ *oresteia* യിലും കാളിദാസന്റെ *ശാകുന്തള** ത്തിലുമെല്ലാം പെൺപക്ഷധാര ആരോപിക്കാമെങ്കിലും ഫെമിനിസ്റ്റ് നാടകങ്ങൾ മുന്നോട്ടുവയ്ക്കുന്ന രാഷ്ട്രീയ ദർശനമോ പ്രതിസൗന്ദര്യവിചാരങ്ങളോ അവിടെ അസംഭവ്യമാകുന്നു. *Dolls House* (1879)ലൂടെ ഇബ്സനും *The Children Hour* (1934) ലൂടെ ലിലിയൻ ഹെൽമാനും *സമത്വവാദി* (1944)യിലൂടെ പുളിമാന പരമേശ്വരൻ പിള്ളയും തുടർന്നു വരാനുള്ള സ്ത്രീപക്ഷ നാടകങ്ങളുടെ വഴിയൊരുക്കിയെന്നും കാണുവാനാകും. യൂറോപ്പിന്റെ മനസ്സാക്ഷിയെ ഞെട്ടിച്ചുകൊണ്ട് കുടുംബമെന്ന സ്ഥാപനത്തെ നിരാകരിക്കുന്ന ഇബ്സൻ നാടകവും ലെസ്ബിയനാശയങ്ങളവതരിപ്പിക്കുന്ന ലിലിയൻ നാടകവും സൃഷ്ടിച്ചതിനേക്കാൾ ശക്തവും അപരിചിതവും ബുദ്ധിപരവുമായ നിലപാടുകളായിരുന്നു പുളിമാനയുടെ *ഇളയമകൾ* അർത്ഥശങ്കയ്ക്കിടയില്ലാത്ത വിധം പ്രഖ്യാപിച്ചത്. പക്ഷേ, അക്കാലത്തുണ്ടായ *ഋതുമതി* (44) യാണ് മലയാളം ആഘോഷിച്ചതെന്ന വാസ്തവവും പ്രസ്താവ്യമാണ്! ലിംഗപദവിയിലൂന്നി, സാമൂഹ്യാസമത്വങ്ങളെയും സൗന്ദര്യബോധങ്ങളെയും പ്രബലപ്പെട്ടുപോയ ആൺകോയ്മയുടെ ശീലവിശ്വാസങ്ങളെയും പരിവർത്തിപ്പിക്കുകയാണ് ഫെമിനിസ്റ്റ് നാട

കങ്ങളുടെ പ്രഥമലക്ഷ്യം. സ്ത്രൈണാനുഭവങ്ങൾക്കും സ്ത്രീശരീരത്തിനും സ്ത്രൈണഭാഷയ്ക്കും നോട്ട (Gaze)ത്തിനുമെല്ലാം അമിതപ്രാധാന്യമുള്ള അവതരണരൂപങ്ങളുടെ അന്വേഷണത്തിലേക്കും അത് പില്ക്കാലത്ത് വളരുകയുണ്ടായി.

"....Feminist drama creates a dramaturgy of transformation in which the process of change and not its products is at the centre of theatrical interest" എന്ന് Helene Keyssar നിരീക്ഷിക്കുന്നു. നിലവിലുള്ള മാനകങ്ങളെ മറികടക്കുകയോ വിലക്ഷണീകരിക്കുകയോ ചെയ്യാതെ പരിവർത്തനം അസാദ്ധ്യമെന്നു അവർ വിശ്വസിക്കുന്നു. കേവലം സഹാനുഭൂതിയോ രസനീയതയോ അല്ല ഫെമിനിസ്റ്റ് തിയേറ്ററിന്റെ ലക്ഷ്യം എന്നതിനാൽ സർവ്വം ഗ്രസിച്ചു നില്ക്കുന്ന ജ്ഞാനമണ്ഡലത്തെത്തന്നെ, അതിന്റെ സന്നിഹിതസന്ദർഭങ്ങളെത്തന്നെ, പുനർസൃഷ്ടിക്കുവാൻ ഫെമിനിസ്റ്റ് നാടകപ്രവർത്തകർ ആഗ്രഹിക്കുന്നു.

"The primary intent of the most of those plays was to present the voices of women, consistent with the first, consciousness - raising stage of the women's movement, these onstage women called attention to gender - related practices and attitudes through parodies of sex based sterotypes gender role reveals the recuperation of the positive accomplishments of historical female figures, vivid imagings of female sexuality from the perspectives of women, and confessions of ambivalencess about bodies and selves" (Helene Keyssar)

വിയറ്റ്നാം യുദ്ധത്തെ അധികരിച്ചുകൊണ്ട്, യുദ്ധക്കെടുതികൾക്കെതിരെ വിട്ടുവീഴ്ചയില്ലാത്ത സ്ത്രീപക്ഷ നിലപാടുകൾ ഉയർത്തിക്കൊണ്ടുവന്ന *Viet Rok* (1966) എന്ന നാടകമെഴുതിയ മെഗാൻ ടെറി (Megan Terry)യാണ് അമേരിക്കൻ ഫെമിനിസ്റ്റ് തിയേറ്ററിന്റെ പ്രോദ്ഘാടക. ന്യൂയോർക്കിലുള്ള ഓപ്പൺ തിയേറ്ററിലെ ഈ നാടകാവതരണങ്ങൾ വിപുലമായ അനുരണനങ്ങളുളവാക്കി. അവരുടെ തന്നെ Babies in Big house, Mollie Bailey's Travelling Circus ഉം പ്രേക്ഷകർ ഏറ്റുവാങ്ങി. സദാചാര സംഹിതകളുടെ പരിവർത്തനത്തിലൂടെ മാത്രമേ നിലവിലുള്ള പുരുഷമേധാവിത്വസാമൂഹ്യ ഘടന മാറപ്പെടൂ എന്നവർ പ്രഖ്യാപിച്ചു. കേവലം സാമ്പത്തിക ഉള്ളടക്കത്തിൽ ഊന്നിനിന്നുള്ള പ്രത്യയശാസ്ത്ര വിവക്ഷകളെയെന്നതിനേക്കാൾ വൈയക്തികവും സാമൂഹികവുമായ പരിണാമങ്ങളെയാണ് ടെറിയുടെ നാടകങ്ങൾ ചർച്ചയ്ക്കെടുത്തത്.

Jo Ann Schmidman, Churchill, Shange, Wendy Kesselman, Louise Page തുടങ്ങി ഒട്ടേറെ നാടകകൃത്തുക്കൾ ഈ വഴിക്ക് നീങ്ങി. അടിച്ചേല്പിക്കപ്പെട്ട സ്വകാര്യതകളെയും വിലക്കുകളെയും അവർ അരങ്ങിലെത്തിച്ചു. അപരിചിതമോ നിഷിദ്ധമോ അവിശ്വസനീയമോ ആയ പ്രമേയങ്ങളെയും അവതരണ സംരംഭങ്ങളെയും നാടകപരീക്ഷണങ്ങൾക്കായി കൈക്കൊണ്ടു. പുതിയൊരു സ്ത്രീമാതൃകയുടെ രാഷ്ട്രീയ

ധർമ്മത്തെ ഉയർത്തിക്കൊണ്ടു വന്നു. ശരീരം അതിന് ആധാരമാക്കി. Helene Cixous നെപ്പോലുള്ള കറുത്ത വർഗ്ഗക്കാരായ ഫെമിനിസ്റ്റ് നാടക കാരികൾ *Portrait of Dora* (79) പോലുള്ള നാടകങ്ങളുമായി കടന്നുവന്നു. അപ്പോഴേക്കും, ഒരേസമയം സ്ത്രീയെന്ന നിലയിലും കറുത്തവളെന്ന നിലയിലും തങ്ങൾ അനുഭവിച്ചുകൊണ്ടിരിക്കുന്ന അസമത്വങ്ങൾ അരങ്ങിൽ എത്തി. ബഹുസ്വരതയും ബഹുപ്രകൃതികളും അരങ്ങിൽ തീവ്രവും സജീവവുമായി. Angelina Grimke യെപ്പോലുള്ള മുൻഗാമികളുടെ സഹാനുഭൂതിപരമായ ആഖ്യാനത്തിൽനിന്നും സമരച്ചൂടിന്റെ തിളപ്പിലേക്കും പാർശ്വവല്കൃതരുടെ നോവിലേക്കും ഒരു രാഷ്ട്രീയപ്രയോഗമെന്ന നിലയിൽ സ്ത്രീനാടകവേദി വളർന്നു. അവളവളുടെ വൈയക്തിക രാഷ്ട്രീയാവതരണത്തിലൂടെ തന്നെയാണ് സ്ത്രീയെയും അരങ്ങിനെയും ശാക്തീകരിക്കാനാവുകയെന്ന് അവർ വിശ്വസിച്ചു. ലണ്ടനിലും കാനഡയിലും ലാറ്റിനമേരിക്കയിലുമെല്ലാം സമാനമായ രംഗാന്വേഷണങ്ങളും വഴിപിരിഞ്ഞ അവതരണങ്ങളുമുണ്ടായി. യാഥാസ്ഥിതികമായ, പുരുഷകേന്ദ്രിതമായ വ്യവസ്ഥയോട് കലഹിക്കുക അവിടെയെല്ലാം മുന്നുപാധിയായി. ആക്ടിവിസം എന്ന നിലയിലേക്ക് തിയേറ്റർ കളം മാറിച്ചവുട്ടി.

If we are not in trouble
We are not in the right direction
എന്ന ടെറിയുടെ വാക്കുകൾ അവർക്ക് പ്രമാണമായി.

ന്യൂയോർക്കിലെ Hammerstein Ball Room ൽ രണ്ടായിരത്തി അഞ്ഞൂറില്പരം കാണികളുടെ മുന്നാകെ അവതരിപ്പിച്ച, Obie അവാർഡ് നേടിയ *The Vagina Monologues* ആണ് കഴിഞ്ഞ ദശകങ്ങളിലെ ഏറ്റവും പ്രക്ഷുബ്ധമായ ഫെമിനിസ്റ്റ് നാടകം. Eve Ensler ഇരുന്നൂറില്പരം സ്ത്രീകളുമായി നടത്തിയ അഭിമുഖങ്ങൾക്ക് നാടകീയരൂപം നല്കി അവതരിപ്പിക്കുകയായിരുന്നു. സ്ത്രീശരീരത്തിന്റെ ഗൂഢവല്ക്കരണത്തെ അരങ്ങിൽ അനാവൃതമാക്കുകയും അതിന്റെ രാഷ്ട്രീയവും സദാചാരപരവുമായ സാമ്പ്രദായിക പ്രമാണങ്ങളെ വിചാരണയ്ക്കെടുക്കുകയുമായിരുന്നു *The vagina Monologues*. ഇംഗ്ലണ്ടിലും യൂറോപ്പിലും ഏറെ ചർച്ച ചെയ്യപ്പെടുകയും അവതരിപ്പിക്കപ്പെടുകയും ചെയ്തു ഈ കൃതി. ചൈനയും തുർക്കിയുമുൾപ്പെടെ ഇരുപതില്പരം രാജ്യങ്ങളിൽ ഇത് അച്ചടിച്ചു. അമേരിക്കൻ കാമ്പസുകളുടെ ഹരമായി മാറി ഇത്. ഫാക്കൽറ്റികളും വിദ്യാർത്ഥിനികളുമടങ്ങുന്ന വിപുലസദസ്സ് ഈ നാടകം അവതരിപ്പിക്കുകയും ചർച്ചയ്ക്കെടുക്കുകയും ചെയ്തു. 1998 ഫെബ്രുവരി 14, വാലന്റൈൻസ് ഡേയിലെ വജൈനാ നാടകത്തോടൊപ്പം 'V-Day' എന്നൊരു ഫെമിനിസ്റ്റ് കൂട്ടായ്മയും രൂപപ്പെട്ടു. നാടകാവതരണത്തിലൂടെ സ്വരുക്കൂട്ടിയ ലക്ഷക്കണക്കിനു ഡോളർ, സ്ത്രീപ്രശ്നങ്ങളിലിടപെടാനും പരിഹാരപ്രവർത്തനങ്ങൾ നടത്തുവാനുമായി അവർ ഉപയോഗിച്ചു. വികസിത-വികസ്വര രാജ്യങ്ങളിലെല്ലാം സ്ത്രീസ്വാതന്ത്ര്യത്തിനു വേണ്ടി പ്രവർത്തിക്കുന്ന കൂട്ടായ്മകളുമായി പ്രത്യക്ഷബന്ധം സ്ഥാപിക്കുവാനും അക്കൂട്ടർക്ക് ആവശ്യമായ

സാമ്പത്തികവും പ്രത്യയശാസ്ത്രപരവുമായ പിൻബലമേകുവാനും 'V-Day' പ്രവർത്തകർ യത്നിച്ചു. അഫ്ഗാനിസ്ഥാനിലെ താലിബാനിസത്തി നടിപ്പെടുന്ന പെണ്ണുങ്ങളെയും കെനിയയിലെയും ക്രൊയേഷ്യയിലെയും ദരിദ്രരും നിരക്ഷരരുമായ സ്ത്രീകളെയും കൊസോവോയിലെയും ചെചെനിയയിലെയും വംശീയാക്രമണങ്ങളിൽ പരിക്കേറ്റവരെയുമെല്ലാം 'V-Day' സഹായിച്ചു. അവർക്ക് ആവശ്യമായ വാഹന-പാർപ്പിട-മരുന്ന്-വിദ്യാഭ്യാസ പ്രവർത്തനങ്ങളെയൊക്കെ തങ്ങൾക്കാവുംവിധം ഈ ഫെമിനിസ്റ്റ് ആക്ടിവിസ്റ്റുകൾ തുണച്ചു. നാടകം അതിലേക്കുള്ള ഒരു ഉപാധിമാത്രമാണ് അവർക്ക്. Eve Ensler അതേക്കുറിച്ച് കുറിക്കുന്നതിങ്ങനെയാണ്.

'Vagina Miracles Sightings and occurences. They go on. The greatest miracle, of course is V-Day, an energy, a movement a catalyst, a day to end violence toward women - born, out of the vagina monologues'.

സ്ത്രീ/പുരുഷ ദ്വന്ദ്വങ്ങളെയും അധികാര/അധീശത്വങ്ങളെയും പ്രശ്നവല്ക്കരിക്കാനൊരുമ്പെട്ട ഫെമിനിസ്റ്റുകൾ പൊതുവേ സ്ത്രീയുടെ ലിംഗപദവിയെക്കുറിച്ചുള്ള ഗൗരവചർച്ചകൾ നടത്താറുണ്ട്. ഭാഷാപരിമിതി മൂലമാണ് ഇതും 'ലിംഗാ'ധിഷ്ഠിതമായിപ്പോകുന്നത്. 'സ്ത്രീലിംഗം' എന്ന പ്രയോഗം തന്നെ എത്രമാത്രം വിലക്ഷണമാണ്. നിർഭാഗ്യവശാൽ മറ്റൊരു പ്രയോഗം നിലവിലില്ല. സ്ത്രീശരീരത്തെ നിർണ്ണയിക്കുന്ന 'യോനി'യെ നിസ്സങ്കോചം ചർച്ചയ്ക്കെടുക്കുന്ന നാടകമാണ് *The Vagina Monologues*. ഭൗതികവും സൗന്ദര്യാത്മകവും ശാക്തേയവുമായ അതിന്റെ ഭാവങ്ങളെയും പ്രദേശങ്ങളെയും സസൂക്ഷ്മമായി നാടകം അരങ്ങിലെത്തിക്കും. നിഗൂഢവല്ക്കരണത്തിന്റെ രാഷ്ട്രീയത്തെ പൊളിച്ചുകാട്ടുന്നു. ഗൂഢത അസ്വാതന്ത്ര്യത്തിലേക്കും വിക്ടോറിയൻ സദാചാരത്തിന്റെ കാപട്യങ്ങളിലേക്കും ഒരു സ്ത്രീയെ ആഴ്ത്തിക്കളഞ്ഞതെങ്ങനെയെന്ന് മോണലോഗ്നാടകം പറഞ്ഞു തരുന്നു. കേവലം ഞരമ്പുരോഗത്തിന്റെ രതിഭാവങ്ങൾക്കുപരിയായി ശക്തമായൊരു രാഷ്ട്രീയപ്രയോഗമായി സ്ത്രീശരീരത്തെ അരങ്ങിൽ വിന്യസിക്കാമെന്ന് അവർ കാട്ടിത്തരുന്നു. വിപ്ലവാത്മകവും പ്രകോപനപരവുമായ എടുത്തു ചാട്ടങ്ങളിലൂടെ മാത്രമേ പുതിയൊരു ചരിത്രവും ഭാഷയും ആകാശങ്ങളും സൃഷ്ടിച്ചെടുക്കാൻ കഴിയുകയുള്ളൂ എന്നവർ കാട്ടിത്തരുന്നു.

When I first went to see Eve Ensler perform the intimate narrative in these pages - gathered from more than two hundred interviews and then turned into poetry for the theatre - I thought, I already know this: it's the journey of the truth telling we've been on for the past three decade... one every page; there is the power of saying the unsayable-എന്ന ആമുഖക്കുറുപ്പിലെ Gloria steinem** ന്റെ വാക്കുകൾ ഇതിന് നിദർശനങ്ങളാണ്. വിലക്കപ്പെട്ട ഇടങ്ങളിലേക്കാണ് അവർ നിർഭയം കടന്നുകയറുന്നത്. വിലക്കുകൾ കല്പിച്ച പുരുഷകോയ്മയെ എതിർത്തു

തോല്പിക്കണമെങ്കിൽ അതല്ലാതെ മറ്റുവഴിയില്ല എന്നവർ വിശ്വസിക്കുന്നു. അപ്പോൾ മാത്രമേ പുരുഷനിർമ്മിതമായ സ്ത്രീമാതൃകകൾക്ക് വെളിയിലുള്ള- അതിന് അപരിചിതവും നിഷ്കാസിതവുമായൊരു സ്ത്രീശരീര/ഭാഷ അരങ്ങിൽ സൃഷ്ടമാകൂ എന്നും അവർ വിശ്വസിക്കുന്നു. ആ ശരീരത്തിന്റെ വിന്യാസക്രമത്തിലും പെരുമാറ്റങ്ങളിലും സമീപനലക്ഷ്യങ്ങളിലുമെല്ലാം ഈ വ്യതിരിക്തത ആവശ്യമാണുതാനും.

I was there when her vagina changed
from a shy sexual hole
to an archeological tunnel a sacred vessel,
a venetian canal, a deep well with a tiny stuck child inside,
waiting to be rescued.

എന്ന് കാവ്യാത്മകമായും വിവരണാത്മകമായും Eve Ensler സ്വാഗതാഖ്യാനം നടത്തുമ്പോൾ സ്ത്രൈണ കേന്ദ്രത്തിന്റെ അപരിചിതാനുഭവലോകത്തിലേക്ക് എല്ലാ ശക്തിസൗന്ദര്യങ്ങളോടുംകൂടി പ്രേക്ഷകരെ അടുപ്പിക്കുകയാണ്. യാഥാസ്ഥിതികസമൂഹം വിലക്കിയ ഒരു വാക്കിനെ നിരന്തരം ഉച്ചരിച്ച്, വീണ്ടെടുക്കുന്നതിലൂടെ ശരീരകേന്ദ്രിതമായ, സ്വന്തം അനുഭവഭൂപടങ്ങളുടെ പുതുരാഷ്ട്രീയത്തെ സ്ഥാപിച്ചെടുക്കുകയായിരുന്നു ഇക്കൂട്ടർ. അതിനാൽത്തന്നെ വീറും രഹസ്യാത്മകതയും നിറഞ്ഞ ഒരു മാന്ത്രികപ്രവർത്തനമായി ഈ നാടകം മുന്നേറിയെന്നത് ചരിത്രം.

Pol Pelletier എന്ന നടിയാണ് കാനഡയിലെ സ്ത്രീനാടകവേദിയുടെ മുഖശ്രീ കുറിച്ചത്. മോൺട്രിയലിൽ 74 ൽ അവർ സ്ഥാപിച്ച Theatre experimental de Montreal പിന്നീട് Theatre experimental des femmes (TEF) ആയി വികസിക്കുകയായിരുന്നു. അരങ്ങിലെ ശരീരാഭിനയത്തിന്റെ സാദ്ധ്യതകളുപയോഗിക്കുക എന്നതായിരുന്നു പെല്ലെതിയറിന്റെ മുഖ്യമാർഗ്ഗം. ഏഷ്യൻ ക്ലാസിക്കൽ നടനവിധികളും കളരിമുറകളും അവർ അതിനായി അഭ്യസിച്ചു. തലമുണ്ഡനം ചെയ്തുകൊണ്ട്, ആരോപിതചിഹ്നങ്ങളെ ഉപേക്ഷിക്കുന്ന നടനശരീരത്തെ രംഗവേദിയിലെത്തിക്കുകയായിരുന്നു അവർ. സ്ത്രീശരീരത്തിലെ അനുപമമായ ഊർജ്ജവിശേഷത്തെ അരങ്ങിലേക്ക് സന്നിവേശിപ്പിക്കുവാനുള്ള സവിശേഷ ശിക്ഷണക്രമം വളർത്തിയെടുക്കുകയും നിരന്തര പരിശീലനം ചെയ്യുകയും അവരുടെ ലക്ഷ്യമായിരുന്നു. പിന്നീട് Dojo (നേർവഴി) എന്ന പേരിൽ ഒരു സ്ഥാപനം തന്നെ ഇതിനായി അവർ സ്ഥാപിച്ചു. കബൂക്കി നാടകവുമായുള്ള ബന്ധമാണ് ഇത്തരമൊരു ജാപ്പനീസ് നാമസ്വീകരണത്തിന് പെല്ലെതിയറെയെ പ്രേരിപ്പിച്ചത്. പ്രണയ/രതി/ഇച്ഛകളിലെല്ലാം തന്നെ സ്ത്രീയുടെയും പുരുഷന്റെയും അഭിരുചികളും അനുഭവങ്ങളും വ്യത്യസ്തമാണെന്നും അരങ്ങിലെ ശരീരനടനത്തിലൂടെ അത് സ്ഥാപിച്ചെടുക്കണമെന്നും അവർ വിശ്വസിച്ചു.

Pelletier unleashes a merciless critique of traditional female acting, and unveils soaring vision of how women might be on the stage (or, one might add, in “real life”), if they were to break free of the physically and psychically atrophying roles imposed on them. തുടർന്നുള്ള നിലപാടുകളിൽ ഒരു സ്ത്രീനാടകവേദിക്ക് നിലവിലുള്ള സ്ത്രൈണാവബോധത്തിൽ നിന്നുപോലും വിടുതൽ വേണമെന്നും അവർ പ്രഖ്യാപിക്കുന്നുണ്ട്. നിലവിലുള്ള സംഹിതകളെയെല്ലാം നിഷേധിച്ചു കൊണ്ട് ശരീരത്തിന്റെ രാഷ്ട്രീയത്തെ ഉയർത്തിപ്പിടിക്കാനുള്ള യത്നങ്ങളായിരുന്നു ഇത്തരം രംഗാവിഷ്കാരങ്ങളുടെ ലക്ഷ്യം.

2010 ലെ ഇറ്റ്ഫോക് (International Theatre Festival of Kerala) ഫെസ്റ്റിവലിന്റെ ഭാഗമായി സ്പെയിനിൽ നിന്നെത്തിയ ഓവ്മെന്റ്സ് തിയേറ്റർ ഗ്രൂപ്പിന്റെ 'ടെയ്ൽ ഓഫ് ദ ബോഡി' എന്ന ഏകാംഗാഭിനയത്തിന്റെ അവതരണം കൂടി ഇവിടെ പരാമർശയോഗ്യമെന്നു തോന്നുന്നു. ആൻഡ്രിയാക്രൂസ് എന്ന നടി, ശരീരഭാഷാവിന്യാസത്തിലൂടെ, ഉടലാട്ട (corporeal mime) ത്തിന്റെ അനന്തസാദ്ധ്യതകൾ അരങ്ങിലെത്തിക്കുകയായിരുന്നു. ജൈവനാടകമെന്ന, സചേതനമായൊരു രംഗവേദിയെ, ഭാഷണോപരിയായി പ്രയോഗിച്ച് കേവലശരീരത്തിന്റെ വികാസചരിത്രത്തെ അരങ്ങിലെത്തിക്കുകയായിരുന്നു അവർ. ജനനം മുതൽ വളർച്ചയുടെ ഓരോ ഘട്ടത്തിലും ശരീരത്തിന്റെ അഭിമുഖീകരണങ്ങളും ഭാവഭേദങ്ങളും പലനിലകളിലും പടുതികളിലുമായി നടനശരീരത്തെ വിന്യസിച്ചും വിവൃതമാക്കിയും അവാച്യമായൊരു നാട്യാനുഭവം വിരിയിച്ചെടുക്കാൻ ക്രൂസ് എന്ന നടിയാക്കി. പ്രഖ്യാപിത രാഷ്ട്രീയ/അസമത്വ പ്രഭാഷണങ്ങളെ അരങ്ങിൽ ചർച്ച ചെയ്യുവാൻ നാടകം ശ്രമിക്കുന്നില്ല എങ്കിൽ കൂടി സ്ത്രീശരീരത്തിന്റെ അരങ്ങുരാഷ്ട്രീയത്തെ സൂക്ഷ്മാർത്ഥത്തിൽ പിൻപറ്റുന്ന നാടകമാണ്, അതിന്റെ വിശ്വനാടകവേദിയിലെ സമകാലികദൃഷ്ടാന്തമാണ് 'ടെയ്ൽ ഓഫ് ദി ബോഡി' എന്ന് വിചാരിക്കാവുന്നതാണ്. (ചെറിയൊരു പേടകത്തിന്റെ സുരക്ഷിത/പരിമിതത്വത്തിൽ നിന്നും നിലംപറ്റി ചലിക്കുന്ന ജന്തു പ്രകൃതിയിലേക്കും അവിടെനിന്നും ആകാശവിതാനങ്ങളിലേക്കും ഇടിയായും മഴയായും വളർന്നുപരക്കുകയും കുറുകിച്ചുരുങ്ങുകയുമൊക്കെ ചെയ്യാവുന്ന ഉടലാട്ടത്തിന്റെ വിപുല വിനിയോഗത്തിനാണ് ഈ അവതരണം ഊന്നൽ നല്കിയതെന്ന കാര്യം വിസ്മരിക്കുന്നില്ല)

വിപുലമായ ഈയൊരു പശ്ചാത്തലത്തിൽ ഇന്ത്യയിലേയും മലയാളത്തിലേയും സ്ത്രീപക്ഷനാടകങ്ങളെ പരിശോധിച്ചാൽ നിരാശയാണ് ഫലം. സാമൂഹ്യസമത്വത്തെ മുൻനിർത്തി, പ്രജ്ഞാബലമുള്ളൊരു നാടകം പുളിമാനയെഴുതിയത് 44 ൽ ആയിരുന്നുവെന്ന് മുൻപ് സൂചിപ്പിച്ചിരുന്നല്ലോ? അതിന് നാല് വർഷങ്ങൾക്കുശേഷം *തൊഴിൽ കേന്ദ്രത്തിലേക്ക്* എന്നൊരു നാടകം ഇവിടെ ഉണ്ടാകുന്നുണ്ട്. ഒരു സംഘം സ്ത്രീകളാണ് അതെഴുതിയതെന്ന് വിശ്വസിക്കപ്പെടുന്നുമുണ്ട്. സാഹിത്യചരിത്രകാരന്മാർ ഈ നാടകത്തെ, അതിലെ സ്ത്രീപങ്കാളിത്തത്തെ മുൻനിർത്തി ആദ്യകാല സ്ത്രീപക്ഷനാടകമെന്ന് വിളിക്കുന്നുമുണ്ട്. എന്നാൽ ഫെമിനിസ്റ്റാശയങ്ങളെയും സ്ത്രീസ്വത്വ പരിചിന്തനത്തെയുമെന്നതിനേക്കാൾ സാമ്പത്തിക ഉള്ളടക്കത്തിലാണ് പ്രസ്തുത നാടകത്തിന്റെ ഊന്നൽ. അതും സവിശേഷമായ

ഒരു സമുദായത്തിന്റെ പ്രശ്നം എന്ന നിലയിലാണ് അവതരിപ്പിക്കപ്പെടുന്നതും. സമൂഹ/മത സ്വത്വങ്ങളുടെ പൊതുമണ്ഡലത്തെയും അതിനാധാരമായ സാമ്പത്തിക ഉള്ളടക്കങ്ങളെയും സൗമ്യപരിവർത്തനവാദങ്ങളെയുമാണ് നാടകം മുന്നോട്ടുവയ്ക്കുന്നത്.

1979 ൽ ഡൽഹിയിൽ അനുരാധാകപൂറിന്റെ നേതൃത്വത്തിലുടലെടുത്ത 'സ്ത്രീസംഘർഷ്' ആണ് ഭാരതത്തിലെ ആദ്യസ്ത്രീപക്ഷ നാടകസംഘം. സ്ത്രീധനം, സ്ത്രീപീഡനം മുതലായ സാമൂഹ്യ അനീതികൾക്കെതിരെയായിരുന്നു അവരുടെ പ്രവർത്തനങ്ങൾ. തുടർന്നുവന്ന മാലിനിഭട്ടാചാര്യയുടെ സഹേലിയും ഹൈദരാബാദ് കേന്ദ്രീകരിച്ചു രൂപം കൊണ്ട സ്ത്രീമുക്തിയുമൊക്കെ ഏതാണ്ട് ഇമ്മട്ടിലാണ് പ്രവർത്തിച്ചത്. സാറാ ജോസഫിന്റെ നേതൃത്വത്തിൽ 86 ൽ ഇവിടെ രൂപംകൊണ്ട 'മാനുഷി' സ്ത്രീധന/മരണ/കൊല/പീഡനങ്ങൾക്കെതിരെ സ്ത്രീക്കൂട്ടായ്മകളുടെ തെരുവുനാടകങ്ങൾ അരങ്ങേറി. തുടർന്ന് സമത (87), അഭിനേത്രി (94), മേധ (98), നിരീക്ഷ (2005) തുടങ്ങിയ സ്ത്രീപക്ഷ നാടകസംഘങ്ങളും അവരുടെ അവതരണങ്ങളും കേരളത്തിലും ഉണ്ടായി. ശാസ്ത്രസാഹിത്യ പരിഷത്തുപോലുള്ള സംഘങ്ങളും സ്ത്രീധനവിരുദ്ധാശയങ്ങളുടെ പ്രചരണത്തിനായി നാടകങ്ങൾ അവതരിപ്പിച്ചു (ഉദാ: *പരശുപുരം ചന്ത*). എന്നാൽ നിലവിലുള്ള അരങ്ങുചര്യകളെ പരിവർത്തിപ്പിക്കുവാൻ ഇവർ പലപ്പോഴും അശക്തരായിരുന്നു. അതിനാൽ തന്നെ പരിവർത്തനാശയങ്ങൾ കേവല പ്രലപനങ്ങളായെന്നല്ലാതെ വിപ്ലവാത്മകമോ വിമോചനാത്മകമോ ആയ ഒരു രംഗാവതരണം സാദ്ധ്യമാക്കിയില്ല. വളരെ കഴിഞ്ഞിട്ടാണെങ്കിലും സാറാജോസഫ് തന്നെ അത്തരം പരിമിതികൾ കണ്ടറിയാൻ ശ്രമിച്ചു. സ്ത്രീപഠന കേന്ദ്രം കുടമാളൂരി(91)ലും പിന്നീട് കേരള സംഗീത നാടക അക്കാദമി നടത്തിയ സ്ത്രീനാടകപ്പണിപ്പുര (98 ഡിസം. 19 മുതൽ 25 വരെ)യിലും അവർ ഇത്തരം നിർദ്ദേശങ്ങൾ മുന്നോട്ടുവച്ചു. പണിപ്പുരയിൽ നീലംമാൻസിങ്, അനുരാധാകപൂർ, മങ്കെ, മായാകൃഷ്ണറാവു, ഉഷാ ഗാംഗുലി, ജീവ, ശൈലജ തുടങ്ങി ഇന്ത്യയിലെ വിവിധ ഭാഗങ്ങളിലുള്ള സ്ത്രീനാടകപ്രവർത്തകരുടെ ഒത്തുചേരലും അവതരണ സംരംഭങ്ങളും ഉണ്ടായി. നാടകത്തിന്റെ സമഗ്രവ്യതിയാനത്തെക്കുറിച്ചും അതിനാധാരമാകേണ്ടുന്ന സ്ത്രീപക്ഷനോട്ടത്തെക്കുറിച്ചും ഉപാധിയായ രംഗഭാഷയെക്കുറിച്ചും മറ്റും അവിടെ ചർച്ച ചെയ്തു. നാടകത്തിന്റെ സാങ്കേതിക/സൈദ്ധാന്തിക മേഖലകളിലെല്ലാം സ്ത്രീപ്രാതിനിദ്ധ്യം പ്രബലപ്പെടുത്തണമെന്നും അഭിപ്രായമുയർന്നു. അപ്പോഴും ശരീരബദ്ധമായ സ്വാതന്ത്ര്യാന്വേഷണങ്ങൾക്ക് പ്രാമുഖ്യം ലഭിച്ചിട്ടില്ല. *മുടിത്തെയ്യം, ഏതോ ചിറകടിയൊച്ചകൾ, ജാനസ്, ബ്യൂട്ടിപാർലർ, മത്സ്യഗന്ധി, കല്യാണസാരി, ലേബർറൂം, ഓരോരോ കാലത്തിനും, പ്രവാചക, Eco of the day* തുടങ്ങി ഒട്ടേറെ നാടകങ്ങൾ കേരളത്തിലെ സ്ത്രീപക്ഷനാടകകാരികൾ അവതരിപ്പിച്ചുകഴിഞ്ഞു. രചനയിലും അവതരണത്തിലും സംവിധാനത്തിലും ശ്രീലത, സുധി, എം സജിത, ശ്രീജ ആറങ്ങോട്ടുകര, ഇ രാജരാജേശ്വരി, ദിവ്യ,

ഐ ജി മിനി, സി എസ് ചന്ദ്രിക തുടങ്ങി ധാരാളം സ്ത്രീപക്ഷനാടകപ്രവർത്തകരുടെ സാന്നിദ്ധ്യവുമുണ്ട്. ഈ പ്രവർത്തനങ്ങളിൽ റാഡിക്കൽ ഫെമിനിസത്തിന്റെ ഭാഗികാടിത്തറയാണ് മിക്കപ്പോഴും കണ്ടുവരുന്നത്. ദളിത്പക്ഷ ചിന്തകളുടെ മിന്നലാട്ടങ്ങളും ചിലപ്പോഴൊക്കെ എത്തിനോക്കാറുണ്ട്.

പലതുകൊണ്ടും പ്രശംസനീയമായ പ്രവർത്തനം ശ്രീലതയുടെയും സുധിയുടെയും നേതൃത്വത്തിലുള്ളവയായിരുന്നു. ജി ശങ്കരപ്പിള്ളയുടെ *പോറ്റമ്മ, കുന്തി* എന്നീ നാടകങ്ങളെ വിളക്കിച്ചേർത്ത് *ഏതോ ചിറകടിയൊച്ചകൾ* എന്ന പേരിൽ 1994 ൽ തിരുവനന്തപുരം VJT ഹാളിൽ ശ്രീലതയും സുധിയും മറ്റും ചേർന്ന് രഘൂത്തമന്റെയും കെ എസ് ശ്രീനാഥിന്റെയും പിന്തുണയോടു കൂടി അരങ്ങേറിയ നാടകം പുതിയൊരു ശരീരഭാഷാന്വേഷണത്തിന്റെ, രംഗഭാഷാന്വേഷണത്തിന്റെ തുടക്കമായിരുന്നു. അമിതരംഗോപകരണങ്ങളുടെ സഹായത്താൽ നടത്തുന്ന അനഭിലഷണീയവും അപക്വവുമായ- ഉള്ളടക്കമില്ലാത്ത അഭ്യാസം പോലുള്ള യത്നങ്ങളായാണ് ഇവരുടെ ഫിസിക്കൽ തിയേറ്റർ (*Eco of the day, പ്രവാചക* etc) യത്നങ്ങൾ ഇന്നും തുടരുന്നത്. (2011 ൽ കോഴിക്കോട് ടാഗോർ തിയേറ്ററിന്റെ മുറ്റത്താണ് 'Eco' അരങ്ങേറിയത്) മറ്റൊരു കൂട്ടരാവട്ടെ. സദാചാരവാദികളുടെ പരിമിതവൃത്തങ്ങൾക്കുള്ളിലെ സുരക്ഷിതത്വത്തെയും ഭദ്രവാദങ്ങളെയും ശിരസ്സാവഹിച്ച്, ഉപരിപ്ലവമായ ചില സഹാനുഭൂതി, യാഥാസ്ഥിതിക/സാമൂഹ്യനീതി/മാനവീയ/ഗാർഹികപ്രമേയങ്ങളുടെ മണ്ഡലങ്ങളിൽ വിരാജിക്കുന്നു. നപുംസകഭാഷയിൽ ബോൺസായി വൃക്ഷത്തെപ്പോലെ തഴച്ചുവളരുന്നു. സ്വകാര്യതയുടെ രാഷ്ട്രീയമോ അനുഭവൈകിക സംവേദനമോ, സ്വത്വാവിഷ്കരണവൈശദ്യമോ, പ്രതിഭാവിലാസത്തിന്റെ സ്പർശമോ, പ്രഹരശേഷിയോ ഇല്ലാതെ ഇതരങ്ങളായ പല മണ്ഡലങ്ങളിലുമെന്നപോലെ ഘനരഹിതമായൊരു പുറം പൂച്ചായി, മലയാളത്തിലെ സ്ത്രീപക്ഷനാടകവേദിയും നിശ്ചലമാകുന്നു.

അരങ്ങിലെ സ്ത്രീശരീരത്തിന്റെ പ്രയോഗത്തെക്കുറിച്ചും രാഷ്ട്രീയത്തെക്കുറിച്ചും കണിശവും വ്യക്തവുമായൊരു മാതൃക സ്വരൂപിച്ചെടുക്കുവാൻ അവർക്കായില്ല. പരിഷത്തിന്റെയും സ്ത്രീ സംഘടനകളുടെയും പ്രഭാഷണവ്യഗ്രത അരങ്ങ് ശരീരത്തിന്റെ പുതുവിന്യാസം സ്വരൂപിക്കുവാൻ യത്നിച്ചില്ല. ദളിതും സ്ത്രൈണവും പാർശ്വവല്കൃതവുമായ ശരീരങ്ങൾ അടരടരായി നിലനിർത്തുന്ന അസ്വാതന്ത്ര്യത്തിന്റെ പെരുമാറ്റ സംഹിതകളെയും മൂല്യവ്യവസ്ഥകളെയും ഉടച്ചുകളയാനുള്ളതും ആന്തരികസ്ഥൈര്യവും സർഗ്ഗാത്മകശേഷിയും പലപ്പോഴും ഇക്കൂട്ടരിൽ കാണാനായില്ല എന്നതാണ് നേര്. ആഗ്രഹചിന്തകളാൽ ഉത്തേജിതരാകുമ്പോൾ പോലും സൗന്ദര്യവിചാരങ്ങളുടെയും സംസ്ഥാപിത മൂല്യകല്പനകളുടെയും അതിരുകളിൽ തന്നെ അവരും തടഞ്ഞുനിന്നു. Personal in Political എന്നു പ്രഖ്യാപിച്ച Carolee Schneemann എന്ന അമേരിക്കൻ നാടകക്കാരിയുടെ *The Interior Scroll* എന്ന നാടകം 75 ലാണ് അരങ്ങേറിയത്. തന്റെ

തികച്ചും വ്യക്തിപരമായ ശാരീരികാനുഭവങ്ങളുടെ രാഷ്ട്രീയ ധർമ്മവും അതിനെ നിയന്ത്രിച്ചു നിർത്തുന്ന പുരുഷകേന്ദ്രിതമൂല്യങ്ങളെ വിചാരണയ്ക്കെടുക്കുകയായിരുന്നു ഈ നാടകം.

പൂർണ്ണനഗ്നയായി അരങ്ങിലെത്തി ഏകദേശം 48 ഇഞ്ച് നീളമുള്ള പേപ്പർ ചുരുൾ യോനിയിൽനിന്നും നിവർത്തി നിവർത്തിയെടുത്ത് അതിൽ കുറിച്ചുവച്ചിരുന്ന സ്ക്രിപ്റ്റ് വായിക്കുകയായിരുന്നു അവർ. സ്ത്രീയുടെ ലിംഗപദവി സംസ്ഥാപിക്കുവാൻ ഏറ്റവും ഉചിതമായ മാർഗ്ഗം അതാണെന്ന് അവർ വിശ്വസിച്ചു. പ്രകോപനപരവും ആക്രമണകരവുമായ ഈ രംഗാവതരണത്തിനുശേഷം ആണരങ്ങിന് അസാദ്ധ്യമായ ശരീരപ്രയോഗത്തിന്റെ പല പല രുചിഭേദങ്ങൾ അന്വേഷിച്ച് ലോകനാടകവേദി യാത്രയായി. കോറിയോഗ്രാഫിയിലും ചലനബലതന്ത്രങ്ങളിലും ആണരങ്ങിൽനിന്നും ബോധപൂർവ്വം വിഘടിച്ചു നില്ക്കുവാനും യത്നങ്ങളുണ്ടായി. ആൺരംഗഭാഷ തങ്ങളുടേതായ പ്രശ്നങ്ങൾ അവതരിപ്പിക്കുവാൻ അശക്തങ്ങളാണെന്ന് അവർ കരുതി. പെൺ ജയിലുകളിലെ തടവുകാരെക്കൊണ്ട് അവരവരുടെ പ്രശ്നങ്ങളെയും സ്വകാര്യതകളെയും കോർത്തൊരുക്കിക്കൊണ്ടുപോലും ആൺപെർഫോമൻസിൽനിന്നും പാടേ വ്യതിരിക്തമായ രംഗഭാഷയും സംവേദനരീതികളും വികസിപ്പിച്ചെടുക്കാനും സ്ത്രീപക്ഷ നാടകങ്ങൾ യത്നിച്ചിട്ടുണ്ട്. എന്നാൽ കേവലം സംഭാഷണരചനയിലെ വ്യതിയാനങ്ങളോ കവച്ചിരിക്കലോ തലകുത്തിനില്ക്കലോ മരംകയറ്റമോ പോലെ അമിതലളിതവല്ക്കരിച്ച ചില ഉപരിതല പരിഷ്കാരങ്ങളായാണ് ഇവിടുത്തെ നാടകാവതരണങ്ങൾ പ്രത്യക്ഷപ്പെട്ടത്. നഗ്നത പ്രദർശിപ്പിക്കലാണ് ഫെമിനിസ്റ്റ് നാടകത്തിന്റെ ധർമ്മമെന്നല്ല ഇപ്പറയുന്നതിന്റെ അർത്ഥം. സ്ത്രീയുടെ മോചനമെന്നത് സ്ത്രീശരീരത്തിന്റെ സ്വതന്ത്രതയാകുന്നു. സ്ത്രൈണസ്വാതന്ത്ര്യത്തിന് കാരണമായിരിക്കുന്നത് ശരീരം തന്നെയാകുന്നു. ശരീരത്തിന്റെ സ്വതന്ത്രതയിലൂടെയത്രേ സ്വത്വത്തിന്റെ വിമോചനവും സാദ്ധ്യമാവുക. മതവും അധികാരവും സംസ്ഥാപിച്ചെടുത്ത അധീശത്വമൂല്യങ്ങളിൽനിന്നും ആദ്യം ശരീരത്തെയും അതിനു മുകളിൽ കെട്ടിപ്പൊക്കിയിട്ടുള്ള വിലക്കുകളെയും വിമോചിപ്പിക്കേണ്ടിയിരിക്കുന്നു. അപ്പോൾ യാഥാസ്ഥിതികസൗന്ദര്യശാസ്ത്ര സങ്കല്പവും സംവേദനരീതികളും കടപുഴക്കപ്പെടും. നവീനവും അപരിചിതവും പുത്തൻ അവബോധങ്ങൾ സൃഷ്ടിക്കാൻ പ്രാപ്തവുമായ പുതിയ രംഗരീതികളോ ആലോചനാസമ്പ്രദായങ്ങളോ അവിടെ വഴിയൊരുക്കും. എന്നാൽ നമ്മുടെ നാടകചരിത്രത്തിൽ വിപുലവും സമഗ്രവുമായ അർത്ഥത്തിൽ ഫെമിനിസ്റ്റ് നാടകങ്ങൾ അവതരിപ്പിക്കപ്പെട്ടിട്ടില്ല എന്നുവേണം കരുതാൻ. സദാചാരപ്പൊലീസെന്ന (ഇവർ പൊലീസോ സദാചാരവാദികളോ അല്ലെന്നോർക്കണം) വിചിത്ര സംവർഗ്ഗത്തിലൂടെ ശുദ്ധതെമ്മാടികളെ മയപ്പെടുത്തി അവതരിപ്പിക്കുന്ന കാലമാണിത്. അത്തരം പ്രേക്ഷകർക്ക് മുന്നിൽ അരങ്ങിലെ അന്വേഷണങ്ങൾ എത്രമാത്രം അസാദ്ധ്യമാകുമെന്നും അറിയേണ്ടതുണ്ട്.

1891 ൽ പുറത്തിറങ്ങിയ തോട്ടയ്ക്കാട് ഇക്കാവമ്മയുടെ *സുഭദ്രാർജുനം* മുതൽ 2010 ൽ പുറത്തിറങ്ങിയ ഇ രാജരാജേശ്വരിയുടെ *ആണുങ്ങളില്ലാത്ത പെണ്ണുങ്ങൾ* വരെ 67 സ്ത്രീവിരചിത നാടകങ്ങളുണ്ട്. (ആശ എം). അപ്പോഴും നാടകസാഹിത്യത്തിൽ ഉള്ളത്ര പ്രാതിനിദ്ധ്യം നാടകത്തിന്റെ ഇതരമേഖലകളിൽ സ്ത്രീകൾക്ക് ലഭ്യമായിട്ടില്ല എന്നത് വസ്തുത മാത്രം. കേരളീയ സമൂഹം സ്ത്രീയെക്കുറിച്ച് പരിപാലിക്കുന്ന പാരമ്പര്യധാരണ കളിൽ കാതലായ വ്യതിയാനം ഇനിയും വന്നിട്ടില്ലാത്തതാണ് ഇതിന് കാര ണം. കുടുംബിനിയെന്ന സ്ഥാനമാണ് അവൾക്ക് സാമാന്യമായും കല്പിച്ചു കൊടുത്തിട്ടുള്ളത്. ആകയാൽ പണ്ടേ മുതൽ സ്ത്രീപക്ഷനാടകപ്രവർത്ത നങ്ങളിൽ ഏർപ്പെടുന്നവർക്ക് (മിക്കവരും അവിവാഹിതരോ പുനർവിവാ ഹിതരോ ഒക്കെയാണ്) പലതരത്തിലുള്ള നിരാസങ്ങൾക്കും അധിക്ഷേ പങ്ങൾക്കും നോട്ടങ്ങൾക്കും ഇരയാകേണ്ടിവരുന്ന അവസ്ഥയുണ്ട്. (പു രുഷന്മാർ സ്ത്രീവേഷം കെട്ടിയിരുന്നതിന്റെ കാരണവും ഇതായിരുന്നു)

കഴിഞ്ഞ നൂറ്റാണ്ടിൽ നാടകരംഗത്ത് നടന്ന ഗൗരവമായ അന്വേഷണം തനത് നാടകങ്ങളെക്കുറിച്ചുള്ളതായിരുന്നല്ലോ. അത് അഭിസംബോധന ചെയ്തത് കേരളീയസ്വത്വത്തെയും പാരമ്പര്യത്തെയുമായിരുന്നു. ഉദ്ദേശി ച്ചാലുമില്ലെങ്കിലും സമഷ്ടിയിലധിഷ്ഠിതമായ ഈ സമീപനം കേരളീയ സമൂഹത്തിന്റെ സംഘ/ഗോത്രകാമനകളെയാണ് ലക്ഷ്യംവച്ചത്. വ്യക്തി സ്വത്വ (Individual identity)ത്തിന്റെ സംസ്ഥാപനത്തിനല്ല അവിടെ ശ്രമം. തുടർന്നുവന്ന കാലങ്ങളിലെ കേരളീയ സാംസ്കാരികാന്തരീക്ഷവും ജ്ഞാനമണ്ഡലവുമെല്ലാം സ്വതന്ത്രവ്യക്തിയെ പലപാടും അവഗണിക്കു കയോ പരിത്യജിക്കുകയോ ചെയ്തു. സ്വാതന്ത്ര്യത്തെ പരമമായി കാണുന്ന കാഴ്ച ആത്യന്തികമായി സ്വതന്ത്രവ്യക്തിയിൽ നിന്നുമാണ് ഉരുവപ്പെടേ ണ്ടത്. Feminism വും അമ്മട്ടുള്ള സ്വതന്ത്രവ്യക്തിയെ അടിസ്ഥാന ഏക കമാക്കുന്നു. നിർഭാഗ്യവശാൽ സെക്ടേറിയൻ സമീപനങ്ങളും സംഘ-സംഘടിത ബോധങ്ങളും ഭരിക്കുന്ന നമ്മുടേതു പോലുള്ള സമൂഹത്തിൽ തീവ്രവും ശക്തവുമായ സ്വാതന്ത്ര്യകാംക്ഷകൾ അസാദ്ധ്യമാകുന്നു. പ്രത്യേ കിച്ചും സ്ത്രീശരീരത്തെ കേന്ദ്രീകരിച്ചുള്ളവ. അവയുടെ ഉപരിതലസ്പർശി യായ അനുകരണങ്ങൾ മാത്രം അനുവദിക്കപ്പെടുന്നു.

വിധ്വംസകമെന്ന ഭാവത്തിൽ *ലേബർ റൂം* അവതരിപ്പിക്കുമ്പോൾ പോലും;

9.40 നല്ലേ പ്രസവിച്ചത് അപ്പൊ.
മകം അല്ലേ നാള്. മകം പിറന്ന മങ്ക
ആ സ്ത്രീടെ പോലെ ഒരു
സുന്ദരിക്കുട്ട്യാണോ?

എന്ന് ഉൽക്കണ്ഠപ്പെടുവാനേ നമ്മുടെ ഫെമിനിസ്റ്റ് നാടകത്തിന് ഇപ്പോഴും കഴിയുന്നുള്ളൂവെന്നത് പരിമിതിയത്രെ!

കുറിപ്പുകൾ

* സംസ്കൃതനാടകങ്ങൾ പുരുഷാധിപത്യ പ്രത്യയശാസ്ത്രത്തെ സമ്പൂർണ്ണമായും പിന്താങ്ങുന്നതിനാലാണ് സ്ത്രീകൾക്കും നീചകഥാപാത്രങ്ങൾക്കും പ്രാകൃത ഭാഷ മാത്രം ഉച്ചരിക്കാൻ അനുവദിച്ചിരുന്നത് എന്നൊരു നിരീക്ഷണം നിലവിലുണ്ട്.

** ലിംഗ-യോനി പൂജകളുണ്ടായിരുന്ന ഭാരതീയ പാരമ്പര്യത്തെക്കുറിച്ച് ഗ്ലോറിയ സ്റ്റീനം ആദരവോടെ ഇവിടെ സൂചിപ്പിക്കുന്നുണ്ട്.

ആധാരം

1. *The Vagina Monologues* - Eve Ensler
2. Feminst Theatre - Helene Heyssar
3. സ്ത്രീനാടക പണിപ്പുര - കേരള സംഗീതനാടക അക്കാദമി
4. Pole Pelletier - Tamara Bernstein (Canadian Theatre Review)
5. Performance studies - Richard Schechner.
6. *മലയാളനാടകവും സ്ത്രീയും* - ആശ എം (ഗവേഷണ പ്രബന്ധം)

സ്ത്രീപക്ഷ നാടകവേദി: ഇന്ത്യൻ പരിപ്രേക്ഷ്യം

ഡോ. ആർ ബി രാജലക്ഷ്മി

നൂറ്റാണ്ടുകളുടെ പാരമ്പര്യമുള്ള ഇന്ത്യൻ നാടകവേദിയുടെ മാത്രമല്ല, ലോകനാടകവേദിയുടെ ചരിത്രത്തിൽത്തന്നെ സ്ത്രീയുടെ സാന്നിദ്ധ്യം നാമമാത്രമായിരുന്നു. ഉണ്ടായിരുന്നവ തന്നെ വേണ്ടവിധത്തിൽ അടയാളപ്പെടുത്തപ്പെട്ടിട്ടില്ലെന്നതാണ് വാസ്തവം. ചരിത്രരേഖകളിൽ അടയാളപ്പെടണമെങ്കിൽ അരങ്ങുകാഴ്ചയുടെ ആലേഖനങ്ങളോ രചിതാപാഠങ്ങളുടെ രേഖകളോ കൃത്യമായി സൂക്ഷിച്ചിരിക്കണം. രചനാകാലത്ത് വെളിച്ചം കാണാതെപോകുന്ന പല സൃഷ്ടികളും പില്ക്കാലത്ത് ചരിത്രാന്വേഷണത്തിന്റെയോ ഗവേഷണപഠനങ്ങളുടെയോ ഭാഗമായി കണ്ടെടുക്കപ്പെട്ടിട്ടുണ്ട്. എന്നാൽ അരങ്ങുകാഴ്ചയുടെ അനുഭവങ്ങൾ കാണികളുടെ മനസ്സിലാണ് അടയാളപ്പെടുന്നത്. അതുകൊണ്ടുതന്നെ അത്തരം കാഴ്ചയനുഭവങ്ങൾ വാമൊഴി വഴക്കങ്ങളിലൂടെയും നാടോടിവിജ്ഞാനങ്ങളിലൂടെയും ഐതിഹ്യങ്ങളും പുരാണങ്ങളുമെന്നപോലെ തലമുറകളിലേക്ക് പകരുകയാണ് പതിവ്. അത്തരത്തിൽ സ്ത്രീരചനകളോ സ്ത്രീരംഗാവിഷ്കാരങ്ങളോ തലമുറകളിലേക്കു പകരുംവിധം രേഖപ്പെടുത്തി സൂക്ഷിക്കുന്നതിൽ ഉണ്ടായ അവഗണനയോ അലംഭാവമോ ആകാം വിലപ്പെട്ട രേഖകൾ പലതും നമുക്കു ലഭിക്കാതെ പോകാനിടയാക്കിയത്. സ്ത്രീരചനകൾ അത്യപൂർവ്വങ്ങളായതും സ്ത്രീപ്രതിഭകൾ ചരിത്രരചനയിൽ മുൻകൈയെടുക്കാത്തതും നഷ്ടത്തിന്റെ കണക്ക് ഇരട്ടിയാക്കി.

ബി സി 7–6 ശതകങ്ങൾക്കിടയിൽ ഗ്രീസിൽ ജീവിച്ചിരുന്ന സാഫോ എന്ന ഭാവഗീത രചയിതാവിനെയാണ് ലോകനാടകവേദിയിലെ പ്രഥമ വനിതയായി ഗവേഷകർ കണ്ടെത്തിയിട്ടുള്ളത്. അവരുടെ പത്തു ഭാവഗീതങ്ങളിൽ നഷ്ടപ്പെടാതെ ഇന്നും അവശേഷിക്കുന്നതിനെ മഹാപ്രതിഭകളും

നടികളും നാടകപ്രേമികളും യുവഗായകരും കൊണ്ടാടുന്നുണ്ട്.

എ ഡി 10-ാം നൂറ്റാണ്ടിൽ ജീവിച്ചിരുന്ന Hrotsvit Von Gandersheim[1] എന്ന കന്യാസ്ത്രീയുടെ ആറ് കാവ്യനാടകങ്ങൾ കണ്ടെത്തി പ്രസിദ്ധീകരിക്കുന്നത് 1501 ൽ മാത്രമാണ്. അവരുടെ *Paphnutires* എന്ന നാടകം 1914 ൽ Edith Craig ലണ്ടനിൽ അവതരിപ്പിച്ചു. പിന്നീട് നീണ്ട കാലഘട്ടത്തിനുശേഷം 17-ാം നൂറ്റാണ്ടിൽ ഇംഗ്ലീഷ് നാടകചരിത്രത്തിൽ Arpha Behn[2] പ്രത്യക്ഷപ്പെട്ടതിനുശേഷമാണ് സ്ത്രീ നാടക കൃത്തുക്കളും ഒന്നാം നിരയുണ്ടാകുന്നത്. അവരാണ് നാടകകർത്രിയായി ജീവിച്ച് 18 നാടകങ്ങൾ രചിച്ചതും അവയെല്ലാം ലണ്ടനിലെ മേജർ തിയേറ്ററിൽ അവതരിപ്പിച്ചതും. ഏറെ ആസ്വാദ്യകരമായി അവതരിപ്പിക്കപ്പെട്ട നാടകങ്ങളിൽ *The Busy Body* 450 ഓളം വേദികളിലും *The wonder 250* വേദികളിലും അരങ്ങേറി (1800 ന് മുമ്പ്) അവയ്ക്കു ശേഷം Susanna Centlivre ആ ദൗത്യം ഏറ്റെടുത്തു. 1660-1720 കാലങ്ങൾക്കിടയ്ക്ക് ഏതാണ്ട് 60 ഓളം നാടകങ്ങൾ സ്ത്രീകൾ ലണ്ടൻ തിയേറ്ററിൽ അവതരിപ്പിച്ചിട്ടുണ്ട്. (1920-80 നേക്കാൾ കൂടുതൽ). ഇതിൽ 20 നാടകങ്ങൾ സൂസന്നയുടേതാണ്. ആധുനികനാടകവേദിയിൽ നാടകമെഴുതുകയും അവതരിപ്പിക്കുകയും പ്രസിദ്ധീകരിക്കുകയും ചെയ്ത ആദ്യവനിത Sor Juana Ines de la Cruz (1651) ആണ്. അതുപോലെ അമേരിക്കയിലെ ആദ്യവനിതാനാടകകൃത്തായി കണ്ടെത്തിയിട്ടുള്ള Marcy Warren അവരുടെ 40-ാമത്തെ വയസ്സിലാണ് ആദ്യനാടകമായ *The Adulateur* (1773) രചിച്ചത്.[3] ഇത്തരത്തിൽ ലോകനാടകവേദിയിലെ സ്ത്രീസാന്നിദ്ധ്യത്തിന് മുൻഗണന നല്കിക്കൊണ്ട് അടയാളപ്പെടുത്തിയത് പില്ക്കാല ചരിത്രകാരന്മാരും ഗവേഷകരും സ്ത്രീപക്ഷകാഴ്ചപ്പാടുള്ള വനിതകളും ആണ്.

ഭാരതീയ നാടകവേദിയിലെ സ്ത്രീ സാന്നിദ്ധ്യത്തിന്റെ ചരിത്രവും ഏതാണ്ട് ഇതിനു സമാനമാണ്. സ്ത്രീകളുടേതു മാത്രമായ ഒരു അരങ്ങു ചരിത്രത്തിന്റെ അടയാളപ്പെടുത്തലുകൾ ഭാരതീയഭാഷകളിൽ നടന്നു വരുന്നതേയുള്ളൂ. ഭാരതീയനാടകവേദിയുടെ അടിസ്ഥാനശാസ്ത്രഗ്രന്ഥമായി നാം അംഗീകരിച്ചു പോരുന്നത് ഭരതമുനിയുടെ *നാട്യശാസ്ത്ര*ത്തെയാണ്. അരങ്ങിനെക്കുറിച്ചുള്ള ആദിമരേഖയായി അതിനെ കാണാമെങ്കിൽ മുനിയെ അതിന്റെ സൃഷ്ടിയിലേക്കു നയിച്ചത് ചതുർവ്വേദങ്ങളും പുരാണേതിഹാസങ്ങളും കാഴ്ചയനുഭവങ്ങളുമാണ്. *നാട്യശാസ്ത്ര*ത്തിൽ (ബി സി 2-ാം നൂറ്റാണ്ട്) 24 തരം അഭിനേത്രികളെക്കുറിച്ചു പറയുന്നതിലൂടെ നടികളുടെ സാന്നിദ്ധ്യം വ്യക്തമാക്കുന്നുണ്ട്. സ്ത്രീരംഗാവിഷ്കാരത്തെക്കുറിച്ചും നടികളായിരുന്ന ഗണികകളെക്കുറിച്ചും കൗടില്യന്റെ *അർത്ഥശാസ്ത്ര*ത്തിലും (ബി സി 4-ാം നൂറ്റാണ്ട്) വരരുചിയുടെ *ഉഭയാഭിസാരിക* എന്ന ഭാണത്തിലും സൂചനകളുണ്ട്. കാളിദാസന്റെ *വിക്രമോർവ്വശീയം* നാടകത്തിൽ സരസ്വതീദേവീ രചിച്ച *ലക്ഷ്മീസ്വയംവരം* എന്ന നാടകം ദേവലോകത്ത് ഇന്ദ്രനു മുന്നിൽ അവതരിപ്പിച്ചതായി സൂചനയുണ്ട്.[4]

സ്ത്രീനാടകവേദിയെക്കുറിച്ചുള്ള പരാമർശം ആദ്യമായി ഒരു മിത്തിലൂടെയാണുണ്ടായതെന്നത് കൗതുകകരമാണ്. ഒരുപക്ഷേ, ഇതിൽനിന്നും വ്യത്യസ്തങ്ങളായ പല പുതിയ അറിവുകളും ഇനിയും കണ്ടെത്താൻ കഴിഞ്ഞേക്കാം. വേദേതിഹാസങ്ങളിലും പുരാണങ്ങളിലും ഒളിഞ്ഞു കിടക്കുന്ന സ്ത്രീനാടകപരാമർശങ്ങൾ സവിശേഷശ്രദ്ധ നല്കി കണ്ടെത്താൻ ഇനിയും വേണ്ടത്ര ശ്രമങ്ങൾ നടത്തിയിട്ടില്ല.

*നാട്യശാസ്ത്ര*ത്തിലും പില്ക്കാല സംസ്കൃത നാടകകൃതികളിലും സ്ത്രീയുടെ അരങ്ങുസാന്നിദ്ധ്യം പരാമർശിക്കപ്പെട്ടിട്ടുണ്ടെന്നതിൽ നിന്ന് ആ രംഗത്ത് സ്ത്രീസാന്നിദ്ധ്യം ഉണ്ടായിരുന്നുവെന്നതിന് തെളിവു ലഭിക്കുന്നു. ആര്യഭാഷയായ സംസ്കൃതം ഉപേക്ഷിച്ച് പ്രാദേശികഭാഷകൾക്ക് ഊന്നൽ നല്കിയതും വിദേശഭാഷകൾ അവയെ സ്വാധീനിച്ചതും നമ്മുടെ നാടകസാഹിത്യത്തിന്റെയും നാടകവേദിയുടെയും ഭാരതീയത്തനിമയുടെയും വളർച്ചയും തുടർച്ചയും ഇല്ലാതാക്കിയെന്നനുമാനിക്കാം. നമ്മുടെ ഈടുവെപ്പുകളായ ഭാസ-ഭവഭൂതി-കാളിദാസന്മാരുടെ കൃതികൾ പല പ്രാദേശിക ഭാഷകളിലേക്കും വിവർത്തനം ചെയ്തുവെന്നതൊഴിച്ചാൽ അരങ്ങിൽ വലിയ സ്വാധീനമൊന്നും ചെലുത്താൻ ഇവയ്ക്കു കഴിഞ്ഞില്ലെന്നുതന്നെ പറയാം. ഭാരതീയർ സംസ്കൃതഭാഷയുടെ സ്ഥാനത്ത് ആംഗലഭാഷയേയും സാഹിത്യത്തേയും പ്രതിഷ്ഠിക്കുകയും അവയെ അനുധാവനം ചെയ്യുകയും ചെയ്തു.

ഭാരതീയനാടകവേദിയുടെ ചരിത്രം പരിശോധിച്ചാൽ പ്രാദേശിക ഭാഷാനാടകങ്ങളെയെല്ലാം തന്നെ ആദ്യം സ്വാധീനിച്ചത് ഷേക്സ്പിയറും പാശ്ചാത്യരുടെ അരങ്ങൊരുക്കങ്ങളുമായിരുന്നുവെന്നു കാണാം. ഭാരതീയ നാടകവേദിയിൽ സ്ത്രീ ആദ്യം പ്രത്യക്ഷപ്പെട്ടത് എവിടെ ഏതുഭാഷയിലാണെന്നു കണ്ടെത്തുന്നതും ശ്രമകരമാണ്. സംസ്കൃത പ്രഭാവഘട്ടത്തിനുശേഷം 19-ാം നൂറ്റാണ്ടിനു മുമ്പുവരെയുള്ള സ്ത്രീപ്രാതിനിദ്ധ്യം കൃത്യമായി ഇനിയും രേഖപ്പെടുത്തിയിട്ടില്ല. അക്കാലത്ത് സ്ത്രീരംഗാവിഷ്കാരങ്ങളോ സ്ത്രീരചനകളോ ഉണ്ടായിരുന്നില്ലെന്ന് കരുതാൻ വയ്യ. സ്ത്രീകേന്ദ്രീകൃതമായ ഒരന്വേഷണം പല ഭാഷകളിലും നടന്നു വരുന്നതേയുള്ളൂ. സ്ത്രീപക്ഷചിന്തകൾ ശക്തമായെങ്കിൽ മാത്രമേ ചരിത്രപരമായ സത്യങ്ങൾ കണ്ടെത്താൻ കഴിയൂ. രാഷ്ട്രീയവും സാമൂഹികവുമായ പരിസരത്തിൽനിന്നു കൊണ്ടു വേണം സ്ത്രീയുടെ നാടകപ്രവേശത്തെക്കുറിച്ചും രംഗാവിഷ്കാരത്തെക്കുറിച്ചും അന്വേഷിക്കേണ്ടത്.

1855 ൽ തന്നെ ഇന്ത്യയിൽ സ്ത്രീകൾക്ക് മുനിസിപ്പൽ വോട്ടവകാശം ലഭിച്ചിരുന്നുവെങ്കിലും സ്ത്രീവിദ്യാഭ്യാസത്തിന്റെയും സ്ത്രീശാക്തീകരണ പ്രവർത്തനങ്ങളുടെയും അഭാവം മൂലം തങ്ങളുടെ വോട്ടവകാശം പോലും വേണ്ടവിധത്തിൽ വിനിയോഗിക്കാൻ സ്ത്രീകൾക്കു കഴിഞ്ഞിരുന്നില്ല. പില്ക്കാലത്ത് സ്വാതന്ത്ര്യസമരപോരാട്ടങ്ങളും സാമൂഹ്യപരിഷ്കരണ പ്രസ്ഥാനങ്ങളും സ്ത്രീവിമോചന പ്രസ്ഥാനവുമൊക്കെയാണ് സ്ത്രീകളെ

അടുക്കളയിൽനിന്ന് അരങ്ങത്തേക്കു നയിച്ചത്. ഗാന്ധിജിയുടെ നിസ്സഹകരണ പ്രസ്ഥാനം സ്ത്രീവിമോചനപ്രസ്ഥാനത്തിന് പുതിയൊരു ദിശാബോധവും മാനവും നല്കി. ഭാരതീയസംസ്കാരത്തിൽ നിലനിന്നിരുന്ന അർദ്ധനാരീശ്വര സങ്കല്പത്തെ ഗാന്ധിജി ഉയർത്തിക്കാട്ടി എന്നു മാത്രമല്ല ഹിന്ദുമതം അനുശാസിക്കുന്ന, പ്രകൃതിയും പുരുഷനും സ്ത്രീയും പുരുഷനും ഭിന്നരല്ലെന്നും അവർക്ക് സാമൂഹികജീവിതത്തിലും രാഷ്ട്രീയ മേഖലകളിലും തുല്യമായ അവകാശങ്ങളും കടമകളുമുണ്ടെന്നും അദ്ദേഹംവാദിച്ചു. 1914 മുതലേ, ഇന്ത്യയിൽ സതി നിർത്തലാക്കിയ രാജാറാം മോഹൻറോയിയുടെ കാലം മുതല്ക്കേ ഇന്ത്യയിൽ സ്ത്രീപക്ഷചിന്തകൾ ഉയർന്നുവന്നിരുന്നു എന്നുപറയാം. സ്വാതന്ത്ര്യസമരകാലത്ത് രാജ്യത്തിന്റെ നാനാഭാഗത്തും സാമൂഹ്യപരിഷ്കരണ വാദികൾ ഹിന്ദുമതത്തിലെ അനാചാരങ്ങളായ ബാലികാവിവാഹം, സ്ത്രീധനസമ്പ്രദായം, സ്ത്രീകളുടെ നിരക്ഷരത, സതി തുടങ്ങിയവയ്ക്കെതിരായി ശബ്ദമുയർത്തിയിരുന്നു. സ്ത്രീവിദ്യാഭ്യാസം മാത്രമാണ് അവരുടെ പിന്നോക്കാവസ്ഥ പരിഹരിക്കുന്നതിനും പുരോഗതിയിലേക്കു നയിക്കുന്നതിനും അടിസ്ഥാനമാർഗ്ഗമെന്നും അവർ വിശ്വസിച്ചു.

1920 ൽ സ്ത്രീകൾക്ക് ആദ്യമായി വോട്ടവകാശം ലഭിച്ചത് കൊച്ചിയിലും തിരുവിതാംകൂറിലും 1921 ൽ മദ്രാസ് റസിഡൻസിയിലുമാണ് 1921 ൽ രൂപീകരിക്കപ്പെട്ട സ്ത്രീകളുടെ ദേശീയ കൗൺസിൽ. 27 ലും 30 ലും നടന്ന അഖിലേന്ത്യാ സ്ത്രീസമ്മേളനങ്ങൾ എന്നിവ സ്ത്രീകൾക്കെതിരായി ഫ്യൂഡൽ ശക്തികൾ നടത്തിപ്പോന്ന അതിക്രമങ്ങളെയും അടിച്ചമർത്തലുകളെയും ശക്തമായി എതിർത്തു. സ്വാതന്ത്ര്യസമരത്തിന്റെ മുന്നണിപ്പോരാളിയായിരുന്ന സരോജിനി നായിഡു സ്ത്രീകൾക്കിടയിലുള്ള അന്ധവിശ്വാസവും അടിമത്തവും തുടച്ചു നീക്കാൻ മുന്നോട്ടുവന്നു. 1956 ലെ ഹിന്ദു വിവാഹനിയമം, 61 ലെ സ്ത്രീധനനിരോധന നിയമം, 71 ലെ ഗർഭനിരോധന നിയമം എന്നിവ സ്ത്രീകളുടെ അവകാശങ്ങളുടെ പരിധി വിപുലീകരിച്ചു.

ഇന്ത്യയിലുണ്ടായ വ്യവസായവല്കരണവും നഗരവല്കരണവും സ്ത്രീകൾക്ക് പുതിയ തൊഴിലവസരങ്ങൾ സൃഷ്ടിച്ചെങ്കിലും സ്വാതന്ത്ര്യാനന്തരവും സ്ത്രീകളുടെ നില അത്രതന്നെ ഉയർന്നതായിരുന്നില്ല. 1960-70 ആയപ്പോഴേക്കും ഇന്ത്യയുടെ രാഷ്ട്രീയ സാമൂഹ്യപശ്ചാത്തലം കുറേക്കൂടി സങ്കീർണ്ണമായി. കോൺഗ്രസിന്റെ പരാജയം, ഭരണത്തിലേറാൻ അവർ നടത്തിയ കുതിരക്കച്ചവടം, മൂന്നു വർഷങ്ങൾക്കുള്ളിൽ നടന്ന രണ്ടു യുദ്ധങ്ങൾ (പാകിസ്ഥാനുമായും ചൈനയുമായും), യുദ്ധങ്ങൾ സൃഷ്ടിച്ച സാമ്പത്തികത്തകർച്ച, അതേത്തുടർന്നുണ്ടായ വ്യവസായമാന്ദ്യം, അതുണ്ടാക്കിയ തൊഴിലാളികളുടെ പിരിച്ചുവിടൽ, ഗ്രാമീണജീവിതത്തിൽ ഇവയെല്ലാമുണ്ടാക്കിയ അസ്വസ്ഥത ഇവയൊക്കെ തൊഴിലാളികളെയും കർഷ

കരെയും സംഘടിപ്പിക്കുന്നതിനും ആയുധശേഖരം നടത്തുന്നതിനും കമ്യൂണിസ്റ്റ് പാർട്ടിക്ക് പ്രേരകശക്തിയായി. 1967 ൽ വടക്കുകിഴക്കൻ ബംഗാളിൽ അങ്ങനെ നക്സലിസം രൂപപ്പെട്ടു. തുടർന്ന് ആന്ധ്രാപ്രദേശിലും മറ്റു പല സംസ്ഥാനങ്ങളിലും ഇതു വ്യാപിച്ചു. 1970 ഓടുകൂടി ദളിതർ സ്വയം സംഘടിക്കാനും തുല്യാവകാശത്തിനായി വാദിക്കാനും തുടങ്ങി. അങ്ങനെ ഇന്ത്യൻ സമൂഹത്തിൽ പ്രാന്തവല്ക്കരിക്കപ്പെട്ടവരുടെയും അവശരുടെയും സാമ്പത്തികമായി പിന്നോക്കം നില്ക്കുന്നവരുടെയും ദളിതരുടെയും സ്ത്രീകളുടെയും പ്രശ്നങ്ങൾ ഒരു മുഖ്യവിഷയമായിത്തീരുകയും നിന്ദിതരുടെയും പീഡിതരുടെയും ആയ ഒരു പുതിയ സാഹിത്യം രൂപപ്പെടുകയും ചെയ്തു. ഇക്കൂട്ടത്തിൽ ശക്തമായ ആശയാദർശങ്ങൾ പ്രമേയമാക്കി അവതരിപ്പിക്കാൻ സഹായകമായ ഒരു പുതിയ നാടകവേദിയും ഉദയം കൊണ്ടു- തെരുവു നാടകവേദി. അടിയന്തരാവസ്ഥയും അതുണ്ടാക്കിയ ജനാധിപത്യധ്വംസനങ്ങളും ജനങ്ങളെ തെരുവിലേക്കു നയിക്കുകയും തെരുവ് ജനകീയക്കൂട്ടായ്മയുടെ അരങ്ങായി മാറുകയും ചെയ്തു. അനേകം യുവതീയുവാക്കൾ ഇതിൽ പങ്കാളികളായി. നാടകരചനയും സംവിധാനവുമായി മുന്നോട്ടു വന്നു. തൽഫലമായി പ്രതിഷേധനാടകങ്ങളും പ്രതിരോധനാടകങ്ങളും തെരുവിൽ ശക്തമായി അവതരിപ്പിക്കപ്പെട്ടു. അങ്ങനെ മനുഷ്യന്റെ, സ്ത്രീയുടെ പ്രശ്നങ്ങൾ ഉയർത്തിക്കാട്ടാൻ ശക്തവും ഉത്തമവുമായ മാദ്ധ്യമമായി തെരുവുനാടകം അംഗീകരിക്കപ്പെട്ടു. മുൻകാലങ്ങളിൽനിന്നു ഭിന്നമായി സ്ത്രീകളായ കാണികൾക്കു മുന്നിൽ അവരുടെ തന്നെ നീറുന്ന പ്രശ്നങ്ങൾ അവതരിപ്പിക്കാനുള്ള ഒരു പുതിയ വേദി ഇതുവഴി തുറന്നുകിട്ടി. സ്ത്രീകളുടെ ജീവിതം പച്ചയായി ചിത്രീകരിക്കാനും സ്ത്രീയുടെ കാഴ്ചപ്പാടുകൾ വിശദീകരിക്കാനും ഇതിലൂടെ അവരിൽ സ്വത്വബോധം ഉണർത്താനും തെരുവുനാടകവേദി അങ്ങേയറ്റം സഹായിച്ചു.

സ്ത്രീവിമോചനപ്രസ്ഥാനങ്ങളും വോട്ടവകാശത്തിനു വേണ്ടി സ്ത്രീകൾ നടത്തിയ പ്രക്ഷോഭങ്ങളുമാണ് പാശ്ചാത്യനാടകവേദിയിൽ ഫെമിനിസ്റ്റ് തിയേറ്ററിന്റെ ഉദയത്തിനു കാരണഭൂതമായത്. ഇതിന്റെ അനുരണനമെന്നോണം ഇന്ത്യയിലും വളർന്നുവന്ന സ്ത്രീവിമോചനപ്രസ്ഥാനവും പരീക്ഷണ നാടകവേദിയും തെരുവുനാടകവേദിയുമാണ് സ്ത്രീപക്ഷനാടകവേദിക്ക് തുടക്കം കുറിച്ചത്.

സ്ത്രീപക്ഷനാടകവേദിയെപ്പറ്റി വ്യത്യസ്തങ്ങളായ അഭിപ്രായങ്ങൾ നിരൂപകർക്കിടയിലുണ്ട്. സ്ത്രീപ്രശ്നങ്ങൾ സ്ത്രീകളുടെ നേതൃത്വത്തിൽ നാടകവല്ക്കരിച്ച് വേദിയിൽ അവതരിപ്പിക്കുന്നതാണ് എന്ന് സാമാന്യമായ ഒരു അഭിപ്രായം നിലവിലുണ്ട്. സ്ത്രീയുടെ സ്വത്വാവിഷ്കാരം സാദ്ധ്യമാക്കുംവിധം പുതിയ രംഗഭാഷയ്ക്കും ശരീരഭാഷയ്ക്കും രൂപം നല്കി അവതരിപ്പിക്കുന്നതും സ്ത്രീപക്ഷനാടകവേദി തന്നെ. എന്നാൽ സ്ത്രീപ

ക്ഷനാടകനിരൂപകയായ ജാനറ്റ് ബ്രൗണിന്റെ അഭിപ്രായം 'സ്ത്രീത്വത്തിന്റെ ആന്തരിക പ്രേരണ' അവതരിപ്പിക്കുന്ന ഏതൊരു തിയേറ്ററിനെയും 'ഫെമിനിസ്റ്റ് തിയേറ്റർ' എന്നു വിശേഷിപ്പിക്കാം എന്നാണ്. പുരുഷാധിപത്യ സമൂഹത്തിലെ അടിച്ചമർത്തലിനെതിരെ സ്വയംഭരണാവകാശം നേടുന്നതിനുള്ള പോരാട്ടമാണ് ഈ ഉൾപ്രേരണ വഴി ലഭിക്കുന്നത്. സ്വയംഭരണാവകാശത്തിനുവേണ്ടിയുള്ള പോരാട്ടം ഒരു നാടകത്തിന്റെ മുഖ്യ പ്രതിപാദ്യമാകുമ്പോൾ ആ നാടകത്തെ 'ഫെമിനിസ്റ്റ് ഡ്രാമ' (സ്ത്രീപക്ഷനാടകം) എന്നു പറയാം.[5]

ഫെമിനിസ്റ്റ് തിയേറ്ററിനെപ്പറ്റി ആധികാരികമായ അഭിപ്രായം രേഖപ്പെടുത്തിയിട്ടുള്ള മറ്റൊരു നിരൂപക ഹെലൻ കെയ്സർ ആണ്. "സ്ത്രീകൾ സ്വത്വാവിഷ്കാരത്തിനായി പ്രത്യേക താല്പര്യത്തോടെ നാടകരചനയും നിർമ്മാണവും സംവിധാനവും നിർവ്വഹിക്കുക, അതിൽ സ്ത്രീപ്രശ്നങ്ങൾക്ക് ഊന്നൽ നല്കുക, ഇതിലെല്ലാമുപരി നാടകത്തിലെ കേന്ദ്ര കഥാപാത്രമായി സ്ത്രീയെത്തന്നെ അവരോധിക്കുക."[6] ഇതിനെയാണ് ഹെലൻ ഫെമിനിസ്റ്റ് തിയേറ്ററായി കാണുന്നത്. കുറേക്കൂടി വ്യക്തമാക്കിയാൽ ലിംഗവ്യവസ്ഥയെ പുനർനിർണ്ണയം ചെയ്യുന്നതും പരമ്പരാഗതമായി അടിച്ചേല്പിക്കപ്പെട്ട ആൺകോയ്മയുടെ അടിത്തറയിളക്കുന്ന രീതിയിലുള്ള രചനയും രംഗപാഠവും തയ്യാറാക്കി ഘടനാപരവും സിദ്ധാന്തപരവുമായ പൊളിച്ചെഴുത്തു നടത്തി നാടകം അവതരിപ്പിക്കുക എന്നതായിരിക്കണം ഫെമിനിസ്റ്റ് തിയേറ്ററിന്റെ ലക്ഷ്യമെന്നും അവർ സ്ഥാപിക്കുന്നു.

IPTA (Indian Peoples Theatre Association) സ്ത്രീകേന്ദ്രിത പ്രശ്നങ്ങളെ നാടകവല്ക്കരിക്കുന്നതിൽ പ്രധാന പങ്കുവഹിച്ചു. എന്നാൽ അവരെ സംബന്ധിച്ചിടത്തോളം സാമൂഹികവും രാഷ്ട്രീയവുമായ നിരവധി പ്രശ്നങ്ങളിൽ ഒന്നു മാത്രമായിരുന്നു സ്ത്രീപ്രശ്നം. 20 കളിലുണ്ടായ സാമൂഹ്യപ്രസക്തമായ തിയേറ്ററും സ്ത്രീപ്രസ്ഥാനവും സ്ത്രീപ്രശ്നങ്ങളെ ഉയർത്തിക്കാട്ടി. അതുവരെ നിഷേധിക്കപ്പെട്ടിരുന്ന ഒട്ടേറെ വിഷയങ്ങൾക്ക് തിയേറ്ററിലൂടെ അംഗീകാരവും സാക്ഷാൽക്കാരവും ലഭിച്ചു. 1973 ൽ 'പീപ്പിൾസ് തിയേറ്റർ ഫ്രണ്ട്' രൂപീകരിക്കപ്പെട്ടു. സഫ്ദർഹാഷ്മിയുടെ ജനനാട്യമഞ്ചിലൂടെ 1979 ൽ *ഔരത്ത്* (സ്ത്രീ) എന്ന ആശയപ്രചാരണ നാടകം തെരുവുനാടകമായി അവതരിപ്പിച്ചു. സ്ത്രീധനത്തിന്റെ പേരിൽ പീഡിപ്പിക്കപ്പെടുന്ന, ചുട്ടുകൊല്ലപ്പെടുന്ന വധു ആയിരുന്നു പ്രമേയം. സാധാരണക്കാർക്കിടയിൽ ഉദ്വേഗവും ഭയാശങ്കയുമുണർത്തുന്ന ഈ നാടകം സ്ത്രീകൾക്കിടയിൽനിന്ന് ധാരാളം കാണികളെ തിയേറ്ററിലേക്കെത്തിച്ചു. 1980 ലും 90 ലും തിയേറ്ററിലൂടെ ഒട്ടേറെ ചോദ്യങ്ങൾ സമൂഹത്തിനു മുന്നിൽ സ്ത്രീകൾ ഉന്നയിച്ചു തുടങ്ങി. 1970 കളിൽ ഫെമിനിസ്റ്റ് തിയേറ്റർ ഒരു സാംസ്കാരിക രൂപമെന്ന നിലയിൽ ശക്തമായെങ്കിലും അതിന്റെ തുടക്കം പരീക്ഷണനാടകവേദിയിൽനിന്നും സ്ത്രീവിമോചന

പ്രസ്ഥാനത്തിൽനിന്നുമാണ്. പരീക്ഷണനാടകവേദിയുടെ ഘടനയും സ്ത്രീപ്രസ്ഥാനത്തിന്റെ വിഷയവുമാണ് നാടകങ്ങളെ പുതിയ തലത്തിലേക്കെത്തിച്ചത്.

80 കളിൽ നാടകോത്സവങ്ങളുടെയും നാടകശില്പശാലകളുടെയും ബാഹുല്യം തന്നെയുണ്ടായി. ആശയപരമായി പ്രതിജ്ഞാബദ്ധമായ തിയേറ്റർ ഗ്രൂപ്പുകളെല്ലാം തന്നെ സ്ത്രീയുടെ വളർച്ചയെ ആഘോഷിച്ചു. കേരളത്തിൽ നടന്ന ദേശീയസ്ത്രീനാടകപണിപ്പുര (1998), 'അക്ക' - 2001 ൽ മൈസൂരിൽ നടന്ന സ്ത്രീനാടകോത്സവം, ഹൈദരാബാദിലെ യവനിക തിയേറ്റർ ഗ്രൂപ്പ് നടത്തിയ ദേശീയസ്ത്രീനാടകോത്സവം - 'പൂർവ്വ' ഏഷ്യൻ സ്ത്രീനാടകോത്സവം, voicing silence എന്ന പേരിൽ എം എസ് സ്വാമിനാഥൻ ഫൗണ്ടേഷൻ വർഷന്തോറും നടത്തി വരുന്ന gendered theatre festival ൽ നടന്ന 'കുലവൈ' (കുരവ) കർണ്ണാടകത്തിലെ സമുദായ, മണിപ്പൂരിലെ കലാക്ഷേത്ര, മുംബൈയിലെ പൃഥ്വി തിയേറ്റർ, ഡൽഹിയിലെ അല്ലാരിപ്പ്, കല്ക്കത്തയിലെ രംഗകർമ്മി, മൈസൂരിലെ രംഗായന, തമിഴകത്തെ കൂത്തുപട്ടരെ, കേരളത്തിലെ നിരീക്ഷ കൂടാതെ നാഷണൽ സ്കൂൾ ഓഫ് ഡ്രാമ, ഐ സി സി ആർ, നാട്ടരങ്ങ് തുടങ്ങിയ തിയേറ്റർ ഗ്രൂപ്പുകളും സ്ഥാപനങ്ങളും സ്ത്രീപദവിയെ ഉയർത്തിക്കാട്ടുന്ന നാടകങ്ങളിലൂടെ സാമൂഹ്യവ്യതിയാനത്തിന്റെ മാദ്ധ്യമമായി തിയേറ്ററിന്റെ സാദ്ധ്യതകളെ ഉപയോഗിച്ചു. ചുറ്റുപാടുമുള്ള ആവേശത്തിനുമപ്പുറം സംഘടനാപരമായ സഹായവും കാണികളായ സ്ത്രീകളുടെ സഹായവും ചേർന്നപ്പോൾ സ്ത്രീരചനകളുടെ ഒരു വേലിയേറ്റം തന്നെയുണ്ടായി.

19-ാം നൂറ്റാണ്ടിൽ പ്രശസ്തരായ പല വനിതകളും നോവലിലും കവിതയിലും സ്ഥാനം പിടിച്ചിരുന്നു. എന്നാൽ അരങ്ങ് അവർക്കു മുന്നിൽ കൊട്ടിയടയ്ക്കപ്പെട്ടിരുന്നു. കഴിഞ്ഞ രണ്ടു പതിറ്റാണ്ടുകാലം ഇക്കാര്യത്തിൽ വലിയൊരുമാറ്റം ഇന്ത്യൻ തിയേറ്ററിൽ ഉണ്ടായി. ഇന്ത്യൻ തിയേറ്റർ ഇനിയും പുരുഷന്മാരുടേതു മാത്രമല്ലെന്ന് സ്ഥാപിക്കുംവിധം മുമ്പു പ്രത്യക്ഷപ്പെടാത്ത പലമേഖലകളിലും സംവിധാനം, ദീപവിധാനം തുടങ്ങിയ മേഖലകളിൽ പോലും സ്ത്രീകൾ മുന്നോട്ടുവന്നു. ലക്ഷ്മി ചന്ദ്ര, ചാമ അഹൂജ, ഇപ്ഷിതചന്ദ്ര, ഉഷാ ഗാംഗുലി, നീലം മാൻസിങ് ചൗധരി, റാണി ബൽബീർകൗർ, ഷീല ഭാട്ടിയ, ബി ജയശ്രീ, അരുന്ധതി രാജെ, എസ് മാലതി, സൗമ്യവർമ്മ, ഗൗരിദത്ത്, നാദിറ ബബ്ബാർ, ജെ ശൈലജ, അനുരാധ കപൂർ, അമൽ അല്ലാന എന്നിവർ ഈ മേഖലയിലെ ശ്രദ്ധേയമായ വ്യക്തിത്വങ്ങളാണ്. ഇക്കാലത്ത് പുതുതായി രംഗത്തെത്തിയ സ്ത്രീനാടകകൃത്തുക്കളുടെ ആശയപരമോ രാഷ്ട്രീയമോ ആയ ഭിന്നതകളില്ലാത്ത ഒരു കൂട്ടായ്മയുണ്ടായി. പക്ഷേ, അവരെല്ലാം ഫെമിനിസ്റ്റ് കാഴ്ചപ്പാടുള്ളവരായിരുന്നില്ല. എങ്കിലും 70 കളിലും 80 കളിലും രചിക്കപ്പെട്ട സ്ത്രീ നാടകങ്ങൾ ഫെമിനിസം മുഖ്യ ചർച്ചാവിഷയമായതിന്റെ

ഫലമായുണ്ടായതാണ്. അവരിൽ ചിലരെ ഓർമ്മിക്കാം. പോയതിൽ സെൻ ഗുപ്ത (ഇംഗ്ലീഷ്), വർഷ അഡൽജ (ഗുജറാത്തി), മഞ്ജുള പത്മനാഭൻ (ഇംഗ്ലീഷ്), ദീനാമേത്ത (ഇംഗ്ലീഷ്), ത്രിപുരശർമ്മ, (ഇംഗ്ലീഷ്, ഹിന്ദി), ഡോ. കുസുംകുമാർ (ഹിന്ദി), ഗീതാഞ്ജലി ശ്രീ (ഹിന്ദി), ഇർവിന്ദർ ഭാട്ടിയ (ഹിന്ദി), നീലംമാൻസിങ് ചൗധരി (പഞ്ചാബി), ബിനോദിനി (തെലുങ്ക്), ബി ജയശ്രീ (കന്നട), ഷംനോലി മിശ്ര (ബംഗാളി), ഉഷാഗാംഗുലി (ഹിന്ദി), ശാന്താഗാന്ധി (ഗുജറാത്ത്), സുഷമദേശ് പാണ്ഡെ (മറാത്തി), വീണാപാണിചൗള (മറാത്തി), ഖുദ്സിയ (ഉറുദു) തുടങ്ങിയവരുടെ സംഭാവനകൾ വിസ്മരിക്കാനാവുന്നതല്ല. ഇവരുടെ നാടകങ്ങളുടെ മേന്മയെന്തെന്നതിനേക്കാൾ പുരുഷന്മാർ മാത്രം കൈയടക്കി വച്ചിരുന്ന മേഖലയിലേക്ക് ഇവർ കടന്നുവന്നു എന്നതാണ് പ്രധാനം.

ഇന്ത്യയിലെ സ്ത്രീ നാടകകൃത്തുക്കളുടെയും സംവിധായകരുടെയും മുന്നേറ്റം നമുക്ക് മുഖ്യമായും കാണാൻ കഴിയുന്നത്. 'Theatre India', സീഗാൾ തിയേറ്റർ, *ത്രൈമാസികം, രങ് പ്രസങ്, ഭാരതരങ്, നാട്ടരങ്ങ്* തുടങ്ങിയ പ്രസിദ്ധീകരണങ്ങളിലൂടെയാണ്. അരങ്ങിന്റെ നിരൂപണം, ചരിത്രം, സിദ്ധാന്തവിവരണം തുടങ്ങിയവയും ഈ മാസികകളിൽ നിരന്തരം ചർച്ച ചെയ്യപ്പെട്ടു. ഇതുകൂടാതെ സ്ത്രീനാടകങ്ങളുടെ സമാഹരണങ്ങളും സ്ത്രീ നാടകങ്ങളെക്കുറിച്ചുള്ള നിരൂപണങ്ങളും കാണുന്നു. സീഗൾ ബുക്സ് പ്രസിദ്ധീകരിച്ച *women voilence and survival* (2000), ടുടുൻ മുക്കർജി എഡിറ്റു ചെയ്ത് ഓക്സ്ഫോർഡ് പ്രസ് പ്രസിദ്ധീകരിച്ച സ്ത്രീ നാടകകൃത്തുക്കളുടെ നാടകസമാഹാരമായ *Plays by women in Translation (2005),* കൂടാതെ പല നാടകങ്ങളും നാടകപരിഭാഷകളും ഉണ്ടായി. സ്ത്രീകൾ രചിച്ചതും സ്ത്രീകളെക്കുറിച്ചുള്ളതും സ്ത്രീകൾ അവതരിപ്പിച്ചതുമായ നാടകങ്ങളുടെ നീണ്ട നിരതന്നെ പ്രത്യക്ഷമായതോടെ സ്ത്രീപക്ഷ നിരൂപണങ്ങളുടെയും സിദ്ധാന്തങ്ങളുടെയും തുടർച്ചയും അനിവാര്യമായിത്തീർന്നു. അക്കൂട്ടത്തിൽ ശ്രദ്ധേയമാണ് ലക്ഷ്മി സുബ്രഹ്മണ്യം എഡിറ്റു ചെയ്ത *Muffled voices: Women in Modern Indian Theatre* (2002). കൂടാതെ അപർണ്ണ ധാർവാഡ്ക്കർ, മായാ പണ്ഡിറ്റ്, കീർത്തി ജയിൻ, ദീപ ഗഹലോട്ട് തുടങ്ങിയ നിരവധി തിയേറ്റർ നിരൂപകരും നമുക്കുണ്ട്.

1960 കളിലെ പരീക്ഷണനാടകവേദിയും അക്കാലത്തു പ്രസക്തമായിരുന്ന സ്ത്രീവാദപ്രസ്ഥാനവും തമ്മിലുള്ള പരസ്പരബന്ധത്തിൽ നിന്നുണ്ടായ ഇന്ത്യൻ ഫെമിനിസ്റ്റ് തിയേറ്റർ ഒരു നാടകീയമായ സമാരംഭം എന്നതിലുപരി രാഷ്ട്രീയമായ ഉദ്യമം കൂടിയായിരുന്നു. സമീപനം കൊണ്ട് തിരുത്തൽവാദപരവും പിന്തിരിപ്പൻ നയങ്ങളെ ചോദ്യം ചെയ്യുന്നതുമാണ്. ഇത് പുരുഷാധിപത്യത്തിനെതിരായ സംവാദം നടത്തിക്കൊണ്ട് സ്ത്രീകൾ മുന്നിൽനിന്നു നയിക്കുന്ന ഒരു പ്രസ്ഥാനമാണ്. ഈ ചിന്തയ്ക്ക് ഒന്നില

ധികം പ്രതലങ്ങളുമുണ്ട്. പുരുഷകേന്ദ്രിതമായ ജനാധിപത്യവ്യവസ്ഥയെ ഇത് അപനിർമ്മിക്കുന്നു. ആധുനികാനന്തരമുണ്ടാക്കിയ ജീവിതസമീപനത്തിന്റെ ഒരു തുടർച്ചയായി സ്ത്രീപക്ഷനാടകവേദിയെ കാണാം. സ്ത്രീയുടെ പ്രതിനിധാനത്തെ സംബന്ധിച്ച സാമൂഹ്യമായ അർത്ഥകല്പനകൾ എങ്ങനെ ഉണ്ടാകുന്നു, ചരിത്രപരമായി അവ എങ്ങനെ വ്യവസ്ഥപ്പെടുന്നു തുടങ്ങിയ കാര്യങ്ങൾ സ്ത്രീനാടകവേദി ചർച്ച ചെയ്യുന്നു.

രണ്ടായിരം വർഷങ്ങൾക്കുമുമ്പ് അരിസ്റ്റോട്ടിൽ രചിച്ച *പൊളിറ്റിക്സും* ഭരതന്റെ *നാട്യശാസ്ത്ര*വുമാണ് നൂറ്റാണ്ടുകളോളം നാടകകൃത്തുക്കൾ പിന്തുടർന്നു പോന്നിരുന്നത്. അതായത് നാടകരചനയേയും അവതരണത്തേയും സ്വാധീനിക്കുന്നത് പുരുഷന്റെ പ്രത്യയശാസ്ത്ര നിലപാടുകളായിരുന്നുവെന്നു സാരം. സ്ത്രീപക്ഷനാടകവേദി രൂപീകരിക്കപ്പെട്ടത് കുടുംബാധിപത്യ/പുരുഷാധിപത്യസമൂഹത്തിലെ സ്ത്രീക്കുണ്ടായ ദുരന്തജീവിതാനുഭവങ്ങളെ പങ്കുവയ്ക്കുക എന്നതു മാത്രം ഉദ്ദേശിച്ചല്ല. പരമ്പരാഗത നാടകവേദിയുടെ പരിപാവനമെന്നു കരുതപ്പെടുന്ന സങ്കല്പങ്ങളെ പൊളിച്ചെഴുതി സ്ത്രീകേന്ദ്രിതമായ ഒരു പുതിയ അഭിനയശാസ്ത്രം നിർമ്മിക്കുക എന്നതുകൂടി ലക്ഷ്യമാക്കിയിരുന്നു.

ഏകനായകസങ്കല്പമാണ് പഴയനാടകങ്ങളെ നയിച്ചിരുന്നത്. എന്നാൽ ഏകനായകനും തുടർച്ചയുള്ളതും സമ്പൂർണ്ണമായ കഥയുമുള്ള ഇന്ത്യൻ ക്ലാസിക് നാടകസങ്കല്പങ്ങളുടെ അടിത്തറയിളക്കുന്ന രീതിയിലാണ് സ്ത്രീ നാടകകൃത്തുക്കളുടെ സൃഷ്ടികൾ. നായകനെ ചുറ്റിപ്പറ്റിയുള്ള വ്യക്ത്യധിഷ്ഠിത സൃഷ്ടിക്കു പകരം സ്ത്രീനാടകകൃത്തുക്കൾ കൂട്ടായ്മകൾക്ക് പ്രാധാന്യം നല്കുന്നുവെന്നതാണ് അതിന്റെ പ്രത്യേക. 2002 ൽ ഉഷാഗാംഗുലി അവതരിപ്പിച്ച *അന്തർ യാത്ര* എന്ന ഏകപാത്രനാടകം ഇതിനുദാഹരണമായെടുക്കാം. 63 വയസ്സായ അഭിനേത്രിയുടെ അനശ്വരമായ യാത്രയെ, സംവിധായിക, പ്രശസ്തമായ നാടകങ്ങളിലെ സ്ത്രീകഥാപാത്രങ്ങളുടെ ആത്മപരിശോധനയിലൂടെ സ്ത്രീ സ്വത്വാവബോധത്തിന്റെ ധന്യമായ ഒരു വിവരണത്തിലെത്തിക്കുന്നു. ഈ നാടകത്തിൽ ഉഷാഗാംഗുലി ഒരു നടിയെന്ന നിലയിൽ ജീവിതത്തിലുടനീളം നടത്തിയ പോരാട്ടങ്ങളുടെ സത്യാവസ്ഥ വിവരിക്കാൻ തന്നെത്തന്നെ ഉപയോഗിക്കുന്നു. നോറ, ഹിമ്മത്ത്മായി, രുദ്രാലി, കമല, അരിമ തുടങ്ങിയ പ്രശസ്തരായ കഥാപാത്രങ്ങളിലൂടെ ഇന്ത്യൻ സ്ത്രീയുടെ മനസ്സ് (ആത്മാവ്) കണ്ടെത്താനുള്ള പ്രയത്നമാണ് ഗാംഗുലി നടത്തുന്നത്. സ്വന്തം അനുഭവങ്ങൾ ഉഷയുടെ ഏകപാത്ര അവതരണത്തെ സമ്പന്നമാക്കുന്നു.

അന്തർയാത്ര ഒരു ഡസനോളം വരുന്ന നായികമാർക്ക് ഉഷ നല്കുന്ന ആദരവാണ്. സ്ത്രീയുടെ സത്യസന്ധമായ മുഖം പ്രത്യക്ഷമാക്കുന്നു ഇതിലൂടെ. ഇവർ ഓരോരുത്തരും വ്യത്യസ്തമായ സാമൂഹിക സാഹചര്യങ്ങളിൽ ജീവിക്കുന്നവരും സ്ത്രീയെന്ന നിലയിലുള്ള ജീവിതാവസ്ഥകൾ

നിഷേധിക്കപ്പെട്ടവരുമായിരുന്നു. നാഗരിക ജീവിതം നയിക്കുന്ന മദ്ധ്യവർഗ്ഗ കുടുംബിനികളും ഗ്രാമീണസ്ത്രീകളും എന്നുവേണ്ട ഇന്ത്യൻ സ്ത്രീത്വ ത്തിന്റെ ഏതാണ്ട് പൂർണ്ണചിത്രം ഇവരിലൂടെ പ്രത്യക്ഷമാകുന്നു. അകത്തും പുറത്തുമുള്ള സ്ത്രീസ്വത്വത്തിലൂടെയുള്ള യാത്ര സംഘർഷഭരിതമായ നാടകീയ മുഹൂർത്തത്തിലൂടെയുള്ളതല്ല. കഥാപാത്രങ്ങളിലൂടെ കഥ അടു ക്കിപ്പറയുന്നതിൽ നിന്നു ഭിന്നമായി നാടകത്തിലെ അവതാരകൻ, സംവി ധായകൻ, എഴുത്തുകാരൻ, നിർമ്മാതാവ് എന്നിവരോട് കഥാപാത്രങ്ങൾ പങ്കുവെക്കുന്ന ആത്മബന്ധമാണ് ഇവിടെ ദൃശ്യമാകുന്നത്.

ഭാരതീയവും പാശ്ചാത്യവുമായ നാടകവേദിയിൽ യഥാതഥമായ സ്ത്രീകഥാപാത്രങ്ങളുടെ അഭാവം പ്രകടമായിരുന്നു. പുരുഷന്റെ കാഴ്ചയിലുള്ള സ്ത്രീത്വത്തിന്റെ ആവിഷ്കാരമായിരുന്നു നടന്നിരുന്നത്. രംഗകർമ്മി അവതരിപ്പിച്ച *ബേട്ടി ആയി* (പെൺകുഞ്ഞു പിറന്നു) സ്ത്രീകൾ മാത്രം ചേർന്ന് സ്ത്രീപ്രശ്നത്തെ അവതരിപ്പിച്ച നാടകമാണ്. (മികച്ച സംവിധാനത്തിനുള്ള ലയൺസ് കൽക്കാർ അവാർഡ് നേടി). പെൺകുഞ്ഞുങ്ങളോടുള്ള വിവേചനമാണ് ഇതിന്റെ കേന്ദ്രബിന്ദു. ഒപ്പം സ്ത്രീകൾ ഒന്നടങ്കം അഭിമുഖീകരിക്കുന്ന പ്രശ്നങ്ങളെയും ഉയർത്തിക്കാ ട്ടുന്നു. വിവരണങ്ങളിലൂടെയും അഭിനയത്തിലൂടെയുമാണ് അത് സാധി ക്കുന്നത്. Jyoti Mhapsekar അവതരിപ്പിച്ച ഈ നാടകം സ്കൂൾ കോളേജ് തലങ്ങളിൽ 'ഹിറ്റായി' തീരുകയും എഴുപതോളം വേദികൾ കീഴടക്കു കയും ചെയ്തു.

ഡൽഹിയിലെ തിയേറ്റർ ആന്റ് ടെലിവിഷൻ അസോസിയേറ്റ് അമൽ അല്ലാനയുടെ സംവിധാനത്തിൽ അവതരിപ്പിച്ച *നടി ബിനോദിനി* ശ്രദ്ധേ യമായ മറ്റൊരു നാടകമാണ്. 19-ാം നൂറ്റാണ്ടിലെ ബംഗാളി പ്രൊഫഷ ണൽ വേദിയിലെ അഞ്ചാമത്തെ നടിയാണ് ബിനോദിനി. അക്കാലത്ത് പുരുഷന്മാർക്കുവേണ്ടി പുരുഷന്മാർ നയിക്കുന്നതായിരുന്നു നാടകവേദി. എന്നാൽ ബിനോദിനി 12 മുതൽ 23 വയസ്സുവരെ അവളുടെ അഭിനയചാ തുരിയും കഴിവുംകൊണ്ട് വേദികളിൽ ആധിപത്യം സ്ഥാപിച്ചിരുന്നു. അവ രുടെ ആത്മകഥ അവർ നടത്തിയ ധീരമായ പോരാട്ടങ്ങളുടെയും പിടിച്ച ടക്കലിന്റെയും ചരിത്രമാണ്. നാടകം ആത്മകഥയുടെ യഥാതഥമായ ആവി ഷ്കാരമായിരുന്നു. രംഗങ്ങൾ കാലഗണനയനുസരിക്കാതെ ഭൂതകാല ത്തിൽനിന്നും വർത്തമാനകാലത്തിലേക്കും മറിച്ചും വൈകാരികമായ ഓർമ്മയുടെ തലത്തിലാണ് ആവിഷ്കരിച്ചത്.

ഈ നാടകം അവരുടെ യഥാതഥമായ ജീവിതമെന്നു തോന്നിപ്പിക്കും വിധം വ്യത്യസ്ത പ്രായക്കാരായ അഞ്ചു നടികളെ ഒരേ സമയം വേദി യിൽ പ്രത്യക്ഷപ്പെടുത്തുന്നു. ഇതിൽ ഏറ്റവുമധികം പ്രായമുള്ള നടിയൊ ഴിച്ച് ബാക്കിയുള്ളവരെല്ലാം ഒരേ രീതിയിൽ വേഷവിധാനം ചെയ്തിരി ക്കുന്നു. പരമ്പരാഗത രീതിയിലുള്ള സ്ത്രീകഥാപാത്ര ചിത്രീകരണമല്ല

നാടകത്തിലുള്ളത്. നാലു അഭിനേത്രികളും ബിനോദിനിയുടെ പക്വതയുടെ വികാസം, വൈകാരിക സംഘർഷങ്ങൾ, വ്യക്തിപ്രഭാവത്തിന്റെ നിമ്നോന്നാവസ്ഥകൾ എന്നിവ അവതരിപ്പിക്കുന്നു. ഇടയ്ക്കിടയ്ക്ക് അവർ ബിനോദിനിയുടെ ഭൂതവർത്തമാനകാല പ്രതിനിധികളായി മാറും. ഫ്ളാഷ്ബാക്ക് രീതിയിലാണ്. ഭൂതവർത്തമാനങ്ങൾ അവതരിപ്പിക്കുക. നാടകം ആരംഭിക്കുന്നത് 80 വയസ്സായ ബിനോദിനി അവരുടെ ആത്മകഥ എഴുതിക്കൊണ്ടിരിക്കുന്ന രീതിയിലാണ്. സ്വന്തം കഥ എഴുതിയതു വായിച്ചു തുടങ്ങവേ രംഗത്ത് അവളുടെ പൂർവ്വകാലം സൂചിപ്പിക്കുന്ന ബിനോദിനിമാർ പ്രത്യക്ഷപ്പെടുകയും അവർ ബിനോദിനിയുടെ പൂർവ്വകാല പരാമർശം നടത്തുകയും, ചിലപ്പോൾ ബിനോദിനി അവതരിപ്പിച്ച നാടകങ്ങളിലെ ഭാഗങ്ങൾ അഭിനയിക്കുകയും അവരുടെ തകർന്ന ജീവിതപഥങ്ങളോർത്ത് വ്യസനിക്കുകയും ചെയ്യുന്നു.

ഒരു നടി വേച്ചുവേച്ചു നടക്കുന്ന വൃദ്ധയായ ബിനോദിനിയെ കാണിക്കുമ്പോൾ മറ്റൊരു ബിനോദിനി അവളുടെ ആത്മകഥ എഴുതുകയും ഒപ്പം വീൽച്ചെയറിലിരിക്കുന്ന അവളുടെ ഗുരുവും മാർഗ്ഗദർശിയും ബംഗാളിതിയേറ്ററിലെ ചരിത്രപുരുഷനുമായിരുന്ന ഗിരീഷ് ഘോഷിന്റെ പ്രേതവുമായി വാദപ്രതിവാദം നടത്തുകയും ചെയ്യുന്നു. ഈ വീൽച്ചെയർ ബിനോദിനി ബംഗാളി തിയേറ്ററിൽനിന്ന് അപ്രത്യക്ഷമായതിനുശേഷം പ്രതാപനഷ്ടമായ ഘോഷിന്റെ തിയേറ്ററിനെ ബിംബവല്ക്കരിക്കുന്നു.

അമ്മയാലും ഭർത്താവിനാലും പിന്നീട് ഗിരീഷ് ഘോഷിനാലും വൈകാരികമായും ലൈംഗികമായും ചൂഷണം ചെയ്യപ്പെട്ട ബിനോദിനിയാണ് നാടകത്തിന്റെ കേന്ദ്രബിന്ദു. അടച്ചുപൂട്ടാറായ ഘോഷിന്റെ തിയേറ്റർ കമ്പനിയെ രക്ഷിക്കാൻ വേണ്ടി ആ നാട്ടിലെ സമ്പന്നനും കലാപ്രേമിയുമായ മാർവാറി ഗുൽമുഖ് നായിക്കിന്റെ വെപ്പാട്ടിയായിരിക്കാൻ ഗിരീഷ് പ്രേരിപ്പിക്കുന്നു. അയാളുടെ വാഗ്ദാനമായ 50,000 രൂപ പൂർണ്ണമായും നിരാകരിച്ചുകൊണ്ട് അയാളോട് സ്വന്തമായി ഒരു തിയേറ്റർ കെട്ടാൻ ബിനോദിനി പറഞ്ഞു. തിയേറ്ററിന് 'ബി തിയേറ്റർ' എന്ന് നാമകരണം ചെയ്യണമെന്ന വ്യവസ്ഥയിൽ അവളുടെ നിർദ്ദേശം അയാൾ അംഗീകരിച്ചു. തിയേറ്ററിന് ബിനോദിനി നല്കിയ ബൃഹത്തായ സംഭാവനയുടെ സ്മരണാർത്ഥമാണ് 'ബി' ഉദ്ദേശിച്ചത്. എന്നാൽ സമയമായപ്പോൾ ഗ്രൂപ്പിലെ അംഗങ്ങൾ വാഗ്ദാനം പാലിച്ചില്ല. 'സ്റ്റാർ തിയേറ്റർ' എന്നാണ് നാമകരണം ചെയ്യപ്പെട്ടത്. ഒരു നാടകശാലയ്ക്ക് ഒരു വേശ്യയുടെ പേരിട്ടാൽ കാണികളെ കിട്ടാൻ പ്രയാസമാകുമെന്നും നാടകവേദി സ്ത്രീകൾക്ക് പറ്റിയ ഒരു തൊഴിലിടമല്ലെന്നും ഉള്ള സമൂഹബോധത്തിനെതിരെ നടത്തുന്ന വിമർശനമാണ് ഈ നാടകം.

ഒട്ടനവധി വിഷയങ്ങളാൽ സമ്പന്നമാക്കപ്പെട്ടതാണ് സ്ത്രീപക്ഷ നാടകമെങ്കിലും ഇതിൽ സ്വത്വമോ ലിംഗപദവിയോ കൃത്യമായി രേഖപ്പെടു

ത്തിയിട്ടില്ല. അഥവാ അതു സഹജമല്ല എന്ന ആരോപണമുണ്ട്. എന്നാൽ ഇത് അതിശക്തവും സാംസ്കാരികമായി രൂപപ്പെട്ടതുമാണ്. *ഉമ്റാവോ ജാൻ ആദാ* (1905) (Muhammed Hadi Ruswa) എന്ന ഉറുദു നോവലിനെ ഗീതാഞ്ജലി മിശ്ര, 'ഉമ്റാവോ' എന്ന് അനുവർത്തനം ചെയ്തു. അതിനെ അനുരാധകപൂർ സംവിധാനം ചെയ്ത *വിവാദി* അവതരിപ്പിച്ചു. കൊട്ടാര ദാസിയുടെ (നർത്തകി) ജീവിതചിത്രണമായ ഈ നാടകം, ഒരു ഗണിക യുടെ മാറ്റമില്ലാത്ത ജീവിതത്തിന്റെ പ്രതിഫലനമാണ്. സ്ത്രീ ഒരു ലൈംഗിക വസ്തു, സൗന്ദര്യധാമം, മദാലസ തുടങ്ങിയ കല്പനകളെ നാടകം ചോദ്യം ചെയ്യുന്നു.

സ്ഥലം, കാലം, ഓർമ്മ, ലിംഗപദവി, ലൈംഗികത, പാപം തുടങ്ങിയ സങ്കീർണ്ണാവസ്ഥകളുടെ പശ്ചാത്തലത്തിൽ നോവലിൽ സൃഷ്ടിക്കപ്പെട്ട ഇമേജിനു പിന്നിലുള്ള ഗണികയുടെ യഥാർത്ഥ ജീവിതത്തെ കണ്ടെത്താൻ കപൂർ ശ്രമിക്കുന്നു. ഇവിടെ ഉമ്റാവോ സ്വയം തെറ്റുകാരിയാണെന്നു വിശ്വ സിക്കുന്നില്ല. സമ്മിശ്രമായ ഒരവസ്ഥയെയാണ് പകരം വയ്ക്കുന്നത്. അവർ ജീവിതത്തിലെ അനുകൂലവും പ്രതികൂലവുമായ കാര്യങ്ങളെക്കുറിച്ചു സംസാരിക്കുന്നു. ഒരു വേശ്യയായിട്ടല്ല, ബുദ്ധിമതിയായ സ്ത്രീയെന്നു അവർ സ്വയം വ്യാഖ്യാനിക്കുന്നു. എന്നു മാത്രമല്ല ജീവിതത്തിലെ മന ശ്ചാഞ്ചല്യത്തെ ബുദ്ധിപരമായും സർഗ്ഗാത്മകമായും കൈകാര്യം ചെയ്തു വെന്നും അവൾ അവകാശപ്പെടുന്നു. റുസ്വാനെ സംബന്ധിച്ചിടത്തോളം ഉമ്റാവോയുടെ ജീവിതം അവസാനിച്ചു. എന്നാൽ നാടകത്തിലെ ഉമ്റാ വുവിനെ സംബന്ധിച്ചിടത്തോളം ജീവിതം അവസാനിക്കുന്നില്ല തുട ങ്ങുന്നതേയുള്ളൂ.

ത്രിപുര ശർമ്മയുടെ *ലാഡോമൗസി* (1990), ഗ്രഹാം ഗ്രീൻസിന്റെ *Travel with my Aunt* എന്ന കൃതിയിൽനിന്നും പ്രചോദനമുൾക്കൊണ്ടു രചിച്ച ഒരു കോമഡിയാണ്. യാത്രയും യാത്രയിലെ കാഴ്ചകളും ആസ്വ ദിക്കുന്ന ഒട്ടനവധി വൃദ്ധകളോടൊത്തുള്ള രസകരമായ യാത്രയ്ക്ക് ഒരു തീർത്ഥയാത്രയുടെ പരിവേഷമുണ്ട്. യാത്രയിലെ കാഴ്ചകളോടുള്ള ആവേ ശവും സാഹസികതയോടുള്ള പ്രേമവും അവരെ രസകരമായ ഊടുവഴി കളിലേക്കു നയിക്കുന്നു. നിലവിലുള്ള ഇമേജിനെ തകർത്തുവെന്നതാണ് ഈ നാടകത്തിന്റെ സവിശേഷത.

ഒരു ദൃശ്യകലയുടെ പ്രമേയത്തിലൂടെ ലിംഗപദവിയുടെ പ്രതിബന്ധ ങ്ങളെ എങ്ങനെ നേരിടാമെന്ന കണ്ടെത്തലാണ് മധുശ്രീദത്തയുടെ *Sunderi: An actor prepares* (ഗീതാഞ്ജലിശ്രീയും ദിനേശ് ഖന്നയും ചേർന്നു രചിച്ച് ഭൂപേൻ കലാധർ സംവിധാനം ചെയ്ത് മാജിലാസ് അവ തരിപ്പിച്ചു. 1998 ൽ ഡൽഹിയിൽ ഉദ്ഘാടനം ചെയ്ത് ഇന്ത്യയൊട്ടാകെ അവതരിപ്പിച്ചു).

1901–1931 വരെ ബോംബെയിൽ അറിയപ്പെട്ടിരുന്ന ജയ്ശങ്കർ സുന്ദരി

എന്ന സ്ത്രീവേഷക്കാരന്റെ (female impersonater) ആത്മകഥയാണ് ഈ നാടകത്തിനാധാരം. വേഷപ്പകർച്ച (cross dressing)യിൽ ഒളിഞ്ഞിരിക്കുന്ന അപകടങ്ങളെയും സ്ത്രീപുരുഷന്മാർക്കിടയിലെ രതിസംബന്ധമായ വ്യതിരിക്തതകളേയും ഈ നാടകം പ്രതിനിധാനം ചെയ്യുന്നു. ആൺകുട്ടിയിൽ നിന്നു പുരുഷനിലേക്കും തുടർന്ന് പുരുഷനിൽനിന്ന് സ്ത്രീയിലേക്കുമുള്ള അയാളുടെ ജീവിതയാത്രയുടെ ആവിഷ്കാരമാണ് ഈ നാടകം. സമകാലിക സന്ദർഭങ്ങളിലെ ലിംഗപദവിചർച്ചയും അഭിനയകലയുടെ രാഷ്ട്രീയവും ഇതിൽനിന്നു വായിച്ചെടുക്കാം.

പരമ്പരാഗതനാടകരീതി പ്രാരംഭം, പ്രതിബന്ധം, സംഘട്ടനം, പരിസമാപ്തി എന്നീ ഘടകങ്ങളെ അടിസ്ഥാനമാക്കിയുള്ളതാണ്. എന്നാൽ 'അവളുടെ കഥ' പറയുന്ന സ്ത്രീപക്ഷനാടകം കേന്ദ്രീകരിക്കുന്നത് സ്ത്രീപുരുഷന്മാർക്കിടയിൽ നിലനില്ക്കുന്ന വേർതിരിവുകളെ അനാവരണം ചെയ്യലും ബോദ്ധ്യപ്പെടുത്തലുമാണ്. അതായത് ആദിമദ്ധ്യാന്തപ്പൊരുത്തമില്ലാത്ത ഒരു പ്രമേയഘടനയും അന്ത്യമില്ലാത്തതും തുറന്നതുമായ പരിസമാപ്തിയും ഫെമിനിസ്റ്റ് തിയേറ്ററിന്റെ സവിശേഷതയാണ്.

സ്വാതന്ത്ര്യാനന്തരവും വിഭജനാന്തരവും രചിക്കപ്പെട്ട നാടക/സിനിമാകൃതികളിൽ ഇന്ത്യാ-പാകിസ്ഥാൻ വിഭജനത്തിന്റെയും അഭയാർത്ഥി പ്രവാഹത്തിന്റെയും ഭീതിദമായ ചിത്രണം - ബലാത്സംഗം തട്ടിക്കൊണ്ടുപോകൽ കീറിമുറിക്കപ്പെട്ട സ്ത്രീ ശരീരങ്ങൾ തുടങ്ങിയവ- മുഖ്യവിഷയമായി. അനുഭവങ്ങളുടെയും ഓർമ്മക്കുറിപ്പുകളുടെയും രൂപത്തിൽ എഴുത്തിന്റെ ഒരു ബൃഹദ്ശേഖരം തന്നെ ഇംഗ്ലീഷിലും പല ഇന്ത്യൻ ഭാഷകളിലും ഉണ്ടായി. ഇവയൊക്കെ ചരിത്രമുഹൂർത്തങ്ങളുടെ പുനരാവിഷ്കരണമാണ് അഥവാ അതിന്റെ സ്മാരകങ്ങളാണ്.

ബി ഗൗരി രചിച്ച് കീർത്തി ജയിൻ സംവിധാനം ചെയ്ത് അവതരിപ്പിച്ച *Aur Kitne tukde* എന്ന നാടകത്തിന്റെ ഉള്ളടക്കം നാലു നായികമാർ വിഭജനത്തെ എങ്ങനെ നോക്കിക്കാണുന്നുവെന്നതാണ്. ഇന്ത്യയും പാകിസ്ഥാനും ഉറപ്പിച്ചിരിക്കുന്നതു മണ്ണിലല്ല; സ്ത്രീയുടെ മനസ്സിലാണ്, ഹൃദയത്തിലാണ്. നടുക്കുന്ന പല ചിത്രങ്ങളും പുറത്തുവന്നു കഴിഞ്ഞു. പലതും വന്നുകൊണ്ടിരിക്കുന്നു. ഇനിയും പലതും അറിയാനുണ്ട്. രണ്ടു പ്രധാന രംഗങ്ങളാണ് ഇതിൽ നാം കാണുന്നത്. ഒന്ന് പിതാക്കന്മാരാൽ തലയറുക്കപ്പെട്ട പഞ്ചാബി പെൺകുട്ടികളുടെ. മറ്റൊന്ന് കൂട്ടക്കൊലയിൽനിന്ന് രക്ഷനേടാൻ കിണറ്റിൽ ചാടുന്ന സ്ത്രീകളുടെ. നാടകത്തിന്റെ പാരമ്യത്തിൽ ഒരു നായിക പറയുന്നു, ഇന്ത്യയുടെ സ്വാതന്ത്ര്യസമരചരിത്രമെഴുതുമ്പോൾ, നിങ്ങൾക്ക് ഒരു ചുമർ നിറയെ മഹാന്മാരെ, നേതാക്കന്മാരെ കാണാൻ കഴിയും. സ്വാതന്ത്ര്യത്തിനായി ജീവൻ സമർപ്പിച്ച നമ്മൾ സ്ത്രീകളെക്കുറിച്ച് എന്തെങ്കിലുമുണ്ടാകുമോ? ഇല്ല. പിന്നെ നാമെന്തു നേടി? നമ്മൾ ബലാത്സംഗം ചെയ്യപ്പെട്ടു. അംഗവിഹീനരാക്കപ്പെട്ടു.

നിർദ്ദയം കൊല്ലപ്പെട്ടു. ചിത്രവധം ചെയ്യപ്പെട്ടു. അതാണോ വലിയ ഉട മ്പടി? വിഭജനത്തിന്റെ ഭീകരത ബോദ്ധ്യപ്പെട്ട ജയിൻ രാഷ്ട്രപുനർനിർമ്മാ ണത്തിന്റെ പ്രശ്നങ്ങളിലും സ്ത്രീകൾക്കുനേരെ നടന്ന അതിക്രമങ്ങളിലും ശ്രദ്ധ കേന്ദ്രീകരിക്കുന്നു. അടക്കാനാവാത്ത വേദനയുടെ തീച്ചൂളയിൽ വെന്തുനീറുന്ന നാദിയ, വിമല, സാഹിദ, ഹർനാംകൗർ എന്നീ നാലു സ്ത്രീകളുടെ അനുഭവങ്ങളെ തുറന്ന് കാട്ടുന്നു. ഇതിൽ മൂന്നുപേർ യഥാർത്ഥജീവിതത്തിന്റെ മാതൃകകളാണ്. കൂട്ട ബലാത്സംഗത്തെ അതി ജീവിച്ചവരും വികലാംഗരാക്കപ്പെട്ടവരും ദുരഭിമാനത്തിന്റെ പേരിൽ നാടു കടത്തപ്പെട്ടവരുമാണ്. ലൈംഗികാതിക്രമം മതപരിവർത്തനം, രക്തസാ ക്ഷിത്വം എന്നിവയ്ക്ക് മൂർത്തരൂപം നല്കുന്നതിലൂടെ ദേശീയതയുടെ അവ തരണം രാഷ്ട്രീയമായ കൃത്രിമസത്യങ്ങളുടെ ആവിഷ്കാരമായി മാറുന്നു.

സ്ത്രീനാടകവേദി സർഗ്ഗാത്മകവും പുരുഷാധിപത്യവ്യവസ്ഥയെ വെല്ലുവിളിക്കുന്നതുമാണ്. ഏതാണ്ട് എല്ലാ ഫെമിനിസ്റ്റു ഗ്രൂപ്പുകളുടെയും ലക്ഷ്യം നിലവിലുള്ള സ്ത്രീവിരുദ്ധ ചിന്താഗതികളെ തകിടം മറിക്കുക, രാഷ്ട്രീയവും നാടകീയവുമായ ചിത്രീകരണങ്ങളിലൂടെ സ്ത്രീജീവിതത്തിൽ ക്രിയാത്മകമായ മാറ്റങ്ങൾ ഉണ്ടാക്കാൻ സഹായിക്കുക എന്നതാണ്. ഇത് സ്ത്രീകൾ സൃഷ്ടിച്ചെടുത്ത സാംസ്കാരിക പ്രാതിനിദ്ധ്യത്തിന്റെ ഇടമാ ണ്. ഇതിന്റെ പരിപ്രേക്ഷ്യം സൃഷ്ടിച്ചവരുടേയും അവതാരകരുടേയും കാണികളുടെയും നിരൂപകരുടെയും ലക്ഷ്യം ക്രിയാത്മകമായ ഒരു പുനർനിർമ്മിതിക്ക് അഥവാ സാമൂഹികമായ മാറ്റത്തെ സഹായിക്കുന്ന തിന് തിയേറ്റർ എത്രത്തോളം സഹായകമാകുമെന്ന കണ്ടെത്തലാണ്.

ജനനാട്യമഞ്ചിന്റെ 'പൂർവ്വാ' നാടകോത്സവത്തിൽ അവതരിപ്പിച്ച *Who-Bol Uthi* (She rose to speak) എന്ന നാടകത്തിൽ, വീട്ടുകാർ വീട്ടിലെ ആൺകുട്ടിയെ പ്രീതിപ്പെടുത്തും വിധം പെരുമാറുന്നതു കണ്ടിട്ടും അടിമ യായി ജീവിക്കാൻ തയ്യാറാകാത്ത പെൺകുട്ടി, മകളെ അഴിമതിക്കാരനായ പുരുഷനു വിവാഹം ചെയ്തു കൊടുക്കുന്നതിനെ തടയുന്ന ഉത്തരവാദി ത്വബോധമുള്ള മദ്ധ്യവർഗ്ഗ കുടുംബിനിമാർ, യൂണിയന്റെ അവകാശങ്ങ ളിൽ സ്ത്രീകൾക്ക് പ്രത്യേകം മൂത്രപ്പുര വേണമെന്ന ആവശ്യം കൂട്ടി ച്ചേർക്കണമെന്നാവശ്യപ്പെടുന്ന തൊഴിലാളി എന്നിവരെയാണ് അവതരി പ്പിക്കുന്നത്.

പരമ്പരാഗത നാടകഘടനയനുസരിച്ച് നാടകത്തിലൂടെ ജീവിത ത്തിന്റെ ഒരു യഥാതഥഖണ്ഡം ചിത്രീകരിക്കുന്നു. എന്നാൽ ഫെമിനിസ്റ്റ് തിയേറ്ററിന് നിയതമായ ഒരു ഘടനയില്ല. നിലവിലുള്ള യാഥാർത്ഥ്യങ്ങ ളേയും കല്പനകളെയും ചോദ്യം ചെയ്യുന്ന രീതിയാണുള്ളത്. ത്രിപുര ശർമ്മയുടെ *ബഹു*(മരുമകൾ 1979) എന്ന ആദ്യ നാടകത്തിൽ സ്ത്രീകളെ അടിച്ചമർത്തുന്നതാണ് വിഷയം. ഈ നാടകത്തിലുടനീളം നായിക 'ബഹു' എന്നാണറിയപ്പെടുന്നത്. ഭർതൃഗൃഹത്തിന്റെ ഇടുങ്ങിയ ഇടനാഴികൾ വിട്ടു രക്ഷപ്പെടുക എന്ന ഉദ്ദേശ്യത്തോടെയല്ല അവൾ സ്വന്തം ഗൃഹത്തിലേക്കു

പോന്നത്. അവിടെ നടക്കുന്ന മൂല്യച്യുതികൾ സഹിക്കാനാവാത്തതിനാലാണ്. പുരുഷാധിപത്യലോകത്തെ തിരസ്കരിക്കുന്നതിലൂടെ അവരുടെ അവകാശവാദങ്ങൾ പില്ക്കാലജീവിതത്തിലെ അവകാശങ്ങളായി മാറുകയാണ്. ഭർത്താവ് രാംദത്ത് അവളുടെ വാക്കുകളെല്ലാം, വാദങ്ങളെല്ലാം ശരിയായിരുന്നുവെന്ന് തിരിച്ചറിയുന്നു. അയാൾ അവളുടെ പേരുപോലും വിളിക്കാറില്ല! അതുകൊണ്ട് അവൾക്കു പറയേണ്ടി വന്നു, എന്റെ പേര് ഏയ്! ഏയ്! എന്നല്ല ഉമാവതിയെന്നാണെന്ന്. ഉമാവതി എന്ന പേര് അവളുടെ വ്യക്തിത്വത്തിന്റെ അടയാളമാണ്. പക്ഷേ, ദീർഘകാലമായി അവൾ അറിയപ്പെട്ടത് കേവലം ബഹു എന്നപേരിലും. വീടു വിട്ടുപോന്ന ഉമയെ തിരിച്ചറിഞ്ഞ രാംദത്ത് അവളെ തിരികെ വിളിച്ചെങ്കിലും അവൾ ക്ഷണം നിരാകരിച്ചു. അയാൾ സ്വന്തം കുട്ടിയെ ചോദിച്ചിട്ടും അവൾ നല്കിയില്ല. പുരാണത്തിലെ ശകുന്തളയെപ്പോലെ, അവൾ ഒരു ഒത്തുതീർപ്പിനു പോയില്ല. കുട്ടിയെ സ്വന്തമാക്കി.

പരമ്പരാഗതനാടകവേദിയുടെ രചനയിൽ രചയിതാവ് അദൃശ്യനാണ്. എന്നാൽ സ്ത്രീപക്ഷ നാടകവേദി ആത്മനിഷ്ഠമായ സ്ത്രീശബ്ദത്തിനു പ്രാധാന്യം നല്കുന്നു. ഉദാഹരണമാണ് ഉഷാഗാംഗുലി രചനയും സംവിധാനവും നിർവ്വഹിച്ച *അന്തർയാത്ര*, ലക്ഷ്മിഭായി തിലകിന്റെ ആത്മകഥയുടെ ഏക പാത്രാവതരണമായി പ്രതിമാ കുൽക്കർണ്ണി സംവിധാനം ചെയ്ത *സ്മൃതിചിത്ര* എന്നിവ. സ്ത്രീപക്ഷനാടകം കേന്ദ്രീകരിക്കുന്നത് സ്ത്രീകഥാപാത്രങ്ങളെയോ സ്ത്രീപക്ഷ നാടകത്തിന്റെ സങ്കല്പം/പ്രമേയം, ബന്ധങ്ങൾ, സാഹോദര്യം, ലൈംഗികത, പുരുഷമേധാവിത്വം തുടങ്ങിയ വിഷയങ്ങളെയോ ആണ്. മഹാശ്വേതാദേവിയുടെ നോവലായ *രുദാലി*യുടെ (ഒപ്പാരുവെക്കുന്നവൾ) നാടകാവിഷ്കരണത്തിന് ഉഷാ ഗാംഗുലിക്ക് 1992 ലെ ഏറ്റവും നല്ല സംവിധായികയ്ക്കുള്ള അവാർഡ് ലഭിക്കുകയുണ്ടായി. (കല്ക്കത്ത തിയേറ്റർ ഗ്രൂപ്പായ രംഗകർമ്മി) ഒപ്പാരുവെക്കുന്നവരിലൂടെ അടിമപ്പെണ്ണുങ്ങളുടെ മോചനമാണ് അവർ ലക്ഷ്യമാക്കിയത്. രണ്ടു രുദാലിമാരുടെ കൂട്ടുകെട്ടിലൂടെ സ്ത്രീകളുടെ അതിജീവനത്തിന്റെ വഴിതുറക്കുകയാണ്. ഇതിലെ കേന്ദ്രകഥാപാത്രമായ ശനിചരി, ശനിയാഴ്ച ജനിച്ചവളായതിനാലാണ് ശനിചരിയായത്. വീടിന് ശാപമായ അവളുടെ ജനനംകൊണ്ട് വീട്ടുകാർക്ക് ഒരു ഗതിയുമുണ്ടായില്ല. അവളുടെ അച്ഛന്റെ മരണശേഷം അമ്മ അവളെ ഉപേക്ഷിച്ചു. മദ്യപാനിയെ വിവാഹം കഴിച്ചതോടെ ജീവിതം കൂടുതൽ ദുരിതപൂർണ്ണമായി. അവളുടെയും മകന്റെയും നന്മയോർത്ത് ഭർത്താവും പിൻവാങ്ങി. ജീവിതത്തിലുടനീളം നിർഭാഗ്യം പിന്തുടർന്നിട്ടും, മകൻ ബുദ്ധ്വ മരിച്ചിട്ടുപോലും അവൾ കരഞ്ഞില്ല. ആരാലും സ്നേഹിക്കപ്പെടാനും സംരക്ഷിക്കപ്പെടാനും ഇല്ലാത്ത അവൾ ഒടുവിൽ രുദാലിയായി. ഒരു ചെറിയ വരുമാനം ലഭിക്കുന്ന തൊഴിലായതിനാലാണ് അവളതു സ്വീകരിച്ചത്.

സ്വന്തമായി തീരുമാനമെടുക്കാൻ സ്വാതന്ത്ര്യമില്ലാത്ത വിഭാഗത്തെ ശനിചരി പ്രതിനിധീകരിക്കുന്നു. രാജസ്ഥാനിലെ ഒരു വിഭാഗം സ്ത്രീകളുടെ തൊഴിലാണിത്. പുരുഷന്മാരുടെ മരണശേഷം വിലപിക്കാൻ വാടകയ്ക്കെടുക്കപ്പെടുന്നവൾ - രുദാലി. ഒരു വീട്ടിൽ ഒരാൾ മരിച്ചാൽ കരയേണ്ട ബന്ധുക്കൾക്കു പകരം സമൂഹത്തിന്റെ മുന്നിൽ ആ കുടുംബത്തിന്റെ അഭിമാനം ഉയർത്തിക്കാട്ടാനാണിതു ചെയ്യുന്നത്. രുദാലി ശനിചരി പരിചയസമ്പന്നയായ രുദാലി ഭിഗിനിയെ അപ്രതീക്ഷിതമായി കണ്ടെത്തിയതോടെ അവളുടെ ജീവിതമാകെ മാറുന്നു. 'ബഡേ ഠാക്കൂ'റിന്റെ മരണശേഷം അവൾ അവിടെ എത്തിയതോടെയാണ് ശനിചരിയുടെ കഥയാരംഭിക്കുന്നത്. ചുരുക്കത്തിൽ ഈ നാടകം സ്ത്രീശാക്തീകരണത്തെ ഉയർത്തിക്കാട്ടുന്നു.

എം എസ് സ്വാമിനാഥൻ ഫൗണ്ടേഷന്റെ 'വാചാലമാകുന്ന മൗനം' എന്ന സ്ത്രീപക്ഷ അരങ്ങിന്റെ പ്രധാന പരിഗണന ലിംഗനീതി, സംസ്കാരവും സാമൂഹ്യപ്രവർത്തനവും എന്നിവയ്ക്കാണ്. പ്രധാനമായി മൂന്നു മേഖലകളാണിതിനുള്ളത്.

1. സ്ത്രീപക്ഷ കാഴ്ചപ്പാടിൽ സ്ത്രീപ്രശ്നങ്ങൾ നാടകവല്ക്കരിക്കുക.
2. സാംസ്കാരിക പ്രവർത്തകർ, നാടകപ്രവർത്തകർ, സാമൂഹിക പ്രവർത്തകർ, സർക്കാരേതര സംഘടനകൾ എന്നിങ്ങനെ സമൂഹത്തിന്റെ വ്യത്യസ്തമേഖലകളിൽ പ്രവർത്തിക്കുന്നവരെ കൂട്ടിച്ചേർത്തുകൊണ്ട് സ്ത്രീകളുടെ അനുഭവങ്ങൾ പങ്കുവയ്ക്കുന്ന കൂട്ടായ്മകൾ സംഘടിപ്പിക്കുക, സ്ത്രീ നാടകോത്സവങ്ങൾ നടത്തുക,
3. സ്ത്രീകളുടെ തന്നെ വ്യത്യസ്ത വിഭാഗങ്ങളോടൊത്തു പ്രവർത്തിച്ചുകൊണ്ട് സ്വത്വപ്രകാശനത്തിനും ശാക്തീകരണത്തിനും പറ്റിയ ഉപകരണമായി തിയേറ്ററിനെ ഉപയോഗിക്കാൻ അവരെ സഹായിക്കുക.

പത്മയുടെ (മങ്കൈ- തൂലികാനാമം) *പച്ചമണ്ണ്* സംവിധാനം ചെയ്തവതരിപ്പിച്ചത് Voicing Silence ന്റെ ആഭിമുഖ്യത്തിലുള്ള അഞ്ചു പുരുഷന്മാരും അഞ്ചു സ്ത്രീകളുമടങ്ങുന്ന പ്രവർത്തകരാണ് (22-30 ആഗസ്ത് 1994), വ്യക്തിഗതമായ അനുഭവങ്ങളുടെ പങ്കുവെക്കൽ, ചർച്ചകൾ, കണ്ടെത്തലുകൾ, കൂട്ടായ്മയുടെ ആവേശം ഇവയൊക്കെയാണ് ശില്പശാലയിലൂടെ രൂപപ്പെട്ടത്. നിത്യജീവിതയാഥാർത്ഥ്യങ്ങളുടെ തുറന്ന വിമർശനമാണ് *പച്ചമണ്ണിൽ* കാണാൻ കഴിയുന്നത്. ഈ നാടകം തമിഴ്നാടിന്റെ ഗ്രാമഗ്രാമാന്തരങ്ങളിലെ വീഥികളിൽ ഒട്ടേറെയിടങ്ങളിൽ അവതരിപ്പിക്കപ്പെട്ടു. വളരെ ലളിതമായ നാടകസാമഗ്രികളിലൂടെ ബിംബവല്ക്കരിച്ചാണ് സ്ത്രീപദവിയുടെ സാമൂഹ്യവല്ക്കരണത്തിന്റെ ആവശ്യകത ബോദ്ധ്യപ്പെടുത്തിയത്. ചക്കിലിട്ടാട്ടുന്ന രംഗം അവതരിപ്പിക്കാൻ പരമ്പരാഗത രീതിയിലുള്ള ചക്കു തന്നെ ഉപയോഗിച്ചു. ഈ രംഗത്തു തന്നെ പെൺകുട്ടി

കളെ രൂപപ്പെടുത്തിയ അരുതുകളുടെ ഒരു നീണ്ട പട്ടികയും. നിവർന്നു നടക്കരുത്, കുലുങ്ങിച്ചിരിക്കരുത്, കൂടുതൽ പഠിക്കരുത് തുടങ്ങിയവ ദൃശ്യവല്ക്കരിക്കുന്നു. സാമൂഹ്യവല്ക്കരണത്തിന്റെ അധികാരസ്ഥാപനമായി പ്രവർത്തിക്കുന്ന രക്ഷാകർത്താക്കൾ ചക്കിനു ചുറ്റും കറങ്ങുന്ന കാളയെപ്പോലെ നീണ്ട കയറിന്റെ അറ്റത്തു പെൺകുട്ടിയെ കൂനി നടത്തുന്നു.

Poile Senguptha യുടെ *Thus speak Shorpanakha, so said sukuni* (2001) *രാമായണം, മഹാഭാരതം* എന്നീ രണ്ടു ഇതിഹാസങ്ങളിലെ രണ്ടു കഥാപാത്രങ്ങളെ ഉൾപ്പെടുത്തിക്കൊണ്ടുള്ള നാടകമാണ്. പുരാണത്തിൽ രാക്ഷസന്മാരായ അവരോട് അനുകമ്പ തോന്നുംവിധമാണ് നാടകാവതരണം. ഇതിഹാസപാത്രങ്ങളെ പൂർണ്ണമായി മനുഷ്യപാത്രമാക്കി മാറ്റി. ഇവരോടു കാട്ടിയ അനീതികൾ നാടകം മുന്നോട്ടു വയ്ക്കുന്നു. രണ്ടു കഥാപാത്രങ്ങളും ഒരു വിമാനത്താവളത്തിൽ കണ്ടുമുട്ടുന്നു. വളരെ സാവധാനം അവർ തമ്മിൽ സംസാരിക്കാൻ തുടങ്ങുകയും പരസ്പരം മനസ്സുകൾ കൈമാറുകയും ചരിത്രത്തിൽ എങ്ങനെയാണ് തങ്ങൾ അടയാളപ്പെട്ടിരിക്കുന്നതെന്ന പഴങ്കഥകൾ കൈമാറുകയും ചെയ്യുന്നു. ഹസ്തിനപുരി ഖാണ്ഡഹാറിലേക്കു വികസിപ്പിക്കപ്പെട്ടപ്പോൾ ശകുനിസഹോദരന്മാരെ കൗരവർ ജയിലിലടച്ചതും കൊല്ലാൻ ശ്രമിച്ചതും അവിടെനിന്ന് രക്ഷപ്പെട്ട ശകുനി കൗരവരോട് ഇതിനു പകരം വീട്ടുമെന്ന് പ്രതിജ്ഞയെടുത്തതുമായ ഒരു നാടോടിക്കഥ തന്നെ വല്ലാതെ ആകർഷിച്ചുവെന്ന് സെൻഗുപ്ത ഇതിൽ വിവരിക്കുന്നുണ്ട്. മറുവശത്ത് ശൂർപ്പണഖയിലൂടെ സ്വന്തം ആഗ്രഹങ്ങൾ അഭിമാനത്തോടെ, മടികൂടാതെ പുരുഷസുഹൃത്തുക്കളോട് പറയാനും ഒറ്റപ്പെട്ടു ജീവിക്കാനും ആഗ്രഹിക്കുന്ന വിശാലമനസ്കരായ സ്ത്രീകളുടെ ചിത്രം അനാവരണം ചെയ്യുന്നു. ഇത്തരം സ്ത്രീകൾ പുരുഷലോകത്തെ ഞെട്ടിക്കുന്നവരാകയാൽ അവരെ രാക്ഷസികളായി മുദ്രകുത്തുന്നു. കുടുംബവ്യവസ്ഥയെത്തന്നെ തകർക്കുന്ന അത്തരക്കാരെ നിലയ്ക്കു നിർത്തണമെന്ന് പുരുഷാധിപത്യ സമൂഹം പ്രഖ്യാപിക്കുന്നു. ഏതൊരു സ്ത്രീ അവളുടെ ലൈംഗിക മോഹങ്ങൾ തുറന്നു പറയുന്നുവോ അവൾ ചീത്തസ്ത്രീയായി ചിത്രീകരിക്കപ്പെടുന്നു. പുരുഷന് എന്തും തുറന്നു പറയാം. സ്ത്രീക്കു പാടില്ലെന്നത് സമൂഹത്തിന്റെ ഇരട്ടത്താപ്പാണ്. ലൈംഗികമോഹം സഹജമായ ഭാവമാണ്. നൈസർഗ്ഗികമാണത്. പക്ഷേ, സ്ത്രീയെ സംബന്ധിച്ച് അത് അശ്ലീലമാണ്. ദൈവനിന്ദയാണ്, ധാർമ്മികതയുടെ ലംഘനവുമാണ്. അത് പരിശോധിക്കുകയും നിയന്ത്രിക്കുകയും വേണം. ഈ രണ്ടു കഥാപാത്രങ്ങളുടെയും കൂടിച്ചേരൽ സമകാലിക സന്ദർഭത്തിൽ ലോകത്തെ ഭയപ്പെടുത്തുന്ന ഒരു പ്രതിസന്ധി സൃഷ്ടിച്ചേക്കാം. എന്നാൽ നാടകാന്ത്യത്തിൽ മറ്റൊരു രക്തച്ചൊരിച്ചിലിൽ നിന്ന് ശൂർപ്പണഖ ശകുനിയെ വിലക്കുന്നതായിട്ടാണ് അവതരിപ്പിക്കുന്നത്.

ഭീഷ്മസാഹ്നിയുടെ *മാധവി* എന്ന നാടകം പുരാണചിത്രീകരണ

ത്തിന്റെ അപനിർമ്മിതിയാണ്. *മഹാഭാരത*ത്തിലെ ഉദ്യോഗപർവ്വത്തിൽ അഭിമാനത്തിന്റെ അപകടത്തെപ്പറ്റി വിവരിക്കാൻ വേണ്ടി ഗാലവന്റെ കഥ ദുര്യോധനനോടു പറയുന്ന സന്ദർഭമുണ്ട്. അതിന്റെ നാടകരൂപത്തിൽ പുരുഷന്റെ അഭിമാനസംരക്ഷണത്തിന് സ്ത്രീയെ ഉപഭോഗവസ്തുവാക്കി കച്ചവടം ചെയ്യുന്ന പുരുഷനീതിയെ സാഹ്നി ചോദ്യം ചെയ്യുന്നു.

പുരാണം അവളോടു കാണിച്ച കടുത്ത അനീതി എത്രത്തോളമെന്ന് സാഹ്നി മാധവിയുടെ കാഴ്ചപ്പാടിലൂടെ നാടകത്തിൽ പുനരാവിഷ്കരിക്കുന്നു. ഇതിഹാസം അവൾക്കു നിഷേധിച്ചതെന്തെല്ലാമാണോ അതെല്ലാം സാഹ്നി അവൾക്കു നല്കുന്നുണ്ട്. അവളുടെ മനുഷ്യത്വം, മാതൃത്വം, കുട്ടികളോടുള്ള ബന്ധം സ്നേഹത്തെക്കുറിച്ചും, സ്വാതന്ത്ര്യത്തെക്കുറിച്ചുമുള്ള സ്വപ്നങ്ങൾ എല്ലാം.

നാടകത്തെ മാധവിയുടെ പക്ഷത്തുനിന്നു നോക്കിക്കാണുന്നതോടൊപ്പം, കുടുംബം, വിവാഹമെന്ന പ്രസ്ഥാനം സ്ത്രീവിരുദ്ധമായ വിവാഹരീതി എന്നിവയെ സാഹ്നി നിശിതമായി വിമർശിക്കുന്നു. വിവാഹം സ്ത്രീക്ക് സംരക്ഷണം നല്കുന്നതും പരിശുദ്ധയാക്കുന്നതും ജീവിക്കാൻ പ്രാപ്തമാക്കുന്നതുമാണെന്നാണ് പൊതു ധാരണ. മാധവിക്ക് അത് നരകതുല്യമാണ്. സ്ത്രീക്ക് സ്വത്വം സ്ഥാപിക്കണം. മനുഷ്യനെന്ന പരിഗണന ലഭിക്കണം. സ്വാഭിപ്രായം വെട്ടിത്തുറന്നു പറയാൻ കഴിവുണ്ടാകണം. അതാണ് സാഹ്നി ആത്യന്തികമായി മാധവിയുടെ ജീവിതചിത്രണത്തിലൂടെ ലക്ഷ്യം വെച്ചത്.

മണ്ഡോദരിയും സീതയും തമ്മിലുള്ള സംഭാഷണമാണ് വർഷ അഡൽജയുടെ *മണ്ഡോദരി.* (1997 ലെ ഗുജറാത്ത് സാഹിത്യ അക്കാദമി അവാർഡ്). രാവണൻ സീതയെ അപഹരിച്ച് അശോകവനികയിൽ കൊണ്ടിരുത്തിയ സന്ദർഭത്തിൽ മണ്ഡോദരി അവിടെയെത്തുന്നു. ശക്തനായ രാവണനോട് എതിർക്കാൻ വന്നാൽ രാമൻ പരാജിതനാവുമെന്നും അതൊഴിവാക്കാൻ പറയണമെന്നും സീതയോട് അഭ്യർത്ഥിച്ചു. എന്നാൽ സീതയാകട്ടെ തെറ്റു ചെയ്ത ഭർത്താവിനെ നിങ്ങൾക്ക് എങ്ങനെ ന്യായീകരിക്കാൻ കഴിയുന്നുവെന്ന് ചോദിക്കുന്നു. മണ്ഡോദരിയുടെ വാദം താൻ പതിവ്രതയായതിനാലാണെന്നായിരുന്നു. പതിവ്രതയുടെ അർത്ഥമെന്താണ്? പതിവ്രതയാകുക എന്നാൽ ഭർത്താവിന്റെ സൽക്കർമ്മങ്ങളെ പിന്തുണയ്ക്കുകയും അധർമ്മങ്ങളിൽ പങ്കാളിയാകാതിരിക്കുകയും ചെയ്യുക എന്നതാണെന്ന് സീത പറയുന്നു.

ഈ നാടകത്തിലൂടെ മണ്ഡോദരിയുടെ മാനസിക സംഘർഷങ്ങൾ അനാവരണം ചെയ്യുന്നു. പുരാണത്തിൽ ദൃശ്യമല്ലാത്ത ഭാവങ്ങൾ, അവളുടെ മനഃസാക്ഷിക്കുത്ത്, ദുഃഖം, ഭയം എന്നിവ പലതും ഇതിൽ പ്രത്യക്ഷമാകുന്നു.

മേല്പറഞ്ഞ നാടകങ്ങളിലൂടെ ഇതിഹാസങ്ങളുടെ ഒരു സ്ത്രീപക്ഷ

വായന നടത്തുന്നു. സാമൂഹിക സമത്വത്തെ നിരൂപിക്കാൻ പറ്റിയ മാധ്യമം, സ്വത്വാവബോധത്തിനും സ്വയംപ്രകാശത്തിനും ഉതകുന്ന മാധ്യമം, അതാണ് ഫെമിനിസ്റ്റുതിയേറ്റർ എന്നതാണ് വിശ്വാസം. അത് സ്ത്രീശാക്തീകരണോപാധിയാണ്. സ്ത്രീക്ക് ഉറക്കെ തുറന്നുപറയാൻ അവസരം നല്കുന്നു. ഇത് കലാപ്രവർത്തനത്തിന്റെ അവിഭാജ്യഘടകമാണ്. ഒപ്പം സ്ത്രീജീവിതവ്യതിയാനത്തിനുള്ള ഉത്തമോപകരണം കൂടിയാണ്. ഇവിടെ സ്ത്രീകളുടേതുമാത്രമായ ഭാഷ, ഘടന, ആശയവിനിമയശൈലി എല്ലാം രൂപപ്പെടുന്ന കലയായി സ്ത്രീപക്ഷനാടകവേദി മാറുന്നു.

ഭാരതീയഭാഷകളിലെല്ലാമുള്ള സ്ത്രീപക്ഷനാടകവേദിയുടെ പ്രവർത്തനങ്ങൾ പൂർണ്ണമായും കണ്ടെത്തി രേഖപ്പെടുത്തിയാലേ പ്രബന്ധോദ്ദേശ്യം പൂർണ്ണമാവൂ. അങ്ങനെ സമഗ്രത കൈവരിക്കാൻ പരിമിതികൾ ഏറെയുണ്ട്. പ്രധാനമായി അന്യഭാഷകളിലെഴുതപ്പെടുന്ന ചരിത്രത്തെ അനുഗമിക്കാനുള്ള ബുദ്ധിമുട്ട്, മറ്റൊന്ന് പലപ്പോഴും പലതും ചരിത്രത്തിൽ അടയാളപ്പെടുത്താത്തതിനാൽ ഉണ്ടാവുന്ന ദത്തശേഖരത്തിന്റെ പ്രശ്നങ്ങൾ. വളരെ നാളത്തെ അന്വേഷണങ്ങളിലൂടെയും മുഖാമുഖങ്ങളിലൂടെയുമാണ് കേരളത്തിലെ സ്ത്രീനാടകവേദിയുടെ ചരിത്രം രേഖപ്പെടുത്താൻ ഈ ലേഖികയ്ക്കു കഴിഞ്ഞത്. അതും സമഗ്രമാണെന്ന് അവകാശപ്പെടുന്നില്ല. വിട്ടുപോയതോ കണ്ടെത്താൻ കഴിയാത്തതോ ഇനിയും ഉണ്ടാകുമെന്നും കരുതുന്നു. ഓരോരോ ഭാഷകളിലെയും സ്ത്രീനാടകവേദിയെക്കുറിച്ചുള്ള പഠനങ്ങൾ ഉണ്ടാകേണ്ടിയിരിക്കുന്നു. ഭാരതീയഭാഷകളിലെ സ്ത്രീപക്ഷനാടകവേദിയുടെ ഒരു പരിഛേദം മാത്രമാണ് ഈ പ്രബന്ധത്തിലുള്ളതെന്ന് സാരം.

കുറിപ്പുകൾ

1. Hrotsvit Von, Gandersheim is the first woman palywright of written text. She adopted the name Hrotsvit which means 'strong voice'. She spend her life working in a convent in Gandersheim. Thus her name is Hrotsvit Von Gandersheim.
2. Arpha Behn - 1670 ലാണ് അവരുടെ ആദ്യനാടകം ഡ്യൂക്ക്സ് കമ്പനിക്കുവേണ്ടി അവതരിപ്പിക്കുന്നത്. *The Forced Marriage, The Jealous Bridegroom* എന്നിവ അവിടെ അവതരിപ്പിച്ചു.
3. *Feminism and Theatre*, Sue Ellancase, Women Pioneers, Chapter 2, p, 25-45
4. *സ്ത്രീരംഗാവിഷ്കാരത്തിന്റെ പാഠസന്ദർഭങ്ങൾ*, ഡോ. എസ് പ്രിയാ നായർ, കേളീ സ്ത്രീനാടകപ്പതിപ്പ്, 2011 മേയ്.
5. Feminist Theatre in USA, Carlotee Canning P. 31.
6. *New Case Book - Feminist theatre and theory.* Helen Keyser, Introduction, p. 1.

ആധാരഗ്രന്ഥങ്ങൾ

1. *Modern Indian Theatre* - Edited by Nandi Bhatia.
2. *Theatre India*, 1-10, Journals published by NSD.
3. *Aesthetics of Indian Feminist Theatre*, Anitha Singh, Banaras Hindu University, Rupkatha Journal on Interdisciplinary Studies in Humanities.
4. *An Introduction of Feminism and Theatre*, Elaine Aston, 1995 Routledge.
5. *നാടകം: അന്വേഷണവും അപഗ്രഥനവും*, എഡി. ഡോ. രാജാവാര്യർ, കേരളത്തിലെ സ്ത്രീപക്ഷനാടകവേദി ഏപ്രിൽ 2012, പുറം. 140.

ശബ്ദരഹിതമായിപ്പോയ സ്ത്രീപങ്കാളിത്തം

പ്രൊഫ. സാവിത്രി ലക്ഷ്മണൻ എക്സ് എം പി

മലയാളനാടകത്തിന്റെ ചരിത്രകാലം ഇനിയും കൃത്യമായി നിർണ്ണയിക്കപ്പെട്ടിട്ടില്ല. നിഗമനങ്ങൾ പലതാണ്. കല്ലൂർ ഉമ്മൻ ഫിലിപ്പോസിന്റെ *ആൾമാറാട്ടം* (1866), കൊച്ചീപ്പൻ തരകന്റെ *മറിയാമ്മാ നാടകം* (1878), പ്രസിദ്ധീകരണ വർഷം 1903), കേരളവർമ്മയുടെ *മണിപ്രവാള ശാകുന്തളം* (1882) എന്നീ മൂന്ന് നാടകങ്ങളിൽ ആദ്യത്തേത് ഏതെന്നതിനെ സംബന്ധിച്ച് വിഭിന്നാഭിപ്രായങ്ങളാണുള്ളത്. ഏതാണ്ട് ഒന്നര പതിറ്റാണ്ടോളം എത്തിനില്ക്കുന്നു മലയാള നാടകത്തിന്റെ ചരിത്രം.

നാടകത്തെക്കുറിച്ചും നാടകകൃത്തുക്കളെക്കുറിച്ചും ചരിത്രപരമായ അറിവ് ഇത്രയ്ക്ക് പരിമിതമാണെങ്കിൽ സ്ത്രീനാടകകൃത്തുക്കളെയും നാടകങ്ങളെയും കുറിച്ചുള്ള വിവരങ്ങളുടെ അവസ്ഥ നമുക്ക് ഊഹിക്കാമല്ലോ? കാരണം ഒന്നേകാൽ നൂറ്റാണ്ടിനപ്പുറമുള്ള കാലഘട്ടത്തിൽ സ്ത്രീക്ക് രാത്രികാലങ്ങളിൽ പുറത്തിറങ്ങി നടക്കാനാകുമായിരുന്നില്ല. അവൾക്ക് പരപുരുഷന്റെ മുൻപിൽ പ്രത്യക്ഷപ്പെടാൻ, അത് സ്വന്തം സഹോദരന്റെ മുൻപിലാണെങ്കിൽപ്പോലും അനുവാദമില്ലായിരുന്നു. യഥാർത്ഥ ജീവിതത്തിൽ മാത്രമല്ല കലകളിൽ, അവയുടെ അവതരണ സമ്പ്രദായങ്ങളിൽ, കഥാപാത്രങ്ങളിൽ ഒക്കെ സ്ത്രീയുടെ സ്ഥാനം പിറകിൽ മാത്രം.

അവസ്ഥ ഇതായിരിക്കേ, ആദ്യത്തെ മലയാളനാടകം ഉണ്ടായി ഒന്നര ദശകത്തിനുശേഷം *സുഭദ്രാർജ്ജുനം* എന്നൊരു നാടകവുമായി തോട്ടയ്ക്കാട്ട് ഇക്കാവമ്മ എന്നൊരു സ്ത്രീ രംഗപ്രവേശം ചെയ്യുമ്പോൾ അവരെ ആദരിക്കേണ്ടത് ഏതെല്ലാം വിധത്തിലാവണം? അതിനും ഒരു കൊല്ലം മുൻപ് പ്രസിദ്ധീകൃതമായ *അജ്ഞാതവാസം* എഴുതിയ കുട്ടിക്കുഞ്ഞുത്തങ്കച്ചിയെ വിസ്മരിച്ചുകൊണ്ടല്ല ഇതെഴുതിയത്. കൂടുതൽ ഗവേഷണങ്ങൾ കുട്ടിക്കുഞ്ഞുത്തങ്കച്ചിയെക്കുറിച്ചും അവരുടെ അജ്ഞാതവാസത്തെക്കു

റിച്ചും നടത്തിയാൽ മാത്രമേ അവരെയും അവരുടെ നാടകത്തെയും അജ്ഞാതവാസത്തിൽനിന്ന് പുറത്തെത്തിക്കാൻ സാദ്ധ്യമാവുകയുള്ളൂ. 14.02.1820 ൽ ജനിക്കുകയും 13.02.1904 ൽ ദിവംഗതയാവുകയും ചെയ്ത കലാകാരി ഇരയിമ്മൻതമ്പിയുടെയും കാളിപ്പിള്ള തങ്കച്ചിയുടെയും മകളായിരുന്ന ലക്ഷ്മിപ്പിള്ള ആണെന്നും മഹാരാജാവിൽനിന്ന് കവിതയ്ക്ക് പുരസ്കാരം ലഭിച്ചിരുന്നുവെന്നും ഏതാനും കൃതികൾ അവരുടേതായിട്ടുണ്ട് എന്നും മാത്രമേ അറിയാൻ സാധിച്ചിട്ടുള്ളൂ. അക്കൂട്ടത്തിൽ *അജ്ഞാതവാസം* ഉണ്ടെന്ന വസ്തുതപോലും വേണ്ടവിധത്തിൽ ജ്ഞാതമല്ല.

എന്നാൽ തോട്ടയ്ക്കാട്ട് ഇക്കാവമ്മയെക്കുറിച്ച് കുറച്ചുംകൂടി കൂടുതൽ വിവരങ്ങൾ അന്വേഷകർക്ക് ലഭ്യമാണ്. സംഗീതനൈഷധത്തിലൂടെ പ്രസിദ്ധനായ ടി സി അച്യുതമേനോന്റെ മാതൃസഹോദരിയാണ് തോട്ടയ്ക്കാട്ട് ഇക്കാവമ്മ. തൃശൂരിൽ രാമഞ്ചിറ മഠത്തിലാണവർ താമസിച്ചിരുന്നത്. 25-01-1865 ൽ ജനിക്കുകയും 03.05.1916 ൽ വെറും 51 വയസ്സുള്ളപ്പോൾ പരലോകപ്രാപ്തയാവുകയും ചെയ്തു. പട്ടരുവീട്ടിൽ ചാത്തുപ്പണിക്കരുടെയും കുട്ടിപ്പാറുവമ്മയുടെയും മകളായിരുന്ന അവരെ വിവാഹം കഴിച്ചത് കാരയ്ക്കാട്ട് നാരായണമേനോൻ ആയിരുന്നു. ഭാരതകേസരി മന്നത്തുപത്മനാഭൻ വിവാഹം കഴിച്ച തോട്ടയ്ക്കാട്ട് മാധവിയമ്മ അവരുടെ പെൺമക്കളിൽ ഒരുവളായിരുന്നു. അമ്മയ്ക്ക് 23 വയസ്സുള്ളപ്പോൾ പിറന്ന മകളാണ് പിന്നീട് പ്രഗത്ഭയായി മാറിയ തോട്ടയ്ക്കാട്ട് മാധവിയമ്മ. ഒരു പക്ഷേ, ഇങ്ങുവടക്ക് തോട്ടയ്ക്കാട്ട് ഇക്കാവമ്മ എന്ന സാഹിത്യകാരി *സുഭദ്രാർജ്ജുനം* നാടകമെഴുതിയെങ്കിലും അന്ന് 3 വയസ്സുമാത്രം പ്രായമുണ്ടായിരുന്ന തോട്ടയ്ക്കാട്ട് മാധവിയമ്മ മുതിർന്നു വന്നപ്പോൾ അമ്മയെപ്പോലെ കൃതികളെഴുതുകയും അങ്ങ് തെക്ക് തിരുവിതാംകൂറിൽ കൂടുതൽ പ്രശസ്തയാവുകയും ചെയ്തതുകൊണ്ടാവാം *സുഭദ്രാധനഞ്ജയം* എന്ന നാടകം 1891 ൽ തോട്ടയ്ക്കാട്ട് മാധവിയമ്മയുടെ വകയായുണ്ടായി എന്ന അബദ്ധം നാടകചരിത്രകാരന്മാർ രേഖപ്പെടുത്തിയത്. നാടകകൃത്തിന്റെ പേരും നാടകത്തിന്റെ പേരും മാറിപ്പോവുക എന്ന അബദ്ധം ആദ്യമല്ല. തോട്ടയ്ക്കാട്ട് ഇക്കാവമ്മയ്ക്കും മുമ്പും പിമ്പും വിരലിലെണ്ണാനുള്ള നാടകകൃത്തുക്കളും നാടകങ്ങളും മാത്രമേ ശ്രദ്ധേയമായിട്ടുള്ളൂ എന്ന വസ്തുത ഉൾക്കൊള്ളുമ്പോഴാണ് സ്ത്രീ എന്ന നിലയിലുള്ള ഇക്കാവമ്മയോടുള്ള അവഗണനയുടെ ആഴം അറിയാനാവുന്നത്. *ശാകുന്തളം* ഗദ്യപരിഭാഷ എഴുതിയ ആയില്യം തിരുനാൾ (1880), *അഭിജ്ഞാനശാകുന്തളം* തർജ്ജമ ചെയ്ത കേരളവർമ്മ വലിയകോയിത്തമ്പുരാൻ (1882), 1887- ൽ മൂന്നു തവണ അരങ്ങേറി എന്ന് പറയപ്പെടുന്നുണ്ടെങ്കിലും കൈയെഴുത്തു പ്രതിപോലും ഇന്ന് കിട്ടാനില്ലാത്ത സി വിയുടെ *ചന്ദ്രമുഖീവിലാസം* (1884), കല്ലവള്ളിവീട്ടിൽ ചെമ്പകരാമൻ വേലായുധൻ തർജ്ജമ ചെയ്ത *മർച്ചന്റ് ഓഫ് വെനീസിന്റെ* മലയാള പരിഭാഷ *പോർഷ്യാ സ്വയംവരം* (1888), ചാത്തുക്കുട്ടി മന്നാടിയാരുടെ *ജാനകീപരിണയം* (1889), കെ നാരായണ മേനോന്റെ *മാളവികാഗ്നിമിത്രം* (1890), കൊടുങ്ങല്ലൂർ കുഞ്ഞിക്കുട്ടൻ തമ്പു

രാന്റെ *ലക്ഷണാസംഗമം* (1891) എന്നിങ്ങനെ 1866 തൊട്ട് 1891 വരെയുള്ള കാൽ നൂറ്റാണ്ടിനിടയ്ക്ക് 9 നാടകങ്ങൾ എണ്ണിപ്പറയാനുണ്ടെങ്കിൽ അവയോടൊപ്പം തോട്ടയ്ക്കാട്ട് ഇക്കാവമ്മയുടെ *സുഭദ്രാർജ്ജുനം* തലയുയർത്തിപ്പിടിച്ച് നില്ക്കുന്നു. ഏതാണ്ടത്രയും നാടകങ്ങൾ കൂടി തൊട്ടടുത്ത രണ്ട് വർഷങ്ങളായ 1892 ലും 1893 ലും കൂടി ഉണ്ടായി. എന്നാൽ ടി സി അച്യുതമേനോന്റെ *സംഗീതനൈഷധം,* കൊട്ടാരത്തിൽ ശങ്കുണ്ണിയുടെ *വിക്രമോർവ്വശീയം* (1892), *മാലതീമാധവം* (1892), കൊടുങ്ങല്ലൂർ കുഞ്ഞിക്കുട്ടൻ തമ്പുരാന്റെ തന്നെ ആശ്ചര്യചൂഡാമണി (1893), കണ്ടത്തിൽ ഗീവർഗ്ഗീസ് മാപ്പിളയുടെ *എബ്രായക്കുട്ടി* (1893), കൈയെഴുത്തു പ്രതിപോലും കാണാനില്ലാത്ത, സി വി രാമൻപിള്ളയുടെ *മത്തവിലാസം* (1893) എന്നിങ്ങനെ ഇക്കാവമ്മയ്ക്കു ശേഷം 2 കൊല്ലങ്ങൾക്കുള്ളിൽ തുരുതുരാ ഇറങ്ങിയ നാടകങ്ങളും നാടകകൃത്തുക്കളും പ്രശസ്തി പിടിച്ചുപറ്റിയപോലെ തോട്ടയ്ക്കാട്ട് ഇക്കാവമ്മയെ തേടി എന്തുകൊണ്ട് കീർത്തി പടി കയറിവന്നില്ല?

ഉത്തരം വളരെ വ്യക്തം. അവരൊരു സ്ത്രീ ആയിരുന്നു. 1891 ൽ തന്നെ കോഴിക്കോട്ട് ഗുട്ടൻബർഗ്ഗ് അച്ചുകൂടത്തിൽ അച്ചടിച്ച് മൂന്നാംപതിപ്പ് ഇറക്കേണ്ടിവന്ന, അന്ന് 8 അണ വിലയിട്ടിട്ടുണ്ടായിരുന്ന ഒരു നാടകമായിരുന്നിട്ടുകൂടി ഇതായിരുന്നു സ്ഥിതി. കൊല്ലവർഷം 1066 മിഥുനം 21-ാം തീയതി ഈ ഗ്രന്ഥത്തിന് അവതാരിക എഴുതിക്കൊടുത്ത ടി കെ കെ എം ഹ്രസ്വമായ ആ അവതാരികയിൽ അവസാന വാചകമായെഴുതി. 'അബലകൾക്ക് സഹജങ്ങളായിരിക്കുന്ന അനേകം കൃത്യങ്ങളുടെ ഇടയിൽ ഉണ്ടാക്കിയ കാവ്യമാകയാൽ ഇതിൽ അറ്റകുറ്റങ്ങൾ ഉണ്ടാകുവാൻ ഇടയുള്ളതുകൊണ്ട് അവയെ ചൂണ്ടിക്കാണിച്ച് തരേണമെന്ന്, എന്റെ പ്രിയ സോദരിക്കുവേണ്ടി സുജനങ്ങളായിരിക്കുന്ന വായനക്കാരോട് ഞാൻ വിനയത്തോടെ ആവശ്യപ്പെടുന്നു.' കൊടുങ്ങല്ലൂർ കൊച്ചുണ്ണിത്തമ്പുരാൻ, ഒ ചന്തുമേനോൻ എന്നിവരും *വിദ്യാവിനോദിനി, വിജ്ഞാനചിന്താമണി, കേരള പത്രിക, കേരള നന്ദിനി, കേരള സഞ്ചാരി* എന്നീ മാസികകളും *സുഭദ്രാർജ്ജുനം* സംബന്ധിച്ച് അഭിപ്രായങ്ങൾ തുടർപ്പതിപ്പുകളിൽ രേഖപ്പെടുത്തി. 'സുജനങ്ങളായിരിക്കുന്ന വായനക്കാർ' അവതാരികാകാരനായ ടി കെ കെ എം 'വിനയത്തോടെ ആവശ്യപ്പെട്ട'തനുസരിച്ച് പ്രതികരിച്ചുവല്ലോ.

കൊടുങ്ങല്ലൂർ കുഞ്ഞുണ്ണിത്തമ്പുരാൻ ഇക്കാവമ്മയെ അഭിനന്ദിച്ച് ഒരു ശ്ലോകം തന്നെ എഴുതി.

'നന്നായിടുന്ന ഭദ്രത്തെയുമമലയശോ-
രാശിക്കൊണ്ടിന്നുരാജ്യ-
ത്തിന്നെല്ലാമർജ്ജുനത്വത്തെയുമഴകിലണ-
ച്ചീടുമീനാടകത്തെ
ധന്യേ ഭംഗ്യാധരിച്ചിപ്പൊഴുതിൽ വിലസിടും
നാടകങ്ങൾക്കുശേഷം

മാന്യേ പാർത്താൽ സുഭദ്രാർജ്ജുനതയതണയു-
ന്നുണ്ടു നല്കൊണ്ടൽ വേണി'

'നവീനകവിതകൾ പലതും ഞാൻ ഈയിടെ വായിച്ചിട്ടുണ്ട്. എന്നാൽ *സുഭദ്രാർജ്ജുനം* പോലെ രസം അതുകളിൽ ഒന്നും എനിക്ക് ഉണ്ടായിട്ടില്ലെന്ന് സത്യമായി ഞാൻ പറയുന്നു. ശ്ലോകങ്ങളുടെ സാരള്യവും മാധുര്യവും ഇടയ്ക്കിടെയുള്ള വാകൃങ്ങളിൽ കാണുന്ന ചാതുര്യവും ഭംഗിയും ഇത്ര എന്ന അളവില്ല എന്ന് പറയുവാൻ ഞാൻ ഒട്ടും മടിക്കുന്നില്ല. അർത്ഥത്തിനു ക്ലിഷ്ടത ഒട്ടും കൂടാതെ പ്രാസഭംഗി വരുത്തുന്നത് സംസ്കൃതകവനങ്ങളിൽ തന്നെ വളരെ പ്രയാസമുള്ളതാണ്. എന്നാൽ ഈ വിധം അർത്ഥപുഷ്ടിയും പ്രാസഭംഗിയും മലയാളഭാഷയിൽ ഉണ്ടാക്കുന്ന ശ്ലോകങ്ങൾക്ക് വരുത്തുന്നത് അത്യന്തം പ്രയാസമാകുന്നു എന്നുള്ളതിലേക്ക് സംശയമില്ല. വിദുഷിയായി ബുദ്ധിശാലിനിയായിരിക്കുന്ന ഈ സ്ത്രീയുടെ കവനത്തിൽ പലേടങ്ങളിലും അർത്ഥപ്രാസവും അതിഭംഗിയായി ചേർന്നു കാണുന്നതിൽ ഞാൻ അത്യന്തം ആഹ്ലാദിക്കുന്നു' എന്നിപ്രകാരം സ്വയം മറന്ന് പ്രശംസയുടെ പൂക്കൾ വാരിവാരിച്ചൊരിഞ്ഞത് മലയാളത്തിലെ പ്രഥമ നോവലിസ്റ്റ് എന്ന് പ്രകീർത്തിക്കേണ്ട, *ഇന്ദുലേഖ*യുടെ കർത്താവ് ഒ ചന്തുമേനോൻ ആണ്.

*കേരള കല്പദ്രുമ*ത്തിലാണ് *സുഭദ്രാർജ്ജുനം* ആദ്യം അച്ചടിച്ചത്. അന്ന് പ്രചാരത്തിലുണ്ടായിരുന്ന ഏതാനും മാസികകൾക്ക് അഭിപ്രായമറിയാൻ വേണ്ടി സ്വന്തം പുസ്തകം ഇക്കാവമ്മ എത്തിച്ചു കൊടുത്തു. കൊച്ചുണ്ണിത്തമ്പുരാനെയും ഒ ചന്തുമേനോനെയും പോലെ മാസികകളെല്ലാം ഇക്കാവമ്മയുടെ നാടകത്തെ വാനോളം വാഴ്ത്തിപ്പാടി. 'കുറച്ചു കാലമായിട്ട് മലയാളഭാഷയിൽ ഉണ്ടാക്കപ്പെട്ടിട്ടുള്ള കവിതകളിൽ ഇതിനേക്കാൾ വളരെ മേലെയാണെന്ന് പറയത്തക്കതായി വേറെ വല്ല കൃതിയും ഉണ്ടോ എന്നുകൂടി സംശയമാണ്, എന്നാണ് ഗ്രന്ഥം വളരെ നന്നായി എന്നെഴുതിയതിന്റെ പിന്നാലെ *വിദ്യാവിനോദിനി* രേഖപ്പെടുത്തിയത്. ഗ്രന്ഥത്തിന്റെ 'നിർദ്ദോഷത'യും 'ആകപ്പാടെയുള്ള രസികത്വ'വും *വിദ്യാവിനോദിനി*യെ സ്വാധീനിച്ചതായി കാണാം. ശബ്ദഭംഗിയുണ്ടെങ്കിൽ അർത്ഥം നോക്കേണ്ടതായിട്ടില്ല എന്ന നിരർത്ഥകവാദത്തെ ഭംഗ്യന്തരേണ കുറ്റപ്പെടുത്തിക്കൊണ്ട് 'കവിതാവാസനയുള്ളവരിൽ ചിലരുടെ കൃതികളിൽക്കൂടി കാണുന്നതായ ഈ ന്യൂനത *സുഭദ്രാർജ്ജുന*ത്തിലില്ലെന്ന് സന്തോഷപൂർവ്വം പറയേണ്ടിയിരിക്കുന്നു' എന്ന് പ്രസ്തുത മാസിക *സുഭദ്രാർജ്ജുന*ത്തെ പ്രശംസകൊണ്ട് മൂടി. 'സ്ത്രീകൾക്ക് വിദ്യാഭ്യാസത്തിൽ ഉത്സാഹം ഉണ്ടാകുന്നതിന് കൊച്ചിശ്ശീമയിൽ ഇതുവരെ ഓരോന്നു ചെയ്തിട്ടുള്ളതിൽ ഇക്കാവമ്മയുടെ ഈ പ്രവൃത്തിയെപ്പോലെ ഫലവത്താകുന്നതായിട്ട് വേറെ ഒന്നുമില്ലെന്ന് നിസ്സംശയമാണ്' എന്നും അവർ തീർപ്പുകല്പിച്ചു. എന്നിട്ടാണൊടുവിൽ സ്ത്രീ ജാതിയിൽ തുഞ്ചത്തെഴുത്തച്ഛനെന്ന സംജ്ഞയ്ക്ക് ഈ ഗ്രന്ഥകാരി അർഹയാണെന്ന് എല്ലാവരും സമ്മതിക്കുമെന്ന് ഞങ്ങൾ വിശ്വസിക്കുന്നു.' എന്ന് അവർ തുറന്നടിച്ചത്.

സംസ്കൃതാഭിമുഖ്യം വച്ചുപുലർത്തുന്ന *വിജ്ഞാനചിന്താമണി* യാവട്ടെ, 'സംസ്കൃതത്തിൽ ലയിച്ചിരിക്കുന്ന ഞങ്ങളുടെ മനസ്സിനെപ്പോലും ഇത് ആകർഷിക്കുന്നു' എന്ന് കലവറയില്ലാതെ അറിയിച്ചു. അവരുടെ അഭിപ്രായത്തിൽ 'പ്രയോഗസൗകര്യം കുറഞ്ഞ കേരളഭാഷയിൽ പോലും ഈ വിധമുള്ള ഗ്രന്ഥത്തെ രചിച്ച ഈ സ്ത്രീ' സംസ്കൃതത്തിലും ഗ്രന്ഥങ്ങൾ രചിക്കണമെന്ന അഭ്യർത്ഥനയും കൂടി അവർ ചേർത്തുവച്ചു. 'ലളിതപദങ്ങളെക്കൊണ്ടും സുഖവേദ്യമായ അർത്ഥം കൊണ്ടും ആപാദചൂഡം വ്യാപരിച്ചിരിക്കുന്ന മാധുര്യം കൊണ്ടും രുചിരമായ കാവ്യം' മാത്രമേ 'കൊണ്ടാടുകയുള്ളൂ' എന്ന് നിർബ്ബന്ധമുള്ള *വിജ്ഞാനചിന്താമണി* പ്രൗഢമായ ഒരു ശ്ലോകം കൂടി കൂട്ടിച്ചേർത്തുകൊണ്ടാണ് ഇക്കാവമ്മയെ പ്രശംസിച്ചത്.

ശ്ലോകങ്ങൾ എത്രയോ ലളിതമായ പദങ്ങളെക്കൊണ്ടും അർത്ഥകല്പനകളെക്കൊണ്ടും ശൃംഗാരാദിരസങ്ങളെക്കൊണ്ടും വിശേഷമായി അലങ്കരിച്ചിരിക്കുന്നു എന്ന് പറയുന്നതിൽ ഞങ്ങൾക്ക് സംശയമില്ലെന്നു മാത്രമല്ല അത്യന്തം സന്തോഷവും ഉണ്ട് എന്ന് *കേരളപത്രിക*യും പറഞ്ഞു. *കേരള നന്ദിനി*യാകട്ടെ ഒരു പടികൂടി കടന്ന് ഗ്രന്ഥകർത്രി തെരഞ്ഞെടുത്ത പദങ്ങളെയും ആ പദങ്ങൾ ഉപയോഗിച്ച് സൃഷ്ടിച്ച വാക്യങ്ങളിലൂടെ കഥാപാത്രത്തിന്റെ സ്വഭാവം വ്യക്തമാക്കാൻ സാധിച്ച വൈഭവത്തെയും പ്രകീർത്തിക്കുകയുണ്ടായി. *കേരളസഞ്ചാരി*യും വ്യത്യസ്തമായി മറ്റൊന്നും രേഖപ്പെടുത്താനുണ്ടായിരുന്നില്ല. അവരും എഴുതി, 'ഈ നാടകം പണ്ടേതോ വിദ്വാന്മാർ ഉണ്ടാക്കിയതായ സംസ്കൃത നാടകങ്ങൾക്ക് സദൃശമായി പഞ്ചങ്കങ്ങളോടു കൂടിയതായും ഇതിഹാസ നിബന്ധമായ ഇതിവൃത്തത്താൽ ശോഭിതമായും ശൃംഗാരരസ പ്രചുരമായും സരസപദവിന്യാസസഹിതമായും അലങ്കാരങ്ങളോടുകൂടിയതായും ശ്രുതിമധുരമായും ഇരിക്കുന്നു എന്ന് ഖണ്ഡിതമായി പറയാം. ഇങ്ങനെയുള്ള എല്ലാ വിശേഷഗുണങ്ങളോടും കൂടിയ ഈ ഗ്രന്ഥം ഉണ്ടാക്കിയത് ഒരു വിദുഷിയായ യുവതിയാകകൊണ്ടും ഇന്നേവരെ സ്ത്രീകളാൽ ഉണ്ടാക്കപ്പെട്ടിട്ടുള്ളതിൽ ഇത് ആദ്യത്തേതാണെന്നറിയുന്നതു കൊണ്ടും ഞങ്ങൾ അത്യന്തം ആനന്ദിക്കുന്നു.'

സഹൃദയർ ഇവ്വിധം നിർവ്യാജമായി ആഹ്ലാദിക്കാതിരിക്കില്ല. അന്നത്തെ കാലസ്ഥിതിവച്ചു നോക്കുമ്പോൾ അത്രയ്ക്ക് സമ്പുഷ്ടമാണ് *സുഭദ്രാർജ്ജുനം.* താല്പര്യമുള്ള ആർക്കെങ്കിലും ഗ്രന്ഥം സമർപ്പിച്ചിട്ട് നാന്ദിയിലൂടെയാണ് നാടകസംബന്ധമായ മറ്റു വിവരങ്ങൾ നാടകകൃത്തുക്കൾ പുറത്തുവിടാറ്. സ്വന്തം അമ്മയുടെ പദതാരിൽ ഭക്തിപൂർവ്വം സ്വന്തം കൃതി സമർപ്പിക്കുന്ന ഗ്രന്ഥകർത്രി നാന്ദിയിലെ സൂത്രധാരനും നടിയും തമ്മിൽ പതിവുള്ള സംവാദത്തിലൂടെത്തന്നെയാണ് നാടകത്തിന്റെ പേരും നാടകകൃത്തിന്റെ പേരും ഒക്കെ വെളിപ്പെടുത്തുന്നത്. പക്ഷേ, കൂട്ടത്തിൽ ഒന്നുകൂടി തോട്ടയ്ക്കാട്ട് ഇക്കാവമ്മ ഒരു വെല്ലുവിളിയുടെ രൂപത്തിൽ നടിയെക്കൊണ്ട് പറയിക്കുന്നുണ്ട്.

'മല്ലാരി പ്രിയയായ ഭാമ സമരം
ചെയ്തീലയോ, തേർതെളി-
ച്ചില്ലേ പണ്ടു സുഭദ്ര, പാരിതു ഭരി-
ക്കുന്നില്ലേ വിക്ടോറിയാ?
മല്ലാക്ഷീമണികൾക്കു പാടവമിവ-
യ്ക്കെല്ലാം ഭവിച്ചീടുകിൽ
ചൊല്ലേറും കവിതയ്ക്കുമാത്രമിവ
ളാളല്ലെന്നു വന്നീടുമോ?'

'യോഗ്യന്മാരായ പുരുഷന്മാരാൽ സാധിക്കാവുന്ന കാര്യങ്ങളിൽ ഒന്നാകുന്നു കവിധർമ്മം. ഇപ്രകാരമുള്ളതിൽ ഒരു സ്ത്രീയുടെ പ്രവൃത്തി ഒരിക്കലും നന്നായിത്തീരുമെന്ന് ഞാൻ വിചാരിക്കുന്നില്ല.' എന്ന് സൂത്രധാരനെക്കൊണ്ട് പറയിപ്പിച്ചിട്ടാണ്, പുരുഷന്മാരാൽ സാദ്ധ്യമായ ഏതുകാര്യവും സ്ത്രീകളാലും സാദ്ധ്യമാവുമെന്നതുതന്നെയാണ് എന്റെ അഭിപ്രായം കേട്ടാലും' എന്ന് നടിയെക്കൊണ്ടവർ മറുപടി പറയിക്കുന്നത്. പിന്നീട് സഹൃദയകേരളം ഒരുകാലത്ത് നെഞ്ചിലേറ്റി താലോലിച്ച 'മല്ലാരിപ്രിയയായ' എന്നാരംഭിക്കുന്ന ഈ ശ്ലോകം ചൊല്ലിച്ചു.

51-ാം വയസ്സിൽ അന്തരിച്ച തോട്ടയ്ക്കാട്ട് ഇക്കാവമ്മയ്ക്ക് വിധി ദീർഘായുസ്സ് അനുവദിച്ചിരുന്നെങ്കിൽ മലയാളനാടകചരിത്രത്തിന്റെ ആദ്യകാല മുഖച്ഛായ അതിമനോഹരമാക്കാൻ അവരുടെ പങ്കും കൂടുതൽ ശ്ലാഘനീയമാകുമായിരുന്നു. ഇക്കാവമ്മ നാടകം എഴുതുക മാത്രമല്ല, നാടകമെഴുതാൻ സഹോദരീപുത്രന് പ്രചോദനം നല്കുകയും അദ്ദേഹമെഴുതിയ നാടകത്തിൽ അഭിനയിക്കുകയും ചെയ്തിട്ടുള്ളതായി അറിയാൻ കഴിയുന്നു. തിരുവനന്തപുരത്ത് വട്ടിയൂർക്കാവിലുള്ള ചൈതന്യ പബ്ലിക്കേഷൻസ് 1990 ൽ പുറത്തിറക്കിയ മടവൂർ ഭാസിയുടെ *മലയാള നാടക സർവ്വസ്വം* എന്ന പുസ്തകത്തിൽ, ഈ പുസ്തകം ഇറങ്ങുന്നതിന് ഏകദേശം ഒരു നൂറ്റാണ്ടുമുൻപ് തോട്ടയ്ക്കാട്ട് ഇക്കാവമ്മ നടിയായതിന്റെ ചരിത്രം വിവരിക്കുന്നുണ്ട്. സാക്ഷാൽ കേരളവർമ്മ വലിയകോയിത്തമ്പുരാൻ എഴുതിയ *അഭിജ്ഞാനശാകുന്തളത്തെ* ആസ്പദമാക്കി അന്നത്തെ സുപ്രസിദ്ധ നാടകക്കമ്പനിയായിരുന്ന 'മനോമോഹനം' നാടകക്കമ്പനി നാടകം അവതരിപ്പിച്ചത് കാണാനിടയായ ഇക്കാവമ്മയ്ക്ക് പ്രസ്തുത നാടകം ഇഷ്ടപ്പെട്ടില്ല. അവതരണത്തിലെ തമിഴ്നാടക സ്വാധീനം ആയമ്മയെ വേദനിപ്പിച്ചു. ഒരു നല്ല നാടകം എഴുതി കളിക്കാൻ അവർ സഹോദരീപുത്രനായ ടി സി അച്യുതമേനോനോട് നിരന്തരമായി ആവശ്യപ്പെട്ടുകൊണ്ടേയിരുന്നു. ഒരുപക്ഷേ, ആ അഭിലാഷത്തിന്റെ പൂർത്തീകരണത്തിനും കൂടിയാവാം അവർ *സുഭദ്രാർജ്ജുനം* എഴുതിത്തയ്യാറാക്കിയത്. അത് രംഗത്തെത്തിക്കണം എന്നോ അതിലൊന്ന് അഭിനയിച്ചാൽ കൊള്ളാം എന്നോ പുറത്തുപറയാൻ പോലും അവർക്ക് ആകുമായിരുന്നിരിക്കില്ല. അതുകൊണ്ടും കൂടിയാവാം നല്ല ഒരു നാടകം പുതുതായി സൃഷ്ടിച്ച് അവതരിപ്പിക്കാൻ അവർ പ്രചോദനം നല്കിക്കൊണ്ടിരുന്നത്.

ഏതായാലും ടി സി അച്യുതമേനോൻ *സംഗീതനൈഷധം* എഴുതി അത് രംഗത്തെത്തിച്ച് മാതൃസഹോദരിയെ പ്രീതിപ്പെടുത്തി. നാടകത്തിൽ കാട്ടാളനായി വേഷം ധരിച്ച് അഭിനയിക്കാൻ ആവേശം കാണിച്ച ഇക്കാവമ്മയ്ക്ക് തുണയായി. ആ കൂട്ടിന്റെ ധൈര്യം കൊണ്ടാവാം ഇക്കാവമ്മ പ്രസ്തുത നാടകത്തിൽ നളനായി വേഷം കെട്ടി അരങ്ങത്തെത്തിയത്. അമ്പാടി ഗോവിന്ദമേനോനായിരുന്നു അന്ന് ദമയന്തിയായത് എന്നോർക്കുമ്പോൾ ഇന്നത്തെ ആസ്വാദകൻ വേദനയോടെ തിരിച്ചറിയേണ്ട ഒരു പച്ചപ്പരമാർത്ഥം ഉണ്ട്. അഭിനയത്തോട് അത്രയ്ക്ക് അഭിനിവേശം കാണിച്ച ഒരു സ്ത്രീക്ക് പുത്രസ്ഥാനീയനായ ഒരു കലാകാരന്റെ സാന്നിദ്ധ്യമുണ്ടായിട്ടു പോലും, നാടകത്തിലെ നായികയുടെ വേഷം കെട്ടിയാടാനായില്ല. ഒരു പുരുഷകഥാപാത്രത്തിന് പിന്നിൽ സ്വത്വം മറച്ചുവച്ചിട്ടാണവർ അഭിനയിച്ചത്. മറിച്ച് ദമയന്തിയായി അവർ രംഗത്ത് എത്തിയിരുന്നെങ്കിൽ അവരുടെ ഛായ കൂടുതൽ പേർ തിരിച്ചറിഞ്ഞേനേ. ആ തിരിച്ചറിവ് കൂടുതൽ അപകടങ്ങൾ ക്ഷണിച്ചുവരുത്തും എന്ന ഭീതിയോടെയാവാം, ആ പാവം അഭിനേത്രി നളനായിട്ടെങ്കിലും അരങ്ങത്തെത്തി സ്വന്തം അഭിനയതൃഷ്ണയുടെ ദാഹം ശമിപ്പിച്ചത്. മലയാളനാടക ചരിത്രഗവേഷകർ അടിവരയിട്ട് ഓർമ്മിച്ചുവയ്ക്കുകയും കൂടുതൽ വിവരങ്ങൾ ശേഖരിക്കാൻ ശ്രമിക്കുകയും ചെയ്തുകൊണ്ട്, ഒരുപക്ഷേ, മലയാളനാടകത്തിലെ മലയാളിയായ ആദ്യത്തെ നടികൂടിയായ ഇക്കാവമ്മയ്ക്ക് അർഹമായ സ്ഥാനം നല്കി ബഹുമാനിക്കാൻ തയ്യാറാവണം.

നാടകകൃത്തു കൂടിയായ ഒരു സ്ത്രീക്ക് അഭിനയിക്കാൻ മോഹം വന്നപ്പോൾ അവർ അരങ്ങേറിയ നാടകത്തിൽ സ്ത്രീ കഥാപാത്രമുണ്ടായിട്ടു പോലും പുരുഷകഥാപാത്രത്തെ ഉൾക്കൊണ്ട് സ്വന്തം വ്യക്തിത്വം ആ കഥാപാത്രത്തിന്റെ വേഷഭൂഷാദികളിലും ചലനങ്ങളിലും ഭാവങ്ങളിലും മറച്ചുവയ്ക്കാൻ നടത്തിയ അത്യദ്ധ്വാനം ഇന്നത്തെ തലമുറയ്ക്ക് മനസ്സിലാക്കാൻ ബുദ്ധിമുട്ടുണ്ടാവും. പക്ഷേ, കണ്ണുമടച്ച് ആ യാഥാർത്ഥ്യം വിഴുങ്ങിയേ പറ്റൂ. ഈ സംഭവം നടന്ന് അരനൂറ്റാണ്ടും കഴിഞ്ഞ് 1940 ൽ ജൂൺ 11 തൊട്ട് 3 ലക്കങ്ങളിൽ *മാതൃഭൂമി ആഴ്ചപ്പതിപ്പ്* പ്രസിദ്ധീകരിച്ച *സേവനത്തിന്റെ പേരിൽ* എന്ന നാടകം പുസ്തകമാക്കി പുറത്തെത്തിക്കുമ്പോൾ ഗ്രന്ഥകർത്താവ് ആമുഖത്തിലൂടെ പ്രസ്താവിക്കുന്ന വിവരങ്ങളുടെ അന്തസത്തയിലേക്ക് നാം ഊളിയിട്ടിറങ്ങണം. *സേവനത്തിന്റെ പേരിൽ* എഴുതിയത് മറ്റാരുമല്ല. കേരളത്തിൽ ഏറക്കാലം മുഖ്യമന്ത്രിയായിരുന്ന സാക്ഷാൽ സി അച്യുതമേനോൻ തന്നെ. വളരെയേറെ സ്വാധീനിച്ചിരുന്ന, പൊതു പ്രവർത്തകനായിരുന്ന കോൺഗ്രസുകാരിയായിരുന്ന മുക്കാപ്പുഴ കാർത്ത്യായനിയമ്മ എന്ന ആദർശധീരയായ വക്കീലാണ് ഈ ഗ്രന്ഥം എഴുതാൻ തന്നിൽ സമ്മർദ്ദം ചെലുത്തിയത് എന്ന് മുൻമുഖ്യമന്ത്രി ഈ ആമുഖത്തിലൂടെ പ്രസ്താവിക്കുന്നു. 'ജനസേവനത്തിന്റെ പേരും പറഞ്ഞ് തട്ടിപ്പുകൾ നടത്തുന്ന കൊച്ചമ്മമാരെയും അവരുടെ സിൽബന്തികളെയും തുറന്നുകാട്ടണമെന്നും' തനിക്ക് 'ഉന്നം' ഉണ്ടായിരുന്നതായി അദ്ദേഹം തുറ

ന്നടിക്കുന്നു. പക്ഷേ, അതോടൊപ്പം അക്കാലത്ത് സാമൂഹ്യമായ അവഹേളനങ്ങളെയും പരിഹാസങ്ങളെയും നേരിട്ടുകൊണ്ട് പൊതുപ്രവർത്തനരംഗത്തിറങ്ങേണ്ടി വരുന്ന യുവതികളുടെ ആദർശധീരതയെ എടുത്തുകാണിക്കണമെന്നും തനിക്ക് 'ഉന്നം' ഉണ്ടായിരുന്നതായി അദ്ദേഹം വ്യക്തമാക്കുന്നുണ്ട്. ഈ രണ്ട് ഉന്നങ്ങളും സ്ത്രീയുടെ നീറുന്ന നിസ്സഹായാവസ്ഥകളിലേക്ക് വിരൽ ചൂണ്ടുന്നു. മുക്കാപ്പുഴ കാർത്ത്യായനിയമ്മയെപ്പോലുള്ള സാമൂഹ്യസേവകരായ പൊതുപ്രവർത്തകർക്ക് അവഹേളനങ്ങളും പരിഹാസവും ഏറ്റുവാങ്ങേണ്ടിവരുന്നു. മാളികപ്പുറത്തെ കുറച്ച് കൊച്ചമ്മമാർ അവസരവാദികളായ തട്ടിപ്പുകളും നടത്തുന്നു. രണ്ടു നൂറ്റാണ്ടിനോടടുക്കുന്ന അടിമത്തത്തിൽനിന്ന് രാജ്യം മുക്തമായിട്ടില്ലാത്ത കാലമാണെന്നോർക്കണം. ഒരു അമ്പാടി ഇക്കാവമ്മയ്ക്കുശേഷം മറ്റൊരു സ്ത്രീ നടിയാവാൻ സമ്മതം മൂളുന്നതിന് ദീർഘങ്ങളായ നാല് ദശവത്സരങ്ങൾ വേണ്ടിവന്ന നാട്. അഥവാ ടി സി അച്യുതമേനോൻ നാടകമെഴുതുമ്പോൾ കഷ്ടിച്ച് പത്ത് വർഷങ്ങളേ ആയിട്ടുള്ളൂ, അത്യപൂർവ്വമായിട്ടെങ്കിലും സ്ത്രീകൾ അരങ്ങത്തെത്തിത്തുടങ്ങിയിട്ട്. ആ നിലയ്ക്ക് സമൂഹത്തിലെ സ്ത്രീസംബന്ധമായ പ്രശ്നങ്ങൾക്ക് നിവൃത്തിയുള്ള പരിഹാരം നിർദ്ദേശിക്കാം എന്ന ആഗ്രഹത്തോടെ സ്ത്രീകൾക്ക് അഭിനയിക്കാൻ വേണ്ടി ഒരു നാടകമായാൽക്കൊള്ളാം എന്ന് ഒരു സ്ത്രീ, അതും താൻ ബഹുമാനിക്കുന്ന ഒരു സ്ത്രീ ആവശ്യപ്പെട്ടപ്പോൾ സ്വാഭാവികമായും ടി സി അച്യുതമേനോനെപ്പോലുള്ള ഒരാൾ അതിനു തയ്യാറായി. അദ്ദേഹത്തിന്റെ സ്വന്തം നാടകത്തിന്റെ ആമുഖക്കുറിപ്പുകളിലെ ചോദ്യം ചെയ്യാനാവാത്ത വിശ്വാസ്യത, നാടകരംഗത്ത് സ്ത്രീകളുടെ വിലക്കുകളെപ്പറ്റിയും കൃത്യമായ സൂചനകൾ നല്കുന്നു.

സുഖകരങ്ങളല്ലാത്ത ഇത്തരം അനുഭവങ്ങൾക്കിടയിൽ സമൂഹത്തോടുള്ള പ്രതിബദ്ധതകൊണ്ടുമാത്രം രണ്ടും കല്പിച്ച് നാടകങ്ങളെഴുതിയ *മറക്കുടയ്ക്കുള്ളിലെ മഹാനരകം* നേരിൽക്കണ്ട് നീറിയിട്ടുള്ള അനുഭവസ്ഥകളുമുണ്ടായിരുന്നു അക്കൂട്ടത്തിൽ. എഴുതിയത് സ്ത്രീകളാണെന്നുള്ളതുകൊണ്ടുമാത്രം പൊറുക്കാനാവാത്ത അവഗണന അനുഭവിക്കേണ്ടിവന്ന രണ്ട് നാടകങ്ങളെക്കുറിച്ച് കൂടി പ്രസ്താവിക്കാനുണ്ട്.

ശ്രീമതി ലളിതാംബിക അന്തർജ്ജനം എഴുതിയ *സാവിത്രി അഥവാ വിധവാവിവാഹം* ആണ് ആദ്യത്തേത്. ഒരു കൂട്ടം അന്തർജ്ജനങ്ങൾ ഒരുമിച്ചെഴുതിയത് എന്നുപറയപ്പെടുന്ന *തൊഴിൽകേന്ദ്രത്തിലേക്ക്* എന്ന നാടകമാണ് അടുത്തത്.

1934 ൽ ആണ് ശ്രീമതി ലളിതാംബിക അന്തർജ്ജനം *സാവിത്രി അഥവാ വിധവാ വിവാഹം* എഴുതിത്തുടങ്ങിയത്. ടി സി അച്യുതമേനോൻ സ്വന്തം നാടകത്തെപ്പറ്റി പറഞ്ഞപോലെ ഈ നാടകം അന്തർജ്ജനം എഴുതിയതും കുട്ടികൾക്ക് അഭിനയിക്കാൻ വേണ്ടിയുമായിരുന്നു. നമ്പൂതിരി സമുദായത്തിലെ ആദ്യത്തെ വിധവാ വിവാഹം നേടുന്നതിന് തൊട്ടുമുമ്പുള്ള കാലം, സ്ത്രീകളുടെ അന്തരംഗങ്ങളിലെ പ്രക്ഷുബ്ധമായ തിരമാ

ലകൾ ആഞ്ഞടിക്കുന്നത് എപ്രകാരമൊക്കെ എന്ന് അനുഭവിച്ചറിഞ്ഞ ഒരു സ്ത്രീയാണ് നാടകമെഴുതിയത്. കുറിക്കുകൊള്ളുന്ന വാചകങ്ങൾ ചമച്ചെടുക്കാനുള്ള കഴിവ് *അഗ്നിസാക്ഷി*യുടെ അമ്മയ്ക്ക് സ്വന്തമാണെന്ന കാര്യത്തിൽ മലയാളികൾക്കാർക്കും മറിച്ചൊരഭിപ്രായമുണ്ടാവില്ല. എന്നിട്ടും വി ടി ഭട്ടതിരിപ്പാട്, എം പി ഭട്ടതിരിപ്പാട് (പ്രേംജി), എം ആർ ബി, ചെറുകാട് തുടങ്ങിയ സമകാലികർക്ക് പില്ക്കാലത്തേക്കുംകൂടി പടർന്നു കിട്ടിയ പ്രശസ്തിയുടെ വെള്ളത്തൂവലുകളിൽ ഒന്നുപോലും തദ്വിഷയകരമായിത്തന്നെ ഉദാത്തമായ ഒരെത്തിനോട്ടം നടത്തിയ ലളിതാംബിക അന്തർജ്ജനത്തിന് ലഭ്യമായില്ല. അവരുടെ എത്രയോ കൃതികൾ അച്ചടിമഷി പുരണ്ട് ആസ്വാദകലക്ഷങ്ങളുടെ കരങ്ങളിലേക്കെത്തിച്ചേർന്നു! *സാവിത്രി അഥവാ വിധവാ വിവാഹം* മറ്റുള്ളവർക്ക് ഒന്നുവായിക്കാൻ പോലുമായത് ഡോ. ആർ ബി രാജലക്ഷ്മി നാടകസംബന്ധമായ ഗവേഷണം നടത്തുന്നതിനിടിൽ ഇതേക്കുറിച്ച് കേട്ടറിഞ്ഞ്, അന്തർജ്ജനത്തിന്റെ വീട്ടിൽ പോയി വിവരങ്ങൾ ശേഖരിച്ച്, അവരുടെ മരണാനന്തരമാണെങ്കിലും പ്രസ്തുത കൃതി പ്രസിദ്ധീകരിച്ചതിനുശേഷം മാത്രമാണ്. *തൊഴിൽ കേന്ദ്രത്തിലേക്ക്* എന്ന നാടകത്തിന്റെ കഥയും വ്യത്യസ്തമല്ല. ഈ രണ്ടു നാടകങ്ങളെക്കുറിച്ചും ഇവിടെ എടുത്തുപറയേണ്ടിവന്നത് സ്ത്രീക്ക് മുൻപിൽ പ്രകാശത്തിന്റെ നാളങ്ങൾ കെടുത്തിക്കളയുകയും ഘോരമായ തമസ്സ് അവരുടെ കാഴ്ചശക്തിയെ നഷ്ടപ്പെടുത്തുകയും ചെയ്തിരുന്ന ഒരവസ്ഥ മറ്റു പല മേഖലകളിലുമെന്നപോലെ, മലയാള നാടകരംഗത്തും കൊടികുത്തിവാണിരുന്നു എന്നറിയിക്കാനാണ്.

കൂടുതൽ ഗവേഷണം ആവശ്യമായ ഒരു മേഖലയാണിത്. ഒരു നൂറ്റാണ്ടിന്റെ ചരിത്രമേ വകഞ്ഞുമാറ്റേണ്ടതായിട്ടുള്ളൂ. അത്ഭുതങ്ങൾ പലതും സംഭവിച്ചേക്കാം. സുഖദുഃഖസമ്മിശ്രമാവാം അന്വേഷണാനുഭവങ്ങൾ. സ്ത്രീയുടെ സടകുടഞ്ഞെഴുന്നേല്ക്കുന്ന നാടകഭ്രാന്തിനെ താലോലിക്കാൻ കഴിഞ്ഞ രണ്ട് ദശകങ്ങളിലായി ആത്മാർത്ഥമായ ശ്രമങ്ങൾ നടന്നുവരുന്ന സ്ഥിതിക്ക് ആരെങ്കിലുമൊക്കെ ഒരു നൂറ്റാണ്ട് ഒന്ന് പിന്നിലേക്ക് എത്തിനോക്കി ഹരിശ്രീ തൊട്ട് ആരംഭിച്ച് മലയാളനാടകസാഹിത്യരംഗത്തെ സ്ത്രീയുടെ ഉജ്ജ്വലമായ സംഭാവനകളെ ശരിയാംവണ്ണം ഒന്ന് വിലയിരുത്തിയിരുന്നുവെങ്കിൽ!

പെണ്ണരങ്ങ്; ചില നാടൻ നോട്ടങ്ങൾ

ഇ പി രാജഗോപാലൻ

നാട്ടിൽ പാതി പെണ്ണായിട്ടും നാടകത്തിൽ പെണ്ണിന്റെ എണ്ണം എന്തേ കുറവായി?

ഒന്ന്

ആദ്യം കണ്ട പെണ്ണരങ്ങ് - ഓർമ്മ തുടങ്ങുന്നു. ഞങ്ങളുടെ വീട്ടിനടുത്ത് ഒരു ചെറിയ അമ്പലം ഉണ്ട്. കുണ്ടോർ ചാമുണ്ഡി മുണ്ട്യ. ഒരു രാത്രിയും പകലുമായാണ് തെയ്യം. മോന്തിക്കോലം എന്നാണ് രാത്രിയിലെ തെയ്യത്തെ സാധാരണയായി പറയുക. നെല്ല് കുത്തുന്ന തെയ്യം, എന്ന് കുട്ടികൾ വിശേഷിപ്പിക്കും. 'തൊരക്കാരത്തി' എന്നാണ് ശരിക്കും പറയേണ്ടത്. തൊരം എന്നാൽ പണി, അദ്ധ്വാനം, "പണീം തൊരും" എന്ന് പറയാറുണ്ട്. തൊരക്കാരത്തി കുണ്ടോറപ്പന്റെ വേലക്കാരിയാണ്. അധികം ആടയാഭരണങ്ങളൊന്നുമില്ല. ആട്ടത്തിന്റെ ആകർഷകമായ ഭാഗം നെല്ല് കുത്തുന്നതിന്റെ അവതരണമാണ്. പരമ്പരാഗതമായി നെല്ല് ഉരലിലിട്ട് ഉലക്കകൊണ്ട് കുത്തി, തടുപ്പയിലിട്ട് ഉമിയും മറ്റും കളഞ്ഞ് ചേറി വൃത്തിയാക്കി അരിയാക്കുന്ന പ്രവൃത്തി എത്ര വലിയ അദ്ധ്വാനമാവശ്യപ്പെടുന്നതാണ് എന്ന് തൊരക്കാരത്തിയുടെ പ്രകടനത്തിൽനിന്നാണ് അറിയാനാവുക. ജീവിതത്തിന്റെ അടിസ്ഥാനമായ അരിയുടെ പിന്നിലെ വേലയെ ജനമദ്ധ്യത്തിൽ അവതരിപ്പിക്കുകയും അങ്ങനെ വേലക്കാരിയുടെ മൂല്യം അടയാളപ്പെടുത്തുകയും ചെയ്യുന്ന സന്ദർഭമാണ് ഇത്. പെൺവേലയുടെ സങ്കര(ട)ചരിത്രത്തിലേക്കുള്ള രംഗപ്രവേശമായി ഇത് കാണുന്നവർക്കൊക്കെ അനുഭവപ്പെടുന്നുണ്ടായിരിക്കാം.

പിറ്റേന്ന് പകൽ ഉദിച്ചുയരുന്ന സൂര്യനൊപ്പം ഉജ്ജ്വലമാകുന്ന ചാമുണ്ഡിയുടെ കോലം നിറങ്ങളുടെ, വാദ്യങ്ങളുടെ, ചലനങ്ങളുടെ, ആശീർവാദത്തിന്റെ ചടുലമായ ലയസൗന്ദര്യമാണ്. തൊരക്കാരത്തിയുടെ ആട്ടം യഥാർത്ഥമാണെങ്കിൽ, ഇത് ശൈലീകൃതമാണ്. പക്ഷേ, വയറും മുലയും

- രണ്ടും ചേർത്ത് ഒരു ഓട്ടു കവചമാണ് - സാധാരണ ആകൃതിയിൽ തന്നെ ഈ ചേർച്ചയിൽ തകരാറെന്നും തോന്നുകയില്ല. സ്ത്രീത്വം എന്ന പ്രമേയത്തെ മുന്നോട്ടെത്തിക്കാനുള്ള ഒരു കലാതന്ത്രമായാണ് ഈ കവചത്തിലെ യഥാർത്ഥ (റിയലിസ്റ്റ്)മായ അളവ്.

പെണ്ണരങ്ങിന്റെ സജീവമായ സാന്നിദ്ധ്യമാണ് ഈ തെയ്യക്കാഴ്ചകളിലൂടെ കിട്ടാറുള്ളത്. എന്നാൽ (വല്ലാത്തൊരു 'എന്നാൽ' ആണിത്) ഈ വേഷങ്ങൾ കെട്ടുന്നത് ആണുങ്ങളാണ്. പെൺജീവിതത്തിന്റെ പരമ്പരാഗത രൂപത്തെപ്പറ്റിയുള്ള ഒരു ആണറിവാണ് ഈവേഷങ്ങളിലൂടെ ആവിഷ്കരിക്കുന്നത്. അതിനാൽ ഇത് മുഴുവനായും പെണ്ണരങ്ങല്ല. കടാങ്കോട്ട് മാക്കം പോലെ പെൺവാഴ്വിന്റെ സങ്കീർണ്ണതകളെ, ആയിരങ്ങളുടെ സദസ്സുകളിൽ (അതിലേറെയും പെണ്ണുങ്ങളുമായിരിക്കും) വർഷംതോറും ആടിക്കാണിക്കുന്ന ഒരു രംഗപാഠം ലോകകലാവേദിയിൽ തന്നെ വേറെയുണ്ടാവാനിടയില്ല. ഇതേക്കുറിച്ച് പറയുമ്പോഴും 'എന്നാൽ' എന്ന വാക്ക് കടന്നുവരും. കടാങ്കോട്ട് മാക്കത്തിന്റെ അവതരണത്തിലും പെണ്ണിന് സ്ഥാനമില്ല. ആണ് പേൺവേഷമിടുന്നു. ആണിനുള്ള പെൺധാരണകൾ തോറ്റത്തിൽ പാടിയും കളത്തിൽ ആടിയും ലോകരെ ബോദ്ധ്യപ്പെടുത്തുന്നു. ഇത് ഒരു നേരാണ്, പരിമിതിയാണ്.

ആലോചിച്ചുനോക്കുക-പെണ്മയുടെ ഉശിരൻ ആവിഷ്കാരത്തിനുതകുന്ന ഏത് പ്രകടനമാണ് കേരളത്തിലെ കലാപാരമ്പര്യത്തിലുള്ളത്? തിരുവാതിരക്കളി ആൺകണ്ണിനുള്ള പൃഷ്ടസദ്യയാണ്; കളമ്പാട്ടിലും മുടിയാട്ടത്തിലും യഥാർത്ഥ സ്ത്രീയുണ്ടെങ്കിലും അതിലും ഉന്മാദത്തിന്റെ ഉടലായിട്ടേ വരുന്നുള്ളൂ- ഉച്ചാടനത്തിന്റെ അധികാരം ആണിനുതന്നെ. വ്യവസ്ഥയുമായി പൊരുത്തപ്പെടുന്നതിന്റെ വ്യവസ്ഥയെ താരാട്ടുന്നതിന്റെ വ്യക്തമായ ലക്ഷണങ്ങളോടുകൂടിയ ലാസ്യഗുണം പെൺകലകൾക്ക് നല്കിയത് പെൺമനമല്ല, ആണധികാരിയാണ്. പെൺപാട്ടും പെണ്ണാട്ടവുമെല്ലാം ഇങ്ങനെ ഓമനത്തമുള്ളവയായിമാറി. ഇത് സ്വാഭാവികമാണ് പെണ്ണിന് അതേ ആവുകയുള്ളൂ എന്നീ തീരുമാനങ്ങൾ വേരുറച്ചുനില്ക്കുന്നു. പെൺ സർഗ്ഗാത്മകതയുടെ ഉഗ്രമായ സാദ്ധ്യതകൾ നന്നേ സമർത്ഥമായി അലസിപ്പിക്കലിന് വിധേയമാവുന്നു.

കളപറിക്കൽ, ഞാറുനടൽ, വരിനെല്ലു പിഴുതുമാറ്റൽ പോലുള്ള നെൽകൃഷിപ്പണികളിലും പലതരം ആഹാരസാധനങ്ങളുടെ ഉണ്ടാക്കലിലും തടവിലാക്കപ്പെട്ടു പെണ്മയുടെ സൂക്ഷ്മകലാശേഷി. ആദിവാസി സമൂഹങ്ങളിലടക്കം പലതരം ആഹാരവസ്തുക്കൾ പതിവുണ്ട്. ആരാണിവയുടെ രചയിതാക്കൾ? സ്വാദിന്റെ, രസത്തിന്റെ പല ജാതി പരീക്ഷണങ്ങൾ, എളുപ്പത്തിൽ കിട്ടുന്ന വസ്തുക്കൾകൊണ്ട് നടത്തി കുടുംബത്തെ, അടുപ്പക്കാരെ ആഹ്ലാദിപ്പിച്ചതാര്? പെണ്ണുങ്ങൾ - പെണ്ണുങ്ങൾ എന്നുത്തരം. ആഹാരത്തിന്റെ ഈ പലമയുടെ രൂപീകരണം കലയിൽ നല്കപ്പെടാത്ത സ്വാതന്ത്ര്യത്തിന് പകരമായിരുന്നു. അടുക്കള തന്നെ അരങ്ങായിമാറി - അതുതന്നെ തടവറയായും. എന്റെ അമ്മ പലതരം പലഹാര

ങ്ങൾ ഉണ്ടാക്കിത്തന്നിരുന്നു. പുതിയ പലഹാരങ്ങൾപോലും ഉണ്ടാക്കിയിരുന്നു എന്ന് ഒരാൾ പറയുമ്പോൾ അതിന്റെ പിന്നിൽ തിരസ്ക്കാരത്തിന്റെ ഒരു കാണാക്കഥ ഉണ്ട്. മറ്റുരീതിയിൽ സ്വത്വാവിഷ്കാരം സാദ്ധ്യമാകാതെ വന്നപ്പോഴാണ് ആഹാരവസ്തുക്കളിലെ ആത്മസമർപ്പണം പെൺശീലമായി മാറിയത്. പെണ്ണുങ്ങൾക്ക് വരുന്ന ഭ്രാന്തുകളിൽ പലതിന്റെയും കാരണം വിലക്കപ്പെട്ട സർഗ്ഗാത്മകതയാണ്.

രണ്ട്

എൻ എൻ പിള്ള *കാപാലികയി*ലും മറ്റും സ്ത്രീകഥാപാത്രങ്ങളെക്കൊണ്ട് വിമർശനസ്വരത്തിലുള്ള തെറി പറയിച്ചിട്ടുണ്ട്. ഇതറിഞ്ഞ വലിയൊരു വിഭാഗം സ്ത്രീകൾ ഉള്ളിന്റെയുള്ളിൽ അത് സ്വന്തം പ്രതിനിധാനമായി അംഗീകരിച്ചിട്ടുമുണ്ടാവണം. ഇതേപ്പറ്റിയുള്ള രേഖകളൊന്നും കിട്ടാനില്ലെങ്കിലും ഇങ്ങനെ പറയാൻ തോന്നുന്നു. എസ് എൽ പുരത്തിന്റെ *അഗ്നിപുത്രി,* ജി ശങ്കരപ്പിള്ളയുടെ *ഏതോ ചിറകടിയൊച്ചകൾ,* നരേന്ദ്രപ്രസാദിന്റെ *സൗപർണ്ണിക* എന്നീ നാടകങ്ങളും വേറെ തരത്തിൽ സ്ത്രീകേന്ദ്രിതമാണ്. എന്നാൽ അവ പെണ്ണരങ്ങുകളല്ല. പെണ്ണിനെക്കുറിച്ചുള്ള ആൺ (പൊതു) ബോധമാണ്, അത് സഹതാപത്തിന്റെയോ വിസ്ഫോടനത്തിന്റെ തന്നെയോ ആയിക്കൊള്ളട്ടെ - ഈ അരങ്ങുകളിൽ വന്നു നിന്നത്. പെൺവേഷക്കാരുടെ കാലം കഴിഞ്ഞ് അഭിനേത്രികൾ വന്നപ്പോഴും പെണ്ണരങ്ങിന്റെ പിറവി നടന്നില്ല. അവർ ആൺനാടകക്കാരുടെ കൈയിലെ ഉപകരണങ്ങൾ മാത്രമായിരുന്നു. സമൂഹത്തിലെ പല തൊഴിൽ രംഗങ്ങളിലും സ്ത്രീകളുടെ എണ്ണവും പദവിയും ഗണനീയമായിത്തീർന്നിട്ടും പെണ്ണരങ്ങ് സജീവമായില്ല. സ്ത്രീവാദസംഘങ്ങളുടെ നാടകപ്രവർത്തനങ്ങൾ ശ്രദ്ധേയമായ ഒരു വിച്ഛേദമായിരുന്നു- പക്ഷേ, തുടർച്ചയുണ്ടായതായി നിരീക്ഷിക്കാനാവില്ല. അത് ആരംഭശൂരത്വത്തിന്റെ മറ്റൊരു അദ്ധ്യായം മാത്രമായി ചരിത്രത്തിലേക്ക് പിൻവാങ്ങിയിരിക്കുന്നു. സ്ത്രീസ്വത്വത്തിന്റെ ലോകവായനയെ രംഗബിംബങ്ങളുടെ വ്യതിരിക്തതയ്ക്ക് നിദാനമാക്കുന്ന നാടകപ്രവർത്തനം വളരെ ചെറിയയളവിലേ നടക്കുന്നുള്ളൂ. നാടകത്തിന് പുറത്ത് വാഹനങ്ങളിൽ തൊഴിൽശാലകളിൽ, വിദ്യാശാലകളിൽ, തെരുവുകളിൽ, അധികാരപീഠങ്ങളിൽ, വില്പനകേന്ദ്രങ്ങളിൽ, സാഹിത്യ മണ്ഡലങ്ങളിൽ സ്ത്രീകളുടെ എണ്ണം കൂടുകയും ചെയ്യുന്നു. ഇപ്പോഴും ഒരു നാടകത്തിൽ രണ്ടോ മൂന്നോ സ്ത്രീകളേ ഉണ്ടാവാറുള്ളൂ. സ്ത്രീകളെഴുതുന്ന നാടകങ്ങളിൽ വരെ ഇതാണ് ശരാശരിയെണ്ണം.

ഇതിന്റെ ആശയപരമായ പശ്ചാത്തലം പഠനീയമാണ്. അവകാശങ്ങൾ ക്കായുള്ള വ്യഗ്രത സ്ത്രീകൾക്ക് ഉണ്ടെങ്കിലും, സ്വന്തമായ ഉത്തരവാദിത്വ ത്തോടെ, സ്വന്തം മുൻകൈയിൽ കലയടക്കമുള്ള കാര്യങ്ങൾ നിർവ്വഹിക്കാനുള്ള താല്പര്യം അവരിൽ നന്നേകുറച്ചേ കാണാനുള്ളൂ. ഇത് ആ ജെന്ററിന്റെ സ്വന്തമായ അവസ്ഥയൊന്നുമല്ല; സ്ത്രീവിമുക്തി

യിലെ ആദ്യഘട്ടത്തിലെ പോരായ്മ മാത്രമാണ്. വലിയൊരു വിഭാഗം സ്ത്രീകൾ പുതുതായി കിട്ടിയ സാമ്പത്തികവും തൊഴിൽപരവുമായ നേട്ടങ്ങളെ മാർക്കറ്റിന്റെ മൂല്യങ്ങൾക്കൊത്ത ജീവിതം നയിക്കാനുള്ള സൗകര്യം മാത്രമായി കണ്ട്, വ്യവസ്ഥയുടെ വേലക്കാരികളായിത്തീരുന്നു. കുടുംബം എന്ന (വലതുപക്ഷ) വ്യവസ്ഥയുടെ ഭദ്രതപോലുള്ള ആശയങ്ങളും മാർക്കറ്റ് മൂല്യങ്ങളുമാണ് ഇവരുടെ പ്രത്യയശാസ്ത്രമായിത്തീരുന്നത്. കേരളത്തിലെ ലക്ഷക്കണക്കിന് പ്രതികൾ വിറ്റഴിയുന്ന രണ്ട് സ്ത്രീ മാസികകളുടെ- *വനിത, ഗൃഹലക്ഷ്മി,* പ്രത്യയശാസ്ത്രം ഇതുതന്നെയാണ്.

നാടകം സാഹിത്യം പോലെയല്ല, ചിത്രമെഴുത്തുപോലെയല്ല. അത് രംഗപ്രകടമാണ്. അത് ഒറ്റയ്ക്ക് ചെയ്യാവുന്നതും അല്ല - സംഘകലയാണ് നാടകം. അതിൽനിന്ന് കാര്യമായ സമ്പത്തും പ്രതീക്ഷിക്കുക വയ്യ - അങ്ങനെയൊരു സാമൂഹ്യപദവി നേടാനാവില്ല. ഇതിനൊക്കെയപ്പുറം സ്ത്രീസ്വത്വത്തിന്റേതായ കലാനുഭവങ്ങളുടെ ഒരു പാരമ്പര്യം ഇല്ല എന്നതും പെണ്ണരങ്ങിന്റെ പിറവിയെ വൈകിപ്പിക്കുന്നുണ്ട്. സ്ത്രീയുടെ ശാക്തീകരണം എന്ന പ്രമേയവുമായി ഇങ്ങനെയൊരു കലാപ്രവർത്തനത്തെ കൂട്ടി ചേർക്കുകയെന്നതാണ് പ്രധാനം. സ്ത്രീശാക്തീകരണം-മൈക്രോ ഫൈനാൻസിങ് തുടങ്ങിയ പണമുണ്ടാക്കൽ പണികൾ, സാധാരണ രാഷ്ട്രീയത്തിനപ്പുറം ഒന്നും ചെയ്യാൻ ഉദ്യമിക്കാത്ത അധികാരസ്ഥാനങ്ങളിൽ സംവരണാനുകൂല്യത്തോടെ കയറിയിരിക്കൽ, മാർക്കറ്റ് തീരുമാനിക്കുന്ന വ്യക്തി സങ്കല്പത്തെ സാക്ഷാൽക്കരിക്കുന്നമട്ടിൽ സ്വയം അലങ്കരിക്കൽ തുടങ്ങിയ വ്യവസ്ഥാനുകൂല്യ പ്രവണതകളായാണ് ഇന്ന് മിക്കപ്പോഴും തെളിയുന്നത്. സ്വകാര്യവ്യക്തിയുടെ ഉല്ലാസവും സുഖവുമാണ് ഇതിൽ പ്രധാനം; ഇതിൽ സാമൂഹികത ദുർബ്ബലമാണ്. ഇതിനെയൊക്കെ കണക്കിലെടുക്കുകയും മറികടക്കുകയും ബദൽജീവിതത്തിന്റെ ആസൂത്രണയത്നമായി സ്വയം മാറുകയും ചെയ്യുന്നതാണ് പെണ്ണരങ്ങ്. സ്ത്രീമോചനത്തിന്റെ അന്തരീക്ഷം തെളിയുമ്പോഴും അതിന്റെ ഫലം വ്യക്തമാവാത്ത മട്ടിൽ അതിന്റെ പ്രായോഗിക നടപടികളെ നിയന്ത്രിക്കാൻ നവമുതലാളിത്തത്തിന് കഴിയുന്നുണ്ട്. വിദ്യാഭ്യാസം, ഉദ്യോഗം, രാഷ്ട്രീയാധികാരം എന്നിവയുണ്ടായിട്ടും സ്ത്രീ വ്യവസ്ഥാനുകൂലികളായി നില്ക്കുന്നുവെന്നത് നവോത്ഥാനകാലത്തെ ആൾക്കാർ ഒരിക്കലും വിചാരിക്കാത്ത കാര്യമാണ്. സാറാ ജോസഫ് പറഞ്ഞതുപോലെ ജാതി, ജാതകം, ജുവൽറി എന്നിവയുടെ ശാക്തീകരണമായി വിവർത്തനം ചെയ്യപ്പെടുന്ന സ്ത്രീശാക്തീകരണം ഒട്ടും സർഗ്ഗാത്മകമായ ഒന്നല്ല. ഭൂരിപക്ഷം സ്ത്രീകളും ഈ വഴിക്കുമാണ്. ഇതിനെയാണ് പെണ്ണരങ്ങിൽ ഇന്ന് ഒന്നാമതായി വിചാരണ ചെയ്യേണ്ടത് എന്ന കാര്യത്തിൽ ഈ ലേഖകന് സംശയമില്ല. സ്ത്രീ എന്നത് ഒറ്റവസ്തുതയല്ല എന്ന വാസ്തവത്തെ ഗൗരവത്തോടെ കാണാതെ ഒരു യഥാർത്ഥ പെണ്ണരങ്ങു നീക്കവും നടക്കുകയില്ല എന്നർത്ഥം.

പെണ്ണരങ്ങിന്റെ പിറവിക്ക് ഒരു നാടകത്തിന്റെ ഒരു പെൺചരിത്രം രേഖപ്പെടുത്തേണ്ടതുണ്ട്. സജിത മഠത്തിന്റെ *മലയാള നാടക സ്ത്രീ ചരിത്രം* ഈ ദിശയിലുള്ള നല്ലൊരു ചുവടുവെയ്പാണ് എന്നുമെഴുതട്ടെ.

മലയാളനാടകത്തിലെ സ്ത്രീസ്വത്വനിർമ്മിതി ചരിത്രം - എഴുത്ത് - പ്രതിനിധാനം

ഡോ. ആർ ബി രാജലക്ഷ്മി

മലയാള നാടകവേദിയിലെ സ്ത്രീസാന്നിദ്ധ്യത്തിന്റെ ചരിത്രം മറ്റേതൊരു ദേശത്തേയും നാടകചരിത്രത്തിനു സമാനമാണ്. നാടകകൃത്തുക്കളും നാടകവും ഉണ്ടായതിനുശേഷമാണ് സ്ത്രീനാടകാവതരണങ്ങളുണ്ടാകുന്നത്. മലയാളത്തിൽ 1890 ൽ കുട്ടിക്കുഞ്ഞുതങ്കച്ചിയുടെ *അജ്ഞാതവാസം* രചിക്കപ്പെട്ടതോടെ നാടകരചനയിലെ സ്ത്രീസാന്നിദ്ധ്യത്തിന് നാന്ദികുറിച്ചു. എന്നാൽ, രണ്ടാമത്തെ നാടകമായ *സുഭദ്രാർജ്ജുനം* (1891) നാടകസംഘങ്ങൾ അവതരിപ്പിച്ചിട്ടുള്ളതായി നാടകത്തിന്റെ ആമുഖത്തിൽ കാണുന്നു. മലയാളനാടകത്തിന്റെ ശതാബ്ദിവേളയിൽ പ്രസിദ്ധീകരിച്ച ഡോ. വി എസ് ശർമ്മയുടെ *മലയാളനാടകം 100 വർഷം* (1880-1980) എന്ന ഗ്രന്ഥത്തിലാണ് ആദ്യമായി 100 വർഷത്തെ നാടകങ്ങളെ കാലഗണനയനുസരിച്ച് പട്ടികപ്പെടുത്തിയിട്ടുള്ളത്. അതിൽ 22 നാടകങ്ങൾ മാത്രമേ സ്ത്രീ വിരചിതമായതുള്ളൂ. നാടകരചനാരംഗത്തെ സ്ത്രീകളെക്കുറിച്ച് മാത്രമായി ഒരന്വേഷണം ആദ്യമായി നടക്കുന്നത് 2000 ലാണ്. അതിലാണ് "ആകെയുള്ള 3351 നാടകങ്ങളിൽ 22 നാടകങ്ങൾ മാത്രമാണ് സ്ത്രീകൾ രചിച്ചിട്ടുള്ളത്" എന്നു രേഖപ്പെടുത്തിയത്. (ഭാഷാ ഇൻസ്റ്റിറ്റ്യൂട്ട് പ്രസിദ്ധീകരിച്ച *ഫെമിനിസം* എന്ന ഗ്രന്ഥത്തിലെ 'സ്ത്രീപക്ഷനാടകവേദി' എന്ന ഈ ലേഖികയുടെ പ്രബന്ധത്തിൽ). പിന്നീട്, 2009 ൽ യു ജി സി സെമിനാറിൽ അവതരിപ്പിച്ച *മലയാള നാടകരചനയിലെ പെൺവഴികൾ* എന്ന എന്റെ പ്രബന്ധത്തിലാണ് വനിതാനാടകകൃത്തുക്കളെയും അവരുടെ രചനകളെയും കുറിച്ചുള്ള പ്രത്യേകപഠനം, ഒരു പക്ഷേ, ആദ്യമായി നടക്കുന്നത്. ലോകനാടകചരിത്രത്തിൽ രേഖപ്പെടുത്തിയപോലെ സ്ത്രീനാടകത്തിന്റെ ചരിത്രാന്വേഷണവഴിയിലാണ് 1935 ൽ ലളിതാംബിക അന്തർജ്ജനം എഴുതിയ *സാവിത്രി അഥവാ വിധവാവിവാഹം* എന്റെ ഗവേ

ഷണങ്ങൾക്കിടയിൽ 1993 ൽ കണ്ടെത്തുന്നതും പിന്നീട് 2004 ൽ പ്രസിദ്ധീകരിക്കുന്നതും. 1948 ൽ അന്തർജ്ജനസമാജം അവതരിപ്പിച്ച *തൊഴിൽകേന്ദ്രത്തിലേക്ക്* 2008 ലാണ് പ്രസിദ്ധീകരിക്കുന്നത്. *സാവിത്രി*യോടൊപ്പം രചിച്ച അന്തർജ്ജനത്തിന്റെ *വീരധാത്രി* എന്ന വിവർത്തനനാടകം 2011 ലാണ് അച്ചടിമഷി പുരളുന്നത്. ഇനിയും ഒരുപക്ഷേ, ഇതുപോലെ അറിയപ്പെടാതെ കിടക്കുന്ന പല നാടകങ്ങളും നാടകകൃത്തുക്കളും ഉണ്ടാകാം. ഈ മേഖലയിൽ കുറേക്കൂടി അന്വേഷണങ്ങളും പഠനങ്ങളും ആവശ്യമാണെന്നതാണ് ചരിത്രം നമുക്ക് നല്കുന്ന പാഠം.

കേരളത്തിലെ സ്ത്രീനാടകവേദിയെക്കുറിച്ചുള്ള ഒരു ആമുഖം മാത്രമാണിത്. ഒരു നൂറ്റാണ്ടിലധികമുള്ള ചരിത്രത്തിൽ അമ്പതോ അറുപതോ നാടകങ്ങൾ സ്ത്രീകൾ രചിച്ചിട്ടുണ്ടാകാം. ഒട്ടനവധി അഭിനേത്രികളെയും കണ്ടെത്താനാവും. 19-ാം നൂറ്റാണ്ടിന്റെ അന്ത്യഘട്ടത്തിലാണ് ആദ്യത്തെ നാടകം രചിക്കപ്പെട്ടത്. 2010 ആയപ്പോഴേക്കും അത് 60 ആയി വർദ്ധിച്ചിട്ടുണ്ട്.

സ്ത്രീവിരചിതനാടകങ്ങളെ പഠനസൗകര്യാർത്ഥം രണ്ട് ഘട്ടമായി തിരിക്കാം.

1. 1890 മുതൽ 1980 വരെയുള്ള നാടകങ്ങൾ - പൂർവ്വഘട്ടം
2. 1980 നുശേഷമുള്ള നാടകങ്ങൾ - ഉത്തരഘട്ടം

ഇതിൽ പൂർവ്വഘട്ടനാടകങ്ങളുടെ സവിശേഷത അവ അരങ്ങത്തു അവതരിപ്പിക്കുക എന്നതിലുപരി വായിച്ചുരസിക്കുക എന്ന ലക്ഷ്യം മുൻനിർത്തി രചിക്കപ്പെട്ടവയാണ് എന്നതാണ്. അരങ്ങിന്റെ സാദ്ധ്യതകളെ വേണ്ടവിധം പ്രയോജനപ്പെടുത്തുന്നതിൽ അക്കാലത്തെ നാടകകൃത്തുക്കൾ ദത്തശ്രദ്ധരായിരുന്നില്ല. ഇതിവൃത്തത്തിന് ഊന്നൽ നല്കുന്ന നാടകങ്ങൾ അധികവും സംഭാഷണ പ്രധാനമായിരുന്നു. നാടകത്തിന്റെ ബാഹ്യഘടകങ്ങളായ ഇതിവൃത്തം, കഥാപാത്രം, സംഭാഷണം ഇവ മൂന്നുമായാൽ നാടകമായി എന്നു ധരിച്ചിരുന്ന ഒരു കാലഘട്ടത്തിൽ രംഗപാഠത്തിന് പ്രസക്തിയില്ലായിരുന്നു എന്നു സാരം.

ഇതിവൃത്തത്തിന്റെ സ്വഭാവമനുസരിച്ച് പൂർവ്വഘട്ടത്തിലെ നാടകങ്ങളെ വീണ്ടും വിഭജിക്കാം.

1. പുരാണവിഷയങ്ങളെ ഇതിവൃത്തമാക്കിയവ
2. ചരിത്രകഥകളെയോ ചരിത്രപുരുഷന്മാരെയോ ഇതിവൃത്തമാക്കിയവ.
3. സാമൂഹിക ജീവിതപ്രശ്നങ്ങൾ ഇതിവൃത്തമാക്കിയവ.

പുരാണ ഇതിഹാസങ്ങൾ വിഷയമാക്കിയ നാടകങ്ങളിൽ തന്നെ നേരിട്ടു വിവർത്തനം ചെയ്തവയും സ്വതന്ത്രാനുകരണങ്ങളും ഉണ്ട്. ആദ്യഘട്ടത്തിലെ നാടകങ്ങളിൽ മിക്കവാറും സംസ്കൃത നാടകങ്ങളിലെ സ്വഭാവം പ്രകടമാണ്. കണ്ടുകിട്ടിയിട്ടുള്ളതിൽ ആദ്യ വനിതാനാടകമായി അംഗീകരിച്ചുപോരുന്ന *അജ്ഞാതവാസം* (കുട്ടിക്കുഞ്ഞു തങ്കച്ചി (1890), കൊ വ 1065), *സുഭദ്രാർജ്ജുനം* (തോട്ടക്കാട്ട് ഇക്കാവമ്മ (1891), കൊ. വ

1066), *കൃഷ്ണഭക്തി ചന്ദ്രിക* (തിരവത്ത് അമ്മാളുഅമ്മ) എന്നീ നാടകങ്ങൾ പുരാണകഥ പ്രമേയമാക്കിയ നാടകങ്ങളാണ്.

സംസ്കൃതനാടക ലക്ഷണമൊപ്പിച്ച് എഴുതിയ നാടകങ്ങളാണ് ഇവ മൂന്നും. അഞ്ചങ്കവും ഇരുപത് രംഗങ്ങളുമുള്ള *അജ്ഞാതവാസം* പാണ്ഡവരുടെ അജ്ഞാതവാസക്കാലത്തെ ജീവിതത്തിന്റെ നേർചിത്രീകരണമാണ്. ഇരയിമ്മൻ തമ്പിയുടെ പുത്രിയായ തങ്കച്ചിക്ക് ജന്മസിദ്ധമായിരുന്നു കവിതാവാസന. സംസ്കൃതത്തിലും മണിപ്രവാളത്തിലും ധാരാളം കവിതകളെഴുതി. ആട്ടക്കഥ, കിളിപ്പാട്ട്, തിരുവാതിരപ്പാട്ട്, കുറത്തിപ്പാട്ട്, സങ്കീർത്തനങ്ങൾ എന്നിങ്ങനെ വിവിധ മേഖലകളിൽ കാവ്യരചന നടത്തിയ തങ്കച്ചി ഒരേയൊരു നാടകം മാത്രമേ എഴുതിയിട്ടുള്ളൂ. വിവർത്തനങ്ങളുടെയും അനുകരണങ്ങളുടെയും സാഹിത്യത്തിൽനിന്നും മലയാള നാടകലോകത്ത് ഒരു സ്വതന്ത്രനാടകം രചിച്ചുകൊണ്ട് നാടകരചനയിലെ സ്ത്രീസാന്നിദ്ധ്യം അടയാളപ്പെടുത്തിയ ഈ നാടകത്തിന് അതിന്റെ ഗുണമേന്മയേക്കാൾ ചരിത്രപരമായ പ്രാധാന്യമാണുള്ളത്. *സുഭദ്രാർജ്ജുനം*, *നളചരിതം* എന്നീ നാടകങ്ങൾ രചിച്ച തോട്ടക്കാട്ട് ഇക്കാവമ്മയും വിദുഷിയായ കവിയും നാടകകൃത്തുമാണ്. ഒന്നിലേറെത്തവണ പാഠപുസ്തകമായി അംഗീകരിച്ചിട്ടുള്ള ഈ കൃതി നാടകസംഘങ്ങൾ അവതരിപ്പിച്ചിട്ടുള്ളതായും നാടകത്തിന്റെ ആമുഖത്തിൽ കാണുന്നു. അങ്ങനെയെങ്കിൽ ആദ്യമായി അവതരിപ്പിക്കപ്പെട്ട സ്ത്രീനാടകമെന്ന ബഹുമതി *സുഭദ്രാർജ്ജുന*ത്തിനു നല്കാം. ഈ *സുഭദ്രാർജ്ജുനം* ഇതുവരെ ഉണ്ടായിട്ടുള്ള എല്ലാ ഭാഷാനാടകങ്ങളെയും ലാളിത്യംകൊണ്ടും മാധുര്യം കൊണ്ടും അതിശയിപ്പിച്ചിരിക്കുന്നുവെന്ന് കേരളവർമ്മ വലിയകോയിത്തമ്പുരാൻ ബഹുമതി പത്രം നല്കിയിട്ടുണ്ട്. മഹാകവി ഉള്ളൂരും ഒ ചന്തുമേനോനും മുക്തകണ്ഠം പ്രശംസിച്ചിട്ടുള്ള ഈ നാടകവും നാടകകൃത്തും നിരൂപകർക്കിടയിൽ അക്കാലത്ത് വലിയ ചർച്ചാവിഷയമായിരുന്നു.

ഒന്നാംഘട്ടത്തിലെ മറ്റു നാടകങ്ങൾ ചരിത്രപുരുഷന്മാരുടെ വീരാപദാന കഥകളാണ്. ഇവയിൽ മിക്കതും വിവർത്തനങ്ങളോ സ്വതന്ത്രാനുകരണങ്ങളോ ആണ്. മുതുകുളം പാർവ്വതിയമ്മ രചിച്ച *ഭുവനദീപിക* (1941) ഭാരത ചക്രവർത്തിയായിരുന്ന ജഹാംഗീറിനെ തന്റെ അഭൗമസൗന്ദര്യത്താൽ വശീകരിച്ച സുന്ദരിയായ ഭുവനദീപികയുടെ അഥവാ മെഹറുന്നിസയുടെ കഥയാണ് (ലേഡി വിദ്വാൻ മുതുകുളം പാർവ്വതിയമ്മയെന്നാണ് ഗ്രന്ഥകർത്ത്രിയെ വിശേഷിപ്പിച്ചിട്ടുള്ളത്). വിധി പ്രകാരം വിവാഹം ചെയ്ത ആത്മവല്ലഭനെ വധിച്ച ഘാതകന്റെ ഭാര്യാപദം സ്വീകരിക്കുകയും രാജ്യലോഭത്താൽ പ്രേരിതയായി അനവധി ദുഷ്കർമ്മങ്ങൾ തുടരെ അനുഷ്ഠിക്കുകയും ചെയ്തിട്ട് അന്തിമ ദശയിൽ ദുഃഖാനുഭവങ്ങൾ സഹിക്കവയ്യാതെ വിഷം കഴിച്ച് ആത്മഹത്യ ചെയ്ത ചരിത്രനായികയുടെ ദുരന്തജീവിതം ഗ്രന്ഥകാരിയെ പലവിധം സ്വാധീനിച്ചതിന്റെ ഫലമാണ് ഈ നാടകം. ദിജേന്ദ്രലാൽറോയിയുടെ ചിത്രകഥയെയും സ്വന്തം മനോധർമ്മത്തെയും അടിസ്ഥാനമാക്കിയും ചിലയിടത്ത് സ്വതന്ത്രമായി അനുകരിച്ചും രചിച്ച നാട

കമാണിതെന്ന് അവതാരികയിൽ എൻ ഗോപാലപിള്ള രേഖപ്പെടുത്തിയിട്ടുണ്ട്. 40 കളിൽ ഇബ്സനിസത്തിന്റെ സ്വാധീനം മലയാളനാടകചരിത്രത്തെയാകെ മാറ്റിമറിച്ചു. നാടകത്തിന്റെ ഒരു നവോത്ഥാന പ്രക്രിയ നടന്നത് ഇബ്സനിസത്തിലൂടെയാണ്. പ്രഹസനങ്ങളുടെയും സംഗീതനാടകങ്ങളുടെയും ഗൗരവമില്ലായ്മയിൽനിന്ന് മലയാള നാടകത്തെ ഗൗരവപൂർണ്ണവും മൗലികവുമായ ഘടനയിലേക്ക് പരിവർത്തിപ്പിച്ചത് ഇബ്സനിസമാണ്. മലയാളത്തിലെ ഇബ്സനിസ്റ്റു സങ്കേതത്തിന്റെ സ്വാധീനം 70-80 കൾവരെയുള്ള നാടകങ്ങളിൽ ഏറിയും കുറഞ്ഞും കാണുന്നു. എന്നാൽ ഇക്കാലഘട്ടത്തിൽ സ്ത്രീകളാരും തന്നെ സ്വന്തമായ ഒരു റിയലിസ്റ്റിക് നാടകം എഴുതിയതായി കാണുന്നില്ല. പക്ഷേ, ഇബ്സന്റെ *വീരയോദ്ധാക്കൾ ഹെൽഗലണ്ടിൽ* (The Vikings of Helgeland) എന്ന സംഗീതനാടക രൂപത്തിൽ രചിക്കപ്പെട്ട ആദ്യകാല നാടകം കോന്നിയൂർ മീനാക്ഷിയമ്മ വിവർത്തനം ചെയ്തിട്ടുണ്ട്. രണ്ടുവിഭാഗത്തിൽപ്പെട്ട കടൽക്കൊള്ളക്കാർ തമ്മിലുള്ള കുടിപ്പകയാണിതിലെ പ്രതിപാദ്യം.

മുഗൾ ചക്രവർത്തിമാരുടെ വീരകൃത്യങ്ങൾ ഒട്ടേറെ നാടകങ്ങൾ ഹിന്ദിയിലും ബംഗാളിയിലും രചിക്കപ്പെടാൻ അവസരം ഉണ്ടാക്കിയിട്ടുണ്ട്. അവയൊക്കെ മലയാളികളെയും സ്വാധീനിച്ചിരുന്നു എന്നതിനുതെളിവാണ് ശിവജി അഥവാ *മഹാരാഷ്ട്രസിംഹം, ഭുവനദീപിക* തുടങ്ങിയ നാടകങ്ങൾ. പൊതുധാരയിൽ ധാരാളം നാടകങ്ങളും നോവലുകളും വിവർത്തനം ചെയ്യപ്പെട്ട കാലഘട്ടമായിരുന്നു. അന്യഭാഷയിലെ പ്രഗത്ഭരുടെ കൃതികൾ മലയാളികൾക്കു പരിചിതമായത് വിവർത്തനത്തിലൂടെയാണ്. അക്കൂട്ടത്തിൽ സ്ത്രീകളുടെ എളിയ സംഭാവനയുമുണ്ട്. തൃശൂർ രാമവർമ്മ പുരത്തുള്ള ഹിന്ദി കോളേജ് പ്രിൻസിപ്പലായിരുന്ന പ്രൊഫ. പി ലക്ഷ്മിക്കുട്ടിയമ്മ ഹിന്ദിയിൽനിന്നു മലയാളത്തിലേക്കു പരിഭാഷപ്പെടുത്തിയ അഞ്ചു മഹാന്മാരെക്കുറിച്ചുള്ള ഏകാങ്ക സമാഹാരമാണ് *വീരതാണ്ഡവം*. കേരളീയരുടെ പ്രത്യേകിച്ച് വനിതാസ്വാദകരുടെ പ്രീതിക്ക് പാത്രമായ നാടകങ്ങളാണവ. *അശോകൻ* (ശ്രീ. വിഷ്ണുപ്രഭാകർ), *ശ്രീ വിക്രമാദിത്യൻ* (ഡോ. രാംകുമാർ ശർമ്മ), *ശിവജി* (സേഠ് ഗോവിന്ദദാസ്) *നിഷ്ഠുരമായ നീതി* (ഹികൃഷ്ണ പ്രേമി), *ആത്മാർപ്പണം* (ശ്രീ. സുന്ദർലാൽ വർമ്മ) എന്നിവയാണീ നാടകങ്ങൾ. അനിതരസാധാരണമായ വ്യക്തി മാഹാത്മ്യമുള്ള ഒരു ചരിത്രപുരുഷനെ നായകനാക്കി ശ്രീമതി എൻ ജി തങ്കമ്മ രചിച്ച നാടകമാണ് *ശിവജി അഥവാ മഹാരാഷ്ട്രസിംഹം* (1950). ശിവജിക്ക് സ്ത്രീകളോടുള്ള ആദരവും ഭക്തിയും പ്രസിദ്ധമാണ്. ഈ നായകനോടുള്ള ആദരവാണ് ശ്രീമതി തങ്കമ്മയെ ഈ നാടകമെഴുതാൻ പ്രേരിപ്പിച്ചത്. ചരിത്രപുരുഷന്മാരെയും കല്പിത കഥാപാത്രങ്ങളെയും കൂട്ടിയിണക്കി രചിച്ച നാടകമാണിത്.

സാമൂഹിക പ്രശ്നങ്ങൾ പ്രമേയമാക്കിയ അപൂർവ്വം നാടകങ്ങളേ സ്ത്രീകൾ ഈ ഘട്ടത്തിൽ രചിച്ചിട്ടുള്ളൂ. 1935 ൽ ലളിതാംബിക അന്തർജ്ജനം രചിച്ച *സാവിത്രി*, 1945 ൽ സരസ്വതിയമ്മ രചിച്ച *ദേവദൂതി*,

1947 ൽ കമുകറ ലീലാബായ് രചിച്ച *ജീവിതം*, നമ്പൂതിരി സ്ത്രീകളുടെ കൂട്ടായ്മയിൽ രചിക്കപ്പെടുകയും അരങ്ങേറപ്പെടുകയും ചെയ്ത *തൊഴിൽ കേന്ദ്രത്തിലേക്ക്* (1948) എന്നിവയാണത്. നമ്പൂതിരി സമുദായത്തിൽ നിഷിദ്ധമായിരുന്ന വിധവാവിവാഹത്തെ പ്രോത്സാഹിപ്പിക്കുക എന്ന ലക്ഷ്യത്തോടെ രചിച്ചതാണ് *സാവിത്രി.* വൃദ്ധ-കുമാരീവിവാഹം വ്യാപകമായിരുന്ന അക്കാലത്ത് ഇല്ലങ്ങളിലെല്ലാം ദുരിതമനുഭവിക്കുന്ന ബാലവിധവകളുടെ എണ്ണം പെരുകിയിരുന്നു. ഏതുവിധേനയും ഈ വിധവകളെ സധവകളാക്കുകയെന്നത് അന്തർജ്ജനത്തിന്റെ ആഗ്രഹമായിരുന്നു. അതിനുവേണ്ടി രചിച്ച നാടകമാണിത്. യോഗക്ഷേമസഭാസമ്മേളനത്തോടനുബന്ധിച്ച് നാലഞ്ചു തവണ ഈ നാടകം അരങ്ങേറിയെന്ന് ചരിത്രം സാക്ഷ്യപ്പെടുത്തുന്നു. എന്നാൽ താനെഴുതിയതു നാടകമായില്ലേ എന്ന ശങ്കയാൽ കൈനിക്കര കുമാരപിള്ള അവതാരിക എഴുതിക്കൊടുക്കാമെന്നു പറഞ്ഞിട്ടുകൂടി പ്രസിദ്ധീകരിക്കുവാൻ അവർ തയ്യാറായില്ല. 1996 ൽ മാത്രമാണ് ആ നാടകം പുസ്തകരൂപത്തിൽ പ്രസിദ്ധീകരിച്ചത്. ചെറുകഥാകാരിയെന്ന നിലയിൽ പ്രശസ്തമായിരുന്ന കെ സരസ്വതിയമ്മയും ഒരൊറ്റ നാടകം മാത്രമേ രചിച്ചിട്ടുള്ളൂ. പ്രസാധകരുടെ നിർബ്ബന്ധവും സാമ്പത്തികാവശ്യവും ഒത്തുചേർന്നപ്പോൾ എഴുതിയതാണ് *ദേവദൂതി.* സ്ത്രീകൾ നാടകരചനയ്ക്ക് ഒരുമ്പെടാത്തതു നന്നായിയെന്നാണവരുടെ അഭിപ്രായം. സ്വന്തം നാടകത്തെ വിമർശനപ്പരമായി വിലയിരുത്തിക്കൊണ്ട് അവർ ആമുഖത്തിൽ പറഞ്ഞത് അവസാനരംഗം ഏച്ചുകെട്ടലായില്ലേ എന്നു ശങ്കിക്കുന്നുവെന്നാണ്. നാടകം കണ്ടും വായിച്ചും നാടകത്തിന്റെ ടെക്നിക് പഠിക്കാതെയും എഴുതിയതിന്റെ ഫലമായിരിക്കണം ഈ അലസതയും അതൃപ്തിയുമെന്ന് അവർ കരുതുന്നു.

സമുദായാചാരങ്ങളുടെ പരിഷ്കരണ വാഞ്ഛയാണ് തന്റെ നാടകരചനയുടെ ലക്ഷ്യമെന്ന് *ജീവിതം* (1947) എന്ന നാടകം രചിച്ച ലീലാബായ് പറയുന്നു. പരിമിതമായ ഭാവനയുടെ പ്രഥമഫലമാണിതെന്നും കുറ്റങ്ങളും കുറവുകളുമുള്ള നാടകമാണെന്നും മുൻകൂർ ജാമ്യം വാങ്ങിക്കൊണ്ടാണ് ലീലാബായ് നാടകമവതരിപ്പിക്കുന്നത്. ഒരു ചെറിയ ഇതിവൃത്തത്തെ ഹൃദയസ്പർശിയായവതരിപ്പിച്ചിട്ടുണ്ടെന്നും അക്കാലത്തെ മലയാള നാടകങ്ങളിൽനിന്ന് ഇത് വ്യത്യസ്തത പുലർത്തുന്നുവെന്നും ഡോ. കെ ഗോദവർമ്മ അഭിപ്രായപ്പെട്ടിട്ടുണ്ട്. ലളിതവും ഹ്രസ്വവുമായ സംഭാഷണം ഈ നാടകത്തിന്റെ സവിശേഷതയാണ്. വിമൻസ് കോളേജിലെ വിദ്യാർത്ഥിയായിരിക്കെ കോളേജിൽ അരങ്ങേറാൻ വേണ്ടി രചിച്ച ഈ നാടകം ഉല്ലാസപൂർണ്ണമായ കലാലയജീവിതത്തിന്റെ ഒരു നേർചിത്രം കാഴ്ചവയ്ക്കുന്നു. കലാകായിക വിനോദങ്ങൾ - ടെന്നീസുകളിയും നാടകാഭിനയവും - പഠനത്തിന്റെ ഭാഗികമായി ചിത്രീകരിക്കുന്നതിലെ പുതുമ ശ്രദ്ധേയമാണ്.

മേല്പറഞ്ഞ മൂന്നു നാടകകൃത്തുക്കളുടെയും അഭിപ്രായത്തിൽനിന്ന് നാടകരംഗത്തേക്ക് സ്ത്രീകൾ കടന്നുവരാത്തതിന്റെ കാരണം വ്യക്തമാ

കുന്നുണ്ട്. നാടകദർശനാനുഭവത്തിന്റെ പരിമിതിയും പരിചയക്കുറവും ഉണ്ടെന്ന് ഇവർ സമ്മതിക്കുന്നു. ചെറുകഥാരംഗത്ത് പ്രശസ്തരായ ഇവർ ചില നിബന്ധനകൾക്കു വിധേയമായി നാടകം എഴുതിപ്പോയതാണ്. സാമ്പത്തിക ബുദ്ധിമുട്ട് പരിഹരിക്കാൻ വേണ്ടി സരസ്വതിയമ്മയും, സി എസ് സുബ്രഹ്മണ്യൻ പോറ്റിയുടെ റിട്ടയർമെന്റിനോടനുബന്ധിച്ച് സ്കൂളിലവതരിപ്പിക്കാൻ വേണ്ടി സുഹൃത്ത് നിർബ്ബന്ധിച്ചതിനാൽ അന്തർജ്ജനവും കോളേജ് വാർഷികത്തിനായി ലീലാബായിയും നാടകത്തിൽ കൈവച്ചുവെന്നു മാത്രം.

അന്തർജ്ജനങ്ങൾ തൊഴിലെടുത്തു ജീവിക്കണമെന്ന യോഗക്ഷേമ സഭയുടെ ആഹ്വാനമനുസരിച്ച് തൊഴിൽ കേന്ദ്രങ്ങൾ പലയിടത്തും രൂപം കൊണ്ടു. തൊഴിൽ കേന്ദ്രത്തിന്റെ ഉദ്ദേശ്യലക്ഷ്യങ്ങൾ പ്രചരിപ്പിക്കുക എന്ന ലക്ഷ്യത്തോടെ സ്ത്രീകളുടെ കൂട്ടായ്മ രചിച്ച നാടകമാണ് *തൊഴിൽകേന്ദ്രത്തിലേക്ക്.* 1948 ൽ നാടകം അരങ്ങേറിയതായി നാടകം കണ്ടെടുത്തു പ്രസിദ്ധീകരിച്ച ഡോ. എൻ ആർ ഗ്രാമപ്രകാശ് സാക്ഷ്യപ്പെടുത്തുന്നു. പുരുഷകഥാപാത്രങ്ങളെപ്പോലും സ്ത്രീകൾ തന്നെയാണ് അവതരിപ്പിച്ചത്. സ്ത്രീകൾ എഴുതി സ്ത്രീകൾ മാത്രം അഭിനയിച്ച ആദ്യത്തെ സ്ത്രീപക്ഷ നാടകമായി ഇതിനെ കാണാം. ഈ നാടകവും ചരിത്രത്തിൽ രേഖപ്പെടുത്താതെ പോവുകയായിരുന്നു.

ആദ്യഘട്ട നാടകങ്ങളും അവയുടെ രചനാപശ്ചാത്തലവും പരിശോധിക്കുമ്പോൾ നമുക്കു ബോദ്ധ്യമാകുന്ന ചില വസ്തുതകളുണ്ട്.

* സാഹിത്യപ്രധാനമായിരുന്നു നാടകം - അവതരണത്തിനു പ്രസക്തി കുറവായിരുന്നു.
* ഉന്നതകുലജാതരോ വിദ്യാസമ്പന്നരോ സാഹിത്യ പാരമ്പര്യമുള്ളവരോ ആയ വനിതകളാണധികവും നാടകരചനയിലേർപ്പെട്ടവർ.
* സാഹിത്യപഠനത്തിന്റെ അഥവാ ഭാഷാപഠനത്തിന്റെ ഭാഗമായി നടന്ന രചനകളാണ് ഒരുവിഭാഗം.
* സ്വതന്ത്രകൃതികളേക്കാൾ വിവർത്തനമോ അനുകരണമോ ആണധികവും.
* ഇടതുപക്ഷ പുരോഗമന സാഹിത്യപ്രസ്ഥാനം ശക്തമായിരുന്ന നാളുകളിൽ സ്ത്രീകളാരും തന്നെ *പാട്ടബാക്കി, കൂട്ടുകൃഷി* എന്നിവപോലുള്ള നാടകം രചിച്ചിട്ടില്ല.
* പ്രൊഫഷണൽ നാടകവേദി അതിശക്തമായിരുന്നിട്ടും അതിനുവേണ്ടി സ്ത്രീകളാരും നാടകം രചിച്ചില്ല.
* സാമൂഹിക പരിഷ്കരണം *സാവിത്രി, തൊഴിൽ കേന്ദ്രത്തിലേക്ക്* എന്നിവയൊഴികെ മറ്റൊരു നാടകത്തിന്റെയും ലക്ഷ്യമായിരുന്നില്ല.

സ്ത്രീ വീരചരിതനാടകങ്ങളുടെ ഉത്തരഘട്ടം ആരംഭിക്കുന്നത് ആഗോളതലത്തിൽ നടന്ന സ്ത്രീവാദചർച്ചകൾ സ്ത്രീവിമോചനചിന്തകൾക്ക് തിരികൊളുത്തിയതോടെയാണ്.

സ്ത്രീവിമോചനം ലക്ഷ്യമാക്കി 1980 കളിൽ രൂപംകൊണ്ട വനിതാ

സംഘടനകളിൽ പട്ടാമ്പി കേന്ദ്രീകരിച്ചു രൂപംകൊണ്ട മാനുഷിയും തൃശൂരിലെ സമതയും ചേതനയും തുടങ്ങി വച്ച ക്യാമ്പസ് തിയേറ്ററും അവർ പ്രചാരണായുധമായി സ്വീകരിച്ച തെരുവു നാടകങ്ങളും സ്ത്രീപക്ഷ നാടകചിന്തയുടെ മറ്റൊരു ഘട്ടത്തിന്റെ തുടക്കമാണ്. പ്രൊഫ. സാറാജോസഫ് എഴുതി, 'മാനുഷി' കേരളത്തിലുടനീളം വേദികളിൽ അവതരിപ്പിച്ച തെരുവുനാടകമായ *സ്ത്രീ* ഹെലന്റെ സ്ത്രീപക്ഷ നാടകസങ്കല്പത്തോട് അടുത്തു നില്ക്കുന്നു. സ്ത്രീധനത്തിന്റെ പേരിൽ ഭർത്താവിന്റെ വീട്ടിൽ പീഡിപ്പിക്കപ്പെട്ട പെൺകുട്ടി സ്വന്തം വീട്ടിൽ എത്തുമ്പോൾ അവളെ മർദ്ദനങ്ങളിലേക്കു തന്നെ വീണ്ടും തിരിച്ചയക്കുന്ന കുടുംബത്തിന്റെയും അതുവഴി അവൾക്ക് എല്ലാ അഭയവും നിഷേധിക്കുന്ന സാമൂഹിക സ്ഥാപനങ്ങളുടെയും സ്ത്രീയോടുള്ള നിലപാടും രാഷ്ട്രീയവും ആ നാടകത്തിലൂടെ മാനുഷി തുറന്നുകാട്ടുന്നു. മാനുഷിക്കുവേണ്ടി സാറാജോസഫ് 80 കളിൽ എഴുതിയ തെരുവുനാടകങ്ങൾ *ഭൂമിരാക്ഷസം* എന്ന പേരിൽ 2009 ലാണ് അച്ചടിക്കപ്പെട്ടത്.

സ്ത്രീപ്രശ്നത്തെ സമൂഹത്തിന്റെ മുന്നിലെത്തിക്കാൻ നാടകമെന്ന മാദ്ധ്യമത്തിന്റെ ശക്തി പരമാവധി പ്രയോജനപ്പെടുത്തുകയായിരുന്നു 1987 ൽ ഇടതുപക്ഷ പാർട്ടിയുടെ തിരഞ്ഞെടുപ്പ് പ്രചരാണർത്ഥം രൂപീകരിക്കപ്പെട്ട 'സമത.' സമകാലിക സ്ത്രീ പ്രശ്നങ്ങൾ അവതരിപ്പിക്കുന്നതിനോടൊപ്പം ബ്രഹ്ത്തിന്റെ *അമ്മ*യിലെ ഒരദ്ധ്യായം ചോരക്കുഞ്ഞിനെക്കൊന്ന മേരി ഫെർണാണ്ടസിന്റെ കഥയുടെ നാടകീയാവിഷ്കാരം, സതീമാത എന്നിവയും അവർ അവതരിപ്പിച്ചു. ഇക്കാലത്തുതന്നെയാണ് ശാസ്ത്ര സാഹിത്യ പരിഷത്തിന്റെ കഥാജാഥ വിഭാഗം സ്ത്രീത്വത്തിന്റെ ആവിഷ്കാരങ്ങൾക്ക് പ്രാമുഖ്യം നല്കിക്കൊണ്ട് സംഗീതശില്പങ്ങളും ലഘുനാടകങ്ങളും അവതരിപ്പിക്കുന്നത്. *നാദിറ പറയുന്നു* എന്ന സംഗീത ശില്പം, വീട്ടിലും പുറത്തും ചൂഷണത്തിന് വിധേയയാക്കപ്പെടുന്ന സ്ത്രീത്വത്തെക്കുറിച്ചുള്ള *കാണാപ്പുണിയുടെ തീക്കുണ്ഡം, തിരിച്ചറിവ്* തുടങ്ങിയ ലഘുനാടകങ്ങൾ, സ്ത്രീധനത്തിനും സ്ത്രീധനപീഡനത്തിനുമെതിരെ ശബ്ദമുയർത്തുന്ന *പരശുപുരം ചന്ത, സീത* തുടങ്ങിയ അവതരണങ്ങൾ സമൂഹമനസ്സിൽ സ്ത്രീപക്ഷചിന്ത ഉയർത്താൻ ഏറെ സഹായിച്ചു.

മേല്പറഞ്ഞ സംരംഭങ്ങളൊന്നുംതന്നെ സ്ത്രീപക്ഷ നാടകവേദി എന്ന ലക്ഷ്യത്തെ മുന്നിൽക്കണ്ട് നടത്തിയവ ആയിരുന്നില്ല. ചില രാഷ്ട്രീയ പാർട്ടികളുടെയോ സന്നദ്ധ സംഘടനകളുടെയോ ആശയപ്രചരണാർത്ഥം നടത്തിയ പ്രവർത്തനങ്ങളുടെ ഭാഗമായി തെരുവുനാടകരൂപത്തിൽ നടത്തിയ ചില പരീക്ഷണങ്ങൾ മാത്രമായിരുന്നു. നാടകകലയുടെ മർമ്മം കണ്ടറിഞ്ഞ് സ്ത്രീമനസ്സിൽ രൂപപ്പെടുന്ന ഒരു രംഗഭാഷയും ശരീരഭാഷയും രൂപപ്പെടുത്താനുള്ള ശ്രമമൊന്നും അതിൽ നടന്നിരുന്നില്ല. പക്ഷേ, സ്ത്രീമനസ്സിന്റെ വികാര വിചാരങ്ങളെക്കുറിച്ചുള്ള അവബോധം സ്ത്രീപ്രശ്നങ്ങൾ തുറന്നു കാട്ടാനുള്ള വെമ്പൽ, സ്ത്രീകളുടെ ശക്തമായ കൂട്ടായ്മയിലുള്ള താല്പര്യം, നാടകമെന്ന കലയ്ക്ക് സ്ത്രീസ്വത്വാവിഷ്കാര

ത്തിനുള്ള സാദ്ധ്യതയുണ്ടെന്ന തിരിച്ചറിവ് തുടങ്ങിയ സ്ത്രീപക്ഷ ചിന്തകളെ ശക്തിപ്പെടുത്തുന്ന ഒട്ടേറെ അറിവും അനുഭവങ്ങളും പ്രദാനം ചെയ്യാൻ കഴിഞ്ഞകാല പ്രവർത്തനങ്ങളിലൂടെ സാദ്ധ്യമായി എന്ന കാര്യം വിസ്മരിക്കാനാവില്ല. അതൊക്കെ അന്വർത്ഥമായ സ്ത്രീപക്ഷ നാടകത്തിനുവേണ്ടിയുള്ള അരങ്ങൊരുക്കങ്ങളായിരുന്നു.

സ്ത്രീപക്ഷനാടകത്തിന്റെ പുതിയ മുഖം

അന്വർത്ഥമായ ഒരു സ്ത്രീപക്ഷനാടകവേദി എന്ന സങ്കല്പനത്തിന് വളക്കൂറായത് സുപ്രധാനമായ രണ്ട് ഘടകങ്ങളാണ്. ഒന്ന്, അരങ്ങിന്റെ കലയായ നാടകത്തിന്റെ രംഗത്ത് പ്രവർത്തിക്കാൻ സുശിക്ഷിതരായ ഒരു കൂട്ടം നാടകപ്രവർത്തകരെ വളർത്തിയെടുക്കുക എന്ന ലക്ഷ്യത്തോടെ ജി ശങ്കരപ്പിള്ളയുടെ നേതൃത്വത്തിൽ സ്ഥാപിതമായ സ്കൂൾ ഓഫ് ഡ്രാമയും നാടകത്തെക്കുറിച്ച് അവിടെനിന്ന് പഠിച്ചിറങ്ങിയ നാടകപ്രവർത്തകരുടെ കൂട്ടായ്മയും. അവിടെ പഠനം നടത്തിയവരിൽ വനിതകളുമുണ്ടായിരുന്നു. അഭിനയത്തിന്റെ മാത്രം തലത്തിൽ ഒതുങ്ങിനിന്നിരുന്ന വനിതകൾക്ക് നാടകത്തിന്റെ വിവിധ മേഖലകളിൽ (രചന, സംവിധാനം, ശബ്ദവിതാനം, ദീപവിതാനം) അറിവുനേടാനിടയായി. അങ്ങനെ 'മാനുഷി'യുടെയും 'സമത'യുടെയും പ്രവർത്തനങ്ങളിലൂടെ നാടകവുമായി ബന്ധപ്പെട്ടവരും നാടകപഠനം പൂർത്തിയാക്കിയവരും വിവിധ അമേചർ നാടകസമിതികളിൽ പ്രവർത്തിച്ചവരും സ്ത്രീവാദചിന്തയുമായി രംഗത്തുനില്ക്കുന്നവരും ഒക്കെ ആയി വിവിധ രംഗങ്ങളിൽ വ്യത്യസ്തങ്ങളായ അനുഭവസമ്പത്തുമായി ഒരുകൂട്ടം വനിതകളുടെ സാന്നിദ്ധ്യം മലയാളക്കരയിലുണ്ടായി. ഇവരുടെയൊക്കെ ഇടയിലുണ്ടായ ചർച്ചകളും ശില്പശാലകളും പ്രവർത്തനങ്ങളുമാണ് സ്ത്രീപക്ഷനാടകരംഗത്തെ പുതിയ കാൽവയ്പിനുള്ള സാഹചര്യമൊരുക്കിയത്.

രണ്ടാമത്തെ ഘടകം എന്നല്ല ഏറ്റവും പ്രധാനപ്പെട്ട ഘടകം, ഫെമിനിസ്റ്റ് തിയേറ്ററിന്റെ എല്ലാ നിർവ്വചനങ്ങളെയും ലക്ഷ്യത്തെയും അന്വർത്ഥമാക്കുംവിധം വ്യക്തമായ ദിശാബോധത്തോടെ 1992 ഡിസംബർ 19 മുതൽ 25 വരെ മിനി സുകുമാർ സംഘടിപ്പിച്ച കുടമാളൂർ സ്ത്രീപഠന കേന്ദ്രം നടത്തിയ സ്ത്രീനാടക പഠനക്യാമ്പാണ്. അതിനു നേതൃത്വം നല്കിയത് സ്കൂൾ ഓഫ് ഡ്രാമയിൽനിന്ന് ശിക്ഷണം നേടിയ ശ്രീലത, സജിത, സുധി തുടങ്ങിയവരാണ്. തനതുനാടക സങ്കല്പത്തിന് ബീജാവാപം നടന്ന ശാസ്താംകോട്ടയിലെ 'നാടകക്കളരി'ക്ക് സമാനമായിരുന്നു ആ ക്യാമ്പ്. നിലവിലുള്ള നാടകസങ്കല്പത്തെ പൊളിച്ചെഴുതുക, സ്ത്രീയുടെ കാഴ്ചപ്പാടിൽ നാടകത്തെ കാണുക, അറിയുക, പ്രവർത്തിക്കുക, അങ്ങനെ രചനയും രംഗഭാഷയും രംഗാവിഷ്കാരവും നടത്തുക, ഒരു പുതിയ സൗന്ദര്യശാസ്ത്രത്തിന് അടിത്തറപാകുക ഇങ്ങനെ ഒട്ടനവധി ലക്ഷ്യങ്ങളായിരുന്നു അവിടെ നടന്ന ചർച്ചകളുടെ കാതൽ. പുരുഷന്റെ ചിന്താഗതിക്ക് വഴങ്ങിക്കൊടുക്കുന്ന തിയേറ്റർ സങ്കല്പത്തിൽനിന്ന് സ്വന്തം ഭാഷയും നില

പാടും കണ്ടെത്താനും സ്ത്രീപ്രശ്നങ്ങൾ, പുരുഷന്റെ കാഴ്ചകളെ വിട്ട്, സ്ത്രീയുടെ കണ്ണിലൂടെ നോക്കിക്കാണാനും അങ്ങനെ പുതിയൊരു ദിശാബോധം നല്കാനും ആ ക്യാമ്പിന് കഴിഞ്ഞു. എല്ലാ ലക്ഷ്യങ്ങളും ഒരു ക്യാമ്പിലൂടെ നേടാനാവില്ലെന്ന് നമുക്കറിയാം. എന്നാൽ ആ ക്യാമ്പിൽനിന്ന് ഊർജ്ജം ഉൾക്കൊണ്ടവരിൽ ഒട്ടനവധിപേർ പിന്നീട് സജീവമായി ഈ രംഗത്ത് പ്രവർത്തിക്കുന്നതായി പില്ക്കാല ചരിത്രം സാക്ഷ്യപ്പെടുത്തുന്നു.

നാടകത്തെ അടുത്തറിഞ്ഞവരും പഠനം നടത്തിയവരും ഇതൊന്നുമില്ലാത്തവരുമായ അറുപതോളം പേർ ആ ക്യാമ്പിൽ പങ്കെടുത്തിരുന്നു. പഠനപരമായ കാര്യങ്ങൾക്ക് നേതൃത്വം നല്കിയത് സ്കൂൾ ഓഫ് ഡ്രാമായിൽ പരിശീലനം സിദ്ധിച്ച സുവീരനും സംഘവുമായിരുന്നു. കൂടാതെ, ചർച്ചകൾ നയിക്കാൻ വിവിധ മേഖലകളിൽ പ്രവർത്തിക്കുന്നവരും ഉണ്ടായിരുന്നു. മലയാള പ്രക്ഷേപണത്തിന്റെ സുവർണ്ണ ജൂബിലിയോടനുബന്ധിച്ച് ആകാശവാണി തിരുവനന്തപുരം നിലയത്തിന്റെ ആഭിമുഖ്യത്തിൽ ടാഗോർ തിയേറ്ററിൽ അവതരിപ്പിക്കപ്പെട്ട, സാറാ ജോസഫിന്റെ *മുടിത്തെയ്യം ഉറയുന്നു* എന്ന കഥയുടെ സ്വതന്ത്രാവിഷ്കാരമായ *മുടിത്തെയ്യം* ഈ ക്യാമ്പിന്റെ ഉപോല്പന്നമാണെന്നു പറയാം. അതിലെ ലളിത എന്ന കഥാപാത്രത്തിന്റെ വികാരവിചാരങ്ങളിലും സ്വപ്നങ്ങളിലും പീഡനാനുഭവങ്ങളിലും കൂടി വികസിക്കുന്ന നാടകം സ്ത്രീയുടെ സ്വത്വത്തെ, ആഗ്രഹങ്ങളെ, അവരുടെ വികാരവിചാരങ്ങളെയെല്ലാം അടക്കിഭരിക്കുന്ന പുരുഷമേധാവിത്വത്തെ ശക്തമായ ഭാഷയിൽ എതിർക്കുന്നതായിക്കാണാം. സ്ത്രീവിമോചനതൃഷ്ണയുടെയും അവളിൽ അന്തർല്ലീനമായിക്കിടക്കുന്ന പ്രതിഷേധാഗ്നിയുടെയും പ്രതിഫലനമായ ഈ നാടകം സ്ത്രീനാടക സങ്കല്പത്തിലേക്കുള്ള മറ്റൊരു ചുവടുവയ്പ്പാണ്.

തിരുവനന്തപുരം കേന്ദ്രമാക്കി 1994 ൽ ശ്രീലതയുടെ നേതൃത്വത്തിൽ രൂപീകരിക്കപ്പെട്ട 'അഭിനേത്രി' നാടകക്കൂട്ടായ്മയും ക്യാമ്പിന്റെ ഉപോല്പന്നമാണെന്ന് പറയാം. ജി ശങ്കരപ്പിള്ളയുടെ *ഏതോ ചിറകടിയൊച്ചകൾ, ഇരുളിലലിയുന്ന സന്ധ്യ* എന്നീ രണ്ട് നാടകങ്ങളുടെ പുനരാഖ്യാനമായി *ഏതോ ചിറകടിയൊച്ചകൾ* അഭിനേത്രി അവതരിപ്പിച്ചു. കർണ്ണന്റെ പെറ്റമ്മയായ കുന്തിയുടെയും പോറ്റമ്മയായ രാധയുടെയും വികാരവിചാരങ്ങളുടെ, ജീവിതാവസ്ഥകളുടെ നൂതനാഖ്യാനമായിരുന്നു അത്. കഥാപാത്രങ്ങളുടെ മാനസികാവസ്ഥയ്ക്കൊപ്പം ആധുനികകാലത്തെ നാടകനടികളുടെ അവസ്ഥയും പരിഹാസരൂപേണ നാടകത്തിൽ സമന്വയിപ്പിച്ചിരുന്നു. പുരുഷകേന്ദ്രീകൃതമായ നാടകഭാഷയിൽനിന്ന് പുതിയൊരു രംഗഭാഷ കണ്ടെത്താനുള്ള ശ്രമമായിരുന്നു അവർ നടത്തിയത്. നിർഭാഗ്യവശാൽ ഒന്നുരണ്ട് അവതരണങ്ങൾക്കുശേഷം 'അഭിനേത്രി' പ്രവർത്തനരഹിതമായി.

ക്യാമ്പംഗമായിരുന്ന സി എസ് ചന്ദ്രിക തിരുവനന്തപുരത്തുതന്നെ 'മേധാ തിയേറ്റേഴ്സ്' ഉണ്ടാക്കി. ചന്ദ്രിക സംവിധാനം ചെയ്ത *ഉറുമ്പു*

കൾ സംസാരിക്കുന്നത് സാംകുട്ടി പട്ടങ്കരി സംവിധാനം ചെയ്ത *വേഴ്ച* എന്നീ നാടകങ്ങൾ 'മേധ' അവതരിപ്പിച്ചു. ആ നിലയിൽ തുടരാൻ അവർക്കും സാധിച്ചില്ല. ശൈലജ എൻ എസ് ഡി യിൽ പോയി നാടകപഠനം നടത്തി സംവിധാനത്തിലും ഡിസൈനിങ്ങിലും ബിരുദം നേടി. ഡൽഹിയിലും വിദേശങ്ങളിലും നാടകമവതരിപ്പിച്ചു. ഇവരെക്കൂടാതെ ക്യാമ്പിൽ പങ്കെടുത്ത സജിത, ജിഷ, സുധി തുടങ്ങി മറ്റുപലരും ആ രംഗത്തുതന്നെ പ്രവർത്തിക്കുന്നു. സജിത കല്ക്കത്തെയിൽ പോയി നാടകപഠനം നടത്തി. *മത്സ്യഗന്ധി, ബ്യൂട്ടിപാർലർ* എന്നീ നാടകങ്ങൾ അവതരിപ്പിച്ചുകൊണ്ടിരിക്കുന്നു. ഏതായാലും 20-ാം നൂറ്റാണ്ടിന്റെ അന്ത്യപാദം നാടകരംഗത്തെ സ്ത്രീസാന്നിദ്ധ്യം രചനയിലും സംവിധാനത്തിലും അവതരണത്തിലും ഉറപ്പിക്കുന്നതായി നമുക്കു കാണാം.

1998 ഡിസംബർ 19-29 വരെ കേരള സംഗീത നാടക അക്കാദമി സംഘടിപ്പിച്ച സ്ത്രീനാടക പണിപ്പുര മലയാളനാടകവേദിയിലെ സ്ത്രീപ്രാതിനിദ്ധ്യത്തിന്റെ മറ്റൊരു ഘട്ടത്തെ അടയാളപ്പെടുത്തുന്നു. ഇന്ത്യൻ നാടകവേദിയിൽ നാടകരചന, സംവിധാനം തുടങ്ങി വിവിധ മേഖലകളിൽ പ്രവർത്തിക്കുന്ന പ്രശസ്തരായ വനിതകളുടെ 10 നാടകങ്ങൾ പണിപ്പുരയിൽ അവതരിപ്പിച്ചു. നീലമാൻസിങ് ചൗധരി, ജെ ഷൈലജ, മങ്കൈ, ജീവ, സീമ ബിശ്വാസ്, അനുരാധ കപൂർ വിഭമിശ്ര, മായാകൃഷ്ണറാവു, ഉഷ ഗാംഗുലി, ചന്ദ്രലേഖ, ദിവ്യ, യൂജീനിയ കാനോപ്യൂഗോ എന്നീ സംവിധായകരുടെ അനുഭവങ്ങൾ നാടകപ്രവർത്തകർക്ക് പുതിയൊരു ദിശാബോധം നല്കുന്നതായിരുന്നു. സ്ത്രീപക്ഷ നാടകവേദിയുടെ മുന്നോട്ടുള്ള പ്രവർത്തനത്തെ പണിപ്പുര ഏറെ സഹായിച്ചു.

20-ാം നൂറ്റാണ്ടിൽ അന്ത്യപാദത്തിൽ ഏകദേശ രൂപം കൈക്കൊണ്ട സ്ത്രീപക്ഷനാടകവേദി അർത്ഥപൂർണ്ണമാകുന്നത് 21-ാം നൂറ്റാണ്ടിന്റെ ആദ്യപാദത്തിലാണ്. 1999 ൽ തിരുവനന്തപുരത്ത് ആരംഭിച്ച 'നിരീക്ഷ' നാടകവേദി നാടകചർച്ചകളിലൂടെയും ശില്പശാലകളിലൂടെയും പരിശീലനക്കളരികളിലൂടെയും ശക്തിപ്രാപിച്ചു. സ്വന്തം കാലിൽ നില്ക്കാൻ അവർ ശ്രമിച്ചുകൊണ്ടിരിക്കുന്നു. നാടകരചന, സംവിധാനം, അവതരണം എന്നീ മേഖലകളിലെല്ലാം 'നിരീക്ഷ' സ്വന്തം നിലപാടുകണ്ടെത്തി പ്രഖ്യാപിക്കുന്നത് 2008 ഓടുകൂടിയാണ്. നിലവിലുള്ള രംഗഭാഷയും രംഗപാഠവും സ്ത്രീനാടകസങ്കല്പത്തിന് അനുയോജ്യമായതല്ലെന്ന തിരിച്ചറിവ് നിരീക്ഷ പ്രവർത്തകർക്കുണ്ടാകുകയും സ്വാതന്ത്രവും തനതുമായ ഒരു നാടകവേദിക്ക് വേണ്ടിയുള്ള ഒരുക്കങ്ങൾ നടത്തുകയും ചെയ്തു. അങ്ങനെ തങ്ങളുടെ ലക്ഷ്യത്തിലെത്താൻ അടിമുടി മാറ്റം വേണമെന്ന ഉറച്ച ധാരണയിൽനിന്നാണ് ഇ രാജരാജേശ്വരിയുടെ *പ്രവാചക* എന്ന നാടകം രൂപംകൊണ്ടത്. ഇതിനുമുന്നോടിയായി ചെറിയ ചെറിയ അവതരണങ്ങളിലൂടെ സ്ത്രീപക്ഷ നാടകവേദിയുടെ അർത്ഥം തേടിക്കൊണ്ടിരുന്ന 'നിരീക്ഷ'യുടെ ശ്രമങ്ങളുടെ ആദ്യഫലമായിരുന്നു അത്. ഗ്രീക്കുനാടകവേദിയിൽനിന്ന് കടമെടുത്ത *കസാൻട്രാ*യുടെ പുനരാവിഷ്കാരമാണ് അഥ

വാ, സ്ത്രീപക്ഷാവിഷ്കാരമാണ് *പ്രവാചക*. സി വി സുധി സംവിധാനം ചെയ്തവതരിപ്പിച്ച ഈ നാടകം അക്കാദമിയുടെ 2008 ലെ അമേചർ നാടകമത്സരത്തിൽ നല്ല നടിക്കുള്ള സമ്മാനം കരസ്ഥമാക്കി. ഈ അംഗീകാരം തുടർന്നുള്ള പ്രവർത്തനങ്ങൾക്ക് ആവേശമായി. 2010 ൽ അവർ അവതരിപ്പിച്ച *ആണുങ്ങളില്ലാത്ത പെണ്ണുങ്ങൾ* പുതിയ രംഗഭാഷ കണ്ടെത്തുന്നതിൽ കുറേക്കൂടി മുന്നോട്ടുപോയിട്ടുണ്ട്. പുരുഷാധിപത്യ സമൂഹത്തിന്റെ ചെയ്തികളെ, പീഡനങ്ങളെ നിശിതമായി വിമർശിക്കുന്ന ഈ നാടകം ഭാഷയിലും അഭിനയത്തിലും വരുത്തിയ മാറ്റം ശ്രദ്ധേയമാണ്. സ്ത്രൈണ ഭാവങ്ങൾക്ക് വേറിട്ട രീതിയിലുള്ള രംഗാവിഷ്കാരം നല്കാനും കഴിഞ്ഞു. പുരുഷാധിപത്യ നാടകവേദിയോട് മത്സരിച്ചുകൊണ്ട് സ്ത്രീകൾ മാത്രം നയിക്കുന്ന ഒരു നാടകവേദി തുടർച്ചയായി പ്രവർത്തിക്കുക ശ്രമകരമാണെന്നറിഞ്ഞുകൊണ്ടുതന്നെ അതൊരു വെല്ലുവിളിയായി ഏറ്റെടുത്തിരിക്കുകയാണിവർ. അതിനായി തിരുവനന്തപുരത്ത് സ്വന്തമായി ഒരു ആസ്ഥാനം കണ്ടെത്തി ശക്തമായി മുന്നോട്ടുപോകുകയാണ് 'നിരീക്ഷ.'

നാടകത്തിൽ ചിട്ടയായ ശിക്ഷണമോ പഠനപരിശീലനങ്ങളോ ഇല്ലെങ്കിലും സ്ത്രീപ്രശ്നങ്ങൾക്ക് വേറിട്ട രീതിയിലുള്ള ദൃശ്യാവിഷ്കാരം നല്കുന്നതിന് ശ്രമിക്കുകയാണ് നാടകകൃത്തും സംവിധായകയും നടിയുമായ കെ വി ശ്രീജ ആറങ്ങോട്ടുകര. പട്ടാമ്പി സംസ്കൃത കോളേജിലെ ക്യാമ്പസ് തിയേറ്റർ പ്രവർത്തന അനുഭവവും ആറങ്ങോട്ടുകര ഗ്രാമീണ കലാസമിതിയിലെ കുട്ടികളുടെ നാടകവേദി പ്രവർത്തനവും ആണ് ശ്രീജയെ നാടകരംഗത്തേക്കടുപ്പിച്ചത്. അക്കാലത്ത് ഒപ്പം പ്രവർത്തിച്ചിരുന്ന നാരായണൻ ജീവിതസഖാവായതോടുകൂടി നാടകം തന്റെ പ്രവർത്തനമേഖലയായി ശ്രീജ കണ്ടുതുടങ്ങി. 1996-97 കാലഘട്ടത്തിൽ ഇടശ്ശേരിയുടെ *കൂട്ടുകൃഷി* പുതിയ രൂപത്തിൽ അവതരിപ്പിച്ചപ്പോൾ ആദ്യം പകരക്കാരിയായി അഭിനയരംഗത്ത് കടന്നുവരികയും പിന്നീട്, ആ നാടകത്തിലെ എല്ലാ സ്ത്രീകഥാപാത്രങ്ങളുടെയും വേഷം പല അരങ്ങുകളിലായി അഭിനയിക്കുകയും ചെയ്തു. തനിക്കുകിട്ടിയ അരങ്ങനുഭവവും കുട്ടിക്കാലം മുതൽ മനസ്സിൽ ചോദ്യചിഹ്നമായവശേഷിച്ചിരുന്ന കുറിയേടത്ത് താത്രിയെക്കുറിച്ചുള്ള അന്വേഷണവും ചേർന്നപ്പോൾ സ്വന്തമായി ഒരു നാടകമെഴുതാനുള്ള പ്രേരണയുണ്ടായി. അങ്ങനെ കുറിയേടത്ത് താത്രിയുടെ ജീവിതത്തെ സ്വന്തം നിലപാടിൽ നിന്നുകൊണ്ട്, മാറിയ കാലത്തെ അനുഭവങ്ങളോട് ചേർത്തുവച്ച് ശ്രീജ രൂപം കൊടുത്തതാണ് 1998 ൽ അവതരിപ്പിച്ച *ഓരോരോ കാലത്തിലും*. 1905 ൽ സ്മാർത്തവിചാരത്തിലൂടെ ഭ്രഷ്ടയാക്കപ്പെട്ട കുറിയേടത്തു താത്രിയല്ല ശ്രീജയുടെ താത്രി. സംഗീതത്തെ, കഥകളിയെ, ജ്യോതിഷത്തെ, ആനകളെ എല്ലാത്തിനേയും പ്രണയിക്കുന്ന നാനാമേഖലകളിൽ വിദുഷിയായ താത്രിയാണ് ശ്രീജയുടെ താത്രി. ഉയർന്ന ചിന്തയും ഭാവനയും ബുദ്ധിയുമുള്ള ഒരു പെൺകുട്ടിക്ക് ലഭിക്കേണ്ടുന്ന അംഗീകാരം ലഭിക്കാതെ വരുമ്പോഴുണ്ടാകുന്ന അവളുടെ മാനസികസംഘർഷത്തെ ദൃശ്യവല്ക്കരിക്കാനുള്ള ശ്രമമായിരുന്നു ശ്രീജ നട

ത്തിയത്. സ്ത്രീയുടെ വ്യക്തിത്വത്തെ തിരിച്ചറിയാനോ ഉൾക്കൊള്ളാനോ ശ്രമിക്കാത്ത പുരുഷാധിപത്യ സമൂഹത്തോടുള്ള ശക്തമായ പ്രതിഷേധമായിരുന്നു അത്. നൂറ്റാണ്ടുകളായി മാറ്റമില്ലാതെ തുടരുന്ന ഒരവസ്ഥയെ അടയാളപ്പെടുത്തുന്ന ഒരു നാടകമാണ് *ഓരോരോ കാലത്തിലും*.

സ്ത്രീപക്ഷ ചിന്തയുടെ വ്യത്യസ്തതയെയാണ്; ഒരുപക്ഷേ, സ്ത്രീകളിൽപ്പോലും വ്യത്യസ്താഭിപ്രായമുണ്ടാക്കിയേക്കാവുന്ന ആവിഷ്കാരമാണ് ശ്രീജയുടെ *കല്യാണസാരിയുടേത്*. ഉറച്ചുപോയ പരമ്പരാഗത മൂല്യസങ്കല്പങ്ങളെ, കാല്പനിക സങ്കല്പങ്ങളെ കാലത്തിനനുസരിച്ച് പൊളിച്ചെഴുതുകയാണ് ഇതിലൂടെ. അത്യന്തം പവിത്രമെന്ന് കരുതി ഒരു സാധാരണ സ്ത്രീ തന്റെ പട്ടടയോളം കാത്തുസൂക്ഷിക്കുന്ന ഒന്നാണ് അവളുടെ കല്യാണ സാരി. ഭർത്താവ് തണുത്തു വിറയ്ക്കുന്നതുകണ്ട് ആർദ്ര മനസ്കയായി ഭാര്യ പുതപ്പിന്റെ അഭാവത്തിൽ ആ സാരികൊണ്ട് പുതപ്പിച്ചു കൊടുക്കുന്നു. എന്നാൽ പിറ്റേന്ന് ഭർത്താവിന്റെ അനാസ്ഥമൂലം അത് കത്തിയിരിക്കുന്നതുകണ്ട് വേദനയോടെ, രോഷത്തോടെ, അവർ അത് വലിച്ചെറിയാൻ തുടങ്ങുന്നു. പഴയ ഓർമ്മകളുടെയും പ്രതാപത്തിന്റെയും പ്രതീകമായ കല്യാണസാരി വലിച്ചെറിയേണ്ട, പുറത്തെ ചെളി തൂത്തുകളയാനുള്ള ചവിട്ടിയാക്കാം എന്നുപറയുന്ന പ്രായോഗിക മതിയായ അയൽക്കാരിയുടെ വാക്കുകളിൽ സ്ത്രൈണചിന്തയിലെ തന്നെ വൈരുദ്ധ്യവും കാലം സ്ത്രീചിന്തയിൽ വരുത്തിയ മാറ്റവും സൂചിപ്പിക്കുകയാണ് ഈ നാടകത്തിലൂടെ ശ്രീജ.

തികച്ചും സ്ത്രൈണമായ ഒരു ജീവിതാനുഭവത്തെ- പ്രസവത്തെ- അതും അതീവഗോപ്യമായി വയ്ക്കുന്ന ഒരനുഭവത്തെ വളരെ പച്ചയായി എന്നാൽ അതിസൂക്ഷ്മമായി, ശ്രദ്ധാപൂർവ്വം കൈകാര്യം ചെയ്യുകയാണ് *ലേബർ റൂം* എന്ന നാടകത്തിൽ ശ്രീജ. ഗർഭാവസ്ഥയിലെ സ്വന്തം അനുഭവത്തെ സാമൂഹിക തലത്തിലെ ചില അനുഭവങ്ങളോട് ചേർത്തുവയ്ക്കുകയാണ് നാടകകൃത്ത്. വ്യത്യസ്ത വർഗ്ഗങ്ങളുടെ വികാരവിചാരങ്ങളാണ് ഈ നാടകത്തിലുള്ളത്. സാമ്പത്തികമായി പിന്നോക്കം നില്ക്കുന്ന ഒരു ദളിത് സ്ത്രീയുടെ ലേബർ റൂമിലെ ദുരനുഭവങ്ങളും സ്വന്തം അനുഭവങ്ങളും സ്ത്രീ ശരീരഭാഷയുടെ സാദ്ധ്യതകളെ പരമാവധി പ്രയോജനപ്പെടുത്തിക്കൊണ്ടവതരിപ്പിക്കുകയാണ് ഇതിൽ.

2007-08 ൽ അവതരിപ്പിച്ച *കലംകാരിയുടെ കഥയാണ്* ശ്രീജയുടെ മറ്റൊരു നാടകം. കലംകാരിയുടെ ജീവിതത്തിന്റെ സങ്കീർണ്ണതകൾ സ്ത്രീപക്ഷത്തുനിന്നും നോക്കിക്കാണുകയാണ്. ഭർത്താവുമരിച്ച കലംകാരിയുടെ വികാരവിചാരങ്ങൾ, മുന്നോട്ടുള്ള ജീവിതത്തെക്കുറിച്ചുള്ള അവളുടെ ആശങ്കകൾ, ജന്മവാസനകൾ, മനസ്സിനെ എരിപൊരിക്കൊള്ളിക്കുമ്പോഴുള്ള ഭ്രമാത്മകമായ ചിന്തകളൊക്കെ പ്രത്യക്ഷമാകുന്ന മണ്ണിന്റെ കഥപറയുന്ന ഒരു നാടകമാണിത്. ഭർത്താവിന്റെ ലോകത്തേക്കു പോകാൻ തീരുമാനിക്കുന്ന കലംകാരിയോട് "വിണ്ണിലെവിടെയാണ് മണ്ണെ"ന്ന കുട്ടികളുടെ ചോദ്യത്തിന് മുന്നിൽ മണ്ണില്ലെങ്കിൽ തനിക്ക് ജീവിതമില്ലെന്ന

വൾക്ക് തീരുമാനിക്കേണ്ടിവരുന്നു. ഒരു പ്രതിസന്ധി ഘട്ടത്തെ തരണം ചെയ്യേണ്ടിവരുമ്പോൾ പോസിറ്റീവായി ചിന്തിക്കാൻ സ്ത്രീകൾക്ക് കഴിയണമെന്നുള്ള സന്ദേശം കൂടി ഈ നാടകം നല്കുന്നു.

ശ്രീജയുടെ എല്ലാ നാടകങ്ങളും പല അവാർഡുകളും കരസ്ഥമാക്കിയിട്ടുള്ളതാണ്. നാടകരചന, സംവിധാനം, അഭിനയം എന്നീ മേഖലകളിലെല്ലാം തന്റെ സാന്നിദ്ധ്യം ഉറപ്പിക്കാൻകഴിഞ്ഞ നാടക കർത്ത്രിയാണ് ശ്രീജ. മേല്പറഞ്ഞ നാടകങ്ങൾ കൂടാതെ *ഇത്തിരിപ്പൂവേ, കാറ്റുകൊണ്ട് വീടു വെയ്ക്കുന്നവർ, ഇടനിലങ്ങൾ* എന്നീ നാടകങ്ങളും ശ്രീജയുടേതായിട്ടുണ്ട്. സംവിധായകനായി അണിയറയിൽ ഭർത്താവും അഭിനേതാക്കളായി മകളടക്കം ഒട്ടേറെ നാടകകുതുകികൾ അരങ്ങിലും ശ്രീജയ്ക്ക് കൂട്ടായിട്ടുണ്ടെന്നുള്ളതാണ് ഈ നാടകസംഘത്തിന്റെ വിജയം.

ആൺകോയ്മയിലധിഷ്ഠിതമായ ഒരു മൂല്യവ്യവസ്ഥിതിയും സാമൂഹ്യവ്യവസ്ഥിതിയും നിലനില്ക്കുന്നിടത്തോളം കാലം അതിനനുസൃതമായ ഒരു അഭിനയശാസ്ത്രമേ നിലനില്ക്കുവാൻ സാദ്ധ്യതയുള്ളൂ. നാട്യശാസ്ത്രം ഭരതമുനിയുടെ വീക്ഷണമാണ്. മലയാളനാടകത്തെ സംബന്ധിച്ചിടത്തോളം പൗരസ്ത്യവീക്ഷണത്തേക്കാളുപരി പാശ്ചാത്യസിദ്ധാന്തങ്ങളുടെ സ്വാധീനം പ്രകടമാണ്. കാലാകാലങ്ങളായി ഇവയുടെയെല്ലാം ചുവടുപിടിച്ചുള്ള ഒരു നാടകസങ്കല്പവും അഭിനയശാസ്ത്രവുമാണ് മലയാള നാടകവേദിയെ നയിച്ചുപോന്നിട്ടുള്ളത്. നാടകത്തിന്റെ ഭാഷയും പുരുഷസങ്കല്പത്തിലധിഷ്ഠിതമാണ്. എന്നാൽ സ്ത്രീകൾ അടുക്കളയിൽനിന്ന് അരങ്ങിലെത്തുകയും സ്വത്വം തിരിച്ചറിയാൻ അവർ പ്രാപ്തരാവുകയും ചെയ്തതോടെ തങ്ങളുടേതായ വേദി സങ്കല്പവും നാടകസങ്കല്പവും ശരീരഭാഷയും കണ്ടെത്താനുള്ള ശ്രമങ്ങൾ തുടങ്ങുകയും ഒട്ടേറെ ഫലപ്രാപ്തിയിലെത്തുകയും ചെയ്തു. കൂട്ടായ ചർച്ചകളിലൂടെയും അരങ്ങൊരുക്കങ്ങളിലൂടെയും അതിൽ വിജയം വരിക്കാൻ സ്ത്രീപക്ഷ ചിന്തകൾക്ക് കഴിഞ്ഞിട്ടുണ്ട്. സ്വന്തം കാഴ്ചയിലൂടെ സമൂഹത്തെയും ജീവിതത്തെയും നോക്കിക്കാണാനുള്ള ശ്രമങ്ങൾക്കിടയിൽ സ്ത്രീയുടെ ചലനം, ഭാഷണം, ശരീരഭാഷ തുടങ്ങി അരങ്ങിന്റെ ഓരോ മേഖലയിലും പുതിയ സാദ്ധ്യതകൾ തെളിഞ്ഞുതുടങ്ങി. നിരീക്ഷയുടെ *പ്രവാചകയും ആണുങ്ങളില്ലാത്ത പെണ്ണുങ്ങളും* ശ്രീജയുടെ നാടകങ്ങളുമെല്ലാം നമുക്കു തരുന്നത് അത്തരത്തിലൊരു അരങ്ങുകാഴ്ചയാണ്. മലയാള നാടകത്തിൽ ഒരു സ്ത്രീപക്ഷനാടകവേദിയുടെ സ്ഥാനം അടയാളപ്പെടുത്തുകയാണ് ഇവരെല്ലാം.

സ്വന്തം നാടകാനുഭവങ്ങളിൽനിന്ന് കുട്ടികൾക്കുവേണ്ടി ചില രംഗപാഠങ്ങൾ തയ്യാറാക്കിയതിന്റെ അനുഭവപാഠം ഉൾക്കൊണ്ട് - നാടകരചനാരംഗത്തേക്കു കടന്നുവന്ന വിലാസിനിയും നവാഗതയാണ്. ദേവകീ വാര്യർസ്മാരക സ്ത്രീപഠന കേന്ദ്രം സ്ത്രീകൾക്കായി നടത്തിയ നാടകരചനാ മത്സരത്തിൽ ഒന്നാം സ്ഥാനാർഹമായ നാടകമാണ് *വസുന്ധരേ മാപ്പ്.* (*കേളി മാസിക* പ്രസിദ്ധീകരിച്ചു) അതേ മത്സരത്തിൽ രണ്ടാംസ്ഥാനം നേടിയ *നാവൂരാൻ ദൈവം* (*സ്ത്രീശബ്ദം* പ്രസിദ്ധീകരിച്ചു). സമാന്തര

മായി പല സ്ത്രീ വിരചിത നാടകങ്ങളും അരങ്ങേറപ്പെടുന്നുണ്ടാവാം. പക്ഷേ, അവയുടെയൊന്നും രചനാപാഠം കിട്ടാത്തിടത്തോളംകാലം അവ ചരിത്രത്തിൽ അടയാളപ്പെടുത്താതെ പോകും. അടുക്കളയിൽനിന്ന് അരങ്ങത്തേക്കും (അഭിനയം) അവിടെനിന്ന് അണിയറ (സംവിധാനം, രചന)യിലേക്കും ഉള്ള വനിതാനാടക പ്രവർത്തകരുടെ വളർച്ച ഇനിയും നമുക്കു കണ്ടില്ലെന്നു നടിക്കാനാവില്ല.

മലയാള നാടകത്തിലെ 'അഭിനേത്രി'

ഡോ. പ്രിയാനായർ

മലയാള നാടകവേദിയിലെ സ്ത്രീപ്രതിനിധാനത്തെക്കുറിച്ചുള്ള ചരിത്രപരവും ലിംഗപദവിപരവുമായ അന്വേഷണങ്ങളുണ്ടാകുന്നത് 1990 കളോടെയാണ്. സ്ത്രീയുടെ സാമൂഹ്യസ്വത്വനിർമ്മാണ സാദ്ധ്യതകൾ പൂർവ്വ നിശ്ചിതമായ അടയാളപ്പെടുത്തലുകൾക്കും നിയന്ത്രണങ്ങൾക്കും ഉള്ളിലാവുകയും സ്ത്രീയുടെ സാമൂഹ്യകർത്തൃത്വത്തെ ബോധപൂർവ്വം മറന്നും തിരസ്കരിച്ചും ഓരോ നാടകചരിത്രവും എഴുതപ്പെടുകയും ചെയ്യുന്നു. 90 കളിൽ സ്ത്രീനാടകവേദി നവീനമായ ഒരു അരങ്ങുസങ്കല്പം എന്ന നിലയിൽ സഫലമായതിനുശേഷമാണ് 'അഭിനേത്രി' എന്ന വിഭാഗത്തെക്കുറിച്ചുള്ള തിരച്ചിലുകൾ ഊർജ്ജിതപ്പെടുന്നത്. എക്കാലവും ആൺകോയ്മയുടെ അവതരണക്കളരിയായിരുന്ന അരങ്ങിലെ സ്ത്രീയുടെ അസാന്നിദ്ധ്യത്തെക്കുറിച്ചും പകരം ആൺനടികൾ അരങ്ങുവാഴുന്നതിനെക്കുറിച്ചുമുള്ള ചർച്ചകൾ മലയാളനാടകത്തിന്റെ ഉത്ഭവം മുതൽക്കേ ഉണ്ടായിട്ടുണ്ട്. പൊതുഇടത്തിൽ സ്ത്രീയുടെ അരങ്ങേറ്റങ്ങളെ വിലക്കിയിരുന്ന ആൺകോയ്മാ അനുശാസനങ്ങൾ ഈ അഭാവത്തിന് കാരണമാവുക മാത്രമല്ല, അക്കാലം മുതൽക്കുതന്നെ അതിനെ ചരിത്രപരമായി സാധൂകരിക്കാൻ ശ്രമിച്ചിരുന്നു എന്നുമുള്ളതാണ് ശ്രദ്ധേയമായ അവസ്ഥാവിപര്യയം. മാത്രവുമല്ല, സ്ത്രീയുടെ അരങ്ങേറലുകളെ മുൻനിർത്തി സ്ത്രീത്വത്തെ അപമാനവീകരിക്കുന്ന ഒരു സാമൂഹ്യമണ്ഡലത്തിൽ 'നാടകനടി' എന്ന സ്വത്വവും ഒരു വെല്ലുവിളി തന്നെയാണ്. മലയാളനാടക അരങ്ങിലെ സ്ത്രീപ്രതിനിധാനത്തിന്റെ ചരിത്രം തുടങ്ങുന്നത് നിരവധിയായ നിഷേധങ്ങളും അപമാനങ്ങളും നേരിട്ടുകൊണ്ടാണ്. സ്ത്രീയുടെ നാടകവേദിയിലേക്കുള്ള കടന്നുവരവിനെയും അത് സ്ത്രീകർത്തൃത്വത്തിലുണ്ടാക്കിയ സാമൂഹിക പ്രതിസന്ധികളെയും അരങ്ങിലെ 'നടി' വ്യത്യസ്തകാലങ്ങളിലായി തുടരുന്ന പ്രതിനിധാനസ്വഭാവത്തെയും പുനരന്വേ

ഷണത്തിന് വിധേയമാക്കുവാനാണ് ഇവിടെ ശ്രമിക്കുന്നത്. അന്വേഷണം ആരംഭിക്കേണ്ടത് മലയാളത്തിലെ നാടകസാഹിത്യ ചരിത്രങ്ങളിൽനിന്നാണ്.

മലയാളത്തിലെ നാടകചരിത്രഗ്രന്ഥങ്ങൾ അടുത്തകാലം വരെ സ്ത്രീയും നാടകവേദിയും തമ്മിലുള്ള ബന്ധത്തെ ഒരു സങ്കല്പമെന്ന നിലയിൽപ്പോലും ഉൾക്കൊണ്ടിരുന്നില്ല എന്നതാണ് വാസ്തവം. അത്തരമൊരന്വേഷണത്തിന്റെ സാദ്ധ്യതപോലും ചർച്ച ചെയ്യപ്പെട്ടിരുന്നില്ല. ഒരു പ്രതിനിധാനമെന്ന നിലയിലുള്ള സ്ത്രീയുടെ അഭാവമോ ചരിത്രരചനയിലെ അലംഭാവമോ ആവാം അതിന് കാരണം. ഏതായാലും സ്ത്രീയെ കേന്ദ്രമാക്കിക്കൊണ്ടുള്ള നാടകചരിത്രരചന നേരിടുന്ന പ്രധാന പ്രശ്നം നടി എന്ന നിലയിൽ മാത്രമായുള്ള സ്ത്രീയുടെ ചുരുക്കപ്പെടൽ തന്നെയാണ്. പുരുഷ നിർമ്മിതമായ നാടകസൗന്ദര്യശാസ്ത്രത്തിന്റെ സ്ഥാപനവല്ക്കരണം, നാടകപ്രവർത്തനങ്ങളിലുള്ള സ്ത്രീയുടെ പങ്കാളിത്തനിഷേധം, സ്ത്രീപുരുഷ ഇടപഴകലിനോടുള്ള സമൂഹത്തിന്റെ അസ്വാരസ്യം ഇതെല്ലാം കടന്നുള്ള സത്താപരമായ ഒരു നിലനില്പ് സാദ്ധ്യമല്ലാതാകുന്നതോടെ നടീസമൂഹം എന്ന ചുരുക്കപ്പെടൽ നാടകസ്ത്രീയുടെ നാൾവഴിരേഖപ്പെടുത്തലും പ്രസക്തമോ ആധികാരികമോ അല്ലാതാക്കിത്തീർക്കുകയാണ്. ഈ സാഹചര്യത്തിൽ നാടകകലയുടെ എല്ലാ തലങ്ങളിലുമുള്ള ആൺകോയ്മകളോട് സംവദിച്ചും കലഹിച്ചും രൂപപ്പെടുന്ന നാടകസ്ത്രീസാന്നിദ്ധ്യത്തെ രേഖപ്പെടുത്തുകയാണ് പ്രധാനം.

നിരവധി സാംസ്കാരികസന്ദർഭങ്ങളുടെ കൂട്ടായ്മയാണ് നാടകം അരങ്ങിലെത്തുന്നത്. നവോത്ഥാനകാലത്ത് ഉണ്ടായ രാഷ്ട്രീയ സാമൂഹിക പരിണാമങ്ങളുടെ അനുബന്ധമെന്ന നിലയിലാണ് കേരളത്തിൽ ഒരു നാടകവേദി രൂപമെടുക്കുന്നതും മറ്റൊരു കലാരൂപത്തിനും കഴിയാത്തവിധം സാമൂഹ്യ ഇടപെടലുകൾ നടത്തുന്നതും. ദേശീയ സ്വാതന്ത്ര്യസമരവും പാശ്ചാത്യ ആധുനികതയും ലക്ഷ്യമാക്കി നവോത്ഥാനത്തിന് ഉചിതമായ ഒരു കലാനിർമ്മാണമായി നാടകം മാറുകയും ചെയ്തു. ഒറ്റപ്പെട്ട വായനക്കാരന്റെ സ്ഥാനത്ത് പ്രേക്ഷകർ എന്ന ഒരുവലിയ ആൾക്കൂട്ടത്തെയാണ് നാടകം അഭിമുഖീകരിച്ചത്. ഒപ്പം വർത്തമാനികമായ പ്രശ്നങ്ങളുമായുള്ള ഇടപെടൽ നാടകത്തെ ഒരു സാമൂഹപരിഷ്കരണ പരിപാടിയാക്കി മാറ്റുന്നുമുണ്ട്. പൊതുമണ്ഡലമാണ് നാടകത്തിന്റെ ഇടം. 1930 കളിൽ കേരളീയസമൂഹത്തിൽ അരങ്ങേറിയ ജനകീയമുന്നേറ്റങ്ങളിൽ നാടകവും പങ്കാളിയായി. പൊതുസമൂഹത്തിൽ സാദ്ധ്യമാകുന്ന ജനകീയവും ജനപ്രിയവുമായ ഇടപെടലുകൾ നാടകത്തിന്റെ ദൃശ്യപാഠത്തെയും സാഹിത്യപാഠത്തെയും നിരന്തരം നവീകരിക്കുകയും അംഗീകൃതസാഹിത്യസൗന്ദര്യശാസ്ത്രങ്ങൾക്കു പകരം അരങ്ങും പ്രേക്ഷകനും ഉൾച്ചേരുന്ന രംഗപാഠനിർമ്മിതിയായി നാടകത്തെ മാറ്റുകയും ചെയ്യുന്നുണ്ട്. പക്ഷേ, അപ്പോഴും പുരുഷകേന്ദ്രിതമായ അരങ്ങും സൗന്ദര്യതത്ത്വശാസ്ത്രങ്ങളും ആയിരുന്നു എല്ലാറ്റിനേയും നിയന്ത്രിച്ചിരുന്നതെന്നതും കാണാതിരിക്കാനാവില്ല. നാടക

അരങ്ങുപാഠങ്ങളും പ്രേക്ഷകബോധവുമെല്ലാം എക്കാലവും പുരുഷനിർമ്മിതമായിരുന്നു. സ്ത്രീ കാഴ്ചയുടെ ഉപഭോഗവും ഉപകരണവുമായി തരംതാഴ്ത്തപ്പെട്ടു. നടിയെ അന്നത്തെ (എന്നത്തെയും) പ്രേക്ഷകർ സ്വീകരിച്ചതെങ്ങനെയെന്നതും സ്ത്രീയുടെ നാടകനടീ സ്വത്വത്തിന്റെ ഘടനാപരമായ പ്രശ്നങ്ങളും മലയാളനാടകത്തെ സംബന്ധിച്ച് എന്നും പ്രസക്തമാണ്.

നിരവധി ഭൗതികസാഹചര്യങ്ങളുടെ നീക്കുപോക്കുകളിൽനിന്നാണ് 'നടി' സൃഷ്ടിക്കപ്പെടുന്നത്. നാടോടിനാടകങ്ങളിലും അനുഷ്ഠാനനാടകങ്ങളിലും പേരില്ലാതെ വന്നുപോയവരിൽനിന്നു തുടങ്ങുന്നു കേരളീയ അരങ്ങിലെ സ്ത്രീയുടെ ചരിത്രം. പക്ഷേ, മലയാളനാടകസ്ത്രീയുടെ ചരിത്രം ആരംഭിക്കുന്നത് 'ആൺനടി'യിൽനിന്നാണ്.[1] നവോത്ഥാനകാലത്തെ സ്ത്രീമുന്നേറ്റങ്ങളെ പരിമിതപ്പെടുത്തിക്കൊണ്ട് അരങ്ങിലെയും സമൂഹത്തിലെയും പുരുഷകോയ്മകൾ നടിയുടെ, സ്ത്രീയുടെ നേരെ ഉന്നയിച്ച പ്രതിഷേധങ്ങൾ തന്നെയായിരുന്നു ഈ അഭാവത്തിനു കാരണം, പിന്നീട് നാടകത്തെ ജീവിത മാർഗ്ഗമായി സ്വീകരിച്ച ഒരുകൂട്ടം നടികൾ അരങ്ങിൽ ഏറക്കാലം തുടരുകയും നാടകത്തിന്റെ എഴുതപ്പെടാത്ത ചരിത്രഭാഗമായി പക്ഷേ, മറയ്ക്കപ്പെടുകയും ചെയ്തു. ചരിത്രപരമായ ഈ ശൂന്യതയ്ക്കുള്ള മറ്റൊരു കാരണം നിർമ്മാണപരമോ രചനാപരമോ ആയ സർഗ്ഗാത്മകപങ്കാളിത്തം നാടകകലയിൽ സ്ത്രീകൾക്കുണ്ടായിരുന്നില്ല എന്നതുതന്നെയാണ്. ആദ്യകാല നാടകസ്ത്രീകളിൽ ഒരു ന്യൂനപക്ഷമാണ് ഇന്ന് പ്രേക്ഷകന്റെ ഓർമ്മയിൽ ബാക്കിയായിട്ടുള്ളത്.

പ്രത്യയശാസ്ത്രപരമായ ചില പ്രശ്നങ്ങളാണ് ഇതിൽ അന്തർഭവിക്കുന്നത്. ഒരു രചനാപാഠം എന്ന നിലയിലാണ് നാടകത്തിന്റെ ആരംഭം. ഇന്നോളമുള്ള മലയാളനാടകചരിത്രത്തിൽ നാടകരചനയും സംവിധാനവും നിർമ്മാണവും രംഗനിർമ്മിതിയുമെല്ലാം നടക്കുന്നത് പുരുഷകേന്ദ്രിതമായ കാഴ്ചബോധത്തിനനുസൃതമായാണ്. നാടകത്തിന്റെ സാഹിത്യപാഠത്തിൽ എഴുത്തുകാരനും രംഗപാഠത്തിൽ അഭിനേതാവിനുമാണ് പ്രാധാന്യം. ഇതു രണ്ടും എക്കാലവും പുരുഷന്റെ നിയന്ത്രണത്തിലുമായിരുന്നു. ആദ്യകാലത്ത് ഒന്നോ രണ്ടോ സ്ത്രീകൾ നാടകം എഴുതിയിട്ടുണ്ടെന്നല്ലാതെ അഭിനയമൊഴിച്ച് മറ്റൊരു നാടക സങ്കേതത്തിലും സ്ത്രീകൾ പ്രവർത്തിച്ചതുമില്ല. രംഗാവതരണത്തിൽ സ്ത്രീയുടെ സ്ഥാനം 'അഭിനേത്രി'യുടേതാണ്. പക്ഷേ, ഓരോ അവതരണവും ചരിത്രത്തിലല്ല, കാണിയുടെ ഓർമ്മയിലാണ് രേഖപ്പെടുന്നത്. ആ സന്ദർഭത്തിലാകട്ടെ സ്ത്രീയും (നടിയും) അരങ്ങുമായുള്ള സവിശേഷ സൗന്ദര്യശാസ്ത്രനിർമ്മിതികളൊന്നും ആവിഷ്കൃതമാകുന്നുമില്ല. പുരുഷപ്രത്യയശാസ്ത്രങ്ങൾക്കനുസൃതമായ നാടകപാഠം, രംഗപാഠം, സംവിധാനം, അരങ്ങ് ഇവിടെയെല്ലാം സ്ത്രീകഥാപാത്രം (നടി) മാത്രമാണ്. ഒപ്പം പുരുഷനോട്ടത്തിന്റെ - വ്യാഖ്യാനത്തിന്റെയും - ഉപകരണവും. പ്രേക്ഷകന്റെ ഓർമ്മയിൽ മാത്രമാകുന്ന ഒരു ആവിഷ്കരണത്തിന് ക്ഷണികമായ നില

നില്പേയുള്ളൂ. പ്രേക്ഷകർ ഇല്ലാതാകുന്നതോടെ 'Performance' ഉം അപ്രത്യക്ഷമാകുന്നു. നാടകചരിത്രത്തിൽനിന്ന് സ്ത്രീ പുറത്താകുന്നതിന്റെ കാരണങ്ങളിലൊന്ന് സ്ത്രീയുടെ പങ്കാളിത്തനിഷേധവും മറ്റൊന്ന് ഓരോ പെർഫോമൻസും പ്രേക്ഷകന്റെ ഓർമ്മയിൽ മാത്രമായി അടയാളപ്പെട്ടു പോകുന്നതുമാണ്.

പില്ക്കാലത്ത് നാടകത്തെ ഒരു അക്കാദമിക വിഷയമെന്ന നിലയിൽ പഠിക്കുകയും പരിശീലനക്കളരിയിൽ പങ്കെടുക്കുകയും ചെയ്തവരാണ് നാടകസ്ത്രീയെ സാർത്ഥകമായി നിർവ്വചിക്കുകയും ആവിഷ്കരിക്കുകയും ചെയ്തത്. ഇവർ തന്നെയാണ് രചന, സംവിധാനം നിർമ്മാണം, അഭിനയം തുടങ്ങി നാടകത്തിന്റെ വിവിധതലങ്ങളിൽ സ്വതന്ത്രമായി പ്രവർത്തിച്ച്, നിലനില്ക്കുന്ന നാടകസങ്കല്പങ്ങളോടു വിയോജിച്ച് സ്ത്രീപക്ഷനാടകം എന്ന സാദ്ധ്യതയെ വിപുലപ്പെടുത്തിയത്.

നാടകസ്ത്രീനാടകചരിത്രത്തിൽ തങ്ങളുടെ കർത്തൃത്വം രൂപപ്പെടുത്തിയത് ഓരോരോ കാലഘട്ടത്തിന്റെയും സാംസ്കാര അഭിസരണങ്ങൾക്കനുസരിച്ചാണ്. അവയൊന്നും പുരുഷനു തുല്യനിലയിലായിരുന്നുമില്ല. സാമൂഹികപരിഷ്കരണം ഒരു മുഖ്യ അജണ്ടയായി സ്വീകരിച്ചു കൊണ്ട് ആരംഭിക്കപ്പെട്ട മലയാളനാടകം സ്ത്രീപരിഷ്കരണം സാധിച്ചത് നാടകത്തിന്റെ പ്രമേയത്തിലൂടെയായിരുന്നു. അവിടെ പുരുഷൻ തന്നെയായിരുന്നു സ്ത്രീയുടെ കഥാപാത്രത്തെയും അരങ്ങത്തെത്തിച്ചത്. (*അടുക്കളയിൽ നിന്ന് അരങ്ങത്തേക്ക്* നാടകത്തിൽ പ്രേംജിയാണ് തേതിയായി വേഷമിട്ടത്) പൊതുസമൂഹത്തിൽ ക്രിയാത്മകമായ പങ്കുവഹിക്കാൻ സ്ത്രീ തയ്യാറാകുന്നതിന്റെ ആദ്യഭാഗം എന്ന നിലയിലാണ് സ്ത്രീയുടെ നാടകപ്രവേശവും കണക്കാക്കപ്പെടുന്നത്. സ്ത്രീയുടെ സാമൂഹ്യാവസ്ഥയ്ക്ക് മാറ്റം സംഭവിക്കുന്നതിനൊപ്പമായിരുന്നു സ്ത്രീയുടെ നാടകവേദിയിലേക്കുള്ള അരങ്ങേറ്റവും. അരങ്ങ് ഒരു ചിഹ്നമാണ് എന്ന് സങ്കല്പിച്ചാൽ അതു സംവേദിപ്പിക്കുന്ന അർത്ഥങ്ങൾ നിരവധിയായിരിക്കുകയും അതു കാണുന്ന പ്രേക്ഷകസമൂഹത്തിന്റെ ജാതി-വർഗ്ഗ-വർണ്ണ ലിംഗഭേദങ്ങൾ നാടകാർത്ഥത്തെ പുനർനിർമ്മിച്ചുകൊണ്ടിരിക്കുകയും ചെയ്യും. നിരവധി ഘടകങ്ങളുടെ സംഘടന- വിഘടനങ്ങൾ ചേർന്നാണ് ഒരു നാടകപാഠം അരങ്ങിൽ പൂർണ്ണമാകുന്നത്. പ്രേക്ഷകന്റെ ഫാന്റസിഭ്രമകല്പനകളുടെ കേന്ദ്രമാണ് നാടകസ്ത്രീ, അന്നേവരെ *ആൺനടി*യുടെ അഭിനയചേഷ്ടകളിൽ രസം പിടിച്ചിരുന്ന പ്രേക്ഷകനെ സ്ത്രീയുടെ രംഗപ്രവേശം രണ്ടുതരത്തിലാണ് അസ്വസ്ഥമാക്കിയത്. പൊതുസമൂഹത്തിൽ നിലനിന്നിരുന്ന യാഥാസ്ഥിതിക സ്ത്രീസങ്കല്പങ്ങൾ സ്ത്രീയെ പൊതു ഇടത്തിൽനിന്നു മറച്ചു പിടിക്കുന്നതിൽ വ്യഗ്രമായിരുന്നു. തമിഴ്-മലയാളം സംഗീതനാടകങ്ങളിലെ ആൺനടിയുടെ അമിതഭാവങ്ങൾ കണ്ടു ഹരം പിടിച്ചിരുന്ന പ്രേക്ഷകന് പക്വമായ ഒരു കാഴ്ചാശീലം ഉണ്ടായിരുന്നതുമില്ല. ഈ രണ്ടുസാഹചര്യങ്ങൾ നാടകവേദിയിൽ അഭിനയവും നൃത്തവും അവതരിപ്പിക്കുന്ന സ്ത്രീയെ അംഗീകരിക്കാൻ യാഥാസ്ഥിതിക പ്രേക്ഷ

കന് വിഘാതമായി സമൂഹത്തിൽ സ്ത്രീയെക്കുറിച്ച് പുരുഷൻ നിർമ്മിച്ചിട്ടുള്ളതും അമർത്തിവയ്ക്കപ്പെട്ടതുമായ ഫാന്റസികളാണ് അരങ്ങിലെ ആൺനടിയുടെ നേരെയും അവർ 'നിർല്ലോഭം' പ്രകടമാക്കിയത്. അതായത് സ്ത്രീയും സമൂഹവും തമ്മിൽ നിലനിന്നിരുന്ന ബന്ധവൈരുദ്ധ്യങ്ങളാണ് അരങ്ങിലും പ്രതിഫലിച്ചത്. സവിശേഷമായ നിരവധി പാഠസന്ദർഭങ്ങളും രംഗസംവിധാനങ്ങളുംകൊണ്ട് നിർമ്മിച്ചെടുക്കുന്ന നാടകസ്ത്രീ, സ്ത്രീയുടെ യഥാർത്ഥ രൂപമല്ല. മറിച്ച് പുരുഷേച്ഛയ്ക്കനുസരിച്ച് രംഗപാഠാനുസൃതമായി വേദിയിൽ ക്രമപ്പെടുന്ന കല്പിത സ്ത്രീരൂപം മാത്രമാണ്. അവിടെ പ്രേക്ഷകന്റെ ചോദനകളെ തൃപ്തിപ്പെടുത്താൻ ശ്രമിക്കുമ്പോൾ യഥാർത്ഥ സ്ത്രീസ്വത്വം മറയ്ക്കപ്പെടുന്നു. അപ്രകാരമൊരവസ്ഥയിൽ സ്ത്രീ ഒരു ശരീരം മാത്രമായി ന്യൂനീകരിക്കപ്പെടുകയും ചെയ്യുന്നു. പുരുഷൻ അരങ്ങിൽ സ്ത്രീയാകുമ്പോഴും അത് ശരീരം മാത്രമാവുകയും പുരുഷന്റെ തന്നെ (Gaze) നോട്ടത്തിന്റെ ഇരയായി മാറുകയും ചെയ്യുന്നുണ്ട്.

19-ാം ശതകത്തിൽ സ്ത്രീകളുടേതു മാത്രമായ ആവിഷ്കാരകലകൾക്ക് പ്രചാരംകുറഞ്ഞ സന്ദർഭത്തിലാണ് നാടകത്തിന്റെ കടന്നുവരവ്. തുള്ളലിനും കഥകളിക്കും ശേഷം സംസ്കൃതനാടകം, തമിഴ് സംഗീത നാടകം, മലയാള സംഗീതനാടകം, ചവിട്ടുനാടകം തുടങ്ങി കഥ പറയുന്നതും അഭിനയത്തിനു പ്രാധാന്യമുള്ളതുമായ നിരവധി ദൃശ്യകലകൾ കേരളത്തിന്റെ പലഭാഗങ്ങളിൽ അരങ്ങേറുന്നുണ്ട്. എന്നാൽ നവോത്ഥാനത്തിന്റെ പരിഷ്കരണസംരംഭങ്ങളെ ആവിഷ്കരിക്കാൻ ഈ രംഗകലകൾക്കായതുമില്ല. പുതിയ വിദ്യാഭ്യാസവും വൈജ്ഞാനികതയും ആധുനികബോധവും ആർജ്ജിച്ച പുതിയ തലമുറയ്ക്ക് സ്വീകാര്യമായ ഒരു രംഗാവിഷ്കാരമാണ് നാടകം സഫലമാക്കിയത്. ഇത് 1930 കളിലും 40 കളിലുമുള്ള മലയാള നാടകചരിത്രമാണ്. എന്നാൽ കേരളത്തിൽ നാടകസംസ്കാരത്തിന്റെ തുടക്കവും അഭിനേത്രിയുടെ കടന്നുവരവും തമിഴ്-മലയാള സംഗീതനാടകങ്ങളിൽ നിന്നു തുടങ്ങുന്നു.

കേരളവർമ്മ വലിയകോയിത്തമ്പുരാന്റെ *ഭാഷാശാകുന്തള*മാണ് മലയാള നാടകവേദിയിൽ ആദ്യമവതരിപ്പിക്കപ്പെട്ട ആദ്യ മലയാള നാടകം.[2] എന്നാൽ ശകുന്തളയുടെ വേഷം ചെയ്ത വ്യക്തിയെക്കുറിച്ച് പരാമർശമൊന്നും കാണുന്നില്ല (നാടകസ്മരണകളിൽ മലയാളത്തിലെ ആദ്യത്തെ നാടകനടി വർക്കല അമ്മുക്കുട്ടിയാണെന്ന് രേഖപ്പെടുത്തിയിട്ടുണ്ട്). കേരളത്തിൽ അന്നേക്ക് പ്രചാരം നേടിക്കഴിഞ്ഞ തമിഴ്നാടകസംഘങ്ങളിൽ സ്ത്രീകൾ തന്നെ അഭിനയിച്ചിരുന്നു. കെ ബി സുന്ദരാംബാൾ, എസ് ഡി സുബ്ബലക്ഷ്മി, എസ് ആർ ജാനകി, രത്നാഭായി, കൃഷ്ണവേണി, ശാരദ തുടങ്ങിയവരായിരുന്നു തമിഴ്നാടകങ്ങളിലെ പ്രസിദ്ധനടികൾ. തമിഴ് *സദാരം* പോലെ മലയാളത്തിൽ *സദാരാമ* എന്ന സംഗീതനാടകം കെ സി കേശവപിള്ള രചിച്ചെങ്കിലും അവിടെയും നടികളുടെ പരാമർശമില്ല.

ഇതേ കാലയളവിൽത്തന്നെയാണ് സ്ത്രീകളുടെ ചിലനാടകങ്ങൾ

പ്രത്യക്ഷപ്പെടുന്നത്. കുട്ടിക്കുഞ്ഞുതങ്കച്ചിയുടെ *അജ്ഞാതവാസം* നാടകവും (1890) തോട്ടക്കാട്ട് ഇക്കാവമ്മയുടെ *സുഭദ്രാർജ്ജുനവും* (1891) ആണ് ആദ്യകാല സ്ത്രീനാടകങ്ങൾ. 1892 ൽ ടി സി അച്യുതമേനോൻ രചിച്ച *സംഗീത നൈഷധം* നാടകം 1892 ൽ തൃശൂരിൽ അവതരിപ്പിച്ചപ്പോൾ ഇക്കാവമ്മയായിരുന്നു നളന്റെ വേഷം അവതരിപ്പിച്ചത്. ആ നിലയ്ക്ക് മലയാളത്തിലെ ആദ്യനടി ഇക്കാവമ്മയാണ്. സ്ത്രീകൾ നാടകവേദിയിൽ നിരോധിക്കപ്പെട്ടിരുന്ന കാലത്ത് ഇക്കാവമ്മയുടെ നളവേഷം പ്രതീകാത്മകമാണ്. അരങ്ങിൽ സ്ത്രീക്ക് സ്ഥാനമേ നല്കാതിരുന്ന ആൺകോയ്മാ സമൂഹത്തിൽ സ്ത്രീക്ക് ആൺവേഷവുമായി വേദിയിൽ പ്രത്യക്ഷപ്പെടേണ്ടിവരുന്നു. ഇത് സ്ത്രീശരീരത്തിന്റെ മറയ്ക്കലല്ല മറക്കലുമല്ല. മറിച്ച് സ്ത്രീയുടെ പരകായപ്രവേശസാദ്ധ്യതയാണ് വ്യക്തമാക്കുന്നത്.

നളവേഷം ചെയ്ത തോട്ടക്കാട് ഇക്കാവമ്മയെ 'ആദ്യനടി' എന്ന് വിശേഷിപ്പിച്ചാൽ 1890 കളിൽ പ്രചാരം നേടുന്ന മലയാള സംഗീതനാടകങ്ങളിലെ പ്രധാന നായികയായിരുന്ന ഓച്ചിറ ശിവപ്രസാദ് വേലുക്കുട്ടിയാകും മലയാളത്തിലെ രണ്ടാമത്തെ നടി. മലയാളനാടകനടീസ്വത്വത്തെ വ്യാഖ്യാനിച്ചതും ആവിഷ്കരിച്ചും ഈ ആൺനടിയാണ്. കുമാരനാശാന്റെ *കരുണയ്ക്ക്* സ്വാമി ബ്രഹ്മവ്രതൻ എഴുതിയ സംഗീത നാടകരൂപം സ്വതന്ത്രമായ ഒരു നാടകസംസ്കാരത്തിനുമാത്രമല്ല, അരങ്ങിലെ നടിക്കും പ്രതിഷ്ഠ നല്കി. വാസവദത്തയെന്ന അഭിസാരിണി ഓച്ചിറ വേലുക്കുട്ടിയുടെ സ്ത്രീസ്വത്വമായി അംഗീകരിക്കപ്പെട്ടു. പുരുഷനിർമ്മിതവും പുരുഷശരീരംകൊണ്ടു വ്യാഖ്യാനിക്കപ്പെട്ടതുമായ ഒരു സ്ത്രീലാവണ്യശാസ്ത്രം ഓച്ചിറവേലുക്കുട്ടി എന്ന ആൺനടിയിലൂടെ നാടകാവതരണവേദിയിൽ ഉറപ്പിക്കപ്പെട്ടു. ഏറെക്കാലം നാടകത്തിലെ സ്ത്രീശരീരത്തിന്റെ നിർമ്മിതി ഓച്ചിറ വേലുക്കുട്ടിയുടെ ആൺനടിയെ മുൻനിർത്തിയായിരുന്നു. ആൺനോട്ടത്തിന്റെ പ്രതികൂലതകൾ എന്തെല്ലാമെന്ന സൂചന കൂടിയായി മാറുന്നു വേലുക്കുട്ടിയുടെ നടീവേഷം. വേലുക്കുട്ടിയെ പെണ്ണെന്നു കരുതി തട്ടിക്കൊണ്ടുപോയ ഒരുകഥയുണ്ട്. നടീശരീരം അരങ്ങിൽ പ്രത്യക്ഷപ്പെടുന്നതിന്റെ വിവക്ഷതകൾ വാസവദത്തയെന്ന അഭിസാരികയെ കേന്ദ്രീകരിച്ചാകുമ്പോൾ ഒളിഞ്ഞുനോട്ടത്തിന്റെയും തട്ടിക്കൊണ്ടുപോകലിന്റെയും സാദ്ധ്യതകൾ കൂടുതലാണ്. നായികയുടെ അഭിസാരിണീത്വവും രംഗത്തെ ലാസ്യപ്രയോഗങ്ങളുമായിരിക്കാം പ്രധാന കാരണമായിത്തീർന്നത്. അരങ്ങിലെ സ്ത്രീബിംബം ആൺനടിയുടെ രൂപത്തിൽ നിയതപ്പെടുകയും സ്ത്രീയുടെ ശരീരഭാഷ ലാസ്യഭാവനകളിൽ കേന്ദ്രിതമാവുകയും ചെയ്തപ്പോൾ പില്ക്കാല നടികൾ വേലുക്കുട്ടിയെന്ന ആൺനടിയെ അനുകരിക്കാൻ നിർബ്ബന്ധിതരായി.

വേലുക്കുട്ടി അരങ്ങൊഴിഞ്ഞ നാളുകളിൽ മലയാള സംഗീതനാടകങ്ങളിലൂടെ 'നടി'കളുടെ അരങ്ങേറ്റമുണ്ടാകുന്നുണ്ട്. ബാലനാടകസഭകളിൽ പരിശീലനം നേടി കഴിവുതെളിയിച്ച് സംഗീതനാടകങ്ങളിൽ സജീവമായിത്തീർന്നവരാണ് സി കെ രാജം, കെ പി കമലാക്ഷി, എം കെ കമ

ലാക്ഷി, മാവേലിക്കര പൊന്നമ്മ, സീതാലക്ഷ്മി തുടങ്ങിയവർ. പക്ഷേ, സംഗീതനാടകങ്ങളിൽ പ്രേക്ഷകന്റെ ഇച്ഛാപൂർത്തീകരണത്തിനുള്ള കാഴ്ചവസ്തു മാത്രമായി സ്ത്രീ പ്രത്യക്ഷപ്പെടുകയും താണതരം അഭിരുചിയുടെ ഉപകരണമായി അധഃപതിക്കുകയും ചെയ്തിരുന്നു. ഈ നാടകങ്ങളിലെ സ്ത്രീസാന്നിദ്ധ്യത്തിലെ വൈരുദ്ധ്യങ്ങൾ നാടകവേദിയിലേക്കുള്ള സ്ത്രീയുടെ കടന്നുവരവിനെ അനുകൂലവും പ്രതികൂലവുമായി ബാധിച്ചിരിക്കാം.

സാമൂഹ്യനാടകങ്ങളാണ് സ്ത്രീയുടെ സാമൂഹ്യകർത്തൃത്വത്തെ പുനർവ്യാഖ്യാനിച്ചത്. സ്ത്രീവിദ്യാഭ്യാസത്തിന് ഊന്നൽ നല്കുന്നതും അടുക്കളയിൽനിന്ന് അരങ്ങത്തേക്കുള്ള സ്ത്രീയുടെ കടന്നുവരവിനെ വിപ്ലവകരമായി ആവിഷ്കരിച്ചതുമായ നാടകങ്ങളും പ്രഹസനങ്ങളും നോവലുകളും ഇക്കാലത്തുണ്ടായി. വി ടി യുടെയും പ്രേംജിയുടെയും എം ആർ ബിയുടെയും യോഗക്ഷേമ നാടകങ്ങൾ, സി വിയുടെ പ്രഹസനങ്ങൾ, ചന്തുമേനോന്റെ നോവലുകളിലെ സ്ത്രീസ്വത്വനിർമ്മിതി, പത്രമാസികകളിലെ സ്ത്രീരചനകൾ, വനിതാമാസികകളുടെ ഉത്ഭവവും പ്രചാരവും, ഇംഗ്ലീഷ് വിദ്യാഭ്യാസം, ദേശീയ സ്വാതന്ത്ര്യ സമരത്തിലെ സ്ത്രീപങ്കാളിത്തം- ഇതെല്ലാം ചേർന്നൊരുക്കിയ ഒരു സാമൂഹ്യാന്തരീക്ഷമാണ് നാടകനടീസ്വത്വത്തെ നവീകരിച്ചത്. നാടകങ്ങൾ എഴുതുക. അഭിനയിക്കുക, വനിതാമാസികകളിൽ സ്ത്രീസ്വാതന്ത്ര്യത്തെക്കുറിച്ച് ലേഖനങ്ങളും കഥകളുമെഴുതുക, ഇംഗ്ലീഷ് വിദ്യാഭ്യാസം നേടുക തുടങ്ങി നവോത്ഥാനപ്രക്രിയയിലൂടെ ധൈര്യമാർജ്ജിച്ച പുതുതലമുറ സ്ത്രീകളെയാണ് 1930 കൾക്കു ശേഷമുള്ള കേരളീയസമൂഹത്തിൽ കാണാനാകുന്നത് നാടകാഭിനയം സ്വത്വാവിഷ്കരണത്തിനുള്ള മാർഗ്ഗമായി കാണാനും പുതിയൊരു സാമൂഹ്യ കർത്തൃത്വം രൂപീകരിക്കാനും പുതുതായി എത്തിയ നടികൾക്കു കഴിഞ്ഞു. അവർ ആരംഭിച്ച സാമൂഹ്യനാടകങ്ങളിലെ സ്ത്രീകർത്തൃത്വത്തിന്റെ സാമൂഹ്യപ്രാധാന്യവും യഥാതഥത്വവും തന്നെയായിരിക്കണം നടീസ്വത്വത്തിന് സാമൂഹികമാനം നല്കിയത്. ഒന്നാം ഘട്ട സാമൂഹ്യനാടകങ്ങളായ എൻ പി ചെല്ലപ്പൻനായരുടെ *പ്രേമവൈചിത്ര്യം അഥവാ ശശിധരൻ ബി എ, യാചകി, ഭാഗ്യലക്ഷ്മി, സ്ത്രീ, സുപ്രഭ* എന്നിവയിലെ പ്രധാന അഭിനേത്രികളായിരുന്നു തങ്കം വാസുദേവൻനായർ, ആറന്മുള പൊന്നമ്മ, കുത്തിയതോടു ലളിത, ചെറിയ അംബുജം തുടങ്ങിയവർ. ഗാർഹിക ഇടത്തുനിന്ന് പൊതു ഇടത്തിലേക്കുള്ള സ്ത്രീയുടെ കടന്നുവരവിനെ പരിഹസിക്കുന്ന രണ്ടാംഘട്ട നാടകങ്ങളായിരുന്നു സി വിയുടെ *പ്രഹസനങ്ങളും* ഇ വി കൃഷ്ണപിള്ളയുടെ *പെണ്ണരശ്ശുനാടും* കൊച്ചീപ്പൻ തരകന്റെ *മറിയാമ്മാനാടക*വും മറ്റും. എന്നാൽ 1930 കളോടെ എത്തുന്ന മൂന്നാംഘട്ട നാടകങ്ങളിൽ യോഗക്ഷേമനാടകങ്ങളാണ് സ്ത്രീയുടെ സ്വാതന്ത്ര്യം, വിദ്യാഭ്യാസം, വിവാഹം, സാമൂഹ്യപരിഷ്കരണം തുടങ്ങിയ വിഷയങ്ങളെക്കുറിച്ച് ചർച്ച നടത്തുന്നതിനും പുതിയൊരു സാമൂഹ്യകർത്തൃത്വം സ്ത്രീക്കു നല്കുന്നതും. രണ്ടാംഘട്ട സാമൂഹ്യനാ

ടകങ്ങളിലും യോഗക്ഷേമനാടകങ്ങളിലും സ്ത്രീപ്രശ്നങ്ങൾ ചർച്ച ചെയ്യുന്നുണ്ടെങ്കിലും സ്ത്രീകൾ അഭിനയിച്ചിരുന്നതായി സൂചനകളില്ല. അതിൽനിന്ന് ഒരു ഭിന്നതയുള്ളത്, നമ്പൂതിരിസ്ത്രീകൾ ചേർന്നെഴുതി അവതരിപ്പിച്ച *തൊഴിൽ കേന്ദ്രത്തിലേക്ക്* എന്ന നാടകത്തിൽ മാത്രമാണ് സ്ത്രീയുടെ അരങ്ങു സാന്നിദ്ധ്യം കാണാനാവുന്നത് എന്നതാണ്.

1930 കളിലും 40 കളിലും ഉന്നതവിദ്യാഭ്യാസം നേടിയ സ്ത്രീകളുടെ ഇടപെടലാണ് അരങ്ങിൽ സ്ത്രീക്ക് ഉചിതമായ സ്ഥാനം നല്കിയത്. ശ്രീചിത്തിരതിരുനാൾ ഗ്രന്ഥശാലയുടെ നാടകങ്ങളിലൂടെയാണ് അന്നാചാണ്ടി കെ ജി ദേവകിയമ്മ, പട്ടം സരസ്വതിയമ്മ, ടി പി രാധാമണി തുടങ്ങിയവർ അഭിനേത്രിക്ക് ഉന്നതമായ നില കണ്ടെത്തുകയും വ്യാഖ്യാനിക്കുകയും ചെയ്തുകൊണ്ട് മലയാള നാടകചരിത്രത്തിന്റെ ഭാഗമായി മാറിയത്. കേരളത്തിന്റെ നവോത്ഥാന പ്രക്രിയയെ ത്വരിതപ്പെടുത്തിക്കൊണ്ടും ഇടതുപക്ഷ രാഷ്ട്രീയത്തിന്റെ ആശയധാരകൾ സ്വാംശീകരിച്ചും 1930 കളുടെ ഒടുവിൽ രാഷ്ട്രീയ നാടകങ്ങൾ എഴുതപ്പെടുന്നുണ്ട്. യോഗക്ഷേമനാടകങ്ങൾ തുടങ്ങിവച്ച സാമൂഹ്യ പരിഷ്കരണശ്രമങ്ങളും നാടകചിന്തയും രാഷ്ട്രീയ നാടകങ്ങൾക്ക് അടിത്തറയായി. *പാട്ടബാക്കി* (1938), *കൂട്ടുകൃഷി* (1949), *നമ്മളൊന്ന്* (1849), *നിങ്ങളെന്നെ കമ്യൂണിസ്റ്റാക്കി* (1952) എന്നീ നാടകങ്ങൾ കേരളരാഷ്ട്രീയത്തിൽ ശക്തമായി ഇടപെടുകയും സാംസ്കാരിക പൊതുമണ്ഡലത്തിൽ സാമ്രാജ്യത്വവിരുദ്ധവും പുരോഗമനപരവുമായ ചിന്തയെ വികസിപ്പിക്കുകയും ചെയ്തു. ഈ രാഷ്ട്രീയ നാടകങ്ങൾ സ്ത്രീയെ പരമ്പരാഗതമായാണ് പ്രതിനിധാനം ചെയ്യുന്നതെങ്കിലും ഈ നാടകങ്ങളിലൂടെ നാടകനടീസ്വത്വത്തെ സ്ഥാപിച്ചവർ ഇടതുപക്ഷ ആശയങ്ങളോട് അനുഭാവമുള്ളവരും മനുഷ്യന്റെ, സ്ത്രീയുടെ അവകാശങ്ങളെക്കുറിച്ച് ബോധം നേടിയവരുമാണ്. കെ പി എ സി സുലോചന, നിലമ്പൂർ ആയിഷ, വിജയകുമാരി തുടങ്ങി ഒട്ടേറെ അഭിനേത്രികൾ ഈ നാടകങ്ങളുടെ പങ്കാളികളാകുന്നത് ഇടതുപക്ഷ സഹയാത്രികരെന്ന നിലയ്ക്ക് കൂടിയാണ്. മലയാള നാടകവേദിയിലെ രാഷ്ട്രീയ പ്രത്യയശാസ്ത്രങ്ങൾ രൂപപ്പെടുത്തിയ നാടകസ്ത്രീയെ ആവിഷ്കരിച്ചവരുമാണ്. രാഷ്ട്രീയസ്ത്രീ എന്ന ഒരു പുതിയ സ്വത്വം ജീവിതത്തിലും കഥാപാത്രങ്ങളിലും പ്രാവർത്തികമാക്കാൻ ഇവർക്ക് കഴിഞ്ഞിട്ടുണ്ട്. 1950 കളിൽ കേരളത്തിലങ്ങോളമിങ്ങോളം പ്രൊഫഷണൽ നാടകസംഘങ്ങളും നാടകസമിതികളും രൂപമെടുക്കുകയും നടികളുടെ ഒരു വലിയ നിര തന്നെ സൃഷ്ടിക്കപ്പെടുകയും ചെയ്തു. എന്നാൽ തൊഴിൽ എന്ന നിലയിൽക്കവിഞ്ഞ് സർഗ്ഗാത്മകമായ രേഖപ്പെടുത്തലുകൾ ഒന്നും അവശേഷിപ്പിക്കാതെ നാടകനടി അരങ്ങിൽ സജീവമായെങ്കിലും ഓർമ്മയിൽ മാത്രമായി അവശേഷിക്കുകയാണുണ്ടായത്.

പിന്നീട് 1960 കൾക്കു ശേഷമാണ് മലയാളനാടകത്തിൽ നിരവധിയായ പരീക്ഷണങ്ങൾക്ക് തുടക്കം കുറിക്കപ്പെടുന്നത്. നാടകപാഠത്തിലും അവതരണപാഠത്തിലും വിഭിന്നങ്ങളായ ആവിഷ്കാരതന്ത്രങ്ങൾ കടന്നു

വന്നു. 70 കളിലുണ്ടായ സാമൂഹ്യമുന്നേറ്റവും സ്ത്രീസ്വാതന്ത്ര്യത്തെക്കുറിച്ചുള്ള ചർച്ചകളും നാടകത്തെ പുതിയ രീതിശാസ്ത്രങ്ങളിലേക്കു നയിക്കുകയും തനതും നാടോടിയുമായ നിരവധി കലാതന്ത്രങ്ങൾ സ്വീകരിക്കപ്പെടുകയും ചെയ്തു. നാടകശില്പശാലകളിലും നാടകപ്പണിപ്പുരകളിലും സ്ത്രീകൾ സജീവസാന്നിദ്ധ്യമായി. തനതു തെരുവുനാടകങ്ങൾ യാഥാസ്ഥിതിക അരങ്ങിനെ പൊളിച്ചെഴുതുകയും നാടകത്തിന്റെ തുറസ്സുകളെ സൃഷ്ടിക്കുകയും ചെയ്തു. 80 കളോടെ ശക്തിപ്പെട്ട സ്ത്രീവാദ പ്രസ്ഥാനങ്ങളും രാഷ്ട്രീയ സാംസ്കാരിക പ്രവർത്തനങ്ങളും പട്ടാമ്പിയിലെ മാനുഷി, തൃശൂരിലെ സമത പോലുള്ള സ്ത്രീശാക്തീകരണ സംരംഭങ്ങളും സ്ത്രീപ്രശ്നങ്ങളെ നാടകമെന്ന മാദ്ധ്യമത്തിലൂടെ പൊതുസമൂഹത്തിൽ അവതരിപ്പിച്ച് ശക്തമായ ഇടപെടലുകൾ സൃഷ്ടിച്ചു. ഇതിന് സ്കൂൾ ഓഫ് ഡ്രാമയുടെ നാടകപഠനസമ്പ്രദായം അടിത്തറ നല്കുകയും ഒരുപുതിയ നിര സ്ത്രീനാടകപ്രവർത്തകരെ സൃഷ്ടിക്കുകയും ചെയ്തു. 90 കൾ മുതൽക്കാണ് സ്വതന്ത്രമായ ഒരു ആവിഷ്കരണമാദ്ധ്യമമായി നാടകത്തെ സ്ത്രീകൾ സ്വീകരിക്കുകയും എഴുതിയും രംഗപാഠം നിർമ്മിച്ചും അഭിനയിച്ചും ഒരു സ്ത്രീപക്ഷനാടകവേദിയെ കേരളത്തിൽ പ്രതിഷ്ഠിച്ചെടുക്കുകയും ചെയ്തത്. രജിത മധു, സജിത മഠത്തിൽ, ശ്രീലത കടവിൽ, മഡോണ, ജിഷ, അഷിത അഷറഫ്, കെ വി ശ്രീജ, രജി എരവത്തൂർ, ഷൈനി പൂക്കാട്, ദീപിക രാധാകൃഷ്ണൻ, രാജരാജേശ്വരി, ഷൈലജ പി അമ്പു തുടങ്ങിയവർ മലയാളനാടകത്തെ ഒറ്റയാൾ സമരങ്ങൾപോലെ മുന്നോട്ടു നയിക്കുന്നവരാണ്. നാടകചരിത്രത്തിന്റെ ഒരു പ്രധാന അദ്ധ്യായമായി മാറാൻ മലയാളത്തിലെ പുതുതലമുറ അഭിനേത്രികൾക്കു കഴിഞ്ഞത് തങ്ങളുടെ സർഗ്ഗാത്മകമായ നാടക ഇടപെടലുകളിലൂടെയാണെന്നത് ചരിത്രപരമായ ഒരു യാഥാർത്ഥ്യമാണ്.

കുറിപ്പുകൾ

1. സെബാസ്റ്റ്യൻ കുഞ്ഞുകുഞ്ഞുഭാഗവതരുടെ *നാടകസ്മരണകളിലും* മടവൂർ ഭാസിയുടെ *മലയാള നാടക സർവ്വസ്വത്തിലും* പിന്നീട് സജിത മഠത്തിലിന്റെ *മലയാള നാടകസ്ത്രീചരിത്രത്തിലും* അഭിനേത്രിയെക്കുറിച്ച് ചർച്ച ചെയ്യുന്നുണ്ട്.
2. സെബാസ്റ്റ്യൻ കുഞ്ഞുകുഞ്ഞുഭാഗവതരുടെ *നാടകസ്മരണകൾ.*

മലബാർ നാടകവേദിയിലെ സ്ത്രീസാന്നിദ്ധ്യം

കെ എം രാഘവൻ നമ്പ്യാർ

പുരുഷന്മാർ സ്ത്രീവേഷം കെട്ടി സ്ത്രീകഥാപാത്രങ്ങളെ അവതരിപ്പിച്ചു പോന്ന രീതി ഏത് കാലം മുതൽക്കാണ് അവസാനിച്ചത് എന്ന് ആർക്കും കൃത്യമായി പറയാൻ കഴിയുമെന്നു തോന്നുന്നില്ല. ഏതായാലും മലബാറിൽ കേന്ദ്രകലാസമിതിപ്രസ്ഥാനത്തിന്റെ ആവിർഭാവത്തോടെ വളർന്നുവന്ന നൂറുകണക്കിന് കലാസമിതികളിൽ നിന്നുതന്നെയാണ് നാടകരംഗത്ത് സ്ത്രീസാന്നിദ്ധ്യവും വളർന്നുവന്നത്. അതിനുമുമ്പുള്ള അവസ്ഥയെക്കുറിച്ചു അല്പമൊന്നു വിശകലനം ചെയ്യുന്നത് നാടകകുതുകികൾക്കു ഗുണപ്രദമായിരിക്കും. തമിഴ് സംഗീതനാടകങ്ങളെ അനുകരിച്ചും അനുവർത്തിച്ചുമുണ്ടായ മലയാള സംഗീതനാടകങ്ങളിലൂടെത്തന്നെയാണ് നമ്മുടെ നാടകവേദിയും പുഷ്ടിപ്പെട്ടത്. കേരളവർമ്മയുടെ *അഭിജ്ഞാന ശാകുന്തളം* തർജ്ജമ തിരുവട്ടാർ നാരായണപിള്ള അവതരിപ്പിച്ചതും സംഗീതനാടകാവതരണരീതിയിൽത്തന്നെയായിരുന്നു. അന്നൊന്നും സ്ത്രീകഥാപാത്രങ്ങൾ പുരുഷന്മാർ അവതരിപ്പിക്കുന്നതിൽ അവർക്കും ഒരസാധാരണത്വവും തോന്നിയിരുന്നില്ല. സമാന്തരമായി നിലകൊണ്ടിരുന്ന കഥകളിയിലും സ്ത്രീകളായിരുന്നില്ലല്ലോ സ്ത്രീകഥാപാത്രങ്ങളെ അവതരിപ്പിച്ചിരുന്നത്. കൂടിയാട്ടത്തിലും നങ്ങ്യാർകൂത്തിലും മറ്റും പ്രത്യക്ഷപ്പെട്ട യഥാർത്ഥ പ്രൊഫഷണൽ നടികളായ നങ്ങ്യാരമ്മമാരാരും അമ്പലങ്ങൾക്കു പുറത്തു കടക്കാത്തതുകൊണ്ട് അവരെ ജനം ഗൗനിച്ചതുമില്ല.

ഇന്നത്തേതിൽനിന്നും വ്യത്യസ്തമായി പഴയകാലത്ത് സംഗീത നാടകങ്ങളും മറ്റും അവതരിപ്പിക്കാൻ ഏതാണ്ട് ഒരു കൊല്ലത്തേക്കും മറ്റും തയ്യാറെടുപ്പുകളുണ്ടായിരുന്നു. പാട്ടുപാടാനറിയുന്ന സുകുമാരകളേബരരായ യുവാക്കളെ കണ്ടെത്തിയാണ് സ്ത്രീവേഷം അഭിനയിപ്പിച്ചിരുന്നത്. പിൻപാട്ടുകാരുടെ സഹായത്തോടുകൂടി പാടുമ്പോൾ അല്പസ്വല്പം പുരു

ഷശബ്ദം വന്നാൽത്തന്നെ ജനം സഹിഷ്ണുതയോടെ കേട്ടുകൊണ്ടിരുന്നു. മലബാർ പ്രദേശത്ത് ഏറ്റവും കൂടുതൽ അരങ്ങേറിയ സംഗീതനാടകം ടി സി അച്യുതമേനോന്റെ *സംഗീതനൈഷധ*മായിരുന്നു. മിക്കവാറും മലബാറിലെ എല്ലാ ഗ്രാമങ്ങളിലും *നൈഷധം* അരങ്ങേറി. ഓരോ ഗ്രാമത്തിലും നളൻ കുഞ്ഞപ്പയും 'ദമയന്തിക്കിട്ടനും' മറ്റും ഉണ്ടായി. ഓച്ചിറ വേലുക്കുട്ടിയുടെ *വാസവദത്ത*യെക്കുറിച്ചു പറയാത്ത നാടകചരിത്രകാരന്മാരോ പ്രാസംഗികരോ പഴമക്കാരോ ഇല്ല. എന്നാൽ ദമയന്തിയുടെയും സുഭദ്രയുടെയും ദേവയാനിയുടെയും വേഷം കെട്ടി ജനങ്ങളുടെ ആവേശപൂർണ്ണമായ അഭിനന്ദനത്തിനു പാത്രീഭവിച്ചവർ പല ഗ്രാമപ്രദേശങ്ങളിലും എത്രയോ കാണാം. *കരുണ* നാടകം കേരളം മുഴുവൻ കളിച്ചതും വേലുക്കുട്ടിയുടെ പ്രശസ്തിക്ക് കാരണമായി. കണ്ണൂർ ജില്ലയിൽ ചെറുതാഴം ഗ്രാമക്കാരനായ ഒരു 'ദമയന്തിക്കിട്ടൻ' ഉണ്ടായിരുന്നു. കാഞ്ഞിരക്കോൽ വീട്ടിൽ കൃഷ്ണൻ നായർ എന്ന ആ അതുല്യനടൻ അടുത്തകാലത്താണ് മരിച്ചത്. അദ്ദേഹത്തിന്റെ ദമയന്തി വേഷവും അപാരമായ അഭിനയശേഷിയും കാണികളെ മുഴുവൻ വിസ്മയിപ്പിച്ചു. *നൈഷധ*ത്തിൽ തോഴിമാരോടൊത്തു വിലാസലോലയായി ഉദ്യാനപ്രവേശം നടത്തുമ്പോൾ ജനം ആവേശപൂർവ്വം കൈയടിച്ചു. കൊടുങ്കാട്ടിൽ എങ്ങുമിങ്ങും കാന്തനെ തേടി പെരുമ്പാമ്പിന്റെ വായിലകപ്പെടുമ്പോൾ അവർ ആ നടനോടൊപ്പം കരഞ്ഞു. സ്ത്രീപുരുഷഭേദമെല്ലാം അദ്ദേഹത്തിന്റെ നൈസർഗ്ഗികമായ സ്ത്രൈണ ഭാവപ്പൊലിമയിൽ നേർത്തു നേർത്തില്ലാതാവുന്നതിനു പലവട്ടം ഞാൻ സാക്ഷ്യം വഹിച്ചിട്ടുണ്ട്.

*സംഗീതനൈഷധ*ത്തിനു പുറമെ വിദ്വാൻ പി കേളുനായർ എഴുതി സംവിധാനം ചെയ്തവതരിപ്പിച്ച *ലങ്കാദഹന*ത്തിലും *പാക്കനാർ ചരിത*ത്തിലുമെല്ലാം സ്ത്രീകളായി പുരുഷന്മാർ തന്നെ വേഷം കെട്ടി. മഹാകവി കുട്ടമത്തിന്റെ *ബാലഗോപാലൻ, സംഗീതനൈഷധം* കഴിഞ്ഞാൽ മലബാർ പ്രദേശത്ത് ഏറ്റവും കൂടുതൽ അരങ്ങേറിയ നാടകമാണ്. പ്രശസ്ത ഭാഗവതരായ സി കെ പണിക്കാരാണ് അതിൽ ബാലഗോപാലന്റെ അമ്മയായ പരമഭക്തയെ അവതരിപ്പിച്ചത്. അദ്ദേഹം പാടിപ്പതിപ്പിച്ച ആ നാടകത്തിലെ ഗാനങ്ങൾ ഇപ്പോഴും പഴമക്കാർക്കെല്ലാം ഹൃദിസ്ഥമാണ്. ഇവിടെയും സ്ത്രീപുരുഷഭേദം പ്രേക്ഷകരുടെ മനസ്സിൽ കയറിയതേ ഇല്ല. മറ്റൊരു കാര്യം ഏറെ രസകരമാണ്. *ബാലഗോപാലൻ* കുട്ടികളുടെ നാടകം എന്ന നിലയിലും ഏറെ പ്രശസ്തമാണ്. ഈ നാടകത്തിലെ ശ്രീകൃഷ്ണൻ എന്ന കഥാപാത്രത്തെ മിക്കവാറും അവതരിപ്പിച്ചു കണ്ടിട്ടുള്ളത് അഴകുറ്റ പെൺകുട്ടികളാണ്. ആണിന് പെൺവേഷമെന്നതുപോലെ പെണ്ണിന് ചിലപ്പോൾ ആൺവേഷവും നിഷിദ്ധമല്ലെന്ന് ഈ ഉദാഹരണം കാണിക്കുന്നു. പ്രേക്ഷകരുടെ മനസ്സിലാണ് നാടകം നടക്കുന്നതെന്നും അവിടെ കയറിക്കൂടാൻ കഴിഞ്ഞാൽ നടൻ ആണോ പെണ്ണോ എന്ന് ആരും ശ്രദ്ധിക്കുന്നില്ലെന്നും ഉള്ളതാണ് വാസ്തവം. ആയിരത്തിത്തൊള്ളായിരത്തി മുപ്പതുകളോടുകൂടി ആവിർഭവിച്ച നമ്പൂതിരിനാടകങ്ങളിലും കിഴ

വിയായും ബാലികയായും പുലയിയായും മറ്റും പുരുഷന്മാർ തന്നെ അരങ്ങേറി. കേരളം കണ്ട വേഷവിധാനക്കാരിൽ ഏറ്റവും പ്രഗത്ഭനായ പരിയാനംപറ്റ മാറുമറയ്ക്കാത്ത അന്തർജ്ജനങ്ങളെ തികഞ്ഞ സ്വാഭാവികതയോടെതന്നെ അവതരിപ്പിച്ചു കാണികളെ വിസ്മയിപ്പിച്ചു. 1936 ൽ രചിച്ച *പാട്ടബാക്കി* പോലുള്ള കുറേക്കൂടി റിയലിസ്റ്റിക് ആയ നാടകങ്ങൾ വന്നതോടെയാകാം പുരുഷൻ സ്ത്രീവേഷം കെട്ടുന്നതിനുള്ള അഭംഗി കുറേശ്ശെയായി ബോദ്ധ്യപ്പെട്ടു തുടങ്ങിയത്. എൻ കൃഷ്ണപിള്ളയുടെ *ഭഗ്നഭവനം* പോലുള്ള സംഘടിത നാടകങ്ങൾ മലയാളത്തിൽ ഒരു രചനാരീതിയായി മാറുന്നതോടെ കേന്ദ്രകഥാപാത്രങ്ങളായ സ്ത്രീകളെ അവതരിപ്പിക്കാൻ പുരുഷന്മാർ പ്രാപ്തരല്ലെന്ന കണ്ടെത്തലുകൾ സ്വാഭാവികമായും വളർന്നു വന്നു. സ്ത്രീകഥാപാത്രങ്ങളെ സ്ത്രീകൾ തന്നെ അവതരിപ്പിക്കണമെന്ന മത്സരത്തിലെ നിബന്ധനയും സ്ത്രീകളെ അഭിനയരംഗത്തേക്കു വരാൻ പ്രേരിപ്പിച്ചു.

സാഹചര്യങ്ങളിൽ അല്പം മാറ്റമുണ്ടായിട്ടും നാടകത്തിലഭിനയിക്കാൻ നടികളെ കിട്ടുക എന്നത് വലിയ ഒരു പ്രശ്നമായിത്തന്നെ തുടർന്നു. അദ്ധ്യാപികമാരാവാൻ പോലും സ്ത്രീകൾ ഭയപ്പെടുന്ന കാലമായിരുന്നു അത്. വഴി പിഴച്ചവരുടെ പര്യായമായി അദ്ധ്യാപികയും നഴ്സും മറ്റും കണക്കാക്കപ്പെട്ടു. മഹാകവി ജി ശങ്കരക്കുറുപ്പിന്റെ രണ്ടു വരികൾ ഈ കാര്യം കൂടുതൽ വെളിപ്പെടുത്തും.

'ചേട്ടന്റെ കാല്ക്കലനുജത്തി തൊട്ടാൽപ്പോലും
ചേട്ടത്തമായിക്കാണും സദൃത്വരാണീലോകം'

(ശ്വസിക്കുന്ന പട്ടട)

അനുജത്തി ചേട്ടന്റെ കാലിൽ തൊടുന്നതുപോലും സഹിക്കാത്ത സമൂഹം തൊട്ടഭിനയത്തിനും മറ്റും സാദ്ധ്യതകളേറെയുള്ള നാടകാഭിനയത്തിനായി പെൺകുട്ടികളെ അനുവദിക്കുമെന്ന് പ്രതീക്ഷിക്കാൻ പറ്റില്ലല്ലോ. മതപരമായ വിലക്കുകൾ വേറെയും. നിലമ്പൂർ ആയിഷയുടെയും കെ പി എ സി സുലോചനയുടെയും മറ്റും അനുസ്മരണങ്ങൾ വായിച്ചാൽ ആ കാലത്തിന്റെ അവസ്ഥ ശരിക്കും ബോദ്ധ്യമാവും. എന്നിട്ടും ഈ രംഗത്തേക്ക് കുറേശ്ശെക്കുറേശ്ശെയായി യുവതികൾ കടന്നുവരികതന്നെ ചെയ്തു. ഇങ്ങനെ കടന്നുവന്നവർ പല സാഹചര്യങ്ങളിൽ ഉള്ളവരാകാം. ചെറുപ്പം മുതൽക്കേ നൃത്തപരിശീലനവും സംഗീതപരിശീലനവും മറ്റും നേടി കലയുടെ അഭിനിവേശവുമായി വന്നവർ ഇവരുടെ കൂട്ടത്തിൽ പലരും ഉണ്ടെങ്കിലും ആദ്യകാലത്ത് ഈ രംഗത്ത് കടന്നുവന്നവരിൽ ഭൂരിഭാഗവും സാമ്പത്തിക പരാധീനതകളിൽപ്പെട്ടുഴലുന്നവരായിരുന്നു. പലർക്കും കലാരംഗത്ത് എന്തെങ്കിലും മുൻപരിചയങ്ങളുണ്ടാവണമെന്നില്ല. അക്ഷരാഭ്യാസം പോലും ഇല്ലാത്തവരും ഇക്കൂട്ടത്തിൽ കാണും. എന്റെ ആദ്യകാല നാടകങ്ങളിലൊന്നിൽ അഭിനയിക്കാൻ പാടുപെട്ടു കണ്ടെത്തിയ ഒരു നടിക്കു എഴുതാനും വായിക്കാനും അറിയില്ലായിരുന്നു. പെൺവേഷം പെണ്ണുതന്നെ അഭിനയിക്കണമെന്ന എന്റെ നിർബ്ബന്ധബുദ്ധിയാണ് അവളെ

അവിടേക്ക് എത്തിച്ചത്. സഹനടന്മാർ ആവർത്തിച്ചുവായിച്ചു കൊടുത്ത സംഭാഷണം ഹൃദിസ്ഥമാക്കി, അവർ മോശമല്ലാതെ തന്നെ അഭിനയിച്ചു വെന്നു പറയാം. ദിവസങ്ങളോളം റിഹേഴ്സലിൽ പങ്കെടുത്തു. കിട്ടുന്ന ഭക്ഷണം കഴിച്ചു. ബെഞ്ചുകൾ കൂട്ടിയിട്ട കലാസമിതികിളിൽ കിടന്നുറങ്ങി. സഹനടന്മാരുടെയും മറ്റും ഒളിഞ്ഞു നോട്ടങ്ങൾ സഹിച്ചുകൊണ്ടുള്ള അവരുടെ അക്കാലത്തെ ജീവിതം അനുകമ്പാർഹം തന്നെയാണ്. തൊഴിലെടുത്തു ജീവിക്കുന്ന സ്ത്രീകളെ വിവാഹം ചെയ്യാൻ മുമ്പുള്ളവർക്കു വലിയ താല്പര്യമുണ്ടായിരുന്നില്ല. വിദേശനാടുകളിൽ സിനിമാനടികളേക്കാൾ നാടകനടികൾക്കു അംഗീകാരം ലഭിക്കുന്നുവെന്ന് കേൾക്കുന്നു. മാന്യമായ പ്രതിഫലവും വേണ്ട പ്രശംസയും ലഭിച്ചാൽ കുടുംബത്തിൽനിന്ന് നായികയെ ലക്ഷ്യമാക്കുമെന്ന് ടി വി സീരിയലുകൾ നമ്മേ ബോദ്ധ്യപ്പെടുത്തുന്നു. നാടകരംഗത്ത് എവിടെയാണ് പിഴച്ചത്.

എത്രയോ കാലമായി ചർച്ച ചെയ്തിട്ടും എത്തും പിടിയും കിട്ടാത്ത പ്രശ്നം വീണ്ടും ഉന്നയിക്കുന്നില്ല. പക്ഷേ, മലബാർപ്രദേശത്തെ ഒരുകാലത്തെ പ്രധാന നടികളെക്കുറിച്ച് ഓർക്കുന്ന അവസരത്തിൽ അവരുടെ ത്യാഗം നാടകവേദിയുടെ മുന്നോട്ടുള്ള പോക്കിന് എത്ര വലിയ ഘടകമായിരുന്നുവെന്നു കൂടി ഓർത്തുപോയി.

മലബാർ നാടകവേദിയിലെ ശ്രദ്ധേയരായ സ്ത്രീനാടകപ്രവർത്തകരിൽ ചിലരെ ഇവിടെ പരിചയപ്പെടുത്തുന്നു. ആദ്യം പറയേണ്ട പേര് നിലമ്പൂർ ആയിഷയുടേതാണ്. സമ്പന്നമായ തറവാട്ടിൽത്തന്നെയാണ് ജനനമെങ്കിലും ആകസ്മികമായി എല്ലാം നശിച്ചപ്പോൾ ജീവിതമാർഗ്ഗമായി നാടകം തെരഞ്ഞെടുക്കുകയായിരുന്നു അവർ. പൊതുവേ സ്ത്രീകൾ നാടകാഭിനയത്തിനായി വരാത്തകാലം. മുസ്ലീം സ്ത്രീ കൂടിയായാലോ? സ്റ്റേജിൽ വെച്ചു പോലും അപമാനവും മർദ്ദനവും സഹിച്ചു. എന്നിട്ടും അരങ്ങിൽ ഉറച്ചുനിന്നു. *ഇജ്ജ് നല്ല മനിസനാവാൻ നോക്ക്* ആയിരുന്നു അവർ അഭിനയിച്ച ആദ്യ നാടകം. പിന്നെ കെ ടി യുടെ *ഇതുഭൂമിയാണ്* എന്നതിലടക്കം നിരവധി നാടകങ്ങളിൽ അഭിനയിച്ചു. ഇപ്പോഴും അഭിനയിക്കുന്നു. സിനിമയിലും ചെറുതും വലുതുമായ പല റോളുകളിലും അഭിനയിച്ചു. 1912 ലെ ഏറ്റവും നല്ല രണ്ടാമത്തെ നടിക്കുള്ള കേരള സർക്കാരിന്റെ ചലച്ചിത്ര അവാർഡ് ആയിഷ നേടി. കൂടാതെ എസ് എൽ പുരം അവാർഡടക്കം നാടകരംഗത്തെ നിരവധി അവാർഡുകളും നേടിയിട്ടുണ്ട്. കേരള സംഗീതനാടക അക്കാദമി വൈസ് ചെയർമാനായിരുന്നു. സാംസ്കാരിക സമ്മേളനങ്ങളിൽ പ്രഭാഷക എന്ന നിലയിൽ സ്ഥിരസാന്നിദ്ധ്യമായ ആയിഷ ഇപ്പോൾ പൊതുരംഗത്തും സജീവമാണ്.

കലയോടുള്ള സ്നേഹംകൊണ്ടു മാത്രം സ്വസ്ഥവും സമ്പന്നവുമായ ജീവിതം ഉപേക്ഷിച്ചു നാടകരംഗത്തേക്കു കടന്നുവന്ന വിശ്രുത നടിയാണ് ശാന്താദേവി. പ്രശസ്ത നാടകകൃത്തും നാടക പ്രവർത്തകനുമായ വാസു പ്രദീപാണ് ഈ കലാകാരിയെ നാടകരംഗത്തേക്ക് കൊണ്ടുവന്നത്. നിരവധി അമേച്വർ നാടകമത്സരങ്ങളിൽ നടിക്കുള്ള സമ്മാനം നേടി. പിന്നീടു

സിനിമാരംഗത്തും തന്റേതായ ഇടം കണ്ടെത്തി. ദേശീയ ചലച്ചിത്ര മത്സരത്തിൽ ഏറ്റവും നല്ല നടിക്കുള്ള രണ്ടാം സമ്മാനം നേടി. ഈ നടിയെപ്പോലെ അമ്മമാരുടെ ദീനതകൾ പകർത്തുന്നതിൽ വിജയിച്ചവർ അധികം ഉണ്ടാവില്ല. നിരവധി അവാർഡുകൾ നേടിയ ശാന്താദേവി പ്രൊഫഷണൽ നാടകവേദിയിലും തന്റേതായ കഴിവുകൾ പ്രകടിപ്പിച്ചു. കലാകാരി എന്ന നിലയിൽ ഏറെ വിജയിച്ചുവെങ്കിലും അവസാനകാലജീവിതം കഷ്ടതകൾ നിറഞ്ഞതായിരുന്നു. പുതിയ നാടക പ്രവർത്തകർക്ക് ജീവിതത്തിൽനിന്നും കലാപ്രവർത്തനങ്ങളിൽനിന്നും പുതിയ പല പാഠങ്ങളും ഉൾക്കൊള്ളാൻ ബാക്കിവെച്ചാണ് അവർ പോയത്.

സിനിമയിൽ കുട്ട്യേടത്തിയായി അഭിനയിച്ചതിനുശേഷമാണ് കൂടുതൽ അറിയപ്പെടാൻ തുടങ്ങിയതെങ്കിലും അതിനു മുമ്പുതന്നെ നാടകരംഗത്ത് പ്രശസ്തയായ നടിയാണ് വിലാസിനി. സംഗീതനാടക അക്കാദമി മത്സരത്തിൽ ഒന്നിലധികം തവണ നടിക്കുള്ള സമ്മാനവും പിന്നീടു ഗുരുപൂജ അവാർഡും നേടുകയുണ്ടായി. നിരവധി പ്രൊഫഷണൽ നാടക ട്രൂപ്പുകളിലും അമേച്വർ കലാസമിതികളിലും അഭിനയിച്ച അവർ മുമ്പത്തെപ്പോലെ സജീവമല്ലെങ്കിലും ഇപ്പോഴും സിനിമകളിലും നാടകത്തിലും പ്രവർത്തിക്കുന്നു.

ഒരുപക്ഷേ, മുൻപറഞ്ഞ നടികളേക്കാളൊക്കെ മുമ്പേ നാടകരംഗത്ത് വന്ന നടിയാണ് കണ്ണൂർരാജം. കോഴിക്കോട് കേന്ദ്രമാക്കി പ്രവർത്തിച്ചുവന്നിരുന്ന ആദ്യകാല പ്രൊഫഷണൽ നാടകക്കമ്പനിയായ 'രാജ തിയേറ്റഴ്സിൽ' അഭിനയിച്ചുകൊണ്ടാണ് നാടകരംഗത്ത് വന്നത്. പിന്നീട് മലബാറിലെ പ്രമുഖങ്ങളായ അമേച്വർ കലാസമിതികളിൽ പലതിലും അഭിനയിച്ചു. ചെറുകുന്ന് പ്രസന്ന കലാസമിതി അവതരിപ്പിച്ച *ചിതാപുഷ്പം* നാടകത്തിലൂടെ കോഴിക്കോട് നടന്ന സംസ്ഥാന നാടകമത്സരത്തിൽ നടിക്കുള്ള സമ്മാനം നേടി. കണ്ണൂർ ചിറയ്ക്കൽ സ്വദേശിയായ ഈ കലാകാരിയുടെ കുടുംബം കലാകാരന്മാരെക്കൊണ്ടു നിറഞ്ഞതായിരുന്നു. ഉചിതവും മിതവുമായ അഭിനയംകൊണ്ട് എല്ലാവർക്കും പ്രിയങ്കരിയായ ഈ നടി *ആഭിജാത്യം* തുടങ്ങിയ പല സിനിമകളിലും അഭിനയിച്ചിട്ടുണ്ട്. സംഗീതാദ്ധ്യാപകനായിരുന്നു ഭർത്താവ്. അർബ്ബുദരോഗം വന്നാണ് മരിച്ചത്.

വടകര ഇരിങ്ങൽ സ്വദേശിയായ നാരായണി അഭിനയസിദ്ധിയിൽ മലബാറിലെ മറ്റു നടികളെ അതിശയിപ്പിച്ചു. കോഴിക്കോട് നടന്ന നാടകമത്സരത്തിൽ *പെരച്ചി...* എന്ന നാടകത്തിലൂടെ ഏറ്റവും നല്ല നടിക്കുള്ള സമ്മാനം നേടി. വിശ്രുത സംഗീതജ്ഞനായ ബാബുരാജും മറ്റുമായിരുന്നു ഈ നാടകത്തിന്റെ പിന്നണിയിൽ. ആകാശവാണി നാടകങ്ങളിലും സജീവമായിരുന്നു.

സംഗമം തിയേറ്ററിൽ പ്രധാന റോളുകളിൽ അഭിനയിച്ചു പ്രശസ്തയായ കോഴിക്കോട് എൽസി മലബാറിലെ പ്രമുഖ നടികളിൽ ഒരാളാണ്. അമേച്വർ നാടകരംഗത്ത് പല മത്സരങ്ങളിലും തുടർച്ചയായി സമ്മാനങ്ങൾ നേടിയ ഈ നടി ആകാശവാണി നാടകങ്ങളിലും മറ്റും ഇപ്പോഴും സജീ

വമാണ്. വയലിനിസ്റ്റ് സുകുമാരനാണ് ഭർത്താവ്.

ഇപ്പോൾ മലയാള സിനിമാരംഗത്ത് സജീവമായി പ്രവർത്തിക്കുന്ന സീനത്ത് കോഴിക്കോട് കലിംഗ തിയേറ്റേഴ്സിലെ പ്രമുഖ നടിയായിരുന്നു. പ്രൊഫഷണൽ നാടകമത്സരത്തിൽ നല്ല നടിക്കുള്ള സമ്മാനം നേടിയിട്ടുണ്ട്.

പ്രശസ്തനടനും നാടകപ്രവർത്തകനുമായിരുന്ന നിലമ്പൂർ ബാലന്റെ ഭാര്യയായ വിജയലക്ഷ്മി സംഗമം തിയേറ്റേഴ്സിലെ പ്രമുഖ നടിയായിരുന്നു. കേരള സംഗീത നാടക അക്കാദമിയുടെ ഗുരുപൂജ അവാർഡു നേടിയിട്ടുണ്ട്. പ്രൊഫഷണലും അമേച്വറുമായ നിരവധി നാടകസംഘങ്ങളിൽ പ്രവർത്തിച്ച സാവിത്രി ശ്രീധരൻ കേരള സംഗീത നാടക അക്കാദമിയുടെ അവാർഡു നേടുകയുണ്ടായി. കോഴിക്കോടു നഗരസഭാ കൗൺസിലിലും മറ്റുമായി പ്രവർത്തിച്ച സാവിത്രി അറിയപ്പെടുന്ന രാഷ്ട്രീയ പ്രവർത്തക കൂടിയാണ്. പാലക്കാട് ജില്ലയിലെ പ്രമുഖ നടികളിലൊരാളാണ് വി ടി സുശീല. മലബാറിലെ അമേച്വർ നാടകവേദിക്കു പ്രിയങ്കരിയായ ഈ നടി കോഴിക്കോട് ആകാശവാണിയിലേയും പ്രമുഖ നാടകകലാകാരിയാണ്. പ്രശസ്ത നാടകകൃത്തായ എൻ ഗണേശന്റെ ഭാര്യ മീനഗണേശൻ തന്റെ സ്വതസിദ്ധമായ അഭിനയചാതുര്യം കൊണ്ടു സ്റ്റേജിലും ഫിലിമിലും ഒരുപോലെ വിജയിച്ച നടിയാണ്. സിനിമയിൽ ഇപ്പോൾ സജീവമാണ്. കാസർഗോഡ് ജില്ലയിൽ കൊടക്കാട് സ്വദേശിയായ ലക്ഷ്മി അവിഭക്ത കണ്ണൂർ ജില്ലയിലെന്നല്ല കേരളത്തിൽ മുഴുവൻ പ്രശസ്തയായ നടിയാണ്. കേരള സംഗീതനാടക അക്കാദമിയുടെ ഗുരുപൂജ അവാർഡ് നേടിയ ഈ സീനിയർ നടി ഇപ്പോഴും അരങ്ങിലും ആകാശവാണിയിലും സജീവമായിത്തന്നെ ഉണ്ട്. കോഴിക്കോട്ട് ശക്തി അവാർഡിനു വേണ്ടി നടത്തിയ നാടകമത്സരത്തിൽ നീലേശ്വരം ബ്രദേഴ്സ് ആർട്ട്സ് ക്ലബ്ബ് അവതരിപ്പിച്ച *ഉഷഃസന്ധ്യ*യിലൂടെ ഏറ്റവും നല്ല നടിക്കുള്ള സമ്മാനം നേടിയ അമ്മിണി ചന്ദ്രാലയം സംഗമം, ചിരന്തന, കാകളി എന്നിങ്ങനെ വിവിധ പ്രൊഫഷണൽ സംഘങ്ങളിൽ പ്രവർത്തിച്ചു. നാടകപ്രവർത്തകനായ ചന്ദ്രാലയം നാരായണനാണ് ഭർത്താവ്. ആകാശവാണി ആർട്ടിസ്റ്റാണ്. കേരള സംഗീത നാടക അക്കാദമി അവാർഡ് നേടിയ *കേളു* എന്ന നാടകത്തിലൂടെ ശ്രദ്ധേയയായ യശോദ കാസർഗോഡ് കാലിക്കടവ് സ്വദേശിയാണ്. പല പ്രൊഫഷണൽ നാടകസംഘങ്ങളിലും പ്രവർത്തിച്ചിട്ടുണ്ട്. പയ്യന്നൂരിൽ നടന്ന സംസ്ഥാന നാടകമത്സരത്തിൽ ചെറുകുന്ന് പ്രസന്ന കലാസമിതി അവതരിപ്പിച്ച എൻ എൻ പിള്ളയുടെ *ക്രോസ് ബെൽട്ടിൽ* പ്രധാന കഥാപാത്രമായി അഭിനയിച്ച് നല്ല നടിക്കുള്ള സമ്മാനം നേടിയ സൗമിനി നീലേശ്വരം ജനത കലാസമിതിയിലും ചിരകാലം പ്രവർത്തിച്ചിട്ടുണ്ട്. പ്രശസ്ത നടൻ പിനാൻ (പി നാരായണൻ മാസ്റ്റർ) ഭർത്താവാണ്. കോൺഗ്രസ് സംഘടനയുടെ മഹിളാവിഭാഗത്തിന്റെ നേതൃനിരയിൽ പ്രവർത്തിച്ചു. തുള്ളൽക്കളിയിലൂടെ കലാരംഗത്ത് പ്രവേശിച്ച ഉഷ പയ്യന്നൂർ പിന്നീടു നാടക നടിയായി. നിരവധി അമേച്വർ കലാ സംഘടനകളുമായി ബന്ധ

പ്പെട്ടു. കണ്ണൂരിലെ അമേച്വർ നാടകപ്രസ്ഥാനത്തിന്റെ വളർച്ചയെ ഏറെ സഹായിച്ച കലാകാരിയാണ്.

സംഗമം, സ്റ്റേജ് ഇന്ത്യ, ചിരന്തന, കണ്ണൂർ സംഘചേതന എന്നിങ്ങനെ പല പ്രൊഫഷണൽ നാടകസംഘങ്ങളിലും പ്രവർത്തിച്ച ഭാനുമതി, കരിവെള്ളൂർ അമേച്വർ കലാസമിതികളുടെ വളർച്ചയ്ക്കും കാര്യമായി സംഭാവന നല്കിയിട്ടുണ്ട്. അന്തരിച്ച പ്രശസ്ത നടൻ കരിവെള്ളൂർ ബാലന്റെ ഭാര്യ ഇപ്പോഴും രംഗത്ത് സജീവമാണ്.

കണ്ണൂർ ജില്ലയിലെ ആദ്യകാല നടികളിൽ പ്രമുഖയാണ് ജെസ്സി. നിരവധി കലാസമിതികളിൽ അഭിനയിച്ചു. അമേച്വർ നാടകപ്രസ്ഥാനത്തിന്റെ വളർച്ചയ്ക്കു വലിയ സംഭാവന ചെയ്തു. 1962 ൽ എറണാകുളത്ത് ഗാന്ധി തത്ത്വപ്രചാരകകേന്ദ്രം നടത്തിയ നാടകമത്സരത്തിൽ *സ്നേഹം അനാഥമല്ല* എന്ന നാടകത്തിലൂടെ നല്ല നടിക്കുള്ള ഒന്നാം സമ്മാനം നേടി. പിന്നീടു സിനിമയിൽ പ്രവർത്തിച്ച ഈ കലാകാരി പേരെടുത്ത ഡബ്ബിങ് ആർട്ടിസ്റ്റുകൂടിയാണ്.

എലിപ്പത്തായം എന്ന പ്രഖ്യാത സിനിമയിൽ ശ്രദ്ധേയമായ റോളിൽ അഭിനയിച്ച ജോയ്സി കണ്ണൂരിലെ നാടകപ്രസ്ഥാനത്തിന്റെ വളർച്ചയിൽ ഏറെ സംഭാവന ചെയ്ത കലാകാരിയാണ്. കഴിവും അർപ്പണബുദ്ധിയും തികഞ്ഞ ഈ നടി അകാലത്തിൽ അന്തരിച്ചു.

കേരള സംഗീത നാടക അക്കാദമിയുടെ ഗുരുപൂജ പുരസ്കാരം നേടിയ കണ്ണൂർ സരസ്വതി ദീർഘകാലമായി അമേച്വറും പ്രൊഫഷണലുമായ നാടകവേദിയിൽ സജീവമായി പ്രവർത്തിക്കുന്നു. കണ്ണൂർ സംഘചേതനയിലെ മുഖ്യ നടിയാണ്.

കണ്ണൂർ ജില്ലയിലെ അമേച്വർ നാടകപ്രസ്ഥാനത്തിന് ഏറെ സംഭാവന ചെയ്ത പ്രശസ്ത നടിയാണ് അഴിക്കോട് സ്വദേശിയായ പി സി തങ്കം. പ്രശസ്ത നാടകനടനും സംവിധായകനുമായ ഹരിദാസ് ചെറുകുന്നിന്റെ സഹധർമ്മിണിയാണ്. ആരോഗ്യപരമായ കാരണങ്ങളാൽ ഇപ്പോൾ രംഗത്തില്ല. കണ്ണൂർജില്ലയിലെ നിരവധി അമേച്വർ കലാസംഘടനകളിൽ ദീർഘകാലമായി പ്രവർത്തിച്ചു വരുന്ന കലാകാരികളാണ് ചന്ദ്രമതിയും സഹോദരി ശാരദയും. കണ്ണൂർ ജില്ലയിലെ മികച്ച നടികളിലൊരാളാണ് തങ്കമണി കതിരൂർ. കണ്ണൂർ സംഘചേതനയിൽ ദീർഘകാലം നടിയായിരുന്നു. നിരവധി അമേച്വർ കലാസംഘടനകളുമായി ബന്ധപ്പെട്ടു പ്രവർത്തിച്ച ഈ നടി ആകാശവാണിയിലെയും കലാകാരിയാണ്.

കേരള സർക്കാരിന്റെ പ്രൊഫഷണൽ നാടകമത്സരത്തിൽ സംഗമം തിയേറ്റർ അവതരിപ്പിച്ച *നന്ദി വീണ്ടും വരിക* എന്ന നാടകത്തിലൂടെ ഏറ്റവും മികച്ച നടിക്കുള്ള സമ്മാനം നേടിയ കണ്ണൂർ ശ്രീലത പിന്നീടു നാടകം വിട്ടു സിനിമയിലേക്കു പോയി. സിനിമയിലും സീരിയലിലും ഇപ്പോഴും സജീവമാണ്. ശ്രീലതയുടെ അച്ഛൻ കണ്ണൂർ രാജൻ ദീർഘകാലം പ്രൊഫഷണൽ നാടകരംഗത്ത് നടനായിരുന്നു.

കണ്ണൂർ ജില്ലയിലെ അമേച്വർ നാടക പ്രസ്ഥാനത്തിലെ കലാകാരി

യായ രജിത മധു. പ്രൊഫഷണൽ നാടകരംഗത്തേക്കാൾ അമേച്വർ നാടകരംഗത്തു തന്നെ ഉറച്ചുനിന്ന് ആ പ്രസ്ഥാനത്തെ മുന്നോട്ടു നയിക്കുന്ന പ്രധാന നടിയാണ്. രജിതയുടെ ഏകപാത്രനാടകമായ *അബൂബക്കറിന്റെ ഉമ്മ* കേരളത്തിലും ഇതര സംസ്ഥാനങ്ങളിലുമായി ആയിരത്തിലധികം വേദികൾ പിന്നിട്ടുകഴിഞ്ഞു.

മിനി രാധനും അമേച്വർ നാടകരംഗത്തു തന്നെ ഉറച്ചു നില്ക്കുന്നു. സംസ്ഥാന പ്രൊഫഷണൽ നാടകമത്സരത്തിൽ കണ്ണൂർ സംഘചേതനയുടെ നാടകത്തിലൂടെ ഏറ്റവും നല്ല രണ്ടാമത്തെ നടിയായി തെരഞ്ഞെടുക്കപ്പെട്ടു.

സാഹചര്യങ്ങളുടെ പ്രേരണകൊണ്ടും മറ്റും ഏതാനും നാടകങ്ങളിൽ മാത്രം അഭിനയിച്ച് നാടകരംഗത്തുനിന്നു വിടവാങ്ങിയവരാരും മുകളിൽ പറഞ്ഞ പട്ടികയിലില്ല. സർവ്വേ നടത്തിയാൽ അത്തരക്കാർ നൂറുകണക്കിനുണ്ടാകും. അവരുടെ സേവനത്തേയും കുറച്ചു കാണുന്നില്ല. എന്നാൽ മുകളിൽ അനുസ്മരിക്കപ്പെട്ടവരെല്ലാം ദീർഘകാലം പല ത്യാഗങ്ങൾ സഹിച്ച് നാടകരംഗത്തു ഉറച്ചു നിന്നവരും ഒരുകാലത്ത് മലബാർ പ്രദേശങ്ങളിൽ ജ്വലിച്ചുനിന്ന അമേച്വർ നാടകപ്രസ്ഥാനത്തിന് ഇന്ധനം പകർന്നവരും ആണ്. ഓരോരുത്തരെക്കുറിച്ചും എഴുതാൻ നിരവധിയുണ്ടു കാര്യങ്ങൾ. ഇവരെക്കുറിച്ചെല്ലാം ലേഖനങ്ങളും പുസ്തകങ്ങളും എഴുതാൻ ചിലപ്പോൾ കഴിഞ്ഞെന്നുവരും. എന്നാൽ ഇത് ഒരോർമ്മപ്പെടുത്തൽ മാത്രമാണ്.

മാധവിക്കുട്ടിയും മാധവിവർമ്മയും

ഡോ. സി ജയകുമാർ

കഥാകാരിയും കവയിത്രിയുമായ മാധവിക്കുട്ടിക്ക് നാടകരചനയും വഴങ്ങുമെന്ന് അധികമാരും അറിഞ്ഞിട്ടുണ്ടാവില്ല. എന്നാൽ ഡി സി ബുക്സ് പ്രസിദ്ധീകരിച്ച *മാധവിക്കുട്ടിയുടെ സമ്പൂർണ്ണകൃതികളിൽ* (2009) *മാധവിവർമ്മ* എന്ന മുഴുനീള നാടകവും *കടലിൽ വേലിയേറ്റം* എന്ന ലഘു നാടകവും ചേർത്തിട്ടുണ്ട്. *കടലിൽ വേലിയേറ്റം* മാധവിക്കുട്ടിതന്നെ എഴുതിയ *മെമ്മറി ഗ്രേറ്റ് മൂഡി സീ* എന്ന ഇംഗ്ലീഷ് നാടകത്തിന്റെ മലയാളരൂപമാണ്. ഈ ഇംഗ്ലീഷ് നാടകം 1991 ൽ ബോധി പബ്ലിക്കേഷൻസ് പ്രസിദ്ധപ്പെടുത്തിയ *ദ ബെസ്റ്റ് ഓഫ് കമലാദാസ്* (എഡിറ്റർ പി പി രവീന്ദ്രൻ) എന്ന പുസ്തകത്തിൽ ഉൾപ്പെടുത്തിയിട്ടുണ്ട്. കൂടാതെ *വി ഐ പി, തീവണ്ടി* എന്നിങ്ങനെ ആശാ തോമസ് ഇംഗ്ലീഷിൽ നിന്ന് വിവർത്തനം ചെയ്ത് *പച്ചക്കുതിരയിൽ* പ്രസിദ്ധീകരിച്ച രണ്ടു ലഘുനാടകങ്ങൾകൂടി മാധവിക്കുട്ടിയുടേതായിട്ടുണ്ട്. ഇവയൊക്കെയാണ് ഒരു മലയാളി വായനക്കാരന് ലഭ്യമായിട്ടുള്ള മാധവിക്കുട്ടിയുടെ നാടകരചനകൾ.

എന്നാൽ *ഗുൽമോഹർ, മോനെ കരയിക്കുന്നതെന്തിന്, വേലിയേറ്റം* എന്നിങ്ങനെ മൂന്നു നാടകങ്ങൾ കൂടി മാധവിക്കുട്ടി രചിച്ചിട്ടുണ്ടെന്ന് ജി ശങ്കരപ്പിള്ളയുടെ *സംവിധാനസങ്കല്പം* എന്ന ഗ്രന്ഥത്തിൽ കാണുന്നു. 'നാടകത്രയം' എന്നാണ് ഈ കൃതികളെ വിശേഷിപ്പിച്ചിട്ടുള്ളത്. നാടകത്രയത്തിലുൾപ്പെട്ട നാടകങ്ങൾ ഇതുവരെയും പ്രസിദ്ധീകരിച്ചു കണ്ടിട്ടില്ല എന്നാണറിവ്. മറിച്ച് ജി ശങ്കരപ്പിള്ളയുടെ കുറിപ്പുകളിൽ നിന്നാണ് ഈ നാടകങ്ങളെക്കുറിച്ച് പുറം ലോകമറിയുന്നത്. ജി ശങ്കരപ്പിള്ള പ്രസ്തുത നാടകങ്ങളെ വിലയിരുത്തുന്നത് ഇങ്ങനെയാണ്. "സമൂഹം എന്ന അംഗീകൃത സ്ഥാപനത്തിന്റെയോ ധർമ്മനീതികൾ എന്ന നൂറ്റാണ്ടുകൾ പഴക്കമുള്ള ചങ്ങലക്കെട്ടിന്റെയോ പിടിയിലൊതുങ്ങാത്ത ആത്മാ

വുകളുടെ ബന്ധം, ജീവിതത്തിന്റെ അനിവാര്യ ദുഃഖാനുഭവങ്ങളിൽ ഏകാന്തമായ സ്വന്തം കിളിക്കൂടുകൾക്കുള്ളിൽ ആശ്വസിച്ചും ആശ്വസിപ്പിച്ചും വേദനകളെ മധുരീകരിക്കുവാനുള്ള ആ ആത്മാവുകളുടെ അഭിവാഞ്ഛ, അവിടെല്ലാം ആ ഏകാന്തതയെ ഭഞ്ജിക്കുവാൻ കടന്നുവരുന്ന ആഗന്തുകന്മാർ, മുദ്രാവാക്യങ്ങളുടെ വിജയാട്ടഹാസം, വേലിയേറ്റത്തെ ത്വരിതപ്പെടുത്തുന്ന കാറ്റ്, ഒടുവിൽ സാക്ഷാൽ മരണവും. അതാണ് ഈ നാടകത്രയത്തിന്റെ പ്രമേയം."[1] ഇതിലെ അവസാനഭാഗം വായിക്കുമ്പോൾ സമ്പൂർണ്ണ കൃതികളിലെ 'കടലിൽ വേലിയേറ്റ'വും നാടകത്രയത്തിലെ 'വേലിയേറ്റ'വും ഒന്നായിരിക്കാം എന്നൊരു സംശയമുയരുക സ്വാഭാവികം. നാടകത്രയത്തിൽപ്പെട്ട മൂന്നു നാടകങ്ങളും ജി ശങ്കരപ്പിള്ള സംവിധാനം ചെയ്തു അരങ്ങിലെത്തിച്ചിട്ടുണ്ട്. നാടകകലാകേന്ദ്രങ്ങളിലെ വിദ്യാർത്ഥി പരിശീലനത്തിന്റെ ഭാഗമായി തിരുവനന്തപുരത്ത് ഗ്രന്ഥശാലാ സംഘം ഹാളിലാണ് ഇവ അരങ്ങേറിയതെന്നും താനും അതിൽ അഭിനയിച്ചിട്ടുണ്ടെന്നും *മലയാള നാടകസാഹിത്യ ചരിത്രം* എന്ന ഗ്രന്ഥത്തിൽ ഡോ. വയലാ വാസുദേവൻപിള്ള രേഖപ്പെടുത്തുന്നുണ്ട്.[2] ഇതൊക്കെ സൂചിപ്പിക്കുന്നത് കവിതപോലെ, കഥപോലെ, നോവൽ പോലെ നാടകരചനയും ഈ എഴുത്തുകാരിക്ക് വഴങ്ങും എന്നുതന്നെയാണ്.

നാടകവുമായി തനിക്ക് കുട്ടിക്കാലം മുതൽക്കേ ബന്ധമുണ്ടായിരുന്നുവെന്ന് മാധവിക്കുട്ടി തന്നെ പറഞ്ഞിട്ടുണ്ട്. 'വന്നേരി ചിൽഡ്രൻസ് ഡ്രമാറ്റിക് സൊസൈറ്റി' എന്ന കുട്ടികളുടെ നാടകസംഘം രൂപീകരിച്ചതും പ്രഗത്ഭരായ പലരുടെയും നാടകങ്ങൾ അവിടെ അവതരിപ്പിച്ചതും *മൈസ്റ്റോറി*യിൽ അവർ വിശദമാക്കുന്നുണ്ട്.[3] ഭാസന്റെ *സ്വപ്നവാസവദത്തം*, കാളിദാസന്റെ *ശാകുന്തളം*, വിക്ടർ ഹ്യൂഗോയുടെ *പാവങ്ങൾ* തുടങ്ങിയ നാടകങ്ങളാണ് അവിടെ അവതരിപ്പിക്കപ്പെട്ടത്. തന്റെ അഭിനയത്തെക്കുറിച്ചും ബാല്യത്തിലെ നാടകാനുഭവങ്ങളെക്കുറിച്ചുമെല്ലാം ഇവിടെ അവർ തുറന്നെഴുതുന്നുണ്ട്.

മാധവിക്കുട്ടി ആദ്യമായി നാടകമെഴുതുന്നത് പ്രമുഖനാടക പ്രവർത്തകൻ ഇബ്രാഹിം വെങ്ങരയുടെ നിർബ്ബന്ധത്തിന്റെ ഫലമായിട്ടാണ്. 1986 ൽ അദ്ദേഹത്തിന്റെ മേൽനോട്ടത്തിലുള്ള കോഴിക്കോട് ചിരന്തനാ തിയേറ്റേഴ്സ് എന്ന പ്രൊഫഷണൽ നാടകസമിതിക്കുവേണ്ടി മാധവിക്കുട്ടി *മാധവിവർമ്മ* എന്ന നാടകമെഴുതി. മാധവിക്കുട്ടിയുടെ ആദ്യനാടകമെന്നതിലുപരി ഒരു സ്ത്രീരചിക്കുന്ന ആദ്യത്തെ പ്രൊഫഷണൽ നാടകമാണ് *മാധവിവർമ്മ* എന്നതു ചരിത്രം. വ്യത്യസ്തതയുള്ള പ്രമേയങ്ങൾ നാടകങ്ങളിലൂടെയും മലയാളിക്കു മുന്നിലെത്തിക്കാൻ മാധവിക്കുട്ടിക്ക് കഴിഞ്ഞിട്ടുണ്ട്. പ്രണയവും രതിയും മരണവും അധികാരവും ആഘാതവുമെല്ലാം ഈ നാടകങ്ങൾക്കു വിഷയമാണ്. സ്ത്രീയും പുരുഷനും തമ്മിലുള്ള അപൂർവ്വബന്ധത്തിന്റെ കഥ പറയുകയാണ് *വി കെ പി* യിൽ. സമൂഹത്തിലെ രണ്ടു തലങ്ങളിൽപ്പെട്ട രണ്ടു സ്ത്രീകളുടെ സ്വത്വവൈരുദ്ധ്യമാണ് *തീവണ്ടി*യിലെ പ്രമേയം. സ്നേഹവും ത്യാഗവും അധികാരവും മരണവു

മൊക്കെയാണ് *കടലിൽ വേലിയേറ്റ*ത്തിലുള്ളത്. എന്നാൽ ഇവയേക്കാളൊക്കെ ഗഹനവും നാടകീയവുമാണ് *മാധവിവർമ്മ* എന്ന നാടകം. ഇതരസാഹിത്യരൂപങ്ങളിൽ മാധവിക്കുട്ടി എന്തായിരുന്നുവോ, അതിന്റെ സൂക്ഷ്മഭാവങ്ങളാണ് ഈ നാടകത്തിൽ കാണുന്നത്. അതുകൊണ്ടുതന്നെ മാധവിവർമ്മ പ്രത്യേക പഠനമർഹിക്കുന്നു.

ഇതിവൃത്തത്തിലൂടെ

അഞ്ച് രംഗങ്ങളായിട്ടാണ് *മാധവിവർമ്മ* സംവിധാനം ചെയ്തിരിക്കുന്നത്. ഒന്നാം രംഗം മെഡിക്കൽ കോളേജ് ഹോസ്പിറ്റലിനോടു ചേർന്നുള്ള ഇന്റേൺമാരുടെ മുറിയാണ്. കഥാപാത്രങ്ങളുടെ സ്വഭാവവും അവർ തമ്മിലുള്ള ബന്ധവും വ്യക്തമാക്കുന്നുണ്ട് ഈ രംഗത്തിൽ. ഡോക്ടർമാരായ സുശീലും ദീപയും മാധവിവർമ്മയും വിനായകും രോഗിയായ അബ്ദുള്ളിന്റെ ബാപ്പയും ദീപയുടെ കാമുകൻ സന്ദീപും മറ്റുമാണ് ഈ രംഗത്തു പ്രത്യക്ഷപ്പെടുന്നത്. ദീപയുടെ അപഥസഞ്ചാരവും ഡോക്ടർ സനാതനന്റെ ഹൗസ്മെൻ ആയി മാധവിവർമ്മ നിയമിക്കപ്പെടുന്നതിലുള്ള അവളുടെ അമർഷവും ഡോക്ടർ മാധവിയുടെ അച്ഛൻ ഓബ്സ്ട്രക്ടീവ് ഹെപ്പറ്റൈറ്റിസിൽ റിസർച്ച് നടത്തിയിരുന്ന മഹാനായ ഡോ. വർമ്മയാണെന്നും പക്ഷേ, റിസർച്ച് മുഴുമിപ്പിക്കുന്നതിനുമുമ്പ് ഭ്രാന്തെടുത്ത് അയാൾ മരണത്തിന് കീഴടങ്ങിയെന്നും മറ്റും വെളിവാക്കപ്പെടുന്നതും ഈ രംഗത്തിലാണ്. അബ്ദുള്ളിനെ അവന്റെ ബാപ്പയുടെ നിർബ്ബന്ധപ്രകാരം ആശുപത്രിയിൽ നിന്നും പേരുവെട്ടിച്ചു കൊണ്ടുപോകുമ്പോൾ ഡോ. സുശീൽ നിസ്സംഗതയോടിരിക്കുന്നു. അതിൽ ഡോ. മാധവിക്ക് നീരസമുണ്ട്. ദീപയുടെ വഴിവിട്ട പോക്ക് കാമുകനായ സന്ദീപിനെ ക്ഷുഭിതനാക്കുന്നു. എങ്കിലും അവളുടെ വാചാലതയ്ക്കു മുന്നിൽ അയാൾ കീഴടങ്ങുന്നു. ഇവിടെ ഒന്നാം രംഗം അവസാനിക്കുകയാണ്.

രണ്ടാംരംഗം ഡോ. മാധവിയുടെ വീടാണ്. മാധവിയും അമ്മയായ രാധാഭായിയും തമ്മിലുള്ള സംഭാഷണത്തോടെയാണ് ഈ രംഗം ആരംഭിക്കുന്നത്. പ്രസിദ്ധനായ അച്ഛന്റെ മോഹവും സ്വപ്നവുമായി വളർന്നവളാണ് മാധവി. പക്ഷേ, ഇന്ന് ആ അച്ഛനില്ല. എങ്കിലും ആ കുറവറിയിക്കാതെയാണ് രാധാഭായി മകളെ വളർത്തുന്നത്. അതുകൊണ്ടാണ് അവളുടെ വിവാഹത്തെക്കുറിച്ച് ആ അമ്മ ആശങ്കപ്പെടുന്നതും. ഈ രംഗത്തേക്ക് ഡോ. സനാതൻ വന്നു കയറുകയാണ്. വർഷങ്ങൾക്കു മുമ്പ് ഡോ. വർമ്മയുടെ അസിസ്റ്റന്റായിരുന്നു ഇദ്ദേഹം. ഇപ്പോൾ ഒബ്സ്ട്രക്റ്റീവ് ഹെപ്പറ്റൈറ്റിസിനെക്കുറിച്ചു ഒരു പേപ്പർ അവതരിപ്പിക്കുവാൻ സ്റ്റോക്ക്ഹോമിലേക്കു പോകാൻ തയ്യാറെടുക്കുകയാണ് സനാതനൻ. ഡോ. വർമ്മ നടത്തിയ റിസർച്ചിന്റെ വിശദാംശങ്ങളടങ്ങിയ ഒരു ഫയൽ ഇവിടെയുണ്ടെന്നും അത് തനിക്ക് തരണമെന്നും ഡോ. സനാതൻ, മാധവിയുടെ അസാന്നിദ്ധ്യത്തിൽ രാധാഭായിയോട് ആവശ്യപ്പെടുന്നു. ഒരു കാലത്ത് തന്റെ എല്ലാ

മായിരുന്നു രാധാഭായി എന്ന് ഓർമ്മിപ്പിക്കുവാനും സനാതൻ മറക്കുന്നില്ല. എങ്കിലും ഫയൽ കൊടുക്കാൻ രാധാഭായി ഒരുക്കമല്ലായിരുന്നു. "അതെന്റെ മകൾക്കുവേണ്ടി സൂക്ഷിച്ചിരിക്കുകയാണ്. അദ്ദേഹത്തിന്റേതായി അവൾക്കു കിട്ടിയ ഒരേയൊരു സ്വത്ത്."[4] എന്നാണ് രാധാഭായ് പറയുന്നത്. എന്നാൽ തങ്ങളുടെ കഴിഞ്ഞകാല കഥകളൊക്കെ മകളോട് പറയുമെന്ന് സനാതൻ ഭീഷണിപ്പെടുത്തുന്നു. അപ്പോൾ മുഖം പൊത്തിക്കരയുന്ന രാധാഭായിയെ കാട്ടിക്കൊണ്ട് രണ്ടാം രംഗം അവസാനിക്കുന്നു.

ഒരു ചേരിപ്രദേശത്തെ അബ്ദുള്ളിന്റെ കുടിലാണ് മൂന്നാംരംഗം ഡോ. സുശീലും മാധവിയും അവിടം സന്ദർശിക്കാനെത്തുന്നു. അവരെ ആദരവോടെ സ്വീകരിക്കുകയാണ് അബ്ദുള്ളയും അമ്മയും. അബ്ദുള്ളിനോടുള്ള സുശീലിന്റെ പെരുമാറ്റം മാധവിയിൽ ആദരവും സ്നേഹവും ബഹുമാനവും നിറയ്ക്കുന്നു. എങ്കിലും താൻ വിവാഹിതനാണ് എന്ന് ഓർമ്മിപ്പിക്കുന്ന സുശീലിനു മുന്നിൽ അവൾ തന്റെ പ്രണയം മൂടിവയ്ക്കുന്നു.

നാലാം രംഗം വീണ്ടും ഇന്റേൺമാരുടെ മുറിയാണ്. രണ്ടു മരണങ്ങൾ ഈ രംഗത്ത് സംഭവിക്കുന്നുണ്ട്. ദീപയുടെ കാമുകൻ സന്ദീപും ഡോ. സുശീലും. മാധവി ഡോ. സനാതന്റെ ഹൗസ്മെനായി നിയമിതനാവുന്നതും ഈ രംഗത്തിലാണ്. സന്ദീപിന്റെ മരണത്തോടെ ദീപ ഒരു പുനർവിചിന്തനത്തിന് തയ്യാറാകുന്നു. മറ്റൊരു കാമുകനിൽനിന്നും ഗർഭം ധരിച്ച അവൾ, കുഞ്ഞിനെ സന്ദീപിന്റെ അച്ഛന് കാണിക്കവെച്ച് അദ്ദേഹത്തെ ശുശ്രൂഷിച്ച് ശിഷ്ടകാലം കഴിയാനാഗ്രഹിക്കുന്നു. "എന്റെ മറ്റു രണ്ടു കാമുകന്മാരിൽ ആരാണ് മധുരമായ ഈ ചുമട് എനിക്കു തന്നതെന്ന് അറിയില്ല. അതെനിക്ക് ഒരു പ്രശ്നമല്ല. മടിയിലിരുത്തി കളിപ്പിക്കാൻ, താലോലിക്കാൻ ഒരു കുഞ്ഞുവേണം. എന്റെ ഭർത്താവിന്റെ അച്ഛന്- മുഖർജിമാമായ്ക്ക് ഭക്ഷണമുണ്ടാക്കിക്കൊടുക്കാനും കുഞ്ഞിനു മുലകൊടുക്കാനും ഞാൻ ആഗ്രഹിക്കുന്നു."[5] ദീപയുടെ ഈ വാക്കുകൾ അവളുടെ മാനസാന്തരത്തിന്റെ പ്രതിഫലനമാണ്. എന്നാൽ ഇതിലും വലിയ ഒരു നാടകീയതയോടെയാണ് ഈ രംഗം അവസാനിക്കുന്നത്. അത് രോഗം വന്ന് മരണത്തിനു കീഴടങ്ങിയ സുശീൽ വിവാഹിതനായിരുന്നില്ലെന്നുള്ള സുശീലിന്റെ അച്ഛന്റെ വെളിപ്പെടുത്തലായിരുന്നു.

അവസാന രംഗത്തെ പ്രധാന സംഭവം വിമാനാപകടത്തിൽ ഡോ. സനാതൻ മരിക്കുന്നതാണ്. അദ്ദേഹത്തിന്റെ സ്വത്ത് മാധവിയിൽ വന്നു ചേരുകയും ചെയ്യുന്നു. അതിന്റെ കാരണമന്വേഷിക്കുന്ന മാധവിക്ക് ഞെട്ടിക്കുന്ന വിവരങ്ങളാണ് അമ്മയിൽനിന്നും ലഭിക്കുന്നത്. മാധവിയുടെ അച്ഛൻ ഡോ. വർമ്മ അല്ലായെന്നും അദ്ദേഹത്തിന്റെ അസിസ്റ്റന്റായിരുന്ന ഡോ. സനാതനാണെന്നും രാധാഭായ്ക്ക് പറയേണ്ടിവന്നു. "വർമ്മ ഒരു പ്രതിഭാശാലിയായിരുന്നു. പക്ഷേ, ചെറുപ്പക്കാരിയായ ഭാര്യയുടെ മനസ്സിലെ ആഗ്രഹങ്ങൾ അദ്ദേഹമറിഞ്ഞില്ല. അദ്ദേഹം ജനങ്ങളുടേതായിരുന്നു. എന്റേതായിരുന്നില്ല. ഭക്ഷണസമയത്തുമാത്രം ഞാനദ്ദേഹത്തെ കാണും. സനാതൻ അസിസ്റ്റന്റായി വന്ന കാലം ഞാനൊരു സ്ത്രീയാണെന്ന് അയാളെനിക്ക്

മനസ്സിലാക്കിത്തന്നു (ശബ്ദമുയർത്തി) ഞാൻ വഴി മാറിപ്പോയതിൽ തെറ്റുണ്ടോ? എന്റെ മാത്രം കുറ്റമാണോ അത്?"[6] എന്നു ചോദിക്കുന്ന അമ്മയോട് "എന്നെ ആരുമല്ലാതാക്കിയല്ലോ അമ്മേ, ഞാനൊരു വിടന്റെ മകളാണ്. എന്റെ രക്തത്തെക്കുറിച്ച് ഞാനെങ്ങനെ ഊറ്റം കൊള്ളും... ഒരു ജാരസ്ത്രീയുടെ സന്താനമായ ഞാൻ..."[7] എന്നുപറഞ്ഞ് തേങ്ങിക്കരയുകയാണ് മാധവി. ഇങ്ങനെ അത്യന്തം സംഘർഷഭരിതമായ അന്തരീക്ഷത്തിൽ നാടകം അവസാനിക്കുന്നു. ഇത്തരത്തിൽ "താരതമ്യേന ഒരു നേർരേഖയിൽ പോകുന്ന കഥാസന്ദർഭത്തെ ആഴമുള്ള നാടകഭാഷയിലേക്ക് പരിവർത്തനം ചെയ്യപ്പെടുന്നത് കഥാപാത്ര സ്വഭാവത്തിൽ മാധവിക്കുട്ടി കൂട്ടിച്ചേർക്കുന്ന വിവിധ അടരുകളാണ്."[8]

സ്ഥൂലത്തിൽനിന്നും സൂക്ഷ്മത്തിലേക്ക്

ഇതര രചനാരൂപങ്ങളിൽ മാധവിക്കുട്ടി പ്രകടിപ്പിച്ച ദർശനങ്ങളത്രയും ഇഴപൊട്ടാതെ നാടകങ്ങളിലും കടന്നുവരുന്നുണ്ട്. അതിന് ഉത്തമോദാഹരണമാണ് *മാധവിവർമ്മ.* പ്രണയം, മരണം, ഏറ്റുപറച്ചിൽ ഇവ മൂന്നിലുമാണ് മാധവിക്കുട്ടിയുടെ ദർശനം നില്ക്കുന്നത്. *പക്ഷിയുടെ മണം* എന്ന കഥയിൽ നമുക്കിതു കണ്ടെത്താം. *കല്യാണി*യിലും ഇതര സൗന്ദര്യം തന്നെ ദർശിക്കാം. ഇതൊക്കെത്തന്നെയാണ് *മാധവിവർമ്മ* എന്ന നാടകത്തിലുള്ളത്. അവരുടെ പ്രധാന ചെറുകഥകളിൽ പ്രതിഫലിക്കുന്ന സൗന്ദര്യശാസ്ത്രം മാധവിവർമ്മയിൽ കേന്ദ്രീകരിക്കുന്നു എന്നുപറയാം. അങ്ങനെയാണ് *മാധവിവർമ്മ* സ്ഥൂലത്തിൽനിന്ന് സൂക്ഷ്മത്തിലേക്കുള്ള അയനമാകുന്നത്.

ദ്വന്ദ്വവ്യക്തിത്വം പേറുന്നവർ

മാധവിക്കുട്ടിയുടെ കഥാപാത്രങ്ങളിൽ ഭൂരിപക്ഷവും ദ്വന്ദ്വ വ്യക്തിത്വം പേറുന്നവരാണ്. പ്രത്യേകിച്ചും സ്ത്രീ കഥാപാത്രങ്ങൾ. ഒരേ സമയം ഭാര്യയായും കാമുകിയായും അവർ ജീവിക്കുന്നു. ഈ നാടകത്തിലെ ദീപ തന്നെ ഉദാഹരണം. ശരീരത്തെ ആഘോഷിക്കുന്നവളാണ് ദീപ. ഡോ. മുഖർജിയുടെ മകൾ സന്ദീപിന്റെ വിശ്വസ്തകാമുകിയായിരിക്കുമ്പോൾ തന്നെ അവൾ മറ്റു പുരുഷന്മാർക്ക് പിന്നാലേ പോകുന്നു. അതിൽ ലേശവും കുറ്റബോധവും അവൾക്കില്ല. തന്നെപ്പോലെയുള്ള ഒരു പെണ്ണിനെ ഉൾക്കൊള്ളാനുള്ള കരുത്ത് സന്ദീപിനില്ലെന്നാണ് അവളുടെ പക്ഷം. അതുകൊണ്ടാണ് അവൻ മരിച്ചതു നന്നായെന്ന് അവൾ പറയുന്നത്. എന്നാൽ സന്ദീപിന്റെ മരണശേഷം അവളുടെ മനോഭാവത്തിൽ മാറ്റം വരുന്നതായി നാം കാണുന്നു. അച്ഛനാരാണെന്നറിയാത്ത കുഞ്ഞിനെ പ്രസവിച്ച് സന്ദീപിന്റെ അച്ഛനുവേണ്ടി ഭക്ഷണം പാകം ചെയ്ത് ശിഷ്ടകാലം കഴിക്കാൻ അവൾ തയ്യാറെടുക്കുന്നു.

മഹാനായ ഒരു മനുഷ്യന്റെ ഭാര്യയായിരിക്കെത്തന്നെ മനസ്സു

കൊണ്ടും ശരീരംകൊണ്ടും പരപുരുഷനെ സ്വീകരിച്ചവളാണ് രാധാഭായ്. തന്റെ ഭർത്താവിനോടും മകളോടും താൻ കാട്ടിയ വഞ്ചന ഒടുവിൽ അവർ ഏറ്റുപറയുകയും ചെയ്യുന്നു. ഈ ഏറ്റുപറച്ചിൽ മാധവിക്കുട്ടിയുടെ ദർശനത്തിന്റെ ഒരു പ്രത്യേകതയാണ്. ദീപയിലും ഒരർത്ഥത്തിൽ നാം ദർശിക്കുന്നത് ഈ കുമ്പസാരം തന്നെയാണ്. നേരത്തെ സൂചിപ്പിച്ച *പക്ഷിയുടെ മണത്തി*ലും *കല്യാണി*യിലും ഈ ഏറ്റുപറച്ചിൽ നാം കാണുന്നുണ്ട്. ഡോ. സുശീലും ഒരർത്ഥത്തിൽ ദ്വന്ദ്വവ്യക്തിത്വത്തിനുടമയാണ്. രോഗികൾക്കായി സ്വയം സമർപ്പിക്കപ്പെട്ട ജീവിതം. അടുത്തിടപഴകുന്നവരോട് താൻ വിവാഹിതനാണെന്ന വെളിപ്പെടുത്തൽ- ഇവയൊക്കെ ആ വ്യക്തിത്വത്തിന്റെ ഭാഗമാണ്. ഒരുപക്ഷേ, അബോധപൂർവ്വമായി ഡോ. സുശീൽ, മാധവിയെ കാമിക്കുന്നുണ്ടാവാം. അതിൽ നിന്നൊരു രക്ഷയെന്ന നിലയിലാവാം താൻ വിവാഹിതനാണെന്ന് പ്രചരിപ്പിച്ചത്. ഇങ്ങനെ ഭാര്യയായിരിക്കുമ്പോഴും കാമുകിയായിരിക്കുമ്പോഴും അപരനോടുള്ള സ്നേഹാർത്തി, ഓരോ കഥാപാത്രവും പ്രത്യക്ഷമായോ അപ്രത്യക്ഷമായോ മറ്റു കഥാപാത്രങ്ങളോട് പ്രകടിപ്പിക്കുന്ന സ്നേഹവായ്പ്- ഇതെല്ലാം മാധവിവർമ്മയിൽ പ്രകടമാണ്. മനസ്സിന്റെ സങ്കീർണ്ണതകൾ കഥകളിയിലെപ്പോലെ നാടകങ്ങളിലും മാധവിക്കുട്ടി കൈകാര്യം ചെയ്യുന്നു. തീർച്ചയായും ഒരു മനോരോഗവിദഗ്ദ്ധന്റെ തീക്ഷ്ണമായ സമീപനം ആവശ്യപ്പെടുന്ന മേഖലയാണ് മാധവിക്കുട്ടിയുടെ ദ്വന്ദ്വവ്യക്തിത്വ (Splitted personality) രചന.

പ്രണയം/രതി

ഒരു പ്രണയസങ്കല്പം എപ്പോഴും മാധവിക്കുട്ടിയുടെ രചനകളിലുണ്ട്. പ്രത്യേകിച്ചും നിഗൂഢപ്രണയത്തിന്റേതായ ഒരു തലം. ഡോ. മാധവിക്ക്, ഡോ. സുശീലിനോടു തോന്നുന്ന പ്രണയം അത്തരത്തിലുള്ളതാണ്. വിവാഹിതനെങ്കിലും ഡോ. സുശീലിന്റെ പെരുമാറ്റം മാധവിയിൽ അയാളോട് പ്രണയമുണ്ടാക്കുന്നു. എന്നാൽ അത് അവളെ ഒളിപ്പിച്ചു വയ്ക്കുന്നു. എന്നത് ഡോ. സുശീൽ വിവാഹിതനല്ലെന്നറിയുമ്പോഴേക്കും അയാൾ മരണപ്പെടുകയും ചെയ്യുന്നു. ഇങ്ങനെ സഫലമാകാത്ത പ്രണയത്തിന്റെയും കാമനകളുടെയും ആവിഷ്കാരഭൂമികയായി ഈ നാടകം മാറുന്നു. മാധവി, ഡോ. സുശീലിനെ പ്രണയിക്കുന്നു. രാധാഭായി ഡോ. സനാതനെ പ്രേമിക്കുന്നു. ദീപ സന്ദീപിനെയും പിന്നെ അപരന്മാരെയും പ്രണയിക്കുന്നു. ഇങ്ങനെ അങ്ങോട്ടുമിങ്ങോട്ടും എങ്കോണിച്ചും പ്രണയത്തിന്റെ ഒരു സ്ഥൂലവല്ക്കരണം ഈ നാടകത്തിൽ കാണുന്നു.

പ്രണയത്തിന്റെ വന്യതടങ്ങളിൽത്തന്നെയാണ് രതിയുടെ കാറ്റ് വീശുന്നത്. നമ്മുടെ സാഹിത്യത്തിൽ രതി എപ്പോഴും ആൺനോട്ടത്തിലൂടെയാണ് ആവിഷ്കരിക്കപ്പെട്ടിട്ടുള്ളത്. അതിൽ നിന്നു വ്യത്യസ്തമായൊരു നിലപാടാണ് മാധവിക്കുട്ടി സ്വീകരിച്ചിട്ടുള്ളത്. "രതിമൂർച്ഛയോ? അങ്ങനെയാതൊന്നും താൻ അനുഭവിച്ചിട്ടില്ല"[9] എന്ന് സ്വന്തം മാതാവിനെ ഉദ്ധരി

ച്ചുകൊണ്ട് എഴുതിവച്ച അവർക്ക് രതി ഒരു സ്വാതന്ത്ര്യപ്രഖ്യാപനമായിരുന്നു. ഈ നാടകത്തിലെ ദീപ അത്തരത്തിൽ സൃഷ്ടിക്കപ്പെട്ട ഒരു കഥാപാത്രമാണുതാനും. പ്രണയത്തിന്റെ പാരമ്യതയിലാണ് അവർ സ്വന്തം ശരീരഭാഷപോലും നിർവ്വചിച്ചത്. ഈ രൂപാന്തരത്തിന്റെ ദർശനമാണ് കമലാ സുരയ്യയിലേക്കുള്ള മാറ്റം.

മൂടി വയ്ക്കപ്പെടുമ്പോഴാണ് രതി എന്ന സങ്കല്പം മാധവിക്കുട്ടി യാഥാർത്ഥ്യമാക്കിയത്. അങ്ങനെ മൂടിവയ്ക്കുമ്പോൾ സ്ഥാനം തെറ്റിക്കിടക്കുന്ന അല്പമാത്രവസ്ത്രാഞ്ചലം പോലും രതിയുടെ ചിഹ്നങ്ങളായി. ഉദാഹരണത്തിന് ദീപയുടെ കണങ്കാലുകളിലേക്ക് ഡോ. വിനായക് നോക്കി നില്ക്കുന്നത്. ശരീരഭാഷയെപ്പറ്റി ഇത്രയേറെ വ്യാകുലപ്പെടുന്ന അല്ലെങ്കിൽ ഏകാഗ്രത കാത്തുസൂക്ഷിക്കുന്ന ഒരു കൈയെഴുത്തുകാരിയെ കാണാൻ സാധിക്കുകയില്ല. ജീവിതാന്ത്യത്തിൽ ഏറ്റവും കൂടുതൽ വസ്ത്രം ധരിച്ചുകൊണ്ട് മാധവിക്കുട്ടി ധ്വനിപ്പിച്ചതും ഈ രതിയുടെ നാനാർത്ഥത്തെയാണ്.

മൃത്യുബോധം

പ്രണയവും മൃതിയും തമ്മിൽ വല്ലാതെ ബന്ധപ്പെടുന്നുണ്ട് മാധവിക്കുട്ടിയുടെ രചനകളിൽ. എല്ലാ പ്രണയത്തിന്റെയും അന്ത്യം മരണത്തിലാണ്. *മാധവിവർമ്മ*യിലും അതാണ് സംഭവിക്കുന്നത്. ഡോ. സുശീലിന്റെ മരണത്തോടെയാണല്ലോ മാധവിക്ക് അയാളോടുണ്ടായിരുന്ന പ്രണയം വിവൃതമാക്കപ്പെടുന്നത്. പ്രണയം, രതി, മരണം - ഇവയുടെ ഒരു സമവാക്യം ഈ നാടകത്തിൽ മാത്രമല്ല മാധവിക്കുട്ടിയുടെ ഇതര രചനകളിലും കണ്ടെത്താൻ കഴിയും. ഇവിടെ മരണം ഒന്നല്ല. ഡോ. സുശീലിനെപ്പോലെ സന്ദീപ് മരിക്കുന്നു. അബ്ദുൾ മരിക്കുന്നു. ഡോ. സനാതൻ മരിക്കുന്നു. ഇങ്ങനെ പ്രണയത്തെപ്പോലെ മരണത്തെയും സജീവമായി നിർത്താൻ മാധവിക്കുട്ടിക്ക് കഴിഞ്ഞിരിക്കുന്നു.

മരണത്തെ ഭ്രമാത്മകമായി രൂപാന്തരപ്പെടുത്താൻ ഈ നാടകത്തിൽ ശ്രമിക്കുന്നുണ്ട്. മൃതിക്ക് നിറവും മണവും കൈ വരുന്നത് നാമറിയുന്നു. ഡോ. സുശീൽ മരണശയ്യയിൽ കിടക്കുമ്പോൾ ജനലിനപ്പുറം കണ്ട മഞ്ഞപ്പൂക്കളെ മൃതിയുടെ വർണ്ണമായി ചിത്രീകരിക്കുന്നു. "മാധവി കാണുന്നില്ലേ... (ഒരു വശത്തേക്കു ചൂണ്ടി) കുലകുലയായി പൂത്തുലഞ്ഞു നില്ക്കുന്ന മഞ്ഞപ്പൂക്കൾ. ഭ്രാന്തു പിടിപ്പിക്കുന്ന മഞ്ഞപ്പൂക്കൾ"[10] എന്നും "ഈ മഞ്ഞപ്പൂക്കളാണ് എന്നെ നശിപ്പിക്കുന്നത്. ഡോക്ടർ മാധവി അതെടുത്തു മാറ്റിയില്ല."[11] എന്നും സുശീൽ പുലമ്പുമ്പോൾ മരണത്തിന്റെ വർണ്ണം നാമറിയുകയാണ്. ഇത്തരമൊരു ചിത്രീകരമാണ് 'പക്ഷിയുടെ മണ'ത്തിലുമുള്ളത്. "നീ പതിനൊന്നു വയസ്സുകാരി കുട്ടിയായിരുന്നപ്പോൾ മഞ്ഞക്കാമല പിടിച്ച് കിടന്നപ്പോൾ, നിന്റെ അമ്മ ജനവാതിലുകൾ തുറന്നപ്പോൾ നീ പറഞ്ഞു. "അമ്മേ ഞാൻ മഞ്ഞപ്പൂക്കൾ കാണുന്നു. മഞ്ഞ അലറിപ്പൂ

ക്കൾ കാണുന്നു എല്ലായിടത്തും മഞ്ഞപ്പൂതന്നെ."[12] എന്നിങ്ങനെയാണ് അവിടെ മരണത്തെ ആവിഷ്കരിക്കുന്നത്.

മാധവിക്കുട്ടി മിക്കപ്പോഴും മൃതി ചിത്രീകരിച്ചിട്ടുള്ളത് ഉയരങ്ങളിൽ നിന്നും താഴ്ചകളിലേക്കുള്ള യാത്രയായിട്ടാണ്. 'ഉണ്ണി' എന്ന കഥയിൽ മൃതിയെത്തുന്നത് ഒരു വിമാനാപകടത്തിന്റെ രൂപത്തിലാണ്. അറിഞ്ഞോ അറിയാതെയോ ഈ നാടകത്തിലും മൃതി വരുന്നത് വിമാനാപകടത്തിലൂടെയാണ്. ഡോ. സനാതന്റെ മൃതി. മറ്റൊരർത്ഥത്തിൽ നാഗരികതയുടെ ആഘാതം മൃതിയായി പരിണമിക്കുകയാണ്. അല്ലെങ്കിൽ മൃതിയെ നാഗരികതയുടെ ചിഹ്നങ്ങളായി അവർ സ്വീകരിക്കുകയാണ്. വിമാനം നാഗരികതയുടെ ഒരു ചിഹ്നമാണല്ലോ. അതുപോലെ *പക്ഷിയുടെ മണ*ത്തിന്റെ ഒടുവിൽ കാണുന്ന ലിഫ്ട്. ഈ നാഗരികതയുടെ ആഘാതം പേറുന്നത് സ്ത്രീകളാണ് എന്നതു മറ്റൊരു പ്രത്യേകത. ഇങ്ങനെ മൃതിയെ നാഗരികതയുമായി ബന്ധപ്പെട്ട് വിന്യസിപ്പിച്ചപ്പോൾ അതിന്റെ ഉള്ളിന്റെയുള്ളിൽ കേന്ദ്രീകൃതമായ സ്വത്വസംഘർഷം അവർ ഒളിപ്പിച്ചു വയ്ക്കുകയാണ് ചെയ്തത്. ഇത്തരം രചനാകൗശലങ്ങളാണ് മാധവിക്കുട്ടിയെ മാധവിക്കുട്ടിയാക്കി മാറ്റുന്നത്.

പുരുഷസൗന്ദര്യവർണ്ണന

സ്ത്രീസൗന്ദര്യത്തോടൊപ്പം പുരുഷസൗന്ദര്യത്തെ തെളിമയോടെ ചിത്രീകരിച്ച മറ്റൊരെഴുത്തുകാരി മലയാള ഭാവനയിലില്ല. ദീപയുടെ വീക്ഷണത്തിൽ ഡോ. സനാതനെ ചിത്രീകരിച്ചിരിക്കുന്നത് നോക്കുക. "അറുപതു വയസ്സായി എന്നു കേൾക്കുന്നു. പക്ഷേ, കണ്ടാൽ നാല്പത്തഞ്ചേ തോന്നൂ.... അദ്ദേഹത്തിന്റെ കഴുത്തിന്റെ പിൻഭാഗത്ത് കോളറിനു തൊട്ടു ചുവട്ടിൽ മുടി ചുരുണ്ടു നില്ക്കുന്ന വിധമുണ്ടല്ലോ, അതെനിക്കിഷ്ടമാണ്. സത്യമായിട്ടും ഡോക്ടർ സനാതൻ ഒരു സുമുഖനാണ്. നല്ല നിറവും നല്ല ഉയരം, നല്ല പല്ലുകൾ. ഉയരം കൂടിയവരെ എനിക്കിഷ്ടമാണ്."[13] കണ്ടാൽ അറപ്പു തോന്നും എന്ന് പലപ്പോഴും ദീപ ആക്ഷേപിക്കുന്ന ഡോ. വിനായക് ശർമ്മയ്ക്കുപോലും ഒരു ആവിഷ്കാരഭംഗി നല്കാൻ മാധവിക്കുട്ടിക്കായിട്ടുണ്ട്. ദീപയെ പ്രണയിക്കുന്ന വിനായക് മാധവിക്കുട്ടിയുടെ ലോകത്ത് ഒരു സ്വാഭാവികതയാണ്.

എന്നാൽ ഈ സുന്ദരപുരുഷന്മാരുടെ മറ്റൊരു മുഖവും ഇടയ്ക്ക് മാധവിക്കുട്ടി അനാവരണം ചെയ്യുന്നുണ്ട്. തന്റെ ദാമ്പത്യജീവിതത്തിലുണ്ടായ ശൂന്യതയാണ് രാധാഭായിയെ ഭർത്താവിന്റെ സഹായിയിലേക്ക് അടുപ്പിക്കുന്നത്. അവൾ അയാൾക്ക് മനസ്സും ശരീരവും സമർപ്പിച്ചു. പക്ഷേ, അയാളെ സംബന്ധിച്ചിടത്തോളം അതിലും വലിയ ലക്ഷ്യങ്ങളുണ്ടായിരുന്നു.

ഡോ. വർമ്മയുടെ ഗവേഷണ പ്രബന്ധങ്ങൾ മോഷ്ടിച്ചെടുക്കാനും അതുവഴി പണവും പ്രസിദ്ധിയും നേടിയെടുക്കാനും അയാൾ ശ്രമിച്ചു.

അതിനു വേണ്ടിയാണ് അയാൾ ഡോ. വർമ്മയെ ഭ്രാന്തനാക്കിയതും കൊന്നതും. ആ ശ്രമങ്ങളാണ് സ്റ്റോക്ക്ഹോമിൽ പൊലിഞ്ഞത്.

ശൈലീകരണം

പ്രത്യക്ഷത്തിൽ *മാധവിവർമ്മ* എന്ന നാടകം ഒരു റിയാലിറ്റിസ്റ്റിക് പ്ലേ ആയി തോന്നാം. അതിന് രംഗപാഠം നിർമ്മിച്ച നെല്ലിക്കോട് ഭാസ്കരനും മറ്റു അണിയറ പ്രവർത്തകരും അത്തരത്തിലാണ് നാടകത്തെ സമീപിച്ചതും. അതുകൊണ്ടുതന്നെയാകാം അറുപതോളം വേദികളിൽ മാത്രമായി ഈ നാടകം ഒതുങ്ങിപ്പോയത്. രംഗവേദിയിലെ സാമഗ്രികൾ, ദീപവിധാനം, ശബ്ദവിന്യാസം എന്നിവകളിലൊക്കെ റിയലിസത്തിൽ നിന്നു വ്യത്യസ്തമായ ഒരു സമീപനം ഈ നാടകം ആവശ്യപ്പെടുന്നുണ്ട്. കഥാപാത്രങ്ങളുടെ ആന്തരിക സംഘർഷം വെളിവാകുന്ന തരത്തിലാണ് നാടകകാരി രംഗനിർദ്ദേശങ്ങൾ നല്കിയിരിക്കുന്നത്. നാടകാരംഭത്തിൽ ഡോ. സുശീലിനെ അവതരിപ്പിച്ചിരിക്കുന്നതു നോക്കുക: "അയാളുടെ സ്വഭാവത്തിന്റെ വൈചിത്ര്യം ചിത്രീകരിക്കാൻ മുഖം, ശരീരം എന്നിവയുടെ പകുതി ഭാഗം പ്രകാശത്തിൽ ബാക്കി ഇരുട്ടിൽ... കസേരയിൽ കനം തൂങ്ങിയിരിക്കുന്ന സുശീൽ. അയാളെ ഒരു സ്റ്റിൽ എന്ന കണക്ക് വെളിച്ചത്തിന്റെ സഹായത്തോടെ ചിത്രീകരിക്കാം."[14] അതുപോലെ ചേരിപ്രദേശം അവതരിപ്പിക്കുമ്പോൾ "ആ പ്രദേശത്തേക്ക് വരുന്നവരുടെ മാർഗ്ഗം ആരംഭിക്കുന്നിടത്ത് ഒരു വളഞ്ഞ വിളക്കുകാൽ. അതിൽ വൃത്താകൃതിയിലുള്ള ബോർഡിൽ കുടുംബാസൂത്രണത്തിന്റെ പരസ്യം. രംഗാന്ത്യത്തിൽ ആ ബോർഡ് ബസ് സ്റ്റോപ്പ് എന്നായിരിക്കും. കാലിൽ തിരിക്കാവുന്ന രൂപത്തിൽ സെറ്റ് ചെയ്തിരിക്കുന്നു."[15] ഒരു സംവിധായകന്റെയും രംഗശില്പിയുടെയും കലാപരത ആവശ്യപ്പെടുന്ന രംഗനിർദ്ദേശങ്ങൾ തന്നെയാണിത്.

അതുപോലെ ആവർത്തിച്ചു വരുന്ന തിരമാലകളുടെ ശബ്ദം കഥാപാത്രങ്ങളുടെ മാനസികസംഘർഷത്തെ ധ്വനിപ്പിക്കുന്നു. നാടകത്തിന്റെ തുടക്കത്തിലും സംഘർഷഭരിതമായ മുഹൂർത്തത്തിലും ഈ ശബ്ദം കേൾക്കാം. അബ്ദുള്ളിന്റെ നിലവിളിക്കൊപ്പവും സുശീലും മാധവിയും തങ്ങളുടെ അബോധപൂർവ്വമായ പ്രണയം പങ്കിടുമ്പോഴും ഈ തിരമാലയുടെ ശബ്ദം ഉയർന്നു പതിക്കുന്നുണ്ട്. ഇവയൊക്കെ ഈ നാടകത്തെ റിയലിസത്തിൽനിന്നു മാറ്റി ശൈലീകരിക്കുന്നു. ഇതു മനസ്സിലാക്കാതെ യഥാതഥമായി നാടകത്തെ സമീപിച്ചതുകൊണ്ടാവാം *മാധവിവർമ്മ* അരങ്ങിൽ പരാജയപ്പെട്ടത്.

തീർച്ചയായും ശൈലീകരണത്തിലൂന്നിയ ഒരവതരണമാണ് *കടലിൽ വേലിയേറ്റം* എന്ന ലഘുനാടകവും ആവശ്യപ്പെടുന്നത്. സിംഹത്തിന്റെ മുഖംമൂടിയണിഞ്ഞ് ചരിഞ്ഞു കിടക്കുന്ന യജമാനനെയാണ് നാടകാരംഭത്തിൽ നാം കാണുന്നത്. രംഗവേദിയിൽ ഒരു നായാട്ടുകാരന്റെ സാന്നിദ്ധ്യം തോന്നിപ്പിക്കാൻ പര്യാപ്തമായ പുലിത്തോലും വധിക്കപ്പെട്ട മൃഗങ്ങളുടെ

തലകളും തോക്കുകളും മറ്റുമാണ് രംഗോപകരണങ്ങൾ. അധികാരവും സ്നേഹവും ത്യാഗവും ഒക്കെ പലവിധത്തിൽ വായിക്കപ്പെടുന്നു ഈ നാടകത്തിൽ. ഇങ്ങനെ ഒരു ആന്റി റിയലിസ്റ്റിക് ആയിട്ടുള്ള സമീപനമാണ് മാധവിക്കുട്ടി നാടകരചനയിൽ സ്വീകരിച്ചിട്ടുള്ളത്.

ക്ലിനിക്കൽ ഡ്രാമ

രോഗത്തെ ഫലപ്രദമായി കൈകാര്യം ചെയ്ത മലയാള നാടകമാണ് *അശ്വമേധം.* എന്നാൽ *അശ്വമേധ*ത്തേക്കാൾ രോഗവുമായി അടുത്തു നില്ക്കുന്നവരാണ് *മാധവിവർമ്മ*യിലെ കഥാപാത്രങ്ങൾ. *അശ്വമേധ*ത്തേക്കാൾ ആരോഗ്യരംഗത്തെ ഗവേഷണങ്ങളും നവീന രോഗങ്ങളെപ്പറ്റിയുള്ള ചിന്തകളും അതിനുള്ള ചികിത്സാവിധികളും നമുക്കീ നാടകത്തിൽ കാണാൻ കഴിയും. മിക്കവാറും എല്ലാ കഥാപാത്രങ്ങളും രോഗവുമായി ബന്ധപ്പെട്ടു നില്ക്കുന്നവരോ രോഗമനുഭവിക്കുന്നവരോ ആണ്. അങ്ങനെയാണ് ഇതിവൃത്തത്തെ വിന്യസിപ്പിച്ചിരിക്കുന്നത്. അതുകൊണ്ടുതന്നെ പ്രണയവും മൃതിയും രോഗവും ഈ നാടകത്തിൽ കെട്ടുപിണഞ്ഞു കിടക്കുന്നു. ഒരുപക്ഷേ, മലയാളത്തിലെ ആദ്യത്തെ ക്ലിനിക്കൽ ഡ്രാമയായി ഈ നാടകത്തെ വിലയിരുത്താവുന്നതാണ്.

സ്ഥാനത്തും അസ്ഥാനത്തും നിലവാരമില്ലാത്തതും അശ്ലീലച്ചുവയുള്ളതുമായ കോമഡി പറയുന്ന കഥാപാത്രങ്ങൾ, കടുകട്ടിയും നെടുനെടുങ്കനുമായ സംഭാഷണങ്ങൾ, മൈക്കിനു മുന്നിൽ വന്ന് മസിൽ പിടിച്ചുകൊണ്ടുള്ള അഭിനയ സമ്പ്രദായം, വിവിധ വർണ്ണങ്ങൾ കോരിയൊഴിച്ച് അരങ്ങിൽ വിസ്മയം തീർക്കുന്ന ദീപപ്രസരണം, കാണികളെ അത്ഭുതപരവശരാക്കുന്ന രംഗശില്പനിർമ്മാണം, സംഗീതമെന്ന പേരിലുള്ള ഘോരശബ്ദവിന്യാസം തുടങ്ങി മലയാള നാടകവേദി, പ്രത്യേകിച്ച് എൺപതുകളിലെ പ്രൊഫഷണൽ നാടകവേദി നിലവാരത്തകർച്ചയിലേക്ക് കൂപ്പുകുത്തുമ്പോൾ ഒരു വ്യത്യസ്തതയായി വന്ന നാടകമായിരുന്നു *മാധവിവർമ്മ.* നാടകത്തെ ഗൗരവമായി കാണാനും നാടകബാഹ്യമായ എല്ലാറ്റിൽ നിന്നും നാടകാവതരണത്തെ രക്ഷിച്ചു നിർത്താനും മാധവിക്കുട്ടിയുടെ രചനകൾ നാടകപ്രവർത്തകരെ ഒട്ടൊന്നുമല്ല സഹായിച്ചത്. കല്ക്കത്തയിലെയും ബോംബെയിലെയും മറ്റും ഗൗരവപ്പെട്ട നാടകാവതരണങ്ങൾ കണ്ടു ശീലിച്ചതിന്റെ ഫലമാവാം മാധവിക്കുട്ടിക്കിതിന് കഴിഞ്ഞത്. എങ്കിലും അരങ്ങിൽ എന്തെങ്കിലും മാറ്റം വരുത്തണമെന്ന മനഃപൂർവ്വമുള്ള ചിന്തയേക്കാൾ ഇതര സാഹിത്യരൂപങ്ങളിൽ താൻ പ്രതിഫലിപ്പിച്ച ദർശനത്തിന്റെ ആവിഷ്കാരമായി നാടകത്തെയും കാണാനാണ് അവർ ശ്രമിച്ചത്. അതിന്റെ അനന്തരഫലമായിരുന്നു അവരുടെ നാടകങ്ങൾ

കുറിപ്പുകൾ

1. ജി ശങ്കരപ്പിള്ള *സംവിധാനസങ്കല്പം*, ഡി സി ബുക്സ്, കോട്ടയം, 1991 പുറം 53.
2. ഡോ. വയലാ വാസുദേവൻപിള്ള, *മലയാള നാടകസാഹിത്യചരിത്രം* 2005, കേരളസാഹിത്യ അക്കാദമി തൃശൂർ 2006 പുറം. 170.
3. Kamala Das, *My story* D C Books, Kottayam 2004, 34 & 35.
4. *മാധവിക്കുട്ടിയുടെ കൃതികൾ സമ്പൂർണ്ണം. മാധവി വർമ്മ* ഡി സി ബുക്സ്, കോട്ടയം 2009, പുറം 398.
5. അതിൽത്തന്നെ പുറം 406
6. അതിൽത്തന്നെ പുറം. 413
7. അതിൽത്തന്നെ.
8. സജിത മഠത്തിൽ, *നീർമാതളത്തിൽ ഒളിപ്പിച്ച നാടകങ്ങൾ കേളി.* ലക്കം 120, കേരള സംഗീത നാടക അക്കാദമി തൃശൂർ 2009. ഏപ്രിൽ മെയ് പുറം 9.
9. മാധവിക്കുട്ടിയുടെ കൃതികൾ സമ്പൂർണ്ണം, *വിഷാദം പൂക്കുന്ന മരങ്ങൾ*, പുറം 539. അതിൽത്തന്നെ പുറം 408, 409.
10. അതിൽത്തന്നെ, പുറം 408, 409.
11. അതിൽത്തന്നെ
12. അതിൽത്തന്നെ, പുറം 315
13. അതിൽത്തന്നെ പുറം 385
14. അതിൽത്തന്നെ പുറം 383
15. അതിൽത്തന്നെ പുറം 399.

സ്വത്വാന്വേഷണത്തിന്റെ രചിതരേഖകൾ

ഡോ. രാജാ വാര്യർ

നൂറ്റിമുപ്പത് വർഷത്തോളം പഴക്കമുള്ള മലയാളനാടകപ്രസ്ഥാനത്തിൽ രചനാപരമായും അവതരണപരമായും വ്യത്യസ്തത പുലർത്തുന്നതും നവീനത കൈവരിച്ചതുമായ ഒട്ടേറെ പ്രവർത്തനങ്ങൾ ഉണ്ടായിട്ടുണ്ട്. കേവലാസ്വാദനം എന്നതിനുമപ്പുറം ബോധവല്ക്കരണവും പുരോഗമനവും ലക്ഷ്യമിട്ടുകൊണ്ടുള്ള ഒട്ടേറെ രംഗഭാഷകൾ ഒരുക്കിയിട്ടുമുണ്ട്. വർഗ്ഗീയപ്രശ്നങ്ങളും രാഷ്ട്രീയപ്രശ്നങ്ങളും ജാതീയ പ്രശ്നങ്ങളുമൊക്കെ ധീരമായി വിശകലനം ചെയ്യുന്ന നാടകാവതരണങ്ങൾ അരങ്ങേറിയിട്ടുണ്ട്. സ്ത്രീകളുടെ പ്രശ്നങ്ങൾ അവതരിപ്പിക്കുന്ന ശക്തമായ നാടകങ്ങൾ ഇവിടെയുണ്ടായിട്ടുണ്ട്.

സ്ത്രീ കഥാപാത്രങ്ങളെ അതീവ ശ്രദ്ധയോടെ നാടകങ്ങളിൽ സൃഷ്ടിച്ചവരാണ് പോളച്ചിറക്കൽ കൊച്ചീപ്പൻ തരകൻ, എം ആർ ബി, വി ടി ഭട്ടതിരിപ്പാട്, പ്രേംജി, സി ജെ തോമസ്, എൻ കൃഷ്ണപിള്ള, സി എൻ ശ്രീകണ്ഠൻ നായർ തുടങ്ങിയവർ. സ്ത്രീയുടെ ലോകം കുടുംബം മാത്രമാണെന്ന പരമ്പരാഗത സങ്കല്പം വിട്ടുമാറിയിട്ടില്ലാത്ത സാഹചര്യത്തിൽ സ്ത്രീപക്ഷനാടകങ്ങളുടെ സൃഷ്ടികർമ്മം നിർവ്വഹിച്ചുകൊണ്ട് സ്വസ്ഥാനം അടയാളപ്പെടുത്തിയ അപൂർവ്വം സ്ത്രീകളേ മലയാളത്തിലുണ്ടായിട്ടുള്ളൂ. അക്കൂട്ടത്തിൽ ശ്രദ്ധേയയായ നാടകകൃത്താണ് ഇ രാജരാജേശ്വരി.

സ്വന്തമായ ഇടവും സ്വതന്ത്രമായ ചിന്തയും സ്വത്വബോധത്തിലധിഷ്ഠിതമായ കർമ്മമണ്ഡലവും സ്ത്രീക്കുണ്ടെന്ന് സ്ത്രീപക്ഷ നാടകചിന്തകർക്ക് കഴിഞ്ഞ ഒരു പതിറ്റാണ്ടിനുള്ളിൽ ഇവിടെ ശക്തമായി തെളിയിക്കാൻ കഴിഞ്ഞിട്ടുണ്ട്. സ്വന്തം കാഴ്ചയിലൂടെ സമൂഹത്തെയും ലോകത്തെയും വ്യാഖ്യാനിക്കുന്നതും രംഗപാഠത്തിന് അനുയോജ്യമായതും പ്രതീകങ്ങളിലൂടെയും ബിംബങ്ങളിലൂടെയും ഭാവദ്യോതകമാക്കാൻ പാക

ത്തിലുള്ളതുമാണ് രാജരാജേശ്വരിയുടെ നാടകകൃതികൾ. നാല് നാടകങ്ങളാണ് രാജരാജേശ്വരി രചിച്ചിട്ടുള്ളത്. രണ്ടായിരത്തി അഞ്ചിലാണ് ആദ്യ നാടകത്തിന്റെ സൃഷ്ടി. വൈലോപ്പിള്ളി ശ്രീധരമേനോന്റെ പ്രസിദ്ധ ഖണ്ഡകാവ്യമായ *കുടിയൊഴിക്കലി*ന്റെ നാടകരൂപാന്തരമായിരുന്നു അത്.

വളരെയേറെ നാടകീയമുഹൂർത്തങ്ങൾ നിറഞ്ഞതാണ് വൈലോപ്പിള്ളിയുടെ കുടിയൊഴിക്കൽ, എങ്കിലും തന്റേതായ കാഴ്ചപ്പാടിലൂടെ അരങ്ങിന് അനുയോജ്യമാക്കാനും സ്ത്രീപക്ഷ നിലപാടിൽ സമീപിക്കാനും നാടകരചയിതാവിന് കഴിഞ്ഞിരിക്കുന്നു. തൊഴിലാളിക്ക് അവകാശബോധം ഉണ്ടായിവന്ന കാലഘട്ടത്തിൽ മനഃസംഘർഷങ്ങൾ അനുഭവിക്കുന്ന ജന്മിയായ കവിയുടെ പ്രശ്നം പ്രതിപാദിക്കുന്നതാണ് ഈ ഖണ്ഡകാവ്യം. കേന്ദ്രകഥാപാത്രവും കവിതന്നെ. ഇതിൽ സ്ത്രീസാന്നിദ്ധ്യത്തിന്റെ സൂചനകൾ മാത്രമാണുള്ളത്. ഈ സൂചനകളിൽ നിന്നുമാണ് തൊഴിലാളിസ്ത്രീ എന്ന കഥാപാത്രത്തെ നാടകത്തിൽ സൃഷ്ടിച്ചെടുത്തിരിക്കുന്നത്. കവിയുടെ കുടികിടപ്പുകാരിയായ അവൾ അയാളുടെ ഉപേക്ഷിക്കപ്പെട്ട കാമുകിയും കവിയെ എതിർക്കുന്ന തൊഴിലാളിയുടെ ഭാര്യയുമാണ്, നാടകത്തിൽ. കവിഭാര്യയെപ്പറ്റി ഒരു സൂചനയും വൈലോപ്പിള്ളി നല്കുന്നില്ലെങ്കിലും അത്തരത്തിൽ ഒരു കഥാപാത്രത്തെക്കൂടി നാടകത്തിൽ സൃഷ്ടിച്ചിരിക്കുന്നു.

കുടിയൊഴിക്കൽ നാടകത്തിലെ സംഭാഷണങ്ങളിലേറെയും കവിതാശകലങ്ങൾ തന്നെയാണ്. ഒരു പരമ്പരാഗത ആഢ്യകുടുംബത്തിലെ കാരണവരുടെ ചിഹ്നങ്ങളായ ഊന്നുവടി, കോളാമ്പി തുടങ്ങിയവയെ കഥാപാത്രങ്ങളായി സൃഷ്ടിച്ചിരിക്കുന്നു. ആത്മസംഘർഷമനുഭവിക്കുന്ന കവിയുടെ സ്വയം വിമർശനരൂപേണയുള്ള വാക്കുകൾ ഈ കഥാപാത്രങ്ങളുടെ സംഭാഷണങ്ങളാക്കി മാറ്റിയിരിക്കുന്നു. 'കാലത്തിന്റെ പ്രതീക'മെന്നു പറയാവുന്ന ഒരു സ്ത്രീയിൽനിന്നാണ് നാടകാരംഭം. ഒരു സ്ത്രീജീവിതത്തിലെ യൗവനം മുതൽ വാർദ്ധക്യം വരെയുള്ള സന്ദർഭങ്ങൾ നാടകത്തിലാവിഷ്കരിക്കുന്നു. ചീവീടുകളുടെ പാട്ട് എന്ന ഖണ്ഡത്തിൽ കവിയുടെ കാലശേഷമുള്ള കാലത്തെപ്പറ്റി പ്രതിപാദിക്കുന്നിടത്താണ് കാലമാകുന്ന സ്ത്രീ സംസാരിച്ചു തുടങ്ങുന്നത്.

കുടിയൊഴിക്കൽ എന്ന കാവ്യത്തിന് കവി രൂപം നല്കുകയും അരികിലിരിക്കുന്ന ഭാര്യ അത് കേട്ടെഴുതുകയും ചെയ്യുന്നു. "പുഞ്ചിരി, ഹാകുലനമാം കള്ളം; നെഞ്ചുകീറി ഞാൻ നേരിനെക്കാട്ടാം" എന്ന് തുടക്കം കുറിക്കുന്ന കവി, ഏതോ ഒരു വാക്കിന് തടസ്സപ്പെടുന്നു. മറ്റൊരു തലത്തിൽ, പാഠം പഠിക്കുന്ന കുടിലിലെ കുട്ടി തന്റെ അമ്മയോട് കവിതയിലെ സംശയം ചോദിക്കുകയാണ്. തൊഴിലാളി സ്ത്രീയുടെ കുടുംബവും അവിടെയുണ്ടാകുന്ന കലഹവുമാണ് പിന്നീട് ദൃശ്യമാകുന്നത്. മദ്യപിച്ചെത്തുന്ന തൊഴിലാളി അയാളുടെ ഭാര്യയെ ദേഹോപദ്രവം ചെയ്യുമ്പോൾ കവി തന്നെയാണ് അതിലിടപെടുകയും അയാളെ ശാസിക്കുകയും ചെയ്യുന്നത്. നീ എന്റെ കുടികിടപ്പുകാരനാണെന്ന് തൊഴിലാളിയെ ഭീഷണിപ്പെടു

ത്തുന്ന കവി അതിലൂടെ താല്ക്കാലിക വിജയം കൈവരിച്ചെങ്കിലും തിരികെ വീട്ടിലെത്തുമ്പോൾ അയാളുടെ മനസ്സ് സംഘർഷഭരിതമാവുകയാണ്. അവിടെയാണ് ആത്മസംഘർഷത്താലുള്ള ആത്മചിന്തകൾ ഊന്നുവടി, കോളാമ്പി എന്നീ കഥാപാത്രങ്ങളിലൂടെ സംഭാഷണങ്ങളാകുന്നത്.

യുവതിയായ തൊഴിലാളിസ്ത്രീ ഭൂതകാലത്തിലെ കമിതാവായ കവിയോട് "എന്നുടെ കാലൊച്ച കേട്ടുവോ വേറിട്ട്?" എന്നു ചോദിക്കുന്നതിൽത്തുടങ്ങി പ്രണയരംഗത്തിലെ സംഭാഷണങ്ങളൊക്കെയും മൂന്നാം ഖണ്ഡത്തിലെ വരികൾ തന്നെയാണ്. കാവ്യത്തിലെ വരികളിൽ കൂടിയാണ് നാടകത്തിലെ നാടകീയത സൃഷ്ടിച്ചെടുത്തിരിക്കുന്നത്.

മാറുന്ന കാലത്തിൽ നമ്മളൊക്കെ, ആരായിത്തീരുമെന്ന സ്വപ്നാടനത്തിലാണ് സംഘടനാപ്രവർത്തനത്തിലും മറ്റും വ്യാപൃതനായിരിക്കുന്ന തൊഴിലാളി, കുടിയനായ തൊഴിലാളിയുടെ ചെയ്തികളിൽ പരിതപിക്കുന്ന അയാളുടെ ഭാര്യ, അയാളെ പഴിപറയുന്നവേളയിൽ 'നീചജീവിതം' എന്നു പറയുന്നത് ശ്രദ്ധേയമാണ്. തൊഴിലാളികളെപ്പറ്റി കവിതയിൽ പലയിടത്തുമുള്ള 'നീചജീവിതം' എന്ന പ്രയോഗം ഇവിടെ തൊഴിലാളിസ്ത്രീയിൽ നിന്നുതന്നെ വരുമ്പോൾ അതിന് മറ്റൊരു മാനം കൈവരുന്നു. തൊഴിലാളിസ്ത്രീയുടെ കുടിൽ കത്തിനശിക്കുമ്പോൾ അത് ചെയ്തത് കവിതന്നെയാണെന്ന് കോളാമ്പി ഓർമ്മപ്പെടുത്തുകയാണ്.

കാവ്യത്തിൽ പലയിടങ്ങളിലായുള്ള വാക്കുകളെയും വരികളെയും സന്നിവേശിപ്പിച്ചുകൊണ്ട് സ്ത്രീപക്ഷവായന നടത്തുകയാണ് *കുടിയൊഴിക്കൽ* എന്ന നാടകത്തിൽ രാജരാജേശ്വരി ചെയ്തിരിക്കുന്നത്. അതേസമയം ഇത്തരത്തിലുള്ള വായന സാദ്ധ്യമാക്കുന്ന വരികൾ കാവ്യത്തിൽ ഉള്ളടങ്ങിയിരിക്കുന്നു എന്നത് ഒരു ഖണ്ഡകാവ്യം എന്ന നിലയിൽ *കുടിയൊഴിക്കലി*ന്റെ മഹത്വവും.

കവിസദസ്സിന്റെ രംഗത്തിൽ പരിഹാസത്തിന് പാത്രമാകുന്ന കവി വീണ്ടും ആശയക്കുഴപ്പത്തിലാകുന്നു. സാഹിത്യം, ജീവിതം, വിപ്ലവം എന്നീ വിഷയങ്ങളെപ്പറ്റിയുള്ള ചർച്ച കവിസദസ്സിൽ നടക്കുന്നുണ്ട്. അവിടെ പ്രയോഗിച്ചിരിക്കുന്ന സംഭാഷണശകലങ്ങൾ വിപ്ലവചിന്തകൾ പടർന്നുപിടിച്ചിരുന്ന ഒരു കാലഘട്ടത്തിലെ സംവാദങ്ങളെ പ്രതിഫലിപ്പിക്കുന്നതാണ്. വൈലോപ്പിള്ളിയുടെ തന്നെ രചനയിൽ ഉള്ളടങ്ങിയിരിക്കുന്ന ആശയങ്ങളും ചിന്തകളും തന്നെയാണ് അവയ്ക്ക് പ്രചോദനം എന്നുവേണം കരുതാൻ.

*ചീവീടുകളുടെ പാട്ടി*ലെ ആശയങ്ങളെ വർത്തമാനകാലത്തുനിന്ന് കാണുന്നതുപോലെയാണ് രൂപപ്പെടുത്തിയിരിക്കുന്നത്. തന്റെ തത്ത്വശാസ്ത്രത്തിലധിഷ്ഠിതമായ സ്വപ്നങ്ങളെയും പ്രതീക്ഷകളെയും മുൻനിർത്തിയുള്ള കവിയുടെ ആകുലതകളാണ് *ചീവീടുകളുടെ പാട്ടിലു*ള്ളത്. സ്വപ്നങ്ങൾ പരാജയപ്പെടുത്തുകയും കർമ്മം ചെയ്തവർ വിജയത്തിന്റെ കൊടി പാറിക്കുകയും ചെയ്തുവെന്നാണ് അന്ത്യത്തിൽ കവി തിരിച്ചറിയുന്നത്. കവിയുടെ കാഴ്ചപ്പാടിലെ തത്ത്വശാസ്ത്രത്തെ നാടക

ത്തിൽ ആഖ്യാതാവായ സ്ത്രീയിലൂടെ അവതരിപ്പിക്കുകയാണ് ചെയ്തിരിക്കുന്നത്. കാവ്യത്തെ നാടകത്തോടടുപ്പിച്ച, നാടകത്തെ കാവ്യത്തോടടുപ്പിച്ച ഒരു രചനയാണ് രാജരാജേശ്വരിയുടെ *കുടിയൊഴിക്കൽ* എന്ന നാടകം.

ഭാരതീയ ഇതിഹാസങ്ങളിലും ഗ്രീക്ക് ഇതിഹാസങ്ങളിലുമില്ലാത്ത ഒരു സന്ദർഭമോ കഥാപാത്രമോ വിരളമാണ്. അത്രയേറെ നാടകീയ സന്ദർഭങ്ങളാലും പ്രത്യേകതയാർന്ന കഥാപാത്രങ്ങളാലും സമ്പന്നമാണവ. ഇവയിലെ കഥാപാത്രങ്ങളെ കേന്ദ്രീകരിച്ച് ഒട്ടേറെ സ്വതന്ത്രരചനകൾ പില്ക്കാലത്തുണ്ടായിട്ടുണ്ട്. കഥാപാത്രങ്ങളുടെ വ്യത്യസ്ത വ്യാഖ്യാനങ്ങളുമുണ്ടായിട്ടുണ്ട്. ഗ്രീക്ക് ഇതിഹാസത്തിലെ അധികം പരാമർശിക്കപ്പെടാത്ത ഒരു കഥാപാത്രമാണ് കസാൻഡ്രാ, ട്രോയ്നഗരത്തിന്റെ അധിപനായ പ്രയാം രാജാവിന്റെ പുത്രിയാണ് കസാൻഡ്രാ; പാരീസിന്റെ സഹോദരിയും. കസാൻഡ്രായിൽ അഭിരമിച്ച അപ്പോളോ ദേവൻ അവൾക്ക് പ്രവചിക്കാനുള്ള കഴിവ് സമ്മാനിച്ചു. പക്ഷേ, പ്രണയാഭ്യർത്ഥന നിരാകരിച്ച കസാൻഡ്രായിൽ കോപാകുലനായ അപ്പോളോ ദേവൻ അവളുടെ പ്രവചനങ്ങൾ അവിശ്വസിക്കപ്പെടുമെന്ന ശാപവും അവളുടെമേൽ ചൊരിയുന്നു. തുടർന്ന് കസാൻഡ്രാ അവിശ്വസിക്കപ്പെടുന്ന പ്രവാചകയായും ഭ്രാന്തിയായും കണക്കാക്കപ്പെടുകയാണ്.

കസാൻഡ്രായെക്കുറിച്ചുള്ള ഐതിഹ്യത്തിന്റെ സ്ത്രീപക്ഷവായനയാണ് രാജരാജേശ്വരിയുടെ *പ്രവാചക* എന്ന നാടകം. രണ്ടായിരത്തി ഏഴിലാണ് ഈ നാടകം രചിക്കപ്പെടുന്നത്. സ്ത്രീയെ തന്നിഷ്ടപ്രകാരം നിർവ്വചിക്കുന്ന പുരുഷകേന്ദ്രീകൃതമായ വ്യവസ്ഥ ഇന്നും നിലനില്ക്കുന്നതിനാലും വ്യവസ്ഥാപിതമായ അതിർവരമ്പുകളെ ഉല്ലംഘിക്കുന്ന സ്ത്രീയുടെ വചനങ്ങൾ എത്ര സത്യമായാലും അവൾ ഒരു ഭ്രാന്തിയായി മുദ്രകുത്തപ്പെടുമെന്നതിനാലും ഈ പുനർവായന പ്രസക്തമാകുന്നു.

ഋതുക്കളാണ് *പ്രവാചക* നാടകത്തിലെ ബിംബങ്ങൾ. ഋതുക്കളും അവ മനുഷ്യമനസ്സുകളിൽ ചെലുത്തുന്ന വികാരങ്ങളും ഈ നാടകത്തിന്റെ സവിശേഷതയാണ്. വസന്തത്തിൽത്തുടങ്ങി, ഗ്രീഷ്മം, ശിശിരം, ഹേമന്തം എന്നിവയിലൂടെ സഞ്ചരിച്ച് വർഷകാലത്തിൽ നാടകം പര്യവസാനിക്കുന്നു. നാടകത്തിലെ ഭാഷാപ്രയോഗമാണ് മറ്റൊരു പ്രധാന സവിശേഷത. ഒരു ക്ലാസിക്കൽ നാടകത്തിന്റെ രീതിയിലുള്ള സംസ്കൃതീകരിച്ച സവിശേഷമായ ഭാഷാപ്രയോഗമാണ് ഈ നാടകത്തിൽ കാണാൻ കഴിയുന്നത്. ഒപ്പംതന്നെ, ഇത്തരത്തിലുള്ള ഭാഷാപ്രയോഗത്തിന്റെ രാഷ്ട്രീയവും ഇതിൽ ഉള്ളടങ്ങിയിരിക്കുന്നു. ഭാഷയുടെ നിരന്തരമായ പ്രയോഗം കൊണ്ട് ഉദ്ദീപിപ്പിച്ചെടുക്കുന്ന യോദ്ധാവിന്റെ ധൈര്യം, രാജ്യസ്നേഹം, രാജതന്ത്രം, തുടങ്ങിയ അപകടകരമായ അമൂർത്തമായ ആശയങ്ങളും അവ ഉളവാക്കുന്ന അപകടങ്ങളുടെ ഇരകൾ തന്നെ. അവയെ പിൻതാങ്ങുന്ന അവസ്ഥകളും വ്യംഗ്യമായി നാടകം ചൂണ്ടിക്കാട്ടുന്നുണ്ട്.

രാജാവ്, സേനാപതി, ന്യായാധിപൻ തുടങ്ങിയ അധികാരികൾ

പ്രയോഗിക്കുന്ന ഭാഷയെ അതേരീതിയിൽ തിരിച്ചു പ്രയോഗിച്ചുകൊണ്ടാണ് കസാൻഡ്രാ അവരെ നേരിടുന്നത്. ഇതിലെ മറ്റൊരു ശ്രദ്ധേയമായ കഥാപാത്രമായ അഥീനയെന്ന ദേവതയാകട്ടെ ഇത്തരം നിർമ്മിതി വലയങ്ങളിൽനിന്നും വഴിമാറി സ്ത്രീകളുടേതായ ലോകത്തിനുവേണ്ടി നിലകൊള്ളുന്നവളാണ്. യുദ്ധത്തെയും അതുളവാക്കുന്ന കെടുതികളെയും പറ്റി കസാൻഡ്രാ നിരന്തരം മുന്നറിയിപ്പുകൾ നല്കുന്നുണ്ടെങ്കിലും അധികാരത്തിലുള്ളവരും പ്രജകളും അവയെയെല്ലാം അവഗണിക്കുകയാണ് ചെയ്യുന്നത്.

വസന്തകാലത്ത് സർവ്വസ്വതന്ത്രരായി നൃത്തം ചെയ്തുകൊണ്ട് ആഹ്ലാദിക്കുന്ന കസാൻഡ്രായിലും അഥീനയിലുമാണ് നാടകാരംഭം. അവിടേക്കാണ് പ്രണയനിർഭരമായ മനസ്സുമായി അപ്പോളോ എത്തുന്നത്. വർണ്ണാഭമായ വാക്കുകളിലൂടെ തന്റെ പ്രണയപ്രഖ്യാപനം നടത്തുന്ന അപ്പോളോയെ പക്ഷേ, കസാൻഡ്രാ പരിഹസിക്കുകയാണ് ചെയ്യുന്നത്. വിശ്വസുന്ദരിയായ ഹെലനെ മോഹിക്കുന്ന പാരീസിന്റെ സൗന്ദര്യബോധം അയാളുടെ സഹോദരിയായ കസാൻഡ്രായ്ക്കില്ലായെന്ന് അപ്പോളോ വാക്കുകളിലൂടെ ധ്വനിപ്പിക്കുമ്പോൾ കസാൻഡ്രാ മറ്റൊരു പ്രവചനത്തിലൂടെ അതിനോടു പ്രതികരിക്കുന്നു. പാരീസിന്റെ അതിമോഹം കാരണം ഹെലന്റെ ഭർത്താവായ മെനാലസ് രാജാവ് യുദ്ധത്തിനൊരുമ്പെടും എന്നാണ് അവൾ പറയുന്നത്. പുരുഷകേന്ദ്രീകൃതമായ അധികാരവ്യവസ്ഥയുടെ പ്രതീകമാണ് ഇതിലെ അപ്പോളോ എന്ന കഥാപാത്രം. വികാരങ്ങളെ ഉദ്ദീപിപ്പിച്ചുകൊണ്ടുള്ള വാക്പ്രയോഗങ്ങളാൽ സ്വന്തം നാശം പോലും തിരിച്ചറിയാതെ ഇരകളെ കുരുക്കാൻ കഴിവുള്ള വ്യവസ്ഥയുടെയും.

ഹെലനെ പിടിച്ചുകൊണ്ടുവരാനുള്ള പാരീസിന്റെ യാത്രയ്ക്ക് മംഗളം നേരുവാനാണ് പ്രയാം രാജാവ് രംഗപ്രവേശം ചെയ്യുന്നത്. യുദ്ധദേവതയായ അഥീനയുടെ ക്ഷേത്രത്തിലെ പൂജാരിണിയായ കസാൻഡ്രായോടാണ് രാജാവ് മംഗളം അർത്ഥിക്കുന്നത്. യുദ്ധത്തെക്കുറിച്ച് കസാൻഡ്രാ മുന്നറിയിപ്പ് നല്കുമ്പോഴും, പിതാവായ പ്രയാമിനോട് പാരീസിനെ പിൻതിരിപ്പിക്കാൻ ആവശ്യപ്പെടുമ്പോഴും മോഹങ്ങളുടെ സാക്ഷാൽക്കാരം ധീരതയുടെ ലക്ഷണമാണ് എന്നാണയാൾ പറഞ്ഞൊഴിയുന്നത്.

അധികാരകേന്ദ്രങ്ങൾ നിരസിച്ചു കഴിഞ്ഞ കസാൻഡ്രായുടെ വാക്കുകൾ മറ്റൊരു തരത്തിൽ അവഗണിക്കപ്പെടുന്നതാണ് അടുത്ത രംഗത്തിൽ കാണുന്നത്. അപ്പോളോയെ തോല്പിക്കുമെന്ന് വെല്ലുവിളിക്കുന്ന കസാൻഡ്രായ്ക്ക് ഭ്രാന്താണെന്നു പറഞ്ഞുകൊണ്ട് ജനങ്ങൾ ഓടി മറയുകയാണ്. പാരീസ് ഹെലനുമായി കൊട്ടാരത്തിലെത്തിയ വിവരം ഭൃത്യമുഖേനയറിയുന്ന കസാൻഡ്രാ ഹെലനെ അവൾ നേരിട്ടു കണ്ടുവോ എന്നാണ് ചോദിക്കുന്നത്. അതിനുമറുപടി "സ്വപ്നം പോലെ എന്തോ ഒന്ന്" എന്നായിരുന്നു.

അതെ, ഹെലൻ പാരീസിന്റെ സ്വപ്നമാണ്; പാരീസിന്റെ മാത്രം.

എന്നാൽ ഇന്ന് ആ സ്വപ്നം കാണാൻ ട്രോയ്നഗരം മുഴുവൻ നിർബ്ബന്ധിതമായിരിക്കുകയാണ്. അപ്പോഴും നഗരം സ്വപ്നത്തിൽ നിന്ന് ഉണരുന്നത് മനുഷ്യരക്തത്തിൽ കുളിച്ചായിരിക്കുമല്ലോ എന്നോർത്ത് നടുങ്ങുന്നത് കസാൻഡ്രാ മാത്രമാണ്. അധികാരകേന്ദ്രങ്ങളുടെ വ്യാമോഹങ്ങളെ പിൻതാങ്ങേണ്ടിവരുന്ന നിരാലംബരായ ജനതയുടെ സമകാലീനാവസ്ഥയെയാണ് ഇവിടെ അടിവരയിട്ടു കാട്ടുന്നത്. തങ്ങളുടെ നിയന്ത്രണത്തിലല്ലാത്ത യുദ്ധ പ്രഖ്യാപനങ്ങളുടെ ദുരവസ്ഥ അനുഭവിക്കേണ്ടിവരുന്ന സാധാരണ മനുഷ്യർ!

ഗ്രീക്ക് ഇതിഹാസത്തിലെ ഒരു ഉപകഥയാണ് 'മായാ ഹെലൻ.' പാരീസിനെ പറ്റിക്കുവാനായി ഹീരാ എന്ന ദേവത കാറ്റുകൊണ്ട് ഹെലന്റെ രൂപമുണ്ടാക്കി പാരീസിനു നല്കി. ഈ മായാഹെലനുമായാണ് പാരീസ് മടങ്ങുന്നത്. ഹെലൻ പാരീസിന്റെ മാത്രം സ്വപ്നമാണ് എന്ന കസാൻഡ്രായുടെ വാക്കുകൾ ധ്വനിപ്പിക്കുന്നത് ഇതും കൂടിയാകാം. ആദികാലത്ത് നെയ്ത്തുകാരുടെയും കരവേലക്കാരുടെയും ദേവതയായിരുന്ന അഥീന പിന്നെപ്പോഴോ യുദ്ധദേവതയായി മാറി. ഇവിടെ ഒലീവ്മരത്തിന്റെ ചുവട്ടിൽ നില്ക്കുന്ന യുദ്ധദേവതയാണ് അഥീന. സമാധാനത്തിന്റെ പ്രതീകമായി ഒലിവ് മരം നിലകൊള്ളുമ്പോഴും അത് ദാനം നല്കിയ അഥീന യുദ്ധദേവതയായി പരിണമിച്ചുവെന്ന വിരോധാഭാസം ശ്രദ്ധേയമാണ്.

യഥാർത്ഥസംഭവങ്ങളെ മായ്ച്ചുകൊണ്ട് ചരിത്രം വിജയികളുടെ വ്യാജനിർമ്മിതികളെ പ്രതിഷ്ഠിക്കുന്നുവെന്നാണ് അഥീനയുടെയും കസാൻഡ്രയുടെയും വാക്കുകൾ സൂചിപ്പിക്കുന്നത്. പുരുഷ കേന്ദ്രീകൃതമായ പ്രത്യയശാസ്ത്രങ്ങളുടെ അനിവാര്യമായ അന്ത്യം യുദ്ധങ്ങളും സംഘർഷങ്ങളുമാണ് എന്നും.

ഇലപൊഴിയും കാലത്ത്, കസാൻഡ്രായുടെ കാമുകനായ ഈനിസ് പ്രവേശിക്കുന്നു. താനും കൂട്ടുകാരും കൂടി ഐദാ പർവ്വതത്തിൽ ഒളിവിൽ പോകുകയും അവിടെ ഒരു പുതിയ സമൂഹം വാർത്തെടുക്കുമെന്നും ആ പുതുസമൂഹത്തെ ജീവിതത്തിന്റെ പുതിയഗീതം പഠിപ്പിക്കുമെന്നുമുള്ള ഈനിസിന്റെ വാക്കുകൾ കസാൻഡ്രായെ അയാളിൽനിന്നും അകറ്റുന്നു. 'രക്ഷകൻ! യോദ്ധാവ്!' ഒരേ പാതയിലൂടെ രണ്ട് ദിശയിലേക്ക് നടക്കുന്നവർ, എന്നാണവർ പറയുന്നത്. പുതിയ സമൂഹം നിർമ്മിക്കുമെന്ന ലക്ഷ്യവുമായി പുറപ്പെട്ട കമ്യൂണിസ്റ്റ് പ്രത്യയശാസ്ത്രവാദികൾ എത്തിപ്പെട്ടത് പഴയ അധികാരവ്യവസ്ഥിതിയിൽ തന്നെയാണ് എന്ന ചരിത്രസത്യത്തെ ഓർമ്മിപ്പിക്കുന്നതാണിത്; ഇരു ദിശകളിലേക്കാണെങ്കിലും എത്തിച്ചേരുന്നത് ഒരിടത്തുതന്നെയെന്ന ധ്വനിയും.

വളരെ നാടകീയത നിറഞ്ഞ വിചാരണയുടെ ഒരു രംഗമുണ്ട്, *പ്രവാചക* നാടകത്തിൽ. സമകാലീന അധികാരസ്ഥാനങ്ങൾ ഇതിഹാസകഥാപാത്രങ്ങളിലൂടെ സ്ത്രീപക്ഷത്തുനിന്ന് വിമർശിക്കുകയാണിവിടെ ചെയ്തിരിക്കുന്നത്. 'ലക്ഷണമൊത്ത രാജകുമാരിമാർ ദേശത്തിന്റെ മുതൽക്കൂട്ടാണെന്ന് അങ്ങ് മറക്കാതിരിക്കുക' എന്ന സേനാപതിയോടുള്ള ന്യായാധി

പന്റെ വാക്കുകൾ, സ്ത്രീസൗന്ദര്യത്തെ ഔദ്യോഗികമായി ഇന്നും ഉപയോഗിക്കുന്ന ഭരണകൂടങ്ങളുടെ നേരെയുള്ള പരിഹാസപൂർവ്വമായ വിമർശനമായി കരുതാം.

ശൈത്യം വേനൽക്കാലത്തിന് വഴിമാറുമ്പോഴുള്ള മൂന്നാംരംഗത്തിൽ, ധീരതയെയും ആഘോഷങ്ങളെയും അഭിവാഞ്ഛകളെയുമൊക്കെ വർണ്ണാഭമായ ഭാഷയിൽ അപ്പോളോ വാഴ്ത്തി സ്തുതിക്കുമ്പോൾ അവയെയൊക്കെയും അഥീന അവഗണിക്കുകയാണ് ചെയ്യുന്നത്. അഥീന നേരിട്ട്, അപ്പോളോയോട് സംസാരിക്കുന്നതും അപ്പോൾ മാത്രമാണ്. തുടർന്നുവരുന്ന ഭാഗങ്ങളിൽ പ്രസിദ്ധമായ മരക്കുതിരയുടെയും അതിൽ ഒളിച്ചിരിക്കുന്ന ഗ്രീക്ക് ഭടന്മാർ ട്രോയ് നഗരത്തെ കീഴ്പ്പെടുത്തുന്നതിന്റെയുമൊക്കെ സൂചനകൾ നല്കുന്നു. വിജയം കൈവരിച്ച ഗ്രീക്ക് രാജാവ് അഗമെംമ്നൻ, തന്റെ തന്ത്രം തിരിച്ചറിഞ്ഞ ഏക ട്രോയ്നിവാസിയായ കസാൻഡ്രായെ പിടിച്ചുകൊണ്ടുവരുവാൻ സൈനികനായ ഐജാക്സിനോട് ആജ്ഞാപിക്കുകയാണ്. ഐജാക്സ് അവളെ ബലാത്സംഗം ചെയ്യുന്നു. കസാൻഡ്രാ എന്ന വ്യക്തി നശിപ്പിക്കപ്പെട്ടാലും അവർ എതിർത്തിരുന്ന ചുറ്റുപാടുകൾ നിലനില്ക്കുന്നിടത്തോളംകാലം കസാൻഡ്രാമാർ ഉണ്ടായിക്കൊണ്ടിരിക്കുമെന്ന സൂചന നാടകത്തിലുണ്ട്.

വർഷകാല പശ്ചാത്തലത്തിലെ അവസാനരംഗത്തിൽ ഗ്രീക്ക് രാജ്യം ഭരിക്കുന്ന അഗമെംമ്നന്റെ ഭാര്യയായ ക്ലൈറ്റംനെസ്ട്രായും കസാൻഡ്രായും കണ്ടുമുട്ടുന്നു. ഇതിഹാസത്തിൽ അഗമെംമ്നനെയും കസാൻഡ്രായെയും ക്ലൈംറ്റംനെസ്ട്രാ വധിക്കുന്നതായാണ് പറയപ്പെടുന്നതെങ്കിലും നാടകത്തിൽ ക്ലൈറ്റംനെസ്ട്രാ കസാൻഡ്രായെ തിരിച്ചറിയുകയാണ് ചെയ്യുന്നത്. സമാധാനത്തിന്റെ രക്തം ചൊരിയുന്നത് തനിക്ക് സഹിക്കാവുന്നതല്ലെന്നാണ് അവർ പറയുന്നത്. അംഗമെംമ്നനെ വധിക്കുന്നതിനുള്ള കാരണവും ഇതിൽനിന്നും വായിച്ചെടുക്കാം. ക്ലൈറ്റംനെസ്ട്ര പിൻവാങ്ങുമ്പോൾ രംഗപ്രവേശം നടത്തുന്ന അപ്പോളോ കസാൻഡ്രായെ വധിക്കുന്നു; "പോരില്ലെങ്കിൽ അപ്പോളോ ഇല്ല" എന്ന് പറഞ്ഞുകൊണ്ട്.

പുരുഷകേന്ദ്രീകൃതമായ അധികാരവർഗ്ഗത്തിന്റെ പ്രതിനിധിയാണ് അപ്പോളോ എന്ന് നാടകം അടിവരയിട്ടുറപ്പിക്കുകയാണ്. സമാധാനം നിലനില്ക്കുന്ന രാജ്യങ്ങളിൽ തർക്കവിതർക്കങ്ങൾ സൃഷ്ടിച്ചുകൊണ്ട് ആയുധവ്യാപാരം നടത്തുന്ന സമകാലീന വാണിജ്യതന്ത്രങ്ങളെ നാടകം ഓർമ്മപ്പെടുത്തുന്നു. ഐതിഹാസിക പശ്ചാത്തലത്തിലുള്ള സംഭവങ്ങളെയാണ് അനാവരണം ചെയ്യുന്നതെങ്കിലും കാലിക പ്രസക്തിയുള്ളതും സ്ത്രീപക്ഷചിന്തകളെ മുന്നോട്ടുവയ്ക്കുന്നതുമാണ് *പ്രവാചക* എന്ന നാടകം.

"ഭൂമി മുഴുവൻ ആണിനുള്ളത് എന്ന് വചനങ്ങൾ! ഉള്ളറിയുക, കീഴ്പ്പെടുത്തുക എന്ന് മന്ത്രധ്വനികൾ!! ധീരതയുടെ സ്തുതിഗീതങ്ങൾ! സ്വർഗ്ഗത്തിൽ ഇരിപ്പിടമെന്ന വാഗ്ദാനങ്ങൾ!! യുദ്ധം... അഹന്തയുടെ വിളവെടുപ്പ്!" പുരുഷാധിപത്യസമൂഹത്തിന്റെ രൂപപ്പെടൽ മുതൽ ആധുനിക

(Modernity) കാലം വരെയും അടിസ്ഥാനപരമായ ചിന്താപദ്ധതികൾ എന്ന് സ്ത്രീപക്ഷവാദികൾ ചൂണ്ടിക്കാട്ടിയിട്ടുള്ളവയാണ് അഥീനയുടെ ഈ സംഭാഷണ ശകലത്തിലൂടെ നാടകത്തിൽ വെളിവാക്കുന്നത്. *പ്രവാചക*യിലൂടെ രാജരാജേശ്വരിയിലെ കൈത്തഴക്കം വന്ന നാടകരചയിതാവിനെ തിരിച്ചറിയാം.

ഇറാനിയൻ എഴുത്തുകാരി ഷഹർനുഷ് പർസിപൂർ രചിച്ച *സാനനെ, ബേദുൽ മർദാനെ* (Women without Men) എന്ന ലഘുനോവലിനെ ആധാരമാക്കി രാജരാജേശ്വരി രചിച്ച നാടകമാണ് *ആണുങ്ങളില്ലാത്ത പെണ്ണുങ്ങൾ.* വ്യത്യസ്തമായ ഇറാനിയൻ സാമൂഹ്യപശ്ചാത്തലത്തിൽ നിന്നും വരുന്ന അഞ്ച് സ്ത്രീകൾ ഒരു തോട്ടത്തിൽ ഒത്തുചേരുന്നതും അവിടെയുള്ള അവരുടെ ഒരുമിച്ചുള്ള ജീവിതം അവരിൽ ഉളവാക്കുന്ന ഭൗതികവും ആത്മീയവുമായ മാറ്റങ്ങളുമൊക്കെയാണ് മൂലകൃതിയിൽ പ്രതിപാദ്യ വിഷയം. പല സമയങ്ങളിൽ ചെറുകഥകളായി രചിച്ചവയെ ഒരുമിച്ചു കോർത്തിണക്കിയാണ് പർസീപൂർ ഈ നോവൽ രചിച്ചിരിക്കുന്നത്. സ്ത്രീയുടെ ലൈംഗികതയെക്കുറിച്ച് നോവലിൽ തുറന്നു പ്രതിപാദിച്ചതിനാൽ ഇസ്ലാമീകരണത്തിനുശേഷമുള്ള ഇറാൻ ഭരണകൂടം പർസിപൂറിനെ ജയിലിൽ അടയ്ക്കുകയുണ്ടായി. ഇന്ന് അവർ കുടുംബത്തിൽ നിന്നുമകന്ന് അമേരിക്കയിൽ പ്രവാസിയായി കഴിയുകയാണ്.

അഞ്ച് സ്ത്രീകൾ അവരവരുടെ കഥകൾ ഓരോ ഖണ്ഡികയിലായി പറയുകയാണ് നോവലിൽ ചെയ്തിരിക്കുന്നത്. ആത്മകഥാകഥനരൂപേണയുള്ള ഘടനയാണിതിന്റേത്. അഞ്ച് സ്ത്രീകളും കരജിലെ തോട്ടത്തിൽ എത്തിപ്പെട്ടതിനുശേഷമാണ് നാടകാരംഭം. ഒരോ സ്ത്രീയും അവരുടെ കഥ പറയുമ്പോൾ ഒരു രംഗത്തിലും തിരിച്ച് തോട്ടത്തിലും എന്ന നിലയിൽ ഒരു സ്പൈറൽ സ്വഭാവഘടനയാണ് നാടകത്തിൽ സ്വീകരിച്ചിട്ടുള്ളത്.

ഒരിക്കൽ സമനിലതെറ്റി തോട്ടത്തിൽ മരമായി വന്നുനിന്നതാണെന്നും നല്ല കുടുംബമഹിമയുള്ള തറവാട്ടിൽ ജനിച്ച ഒരു സ്ത്രീ ഇങ്ങനെയൊക്കെ പ്രവർത്തിക്കുമ്പോഴുണ്ടാകുന്ന നാണക്കേടിനെപ്പറ്റിയും മഹ്ഡോക്തിന്റെ സഹോദരന്റെ അവസ്ഥയെക്കുറിച്ചുമൊക്കെ പരിതപിക്കുകയാണയാൾ. ഒട്ടും സംഭവ്യമല്ലാത്ത കാര്യങ്ങളെക്കുറിച്ച് തികച്ചും സ്വാഭാവികമായാണ് അയാൾ പറയുന്നത്. മഹ്ഡോക്തിനെ കാണുന്നതിൽ കൗതുകമുണ്ടെങ്കിലും ഫറൂക്കിന് അതിൽ ഒട്ടും അത്ഭുതമില്ലാതാനും.

സ്വന്തം ലൈംഗികതയെക്കുറിച്ച് അതിവിചിത്രമായ ധാരണകളുള്ളവളാണ് മഹ്ഡോക്ത്ത്. സ്ത്രീപുരുഷ ബന്ധത്തെ നിരാകരിക്കുമ്പോഴും കുട്ടികളെപ്പറ്റി അവൾ ഏറെ വാചാലയാണ്. അനാഥക്കുട്ടികൾക്ക് രോമക്കുപ്പായം നെയ്യുന്ന അവൾ ആയിരം ശാഖകൾ ഉള്ള ഒരു മരമായി താൻ മാറിയാൽ അത്രയും കൈകൾ കൊണ്ട് അത്രയും രോമക്കുപ്പായങ്ങൾ തുന്നാമല്ലോ എന്നാണ് ആഗ്രഹിക്കുന്നത്. അതേ അവൾതന്നെ സ്വന്തം ഏട്ടനോട് എന്തിനാണ് അയാൾക്ക് ഇത്രയധികം മക്കളെന്ന് ചോദിക്കു

കയും ചെയ്യുന്നു.

രണ്ടാംരംഗത്തിൽ; ഉപരിവർഗ്ഗമദ്ധ്യവയസ്കയായ ഫറൂഖ്‌ലക്കയുടെ കഥയാണ് അനാവരണം ചെയ്യപ്പെടുന്നത്. ഷായുടെ ഭരണകാലത്ത് പാശ്ചാത്യവല്ക്കരിക്കപ്പെട്ട ടെഹറാൻ നഗരത്തിൽ വളർന്നതിനാൽ ഏറെ സ്വാതന്ത്ര്യം അനുഭവിച്ചവരാണവർ. വിവാഹശേഷം വീട്ടിനുള്ളിൽ ഒതുങ്ങിക്കൂടിയ സുന്ദരിയായ അവരെ അപകർഷതാബോധത്തിൽ ഭർത്താവ് നിരന്തരം കുത്തുവാക്കുകൾ പറഞ്ഞ് സ്വൈരം കെടുത്തി. അതിൽനിന്നും രക്ഷനേടാനായാണ് കരജിൽ ഒരു തോട്ടമെന്ന സ്വപ്നത്തിൽ മുഴുകുന്നത്. തന്നാൽ തള്ളിമാറ്റപ്പെട്ട ഭർത്താവ് വീണുമരിച്ചതിനാൽ വിധവയായ ഫറൂഖ് 'കരജ്' എന്ന നഗരത്തിൽ തോട്ടം വാങ്ങിക്കുവാൻ തീരുമാനിക്കുകയാണ്. മനുഷ്യപ്രകൃതിക്ക് തന്നെ പൂർണ്ണമായി ഉൾക്കൊള്ളാൻ സാധിക്കുന്നില്ലെന്ന വിചാരത്തിൽ അവർ സ്വന്തം അസ്തിത്വത്തെ ഒരു മരമായി പരിണമിപ്പിക്കുവാൻ തീരുമാനിക്കുകയാണ്. തന്റെ വേരുകൾ ഈ ഭൂമിയിൽ ആഴ്ന്നിറങ്ങി ഊർജ്ജം വലിച്ചെടുത്ത് ആയിരം ശാഖകളായി പടർന്ന് ലോകം മുഴുവൻ പൊതിയുമെന്ന് അവർ പറയുമ്പോൾ സ്ത്രീചിന്തയുടെ ഔന്നത്യമാണ് പ്രകടിതമാകുന്നത്. സാധാരണഗതിയിൽ, തത്ത്വചിന്തകൾ ലോകത്തിന്റെ മുകളിൽ ആകാശോന്മുഖമായി വർത്തിക്കുമ്പോൾ ഇവിടെ മഹ്ഡോക്ത്ത് ഭൂമിയുടെ ഉള്ളിൽനിന്നും ആരംഭിച്ച് ആകാശത്തോളം വളർന്ന് ഭൂമിയെ പൊതിയുകയാണ് ചെയ്യുന്നത്. ഏഴാം രംഗത്തിൽ മഹ്ഡോക്ത്ത് തന്റെ അനുഭവങ്ങൾ ആത്മകഥാരൂപേണ പറയുമ്പോഴും പ്രകൃതിയെയും അതിന്റെ നിറങ്ങളെയും സൂക്ഷ്മമായി നിർവ്വചിക്കുന്നതും കാണാം.

ജീവിതചുറ്റുപാടുകളെ തിരിച്ചറിയുന്നതിനാലും തന്റെ ഉയർന്ന ആത്മബോധത്തിന് അവയിലൊന്നും തങ്ങി നില്ക്കാനാവില്ലെന്ന തിരിച്ചറിവിനാലുമാണ് മഹ്ഡോക്ത്ത് സ്വയം മരമായി മാറുന്നത്. നോവലിൽ പലയിടങ്ങളിലായി ചിതറിക്കിടക്കുന്ന വിവരണങ്ങളെ തിരിഞ്ഞുപിടിച്ച് മഹ്ഡോക്ത്ത് എന്ന കഥാപാത്രത്തിന്റെ സ്വഭാവം പുറത്തു കൊണ്ടുവരുന്ന തരത്തിൽ സംഭാഷണങ്ങൾ സൃഷ്ടിച്ചെടുത്തിരിക്കുന്നു. ഇവിടെ രസകരമായ മറ്റൊരു വസ്തുതകൂടിയുണ്ട്. പർസിപൂറിന്റെ കൃതിയെ അവലംബമാക്കി നിർമ്മിച്ച അതേ പേരിലുള്ള ചലച്ചിത്രത്തിൽ മരമായ സ്ത്രീയെ പൂർണ്ണമായും ഒഴിവാക്കിയപ്പോൾ നാടകത്തിൽ ഏറ്റവും പ്രാധാന്യത്തോടുകൂടിയും കാഴ്ചക്കാരെ ഏറെ സ്വാധീനിച്ചുകൊണ്ടും ശ്രദ്ധേയമായ കഥാപാത്രമായിരിക്കുന്നു മഹ്ഡോക്ത്ത് എന്ന മരമായ സ്ത്രീ.

ഇതരകഥാപാത്രങ്ങളായ സരിൻ കോല, മുനീസ്, ഫൈസ എന്നിവർ പ്രവേശിക്കുന്നത് രണ്ടാമത്തെ രംഗത്തിലാണ്. ഒരു സഹായിയായി തന്നെയും കൂട്ടാമോ, എന്ന് ചോദിച്ചുകൊണ്ടാണ് സരിൻ ഫറൂക്കിനടുത്തേക്ക് വരുന്നത്. പക്ഷേ, വീടു വൃത്തിയാക്കൽ, തുണി അലക്കൽ തുടങ്ങി ഒരു പരിചാരികയ്ക്കുവേണ്ട തൊഴിൽപരമായ അറിവുകളൊന്നും അവർക്കില്ലതാനും. തുടർന്നാണ് കരയുന്ന ഫൈസയുമായി മുനീസ് വരു

ന്നത്. “ഇത് കരജിലെ തോട്ടമല്ലേ?” എന്ന് ചോദിച്ചുകൊണ്ടാണ് മുനീസ് വരുന്നത്. മുൻപരിചയം ഇല്ലാഞ്ഞിട്ടും കരജിലെ തോട്ടം പ്രസിദ്ധിയാർജ്ജിച്ചതായി ഒരു സൂചനയുമില്ലാഞ്ഞിട്ടും മുനീസ് ഇങ്ങനെ ചോദിക്കുന്നതു വഴി കരജിലെ തോട്ടം ഒരു ബിംബമായി മാറുകയാണ്. സ്വന്തം സ്വത്വത്തെ തിരയുന്ന സ്ത്രീകളുടെ ഒരിടം!

സുഹൃത്തുക്കളായ മുനിസ് - ഫൈസമാരുടെ കഥപറയുന്ന മൂന്നാം രംഗത്തിൽ ഫൈസ പ്രഖ്യാപിക്കുന്നതിനാണ്, ‘കന്യകാത്വം തിരശ്ശീലയാണെന്നോ?’ അതൊരു ദ്വാരമാണ്. ആദ്യം ചെറുതും പിന്നെ വലുതുമാകുന്ന ദ്വാരം യാഥാസ്ഥിതിക ചിന്തകളിൽ മാത്രമല്ല, ഈ ആധുനിക സമൂഹത്തിലും വലിയ വില കല്പിക്കുന്ന സ്ത്രീയുടെ കന്യകാത്വം എന്ന ശാരീരികാവസ്ഥയെ വളരെ ലാഘവത്തോടെ അപനിർമ്മാണം നടത്തുന്നതാണ് ഫൈസയുടെ ഈ പ്രഖ്യാപനം. ഫൈസ മാത്രമല്ല ഇത് ചെയ്യുന്നത്. കന്യകാത്വം എന്ന ആശയത്തെ കാല്പനികതയുടെ ഉയർന്ന മേഖലയിൽ പ്രതിഷ്ഠിക്കുന്ന മഹ്ഡോക്ത്തും മറ്റൊരു തരത്തിൽ പുരുഷന്റെ നിയന്ത്രണത്തിൽ ഉള്ളത് എന്ന സങ്കല്പത്തെ അപനിർമ്മിക്കുന്നുണ്ട്.

നോവലിലെ പ്രധാന സംഭവങ്ങളെയൊക്കെയും നാടകത്തിൽ ഉൾച്ചേർത്തിട്ടുണ്ട്. ഓരോ സ്ത്രീയുടെയും അനുഭവങ്ങളെ, അവരുടെ ചിന്തകളെ ഇതരസ്ത്രീകളുമായിട്ടുള്ള സംഭാഷണങ്ങൾ ആക്കിത്തീർത്തുകൊണ്ട് നാടകീയമാക്കുവാൻ *ആണുങ്ങളില്ലാത്ത പെണ്ണുങ്ങൾ* എന്ന നാടകത്തിന് കഴിഞ്ഞിരിക്കുന്നു. ഇതിനായി ചില ചെറുസ്വാതന്ത്ര്യങ്ങളും നാടകകൃത്ത് എടുത്തിട്ടുണ്ട്. ചിലപ്പോൾ ഒരാളുടെ ചിന്തയായി നോവലിൽ വരുന്ന ഭാഗം നാടകത്തിൽ മറ്റൊരാളുടെ സംഭാഷണമായി വരുന്നു. മുനിസ് എന്ന ഖണ്ഡികയിൽ അവസാനിക്കുന്ന നോവലിൽ മുനിസ് ഒരുകറുത്ത കാറ്റിന്റെ ചിറകിലേറി ഏഴ് വർഷം ഏഴ് നരകങ്ങൾ കടന്ന് വീണ്ടും നഗരത്തിലെത്തി ഒരു സ്കൂൾ അദ്ധ്യാപികയായി മാറുന്നതായാണ് പറയുന്നത്. എന്നാൽ നാടകത്തിൽ ഇതിൽനിന്നും വ്യതിചലിച്ചുകൊണ്ട് മുനിസ് തിരികെ തോട്ടത്തിൽ എത്തുകയാണ്. വിജനമായ തോട്ടം മുനിസിന്റെ വരവോടുകൂടി സ്ത്രീകളുടെ ‘സ്വപ്നഇട’മായിത്തന്നെ തുടരുകയും ചെയ്യുന്നു. വളരെയേറെ പരന്നുകിടക്കുന്നതും ഫറൂഖിന്റെ ചിന്തകൾ അടങ്ങിയതും ഭർത്താവിന്റെ സ്വഭാവം സൂചനകളിൽ മാത്രമാണെന്നതും ഒക്കെ ചേർന്ന ഫറൂഖിന്റെ കഥ നാടകത്തിനുവേണ്ടി പരിവർത്തിപ്പിച്ചപ്പോൾ നാടകകൃത്തിന്റേതായ സ്വതന്ത്രസംഭാഷണങ്ങളും സൃഷ്ടിച്ചെടുക്കേണ്ടി വന്നിരിക്കുന്നു.

മുമ്പ് സൂചിപ്പിച്ചതുപോലെ ഈ നാടകത്തിൽ കാലം പിരിഞ്ഞ് പിരിഞ്ഞ് (spiral) കിടക്കുകയാണ്. സ്വന്തം കഥ മറ്റ് സ്ത്രീകളോട് (കാഴ്ചക്കാരോട്) പറയുമ്പോൾ ഉപയോഗിക്കുന്ന ഭൂതകാലക്രിയ, പറയുന്ന സംഭവങ്ങൾ അരങ്ങിലെത്തുമ്പോൾ വർത്തമാനകാലക്രിയയായി വരാം. സമയത്തിന്റെ മുന്നോട്ടും പിന്നോട്ടുമുള്ള പോക്ക് ഏറ്റവും കൂടുതലായി സംഭവിക്കുന്നത് മൂന്നാംരംഗത്തിലാണ്. ഫൈസ മുനിസിനോട് തന്റെ

നാത്തൂനുമായുള്ള വഴക്കിനെപ്പറ്റി വിവരിക്കുമ്പോൾ ഒരേസമയം ഭൂതകാലത്തിൽ മുനിസിനോട് ആശയവിനിമയം നടത്തുകയും നാത്തൂനായ പർവിനിനോട് വർത്തമാനകാലത്തിൽ പറയുകയും ചെയ്യുന്നുണ്ട്.

നാടകരചനയ്ക്കായി അവലംബിച്ചിട്ടുള്ളത് ഇംഗ്ലീഷിലുള്ള പരിഭാഷയെയാണ്. ഇംഗ്ലീഷിൽനിന്നും പരിഭാഷപ്പെടുത്തി ചേർത്തിട്ടുള്ള സംഭാഷണങ്ങൾ തർജ്ജമയുടെ പരിമിതികളെ മറികടന്നുകൊണ്ട് സ്വാഭാവിക ഭാഷ പ്രയോഗമാക്കുന്നതിൽ നാടകകൃത്ത് വിജയിച്ചിരിക്കുന്നു. തികച്ചും സ്ത്രീപക്ഷത്തുനിന്നുകൊണ്ട്, ഉത്കൃഷ്ടമായ ഒരു കൃതിക്ക് നാടകീയരൂപാന്തരം നടത്തുന്നതിൽ രാജരാജേശ്വരി തികഞ്ഞ പക്വതയും ആർജ്ജവവും കൈവരിച്ചിരിക്കുന്നുവെന്ന് *ആണുങ്ങളില്ലാത്ത പെണ്ണുങ്ങളെ* സാക്ഷി നിർത്തി നിസ്സംശയം പറയാം.

രണ്ടായിരത്തി പന്ത്രണ്ടിൽ രാജരാജേശ്വരി രചന നിർവ്വഹിച്ച നാടകമാണ് *നിഴലുകളുടെ മണം*. ഒരു അമ്മയുടെയും മകളുടെയും ഓർമ്മകളിലൂടെയാണ് ഈ നാടകം വികസിക്കുന്നത്. വ്യത്യസ്ത ഇടങ്ങളിലും സമയങ്ങളിലുമായി ഈ രണ്ട് സ്ത്രീകളുടെയും അനുഭവങ്ങൾ ആത്മഭാഷണങ്ങളായും ചിലപ്പോൾ പ്രകാശഭാഷണങ്ങളായും മാറുന്നു.

കുറേയേറെ പെർഫ്യൂമുകൾക്കിടയിൽ നില്ക്കുന്ന മകളിലാണ് നാടകത്തിന്റെ തുടക്കം. അവയെപ്പറ്റി വളരെ ലാഘവത്തോടെ സംസാരിച്ചു തുടങ്ങുന്ന അവൾ ആത്മഗതങ്ങളുടെ അവസാനത്തിൽ 'എന്റെ തോല് ഞാൻ ഉരിയുന്നതിനു മുൻപ് എനിക്ക് എന്റെ മണം എന്താണെന്ന് അറിയണം' എന്നാണ് പറയുന്നത്. അരങ്ങിലെത്തുന്ന അമ്മ, തന്റെ കുട്ടിക്കാലത്തെക്കുറിച്ചാണ് പറഞ്ഞു തുടങ്ങുന്നത്. അവരുടെ വാക്കുകളിൽനിന്നും ഒരു ഉപരിവർഗ്ഗതറവാടായ കുടുംബത്തിലെ കുട്ടിയായാണ് അവർ വളർന്നുവന്നതെന്നും അന്ന് അവരൊരു സ്വപ്നജീവിയായിരുന്നെന്നും ഒക്കെയുള്ള സൂചനകൾ ലഭിക്കും. അമ്മയുടെ വാക്കുകളിലെ 'പ്ലേയേഴ്സ് സിഗരറ്റിന്റെയും പുൽത്തൈലത്തിന്റെയും കൂടിക്കുഴഞ്ഞ മണം' ആവർത്തന സ്വഭാവത്തിലൂടെ ഒരു ബിംബമായിത്തീരുന്നു.

തറവാടിന്റെ പരമ്പരാഗതശീലം പുൽത്തൈലം നിലനില്ക്കെത്തന്നെ സ്വാതന്ത്ര്യാനന്തര ഭാരതത്തിലെ ഉപരിവർഗ്ഗ സ്വഭാവങ്ങളും - പ്ലേയേഴ്സ് സിഗരറ്റ്, കാർ മുതലായവ- കൂടിച്ചേർന്നുനില്ക്കുന്ന ഒരു തറവാടാണ് അനുവാചകന്റെയുള്ളിൽ നിറയുന്നത്. സ്വന്തം പിതാവിന്റെ മണമായി മകൾക്ക് അനുഭവവേദ്യമാകുന്ന ഈ മണം അവൾക്ക് ഒരു സുരക്ഷിതത്വത്തിന്റെ കവചമായി വർത്തിക്കുന്നുമുണ്ട്. മകൾ തന്റെ കുട്ടിക്കാലം ഓർമ്മിക്കുന്നത് നിഴലുകളിലൂടെയാണ്. വർത്തമാനപ്പത്രം വെട്ടിയെടുത്ത് രൂപങ്ങളുണ്ടാക്കി താൻ കളിക്കുമായിരുന്നെന്നാണ് അവൾ പറയുന്നത്. ഒരു കുട്ടിക്കളി എന്നതിനുമപ്പുറം അവളുടെ ലോകം നിഴൽ മൂടിയതാണ് എന്ന സൂചനയും അതിലുപരി ഇന്നത്തെ കാലത്തു പല വീടുകളും (സമൂഹവും) പാരമ്പര്യത്തിന്റെ നിഴലുകളാൽ മൂടപ്പെട്ടു കിടക്കുന്നതിനാൽ, ഇന്നിനെ യാഥാർത്ഥ്യബോധത്തോടെ സമീപിക്കുന്നതിൽ പരാജയപ്പെടു

ന്നുവെന്നും നാടകത്തിന്റെ തുടർസംഭവങ്ങളെ മുൻകൂട്ടി പറയപ്പെടുന്നതുപോലെയും കാണാം.

മകൾ പറയുകയാണ്, "അമ്മേ, നിഴലുകൾ വസ്തുക്കളിൽ വരുത്തുന്ന പരിണാമങ്ങൾ എനിക്ക് പുതിയ കാഴ്ച നല്കുന്നു." അമ്മയുടെ അച്ഛന്റെ ഗന്ധം പോലെതന്നെ ശക്തമായ ബിംബമാണ് ഇവിടെ മകളുടെ നിഴലുകളും.

അമ്മയുടെ ആത്മഭാഷണങ്ങളിൽ പലതിലും അവർ പിതൃത്വചിന്തകളിൽ സുരക്ഷിതമായി എഴുതുന്നവളും എഴുത്തുകാരിയെന്ന നിലയ്ക്ക് 'അച്ഛന്റെ' വാക്കുകളെ പിന്തുടരുന്നവളുമാണ് എന്ന സൂചന നിലനില്ക്കുന്നു. ഇതിന് വിപരീതമായി, മകൾക്ക് അച്ഛൻ ഒരു പേടിസ്വപ്നമായിരുന്നു. മദ്യപിച്ച്, സുഹൃത്തുക്കളുമായി ശബ്ദകോലാഹലങ്ങളോടെ വീട്ടിലെത്തുന്ന അച്ഛനാണ് മകളുടെ മനസ്സിൽ. അവളുടെ വാക്കുകളിൽനിന്നും അയാൾ ലഹരിക്ക് അടിമപ്പെട്ടവനാണെന്നും വിടനാണെന്നുമുള്ള ചിത്രം നമുക്ക് ലഭിക്കുന്നു.

മകളുടെ ഓർമ്മയിൽ അച്ഛൻ പറയുന്നു '....വലിയ ചിന്തകളുടെ മൂഡിലാണെങ്കിൽ ഞാൻ ഒരു കാര്യത്തിനും അവളെ ശല്യം ചെയ്യാറില്ല' എന്ന സംഭാഷണവും 'അമ്മയുടെ നേരെ കണ്ണിറുക്കി കാണിച്ചുകൊണ്ടുള്ള അവസാനത്തെ വാചകം...' എന്ന മകളുടെ വിവരണവും മുകളിൽ പറഞ്ഞതിന് പിൻബലമാകുന്നു. അവസാനം വെളിവാകുന്ന ഭയാനകമായ സത്യത്തിന്റെ മുൻസൂചനയും.

അമ്മയ്ക്ക് സുരക്ഷിതത്വം നല്കുന്ന സ്വന്തം അച്ഛന്റെ മരണത്തിന് വിപരീതമായി മകൾക്ക് സ്വന്തം അച്ഛന്റെ മരണം 'മടുപ്പിക്കുന്ന വെളുത്തുള്ളിയുടെ ഗന്ധമാണ്.' 'വെളുത്തുള്ളിയുടെ ഗന്ധം' എന്ന പ്രയോഗത്തിന്റെ മറ്റൊരു അർത്ഥതലവും ഇവിടെ വെളിവാകുന്നുണ്ട്. നമ്മുടെ വിശ്വാസങ്ങളിൽ പാമ്പുപോലെയുള്ള ക്ഷുദ്രജീവികളെയും ആംഗലേയർക്ക് പ്രേതങ്ങളെയും അകറ്റുവാൻ ഉപയോഗിക്കുന്ന വസ്തുവാണ് വെളുത്തുള്ളി. ഇവിടെ പ്രേതം (ക്ഷുദ്രജീവി) തന്നെ വെളുത്തുള്ളിയുടെ ഗന്ധവുമായി വരുന്നു; പരിഹാരമില്ലാത്ത ഭീകരമായ അവസ്ഥയെ സൂചിപ്പിക്കുന്നു. സ്വന്തം അച്ഛന്റെ മണമുള്ള വാക്കുകൾ എഴുതിക്കൊണ്ടിരിക്കുന്ന അമ്മയ്ക്ക്, മകളുടെ നിഴലുകളുടെയും പ്രേതത്തിന്റെയും ലോകം എത്രയോ അകലെയാണ്. തന്റെ സ്വപ്നലോകത്തിൽ അഭിരമിക്കുന്ന അമ്മയ്ക്ക് പക്ഷേ, മകളുടെ നോട്ടത്തിന്റെ പൊരുളറിയാനുള്ള കെല്പുപോലും പലപ്പോഴും നഷ്ടപ്പെടുകയാണ്.

കടുത്ത വിശ്വാസവഞ്ചനയുടെ ചതിക്കുഴിയിൽപ്പെട്ട മകൾ വളർന്നതിനുശേഷം സ്വന്തം ഇച്ഛാശക്തിയാൽ അവയെയൊക്കെയും മറികടക്കുന്നുണ്ട്. പിന്നീടുള്ള മകളുടെ മാറ്റം അമ്മയുടെ വാക്കുകളിൽ നിന്നുതന്നെ നമുക്കു ലഭിക്കുന്നുണ്ട്. അമ്മയോട് ഒന്നും പറയാതെ അരമതിലിൽ ചാരി, വിദൂരതയിലേക്ക് നോക്കിയിരിക്കുന്ന മകൾ! സന്ധ്യാവേളയിൽ മുറ്റത്തു പതിയുന്ന സ്വന്തം നിഴൽ സൂക്ഷ്മമായി നോക്കുന്ന മകൾ!! മകളുമായുള്ള

സംഭാഷണം പുനഃസ്ഥാപിക്കുവാനായി, തിടുക്കത്തോടെ അമ്മ, മകളുടെ ബാല്യകാലത്ത് അവർക്കിടയിലുണ്ടായിരുന്ന അടുപ്പത്തെക്കുറിച്ചു പറയുമ്പോൾ 'എന്റെ മണം എന്തായിരുന്നു?' എന്നാണ് മകൾ തിരിച്ചുചോദിക്കുന്നത്. ഒട്ടേറെ അർത്ഥതലങ്ങൾ കുടികൊള്ളുന്ന ചോദ്യമാണിത്.

'പിയേഴ്സ് സോപ്പിന്റെയും ജോൺസൺസ് ബേബി പൗഡറിന്റെയും മണം, അല്ലാതെന്താ' ഇതായിരുന്നു അമ്മയുടെ പ്രതികരണം. എങ്കിലും ആ ചോദ്യം അമ്മയിൽ അസ്വസ്ഥതകൾ ഉളവാക്കുന്നുണ്ട്. അമ്മയുമായുള്ള മകളുടെ സംഘട്ടനത്തിനുശേഷം മകൾ നിഴലുകളുടെ ലോകം വിട്ട്, ഗന്ധങ്ങളെക്കുറിച്ച് ചിന്തിച്ചു തുടങ്ങുകയാണ്. വീട്ടിനുള്ളിൽ പറ്റിപ്പിടിച്ചിരിക്കുന്ന വെളുത്തുള്ളിയുടെ ഗന്ധം തന്റെ ശരീരത്തിലുണ്ടാകുമെന്നു കരുതി പലതരം പെർഫ്യൂമുകൾ അവൾ ശരീരത്തിൽ പുരട്ടുകയാണ്. പല ദേശങ്ങളിലെ സ്ത്രീകളായി മാറിക്കൊണ്ട് അവൾ മുറ്റത്ത് നാടകം കളിക്കുന്നു. മകളുടെ നാടകം കളിയിൽ കാഴ്ചക്കാരിയായി കൂടുന്ന അമ്മയെ, മാനസികമായി വളരെയേറെ വളർന്നുകഴിഞ്ഞ മകൾ, ഒരു ശിശുവിനെയെന്നപോലെ വാത്സല്യത്തോടെയാണ് നോക്കുന്നത്. വീട് വിട്ടുപോകുമ്പോൾ യാത്ര അയക്കാൻ നില്ക്കുന്ന അമ്മയോട് 'സമാധാനമായിരിക്കൂ കുട്ടീ' എന്നാണ് മനസ്സിൽ അവൾ പിറുപിറുക്കുന്നത്.

മകൾ വിട്ടുപോയതിനുശേഷമാണ് കൂടുതൽ തീക്ഷ്ണതയോടെ അമ്മ ഗന്ധത്തെപ്പറ്റി ആലോചിക്കുന്നത്. സ്വന്തം ഗന്ധം എന്തായിരുന്നുവെന്ന അന്വേഷണം അവരെ തന്റെ അമ്മയെപ്പറ്റിയുള്ള ചിന്തകളിൽ കൊണ്ടുചെന്നെത്തിക്കുന്നു. ഒരു വലിയ തറവാട്ടിലെ അടുക്കളയുടെ അകത്തളങ്ങളിൽ സദാ ചിലവിട്ടിരുന്ന, തീരെ വിദ്യാഭ്യാസമില്ലാത്ത അമ്മയെക്കുറിച്ച് ചിന്തിച്ചുതുടങ്ങുന്നത് പക്ഷേ, 'ഞാനൊരു അച്ഛൻകുട്ടിയാ എന്ന കുട്ടിക്കാലത്തെ ഊറ്റം കൊള്ളലിൽ അവസാനിക്കുന്നു. പിന്നെയും സ്വന്തം ജീവിതത്തിലെ ഗന്ധങ്ങളെക്കുറിച്ചുള്ള ചിന്തകൾ, 'എന്റെ ഏകാഗ്രത മുഴുവനും ഈ പുസ്തകക്കൂട്ടങ്ങളിലും അവയൊളിപ്പിച്ചിരുന്ന പ്ലേയേഴ്സ് സിഗരറ്റിന്റെയും പുൽത്തൈലത്തിൽ കൂടിക്കുഴഞ്ഞ മണവും മാത്രമായിരുന്നുവോ?' എന്ന തിരിച്ചറിവിലേക്ക് അവരെ എത്തിക്കുന്നുമുണ്ട്.

പാമ്പ് പടമുരിയുന്നതുപോലെ സ്വന്തം തോല് ഉരിഞ്ഞ് കളഞ്ഞ് ഇന്ദ്രിയങ്ങൾ പുതുക്കി, സ്വന്തം മണമുള്ള തോല് നേടിയെടുക്കുവാൻ നാടകാന്ത്യത്തിൽ മകൾ തീരുമാനിക്കുകയാണ്. പച്ച മാംസവുമായി, ക്ഷതമേറ്റ്, രക്തമൊഴുകി, പുഴു അരിച്ച് കഴിയണമെങ്കിലും തന്റെ മകൾക്കുവേണ്ടി ആ യാതനകൾ പേറുവാൻ അവർ ഒരുക്കമാണ്. മറുവശത്ത് അമ്മയുടെ ഓർമ്മകളിലെ പരതൽ, വളർന്നുവരുന്ന മകളുടെ വിവിധ ഘട്ടങ്ങളിലെ മണങ്ങളെ ഓരോന്നായി പെറുക്കിയെടുക്കുന്നു. പക്ഷേ, അവസാനത്തെ തിരിച്ചറിവ് അവരെ ഉന്മാദാവസ്ഥയിലേക്ക് തള്ളിവിടുകയാണ് ചെയ്യുന്നത്. കടുത്ത ദുർഗ്ഗന്ധത്തിൽനിന്നു രക്ഷനേടി അവർ ഭ്രാന്തമായി അലയുന്നു.

ഏഴെട്ട് വർഷങ്ങൾക്കുള്ളിൽ രാജരാജേശ്വരി എഴുതിയിട്ടുള്ളത് നാല്

നാടകങ്ങൾ മാത്രമാണ്. പക്ഷേ, ഈ നാടകങ്ങളിൽ അവർ തന്റേതായ കാഴ്ചപ്പാടുകളിലൂടെ ഉരുത്തിരിഞ്ഞ ദർശനങ്ങളെ കോറിയിടുകയാണ് ചെയ്തിരിക്കുന്നത്. സ്ത്രീപക്ഷ സമീപനമാണ് കൃതികളിൽ നടത്തിയിരിക്കുന്നത് എന്നതിനൊപ്പം തന്നെ നല്ല നാടകകൃതികൾക്ക് അവശ്യം വേണ്ട എല്ലാ അംശങ്ങളെയും ക്രോഡീകരിക്കാനും ശ്രമിക്കുന്നുണ്ട്. ക്രിയയ്ക്ക് വഴിയൊരുക്കുംവിധത്തിൽ വരികൾ ആന്തരപാഠങ്ങളെ ഗർഭത്തിൽ വഹിക്കുന്നവയാണ് Minimal Script എന്ന ചിന്തയിലധിഷ്ഠിതമാണ് എല്ലാ രചനകളും. അതുകൊണ്ടുതന്നെ അരങ്ങിൽ സംഭവിക്കേണ്ടുന്ന രംഗപാഠത്തെ അനുനിമിഷം മുന്നിൽക്കണ്ടുകൊണ്ടാണ് രചനയെന്ന സർഗ്ഗപ്രവർത്തനം മുന്നോട്ടുപോയിട്ടുള്ളതെന്നത് വ്യക്തമാണ്. അർത്ഥവത്തായ രംഗാവതരണങ്ങൾക്ക് ഈ നാല് നാടകങ്ങളും വഴിയൊരുക്കുന്നു. ഈ നാടകങ്ങളുടെ രചനയിലൂടെ സ്വസ്ഥാനം ഒരു നാടകരചയിതാവ് എന്ന നിലയിൽ രേഖപ്പെടുത്താൻ രാജരാജേശ്വരിക്ക് കഴിഞ്ഞിരിക്കുന്നു.

ശ്രീജയുടെ നാടകങ്ങൾ

ഡോ. എസ് ശ്രീകുമാരി

മലയാളനാടകവേദിയുടെ ചരിത്രം പരിശോധിച്ചാൽ ശുഷ്കമായ ഒരു സ്ത്രീപങ്കാളിത്തമായിരുന്നു ഉണ്ടായിരുന്നതെന്ന് കാണാം. ആദ്യകാലത്ത് സ്ത്രീവേഷം കെട്ടിയ പുരുഷന്മാർ അരങ്ങ് വാഴുമ്പോൾ, വാരകൾക്കകലെ അയിത്തം കല്പിച്ച് അവളെ മാറ്റി നിർത്തിയിരിക്കുകയായിരുന്നു. എന്നാൽ ഏറെ എതിർപ്പുകൾ നേരിട്ടുകൊണ്ട് നാടകവേദിയിൽ തന്റേതായ ഇടം കണ്ടെത്തിയ ശ്രീജ കെ വി എന്ന നാടകക്കാരിയുടെ നാടകങ്ങളെക്കുറിച്ചുള്ള ഒരു പര്യാലോചനയാണ് ഇവിടെ നടത്തുന്നത്. പുരോഗതിയുടെയും വികസനത്തിന്റെയും കണക്കുകൾ എണ്ണുന്നതിനിടയിൽ ഒരു 'പെണ്ണരങ്ങി'ന്റെ അനിവാര്യതയെക്കുറിച്ച് ചിന്തിച്ചില്ല. ഒരു പുരുഷാധിപത്യ സമൂഹത്തിൽ സ്ത്രീ പാർശ്വവല്ക്കരിക്കപ്പെടുന്നത് സ്വാഭാവികം. മുഖ്യധാരാപ്രസ്ഥാനങ്ങളിലേക്കും പ്രക്ഷോഭങ്ങളിലേക്കും സ്ത്രീ കടന്നുവരണം; അതിജീവനത്തിന്റെ വർഗ്ഗസമരത്തിൽ പ്രഖ്യാപിത ലക്ഷ്യത്തോട് ഭാഗഭാക്കാകുന്നവളെ ആദരിക്കാൻ സ്വാഭാവികമായും പുരുഷസമൂഹം നിർബ്ബന്ധിതമായിത്തീരും, 1996–97 പൊന്നാനി നാടകവേദി, ഇടശ്ശേരിയുടെ *കൂട്ടുകൃഷി* (പരിഷ്കരിച്ചത്) നാടകം അരങ്ങിൽ എത്തിച്ചപ്പോൾ അതിലെ അഭിനേത്രിയായിട്ടാണ് ശ്രീജ നാടകരംഗത്ത് പ്രത്യക്ഷമാവുന്നത്. പട്ടാമ്പി സംസ്കൃത കോളേജിൽ പഠിക്കുന്ന കാലത്ത് മാനുഷിയുടെ പ്രവർത്തനങ്ങളിൽ സജീവ പങ്കാളിത്തം വഹിച്ചിരുന്നു. അക്കാലത്തെ പ്രവർത്തനങ്ങളായിരുന്നു അരങ്ങിനെ തന്നോടൊപ്പം കൂട്ടാൻ ശ്രീജയെ പ്രേരിപ്പിച്ചത്. സ്ത്രീയുടെ പ്രശ്നങ്ങൾ മാധ്യമങ്ങളിലൂടെ സമൂഹമദ്ധ്യത്തിൽ എത്തിക്കാനും അത് പൊതു ചർച്ചയ്ക്ക് വിധേയമാക്കാനും തുടങ്ങിയപ്പോൾ പൊതുമാധ്യമങ്ങളെപ്പോലെ നാടകവും ഒരു പ്രചരണ പരിഷ്കരണ പ്രസ്ഥാനമായി. പുരുഷാധിപത്യസമൂഹത്തിൽ പെണ്ണരങ്ങ്

അഥവാ അരങ്ങിലെ സ്ത്രീസാന്നിദ്ധ്യം നിശ്ചയിക്കുന്നത് പുരുഷനാണ്. അവന്റെ കാഴ്ചപ്പാടിലെ സ്ത്രീയായിരുന്നു നാടകത്തിലെ സ്ത്രീ. അതിനൊരു അപവാദം സൃഷ്ടിക്കാൻ ശ്രീജയുടെ കഠിനാദ്ധ്വാനത്തിനു കഴിഞ്ഞു. സ്ത്രീക്ക് സമൂഹത്തോട് പറയാൻ ധാരാളമുണ്ട്. നൂറ്റാണ്ടുകളായി അവൾ അടക്കിവച്ച ദുരിതത്തിന്റെ തീക്ഷ്ണമുഖങ്ങളാണ് അനുഭവങ്ങളുടെ വൈകാരികതീവ്രതയോടെ ശ്രീജ തന്റെ നാടകങ്ങളിലൂടെ ആവിഷ്കരിച്ചത്.

കലംകാരിയുടെ കഥ, ലേബർറൂം, ഓരോരോ കാലത്തിലും കല്യാണസാരി, കാറ്റുകൊണ്ട് വീടുവയ്ക്കുന്നവർ, ഇടനിലങ്ങൾ തുടങ്ങിയവയാണ് ശ്രീജയുടെ പ്രധാന നാടകങ്ങൾ. ഗതാനുഗതികത്വത്തിന്റെ നിഴൽ വീഴാത്ത സംവിധാന ഭംഗിയും കാലികപ്രസക്തിയും വൈവിദ്ധ്യപൂർണ്ണവുമായ ആസ്വാദ്യതയുടെ അനുഭവത്തിന്റെ തലവും സംവേദനക്ഷമമാക്കാൻ ഈ നാടകങ്ങൾ സഹായിക്കുന്നു. പാണ്ഡിത്യത്തിന്റെ പിൻബലമല്ല, മനുഷ്യത്വപരമായ ഒരു ഉണർവ്വ് മാത്രം മതി ഇതിന് എന്ന് തന്റെ നാടകങ്ങളിലൂടെ ശ്രീജ തെളിയിക്കുന്നു. ഇതിന്റെ ഒരു സ്ത്രീപക്ഷകാഴ്ചയാണ് താത്രിയുടെ കഥ പറയുന്ന *ഓരോരോ കാലത്തിലും* അവതരിപ്പിക്കുന്നത്. പ്രണയം ഒരു വില്പനച്ചരക്കോ അടിയറവയ്ക്കേണ്ട കാഴ്ചവസ്തുവോ ദുഖദായക സാധനമോ അല്ല! കൈയടക്കം ചെയ്യപ്പെട്ട സ്വകാര്യതയുമല്ല. പ്രണയത്തിന് വിധേയയാകുന്ന സ്ത്രീക്ക് ഒരു മനസ്സുണ്ട്. ചിന്തകളും സ്വേച്ഛകളും വികാരവും ഇഷ്ടാനിഷ്ടങ്ങളും എല്ലാം അതിൽ ഉൾച്ചേരുന്നു. സ്ത്രീക്ക് നേരിട്ട് പറയാൻ ഒരു വേദി ലഭിക്കുമ്പോഴാണ് ആ ഇഷ്ടാനിഷ്ടങ്ങൾക്ക് പൂർത്തീകരണം കൈവരുന്നത്. എന്നാൽ പ്രണയത്തിനായി സ്വന്തം കാതുകൾ മുറിച്ചുകൊടുത്തിട്ടും പ്രണയഭംഗം മരണത്തിനിടയാക്കിയ വാൻഗോഗിനെക്കുറിച്ചുള്ള നാടകത്തിലെ പരാമർശം മനുഷ്യത്വമുള്ള ആണിനെ ഉൾക്കൊള്ളുന്ന സ്ത്രീചിത്തം എന്ന സമത്വചിന്തയ്ക്ക് വഴിയൊരുക്കുന്നു.

ഒരു നൂറ്റാണ്ടുമുമ്പ് ആൺകോയ്മയുടെ നീതിപീഠം വേശ്യയായി ചിത്രീകരിച്ച് സദാചാരവാതിൽ കൊട്ടിയടച്ച് പുറത്താക്കപ്പെട്ട താത്രി ഇന്ന്, സാമുദായിക ചരിത്രത്തിന്റെ ഏടുകളിലെവിടെയോ ജഡമായിക്കിടക്കുകയാണ്. ആ താത്രി 21-ാം നൂറ്റാണ്ടിൽ ശ്രീജയുടെ തൂലികയിലൂടെ പുനർജ്ജനിച്ചപ്പോൾ യഥാർത്ഥത്തിൽ ചീഞ്ഞളിഞ്ഞ് ദുർഗ്ഗന്ധം വമിക്കുന്നത് ആഢ്യന്മാരായ നമ്പൂതിരിയച്ഛനും മറ്റും മറ്റുമാണെന്ന് ആർക്കാണ് മനസ്സിലാകാത്തത്. ഇവിടെ നിഗൂഢമായൊരു ചിരി- അത് പരിഹാസത്തിന്റേതോ ജുഗുപ്സയുടേതോ ആകാം- ഒളിഞ്ഞിരിക്കുന്നുണ്ട്. അറുപത്തി എട്ടില്പരം പുരുഷന്മാരുമായി വേഴ്ച നടത്തിയ കുലടയാണ് താനെന്നും അവർ ഇന്നും തന്നെ ഇഷ്ടത്തോടെ പ്രാപിക്കാൻ ആഗ്രഹിക്കുന്നുവെന്നും അവർ പ്രബലന്മാരായ നമ്പൂതിരിക്കാരണവന്മാർ ആണെന്നും തുറന്നു പറയുമ്പോൾ താത്രി അനുഭവിച്ച വികാരം വിഷാദത്തിന്റേതാകാം; പുച്ഛവും നീരസവും നിറഞ്ഞ അറപ്പിന്റേതാകാം?

പുരുഷമേൽക്കോയ്മയുടെ അധഃപതിച്ച മുഖം അതിന്റെ വൈകൃതങ്ങളോടെ ചേർത്തുവയ്ക്കുന്ന കാലത്തിന്റെ നേർക്കാഴ്ചയാണ് ഈ നാടകം. ഉപയോഗിച്ചുകഴിഞ്ഞ് ശൂന്യതയിലേക്ക് വലിച്ചെറിയുന്ന ഒരു painting brush പോലെയായ സ്ത്രീത്വത്തെ *ഓരോരോ കാലത്തിലും* എന്ന നാടകത്തിലൂടെ താത്രിയുടെ ചരിത്രമായി അരങ്ങിൽ പുനരാവിഷ്കരിക്കപ്പെടുന്നു. പ്രേക്ഷകരുടെയും അരങ്ങിന്റെയും ശ്രദ്ധയാകർഷിക്കുന്ന പെൺകുട്ടിയിലൂടെ അത് സ്ത്രീപീഡനങ്ങളുടെ നിഗൂഢതകളെ നിസ്സാരീകരിക്കുന്നു. സ്വന്തം അവയവം (ചെവി) പ്രണയസാക്ഷാൽക്കാരത്തിനായി അർപ്പിച്ച, പ്രണയം ഹൃദയത്തിലേറ്റിയ വാൻഗോഗ് ഇന്ന് ഒരു ചിത്രമാണ്. അപ്രതീക്ഷിത മുഹൂർത്തങ്ങൾ സമ്മാനിക്കുന്ന നിസ്സഹായതയുടെ ചിത്രം. അതിന്റെ ഓർമ്മപ്പെടുത്തലുകളിലാണ് വൈകാരികത കുടികൊള്ളുന്നത്, ഉള്ളടക്കത്തിലല്ല. അതുപോലെ തനിക്ക് ചുറ്റും നടക്കുന്നതെന്ത് എന്ന യാഥാർത്ഥ്യം പിടികിട്ടാതെ എല്ലാറ്റിനേയും ഭയക്കുന്ന പാവം പെൺകുട്ടി. എവിടെ ധൈര്യം അവലംബിക്കണം എവിടെ വേണ്ട എന്ന തിരിച്ചറിയൽപോലും ദുർല്ലഭമായവൾ. അവൾ നമ്മുടെ കൺമുമ്പിലൂടെ ഒരപരാധിയെപ്പോലെ പതുങ്ങിപ്പതുങ്ങി സഞ്ചരിക്കുന്നത് കാഴ്ചക്കാരുടെ ഉള്ളിൽ അല്പം അസ്വസ്ഥത സൃഷ്ടിക്കുന്നു. എങ്കിൽ അതൊരു വിജയം തന്നെയല്ലേ. മാത്രമല്ല ഒരറ്റത്ത് പ്രണയം നടിച്ച് വന്നവരെ സ്വീകരിച്ച കുറ്റത്തിന് പടിയടച്ച് പിണ്ഡം വയ്ക്കപ്പെട്ടവൾ മറുവശത്ത് സ്നേഹം കൊതിച്ച പുരുഷന് പ്രണയം നിഷേധിക്കപ്പെട്ടപ്പോൾ ആത്മഹത്യയിൽ വിലയം പ്രാപിക്കേണ്ടി വന്ന ഗതികേട്. ഇവിടെ സമൂഹത്തിന്റെ നേർക്കാഴ്ചയിലേക്ക് അകക്കണ്ണ് തുറക്കുന്ന തരം തിരിച്ചറിവാണ് ഈ നാടകം മുന്നോട്ടുവയ്ക്കുന്ന രാഷ്ട്രീയം.

'ഫെമിനിസം' എന്നു കേൾക്കുമ്പോൾ ചുവപ്പു കണ്ട കാളയെപ്പോലെ വിറളി കൊള്ളുന്നവരോട് വളരെ ശക്തമായ ഭാഷയിൽ നാടകക്കാരി പറയുന്നതു നോക്കൂ; സ്ത്രീക്ക് വെളിപ്പെടുത്താൻ പ്രശ്നങ്ങൾ ധാരാളമുണ്ട്. അത് പുരുഷന്റെ കാഴ്ചപ്പാടിൽ അല്ല. സ്വന്തം നിലയ്ക്കുതന്നെ. *ലേബർ റൂം* എന്ന നാടകം രംഗത്ത് അവതരിപ്പിച്ചപ്പോൾ പുരുഷാസ്വാദകർ പ്രതിഷേധിക്കുകയും കല്ലെറിയുകയും ചെയ്തതായി ശ്രീജ എഴുതുന്നു. തികച്ചും സ്വകാര്യമായി കണ്ടിരുന്ന കിടപ്പറ രഹസ്യങ്ങളും അതിന്റെ സ്വകാര്യതയും ഇന്നോളം പുരുഷശരീരം സംരക്ഷിച്ചു പോന്ന സ്വകാര്യ സ്വത്താണ്. അത് വെളിപ്പെടുത്തുമ്പോഴുണ്ടാകുന്ന പ്രതിഷേധം സ്വാഭാവികംമാത്രം.

ആശുപത്രികൾ എക്കാലത്തും സമ്പന്നരുടെ അഭയകേന്ദ്രമാണല്ലോ. അതിൽ ഗവൺമെന്റെന്നോ സ്വകാര്യം എന്നോ ഭേദമില്ല. സ്വകാര്യ ആശുപത്രികളിൽ സമ്പന്നനും ദരിദ്രനും ഭിന്നരാണ്. സർക്കാർ ആശുപത്രികളും അതിനൊരു അപവാദമല്ലെന്ന് *ലേബർ റൂ*മിലെ ഡോക്ടർ തെളിയിക്കുന്നു. സർക്കാർ ശമ്പളം അവർക്ക് ഒരടിത്തൂൺ മാത്രമാണ്. പാവപ്പെട്ട രോഗിയോട് അതും ഒരു ജന്മത്തിന്റെ ദുരിതവേദന അനുഭവിക്കുന്ന വേള

യിൽപ്പോലും, ഒരല്പം മനുഷ്യത്വം കാട്ടാൻ അവർക്ക് സമയമില്ല.

ഹിരണ്യകശിപുവിന്റെ രാജ്യത്ത് വിഷ്ണുനാമം പോലെ കേരളത്തിലെ നവീന സാഹിത്യത്തിൽ Feminism എന്ന പദം ശ്രവണസാദ്ധ്യമായെന്നു തോന്നുന്നു. എന്നാൽ *ഓരോരോ കാലത്തിലും, കല്യാണസാരി, ലേബർ റൂം* എന്നീ നാടകങ്ങൾ ഫെമിനിസ്റ്റ് വീക്ഷണമെന്നതിനേക്കാൾ ഒരു നാടകക്കാരിയുടെ നിരീക്ഷണങ്ങളായി കണക്കാക്കാവുന്നതാണ്. നാം ജീവിക്കുന്ന ലോകവും അവിടെക്കുറേ മനുഷ്യരും അവർ സൃഷ്ടിക്കുന്നതും അഭിമുഖീകരിക്കുന്നുമായ പ്രശ്നങ്ങളും, അതിനാണ് പ്രാമുഖ്യം. പുരുഷന് നിസ്സാരമെന്നോ ഹീനമെന്നോ തോന്നുന്ന പ്രശ്നങ്ങൾ സ്ത്രീക്ക് അങ്ങനെ ആയിക്കൊള്ളണമെന്നില്ല. പിതാവിന്റെയും രണ്ടാനച്ഛന്റെയും ഗുരുവിന്റെയും പരിചയക്കാരന്റെയും മറ്റും രൂപത്തിൽ പെണ്ണിനുനേരെ വരുന്ന ദ്രോഹത്തെ ലാക്കാക്കി കരുതിയിരിക്കാനുള്ള മുന്നറിയിപ്പെങ്കിലും നല്കാനായില്ലെങ്കിൽ ഈ ലോകത്ത് കുറേക്കാലം ജീവിച്ചു എന്ന വാദത്തിന്റെ അടിസ്ഥാനമെന്താണ്. ആരുടെയും കണ്ണിൽപ്പെടാതെ 'മനുഷ്യനാ'യി ജീവിച്ച് മരിച്ച ഒരു പുരുഷന്റെ രേഖാപടത്തിനു കീഴിൽ അഭയം പ്രാപിക്കാൻ ശ്രമിക്കുന്ന പെണ്ണിനെ ഇന്നത്തെ പുരുഷന് പുച്ഛമാണ്. കാമനകളെ പൂർത്തീകരിക്കാനുള്ള ഒരു ഉപകരണം പ്രതികരണം അർഹിക്കുന്നില്ലല്ലോ എന്നതാണ് അവരുടെ നിലപാട്.

തുല്യതാവാദത്തിലെ പദവിപ്രശ്നത്തിലോ സ്ത്രീപ്രശ്നങ്ങളെ താത്വികമായി പരിഗണിക്കുന്നതിലോ ഒതങ്ങുന്നതല്ല കുടുംബത്തിനുള്ളിൽ അവൾ അനുഭവിക്കുന്നത്. നഷ്ടപ്പെട്ട പ്രതാപം സംരക്ഷിക്കണം, പട്ടിണിയില്ലാതെ ഉള്ളതുകൊണ്ട് ഭക്ഷണം ഉണ്ടാക്കണം. ഭർത്താവിന്റെ ആവശ്യങ്ങൾ അനുഭാവപൂർവ്വം ചെയ്തുകൊടുക്കണം. നാട്ടുകാരുടെ മുന്നിൽ ഇല്ലായ്മ വെളിപ്പെടുത്താതെ സൂക്ഷിക്കണം. ഇതിനൊക്കെ പ്രത്യേക പരിശീലനം നേടിയവൾ ആയിരിക്കണം ഉത്തമ ഭാര്യ, അല്ലെങ്കിലോ അവൾക്ക് കുടുംബം നോക്കാൻ അറിയില്ല. *കല്യാണസാരി*യിലെ നായികയും ഇതിനൊരപവാദമല്ല. പണിയെടുത്ത് കുടുംബം പുലർത്താനും ഉത്തരവാദിത്വങ്ങൾ വേണ്ടപോലെ നിറവേറ്റാനും മറന്നുപോകുന്ന ഭർത്താവും മകനും ഒരല്ലലും അറിയുന്നില്ല. മഴയത്ത് ചോർന്നൊലിക്കുന്ന വീടിനുള്ളിൽ ഒന്നു പുതച്ച് തണുപ്പിൽനിന്ന് ഒരല്പം ആശ്വാസം നേടാൻ ഭാര്യക്ക് കഴിയുന്നില്ല, ഭർത്താവിന് അവിടെയും പ്രത്യേക പരിഗണനയാണ്. സ്നേഹം മൂത്ത് ഭാര്യ നിധിപോലെ കാത്തുസൂക്ഷിച്ച കല്യാണസാരി ഭർത്താവിനെ പുതപ്പിക്കാൻ മറക്കുന്നില്ല. തൊഴിലില്ലാതെ നാടുതെണ്ടി നടക്കുന്ന മകനെ പഴിക്കുന്നില്ല. പകരം പണിയെടുത്ത് തന്നെ സഹായിക്കുന്ന മകളെ കുറ്റം പറയുന്നുമുണ്ട്. ജീവിതത്തിൽ ഏറ്റവും വിലപ്പെട്ടതെന്നു കരുതുന്ന വസ്തുക്കൾ പാഴ്‌വസ്തുവാണെന്ന് തിരിച്ചറിയാൻ ഏറെക്കാലത്തെ അനുഭവങ്ങൾ അവൾക്ക് വേണ്ടിവരും. കല്യാണസാരി ചവിട്ടിയായി ഉപയോഗിക്കുമ്പോൾ അവിടെ നിസ്സഹായമായ ഒരുപ്രതിഷേധം കൂടിയുണ്ട്. നാട്ടിലെ സാധാരണക്കാരായ സ്ത്രീകൾ പണിയെടുത്ത് അല്ലലില്ലാതെ ജീവിക്കു

മ്പോൾ നഷ്ടപ്രതാപത്തിന്റെ കഥ എന്തിന് സ്ത്രീ മാത്രം കാത്തുസൂക്ഷിക്കണം? *കല്യാണ സാരിയും കലംകാരിയും* മുന്നോട്ടുവയ്ക്കുന്ന ആശയങ്ങൾ സാമൂഹിക ശാസ്ത്രസിദ്ധാന്തങ്ങൾക്ക് ഉപോൽബലകമാണ്. തികഞ്ഞ സാമൂഹിക അവബോധവും പ്രതിബദ്ധതയുമാണ് പ്രസ്തുത നാടകങ്ങളെ മേല്ത്തരമാക്കുന്നത് എന്ന് കാണാം. ഫെമിനിസ്റ്റ് കാഴ്ചപ്പാടിൽ തള്ളിക്കളയേണ്ടതല്ലെന്നർത്ഥം.

ഭാര്യ സൂക്ഷിച്ചുപോന്ന കല്യാണസാരിയാണ് ഭർത്താവിന് പുതയ്ക്കാൻ നല്കിയത്. മടിയനായ അയാളുടെ കത്തിച്ച ബീഡിയിൽനിന്നും സാരിയിൽ തുളവീഴുന്നു. വെളുപ്പിന് എല്ലാവരും ഉണരുന്നതിന് മുമ്പുതന്നെ പണിപ്പെടുന്ന ഭാര്യ തലേരാത്രിയിലെ മഴയത്ത് അടുപ്പിനുള്ളിൽ കെട്ടിനിന്ന വെള്ളം കോരിമാറ്റി ആ അടുപ്പിൽ തീ പിടിപ്പിക്കാൻ പെടുന്ന കഷ്ടപ്പാട്, തന്റെ ഉള്ളിൽ ഒരധികാരത്തോടെയെന്നോണം സൂക്ഷിച്ചിരുന്ന സങ്കടങ്ങൾ കരകവിയുമ്പോലെ പുലമ്പുന്നു. ഇവിടെ, പുരുഷാധിപത്യത്തിന്റേതല്ലാത്ത ഒരു ചിന്തയ്ക്കുമാത്രമേ യാഥാർത്ഥ്യങ്ങളുടെ ദുരന്തമളക്കാൻ കഴിയൂ എന്നിടത്താണ് ശ്രീജയുടെ നാടകങ്ങളുടെ പ്രസക്തി ഏറുന്നത്.

"സംഭാഷണത്തിൽ രചിക്കപ്പെട്ടതും വാക്കും അഭിനയവുംകൊണ്ട് രംഗവേദിയിൽനിന്ന് പ്രേക്ഷകനിലേക്ക് വിന്യസിക്കപ്പെടുന്നതും ആയ ജീവിതസംഘട്ടനങ്ങളുടെ കഥയാണ് നാടകം" എന്ന എൻ കൃഷ്ണപിള്ളയുടെ നാടകസങ്കല്പം വ്യക്തമാക്കുന്ന ചില അപ്രഖ്യാപിത സമൂഹത്തെ കണ്ടെത്താൻ വിഷമമില്ല. കാവ്യാത്മകമായ കല്പനകളും ബിംബങ്ങളും പ്രതിരൂപങ്ങളുംകൊണ്ട് ആവിഷ്കരിക്കുന്ന നാടകം അലംകൃതമായ രംഗവേദിയിൽനിന്ന്, പ്രേക്ഷകനിലേക്ക് സംക്രമിക്കുന്ന ജീവിത മുഖങ്ങളിലെ സംഘട്ടനങ്ങൾ ഒരു കലയിലെന്നതിലുപരിയായി സ്വന്തം ജീവിതത്തിലെന്നപോലെ പ്രേക്ഷകൻ സ്വീകരിക്കുന്നു.

നിരുത്തരവാദികളായിക്കഴിയുന്ന പുരുഷസമൂഹത്തെ തന്റെ കടമകളെക്കുറിച്ച് ബോധവാന്മാരാക്കാൻ ഈ നാടകം തയ്യാറെടുക്കുന്നു. വീടിന്റെ യഥാർത്ഥസ്ഥിതി അടക്കിപ്പിടിച്ച സ്ത്രീ ഹൃദയത്തിനു സ്വന്തം. അത് പൂർണ്ണമായും ആവിഷ്കരിക്കപ്പെടണമെങ്കിൽ ഒരു പെണ്ണിന്റെ ചിന്തയ്ക്ക് മാത്രമേ കഴിയൂ. വിഷയത്തിന്റെ പുതുമകൊണ്ടു മാത്രമല്ല, ജീവിതസന്ദർഭങ്ങളുടെ ആവിഷ്കാരത്തിലും തെരഞ്ഞെടുപ്പിലും കൂടി വ്യാപിക്കുന്നതാണ് പ്രമേയതീവ്രത എന്ന തത്ത്വം ഇവിടെ മികവുറ്റു നില്ക്കുന്നു.

"ഒരു എഴുത്തുകാരനും ഒരു പ്രത്യേക മനുഷ്യവിഭാഗവും തമ്മിലുള്ള സാമൂഹിക ഉടമ്പടിയാണ് സാഹിത്യം" എന്ന ഫ്രെഡറിക് ജെയിംസിനെ ഉദ്ധരിച്ചാൽ നാടകം വ്യക്തിയും സമൂഹവും തമ്മിലുള്ള സാമൂഹിക ഉടമ്പടിയാണ്. *കലംകാരി*യുടെ കഥയും ഈ വിഭാഗത്തിൽപ്പെടുത്താവുന്നതാണ്. കലംകാരിയുടെ സങ്കീർണ്ണമായ ജീവിതത്തെ സ്ത്രീപക്ഷത്തുനിന്ന് നോക്കിക്കാണുകയാണ് നാടകക്കാരി. വൈധവ്യം സ്ത്രീജീവിതത്തിലുണ്ടാക്കുന്ന ദുരിതങ്ങൾ, ഭാവിയെക്കുറിച്ചുള്ള ആശങ്കകൾ, കലം

കാരിയുടെ സർഗ്ഗാത്മക സമ്മർദ്ദങ്ങൾ ഒക്കെയും ഈ നാടകത്തിലൂടെ ആവിഷ്കാരം നേടുന്നു. കള്ളൻ, പൂക്കാരി, പ്രേതം, കലംകാരി എന്നീ നാല് കഥാപാത്രങ്ങളെക്കൊണ്ട് നിർമ്മിച്ച ഈ നാടകത്തിൽ സ്ത്രീയിലെ സർഗ്ഗാത്മകത (creativity) യെക്കുറിച്ചാണ് ചർച്ച ചെയ്യുന്നത്. സ്ത്രീ- എത്ര ദരിദ്രയായാലും അവളുടെ ഉള്ളിൽ ഒരു ക്രിയേറ്റിവിറ്റി ഉണ്ട്. ആ സർഗ്ഗാത്മകതയെ അവളുടെ സാഹചര്യങ്ങൾ ഉള്ളിലേക്ക് അമർത്തുകയാണ്.

തെരുവിൽക്കഴിയുന്ന സ്ത്രീയുടെ കഥപറയുന്ന *കാറ്റുകൊണ്ടു വീടുവയ്ക്കുന്നവർ* ഏറെ ശ്രദ്ധേയമായ ഒരു നാടകമാണ്. സമൂഹം ഉൾക്കൊള്ളാത്തതും കണ്ടില്ലെന്നു നടിക്കുന്നതുമായ ജീവിതങ്ങൾ ഓർമ്മപ്പെടുത്താൻ ഒരു പ്രത്യേക അരങ്ങിന്റെ സാന്നിദ്ധ്യം ആവശ്യമില്ല. ഓപ്പൺ എയർ തന്നെ ധാരാളം. ഇവിടെ സംഭാഷണം വളരെക്കുറവാണ്. അർത്ഥപൂർണ്ണമായ ചില ശബ്ദങ്ങളാണ് നാടകത്തിന്റെ സന്ദേശം സംവേദനം ചെയ്യുന്നത്. ഭാഷയെക്കാൾ എത്രയോ ഉന്നതമായ സ്ഥാനത്താണ് യാഥാർത്ഥ്യവും വൈകാരികതയും എന്ന് പ്രഖ്യാപിക്കുന്ന പ്രസ്തുത നാടകത്തിന് നാടകപ്രസ്ഥാനത്തിൽ വേറിട്ടൊരു സ്ഥാനമാണുള്ളത്. ചിരിക്കാനും കരയാനും അത്ഭുതപ്പെടാനുമായി നാടകം കാണാൻ എത്തുന്ന കാഴ്ചക്കാരിൽ രൂപം, ഭാവം, ഗതി എന്നിവയുടെ വൈവിദ്ധ്യത്തിലൂടെ സൃഷ്ടിക്കപ്പെടുന്ന ഇഫക്ട് ആണ് നാടകത്തിന്റെ വിജയത്തിന് ആധാരം. ഒരു സമൂഹം ഗോപ്യമായി സൂക്ഷിക്കുന്നതും എന്നാൽ സ്ത്രീക്ക് വളരെ പ്രധാനമായിട്ടുള്ളതുമായ സംഭവം വെളിവാക്കപ്പെടുമ്പോൾ ഉണ്ടാകുന്ന സ്തോഭവിക്ഷോഭങ്ങളാണ് പ്രധാനം. സാറാ ജോസഫ് പറയുന്നതുപോലെ അതാണ് 'ശ്രീജയുടെ നാടകത്തിന്റെ പൊട്ടൻഷ്യൽ.' നാടകരംഗത്തേക്ക് സ്ത്രീകൾ ഇനിയും ധാരാളമായി കടന്നുവരേണ്ടിയിരിക്കുന്നു. അതിനുള്ളൊരു കരുത്താകട്ടെ ശ്രീജയുടെ നാടകപരിശ്രദ്ധ!

മലയാള നാടകവേദിയിലെ ഏകാംഗി നികളും ഏകാംഗാവതരണങ്ങളും

സിജി പ്രദീപ്

വൈവിദ്ധ്യങ്ങളുടെ കൂട്ടായ്മയാണ് നാടകം എന്ന ദൃശ്യകല. വ്യക്തികളും ആശയങ്ങളും പ്രവർത്തനരീതികളും എല്ലാമടങ്ങുന്ന ഒന്നിലധികം വ്യത്യസ്തതകൾ നാനാത്വത്തിൽ ഏകത്വമെന്ന ഭാരതീയ ചിന്ത പോലെ, ചരിത്രവും പുരാണവും പുരാവൃത്തവും ഇഴചേർന്ന അറിവുകളുടെ ക്രോഡീകരണമാണ് ഇന്ത്യൻ നാടകത്തിന്റെയും പില്ക്കാല ദേശഭാഷാന്തര നാടകങ്ങളുടെയും പ്രാചീന ചരിത്രം. എ ഡി 2-ാം ശതകത്തിൽ രചിക്കപ്പെട്ടു[1] എന്ന് വിശ്വസിക്കുന്ന പഞ്ചമവേദമായ ഭരതമുനിയുടെ *നാട്യശാസ്ത്രം* നാടകത്തിന്റെ ശാസ്ത്രാപഗ്രഥനഗ്രന്ഥവും പാഠ്യവുമാകുന്നു. *വാല്മീകിരാമായണം* ബാലകാണ്ഡം അഞ്ചാം സർഗ്ഗത്തിലെ അയോദ്ധ്യാ വർണ്ണനയ്ക്കിടയ്ക്ക് "വധൂനാടകസംഘാനാം" എന്നൊരു പ്രയോഗം കാണുന്നുണ്ട്. ഇതിന്റെ അർത്ഥം അയോദ്ധ്യയിൽ സ്ത്രീകൾ മാത്രം ഉൾപ്പെട്ട നാടകസംഘങ്ങൾ പോലും ഉണ്ടായിരുന്നു എന്നത്രേ.[2] അങ്ങനെ നോക്കുമ്പോൾ ബി സി അഞ്ഞൂറിനോ അറുന്നൂറിനോ മുമ്പ് ഭാരതത്തിൽ നാടകാഭിനയം നടപ്പിലായിരുന്നു എന്നും സ്ത്രീകളുടേതു മാത്രമായ നാടകസംഘങ്ങളും അവതരണങ്ങളും നിലവിലിരുന്നു എന്നും വ്യക്തമാകുന്നു.

ഗോത്രജീവിതസമൂഹം മുതൽ വ്യക്തികൾ തങ്ങളുടെ കൂട്ടാളികൾക്കും സമൂഹത്തിനും മുന്നിൽ അവരവരുടെ ചിഹ്നങ്ങളും മുദ്രകളും ഭാഷകളും ഉപയോഗിച്ച് കഥകൾ മെനഞ്ഞെടുക്കാനും അവതരിപ്പിക്കാനും തുടങ്ങിയിരുന്നു എന്നു വിശ്വസിക്കേണ്ടിവരുന്നു. ഒരുപക്ഷേ, പ്രാചീന ചുവർ ചിത്രങ്ങളിൽ തെളിയുന്ന കഥാപരമായ തുടർചിത്രങ്ങൾ സൂചിപ്പിക്കുന്നതുപോലെ ഇവിടെനിന്നും ഏകാംഗാവതരണങ്ങൾ ഉടലെടുത്ത് പില്ക്കാലത്ത് അത് നാടക സംഘങ്ങളായിത്തീർന്നിരിക്കാം. വാമൊഴി

വഴക്കത്തിലൂടെ പ്രചരിച്ച കഥകളാണ് മിത്തുകളുടെയും ഇതിഹാസങ്ങളുടെയും രൂപത്തിൽ വരമൊഴിയിൽ എത്തിച്ചേർന്നത് എന്നനുമാനിക്കാം. ജീവിതത്തിന്റെ എല്ലാതുറകളെയും പരാമർശിക്കുന്ന ഇത്തരം കഥകളും അവയുടെ അവതരണങ്ങളും ഏകാംഗാഭിനയത്തിന്റെ ഉല്പത്തിക്ക് മനുഷ്യജീവിതത്തിന്റെ തുടക്കം മുതലുള്ള ആധിപത്യം ഊട്ടി ഉറപ്പിക്കുന്നു.

ഏകാംഗാവതരണം

നമ്മുടെ ജീവിതത്തിൽ നാം ആദ്യം അടുത്തറിഞ്ഞ ഏകാംഗിനികൾ നമ്മുടെ മുത്തശ്ശിമാർ തന്നെ. ഉറക്കറകളെ സമ്പൽസമൃദ്ധമാക്കിക്കൊണ്ട് രാജകൊട്ടാരങ്ങളും മന്ത്രവാദപ്പുരകളും തീർത്ത് രാജകുമാരന്മാരെയും കുമാരിമാരെയും ഒന്നിപ്പിച്ച മുത്തശ്ശിമാർ ഒരേസമയം പകർന്നാടിയത് അനേകമനേകം കഥാപാത്രങ്ങളുടെ സ്വത്വത്തെ സ്വയം സ്വീകരിച്ചുകൊണ്ടായിരുന്നു. കഥകൾ കേൾക്കാനും ആസ്വദിക്കാനും അവനവന്റെ ഭാവനയിൽ പുതിയ ലോകം സൃഷ്ടിക്കാനും നമ്മൾ പഠിച്ചത് ഇവിടെ നിന്നു തന്നെ. തീർച്ചയായും ഈ മുത്തശ്ശിമാരുടെ പകർന്നാട്ടത്തിന് പുത്തൻ സാങ്കേതികതയും തീയട്രിക്കൽ രീതികളും കൈവന്നപ്പോൾ ഏകാംഗനാടകാഭിനയസമ്പ്രദായമെന്ന ഒരുപുതിയ നാടകാവതരണരീതി ഉടലെടുത്തു.

സാഹിത്യത്തിലെ കർത്തൃത്വസ്ഥാനമാണ് പെണ്ണെഴുത്ത് എങ്കിൽ അഭിനയത്തിലും അനുഭവത്തിലുമായി അരങ്ങിലെത്തുമ്പോൾ അത് അരങ്ങിലെ സ്ത്രീകളുടെ ഭാഷയാകുന്നു. ശാരീരികമായും വാചികമായും "സ്ത്രീയുടെ എഴുത്ത് അവളുടെ ശരീരത്തിൽനിന്നാണ് വരുന്നത്. അവരുടെ ലിംഗവ്യത്യാസം തന്നെയാണ് സൃഷ്ടിയുടെ ഉറവ" എന്ന് കാരോളിൽ ജി ബർക്കിന്റെ വാക്കുകൾ അരങ്ങിലും കാലാകാലങ്ങളിൽ സംഭവിച്ചിരിക്കാമെന്ന് ഉറപ്പിക്കാം. മാറി വന്ന ശക്തമായ ശാരീരികാഭിനയ മുന്നേറ്റങ്ങളുടെ പ്രത്യക്ഷാനുഭവങ്ങളാണ് ലോകനാടകവേദിയിലും കേരളത്തിലും ഇന്നു കാണുന്ന സ്ത്രീ നാടക സംരംഭങ്ങൾ; പ്രത്യേകിച്ച് ഏകാംഗാവതരണങ്ങൾ. മലയാള നാടകചരിത്രകാരന്മാർ മറന്നുപോയതോ കണ്ടില്ലെന്നു നടിച്ചതോ ആയ അരങ്ങിലെ സ്ത്രീത്വത്തിന്റെ ചരിത്രവും സവിശേഷതകളും സംഭാവനകളുമൊക്കെ കൂട്ടിവായിക്കപ്പെട്ടു തുടങ്ങിയിട്ടേയുള്ളൂ. മലയാള നാടകവേദിയുടെ തുടക്കം മുതൽ രംഗവേദിയോടും അണിയറയോടും ചേർന്ന അഭിനേത്രികളുടെ അഭിനയപ്രതിഭയെ ഏറ്റവും ശക്തമായി രംഗത്തെത്തിച്ചു എന്നതാണ് ഏകാംഗാവതരണങ്ങളുടെ ഏറ്റവും വലിയ സവിശേഷത. സ്ത്രീനാടകവേദിയുടെ നാടകഭാഷകളിൽ രംഗവേദിയിലെ ഏറെ ശ്രദ്ധേയമായ വിഭാഗമായി ഏകാംഗാവതരണങ്ങൾ ഇന്ന് മാറിക്കൊണ്ടിരിക്കുന്നു.

എന്തുകൊണ്ട് ഒരുപ്രത്യേക നാടകസംഘത്തോടൊപ്പം നില്ക്കാതെ അഭിനേത്രികൾ ഇത്തരത്തിലുള്ള ഒറ്റയാൾ പോരാട്ടത്തിന് തയ്യാറാകുന്നു?

ഉത്തരം ലളിതമെന്നു തോന്നാമെങ്കിലും സങ്കീർണ്ണമായ ചുറ്റുപാടു

കളാണ് ഇത്തരത്തിലുള്ള ഒറ്റയാൾ പോരാട്ടങ്ങളെ വേദിയിൽ എത്തിക്കുന്നത് എന്ന് മനസ്സിലാക്കാം. നിരവധി ഘടകങ്ങൾ അതിനു പിന്നിൽ പ്രവർത്തിക്കുന്നു. ഒന്ന് ഏകാംഗാവതരണങ്ങൾ ആകുമ്പോൾ ഏതെങ്കിലും ഒരു നാടകസംഘത്തോടൊപ്പമോ, കൂട്ടായ പ്രവർത്തനങ്ങളുടെ ഭാരിച്ച ഉത്തരവാദിത്വമോ തലയിലേറ്റേണ്ടതില്ല. എത്രയൊക്കെ സ്വാതന്ത്ര്യവും ശക്തിയും അഭിനയശേഷിയും പ്രകടിപ്പിച്ചാലും സംഘങ്ങൾക്കുള്ളിലെ സ്ത്രീ പ്രവർത്തനത്തിന് ചിലപ്പോഴെങ്കിലും പരിധികളും പരിമിതികളും കല്പിക്കപ്പെടുന്നു. ഇതിനൊരപവാദമായി നാടകസംഘങ്ങളില്ല എന്നല്ല. രണ്ട്, ഇവിടെ തങ്ങൾക്ക് പറയാനുള്ളതിനെക്കുറിച്ച് അഭിനേത്രിമാത്രം തീരുമാനിച്ചാൽ മതിയാകും. സ്വയം അഭിനേത്രിയാകുന്നതോടൊപ്പം തന്നെ സംവിധായികയാകാനും രംഗസജ്ജീകരണങ്ങളിലെ ഉത്തരവാദിത്വങ്ങളിൽ ഏർപ്പെടാനും സർവ്വോപരി റിഹേഴ്സൽസമയവും സ്ഥലവും ഒക്കെ തെരഞ്ഞെടുക്കാനുമുള്ള സ്വാതന്ത്ര്യവും തന്നിൽത്തന്നെ നിക്ഷിപ്തമായിരിക്കുന്നു. ചുരുങ്ങിയ രംഗസാമഗ്രി, യാത്രയുടെ സൗകര്യം തുടങ്ങിയ ഒട്ടനവധി ഘടകങ്ങൾ ഇന്ന് അഭിനേത്രികളെ ഏകാംഗങ്ങൾ ചെയ്യാൻ പ്രേരിപ്പിക്കുന്നു. ഇനി മൂന്നാമതായി ഏകാംഗാവതരണങ്ങളിലെ പ്രേക്ഷക ശ്രദ്ധ നേടിത്തരുന്ന പോസിറ്റീവായ എനർജി, ഒരു സദസ്സിലെ മുഴുവൻ ആകർഷണവും താനാണെന്ന ബോധം, അഭിനേതാവിന്റെയും കഥാപാത്രത്തിന്റെയും ആത്മവിശ്വാസത്തിനു നല്കുന്ന പുത്തനുണർവ്വ് അതൊക്കെയും പ്രധാനമാണ്.

ഇന്ന് കേരളത്തിൽ അവതരിപ്പിക്കപ്പെട്ടു കാണുന്ന ഏകാംഗങ്ങൾ പ്രധാനമായും രണ്ടു വിധത്തിലാണ്. സ്വതന്ത്ര രചനകളുടെ ആവിഷ്കാരങ്ങളും അനുവർത്തനാവിഷ്കാരങ്ങളും. സ്വതന്ത്രരചനകൾ മിക്കവാറും മുന്നോട്ട് വയ്ക്കുന്നത് സ്ത്രീപക്ഷചിന്തകളും വായനയുമാണ്. മറ്റൊന്ന് സമൂഹത്തിനു മുന്നിൽ പ്രശ്നവല്ക്കരിക്കപ്പെടുന്ന സംഭവങ്ങളെയും (പ്രത്യേകിച്ച് സ്ത്രീകൾക്ക് നേരെയുള്ളത്) ഇത്തരം സ്വതന്ത്രകൃതികൾ പാഠമാക്കുന്നു. അനുവർത്തന ആവിഷ്കാരങ്ങളിൽ പലപ്പോഴും സാഹിത്യകൃതി ഒരു ചട്ടക്കൂടായിത്തീരുകയും അതിനുള്ളിൽ പുതിയൊരു വായനയോ പുത്തൻ മുഹൂർത്തങ്ങളോ നിറയ്ക്കപ്പെടുകയുമാണ്. സാഹിത്യകൃതികളും കവിതകളും ഇത്തരത്തിൽ രംഗാവതരണങ്ങൾക്ക് ഉപയോഗിക്കപ്പെടുന്നു. പാഠം ഏതായാലും തങ്ങൾക്കു പറയാനുള്ളത് പറയുക എന്നതാണ് ഏകാംഗാവതരണങ്ങളിൽ പ്രധാനം. പുതിയൊരു സർഗ്ഗപരമായ ഇടപെടലാണ് ഇത്തരം ഏകാംഗാവതരണങ്ങളിൽ നടക്കുന്നത്. ശക്തമായ വിമർശനങ്ങളും അഭിപ്രായങ്ങളും രേഖപ്പെടുത്താൻ ഇത്തരം അവതരണങ്ങളെ ഇവർ ഉപയോഗിക്കുന്നു. മുൻപ് തെരുവുനാടകങ്ങൾ ആശയപ്രചരണാർത്ഥം ഉപയോഗിക്കപ്പെട്ടതിന്റെ മറ്റൊരു ശക്തമായ രൂപമായി ഈ ഒറ്റയാൾ പോരാട്ടത്തെ വായിക്കാം. രജിതമധു, സജിതമഠത്തിൽ, ശ്രീലത കടവിൽ, മഡോണ, ജിഷ, ശൈലജ പി അമ്പു, അഷിതാ അഷറഫ്, എൽസി സുകുമാരൻ, രതി എരവത്തൂർ, ഷൈനി പൂക്കാട്, ദീപിക

രാധാകൃഷ്ണൻ തുടങ്ങിയ നിരവധി അഭിനേത്രികൾ മലയാള സ്ത്രീനാടകവേദിയിലെ ശക്തരായ ഏകാംഗിനികളാണ്.

സാഹിത്യകൃതികളുടെ അനുവർത്തനങ്ങളും അവയുടെ വേറിട്ട വായനകളുമാണ് പ്രധാനമായും ഏകാംഗാവതരണങ്ങളിൽ ഇവർ ഉപയോഗിച്ചു കാണുന്നത്. സ്വതന്ത്രകൃതികളും അക്കൂട്ടത്തിൽ ശ്രദ്ധേയം. ചിലപ്രത്യേക സാമൂഹികവിഷയങ്ങളെ കൈകാര്യംചെയ്യാൻ തെരുവുനാടകരീതികളിലും ഇത് അവതരിപ്പിക്കുന്നു. ശൈലജ പി അമ്പു അടുത്തിടെ അവതരിപ്പിച്ച *മത്സ്യഗന്ധി* അത്തരത്തിൽ ഉള്ളതാണ്.

സ്വതന്ത്രരചനകളും അവയുടെ രംഗാവതരണപ്രത്യേകതയും

സജിത എം (രചനയും സംവിധാനവും ശ്രീകുമാർ) അവതരിപ്പിച്ച *ബ്യൂട്ടിപാർലർ, മത്സ്യഗന്ധി* എന്നിവയും ജിഷ അവതരിപ്പിച്ച *ഒരു പെൺകുട്ടിയെ എങ്ങനെ ബലാത്സംഗം ചെയ്ത് കൊല്ലാം അഥവാ രണ്ടു പെൺകുട്ടികൾ തമ്മിൽ പ്രണയിക്കുമ്പോൾ എന്തു സംഭവിക്കുന്നു*, രജിത മധു അവതരിപ്പിച്ച *അബൂബക്കറിന്റെ ഉമ്മ പറയുന്നത്, ക്ലാരക്കുഞ്ഞമ്മ ഓർക്കുന്നു, മഡോണയുടെ പന്തമേന്തിയ പെണ്ണുങ്ങൾ* എന്നിവ സ്വതന്ത്രരചനകളിൽ ശ്രദ്ധേയങ്ങളാണ്. കേരളത്തിനകത്തും പുറത്തും അവതരണങ്ങൾ നടത്തിയ ഈ ഏകാംഗാവതരണങ്ങൾ ആവിഷ്കാര പ്രത്യേകത കൊണ്ടും ഇതിവൃത്തഘടനകൊണ്ടും ഏറെ പ്രേക്ഷകശ്രദ്ധ ആകർഷിക്കുന്നു.

ബ്യൂട്ടിപാർലർ

ആധുനികമനസ്സുകളിൽ കുടിയേറിയ മിഥ്യാസൗന്ദര്യവല്ക്കരണ സങ്കല്പങ്ങളെ ചോദ്യം ചെയ്തും അതിലെ നിരർത്ഥകതയെ പരിഹസിച്ചുകൊണ്ടും അവതരിപ്പിക്കപ്പെട്ടതാണ് *ബ്യൂട്ടിപാർലർ*. കമ്പോളവല്ക്കരണം എങ്ങനെ സ്ത്രീശരീരത്തെയും സ്ത്രീയുടെ രൂപഭാവങ്ങളെയും മാറ്റിയെടുക്കുന്നു, എപ്രകാരം ഒരു വില്പനച്ചരക്കാക്കി സ്ത്രീശരീരത്തെ പരസ്യവല്ക്കരിക്കുന്നു എന്നതാണതിന്റെ ഇതിവൃത്തം. കെ എസ് ശ്രീനാഥും എം സജിതയും ചേർന്ന് സംവിധാനം ചെയ്ത് അവതരിപ്പിച്ച ഈ നാടകം 1999 ൽ തൃശ്ശൂരിൽ സംഘടിപ്പിക്കപ്പെട്ട നാഷണൽ വിമൺ തിയേറ്റർ ഫെസ്റ്റിവലിൽ ആണ് ആദ്യമായി അവതരിപ്പിച്ചത്. വാണിജ്യവല്ക്കരണ ലോകത്ത് ബ്യൂട്ടിപാർലർ എന്ന സങ്കേതം എപ്രകാരം വിലപിടിപ്പുള്ള സ്ഥാപനവും സങ്കേതവുമായിത്തീരുന്നു എന്നും ഇത് ചർച്ച ചെയ്യുന്നു. സ്ത്രീയെ സ്വന്തം സ്ത്രീത്വത്തിൽനിന്ന്, സ്വത്വത്തിൽനിന്ന് അടർത്തിമാറ്റി അച്ചിൽ വാർത്ത പ്രതിമകളാക്കിത്തീരാൻ പ്രേരിപ്പിക്കുന്ന അവസ്ഥയുടെ ഉൽക്കണ്ഠയും വ്യാകുലതയും ആശങ്കയും തുറന്നു കാട്ടുന്ന ഈ രചന അവതരണഭംഗിയും അഭിനയമികവുംകൊണ്ട് ശ്രദ്ധേയമായി.

മത്സ്യഗന്ധി

2002 ൽ തിരുവനന്തപുരത്ത് അവതരിപ്പിക്കപ്പെട്ട *മത്സ്യഗന്ധി* പറഞ്ഞത് അദ്ധ്വാനിക്കുന്ന ഒരു സ്ത്രീവിഭാഗത്തിന്റെ തൊഴിൽപരമായ പ്രശ്നങ്ങളേയും അതിലൂടെ അവർക്ക് നഷ്ടമായിക്കൊണ്ടിരിക്കുന്ന സാമൂഹികമായ ആദരവിനെയും മനുഷ്യത്വത്തെയും കുറിച്ചാണ്. സജിത എം തന്നെയാണ് ഇതിന്റെ രചനയും സംവിധാനവും അവതരണവും. കേരളത്തിലെ കടലോരനിവാസികളായ മുക്കുവസ്ത്രീകളുടെ യഥാർത്ഥജീവിതം നിരവധി നിരീക്ഷണങ്ങൾക്കും പഠനങ്ങൾക്കും വിധേയമാക്കി അടുത്തുനിന്നും അകലെനിന്നും കണ്ടറിഞ്ഞാണ് ഇത്തരത്തിൽ ഒരു ഏകാംഗനാടകം രൂപപ്പെടുത്തിയിരിക്കുന്നത്. തൊഴിലിന്റെ അടിസ്ഥാനത്തിൽ കല്പിക്കപ്പെടുന്ന സാമൂഹിക മാന്യതയെ ചോദ്യം ചെയ്യുന്ന നാടകം ബസ് സ്റ്റാന്റിലും ബസിലും എന്നുവേണ്ട പൊതു ഇടങ്ങളിൽനിന്നും മത്സ്യ വില്പനക്കാർക്ക് നേരെ നടക്കുന്ന ക്രൂരതയെ വ്യക്തമാക്കുന്നു. മാർക്കറ്റിനു പുറത്ത് മാർക്കറ്റില്ലാത്ത വർഗ്ഗമായി തങ്ങളെ പരിഗണിക്കുന്നതിനു പിന്നിലെ ചേതോവികാരത്തെയാണ് ഈ അവതരണം മുഖ്യമായും ലക്ഷ്യം വയ്ക്കുന്നത്. ഊണുമേശയിലെ വിഭവസമൃദ്ധി(മത്സ്യം) വീടിന്റെ പടിക്കലെത്തിക്കുന്ന ഭാരിച്ച ജീവിതങ്ങളെ കണ്ടില്ലെന്നു നടിക്കുന്നതിലും അവഗണിക്കുന്നതിലുമുള്ള പ്രതിഷേധം രേഖപ്പെടുത്തുന്നു. സത്യത്തിൽ ഇത് പ്രതിഷേധമല്ല, യാഥാർത്ഥ്യത്തെ തുറന്നുകാട്ടി മീൻകാരിയോട് നീതി പുലർത്താനുള്ള ആഹ്വാനം കൂടിയാണ്. മത്സ്യത്തിന്റെ ചൂര് മറ്റ് സാമൂഹിക ഇടങ്ങളിൽ വിലങ്ങുതടിയാകുമ്പോൾ സ്ത്രീയെ ശരീരമായി മാത്രം കാണുന്ന വിഭാഗത്തിൽനിന്ന് ഇവർ ഒരിക്കലും രക്ഷപ്പെടുന്നുമില്ല.

പുഴയുടെ മദ്ധ്യത്തിൽ വച്ച് തോണിക്കാരിയായ മുക്കുവസ്ത്രീയെ പ്രാപിക്കാൻ ചുറ്റിലും മഞ്ഞുമല തീർത്തപ്പോൾ പരാശരന് ബ്രാഹ്മണ്യത്തിന്റെ ധാർഷ്ട്യം മീൻകാരിക്ക് മുന്നിൽ അടിയറവയ്ക്കാൻ മീൻചൂര് പ്രശ്നമായില്ല. ഒരു മറയുണ്ടാക്കാൻ കഴിഞ്ഞ സത്യവതിക്ക് നീതിയും ലഭിച്ചു. പക്ഷേ, ആധുനിക സത്യവതിയെ (ഫ്ളോറ) നമ്മുടെ നാട്ടിലെ പരാശരന്മാർ പട്ടാപ്പകൽ ഉള്ളൂർ ചന്തയിൽവച്ച് പ്രാപിച്ചപ്പോൾ ഒരു ഓലക്കീറിന്റെ മറ പോലും ഉണ്ടായില്ല. എവിടെപ്പോയി അപ്പോഴവളിലെ മീൻചൂര് എന്ന് അഭിനേത്രി പ്രേക്ഷകന്റെ നേരെ ചൂണ്ടിച്ചോദിക്കുമ്പോൾ സദസ്സിനു മൗനം. നമ്മുടെ ഭരണകൂടത്തിനും സമൂഹത്തിനും ഇതേ നിശ്ശബ്ദത തന്നെ. സത്യവതിക്ക് നീതി ലഭിച്ചു. പക്ഷേ, ഈ സാധു സ്ത്രീക്കോ? ചോദ്യം ചോദ്യമായി അവശേഷിക്കുന്നു എന്നതാണ് നാടകം വ്യക്തമാക്കുന്നത്. അദ്ധ്വാനിക്കുന്നവന്റെ വിയർപ്പിന്റെ ഗന്ധം മാന്യതയാണ് അർഹിക്കുന്നതെന്ന സന്ദേശമാണ് ഈ നാടകം മുന്നോട്ടുവയ്ക്കുന്നത്. മുക്കുവസമൂഹത്തിൽ ജനിച്ചു. കുലത്തൊഴിൽ ചെയ്യുന്നു. മത്സ്യവില്പനക്കാരികളായി. അതവരുടെ അന്നവും ജീവിതവൃത്തിയുമാണ്. ഈ സത്യം മനസ്സിലാക്കണമെന്ന അഭ്യർത്ഥന നാടകത്തിലുടനീളം ഉയർന്നു കേൾക്കുന്നു. കൂടാതെ മത്സ്യബന്ധനരംഗത്തെ കോർപ്പറേറ്റീവുകൾക്കെതിരെയും നാടകം സംസാരിക്കുന്നു.

വളരെ ചെറിയ രംഗസജ്ജീകരണങ്ങളിലും വേഷവിധാനത്തിലും അവതരിപ്പിക്കപ്പെട്ട നാടകം ഒരു മുക്കുവസ്ത്രീയുടെ സ്വപ്നവും യാഥാർത്ഥ്യവും തമ്മിലുള്ള കെട്ടുപിണഞ്ഞ ചിന്തകളിൽനിന്ന് ആരംഭിച്ച് തന്റെ മുക്കുവന്റെ തിരിച്ചുവരവിനായി കാത്തിരിക്കുന്നിടത്ത് അവസാനിക്കുന്നു. വലിയ ഒരു മീൻവല, മത്സ്യക്കൊട്ട, കപ്പലിന്റെ രൂപം എന്നിവയാണ് പ്രധാന രംഗസജ്ജീകരണങ്ങളായി ഉപയോഗിക്കപ്പെട്ടത്. കഥ പറച്ചിലിന്റെയും മൂകാഭിനയത്തിന്റെയും സാദ്ധ്യതകളെ ഏറെ ഉപയോഗപ്പെടുത്തിയുള്ള അവതരണം ഏറെ ശക്തമായ പ്രതികരണം നേടിയത് ശൈലജ പി അമ്പു 2012 ൽ അത് പൊതുവേദികളിൽ പുനരവതരിപ്പിച്ചപ്പോഴാണ്. തിരുവനന്തപുരം സോഷ്യൽ സർവ്വീസ് ക്ലബ്ബും ടി വി ആർട്സും സംയുക്തമായി സഖിയോടൊപ്പം ചേർന്ന് മത്സ്യത്തൊഴിലാളികളുടെ ജീവനും സ്വത്തിനും സുരക്ഷ നല്കണമെന്നാവശ്യപ്പെട്ട് ഫിഷറീസ് കോഓർഡിനേഷൻ കമ്മിറ്റിയുടെ നേതൃത്വത്തിൽ സംഘടിപ്പിച്ച മനുഷ്യസാഗരത്തിന്റെ ഭാഗമായിട്ടാണിത് അരങ്ങേറിയത്. തിരുവനന്തപുരം, പൂന്തുറ അഞ്ചുതെങ്ങ്, ശംഖുമുഖം, ഗാന്ധിപാർക്ക് എന്നിവിടങ്ങളിലായി നടന്ന അവതരണങ്ങളിൽ പ്രതികരണം ഹൃദയസ്പർശിയായിരുന്നു. ഒരു വിഭാഗം നിരന്തരം തങ്ങളനുഭവിക്കുന്ന അവസ്ഥകളെ നേരിൽ കാണാൻ കഴിഞ്ഞതായി സാക്ഷ്യം വയ്ക്കുന്നു. ഈ ഏകാംഗാവതരണത്തിന്റെ ശക്തിയും പ്രാധാന്യവും വ്യക്തമാകുന്നതിവിടെയാണ്. ഒരു സമൂഹത്തെ ഉണർത്താൻ കഴിയുന്ന ദൃശ്യകലാവതരണം സാമൂഹിക പ്രതിബദ്ധതകൂടി ഉൾക്കൊള്ളുന്ന ഉത്തമസൃഷ്ടികളാകുന്നത് ഇത്തരം അവതരണങ്ങളിലൂടെയാണെന്ന് നിസ്സംശയം പറയാം.

ഒരു പെൺകുട്ടിയെ എങ്ങനെ ബലാത്സംഗം ചെയ്ത് കൊല്ലാം അഥവാ രണ്ട് പെൺകുട്ടികൾ തമ്മിൽ പ്രണയിക്കുമ്പോൾ എന്ത് സംഭവിക്കുന്നു

ഇതിവൃത്തസ്വീകരണം, ആവിഷ്കാര പ്രത്യേകത എന്നിവകൊണ്ട് ചർച്ച ചെയ്യപ്പെട്ട അവതരണമായിരുന്നു, പി സി ഹരീഷ് രചനയും സംവിധാനവും നിർവ്വഹിച്ച് ജിഷ അവതരിപ്പിച്ച ഈ ഏകാംഗാവതരണം പേര് സൂചിപ്പിക്കുന്നതുപോലെ തികച്ചും സ്ത്രീപക്ഷ ചിന്താഗതിയെ മുറുകെപ്പിടിക്കുന്ന രചനയാണ്. ലോകത്തിലെ മുഴുവൻ സ്ത്രീകളും സ്വവർഗ്ഗരതിക്കാരായി മാറിയാൽ പുരുഷവർഗ്ഗം എന്തുചെയ്യും എന്ന ചോദ്യത്തെ മുൻനിർത്തിയുള്ള അവതരണത്തിൽ സ്ത്രീ മൂന്നാം ലോക രാഷ്ട്രവും പുരുഷൻ രണ്ടാം ലോകവുമാണ്. മൂന്നാംലോകരാജ്യങ്ങൾ സ്വയം പര്യാപ്തത നേടാൻ തീരുമാനിച്ചാൽ, നേടിക്കഴിഞ്ഞാൽ അധീശശക്തികൾക്ക് പിന്നെ എന്തു സംഭവിക്കും എന്നൊരു വായനകൂടി ഈ ആവിഷ്കാരത്തിനു പിന്നിലുണ്ട്. സ്ത്രീയെ എന്നും അടിമയായും ഉപഭോഗവസ്തുവായും കാണുന്ന രീതി അടിമത്തരാജ്യങ്ങളുടെ നേരെയും സംഭവിക്കു

ന്നു. വളരെ മാന്യമായി ചിരിച്ചുകൊണ്ട് തന്നെ തമസ്ക്കാരം നടത്തുന്ന സാമൂഹിക അതിബുദ്ധിയെയാണ് ഇവിടെ ഇത്തരമൊരു ആവിഷ്കാര ത്തിലൂടെ വെളിപ്പെടുത്താൻ ശ്രമിക്കുന്നത്. കേരളത്തിലെ വർദ്ധിച്ചുവരുന്ന ലൈംഗികപീഡനത്തിനെതിരായും ഈ ആവിഷ്കാരത്തെ വായിക്കാം. താടകയും ശൂർപ്പണഖയും മണ്ഡോദരിയും സീതയും കല്യാണിക്കുട്ടിയും ഡോ. ഷീലയും പിന്നെ പിന്നെ ഈ ഭൂമിയിലെ അവസാന പെൺകു ട്ടിയും സ്വവർഗ്ഗ പ്രണയിനികളായി മാറുമ്പോൾ ഇവിടുത്തെ ആൺഗർവ്വു കൾക്ക് എന്ത് സംഭവിക്കുന്നു എന്നതാണിവിടെ ചർച്ച ചെയ്യുന്നത്.

അബൂബക്കറിന്റെ ഉമ്മ പറയുന്നത്

കേരള സമരചരിത്രത്തിൽ നിർണ്ണായകമായ കയ്യൂർ സമരപശ്ചാത്ത ലത്തിൽ അവതരിപ്പിക്കപ്പെട്ടതാണ് *അബൂബക്കറിന്റെ ഉമ്മ പറയുന്നത്* എന്ന ഏകാംഗസംരംഭം. അറുപതുകളിലെ രാഷ്ട്രീയവും സാമൂഹികവു മായ യാഥാർത്ഥ്യത്തെ അബൂബക്കറിന്റെ ഉമ്മയുടെ ഓർമ്മകളിലൂടെ രംഗത്ത് എത്തിക്കുകയാണ് രജിത മധു. കമ്യൂണിസ്റ്റ് മന്ത്രിസഭയുടെ പിറ വിയും കർഷകസമരങ്ങളും സമരകുടുംബങ്ങളിലെ ദാരിദ്ര്യവും യാതന കളും വിവരിക്കുന്ന ആവിഷ്കാരം. മക്കളെ നഷ്ടപ്പെടുന്ന മാതൃത്വത്തിന്റെ പകപ്പും ഒറ്റപ്പെടലും തീരാദുഃഖവും ശക്തമായി അവതരിപ്പിച്ചുകൊണ്ട്, സമരങ്ങളും പോരാട്ടങ്ങളും ഒരു വിഭാഗത്തിന് സമ്മാനിക്കുന്ന നഷ്ടത്തെ അടയാളപ്പെടുത്തുന്നു. പ്രത്യേകിച്ച് അമ്മമാർക്ക്, സ്ത്രീകൾക്ക്..... കരിവ ള്ളൂർ മുരളിയുടെ രചനയിലും സംവിധാനത്തിലും നിരവധി സ്റ്റേജുകളിൽ അവതരിപ്പിക്കപ്പെട്ട നാടകം ഏറെ രാഷ്ട്രീയപ്രാധാന്യം ഉൾക്കൊള്ളുന്ന അവതരണം കൂടിയാണ്.

ക്ലാരക്കുഞ്ഞമ്മ ഓർക്കുന്നു

ജനസൻസ്കൃതിയുടെ നേതൃത്വത്തിൽ 2010 ൽ ഡൽഹിയിൽ സംഘ ടിപ്പിച്ച മഹിളാ കോൺഫറൻസിന്റെ ഭാഗമായിട്ടാണ് ഇതവതരിപ്പിക്കപ്പെ ടുന്നത്. കൃത്യമായ രാഷ്ട്രീയ ചുറ്റുപാടിലും പശ്ചാത്തലത്തിലുമാണ് ഇത വതരിപ്പിക്കപ്പെട്ടിരിക്കുന്നത്. കേരളത്തിലെ മലയോര ഗ്രാമങ്ങളിൽ ജനിച്ച ക്ലാരയുടെ ജീവിതത്തിലെ നിർണ്ണായക നിമിഷങ്ങളിലൂടെയാണ് നാടകം വികസിക്കുന്നത്. നാടകത്തിന്റെ തുടക്കം മുതൽ അവസാനത്തിലെത്തു മ്പോൾ കേരളത്തിന്റെ കഴിഞ്ഞുപോയ അൻപതുവർഷത്തെ സാമൂഹി കവും രാഷ്ട്രീയവുമായ ഒട്ടുമിക്ക സംഭവങ്ങളിലും കാണുകയും ഇടപെ ടേണ്ടിയും വരുന്ന ഒരു സ്ത്രീയുടെ ജീവിതത്തെയാണ് നാടകം അനാവ രണം ചെയ്യുന്നത്. ക്ലാരയുടെ ഓർമ്മകളിലൂടെ തന്റെ ഭർത്താവിന്റെ മര ണവും തുടർന്ന് 1958 ൽ സമരത്തിൽ പങ്കെടുക്കുന്നതും ഒരു ആക്ടിവി സ്റ്റായിത്തീരുന്ന സാഹചര്യവുമെല്ലാം വിശദമാക്കപ്പെടുന്നു. ക്ലാരക്കുഞ്ഞമ്മ എന്ന സാധാരണ സ്ത്രീയിൽനിന്ന് കേരളത്തിന്റെ സാമൂഹിക രാഷ്ട്രീയ

ഇടപെടലുകളിൽ സജീവപങ്കാളിയായിത്തീരുന്ന, തീരേണ്ടിവരുന്ന ശക്തയായ സ്ത്രീത്വത്തെ അവതരിപ്പിക്കുകയാണിതിലൂടെ...

പന്തമേന്തിയ പെണ്ണുങ്ങൾ

ഇന്ത്യയിലെ രാഷ്ട്രീയസാമൂഹിക സാഹചര്യങ്ങളെ ഏറെ വിമർശനവിധേയമാക്കിയ ഒറ്റയാൾ പോരാട്ടമായിരുന്നു ഇറോം ശർമ്മിളയുടേത്. ഒരു സ്ത്രീയായതുകൊണ്ട് മാത്രം അവർക്ക് ലഭിക്കേണ്ട നീതി നിഷേധിക്കപ്പെട്ടു. ഹസാരെസമരം രാജ്യം ആഘോഷിച്ചപ്പോൾ ശർമ്മിളയുടെ വർഷങ്ങളായുള്ള നിരാഹാരസമരത്തെയും അവരുടെ ആവശ്യങ്ങളെയും രാജ്യം കണ്ടില്ലെന്നു നടിച്ചു. ഈയൊരു പശ്ചാത്തലത്തിലാണ് മാധ്യമപ്രവർത്തക കൂടിയായ മഡോണ *പന്തമേന്തിയ പെണ്ണുങ്ങൾ* എന്ന ഏകാംഗാവതരണം ആവിഷ്കരിച്ചത്. ഇറോം ശർമ്മിളയ്ക്ക് ഐക്യദാർഢ്യം പ്രഖ്യാപിച്ചുകൊണ്ട് കാസർഗോഡ് മുതൽ തിരുവനന്തപുരം വരെ നടത്തിയ യാത്രയിൽ ഓരോ ജില്ലയിലും ഈ ഏകാംഗം അവതരിപ്പിക്കപ്പെട്ടു. പ്രധാനമായും രംഗസാമഗ്രികൾ എന്നുപറയാൻ ഒന്നുമില്ല. മണിപ്പൂരിലെ റിയിൻസ്റ്റികും ഷാളുമാണ് ഹാന്റ് പ്രോപ്പർട്ടിയായി ഉപയോഗിച്ചത്. ചിലയിടങ്ങളിൽ പ്രോജക്ടറും ഉപയോഗിച്ചു. കേരളത്തിനു പുറത്ത് ഇത് താനിയയും ഓജസ്സും അവതരിപ്പിച്ചു. ഓജസ്സ് ഇതിന്റെ ഹിന്ദിയും ഇംഗ്ലീഷും അവതരിപ്പിച്ചു.

ഏകാംഗവതരണങ്ങളിൽ കാണുന്ന സാമൂഹിക വിഷയങ്ങളെ കൈകാര്യം ചെയ്തുകൊണ്ടുള്ള രംഗാവിഷ്കാരങ്ങളിൽ ശ്രദ്ധേയമായ അവതരണമായി *പന്തമേന്തിയ പെണ്ണുങ്ങൾ.* തെരുവുനാടകത്തിന്റെ സങ്കേതങ്ങളെ ഉപയോഗപ്പെടുത്തിക്കൊണ്ടു കൂടിയാണ് ഇത്തരത്തിലുള്ള വിഷയങ്ങളെ ഏകാംഗവല്ക്കരിക്കുന്നത്. പ്രേക്ഷകശ്രദ്ധയിലേക്ക് എളുപ്പം പ്രവേശിക്കുക എന്ന ഉദ്ദേശ്യംതന്നെ.

അനുവർത്തനങ്ങളുടെ രംഗാവിഷ്കാരപ്രത്യേകതകൾ

സജിത എം അവതരിപ്പിച്ച *മുടിത്തെയ്യം* (സാറാജോസഫ്), ശൈലജ പി അമ്പു അവതരിപ്പിച്ച *ഏതോ ചിറകടിയൊച്ചകൾ* (ജി ശങ്കരപ്പിള്ള), *കുഞ്ഞിപ്പാത്തുമ്മ* (വൈക്കം മുഹമ്മദ് ബഷീർ), ശ്രീലത കടവിലിന്റെ *സാവിത്രിക്കുട്ടി, എക്കോ ഓഫ് ദ ഡേ* (സജിത ശങ്കറിന്റെ പെയിന്റിങ്ങുകളെ ആധാരമാക്കി), ജിഷയുടെ *ചന്ദനമരങ്ങൾ* (മാധവിക്കുട്ടി) *ഖസാക്കിന്റെ ഇതിഹാസത്തിലൂടെ* (ഒ വി വിജയൻ), *പ്രകാശം പരത്തുന്ന പെൺകുട്ടികൾ* (ടി പത്മനാഭൻ), *മയ്യഴിപ്പുഴയുടെ തീരങ്ങളിൽ* (എം മുകുന്ദൻ), *നമുക്കിടയിൽ ഏതോ ഒരുസ്ത്രീ ബോംബ് ഉണ്ടാക്കുന്നു, മതിലുകൾ* (ബഷീർ), *പാത്തുമ്മയുടെ ആട്* (ബഷീർ), ദീപിക അവതരിപ്പിച്ച *ആയുസ്സിന്റെ പുസ്തകം* (സി വി ബാലകൃഷ്ണൻ), ജിഷയുടെ തന്നെ *കഥയാട്ടം*, അഷിത അഷ്റഫ് അവതരിപ്പിച്ച *ഇനിയും മരിക്കാത്ത ഭൂമി*

(ഒ എൻ വി *ഭൂമിക്കൊരു ചരമഗീതം*), *ഭാർഗ്ഗവീനിലയം*, *പെണ്ണും പുലിയും* (വൈലോപ്പിള്ളിക്കവിത) തുടങ്ങിയവ സാഹിത്യകൃതികളെയോ അവയിലെ ശക്തരായ സ്ത്രീകഥാപാത്രങ്ങളെയോ സ്ത്രീപക്ഷ സാഹചര്യങ്ങളെയോ മുൻനിർത്തി അവതരിപ്പിക്കപ്പെട്ട ഏകാംഗാവതരണങ്ങളാണ്. ഏകാംഗവതരണങ്ങളിൽ ഏറെയും കവിതകളെ ആധാരമാക്കി രൂപപ്പെടുത്തുമ്പോൾ കാവ്യശില്പത്തിന്റെ രൂപമാണ് പലപ്പോഴും ഇത്തരം അവതരണങ്ങൾക്ക് ലഭിക്കുന്നത്. എങ്കിലും അരങ്ങിനും പ്രേക്ഷകനുമിടയിലുള്ള ദൂരം ഇല്ലാതാക്കുന്ന അവസ്ഥ നല്ലൊരു അന്തരീക്ഷമൊരുക്കുന്നു. കൃതികൾ അപ്പാടെ സ്വീകരിക്കപ്പെടുന്നില്ല എന്നതുമാത്രമല്ല, വ്യത്യസ്തമായ വായനാനുഭവം പങ്കുവയ്ക്കുകയാണ് ഇവ രംഗവേദിയിൽ. അഭിനേത്രിയിലെ സ്വത്വം സ്ത്രീത്വത്തിന്റെ കാഴ്ചപ്പാടിൽ നോക്കിക്കാണുകയാണ് ഇവിടെ. അതുകൊണ്ടാണ് സഹ്യന്റെ മകൻ സഹ്യന്റെ മകളായിത്തീരുന്നത്.

എക്കോ ഓഫ് ദ ഡേ

സാഹിത്യ കൃതികളും കവിതകളും മാത്രമല്ല ചിത്രരചനയെയും അവലംബമാക്കിയുള്ള അവതരണങ്ങൾ ഈ മേഖലയിൽ നടക്കുന്നു എന്നതിനുദാഹരണമാണ് സജിത ശങ്കറിന്റെ ചിത്രങ്ങൾക്ക് ദൃശ്യാവിഷ്കാരം നല്കുന്ന ശ്രീലത കടവിലിന്റെ *എക്കോ ഓഫ് ദ ഡേ.* പ്രകൃതിയും സ്ത്രീയും തമ്മിലുള്ള താദാത്മീകരണത്തിന് സ്ത്രീയെ ക്യാൻവാസിൽ നിന്നടർത്തി പ്രകൃതിയോട് ചേർത്തുനിർത്തി കാണിച്ചു തരുന്ന പ്രത്യക്ഷാനുഭവമാണ് ഈ അവതരണത്തിലൂടെ ശ്രീലത നിർവ്വഹിച്ചത്. ഈയർത്ഥത്തിൽ സ്വതന്ത്രാവിഷ്കാരഗണത്തിൽ കൂട്ടാവുന്നതാണ്. നിരന്തര പരീക്ഷണനിരീക്ഷണങ്ങൾക്ക് വിധേയമായിക്കൊണ്ടിരിക്കുന്ന അരങ്ങിലെ സ്ത്രീശരീരഭാഷയെ ഇവിടെ പരീക്ഷണത്തിനു വിധേയമാക്കുന്നു. സ്ത്രീ ശരീരത്തെ രംഗഭാഷയിൽ എങ്ങനെ പ്രയോജനപ്പെടുത്താമെന്നുള്ള പരീക്ഷണം ചുറ്റുപാടുകളോട് അലിഞ്ഞു ചേർന്നുകൊണ്ട് പ്രകൃതിയെയും ശരീരത്തെയും കൂട്ടിച്ചേർക്കുന്ന രംഗഭാഷയ്ക്ക് വേദിയെന്നത് നിശ്ചിതമായൊരിടമല്ല. ചുറ്റിലും ചിതറിക്കിടക്കുന്നതാണത്. അരങ്ങിന്റെ പുറത്തേക്ക് പല പല അരങ്ങുകൾ ക്രമീകരിക്കുന്ന രീതിയിൽ അഭിനേത്രിയുടെ സ്ഥാനം എവിടെയോ അവിടെ അരങ്ങാകുന്നു. ഒരിടത്തുനിന്നും മറ്റൊരിടത്തേക്ക് സഞ്ചരിച്ച് പ്രേക്ഷകരെ തനിക്കൊപ്പം ക്ഷണിക്കുകയാണീ ദൃശ്യാവിഷ്കാരം ചെയ്യുന്നത്. ഏകാംഗാവതരണത്തിലെ ശ്രദ്ധേയമായ രംഗാവിഷ്കാരമായിരുന്നു *എക്കോ ഓഫ് ദ ഡേ.* ചുറ്റിലുമുള്ള മരങ്ങളും മണ്ണും തീയും ജലവും കഥാപാത്രങ്ങളാക്കി പ്രേക്ഷകനു മുന്നിൽ. പ്രത്യക്ഷത്തിൽ ഇവയിലേക്ക് ആണ്ടുപോയി താദാത്മ്യം പ്രാപിക്കുന്ന സ്ത്രീശരീരം പ്രകൃതിയും സ്ത്രീയും ഒന്നാണെന്ന് അടയാളപ്പെടുത്തുന്നു.

ഏതോ ചിറകടിയൊച്ചകൾ

ഈ നൂറ്റാണ്ടിന്റെ ഏറ്റവും വലിയ ശാപമായ ഭ്രൂണഹത്യയെക്കുറിച്ചും ഇത്തരം ക്രൂരതയ്ക്ക് വിധേയരാകുകയും വിധേയരാക്കപ്പെടുകയും ചെയ്യുന്ന മാതൃത്വത്തിന്റെ പില്ക്കാലാവസ്ഥയെക്കുറിച്ചുമുള്ള പഠനങ്ങളുടെ ഞെട്ടിപ്പിക്കുന്ന സത്യമാണ് *ഏതോ ചിറകടിയൊച്ച*യിലൂടെ ശൈലജ പി അമ്പു പറയാൻ ശ്രമിക്കുന്നത്. ആധുനികപഠനങ്ങൾ പറയുന്നത് ഭ്രൂണഹത്യ നടത്തുന്ന സ്ത്രീകളിൽ ഭൂരിഭാഗവും പില്ക്കാലത്ത് മനോവിഭ്രാന്തിക്ക് അടിമപ്പെടുന്നു എന്നാണ്. ഇതിന്റെ പശ്ചാത്തലത്തിൽ ഏതോ ചിറകടിയൊച്ചകൾക്ക് രംഗാവിഷ്കാരം നല്കാനാണ് സാം ജോർജ് ശ്രമിച്ചിരിക്കുന്നത്.

നാടകം തുടങ്ങുന്നത് ധർമ്മയുദ്ധം ജയിച്ച പാണ്ഡവരെ അനുഗ്രഹിക്കാനായി കൈയുയർത്തി നില്ക്കുന്ന കുന്തിയിൽനിന്നാണ്. ആ നിമിഷത്തിൽ കുന്തി ഏതോ ഒരു ചിറകടിയൊച്ച കേൾക്കുന്നു. ഏതുപക്ഷിയുടേതെന്ന് തിരിച്ചറിയാനാവാത്ത അദൃശ്യമായ ചിറകടി കുന്തിയുടെ ഓർമ്മകളിലൂടെ സ്വയം വിചാരണ ചെയ്യപ്പെടുന്നു. കുന്തിയിലെ മാതൃത്വം നാടകാന്ത്യത്തിൽ എത്തുമ്പോഴും തുടക്കത്തിലെ നിലയിൽ അവസാനിക്കുന്നു. ചാക്രികമായ ഓർമ്മകളിലൂടെയുള്ള സഞ്ചാരം അതാണ് നാടകത്തിൽ ആവിഷ്കരിച്ചിരിക്കുന്നത്.

എല്ലാം കഴിഞ്ഞു. ധർമ്മയുദ്ധം പാണ്ഡവർ ജയിച്ചു. അധർമ്മം ഒരുപാട് ഉണ്ടെങ്കിലും. പക്ഷേ, അപ്പോഴും കുന്തിയുടെ പ്രശ്നം അങ്ങനെ തന്നെ നിലനില്ക്കുന്നതായി കാണാം. തന്നെ ആദ്യം മാതൃത്വമെന്തെന്ന് പഠിപ്പിച്ച ചോരക്കുഞ്ഞിനെ അടുത്തു കണ്ടിട്ടും ലാളിക്കാൻ കഴിയാതെ അവന്റെ മരണം സ്വന്തം ഭ്രാതാക്കളുടെ കൈകളാൽ നടന്നിട്ടും ഒന്നും പറയാൻ കഴിയാതെ കുന്തിയിലെ നിസ്സഹായത ചിറകടിച്ചുയരുന്നു. സാമൂഹികമാന്യതയ്ക്കായി താൻ നഷ്ടപ്പെടുത്തിയതും മറച്ചുപിടിച്ചതും സ്വന്തം മാതൃത്വത്തെയും സ്ത്രീയുടെ ഏറ്റവും വലിയ പുണ്യത്തെയുമാണെന്നും ഒന്നിനുവേണ്ടിയും താനത് നഷ്ടപ്പെടുത്തിക്കൂടായിരുന്നു എന്നുമുള്ള തിരിച്ചറിവ് കുന്തിയിലൂടെ ഈ സമൂഹത്തോട് പറയുകയാണ് പ്രസ്തുത രംഗാവിഷ്കാരം. ഓർമ്മകളിൽ മാതൃത്വമൂട്ടുന്ന കുന്തിയുടെ ഭാവങ്ങൾ, യൗവനവും വാർദ്ധക്യവും മാറിമാറി എത്തുന്ന ശരീരഭാഷ തുടങ്ങിയവ ശൈലജ എന്ന അഭിനേത്രിയിലെ അഭിനയപ്രതിഭയ്ക്ക് ലഭിച്ച ഏറ്റവും വലിയ വെല്ലുവിളിയും അതിലവർ വിജയിച്ചു എന്നത് അവർക്കുള്ളിലെ അഭിനയപ്രതിഭയെയും വ്യക്തമാക്കുന്നു. ആധുനിക സമൂഹത്തിനുമേൽ പതിച്ച ഭ്രൂണഹത്യ എന്ന ക്രൂരമായ സത്യത്തേക്കാൾ ഭീകരവും ക്രൂരവുമാണ് ഉപേക്ഷിക്കപ്പെട്ടതോ നിഷേധിക്കപ്പെട്ടതോ ആയ മാതൃത്വം നല്കുന്ന വേദനയെന്ന തിരിച്ചറിവാണ് ഈ അവതരണത്തിലൂടെ ശൈലജയും സംവിധായകനായ സാം ജോർജും നല്കുന്നത്.

ശൈലജയുടെ തന്നെ *കുഞ്ഞിപ്പാത്തുമ്മ, ന്റുപ്പുപ്പാക്കൊരാനേണ്ടാർന്ന്*

എന്ന വൈക്കം മുഹമ്മദ് ബഷീറിന്റെ നോവലിന്റെ രംഗാവിഷ്കാരമാണ്. കുഞ്ഞിപ്പാത്തുമ്മ എന്ന കഥാപാത്രത്തെ നോവലിൽ നിന്ന് കടമെടുത്ത് യാഥാർത്ഥ്യത്തെ അംഗീകരിക്കാൻ കഴിയാത്ത മൂഢസ്വർഗ്ഗത്തിൽ കഴിയുന്നതുവരെ ചിന്തിപ്പിക്കുകയും ചിരിപ്പിക്കുകയും ചെയ്യുന്ന തരത്തിൽ ഒരുക്കിയെടുത്ത രംഗാവിഷ്കാരം ഏറെ ശ്രദ്ധേയമായി. ജീവിതത്തിൽ ധനവും, ആഢ്യത്വവുംകൊണ്ട് ഒന്നും സംഭവിക്കുന്നില്ല. പച്ചയായ യാഥാർത്ഥ്യങ്ങളിൽ തകർന്നുപോകരുതെന്ന് നിഷ്കളങ്കയായ പാത്തുമ്മയിലൂടെ ശൈലജ പറയുന്നു. *കുഞ്ഞിപ്പാത്തുമ്മ* ഹാസ്യാത്മകമായിട്ടാണവതരിപ്പിക്കുന്നത്.

പ്രൊസിനിയം സ്റ്റേജിൽ *ഏതോ ചിറകടിയൊച്ചകൾ* അവതരിപ്പിച്ചപ്പോൾ പൊതുനിരത്തിൽ മാനവീയം വീഥിയിലാണ് *കുഞ്ഞിപ്പാത്തുമ്മ* അരങ്ങേറിയത്. *ചിറകടിയൊച്ച*യിലെ രംഗസജ്ജീകരണങ്ങളും ലൈറ്റിങ്ങും വേഷങ്ങളുടെയും പ്രത്യേകതയും തികഞ്ഞ അമേചർ നാടകരൂപത്തിന്റേതാകുന്നു. ഒപ്പം പശ്ചാത്തലസംഗീതത്തിന്റെ പ്രത്യേകതയും തോൽപ്പാവകളും ചിറകടിയൊച്ചയിലെ കഥാപാത്രങ്ങളായി പ്രത്യക്ഷപ്പെടുന്നു. എടുത്തു പറയത്തക്കതായൊരു ഘടകം ദീപവിധാനത്തിലെ പ്രത്യേകതയാണ്. കുന്തിയെ രാജമാതാവായിക്കാണാനും സാധാരണ സ്ത്രീയായിക്കാണാനും അവസരമൊരുക്കുന്ന രംഗാവിഷ്കാരമാണ് ഈ ഏകാംഗത്തിന്റെ പ്രത്യേകത. *കുഞ്ഞിപ്പാത്തുമ്മ* ബഷീർ കൃതികളിലെ നിഷ്കളങ്കതയും ലാളിത്യവും ആവേശിച്ചുകൊണ്ട് ഇന്നത്തെ പാത്തുമ്മയായി നമുക്കിടയിൽ നില്ക്കുമ്പോൾ മറ്റ് രംഗസജ്ജീകരണങ്ങൾ തന്നെ ആവശ്യമില്ലാതാകുന്നു

മാധ്യമപ്രവർത്തകരായ പി സി ഹരീഷും (*കേരള കൗമുദി*) ജിഷയും (*ദേശാഭിമാനി*) തമ്മിലുള്ള കൂട്ടുകെട്ടിലൂടെ ഉടലെടുത്ത പത്തിലധികം ഏകാംഗങ്ങൾ അവതരണമികവുകൊണ്ടും രചനയിലെ പ്രത്യേകതകൊണ്ടും ഏറെ ശ്രദ്ധേയമായി. സ്ത്രീസ്വാതന്ത്ര്യത്തിന്റെയും സ്വയം നിർണ്ണയാവകാശത്തിന്റെയും പ്രതീകമായി സ്വവർഗ്ഗരതിയെ അടയാളപ്പെടുത്തുന്ന ദൃശ്യാവിഷ്കാരമായ *ചന്ദനമരങ്ങളിൽ* ഷീലയും കല്യാണിക്കുട്ടിയും ഇന്ദുമേനോന്റെ *ജലത്തിനു മുകളിലൂടെ നടക്കുന്ന കന്യകമാർ* എന്ന കൃതിയിലെ അമുദവും റസിയയുമായി കണ്ടുമുട്ടുമ്പോൾ എന്തു സംഭവിക്കുന്നു എന്ന അന്വേഷണം മുന്നോട്ടുവയ്ക്കുന്നു. ഇവിടെ മാധവിക്കുട്ടിയുടെ തലമുറയിൽനിന്ന് ഇന്ദുമേനോന്റെ തലമുറയിലെത്തുമ്പോഴുള്ള മാറ്റങ്ങളും അതിന്റെ രാഷ്ട്രീയവും പരിശോധിക്കുന്നു. തിരുവനന്തപുരം വൈലോപ്പിള്ളി സംസ്കൃതി ഭവനിലാണിതവതരിപ്പിച്ചത്. ബഹ്റൈൻ-മാഹി അസോസിയേഷന്റെ സഹകരണത്തോടെ മയ്യഴി നഗരസഭയുടെ ആഭിമുഖ്യത്തിൽ 2009 ആഗസ്ത് 14 ന് *മയ്യഴിയുടെ തീരങ്ങളിൽ* എന്ന നാടകം ആദ്യമായി അരങ്ങുകണ്ടു. മയ്യഴിയുടെ മറയുന്ന കാലഘട്ടത്തിന് സാക്ഷിയായ കറുമ്പിയമ്മയും ഗിരിജയും ദാമുറൈറ്ററും ഇവിടെ കഥാപാത്രങ്ങളായെത്തുമ്പോൾ, സമൂഹത്തിന്റെ ശാപമായി മാറിക്കൊണ്ടി

രിക്കുന്ന സ്ത്രീപീഡനങ്ങൾക്കും സ്ത്രീകൾക്കെതിരെയുള്ള അതിക്രമങ്ങൾക്കും നേരെ ഉയർത്തിപ്പിടിച്ച കണ്ണാടിയായിത്തീരുന്നു. *നമുക്കിടയിൽ ഏതോ ഒരു സ്ത്രീ ബോംബുണ്ടാക്കുന്നു* എന്ന അവതരണം 2010 ഫെബ്രുവരിയിൽ ഡി സി ബുക്സിന്റെ അന്താരാഷ്ട്ര പുസ്തകോത്സവത്തോടനുബന്ധിച്ച് എറണാകുളം മറൈൻ ഡ്രൈവ് ഗ്രൗണ്ടിൽ അരങ്ങേറി. അലക്കുകാരി കല്യാണിയുടെ സ്വന്തം ജീവിതത്തിലൂടെയാണ് നാടകം കടന്നുപോകുന്നത്. വേട്ടക്കാർ സമൂഹത്തിൽ തലയുയർത്തിപ്പിടിച്ച് നടക്കുമ്പോൾ നാമെന്താണ് ചെയ്യേണ്ടത്? എന്താണിതിനൊരു പോംവഴി? എന്നിങ്ങനെയുള്ള ചോദ്യങ്ങളുയരുകയാണ്.

ഒ വി വിജയന്റെ *ഖസാക്കിന്റെ ഇതിഹാസം* അരങ്ങിലെത്തുമ്പോൾ നോവലിൽ ഒരിക്കലും ഖസാക്കിൽ വന്നിട്ടില്ലാത്ത പത്മ രവിയെത്തേടി ഖസാക്കിലേക്ക് വരികയാണ്. പത്മ രവിയിലൂടെ അറിഞ്ഞ ഓരോരുത്തരേയും നേരിൽക്കണ്ട് സംസാരിക്കുന്നു. മൈമുനയെയും കുഞ്ഞാമിനയെയും ആബിദയെയും ചാന്തുമ്മയെയും അപ്പുക്കിളിയെയും മൊല്ലാക്കയെയും അവളവിടെ കാണുന്നു. ശാസ്ത്രത്തിലും ഗ്രന്ഥത്തിലും ഗവേഷണപഠനങ്ങളിലും നേടിയ അറിവുകളെല്ലാം ശക്തവും സ്വതന്ത്രവുമായ ഗ്രാമീണജീവിതത്തിന്റെ യാഥാർത്ഥ്യത്തെ തിരിച്ചറിയുന്നു. ഇത്തരത്തിൽ നോവലിൽ സംഭവിക്കാത്ത ഒന്നാണ് ഈ അന്വേഷണം. പത്മ ഖസാക്കിലെത്തിയാൽ എന്തുസംഭവിക്കുമെന്ന അന്വേഷണം അതാണിതിലൂടെ ആവിഷ്കരിക്കപ്പെടുന്നത്.

പ്രകാശം പരത്തുന്ന പെൺകുട്ടികളിൽ ടി പത്മനാഭന്റെ അഞ്ച് പ്രശസ്ത കഥകളിലെ ആറ് കഥാപാത്രങ്ങളെ ഒരുമിച്ച് രംഗത്തവതരിപ്പിക്കുകയാണ്. 'കടലി'ലെ അമ്മയും മകളും ഗൗരി 'കടയനല്ലൂരിലെ സ്ത്രീ', 'മഞ്ഞനിറമുള്ള റോസാപ്പൂവിലെ' പെൺകുട്ടി. കഥാപാത്രങ്ങൾ പരസ്പരം പങ്കുവയ്ക്കുന്ന ആകുലതകളിലൂടെയും ആഹ്ലാദങ്ങളിലൂടെയും കഥാസന്ദർഭം പുരോഗമിക്കുന്നു. *പ്രകാശം പരത്തുന്ന പെൺകുട്ടി* ആ കഥയിലെ മാത്രം പെൺകുട്ടിയല്ല, മറിച്ച് പത്മനാഭന്റെ മിക്കവാറും കൃതികളിൽ വെവ്വേറെ രൂപഭാവങ്ങളിൽ അവളെ കണ്ടുമുട്ടാൻ കഴിയും എന്ന കാഴ്ചപ്പാടാണ് ഈ ദൃശ്യാവിഷ്കാരം മുന്നോട്ടുവയ്ക്കുന്നത്. കൂടാതെ സ്വന്തം ശരീരത്തിന്റെ തടവറയിൽനിന്ന് പുറത്തുകടക്കാൻ ഭാഗ്യം ലഭിച്ച ഈ സ്ത്രീകളെ കാത്തിരിക്കുന്ന വിധി എന്താണെന്നൊരു അന്വേഷണം കൂടിയുണ്ട്.

സി വി ബാലകൃഷ്ണന്റെ *ആയുസ്സിന്റെ പുസ്തക*ത്തിലെ നാല് സ്ത്രീകഥാപാത്രങ്ങൾ (സാറയും, റാഹേലും മേരിയും ആനിയും) പുതിയ കാലത്തിന്റെ പുതിയ വെളിച്ചത്തിൽ പാപപുണ്യങ്ങളെക്കുറിച്ചുള്ള പുനർനിർവ്വചനങ്ങളുമായാണ് ആസ്വാദകർക്ക് മുന്നിലെത്തുന്നത്. പി സി ഹരീഷിന്റെ സംവിധാനത്തിൽ ഈ ഏകാംഗം ദീപികരാധാകൃഷ്ണനനും പിന്നീട് അഷിത അഷറഫും അവതരിപ്പിക്കുകയുണ്ടായി. നോവലിസ്റ്റിന്റെ സാന്നിദ്ധ്യത്തിലാണ് അതിന്റെ രംഗാവിഷ്കാരം നടന്നത് എന്നത് ഇതിന്റെ

മറ്റൊരു പ്രത്യേകതകൂടിയാണ്. ഏകാംഗാവതരണ സംരംഭങ്ങളിലെ മറ്റൊരു ശ്രദ്ധേയമായ അനുവർത്തനാവിഷ്കാരമായിരുന്നു പി സി ഹരീഷിന്റെ സംവിധാനത്തിൽ ദീപിക രാധാകൃഷ്ണൻ അവതരിപ്പിച്ച *കഥയാട്ടം*. പേരു സൂചിപ്പിക്കുന്നതുപോലെ തന്നെ അതൊരു പകർന്നാട്ടമായിരുന്നു. ഒന്നിൽനിന്നു മറ്റൊന്നിലേക്ക് മാറിമാറി മലയാളസാഹിത്യകൃതികളിലെ അൻപത് അവിസ്മരണീയ സ്ത്രീകഥാപാത്രങ്ങൾക്ക് ജീവൻ നല്കിയ ഏകാംഗാവതരണമായിരുന്നു *കഥയാട്ടം*. ഇന്ത്യൻ നാടകവേദിയിൽ തന്നെ ഇതാദ്യമായാണ് ഒരു അഭിനേത്രി ഒരേസമയം അൻപത് കഥാപാത്രങ്ങളെ ഒരേ സമയം ഒരാവിഷ്കാരത്തിലൂടെ അരങ്ങിലെത്തിക്കുന്നത്. സാഹിത്യത്തിലെ ശക്തരായ സ്ത്രീകഥാപാത്രങ്ങൾ പരസ്പരം കണ്ടുമുട്ടുകയും സ്വയം പരിചയപ്പെടുത്തി അന്യോന്യം മനസ്സിലാക്കുകയുമാണതിൽ. ഒ ചന്തുമേനോന്റെ *ഇന്ദുലേഖ*യിൽ തുടങ്ങി പത്മരാജന്റെ *ഉദകപ്പോള*യിലെ ക്ലാരയിൽ കഥാപാത്രങ്ങളുടെ രംഗപ്രവേശം അവസാനിക്കുന്നു. ഒരുവേദിയിൽ പ്രേക്ഷകമദ്ധ്യത്തിൽ ഒന്നുമാറി ഒന്നുമാറി ഇത്ര സങ്കീർണ്ണമായ അവതരണം കാഴ്ചവയ്ക്കുകയെന്നത് ദീപികയിലെ അഭിനയപ്രതിഭയുടെ മാറ്റുകൂട്ടുന്നു.

ആത്മകഥാംശം ഉൾക്കൊള്ളുന്ന അനുവർത്തന രംഗാവിഷ്കാരമായിരുന്നു ഷൈനി അവതരിപ്പിച്ച *സിസ്റ്റർ* ജെസ്മിയുടെ *ആമേന്റെ* ഏകാംഗാവതരണം. സഭാധികാരികളുടെ അഴിമതിയും വഞ്ചനയും ചതിയും ലൈംഗിക അരാജകത്വവുമൊക്കെ മറനീക്കി കാണിക്കുന്നതിനിടയിലും സിസ്റ്ററുടെ ഉള്ളിലെ ഈശോയോടുള്ള സ്നേഹം വളർന്നുവരുന്നതും ശക്തമാകുന്നതും സോളമന്റെ ഉത്തമഗീതത്തിലെ വരികളിലൂടെയാണ് ദൃശ്യവല്ക്കരിക്കപ്പെട്ടിരിക്കുന്നത്. മുപ്പത് വർഷത്തെ കന്യാസ്ത്രീജീവിതത്തിനു ശേഷം തിരുവസ്ത്രം ഉപേക്ഷിച്ച് സഭവിട്ടിറങ്ങിയ സിസ്റ്റർ ജസ്മിയുടെ ആത്മകഥയാണ് *ആമേൻ*.

അഷിത അഷറഫ് അവതരിപ്പിച്ച *പെണ്ണും പുലിയും, ഇനിയും മരിക്കാത്ത ഭൂമി, ഭാർഗ്ഗവിനിലയം* എന്നിവയും അനുവർത്തന ഏകാംഗാവതരണങ്ങളിലെ ശ്രദ്ധേയമായ രംഗാവിഷ്കാരങ്ങളാണ്. 2011 മെയ് 9 മുതൽ 11 വരെ തിരുവനന്തപുരം വൈലോപ്പിള്ളി സംസ്കൃതി ഭവനിൽ സംഘടിപ്പിച്ച വൈലോപ്പള്ളി ജന്മശതാബ്ദി ആഘോഷത്തിന്റെ സമാപനത്തിലാണ് *പെണ്ണുംപുലിയും* അരങ്ങേറിയത്. വൈലോപ്പിള്ളിക്കവിതയുടെ രംഗാവിഷ്കാരമായിരുന്ന പ്രസ്തുത ഏകാംഗത്തിൽ കുറിയേടത്ത് താത്രിയും സഹ്യന്റെ മകളും തമ്മിലുള്ള കണ്ടുമുട്ടലും ഒരുക്കിയിരിക്കുന്നു.

ഒ എൻ വിയുടെ *ഭൂമിക്കൊരു ചരമഗീതത്തെ* അടിസ്ഥാനമാക്കി അവതരിപ്പിച്ചതായിരുന്നു *ഇനിയും മരിക്കാത്ത ഭൂമി*, ഇതിന്റെ അവതരണത്തിൽ കവിയും എത്തിച്ചേർന്നിരുന്നു. കവിതയിൽ നിന്നിറങ്ങി ഭൂമിക്ക് ഇനിയൊരു പുനർജ്ജനിയുണ്ടാകില്ലേ ഈ മൃതാവസ്ഥയിൽനിന്ന് എന്ന ചോദ്യവുമായി അഭിനേത്രി കവിയെ തന്നെ സമീപിക്കുകയാണ്. ഇത്തരത്തിൽ ഭൂമിക്ക് ഉദകക്രിയ നടത്താൻ തനിക്കാവില്ലെന്ന് പറഞ്ഞ് കേഴുന്ന അരങ്ങിലെ

ഭൂമിയെ, പ്രതിനിധിയെ കവിയെത്തന്നെ യഥാർത്ഥകവി ആശ്വസിപ്പിക്കുകയാണ്. ഭൂമിയുടെ ഉയിർത്തെഴുന്നേല്പിനെ സ്വാഗതം ചെയ്യുന്ന രംഗാവിഷ്കാരം കവിതയുടെ പുതിയൊരു വായനാനുഭവം സമ്മാനിക്കുന്ന ദൃശ്യാവിഷ്കാരമായിത്തീരുന്നു. ഒപ്പം അഷിത എന്ന അഭിനേത്രിയിലെ അഭിനയപ്രതിഭയുടെ മാറ്റുരയ്ക്കപ്പെടുകയും ചെയ്തു.

സാഹിത്യകൃതികളിലെ രംഗപാഠങ്ങളിൽ അടുത്തത് സാറാ ജോസഫിന്റെ *രാമായണകഥ*യെ ആസ്പദമാക്കി അവതരിപ്പിച്ച *പെണ്ണുപൂക്കുന്ന നാട്* എന്ന ഏകാംഗാവതരണമാണ്. വളരെ മുമ്പു സജിത എം അവതരിപ്പിച്ച *മുടിത്തെയ്യവും* പ്രസ്തുത എഴുത്തുകാരിയുടെ രചനയെ അവലംബിച്ചിട്ടുള്ളതായിരുന്നു. തികഞ്ഞ സ്ത്രീപക്ഷ സ്വാധീനം പുലർത്തുന്ന ശക്തമായ എഴുത്തുകളാണിവ രണ്ടും എന്നതുകൊണ്ടുതന്നെ ദൃശ്യാവിഷ്കാരത്തിൽ കൃത്യമായ സ്ത്രീപക്ഷ വായനയൊരുക്കാൻ ഇതിന്റെ സംവിധായകർക്കും അഭിനേത്രിമാർക്കും കഴിഞ്ഞു. എഴുത്തുകാരിയുടെ സാന്നിദ്ധ്യത്തിലാണിത് അവതരിപ്പിക്കപ്പെട്ടത് എന്നത് മറ്റൊരു സവിശേഷത. ഇതുപോലെ തന്നെ മലയാളിയല്ലെങ്കിലും ഇന്ന് കേരളത്തിന്റെ നാടകലോകത്ത് സ്വതന്ത്രമായി സഞ്ചരിക്കുന്ന യാസ്മിൻ ജസ്വന്ദ് വാലാ അവതരിപ്പിച്ച *ലേഡി മാക്ബത്തും* സ്ത്രീപക്ഷ ഏകാംഗാവതരണങ്ങളിലെ ശ്രദ്ധേയമായ ആവിഷ്കാരമായിരുന്നു.

ജിഷയും അഷിതയും ഷൈനിയും ദീപിക രാധാകൃഷ്ണനും മഹലിൽനിന്ന് പുറത്താക്കപ്പെട്ട മലപ്പുറത്തെ മൻസിയ, റൂബിയ എന്നിവരും (*ചന്ദനമരങ്ങൾ* അവതരിപ്പിക്കുന്നു) പി സി ഹരീഷിന്റെ സംവിധാനത്തിലാണ് രംഗാവതരണങ്ങൾ നടത്തിയത്. പക്ഷേ, അഭിനേത്രികൾ തുറന്നു സമ്മതിക്കുന്ന ഘടകം, അവതരണങ്ങളിൽ തങ്ങളുടേതായ സ്വാതന്ത്ര്യം അങ്ങേയറ്റം ലഭിച്ചതുകൊണ്ടുതന്നെ തങ്ങൾക്കു പരിചിതമായ രൂപഭാവങ്ങളിലേക്ക് കഥാപാത്രങ്ങളെ കൊണ്ടുവരാനും അവതരിപ്പിക്കാനും കഴിഞ്ഞു എന്നതാണ്. ഏകാംഗാവതരണങ്ങൾ തിരഞ്ഞെടുക്കുന്നതിനു പിന്നിലെ മനോഭാവവും ഈ സ്വാതന്ത്ര്യേച്ഛ തന്നെയാണ്.

ഈ ഏകാംഗാവതരണങ്ങളെല്ലാം മിക്കവാറും ആൾക്കൂട്ടത്തിനിടയിലും പ്രേക്ഷകരെക്കൂടി പങ്കാളികളാക്കിയുമാണ് അവതരിപ്പിക്കപ്പെട്ടിട്ടുള്ളത്. പ്രേക്ഷകരെക്കൂടി കഥാപാത്രങ്ങളാക്കുന്ന രീതി ചുരുങ്ങിയ രംഗസാമഗ്രികൾ, വ്യക്തമായ സാമൂഹിക രാഷ്ട്രീയപശ്ചാത്തലത്തിൽ സ്ത്രീകഥാപാത്രങ്ങളെ നിരത്തിയുള്ള അവതരണം, ഇന്നത്തെ സമൂഹത്തിലെ സ്ത്രീ നേരിടുന്ന പ്രശ്നങ്ങളും മനോവിചാരങ്ങളും പ്രാധാന്യത്തിലെടുത്തുള്ള സ്ത്രീപക്ഷ വായന സാദ്ധ്യമാക്കുന്ന രംഗാവിഷ്കാരം, കഥാപാത്രങ്ങൾ കഥയിൽനിന്നിറങ്ങി ഗ്രന്ഥകർത്താവിനോടും കവിയോടും ചോദ്യങ്ങൾ ചോദിക്കുന്ന തരത്തിലുള്ള ആവിഷ്കാരങ്ങൾ ഇതൊക്കെയും ഒരേ സമയം നാടകത്തിനകത്തും പുറത്തും നിർത്തി പ്രേക്ഷകനിൽ ചലനം സൃഷ്ടിക്കുന്നു. *ആയുസ്സിന്റെ പുസ്തകം* അവതരിപ്പിച്ചപ്പോൾ ഒരു പ്രേക്ഷകനോട് അഭിനേത്രി "തന്റെ കൈവിരലുകൾ തൊട്ടുനോക്കൂ മരണത്തിന്റെ

തണുപ്പറിയുന്നില്ലേ" എന്ന് ചോദിക്കുകയുണ്ടായി. തന്നെ ആ അനുഭവം വല്ലാതെ സ്പർശിച്ചു എന്ന് നാടകവുമായി യാതൊരു ബന്ധവും വായനയുമില്ലാത്ത ആ മനുഷ്യൻ ഏറ്റു പറയുമ്പോൾ ഇത്തരത്തിൽ പ്രേക്ഷകപങ്കാളിത്തത്തോടെ നടത്തുന്ന ഏകാംഗ അവതരണങ്ങളുടെ പ്രാധാന്യം വർദ്ധിക്കുന്നു.

ഏകാംഗാവതരണ സങ്കേതത്തിൽ ഏറ്റവും കൂടുതൽ ആവശ്യപ്പെടുന്നത് പ്രേക്ഷകരുടെ ഊർജ്ജസ്വലമായ പ്രതികരണം കൂടിയാണ്. ഒരു ഏകാംഗാവതരണത്തിൽ കേവലാഭിനയമോ പ്രതിഭയോ മാത്രം പ്രതിഫലിപ്പിക്കയല്ല. അതിനുള്ളിൽ സംവിധായകന്റെയും എഴുത്തുകാരൻ/കാരിയുടെയും ഡിസൈനറുടെയും കമ്പോസറുടെയുമൊക്കെ ഭാഗങ്ങൾ അതാതിന്റെ സജീവതയോടെ നിലനിർത്തപ്പെടുന്നുണ്ട്. ഒന്നിലധികം കഥാപാത്രങ്ങളെ അഭിനേതാക്കളെ രംഗത്തു അവതരിപ്പിക്കുന്ന രംഗാവതരണങ്ങളേക്കാൾ ഒട്ടും നിസ്സാരവല്ക്കരിക്കത്തക്കതല്ല ഓരോ ഏകാംഗാവതരണങ്ങളും.

അരങ്ങിലെത്തി കൈകെട്ടി നിന്ന് കൃത്യമായ മാർഗ്ഗരേഖയിലൂടെ സഞ്ചരിച്ച് പഠിച്ച സംഭാഷണം തെറ്റാതെ ഉരുവിട്ട് മറയുന്ന കേവല വാക്ചാതുരിയിൽനിന്ന് ദൃശ്യഭാഷയുടെ ജീവൻ ഉൾക്കൊണ്ട് അഭിനയത്തിന്റെ പുത്തൻ ശരീരഭാഷ രചിച്ച് പ്രേക്ഷകരെ മുഴുവൻ ഒറ്റയാളിലേക്കാകർഷിക്കാൻ തക്ക അഭിനയശേഷിയും കരുത്തുമുള്ള അഭിനേത്രികളാണ് തങ്ങളെന്ന് തെളിയിച്ചു കഴിഞ്ഞവരാണ് മലയാള നാടകവേദിയിലെ സ്ത്രീനാടകപ്രവർത്തകരായ ഓരോ ഏകാംഗിനിയും. അതിനു സാക്ഷ്യം വയ്ക്കുന്നതോ അവർ അവതരിപ്പിച്ച, അവതരിപ്പിച്ചുകൊണ്ടിരിക്കുന്ന ജീവസ്സുറ്റ രംഗാവിഷ്കാരങ്ങളും.

ഗ്രന്ഥസൂചി

1. *നാടക നിഘണ്ടു*- പ്രൊഫ. കെ വിജയൻ നായർ, സ്കൈബുക്സ് പബ്ലിഷേഴ്സ്, 2005.
2. *ഏതോ ചിറകടിയൊച്ചകൾ* - ജി ശങ്കരപ്പിള്ള, (നാടകങ്ങൾ) ഡി സി ബുക്സ് 1998.
3. *പൗരസ്ത്യനാടക ദർശനം* - പുത്തൻകാവ് മാത്തൻ തരകൻ, (ഉപന്യാസങ്ങൾ) നാഷണൽ ബുക്സ് സ്റ്റാൾ, 1970 മെയ് 1978.
4. *നാടകം ചരിത്രത്തിന്റെ കണ്ണിൽ* - രാജൻ തിരുവോത്ത്, കേരള ഭാഷാ ഇൻസ്റ്റിറ്റ്യൂട്ട് തിരുവനന്തപുരം.
5. *മലയാള നാടക സാഹിത്യ ചരിത്രം* - ജി ശങ്കരപ്പിള്ള, കേരള സാഹിത്യ അക്കാദമി, തൃശൂർ 1980
6. *മലയാള നാടക സാഹിത്യ ചരിത്രം* - 2005 വയലാ വാസുദേവൻ പിള്ള, കേരള സാഹിത്യ അക്കാദമി തൃശൂർ 2006.
7. *മലയാള നാടക സ്ത്രീചരിത്രം* - സജിത മഠത്തിൽ, മാതൃഭൂമി ബുക്സ് 2010

8. *നാടകക്ളരു (കേളി)*, കേരള സംഗീത നാടക അക്കാദമി പ്രസിദ്ധീകരണം, സ്ത്രീപതിപ്പ് ലക്കം 12 മേയ് 2011

അനുബന്ധം

1. *പൗരസ്ത്യനാടകദർശനം*, പുത്തൻകാവ് മാത്തൻ തരകൻ (ഉപന്യാസങ്ങൾ), നാഷണൽ ബുക് സ്റ്റാൾ 1970
2. *പൗരസ്ത്യനാടക ദർശനം* ഉപന്യാസങ്ങൾ - പുത്തൻകാവ് മാത്തൻ തരകൻ, നാഷണൽ ബുക് സ്റ്റാൾ, 1970

ഭാഗം - രണ്ട്

പണിപ്പുര ആവിഷ്ക്കാരം

എന്റെ നാടക യാത്രകൾ

ശ്രീജ കെ വി

നടി എന്ന നിലയിലല്ലാതെ മറ്റൊരു മേഖലയിലും സ്ത്രീകൾക്ക് കാര്യമായ പങ്കാളിത്തമില്ല എന്നതിൽ നാടകാനുഭവങ്ങളുടെ വിവരണങ്ങളും നിരൂപണങ്ങളും കൂടി ഉൾപ്പെടും. നാടകചരിത്രവും നിരൂപണങ്ങളും, സ്വന്തം നാടകാനുഭവങ്ങളും എഴുതിയ സ്ത്രീകൾ വിരലിലെണ്ണാവുന്നവരേ ഉള്ളൂ. പ്രൊഫഷണൽ നാടകരംഗത്ത് വളരെയേറെ വ്യത്യസ്തമായ അനുഭവസമ്പത്തുള്ള സ്ത്രീകളുണ്ട്. അവരുടെ നാടകജീവിതത്തെക്കുറിച്ചുള്ള അനുഭവക്കുറിപ്പുകളും സ്മരണകളും നാടകരംഗത്തെ സ്ത്രീകളുടെ അവസ്ഥയെക്കുറിച്ചും മലയാള നാടകത്തിന്റെ ചരിത്രത്തെക്കുറിച്ചും വളരെവ്യത്യസ്തമായ വീക്ഷണം നല്കാൻ കഴിവുള്ളതായിരിക്കും. പക്ഷേ, എന്തുകൊണ്ടോ ആരും കാര്യമായി അതിന് ശ്രമിച്ചുകണ്ടില്ല.

വളരെ വിപുലമായ നാടകാനുഭവങ്ങളോ അക്കാദമികമായ അറിവോ ഇല്ലെങ്കിലും മലയാളനാടകരംഗത്ത് നില്ക്കുന്ന സ്ത്രീ എന്നുള്ള നിലയിൽ ഞാൻ പ്രവർത്തിക്കുന്ന നാടകമേഖലയെക്കുറിച്ച് ചിലത് രേഖപ്പെടുത്തുകയാണ്.

നാടകം ഒരു കൂട്ടുകൃഷിയാണ്. ഒന്നിച്ചുനിന്ന് പണിയെടുക്കുകയും പണിയെത്തന്നെ ആഹ്ലാദമാക്കി മാറ്റുകയും വിളവെടുക്കുകയും ചെയ്യുന്ന കൂട്ടുകൃഷി. പൊന്നാനി നാടകവേദി ഇടശ്ശേരിയുടെ *കൂട്ടുകൃഷി* നാടകം 1996-97 ൽ പുതിയ രൂപത്തിൽ അരങ്ങിലെത്തിച്ചപ്പോൾ അതിൽ പകരക്കാരിയായി അഭിനയിച്ചുകൊണ്ടാണ് ഞാൻ അരങ്ങിന്റെ സജീവതയിലേക്ക് കടന്നുവരുന്നത്. അതിനുമുൻപും എന്റെ ചുറ്റും നാടകമുണ്ടായിരുന്നു. അല്ലെങ്കിൽ നാടകത്തിനു ചുറ്റുമുള്ള സംഘത്തിൽ ഞാനുമുണ്ടായിരുന്നു.

1982-87 കാലയളവിൽ പട്ടാമ്പി ശ്രീ നീലകണ്ഠ ഗവ. സംസ്കൃത കോളേജിൽ പഠിച്ചുകൊണ്ടിരിക്കുമ്പോഴാണ് നാടകത്തിന് ഞാൻ അതു

വരെ അറിഞ്ഞതിൽനിന്ന് വ്യത്യസ്തമായ ഒരു ഭാവവും ഭാഷയുമുണ്ടെന്ന് എനിക്ക് മനസ്സിലായത്. അക്കാലത്ത് പട്ടാമ്പി കോളേജിൽ കാമ്പസ് നാടക പ്രവർത്തനം സജീവമായിരുന്നു. പ്രൊഫ. പി ഗംഗാധരൻ, സാറാ ജോസഫ്, ഡോ. കെ എസ് ഗീത തുടങ്ങിയ അദ്ധ്യാപകരും നിരവധി വിദ്യാർത്ഥികളും ചേർന്നവതരിപ്പിച്ച കാമ്പസ് തിയേറ്ററിന്റെ *ചോരക്കുഞ്ഞിനെ കൊന്ന മേരി ഫോറാർ, മത്തവിലാസം. കർണ്ണഭാരം* എന്നീ നാടകങ്ങളാണ് നാടകം കാണാൻ എന്നെ പ്രേരിപ്പിച്ചുതുടങ്ങിയത്.

അതിനുശേഷം ടി സി സി കലോത്സവത്തിന് ഞങ്ങൾ, പെൺകുട്ടികളായ കുറച്ച് സുഹൃത്തുക്കൾ ചേർന്ന് ബ്രെഹ്ത്തിന്റെ *കത്തിയെരിയുന്ന വീടിനകത്ത് ഇരിക്കുന്നവരോട് ശ്രീബുദ്ധന്റെ സാരോപദേശം* എന്ന കവിതയെ ആധാരമാക്കി നാടകം ചെയ്തു. എല്ലാം എല്ലാവരും ഒന്നിച്ചു ചേർന്ന് ചെയ്ത ആ നാടകം ആദ്യ അരങ്ങിൽ ആസ്വദിച്ച് ചെയ്യാൻ കഴിഞ്ഞു. രണ്ടാമത്തെ അരങ്ങായ ജില്ലാതലമത്സരത്തിലെ അവതരണം തികഞ്ഞ പരാജയമായിരുന്നു. എങ്കിലും ആ നാടകം വളരെ നല്ല നാടകാനുഭവങ്ങളിലൊന്നായി ഇപ്പോഴും മനസ്സിൽ നില്ക്കുന്നു.

ഇക്കാലത്താണ് കേരളത്തിലെ ആദ്യത്തെ സ്വതന്ത്ര സ്ത്രീവിമോചന സംഘടനയായ 'മാനുഷി' കോളേജ് ക്യാമ്പസിൽ രൂപപ്പെടുന്നത്. 1984-85 വർഷത്തിലായിരുന്നു മാനുഷിയുടെ രൂപീകരണം നടക്കുന്നത്. ധാരാളം പ്രവർത്തനങ്ങൾ മാനുഷിയുടെ നേതൃത്വത്തിൽ നടക്കുകയുണ്ടായി. പട്ടാമ്പിക്കടുത്ത് വാവന്നൂർ എന്ന സ്ഥലത്ത് വെച്ച് കേരളത്തിലെ സ്വതന്ത്രസ്ത്രീ സംഘടനകളുടെ ഒരു സമ്മേളനം സംഘടിപ്പിക്കപ്പെട്ടു. അതിൽവെച്ചാണ് സ്ത്രീസംഘടനകൾ വിവിധ മാധ്യമങ്ങളിലൂടെ ആശയപ്രചാരണം നടത്താൻ തയ്യാറാവണം എന്ന ചിന്ത രൂപപ്പെട്ടത്. മാനുഷി സ്ത്രീകളുടെ തെരുവുനാടകവും ഉണർത്തുപാട്ടുമൊക്കെയായി തൊട്ടടുത്തവർഷം തന്നെ ആശയപ്രചാരണരംഗത്തേക്കിറങ്ങി. സാറാജോസഫ് എഴുതി സംവിധാനം ചെയ്തതായിരുന്നു തെരുവുനാടകവും ഉണർത്തുപാട്ടും.

ഒരുപാട് പ്രതിസന്ധികൾ നേരിട്ടാണ് മാനുഷിയുടെ തെരുവുനാടകം അവതരിപ്പിക്കപ്പെട്ടത്. പുച്ഛവും പരിഹാസവും വിമർശനങ്ങളും ആരോപണങ്ങളും വീട്ടുകാരിൽനിന്നുള്ള എതിർപ്പുകളും പൊലീസുകാരുടെ ഇടപെടലുകളും രാഷ്ട്രീയക്കാരിൽനിന്നുള്ള എതിർപ്പുകളുമെല്ലാം അനുഭവിച്ചുകൊണ്ടാണ് മാനുഷി തെരുവുനാടകം പരിശീലിക്കുന്നതും അവതരിപ്പിക്കുന്നതും. ഇതിന്റെ സംഘാടനത്തിൽ ആദ്യന്തം സഹകരിക്കുകയും അഭിനയിക്കാൻ കുറേ റിഹേഴ്സൽ നടത്തുകയും പിന്നീട് വ്യക്തിപരമായ കാരണങ്ങൾകൊണ്ട് (പലതലങ്ങളിൽനിന്നുള്ള എതിർപ്പുകൾ കൊണ്ടുതന്നെ) അഭിനയത്തിൽനിന്ന് മാറി നില്ക്കുകയും ചെയ്തതാണ് നാടകരംഗത്തെ എന്റെ ഏറ്റവും ആദ്യത്തേയും പ്രധാനപ്പെട്ടതുമായ അനുഭവം.

കോളേജ് വിദ്യാഭ്യാസത്തിനുശേഷം ആറങ്ങോട്ടുകരയിലും ചുറ്റിലുമുള്ള സുഹൃത്തുക്കൾ ചേർന്ന് നാടകങ്ങൾ ചെയ്യാൻ തുടങ്ങുകയും ആറ

ങ്ങോട്ടുകര നാടകസംഘം രൂപീകരിക്കുകയും ചെയ്തു. എം ജി ശശി, നാരായണൻ, ഹിലർ, ഗീത, ശൈലജ എന്നിവരായിരുന്നു അതിലെ പ്രധാന പ്രവർത്തകർ. ആദ്യകാലത്ത് വെറും കാഴ്ചക്കാരിയായും ചെറിയ ചെറിയ സഹായങ്ങൾ ചെയ്തും മാത്രമായിരുന്നു എന്റെ സഹകരണം. സാറാ ജോസഫിന്റെ *ബലിദാനം* കഥയെ ആസ്പദമാക്കി സാറാജോസഫ് തന്നെ എഴുതി സംവിധാനം ചെയ്ത നാടകം, ടീച്ചറുടെ തന്നെ കുട്ടികളുടെ നാടകമായ എം ജി ശശി സംവിധാനം ചെയ്ത *ചാത്തുമ്മാന്റെ ചെരിപ്പുകൾ*, ജോൺ എബ്രഹാമിന്റെ കഥയെ അടിസ്ഥാനമാക്കി നാരായണൻ എഴുതി ശശി സംവിധാനം ചെയ്ത *കോട്ടയത്തു എത്ര മത്തായിമാരുണ്ട്, നിരപരാധികളുടെ കാലം* കുട്ടികളുടെ നാടകമായ *ഒരിടത്തൊരു പാവക്കൂട്ടം* എന്നിവയായിരുന്നു ആറങ്ങോട്ടുകര നാടകസംഘം അക്കാലത്ത് ചെയ്ത പ്രധാന നാടകങ്ങൾ. *ചാത്തുമാന്റെ ചെരിപ്പുകൾ* സ്കൂൾ യുവജനോത്സവത്തിൽ സംസ്ഥാനത്തെ ഏറ്റവും നല്ല നാടകമായി തെരഞ്ഞെടുക്കപ്പെട്ടിട്ടുണ്ട്. *കുട്ടികളുടെ പാവക്കൂട്ടം* എന്ന നാടകവും തികച്ചും കുട്ടികളുടേതായ വിഷയവും രംഗഭാഷയുംകൊണ്ട് മികച്ച നാടകമായി ശ്രദ്ധിക്കപ്പെട്ടിരുന്നു.

ക്യാമ്പസ് തിയേറ്ററിലും പിന്നീട് ആറങ്ങോട്ടുകര നാടകസംഘത്തിലും പ്രവർത്തിച്ചിരുന്ന നാരായണൻ ജീവിതപങ്കാളിയാകുന്നതോടെയാണ് നാടകരംഗത്ത് സജീവമായി ഇടപെടാൻ തുടങ്ങുന്നത്.

ആറങ്ങോട്ടുകര നാടകസംഘം രണ്ടാമത് പ്രവർത്തനമാരംഭിക്കുന്നതിനുമുമ്പ് തന്നെ കൊളത്തൂർ യുവജനസംഘത്തിന്റെ നാടകപ്രവർത്തനങ്ങളോട് ഞാൻ സഹകരിച്ചിരുന്നു. നാരായണൻ സംവിധാനം ചെയ്ത കുട്ടികളുടെ നാടകങ്ങളുടെ കൂടെ പ്രവർത്തിച്ചുകൊണ്ടാണ് നാടകരംഗത്തേക്ക് കടന്നുവരുന്നത്. പിന്നീട് ആറങ്ങോട്ടുകര നാടകസംഘത്തിന്റെ നാടകങ്ങളുടെയും പങ്കാളിയായി. 1997 ൽ പൊന്നാനി നാടകവേദി ഇടശ്ശേരിയുടെ *കൂട്ടുകൃഷി* വീണ്ടും അരങ്ങിലെത്തിച്ചു. ഇത് എന്റെ നാടകപ്രവർത്തനങ്ങളിലും ഈ പ്രദേശങ്ങളിൽ (പാലക്കാട്, തൃശൂർ, മലപ്പുറം) പൊതുവെയുള്ള നാടകപ്രവർത്തനങ്ങളിലും നല്ല മാറ്റമുണ്ടാക്കി. ഈ പ്രദേശങ്ങളിലെ നാടകപ്രവർത്തനങ്ങളെ ഉണർത്താനും ഏകോപിപ്പിക്കാനും ഈ നാടകത്തിന് കഴിഞ്ഞു. *കൂട്ടുകൃഷി*യിൽ ആയിഷയായി അഭിനയിച്ചുകൊണ്ടാണ് (ആദ്യ അരങ്ങിൽ ആയിഷയായി അഭിനയിച്ച വി എം ദീപയ്ക്ക് പകരമായി. ദീപ ഇപ്പോൾ ഏഷ്യാനെറ്റിലെ കോഴിക്കോട് റിപ്പോർട്ടറാണ്) ഞാൻ അഭിനയരംഗത്തേക്ക് വരുന്നത്. *കൂട്ടുകൃഷി*യിലെ മിക്കവാറും എല്ലാ സ്ത്രീകഥാപാത്രങ്ങളെയും പല അരങ്ങുകളിലായി ഞാൻ ചെയ്യുകയുണ്ടായിട്ടുണ്ട്. കവിയായ ശ്രീ പി പി രാമചന്ദ്രന്റെ സംഘാടനത്തിൽ ശ്രീ നരിപ്പറ്റ രാജുവാണ് *കൂട്ടുകൃഷി* സംവിധാനം ചെയ്തത്.

ഇതിനുശേഷം നിരവധി നാടകങ്ങൾ കൊളത്തൂർ യുവജനസംഘം, വായനശാല, ആറങ്ങാട്ടുകര നാടകസംഘം, പൊന്നാനി നാടകവേദി, കടമ്പഴിപ്പുറം നാട്യശാസ്ത്ര, കാറൽമണ്ണ എ എസ് സ്മാരക കലാവേദി എന്നി

വയുമായി പരസ്പരം സഹകരിച്ച് ചെയ്യുകയുണ്ടായിട്ടുണ്ട്.

കൂട്ടുകൃഷിക്ക് ശേഷം കൊളത്തൂർ യുവജനസംഘത്തിന്റെ *നഗരവധു* എന്ന നാടകത്തിൽ അമ്രപാലിയായി അഭിനയിക്കുകയും ചെയ്തു. ആനന്ദിന്റെ *കാലം* എന്ന നോവലിനെ അടിസ്ഥാനമാക്കി നാരായണൻ എഴുതി സംവിധാനം ചെയ്ത നാടകമായിരുന്നു അത്. സംഗീത നാടക അക്കാദമി 1998 ൽ നടത്തിയ സ്ത്രീനാടകപണിപ്പുരയിൽ *നഗരവധു* അവതരിപ്പിക്കുകയുണ്ടായിട്ടുണ്ട്.

1998 ൽ ആറങ്ങോട്ടുകര നാടകസംഘം അതരിപ്പിച്ച *ഓരോരോ കാലത്തിലും* എന്ന നാടകമാണ് ഞാനെഴുതിയ ആദ്യത്തെ നാടകം. സംഗീത-നാടക അക്കാദമി അമേചർ നാടകമത്സരത്തിൽ ഇത് അവതരിപ്പിക്കുകയും രചനയ്ക്കും രണ്ടാമത്തെ മികച്ച നടിക്കുമുള്ള(കുറിയേടത്ത് താത്രിയായി അഭിനയിച്ച എം ജി ശൈലജ) സമ്മാനം നേടുകയും ചെയ്തു. ഈ നാടകത്തിൽ ഞാൻ അഭിനയിക്കുകയും ചെയ്തിരുന്നു.

1875 കളിൽ ആറങ്ങോട്ടുകരയിലെ കല്പകശ്ശേരി നമ്പൂതിരി കുടുംബത്തിൽ ജനിക്കുകയും കുറിയേടത്ത് വിവാഹം ചെയ്യപ്പെടുകയും നിരവധി പുരുഷന്മാരുമായുള്ള ബന്ധം മൂലം 1905 ൽ സ്മാർത്ത വിചാരം ചെയ്യപ്പെട്ട് സമുദായത്തിൽ നിന്ന് ഭ്രഷ്ട് കല്പിക്കപ്പെടുകയും ചെയ്ത കുറിയേടത്ത് താത്രിയുടെ ചരിത്രത്തെ, ആധുനികകാലത്ത് ലൈംഗികപീഡനത്തിനിരയാകുന്ന പെൺകുട്ടിയുടെ ജീവിതവുമായി ബന്ധിച്ചെഴുതിയ ഒരു നാടകമായിരുന്നു *ഓരോരോ കാലത്തിലും.* നൃത്തം, കഥകളി, ആട്ടക്കഥ ചെണ്ടമേളം, ആന, ജ്യോതിഷം, സംഗീതം ഇങ്ങനെ വിവിധങ്ങളായ വിഷയങ്ങളിൽ താല്പര്യവും അറിവും ഉള്ള ഒരു ജീനിയസായിരുന്നു താത്രി. അവർ എല്ലാത്തിനേയും പ്രണയിച്ചു. ജീവിതത്തെയും പ്രണയത്തേയും പ്രണയിച്ചു. പത്തുവയസ്സിനു മുൻപ് മദ്ധ്യ വയസ്കനായ കുറിയേടത്ത് നമ്പ്യാത്താൻ നമ്പൂതിരിയിൽനിന്നു നേരിട്ട ലൈംഗികമായ പീഡനം അവരുടെ ജീവിതത്തെ മാറ്റിമറിച്ചു. പലരിൽനിന്നും അവർക്ക് ഈ അനുഭവം നേരിടേണ്ടി വന്നു. കുട്ടിയായിരിക്കുമ്പോൾത്തന്നെ. പിന്നീട് അവർതന്നെ അനേകം പുരുഷന്മാരുമായി ബന്ധം സ്ഥാപിക്കുകയും ചെയ്തു. പ്രധാനികളും പ്രമാണികളുമായ നിരവധി നമ്പൂതിരിമാർ ഇതിൽപ്പെടുന്നുണ്ട്. കുറിയേടത്ത് താത്രി തന്റെ അയൽക്കാരിയാണ്; ഒരു നൂറ്റാണ്ടു മുൻപാണ് ജീവിച്ചിരുന്നതെങ്കിലും പ്രൈമറി ക്ലാസുകളിലേതിലോ പഠിക്കുന്ന കാലത്ത് അമ്മയും ചിന്നുമുത്തശ്ശിയും (സ്വന്തം മുത്തശ്ശിയെപ്പോലെ എന്നെ നോക്കിവളർത്തിയ സ്ത്രീ) രണ്ടു മൂന്നു സ്ത്രീകളും കൂടി പറഞ്ഞ ഒരുകഥ അല്ലെങ്കിൽ വാർത്തയാണ് താത്രിയെക്കുറിച്ചുള്ള എന്റെ ആദ്യത്തെ കേൾവി. ഇന്നലെ വൈകുന്നേരം ആറങ്ങോട്ടുകരയ്ക്കടുത്തുള്ള തലശ്ശേരി അങ്ങാടിയിൽ തമിഴ്നാട്ടിൽനിന്നുള്ള ഒരു കാർ വന്നുവെന്നും അതിൽ നിറയെ വെളുവെളുത്ത മുടിയുള്ള എൺപതുവയസ്സിലധികം പ്രായം തോന്നുന്ന അതിസുന്ദരിയും പ്രൗഢയുമായ ഒരു സ്ത്രീ കൊണവള്ളി മാധവിയെ (താത്രിയുടെ തോഴി)ക്കുറിച്ച് അന്വേഷിച്ചുവെ

ന്നും, അവർ മരിച്ചുവെന്നും കേട്ടപ്പോൾ ഒന്നും മിണ്ടാതെ കാറിൽ തിരിച്ചു പോയെന്നുമായിരുന്നു ആ കഥ. ഡ്രൈവറും കൂടെയുള്ള ആളും തമിഴാണ് സംസാരിച്ചിരുന്നതെന്നും മദ്രാസിൽനിന്നാണ് വരുന്നതെന്നും പറഞ്ഞുവെന്നും ആ സ്ത്രീ കുറിയേടത്ത് താത്രിയാണെന്നുമുള്ള ഒരു ശ്രുതി പലരും പറഞ്ഞുപരത്തിയിട്ടുണ്ടെന്നും അനുബന്ധമായുണ്ട്.

ഈ കഥയിൽ എത്രത്തോളം സത്യമുണ്ട്, പൊടിപ്പും തൊങ്ങലുമുണ്ട് എന്നൊന്നും എനിക്കറിയില്ല. പക്ഷേ, താത്രിയെക്കുറിച്ച് കുറേ കാര്യങ്ങൾ ഞാനാദ്യമായി കേട്ടത് അന്നാണ്. വല്ലാത്തൊരു സ്ത്രീയാണ്, ചീത്തയാണ് എന്നൊക്കെ തോന്നി. ഒപ്പം എന്തോ പ്രത്യേകതയുള്ള സ്ത്രീ എന്ന നിലയിൽ കൂടുതൽ അറിയാനുള്ള ആകാംക്ഷയും അന്ന് തോന്നിയിരുന്നു. 'തേവിടിശ്ശി' എന്ന വാക്ക് കേൾക്കുന്നതും അന്നാണ്.

താത്രിയെക്കുറിച്ചു ഞാൻ ചിന്നുമുത്തശ്ശിയോട് കൂടുതൽ ചോദിച്ചു. ആദ്യമാദ്യം ചിന്നുമുത്തശ്ശിക്ക് പറഞ്ഞുതരാൻ മടിയുണ്ടായിരുന്നു. പിന്നീട് ഞാൻ വലുതാകുന്തോറും കൂടുതൽ കഥകൾ കേട്ടു. ചരിത്രമാണോ കെട്ടുകഥയാണോ എന്നറിയാത്തതുമായ ഒരുപാട് കഥകൾ അവരെനിക്ക് പറഞ്ഞുതന്നു. പതുക്കെപ്പതുക്കെ താത്രിയോട് ഇഷ്ടവും ബഹുമാനവും വീരാരാധനയുമൊക്കെ എന്നിൽ മുളപൊട്ടി വളർന്നുവന്നു. അവരെക്കുറിച്ച് എന്തെങ്കിലും എഴുതണം എന്നുള്ള മോഹവും ഉണ്ടായിരുന്നു. പക്ഷേ, ആ ചിന്തയിൽ ഒരിക്കലും നാടകമുണ്ടായിരുന്നില്ല. നാടകപ്രവർത്തനത്തിലേർപ്പെട്ട ഒരു സാഹചര്യം വന്നപ്പോഴാണ് *ഓരോരോ കാലത്തിലും* എന്ന നാടകം എഴുതാനിടയായത്. ഈ നാടകകൃതിക്ക് ഏറ്റവും ആദ്യത്തെ കടപ്പാട് ചിന്നുമുത്തശ്ശിയോടാണ്. അവർ പറഞ്ഞുതന്ന മനോഹരങ്ങളായ കാല്പനികമായ ഒരുപാട് ചിത്രങ്ങൾ, കഥകൾ ഈ നാടകത്തിൽ ചേർക്കാൻ കഴിഞ്ഞതിലും.

പിന്നെ താത്രിയെക്കുറിച്ച് വന്ന കഥകൾ, കവിതകൾ, ലേഖനങ്ങൾ, നോവലുകൾ, സിനിമ എന്നിവയോട്, താത്രിയുടെ ബന്ധുവായ എന്റെ വല്യമ്മയും കൊണവള്ളി മാധവിയുടെ ബന്ധുവായ ചിന്നുമ്മു അമ്മയും പറഞ്ഞുകേട്ട കഥകളോട്, താൻ നോവലിനുവേണ്ടി ശേഖരിച്ച സ്മാർത്തവിചാരരേഖകൾ വായിക്കാൻ തന്ന നന്ദനോട് (*താത്രി* എന്ന നോവലിന്റെ രചയിതാവ്) അങ്ങനെ കടപ്പാടുകൾ നീളുന്നു.

ഞാനെഴുതിയ മറ്റു നാടകങ്ങൾ *കല്യാണസാരി, ലേബർ റൂം* എന്നിവയാണ്.

കല്യാണസാരി

ആറങ്ങോട്ടുകരയിൽ ഞാൻ സഹകരിച്ചു പ്രവർത്തിക്കുന്ന മൈത്രി സ്വയംസഹായ വനിതാസംഘത്തിന്റെ വാർഷികത്തിന് അവതരിപ്പിക്കാനെഴുതിയതാണ്. അഭിനയപരിശീലനത്തിനിടയ്ക്ക് രൂപപ്പെട്ടുവന്ന നാടകമാണിത്. ഒരു അയഞ്ഞ രചനാരീതിയും അവതരണരീതിയും ആയതുകൊണ്ട് ഏറെ ആസ്വദിച്ച് അഭിനയിക്കാനും അവതരിപ്പിക്കാനും കഴിഞ്ഞു.

നാട്ടിൻപുറത്തെ തകർന്ന ഒരു ഇടത്തരം കർഷകകുടുംബത്തിന്റെ ദുരിതങ്ങളാണ് അതിലെ പ്രധാന ആശയം. പണിയൊന്നും എടുത്തു ശീലമില്ലാത്ത, എടുക്കാൻ തയ്യാറല്ലാത്ത, പഴയ തറവാടുകളുടെ ദുരഭിമാനിയായി കഴിയുന്ന വീട്ടമ്മയും ഓടിനടന്ന് പണിയെടുത്ത് ജീവിക്കുന്ന ഉത്സാഹിയായ സാധാരണക്കാരിയായ സ്ത്രീയും ഇതിലെ പ്രധാന കഥാപാത്രങ്ങളാണ്. യാതൊരുപയോഗവുമില്ലാതെ പഴയ പ്രതാപത്തിന്റെയും അഭിമാനത്തിന്റെയും പ്രതീകമായ കല്യാണസാരി പുറത്തെ ചെളി അകത്തേക്ക് കയറാതിരിക്കാൻ ഉപയോഗിക്കുന്ന ചവിട്ടിയായി രൂപാന്തരപ്പെടുന്നിടത്താണ് നാടകം അവസാനിക്കുന്നത്.

ലേബർ റൂം

സ്ത്രീ എന്ന നിലയിൽ എന്റെ വൈയക്തികമായ അനുഭവങ്ങളും ചിന്തകളും സ്വപ്നങ്ങളും തോന്നലുകളും ചില സാമൂഹിക തലങ്ങളോട് ബന്ധിക്കപ്പെട്ട നാടകമാണിത്. എന്റെ ഗർഭധാരണവും ലേബർ റൂമിനകത്തെ അനുഭവങ്ങളും പ്രസവവും എന്റെ സുഹൃത്ത് ഷാനിദയുടെ പ്രസവാനുഭവങ്ങളും കൂട്ടിച്ചേർന്നാണ് ഇതെഴുതപ്പെട്ടത്. ഗർഭമുണ്ടായിരുന്ന സമയത്ത് ഒരുപാട് പ്രാവശ്യം ഞാൻ കുഞ്ഞിനെ സ്വപ്നം കണ്ടിരുന്നു. കുഞ്ഞ് അടുത്തേക്ക് വരുന്നതും അതിതീക്ഷ്ണമായ വെളിച്ചത്തിൽ കുഞ്ഞിന്റെ മുഖം ലയിച്ചുപോകുന്നതുമായ സ്വപ്നം, കുഞ്ഞ് എന്നെ കളിയാക്കി ചിരിക്കുന്ന സ്വപ്നം, ആകാശത്തും കുളത്തിലെ വെള്ളത്തിലും പറന്നുനടക്കുന്നതായി കുഞ്ഞിനെ കാണുന്ന സ്വപ്നം - അങ്ങനെ നല്ല കുറെ സ്വപ്നങ്ങൾ.... ഒപ്പം പേടിപ്പിക്കുന്നവയും.

ലേബർ റൂമിനകത്ത് പ്രസവത്തിനു മുൻപൊരു ദിവസം ഞങ്ങൾ രണ്ട് സ്ത്രീകൾ ഒരു രാത്രി മുഴുവൻ കിടന്നു. സാമ്പത്തികമായി വളരെ താഴ്ന്ന നിലയിലുള്ള ഒരു ദളിത് സ്ത്രീയായിരുന്നു അവർ. കഠിനമായ വേദനകൊണ്ട് ഇടയ്ക്കിടെ അവർ കരയുമ്പോൾ, തുടർച്ചയായി ഉറക്കമൊഴിച്ച ക്ഷീണമുള്ള നേഴ്സുമാർ അവരെ ചീത്ത പറയുന്നതുകേട്ട് ഞാനടുത്ത കട്ടിലിൽ കിടന്നു. നഴ്സുമാർ മേശമേൽ തലചായ്ച്ച് മയങ്ങിക്കൊണ്ടിരുന്നപ്പോൾ ഞാൻ അവരുടെ അടുത്തുചെന്ന് സംസാരിച്ചു. അവരുടെ പേരോ നാടോ ഒന്നും എനിക്കിപ്പോൾ ഓർമ്മയില്ല. പക്ഷേ, അതികഠിനമായ വേദനയ്ക്കിടയിൽ ശബ്ദം പുറത്തുവരുമോ എന്ന് പേടിച്ച് ചുണ്ടുകൾ കടിച്ചമർത്തി. കവിളുകളിലൂടെ ധാരയായി കണ്ണുനീർ ഒഴുകിക്കൊണ്ടിരിക്കുന്ന ആ കണ്ണുകളിലെ പേടിയും വേദനയും അപകർഷതാബോധവും എന്റെ മനസ്സിൽ ഇപ്പോഴുമുണ്ട്.

പ്രസവിച്ച രാത്രിയിൽ ഞാൻ ലേബർ റൂമിൽ തനിച്ചായിരുന്നു. ചുറ്റുമുള്ളതൊക്കെയും ഞാനും ഒരു നാടകത്തിന്റെ ഭാഗമാണെന്ന് എനിക്കന്ന് തോന്നി. വെളുത്ത ചുമരുകൾ, പേരറിയാത്ത എത്രയോ ഉപകരണങ്ങൾ, കത്രിക, ബ്ലേഡ്, സൂചി, നൂല്, ഗ്ലൗസുകൾ... അങ്ങനെ എന്തൊക്കെയോ അസ്വാസ്ഥ്യമുണ്ടാക്കുന്ന ഏകാന്തത, വയറുഴിഞ്ഞുതരികയും സ്റ്റിച്ചിടുക

യുമൊക്കെ ചെയ്തുകൊണ്ട് വീട്ടിലെ പ്രശ്നങ്ങളെക്കുറിച്ച് ആവലാതിപറയുകയും, ടി വി പരിപാടികളെക്കുറിച്ച് തമാശ പറയുകയും ചെയ്യുന്ന നഴ്സുമാർ, ഒരു യന്ത്രം പോലെ ഓടിവന്ന് പ്രസവമെടുക്കുകയും ഓടിപ്പോവുകയും ചെയ്യുന്ന ഡോക്ടർ... എല്ലാം ഒരു നാടകം പോലെ. ഇവയോടൊക്കെ, എന്റെ സുഹൃത്ത് ഷാനിദയ്ക്ക് ലേബർ റൂമിൽ കാണേണ്ടിവന്ന കുഞ്ഞിന്റെ മരണം കൂടി ചേർത്തുവയ്ക്കുകയാണ് ഞാൻ ചെയ്തത്. ഇതാദ്യമായി അവതരിപ്പിച്ചത് മുംബൈയിലെ പൃഥ്വി തിയേറ്ററിൽ വൈഖരി റെപ്പർട്ടറി തിയേറ്റർ ഫെസ്റ്റിവെലിലാണ്. പിന്നീട് കേരളത്തിലെ നിരവധി വേദികളിൽ ഇതവതരിപ്പിക്കപ്പെട്ടു. സൂര്യ ഫെസ്റ്റിവെൽ, കേന്ദ്രസംഗീത നാടക അക്കാദമിയുടെ ദേശീയ നാടകോത്സവം (കൊച്ചിയിൽ) എന്നിവ അവയിൽ ചിലതാണ്.

നാടകപ്രവർത്തകനും ചിത്രകലാദ്ധ്യാപകനുമായ തുപ്പേട്ടൻ എന്ന സുബ്രഹ്മണ്യൻ നമ്പൂതിരിയുടെ മൂന്ന് നാടകങ്ങൾ ആറങ്ങോട്ടുകര നാടകസംഘവും കൊളത്തൂർ യുവജനസംഘവും പൊന്നാനി നാടകവേദിയും ചേർന്ന് പ്രത്യേകം പരിപാടിയായി 2000 ൽ പല അരങ്ങുകളിലും അവതരിപ്പിച്ചിരുന്നു. *തനതു ലാവണം, വന്നന്ത്യേ കാണാം, ചക്ക* എന്നിവയായിരുന്നു അവ. പിന്നീട് ഇവ മൂന്നും മറ്റേതാനും നാടകങ്ങളും ചേർത്ത് തുപ്പേട്ടന്റെ നാടായ പാഞ്ഞാളിൽ നാടകവേല എല്ലാ സംഘങ്ങളും ചേർന്ന് നടത്തുകയുണ്ടായി. മേല്പറഞ്ഞ സംഘങ്ങൾക്ക് പുറമേ, മായന്നൂർ, ചേർപ്പ്, പാഞ്ഞാൾ, പെരിങ്ങോട്ട് എന്നിവിടങ്ങളിലെ നാടകപ്രവർത്തകരും നാടകങ്ങളവതരിപ്പിച്ചു.

വൈലോപ്പിള്ളിയുടെ സമ്പൂർണ്ണകൃതികളുടെ പ്രകാശനത്തോടനുബന്ധിച്ച് *കുടിയൊഴിക്കൽ* എന്ന കവിതയെ അടിസ്ഥാനമാക്കി നാരായണൻ സംവിധാനം ചെയ്ത *സംഗീതശില്പം*, പ്രേംജിയുടെ *ഋതുമതി* എന്നിവയോടെല്ലാം സഹകരിച്ചു. ആറങ്ങോട്ടുകര നാടകസംഘം കുട്ടികളുടെ നാടകക്യാമ്പ് സംഘടിപ്പിക്കുന്നതിൽ സഹകരിക്കാറുണ്ട്.

2003 ൽ *ഓരോരോ കാലത്തിലും* എന്ന നാടകത്തിന് ചെറുകാട് അവാർഡും, *ലേബർറൂം* എന്ന നാടകത്തിന് സ്കൂൾ ഓഫ് ഡ്രാമ നല്കുന്ന സി എൻ ശ്രീകണ്ഠൻ നായർ സാകേതം അവാർഡും ലഭിച്ചു. 2004ൽ *ഓരോരോ കാലത്തിലും, കല്യാണസാരി, ലേബർ റൂം* എന്നീ മൂന്നു നാടകങ്ങളും ചേർത്ത് *ഓരോരോ കാലത്തിലും* എന്ന പേരിൽ നാടകസമാഹാരം പ്രസിദ്ധീകരിച്ചു. ഡി സി ബുക്സാണ് പ്രസാധകർ. ഈ കൃതിക്ക് കേരളസാഹിത്യ അക്കാദമിയുടെ 2004 ലെ അവാർഡ് ലഭിച്ചു.

ഇത്തിരിപ്പൂവേ, കാറ്റുകൊണ്ട് വീടുവെക്കുന്നവർ, കലംകാരിയുടെ കഥ, ഇടനിലങ്ങൾ എന്നീ നാടകങ്ങളാണ് പിന്നീട് രചിക്കുകയും അഭിനയിക്കുകയും ചെയ്തത്. വയലാ വാസുദേവൻപിള്ള തൃശൂർ രംഗചേതന തിയേറ്റർ ഗ്രൂപ്പിനുവേണ്ടി സംവിധാനം ചെയ്ത ഇബ്സന്റെ *കാട്ടുതാറാവ്* എന്ന നാടകത്തിലും കൊടകര കാഴ്ച തിയേറ്റർ ഗ്രൂപ്പിന്റെ *രണ്ടാമൂഴം* (എം ടി വാസുദേവൻ നായർ) എന്ന നാടകത്തിലും അഭിനയിച്ചു.

2007-08 ൽ കേരള സംഗീത നാടക അക്കാദമി നടത്തിയ അമേച്വർ നാടകമത്സരത്തിൽ *കലംകാരിയുടെ കഥയ്ക്ക്* മികച്ച രചനയ്ക്കുള്ള രണ്ടാം സ്ഥാനം ലഭിക്കുകയുണ്ടായി.

ഇത്തിരിപ്പൂവേ എന്ന നാടകം രണ്ടു സ്ത്രീകഥാപാത്രങ്ങൾ മാത്രമുള്ള ഒരു ചെറുനാടകമാണ്. ഇത് ഞാനും പൊന്നാനി നാടകവേദിയിലെ ബീനയും ചേർന്നാണ് വിവിധ വേദികളിൽ അവതരിപ്പിച്ചത്. തുടർച്ചയായി സംസാരിച്ചുകൊണ്ടേയിരിക്കുന്ന ഒരമ്മയും തീരെ സംസാരിക്കാതെ അഭിനയിക്കുക മാത്രം ചെയ്യുന്ന അയൽക്കാരിയുമാണ് ഇതിലെ കഥാപാത്രങ്ങൾ. ഭർത്താവ് മരിച്ച് ഒരു മകളുമൊത്ത് ജീവിക്കുന്ന ഈ അമ്മയുടെ മകൾ മരിച്ചുപോയതിനു പിറ്റേന്നാണ് നാടകം നടക്കുന്നത്. മകൾ മരിച്ചു എന്നത് ഒരിക്കലും നേരിട്ട് വെളിപ്പെടുത്തുന്നില്ല. വളരെയധികം അദ്ധ്വാനിച്ചാണ് ഇവർ മകളെ ലാളിച്ച് വളർത്തുന്നത്. മകൾ മരിക്കുന്നത് എന്തോ മോശം സാഹചര്യത്തിലാണെന്ന് കരുതാവുന്ന ചില സൂചനകൾ ചുവന്ന പാടുകളുള്ള കീറിയ മഞ്ഞപട്ടു പാവാടയിലൂടെയും ഉപയോഗിക്കാതെ പോയ ചിലങ്കയിലൂടെയും മറ്റും വ്യംഗ്യമായി വരുന്നുണ്ട്. മകൾ മരിച്ചു എന്നത് അമ്മ ഒരിക്കലും ഉൾക്കൊള്ളുന്നില്ല. അവർ എല്ലാ ദിവസത്തേയും പോലെ സാധാരണമായ രീതിയിൽ പെരുമാറുന്നു. മകൾ നൃത്തക്ലാസിന് പോയതാണെന്ന് അവർ പറയുന്നു. മറന്നുപോയ ചിലങ്ക മകൾക്ക് കൊണ്ടുകൊടുക്കാനായി അവർ ഒരുങ്ങുന്നു. അയൽക്കാരി ഇവരുടെ പെരുമാറ്റത്തിൽ അസഹ്യമായി വേദനിക്കുകയും അലറിക്കരയുകയും ചെയ്യുന്നു. രണ്ടുപേരും ചേർന്നുള്ള വികാരപരമായ ഏതാനും നിമിഷങ്ങളാണ് ഈ നാടകത്തിലുള്ളത്.

തെരുവിൽ ജീവിക്കുന്ന ഒരുസ്ത്രീയുടെ ഒരു ദിവസമാണ് *കാറ്റുകൊണ്ട് വീടുവെക്കുന്നവർ* എന്ന നാടകത്തിൽ രംഗത്ത് വരുന്നത്. അഞ്ചാറു വയസ്സുള്ള മൂത്തമകൻ, തൊട്ടിലിൽ കിടക്കുന്ന കുഞ്ഞ്, വയറ്റിനുള്ളിലെ കുഞ്ഞ് ഇവർക്ക് ഭക്ഷണം വെക്കുവാനും കിടന്നുറങ്ങാനുള്ള കൂരയുണ്ടാക്കാനും വേണ്ടി തത്രപ്പെടുന്ന സ്ത്രീയാണ് ഇതിലെ കഥാപാത്രം. തെരുവിൽ ജീവിക്കുന്ന ഏതൊരു സ്ത്രീക്കും പെൺകുഞ്ഞുങ്ങൾക്കും നേരെ ഉണ്ടാകുന്ന ഭീഷണികളും അതിക്രമങ്ങളും ഇവരും നേരിടുന്നു. ഇതിനെ ഇവർ തന്റേതായ രീതിയിൽ ശക്തമായി നേരിടുകയും കുട്ടികളെ സംരക്ഷിക്കുവാനായി പെടാപ്പാട് പെടുകയും ചെയ്യുന്നു. എരിയുന്ന സിഗരറ്റ് കുറ്റികളും ചിതറിക്കിടക്കുന്ന ചീട്ടുകളും പ്രതീകാത്മകബിംബങ്ങളായി നാടകത്തിൽ കടന്നുവരുന്നു. അരങ്ങിൽ മരക്കമ്പുകളും പഴയ ബാനറുകളും മറ്റും ഉപയോഗിച്ച് കുടിലുണ്ടാക്കുകയും ഭക്ഷണം പാകം ചെയ്യുകയും ചെയ്യുന്നു. ഇതിനുള്ള തീ കത്തിക്കുന്നത് പുറത്തുനിന്ന് ഭീഷണിയുമായി വന്നു വീഴുന്ന സിഗരറ്റ് കുറ്റികളിൽ നിന്നുതന്നെയാണ്. ഭക്ഷണം പാകം ചെയ്യുന്നതിനിടയിൽ മഴ വരുന്നു. അടുപ്പ് കെടാതെ ആളിക്കത്തുന്നതിനായി ഉണ്ടാക്കിയ കുടിലും കുട്ടിയുടെ തൊട്ടി തുണിയും എല്ലാം കത്തി നശിക്കുന്നു. ഉണ്ടാക്കിയ ഭക്ഷണം കുട്ടികൾക്കും പക്ഷി

കൾക്കും മൃഗങ്ങൾക്കുമെല്ലാം കൊടുത്തുകൊണ്ട് പാട്ടുപാടി നടന്നുപോകുന്നു. ഭാവംകൊണ്ട് അർത്ഥമില്ലാത്ത വാക്കുകൾക്ക് അർത്ഥം ഉണ്ടാക്കുന്ന ജിബ്രിഷ് എന്ന നാടകഭാഷയാണ് ഇതിൽ ഉപയോഗിക്കുന്നത്. പാട്ടുപാടുന്നതും ഇതേ രീതിയിലാണ്. ഇതിൽ എന്നോടൊപ്പം മകളായ കുഞ്ഞുമു (സാവിത്രി) അഭിനയിക്കുന്നു.

ഇടനിലങ്ങൾ എന്ന ഒരു റിയലിസ്റ്റിക് നാടകമാണ് ഏറ്റവും അവസാനം എഴുതി അഭിനയിച്ച നാടകം. ഇത് കാർഷിക സംസ്കാരത്തെ അടിസ്ഥാനമാക്കി ചെയ്ത ഒരു നാടകമാണ്. ഒരു കാർഷിക കുടുംബത്തിലെ നല്ലൊരു കൃഷിക്കാരനെ ഭൂമാഫിയ എങ്ങനെ കുടുക്കിൽപ്പെടുത്തി കൃഷിഭൂമി നികത്തി കച്ചവടച്ചരക്കാക്കി മാറ്റുന്നു എന്നതാണ് ഇതിന്റെ അടിസ്ഥാന ആശയം. പക്ഷേ, കൃഷിക്കാരനും കൃഷിക്കാരിയും ഇത് തിരിച്ചറിയുകയും മണ്ണിന്റെ, കൃഷിയുടെ ജൈവികതയിലേക്കും നന്മയിലേക്കും തിരിച്ചുപോവുകയും ചെയ്യുന്നു. ഇതിന് 2008 ലെ പി എം താജ് അനുസ്മരണ നാടകോത്സവത്തിൽ മികച്ച മൂന്നാമത്തെ നാടകത്തിനും മികച്ച ഒന്നാമത്തെ നടനുമുള്ള അവാർഡു ലഭിക്കുകയുണ്ടായി.

ഓരോരോ കാലത്തിലും, കല്യാണസാരി, ലേബർ റൂം എന്നീ നാടകങ്ങൾ ആറങ്ങോട്ടുകര നാടകസംഘമാണ് അവതരിപ്പിച്ചത്. *കലംകാരിയുടെ കഥ, ഇത്തിരിപ്പൂവേ, കാറ്റുകൊണ്ട് വീടുവെക്കുന്നവർ, ഇടനിലങ്ങൾ* എന്നിവ അവതരിപ്പിക്കുന്നത് കലാപാഠശാല ആറങ്ങോട്ടുകരയാണ്. സജീവവും ക്രിയാത്മകവുമായി പ്രവർത്തിച്ച നിരവധി സുഹൃത്തുക്കളാണ് ഈ നാടകങ്ങളെയെല്ലാം ശ്രദ്ധേയമാക്കിയത്. ഹിലർ, പി ഗീത, ശൈലജ, എം ജി ശശി, അസീസ്, അരുൺ രാമകൃഷ്ണൻ, സുനിൽ പരമേശ്വരൻ, ബീന, ബിന്ദു, സുരഭി, ബീന വിജയൻ, ദീപ വി എം, രജിത, പ്രശാന്ത്, സുഭാഷ്, കെ വി സുരേഷ്, പാർത്ഥസാരഥി, സെയ്തലവി, മെയ്ബി, പ്രദീപ്, പ്രസാദ്, സുഗതൻ, കൃഷ്ണദാസ്, അസീസ്, കുട്ടികളായ അഷിദ, ഫിദകുഞ്ഞുമു എന്നിവർക്കെല്ലാം അവകാശപ്പെട്ടതാണ് ഈ നാടകങ്ങളോരോന്നും. പ്രശസ്ത കവിയും നാടകപ്രവർത്തകനുമായ പി പി രാമചന്ദ്രൻ, മലയാളത്തിലെ പ്രസിദ്ധ നാടകസംവിധായകനായ നരിപ്പറ്റരാജു എന്നിവരുടെ ക്രിയാത്മകമായ സഹകരണം ഞങ്ങളുടെ നാടകപ്രവർത്തനത്തിൽ പ്രത്യേകം പരാമർശിക്കപ്പെടേണ്ടതാണ്.

നാടകം ഏറ്റവും അവസാനത്തെ താല്പര്യങ്ങളിലൊന്നായിരുന്ന എന്നെ നാടകപ്രവർത്തനങ്ങളിലേക്കെത്തിച്ചത്, നാടകം ആദ്യതാല്പര്യമായി കൊണ്ടുനടക്കുന്ന ജീവിതപങ്കാളിയായ നാരായണനും മുൻപറഞ്ഞ സംഘാംഗങ്ങളും സുഹൃത്തുക്കളുമാണ്. നാടകത്തിന്റെ സവിശേഷതയും സന്തോഷവും പ്രതിപ്രവർത്തനങ്ങളുമാണ്. ഒന്നിച്ചുള്ള ചിന്തയും പ്രവർത്തനങ്ങളും ഏറെ യോജിപ്പുകളും രൂക്ഷമായ വഴക്കുകളുമെല്ലാമായി ഒരുപാട് വ്യക്തികൾ, സംഘങ്ങൾ, ഈ നാടകങ്ങൾക്ക് അവകാശികളായുണ്ട്. ഈ നാടകങ്ങൾ എല്ലാം എന്റെ എന്നതിനേക്കാൾ അവരുടേതാണ്.

സമത സ്ത്രീപക്ഷ രാഷ്ട്രീയ അരങ്ങിന്റെ നാന്ദി

ഇ ഡി ഡേവീസ്

സാമൂഹിക പ്രതിബദ്ധതയും രാഷ്ട്രീയബോധവുമുള്ള കലാകാരന്റെ മുമ്പിൽ ഏറ്റവും സുഗമമായി തുറക്കപ്പെടുന്ന ഒരു വഴിയാണ് പ്രചരണാത്മകമായ കലാപ്രവർത്തനം. ജീവിതത്തിന്റെ വസ്തുനിഷ്ഠസാഹചര്യങ്ങൾ രൂപപ്പെടുന്ന ഒരു മഹത്തായ പ്രവർത്തനം തന്നെയാണിത്. തെരുവുനാടകവേദിയും അതിന്റെ കേരളീയ സ്ത്രീപക്ഷ ആവിഷ്കാരവുമായ തൃശൂരിലെ സമത എന്ന കലാസാംസ്കാരികസംഘവും മനുഷ്യജീവിതം ഒരു രാഷ്ട്രീയ പ്രവർത്തനമാണെന്ന ഓർമ്മപ്പെടുത്തൽ കൂടിയാണ്. തെരുവുനാടകം വളരെ ലളിതമായപ്രക്രിയയായാണ് പൊതുവെ വീക്ഷിക്കപ്പെടുന്നതെങ്കിലും അതിനെ വളരെ ഗഹനമായ കലാരാഷ്ട്രീയപ്രക്രിയയായി നോക്കിക്കണ്ടില്ലെങ്കിൽ ഇക്കാലത്ത് തെരുവനാടകപരിശ്രമങ്ങൾക്ക് പൊതുവിൽ സംഭവിക്കുന്ന അപചയങ്ങൾ തുടർന്നും സംഭവിച്ചുകൊണ്ടിരിക്കും. രാഷ്ട്രീയാവബോധരൂപീകരണത്തിനായുള്ള കലാന്വേഷണങ്ങളിൽ നിന്നാണ് തെരുവുനാടകവേദി ഉണ്ടായി വന്നത്. തെരുവ്, നടൻ/നടി, കാണി, പ്രമേയം എന്നിവയാണ് അതിലെ ഘടകങ്ങൾ. കുറച്ചുകൂടി സൂക്ഷ്മമായി പറഞ്ഞാൽ നടനും കാണിയും തമ്മിലുള്ള ഒരു കലാത്മകസംവേദനമാണത്. സാമൂഹ്യബോധമുള്ള നടന്റെ അഭിനയചാതുരിയിലാണ് അതിന്റെ മർമ്മം അഥവാ സംവേദനസാന്ദ്രത കുടികൊള്ളുന്നത്. ശബ്ദഘോഷത്താലോ കാഴ്ചയാലോ കൗതുകപൂർവ്വം ഒത്തുചേരുന്ന ആൾക്കൂട്ടത്തോടാണ് അത് സംവദിക്കുന്നത്. ആളെ കൂട്ടാനുള്ള കർമ്മങ്ങളിൽ വാദ്യം, പാട്ട്, സംഗീതം തുടങ്ങിയവയ്ക്കെല്ലാം വലിയ പങ്കുണ്ട്. നാട്ടുഗാന-സംഗീതശാഖകളിൽനിന്നും നാടൻകലാരൂപങ്ങളിൽനിന്നും അതു സ്വീകരിക്കുന്ന ഊർജ്ജം ഒരുതരം ഗൃഹാതുരതയോടെ ജനങ്ങളെ സദസ്സായി രൂപാന്തരപ്പെടുത്തുകയാണ് ബഹുഭൂരിപക്ഷസന്ദർഭങ്ങളിലും സംഭവിക്കുന്നത്.

പ്രചരണാത്മക കലാസാഹിത്യപ്രവർത്തനങ്ങൾക്ക് ബുദ്ധമതകാലത്തോളമെങ്കിലും പഴക്കമുണ്ട്. അശ്വഘോഷൻ തന്റെ മഹാകാവ്യങ്ങൾ രചിച്ചത് ബുദ്ധസന്ദേശപ്രചാരണത്തിനുവേണ്ടിയായിരുന്നു. തെരുവിലെ പ്രചാരണത്തിന് കലാരൂപങ്ങളെ ഉപയോഗിച്ചതിന്റെ ചരിത്രം ഗലീലിയോവിന്റെ ശാസ്ത്രപ്രചാരണ പ്രവർത്തനങ്ങളിൽ ഉണ്ടായിരുന്നു. ചുരുക്കത്തിൽ, പ്രചരണാത്മകമായ കലാസാഹിത്യാന്വേഷണത്തിന്റെ ഏറ്റവും ആധുനികമായ ആവിഷ്കാരമാണ് ഇന്നത്തെ തെരുവുനാടകവേദി. കർഷകസംഘരൂപീകരണത്തിന്റെയും ട്രേഡ് യൂണിയൻ പ്രവർത്തനങ്ങളുടെയും കാലമായപ്പോഴാണ് മാതൃകാപരമായ രാഷ്ട്രീയനാടകവേദി ഉണ്ടായത്. ഫ്രെഡറിക് എംഗൽസിന്റെ നേതൃത്വത്തിൽ 1847 ൽ ബ്രസ്സൽസിലെ തൊഴിലാളി സംഘടനയുടെ സമ്മേളനത്തിൽ അവതരിപ്പിച്ച നാടകമാണ് നാടകവേദിയിലെ ഒരു ലക്ഷണമൊത്ത രാഷ്ട്രീയ നാടകമായി വിശേഷിപ്പിക്കുന്നത്.

വ്യാവസായികമുന്നേറ്റം വരുത്തിവെച്ച തൊഴിലാളി ജീവിതത്തിന്റെ ദുരിതപൂർണ്ണമായ അവസ്ഥകളാണ് ട്രേഡ് യൂണിയൻ സംസ്കാരത്തിലേക്കും തൊഴിലാളിവർഗ്ഗരാഷ്ട്രീയത്തിലേക്കും നയിച്ചത്. എല്ലാറ്റിനെയും ചരക്കാക്കുന്ന, ലാഭത്തിന്റെ കണ്ണിലൂടെ മാത്രം കാണുന്ന മുതലാളിത്തവ്യവസ്ഥയുടെ ചൂഷണം വളരെ അസ്സഹനീയമായ കാലമാണത്. കമ്യൂണിസ്റ്റ്പാർട്ടിയുടെ രൂപീകരണം ലോകത്താകെയുള്ള അദ്ധ്വാനിക്കുന്ന ജനവിഭാഗങ്ങളുടെ രാഷ്ട്രീയപ്രവർത്തനങ്ങൾക്ക് വിപ്ലവകരമായ ദിശാബോധം നല്കുകയുണ്ടായി. ഇക്കാലയളവിൽ വിപ്ലവരാഷ്ട്രീയപ്രവർത്തനങ്ങളുമായി ബന്ധപ്പെട്ടാണ് തെരുവുനാടകവേദിയും അതിനു മുന്നോടിയായ രാഷ്ട്രീയ നാടകവേദിയും ഉദയം കൊള്ളുന്നത്.

ഇരുപതാംനൂറ്റാണ്ടിന്റെ ആദ്യ ദശകത്തിൽത്തന്നെ വിപ്ലവകാല റഷ്യയിൽ അനവധി നാടകസംഘങ്ങൾ പ്രവർത്തിച്ചിരുന്നു. 5000 ത്തോളം വരുന്ന കലാനാടകസംഘങ്ങൾ അവിടെ ഉണ്ടായിരുന്നുവത്രേ. ഇത്തരം നാടകസംഘങ്ങൾ ബ്രിട്ടനിലും ആസ്ത്രിയയിലും ജർമ്മനിയിലും ഇറ്റലിയിലും ഏതാണ്ട് ഇതേ കാലത്തുതന്നെ ഊർജ്ജസ്വലമായി ഉണ്ടായി വന്നു. ഇതേത്തുടർന്നാണ് ബെർതോൾഡ് ബ്രെഹ്തിന്റെ (1898-1956) എപ്പിക് തിയേറ്ററും രൂപംകൊള്ളുന്നത്. ജനകീയമായ രംഗകലാവതരണത്തിന് സൗന്ദര്യാത്മകമായ കരുത്തും സാഹിതീയമായ ആഴവും നല്കുകയാണ് ബ്രെഹ്ത് ചെയ്തത്. കാണികൾക്കൊപ്പം നിന്ന് പ്രശ്നത്തെ വിശകലനം ചെയ്യുന്ന രീതി ബ്രെഹ്തിയൻ തിയേറ്ററിന്റെ സവിശേഷതയാണ്. ഇത് കാണികളെ ശരിയായ ബോദ്ധ്യത്തിലേക്ക് കൊണ്ടുവരാനുള്ള ഒരു ആവിഷ്കാരരീതിയാണ്. ആദ്യം ജനങ്ങളുടെ സാധാരണ വികാരങ്ങൾ ഉണർത്തുക. പിന്നെ അവയെ ശുദ്ധീകരിക്കുക അഥവാ വിചാരങ്ങളാക്കി മാറ്റുക എന്ന രീതി. നടനും പ്രേക്ഷകനും തമ്മിലുള്ള സംവാദത്തിന്റെ മുഖങ്ങളാണ് ബ്രെഹ്ത് സാദ്ധ്യമാക്കിയത്. ലോകചരിത്രത്തിലെ ഏറ്റവും വിപ്ലവകരമായ സാമൂഹ്യമാറ്റത്തിന്റെ ദശകമായ 1930 കളോട് അടുത്തുത

ന്നെയാണ് ബ്രെഹ്തിന്റെ പരീക്ഷണങ്ങളും വിജയം കണ്ടുതുടങ്ങിയത്. കലാപ്രവർത്തനങ്ങൾ ഫലവത്തായപ്പോൾ 1933 ൽ ബ്രെഹ്തിന് നാടുവിടേണ്ടിവന്നു. ബ്രെഹ്തിന്റെ നാടകപ്രവർത്തനങ്ങളെ അനശ്വരമാക്കുന്നതിൽ ഭാര്യ ഹെലൻ വീഗൽ ചെയ്ത സംഭാവനകൾ എവിടെയും രേഖപ്പെടുത്തിക്കാണുന്നില്ല. അവർ നല്ലൊരു നടിയായിരുന്നു. നാടകപ്രവർത്തനങ്ങളുടെ സംഘാടകയും. മിക്കപ്പോഴും ബ്രെഹ്തിന്റെ പ്രയത്നങ്ങളിൽ ഹെലൻ വീഗലിന്റെ സംഭാവനകളും ഉണ്ടായിരുന്നു.

എപ്പിക് തിയേറ്റർ രാഷ്ട്രീയനാടകവേദിക്കും അതിന്റെ വിവിധ രൂപങ്ങൾക്കും നല്കിയ കലാത്മകമായ സംഭാവനകൾ വളരെ വലുതാണ്. പ്രൊലിറ്റേറിയൻ തിയേറ്ററിന്റെ പൊതു സവിശേഷതകളെല്ലാം തെരുവുനാടകവേദിയിലും അടങ്ങിയിട്ടുണ്ട്. അവതരണത്തിൽ ലാളിത്യമുണ്ടെങ്കിലും വളരെ ഗഹനമായ ഒരു പ്രക്രിയയിലേക്കുള്ള ഒരു ചവിട്ടുപടിയായാണ് തെരുവുനാടകം നിലകൊള്ളുന്നത്. വളരെ സങ്കീർണ്ണമായ വിപ്ലവരാഷ്ട്രീയപ്രക്രിയയിലേക്ക് ജനങ്ങളെ കൊണ്ടുവരുന്നതിനുള്ള കലാരാഷ്ട്രീയ പ്രയത്നമാണത്.

ഇന്ത്യയിൽ 1960 കളിൽ തെരുവുനാടകവേദി രൂപംകൊണ്ടിരുന്നു. അതിനുമുമ്പേതന്നെ ദേശീയപ്രസ്ഥാനവുമായി ബന്ധപ്പെട്ട് രൂപപ്പെടുത്തിയ ഇപ്റ്റയുടെ പ്രവർത്തനം രാഷ്ട്രീയ നാടകവേദിയുടെ സംഘടിതമായ പരിശ്രമങ്ങളുടെ തുടക്കമായി കാണാം. ഇപ്റ്റയുടെ രൂപീകരണം ഇന്ത്യയിലെ പുരോഗമന ജനാധിപത്യമനസ്സിന് ഉണർവ്വും ഉന്മേഷവും നല്കി. സാമ്രാജ്യത്വ വിരുദ്ധവും കോളനിവിരുദ്ധവുമായ പരിപ്രേക്ഷ്യത്തെ അത് വികസിപ്പിച്ചു. അതിന്റെ ഒരു കേരള ചാപ്റ്റർ ആയാണ് കെ പി എ സി രൂപീകരിക്കപ്പെട്ടത്. കേരളത്തിന്റെ ഇടതുപക്ഷമനസ്സ് വികസിപ്പിക്കുന്നതിൽ കെ പി എ സിക്ക് ആദ്യ രണ്ട് ദശകങ്ങളിൽ നല്ല പങ്കുണ്ട്. നക്സലിസത്തിന്റെ കാലമായ എഴുപതുകളിൽ തെരുവുനാടകങ്ങൾ പ്രചാരം നേടി. കെ ജെ ബേബിയുടെ 'നാട്ടുഗദ്ദിക'യുടെ അവതരണം അധികാരികളുടെ വെല്ലുവിളികളെ പ്രതിരോധിച്ചുകൊണ്ട് കേരളം മുഴുവൻ അരങ്ങേറി. 1980 കൾ മുതൽ ജനനാട്യമഞ്ചിലൂടെ സഫ്ദർ ഹഷ്മിയെപ്പോലുള്ളവരും ഈ രംഗത്ത് കൂടുതൽ ശ്രദ്ധേയമായ സംഭാവനകൾ നല്കി. ആന്ധ്രയിലെ ഗദ്ദറിന്റെ കലാപ്രവർത്തനങ്ങളും വലിയ ശ്രദ്ധ പിടിച്ചുപറ്റി. ഇതിനെല്ലാം മുമ്പേ കേരളത്തിൽ നവോത്ഥാനകാലത്തുതന്നെ തെരുവുനാടകരൂപങ്ങൾ ഉണ്ടായി എന്നു കാണാം. 80 കളിൽ കേരള ശാസ്ത്രസാഹിത്യപരിഷത്ത് സംഘടിപ്പിച്ച ശാസ്ത്രകലാജാഥകൾ തെരുവുനാടകവേദിയുടെ ഒരു സവിശേഷരൂപമായിരുന്നു.

കേരളീയനവോത്ഥാനത്തെ ചലനാത്മകമാക്കിയ നാടകങ്ങൾ സ്ത്രീപ്രശ്നങ്ങൾക്ക് വളരെയധികം പ്രാധാന്യം നല്കിയിരുന്നു. സ്ത്രീകളുടെ മുൻകൈയിൽ, അവർ നേരിടുന്ന ദൈനംദിനപ്രശ്നങ്ങളെ ചർച്ചയ്ക്കെടുക്കുന്ന സ്ത്രീനാടകവേദി എന്ന സങ്കല്പം 1931 ൽ തൃശൂരിൽ രൂപംകൊണ്ട അന്തർജ്ജനസമാജം യാഥാർത്ഥ്യമാക്കി. 1948 ൽ സമാജം

അരങ്ങിൽ എത്തിച്ച *തൊഴിൽകേന്ദ്രത്തിലേക്ക്* എന്ന മലയാളത്തിലെ ആദ്യത്തെ സ്ത്രീപക്ഷനാടകം അകത്തളങ്ങളിൽ നിരാശ്രയരായി കഴിഞ്ഞ നമ്പൂതിരിവനിതകൾ ജോലിചെയ്തു പ്രതിഫലം വാങ്ങി സ്വയംപര്യാപ്തത നേടണമെന്ന സന്ദേശമുയർത്തി. ആണധികാരവ്യവസ്ഥയുടെ ശാസനകൾക്കെതിരെ ഉയർന്ന കലാപത്തിന്റെ നാന്ദിയായിരുന്നു അത്. നാടകം അവതരിപ്പിച്ച സ്ത്രീകളെ പലയിടത്തും വെച്ച് യാഥാസ്ഥിതികർ മർദ്ദിക്കുകയുണ്ടായി. തൊഴിൽ കേന്ദ്രം വേശ്യാലയമാണെന്ന് അവർ പ്രചരിപ്പിച്ചു. അത്തരം സംഭവങ്ങളുടെ രൂക്ഷത നാടകപുസ്തകത്തിന്റെ അവതാരികാകാരൻ എം സി നമ്പൂതിരിപ്പാട് പ്രസ്താവിക്കുന്നുണ്ട്. അദ്ദേഹം എഴുതുന്നു: “അന്ന് വി ടിയുടെ *അടുക്കളയിൽനിന്ന് അരങ്ങത്തേക്ക്* എന്ന പ്രഹസനം വൈദികാധികാരത്തിന്റെ ആയുധശാലയ്ക്കാണ് തീകൊടുത്തതെങ്കിൽ ഇന്ന് *തൊഴിൽകേന്ദ്രത്തിലേക്ക്* എന്ന ഈ നാടകം പുരുഷമേധാവിത്വത്തിന്റെ നേർക്കാണ് കൈയോങ്ങുന്നത്.”

ആധുനിക ജീവിതത്തിന്റെ ഉടമസ്ഥകളാകുന്നതിനുള്ള സ്ത്രീകളുടെ പരിശ്രമത്തിന്റെ ധീരമായ ആഹ്വാനമാണ് *തൊഴിൽകേന്ദ്രത്തിലേക്ക്* നാടകം കേരളക്കരയിൽ മുഴക്കിയത്. 12 പൊതുവേദികളിൽ തൊഴിൽകേന്ദ്രത്തിലേക്ക് അരങ്ങേറി. അവസാനം പട്ടാമ്പിക്ക് അടുത്തുള്ള പരിയാനംപറ്റയുടെ വീട്ടിൽനിന്ന് പൊലീസ് നാടകപുസ്തകം കണ്ടുകെട്ടി, നാടകം നിരോധിച്ചു. *അടുക്കളയിൽനിന്ന് അരങ്ങത്തേക്ക്* (1929), *മറക്കുടയ്ക്കുള്ളിലെ മഹാനരകം* (1930), *ഋതുമതി* (1934), *പാട്ടബാക്കി* (1937) തുടങ്ങിയ സ്ത്രീപക്ഷ ഉള്ളടക്കമുള്ള നാടകങ്ങളുടെ മുന്നേറ്റത്തിൽനിന്നും മലയാളനാടകവേദി പിറകോട്ടുപോയി. തുടർന്ന് എൺപതുകളിൽ സംഘബോധവും അവകാശബോധവും നേടി സ്ത്രീകലാകാരികൾ കരുത്തോടെ സജീവമാകാൻ തുടങ്ങുന്നത് ‘സമത’യിലൂടെയാണ്. സ്ത്രീകൾ അനുഭവിക്കുന്ന ഇരട്ടച്ചൂഷണത്തിന് പരിഹാരമാകാൻ, അവരുടെ സമരം വർഗ്ഗരാഷ്ട്രീയവുമായി കണ്ണിചേർക്കണമെന്ന ആശയം വരുന്ന കലാവിഷ്കാരങ്ങളും നാടകാവതരണങ്ങളും സമതയിൽനിന്നുണ്ടായി. സ്ത്രീനാടകവേദിയുടെ സംവേദനസാദ്ധ്യതകൾ തേടുന്ന അന്വേഷണങ്ങൾ കേരളത്തിൽ ഉടനീളമുണ്ടായി.

ഇരുപതാംനൂറ്റാണ്ടിലെ ആദ്യദശകങ്ങളിലെ കലാസാംസ്കാരിക പ്രസ്ഥാനങ്ങളിൽ സവിശേഷവും ശ്രദ്ധേയവുമായ സ്ഥാനം 1987 ൽ തൃശൂരിൽ രൂപീകരിച്ച സമത എന്ന പെൺസംഘശക്തിക്ക് ഉണ്ട്. അടിയന്തരാവസ്ഥ അവസാനിച്ച് ഒരു ദശകത്തിനുശേഷമാണ് ഈ സ്ത്രീപക്ഷകലാസാംസ്കാരികസംഘടന പിറവികൊള്ളുന്നത്. സമൂഹത്തിന്റെ അടിത്തട്ടിലുള്ള ജനാധിപത്യവല്ക്കരണത്തിലേക്കും സ്ത്രീസമത്വചിന്തയിലേക്കും കേരളം മുന്നേറുന്ന കാലമാണത്. അക്കാലത്ത് ലാറ്റിനമേരിക്കയിലെ സാമ്രാജ്യത്വവിരുദ്ധപോരാട്ടങ്ങൾക്കും ദക്ഷിണാഫ്രിക്കൻ വർണ്ണവിരുദ്ധ സമരങ്ങൾക്കും ലോകസോഷ്യലിസ്റ്റ് ചേരിക്കും ഒരുപാട് സ്വപ്നങ്ങൾ പങ്കുവെക്കാനുണ്ടായിരുന്നു. നക്സലിസത്തിന്റെ പരാജയങ്ങളിൽനിന്ന് പുതിയ

ദിശകളിലേക്ക് കേരളം സഞ്ചരിക്കാൻ തുടങ്ങിയ കാലം കൂടിയായിരുന്നു അത്.

സമൂഹത്തിലെ ഭൂരിപക്ഷം വരുന്ന സ്ത്രീകൾക്ക് പൊതുമണ്ഡലത്തിൽ ഇടമുണ്ടാകണം. അതിനവർക്ക് സ്വന്തം കാലിൽ നില്ക്കാനുള്ള രാഷ്ട്രീയവും സാമൂഹ്യവും വൈയക്തികവുമായ ഇച്ഛാശക്തിയും വൈജ്ഞാനിക ശേഷിയും കലാസാങ്കേതികനൈപുണികളും ആവശ്യമാണ്. ഇങ്ങനെ ചിന്തിച്ച വിദ്യാർത്ഥിനികളും വീട്ടമ്മമാരും കർഷകത്തൊഴിലാളികളും സാംസ്കാരികപ്രവർത്തകരും അടങ്ങുന്ന സംഘമായിരുന്നു സമതയുടെ രൂപീകരണത്തിനു പിന്നിൽ. പ്രൊഫ. ടി എ ഉഷാകുമാരി, പി വിജയമ്മ, കെ പുഷ്പ, സി എസ് ചന്ദ്രിക, സി ആർ ദാസ് തുടങ്ങിയവരാണ് സമതയുടെ നേതൃനിരയിൽ ഉണ്ടായിരുന്നത്. പ്രൊഫ. പി ഗംഗാധരൻ, ഡോ. എൻ കെ ഗീത, കൊറിയോഗ്രാഫർ കൃഷ്ണൻ നമ്പൂതിരി, ഡോ. എ കെ നമ്പ്യാർ, കരിവെള്ളൂർ മുരളി, വി ഡി പ്രേമപ്രസാദ്, ഉണ്ണികൃഷ്ണൻ നെല്ലിക്കാട്, കോലഴി നാരായണൻ തുങ്ങിയവർ സമതയുടെ ആവിഷ്കാരങ്ങൾക്ക് രംഗഭാഷയൊരുക്കി. പത്തുവർഷക്കാലത്തെ സമതയുടെ വേദികളിൽ ഇ എം എസ്, ഇ കെ നായനാർ, ടി കെ രാമകൃഷ്ണൻ, സുശീലാഗോപാലൻ, കെ പി എ സി സുലോചന, എം എൻ വിജയൻ, കെ ദേവയാനി, സി വി ശ്രീരാമൻ, ദേവകിവാര്യർ, എം എൻ കുറുപ്പ്, പി ഗോവിന്ദപ്പിള്ള, എം ലീലാവതി, കെ ആർ ഗൗരിയമ്മ, വി എസ് അച്യുതാനന്ദൻ, എം എ ബേബി, എം കെ സാനു, സൈമൺ ബ്രിട്ടോ, പി കെ മേദിനി, കെ എൻ ഗണേശ്, മൈത്രേയൻ തുടങ്ങിയവരുടെ സാന്നിദ്ധ്യം പലപ്പോഴായി ഉണ്ടായിരുന്നുവെന്നത് അഭിമാനകരമാണ്.

ഒരു ദശകക്കാലത്തെ സമതയുടെ പ്രവർത്തനങ്ങൾ വളരെ ഉജ്ജ്വലമായ സ്ത്രീ ആവിഷ്കാരത്തിന്റെയും സ്ത്രീബോധത്തിന്റെയും മികവുറ്റ അദ്ധ്യായമാണ്. കേരളത്തിനകത്തും പുറത്തുമായി 2500 ലധികം വേദികളിൽ സമതയുടെ നാടകങ്ങളും ഗാനങ്ങളും അവതരിപ്പിക്കാനായി. കുടുംബത്തിലും സമൂഹത്തിലും സ്ത്രീ അനുഭവിക്കുന്ന രണ്ടാം പൗരത്വത്തെ നിശിതമായി തുറന്നുകാണിക്കുന്ന തെരുവുനാടകങ്ങൾ പുരുഷാധിപത്യവ്യവസ്ഥയ്ക്കെതിരായ ആശയപ്രചരണമായിരുന്നു. സ്ത്രീവിമോചനമെന്ന ദർശനം തൊഴിലാളിവർഗ്ഗത്തിന്റെ മോചനപ്പോരാട്ടങ്ങളുമായി കണ്ണിചേർക്കണമെന്നാണ് സമതയുടെ സന്ദേശം. ജനകീയപ്രശ്നങ്ങൾ സംവാദത്തിനെടുത്ത സമതയുടെ അരങ്ങുകൾ സർഗ്ഗാത്മകമായ രാഷ്ട്രീയസാംസ്കാരികപ്രവർത്തനത്തിന്റെ മൂല്യങ്ങളെയാണ് മുറുകെപ്പിടിച്ചത്. ആയിരക്കണക്കിന് വരുന്ന കാണികളെ ആകർഷിക്കാനും അവർ ചവിട്ടിനില്ക്കുന്ന മണ്ണിനെക്കുറിച്ച് തിരിച്ചറിവുകൾ പകരാനും അവസരമൊരുക്കിയ സമതയുടെ വേദികൾ കേരളത്തിൽ രൂപപ്പെട്ട ബോധനനാടകവേദിക്ക് നല്ല മാതൃകയായി. അവതരണത്തിൽ വികസിതമായ ഒരു നവ രാഷ്ട്രീയതിയേറ്റർ എന്ന സങ്കല്പം സമത സാക്ഷാൽക്കരിച്ചു. ഇപ്റ്റയ്ക്കും കെ പി എ സിക്കും ശേഷം മികച്ച വിപ്ലവഗാനങ്ങൾ ആലപിക്കപ്പെട്ടത് സമതയുടെ

വേദികളിലാണ്. ജനകീയസംഗീതത്തിന്റെ കരുത്ത് പകരുന്ന നിരവധി സംഗീതശില്പങ്ങളും ഇക്കാലത്ത് അവതരിപ്പിക്കുകയുണ്ടായി.

ഇപ്റ്റയുടെയും കെ പി എ സിയുടെയും തുടർച്ച ഉണ്ടാക്കുന്നതിന് ആത്മാർത്ഥമായി പരിശ്രമിച്ച ഒരു സംഘമായാണ് സമത 1987 മുതൽ 1997 വരെ വളർന്നുവന്നത്. 97 നുശേഷം ഈ സ്ത്രീകൂട്ടായ്മയ്ക്ക് ഉണ്ടായ ചില പരിമിതികൾ അതിന്റെ ശക്തമായ മുന്നോട്ടുപോക്കിന് തടസ്സമായി. മുഖ്യമായി കുടുംബജീവിതത്തിന്റെ സങ്കീർണ്ണതകളാണ് സംഘം പ്രവർത്തനത്തെ മന്ദഗതിയിലാക്കിയത്. തിയേറ്റർ പ്രവർത്തനം പതുക്കെപ്പതുക്കെ നിലച്ചു. മർദ്ദിതരുടെ നാടകവേദി (Theatre of Oppressed) എന്ന ലക്ഷ്യം സാക്ഷാൽക്കരിക്കുന്നതിനാണ് സമത യത്നിച്ചത്. ബ്രെഹ്തിയൻ തിയേറ്റർ സങ്കല്പത്തിന്റെ ഒരു വികസിതരൂപമെന്ന നിലയിലാണ് അത് മുന്നോട്ടുപോയത്. അതോടൊപ്പം നിരവധി കേരളീയ കലാരൂപങ്ങളുടെ സാദ്ധ്യതകളും സമത സ്വാംശീകരിക്കുകയുണ്ടായി. വെള്ളരിനാടകങ്ങളുടേതുപോലുള്ള ഒരു സമ്പ്രദായം സ്വീകരിച്ചതോടൊപ്പം നാടൻ രംഗവേദിയുടെ സാദ്ധ്യതകളായ തെയ്യം, പടയണി, പൊറാട്ടുനാടകം, മുടിയേറ്റ്, കുറത്തിയാട്ടം, കാളകളി, കുമ്മാട്ടി എന്നിവയുടെ നാടകീയവും സംഗീതാത്മകവുമായ വശങ്ങളെ ഉൾക്കൊള്ളുവാനും സമത ശ്രമിക്കുകയുണ്ടായി. ഇത്തരം കലാരൂപങ്ങളുടെ സമൃദ്ധമായ സാന്നിദ്ധ്യമുള്ള സംഗീതശില്പങ്ങളായിരുന്നു സമതയെ 80 കളിൽ ശ്രദ്ധേയമാക്കിയത്. ഇത്തരം പ്രവർത്തനങ്ങളെല്ലാം സമതയെ ഒരു വലിയ വാഗ്ദാനമായി കാണുന്നതിന് കലാലോകത്തെ പ്രേരിപ്പിച്ചു. പക്ഷേ, ആ ശക്തമായ മുന്നേറ്റം പലവിധ കാരണങ്ങളാൽ ഒരു ദശകത്തിനുശേഷം നിലയ്ക്കുകയാണുണ്ടായത്.

1979 ൽ ഡൽഹിയിൽ അനുരാധ കപൂറിന്റെ നേതൃത്വത്തിൽ ഉണ്ടായിരുന്ന നാടകസംഘം ഇന്ത്യയിലെ ഫെമിനിസ്റ്റ് തിയേറ്ററിനെപ്പറ്റി ഗൗരവമായ അന്വേഷണങ്ങൾ നടത്തിയിരുന്നു. സാറാ ജോസഫിന്റെ നേതൃത്വത്തിൽ രൂപീകരിച്ച മാനുഷി അതിന്റെ കേരളീയപതിപ്പായി കാണാവുന്നതാണ്. സമതയുടെ ലക്ഷ്യം ഒരു ഫെമിനിസ്റ്റ് തിയേറ്റർ അല്ലായിരുന്നു. രാഷ്ട്രീയബോധമുള്ള സ്ത്രീയുടെ സാമൂഹിക പ്രശ്നങ്ങളോടുള്ള പ്രതികരണത്തിലായിരുന്നു അതിന്റെ ഊന്നൽ. രാഷ്ട്രീയനാടകവേദിയുടെ ഒരു സ്ത്രീപക്ഷരൂപമെന്ന നിലയിലാണ് അത് വികസിച്ചത്. തീവ്രസ്ത്രീവാദത്തെ അഥവാ അത്തരത്തിലുള്ള ഫെമിനിസ്റ്റ് ആശയങ്ങളെ ആവിഷ്കരിക്കുന്ന ഒരു തിയേറ്റർ എന്ന ആശയത്തിൽനിന്ന് സമത കൃത്യമായി ദൂരം പാലിച്ചിരുന്നു. 1970 കളിലും 80 കളിലും 90 കളിലും ലോകത്ത് പലയിടത്തും ഫെമിനിസ്റ്റ് തിയേറ്ററുകൾ പ്രവർത്തിച്ചുതുടങ്ങിയിരുന്നു. അമേരിക്കയിലെ കരോ ലീഷ്മാൻ പോലുള്ളവരുടെ നാടകപ്രവർത്തനങ്ങളിൽ നിന്ന് അകലം പാലിക്കുന്നതിന് സമത ശ്രമിച്ചിരുന്നു. 'നഗ്നയായ നാട്യക്കാരി' എന്നാണ് ലീഷ്മാൻ അറിയപ്പെട്ടത്. സ്ത്രീശരീരത്തെ ലൈംഗികമായ കാഴ്ചകളിൽനിന്ന് മുക്തമാക്കുന്ന, സാമൂഹികമായ കാഴ്ചകളിലേക്ക് പ്രതിഷ്ഠിക്കുന്ന ഒരു രീതിയാണ് ലീഷ്മാന്റേത്. അത്തരം സങ്കീർണ്ണമായ

രീതികൾ ഏറ്റെടുക്കാനുള്ള ഒരു അവബോധത്തിലേക്ക് കേരളീയ സ്ത്രീസമൂഹം വളർന്നിരുന്നില്ല. എങ്കിലും ലൈംഗികതയെയും പ്രണയത്തെയുമെല്ലാം ഗൗരവതരമായ ചർച്ചയ്ക്ക് വിധേയമാക്കിയിരുന്നു സമതയുടെ ദശദിന നാടകപഠനക്കളരി.

1988 ൽ തൃശൂർ കോലഴിയിൽവെച്ചു സമത നടത്തിയ ദശദിന സംസ്ഥാന നാടകപഠനക്കളരി കേരളീയ സമൂഹത്തിലെ സ്ത്രീപക്ഷ ചിന്തകൾക്ക് നവീനാശയങ്ങളും സ്ഥിതിസമത്വപ്പോരാട്ടങ്ങൾക്ക് ഊർജ്ജവും പകരുന്നതായിരുന്നു. ഒരുപക്ഷേ, ഇന്ത്യയിലെതന്നെ ആദ്യത്തെ സ്ത്രീപക്ഷ പഠനക്കളരിതന്നെയാണിത്. അതിന്റെ ഡയറക്ടർമാർ പട്ടാമ്പി ഗവ. സംസ്കൃത കോളേജ് അദ്ധ്യാപകരും നാടകപ്രവർത്തകരുമായ പ്രൊഫ. പി ഗംഗാധരൻ, ഡോ. എൻ കെ ഗീത എന്നിവരായിരുന്നു. മലയാളസിനിമയിലെ സ്ത്രീസങ്കല്പം കുടുംബം, പ്രണയം, സെക്സ് - ചരിത്രപരമായ വിശകലനം, സ്ത്രീ മലയാളസാഹിത്യത്തിൽ തുടങ്ങിയ വിഷയങ്ങളുടെ സൂക്ഷ്മമായതലങ്ങളിലേക്ക് സഞ്ചരിക്കാനുള്ള സെമിനാറുകൾ പഠനക്കളരിയോട് അനുബന്ധമായി നടത്തുകയുണ്ടായി. പഠനക്കളരിയിൽ രൂപപ്പെട്ട *സതീമാതാ* എന്ന നാടകം പിന്നീട് കേരളം മുഴുവൻ അരങ്ങേറുകയുണ്ടായി. അന്നത്തെ സമതയുടെ പ്രവർത്തനങ്ങളിലൂടെ കലാരംഗത്ത് ഉയർന്നുവന്നവരാണ് സജിതമഠത്തിൽ, സുജാതാ ജനനേത്രി, ജിഷാ ജയൻ തുടങ്ങിയവർ. സമത പഠനക്കളരിയുടെ തുടർച്ചയാണ് കേരള സംഗീത നാടക അക്കാദമി 1998 ഡിസംബറിൽ നടത്തിയ ദേശീയ സ്ത്രീനാടകപ്പണിപ്പുര. പ്രൊഫ. ടി എ ഉഷാകുമാരി, ശ്രീലത, സി വി സുധി എന്നിവരാണ് അതിന് നേതൃത്വം നല്കിയത്. അതേത്തുടർന്ന് കേരള ശാസ്ത്രസാഹിത്യപരിഷത്ത് വനിതാകലാജാഥകൾ തന്നെ സംസ്ഥാനമൊട്ടുക്കും അരങ്ങേറി. ഒരുമാസക്കാലം നീണ്ടുനിന്ന ഈ പ്രവർത്തനത്തെ തുടർന്നാണ് ഭാരത് ഗ്യാൻ വിഗ്യാൻ സമിതി (BGVS) നേതൃത്വത്തിൽ സമത എന്ന പേരിൽ തന്നെ വനിതാപ്രസ്ഥാനം ഉണ്ടാക്കിയത്.

വിഷാദനീലാംബരികളല്ല, വിപ്ലവരക്താംബരികളാണ് സ്ത്രീകളെന്ന് ഉദ്ഘോഷിച്ച സമതയുടെ അവതരണങ്ങൾ സച്ചിദാനന്ദൻ പരിഭാഷപ്പെടുത്തിയ യൂജിൻ പോത്യാരുടെ സാർവ്വദേശീയഗാനത്തോടെയാണ് ആവേശകരമായി സമാപിച്ചിരുന്നത്. സുബ്രഹ്മണ്യഭാരതി, ഖാസി നസ്രുൾ ഇസ്ലാം എന്നിവരുടേതടക്കം മറ്റു ഭാഷകളിലെ വിപ്ലവഗാനങ്ങളും നിരവധി പരിഭാഷാനാടകങ്ങളും സമത വേദിയിലെത്തിച്ചു. അക്രമത്തിനിരയായി മക്കൾ നഷ്ടപ്പെട്ട അമ്മമാരുടെ വിലാപങ്ങൾ ആവിഷ്കരിക്കുന്ന സുഗതകുമാരിയുടെ 'തലശ്ശേരികൾ' എന്ന കവിതയുടെ സംഗീതശില്പം വർഗ്ഗീയ ഫാസിസ്റ്റുകൾക്ക് ഒരു താക്കീതായിരുന്നു. ബ്രെഹ്തിന്റെ ചോരക്കുഞ്ഞിനെ കൊന്ന മേരിഫെറാർ, മാക്സിം ഗോർക്കിയുടെ *അമ്മ* എന്ന നോവലിനെ അധികരിച്ച് ബ്രഹ്ത് എഴുതിയ നാടകം എന്നിവ സമതയുടെ രംഗാവിഷ്കാരങ്ങളായിരുന്നു.

മെയ്ദിനസന്ദേശം, ലോകസമാധാനം, വിയറ്റ്നാം യുദ്ധം, മതേതരത്വം, കേരളത്തിലെ കർഷകസമരങ്ങൾ, രക്തസാക്ഷിത്വങ്ങൾ, നെൽസൺ മണ്ടേല, സഫ്ദർ ഹശ്മി തുടങ്ങിയ വൈവിദ്ധ്യമേറിയ വിഷയങ്ങൾ സമതയുടെ വിപ്ലവഗാനങ്ങളുടെ ഉള്ളടക്കമായിരുന്നു. ഒ എൻ വി, കണിയാപുരം രാമചന്ദ്രൻ, മുല്ലനേഴി, എം കൃഷ്ണൻകുട്ടി, ഏഴാച്ചേരി രാമചന്ദ്രൻ, പുരുഷു മാസ്റ്റർ, കുഞ്ഞപ്പ പട്ടാന്നൂർ, കരിവെള്ളൂർ മുരളി, ടി കെ കുട്ടൻ, രാവുണ്ണി, സി സലിംരാജ്, ഏങ്ങണ്ടിയൂർ ചന്ദ്രശേഖരൻ, വിക്രമൻ ഇരവുകാട്, സുന്ദരൻ തച്ചംപിള്ളി തുടങ്ങിയവർ സമതയ്ക്കുവേണ്ടി പാട്ടുകൾ എഴുതി. ജി ദേവരാജൻ, കെ കെ പോൾ, റിയാദ്, ധർമ്മൻ ഏഴോം, ഉസ്താദ് ഫിലിപ്പ് വി ഫ്രാൻസിസ്, എം ഡി പോൾ, കോഴിക്കോട് പത്മനാഭൻ തുടങ്ങിയവർ സംഗീതം നിർവ്വഹിച്ചു. പി ബി ഗിരീഷ്, സി എസ് ചന്ദ്രിക, പ്രകാശൻ, പി എസ് ലത, പി എച്ച് റംല, പി എസ് ചന്ദ്രമതി, പ്രിയാദാസ്, രാജേഷ് കണ്ണൻ, സുധീർ, കെ വി രേഖ, നാരായണൻ, ബേബി, കെ എസ് രാജശ്രീ തുടങ്ങിയവരാണ് സമതയുടെ ഗാനങ്ങൾ ആലപിച്ചത്.

ജനപ്രിയതയും വിപ്ലവാത്മകതയും കലാമൂല്യവും തികഞ്ഞ സമതയുടെ അരങ്ങുകൾ രംഗഭാഷയിൽ വരുത്തിയ സൗന്ദര്യശാസ്ത്രപരമായ കൂട്ടിച്ചേർക്കലുകൾ ഇന്ന് ചരിത്രത്തിന്റെ ഭാഗമാണ്. സമതയുടെ രണ്ട് ഓഡിയോ കാസറ്റുകളും സി ഡിയും പതിനഞ്ചോളം പാട്ടുപുസ്തകങ്ങളും മലയാളികൾ ഇരുകൈകളും നീട്ടി സ്വീകരിച്ചിട്ടുണ്ട്. ലക്ഷക്കണക്കിന് പ്രേക്ഷകർ സമതയുടെ കലാപരിപാടികൾ ആസ്വദിച്ചു. സമത 1997 ൽ നിശ്ശബ്ദമായി. പഴയ സമതയുടെ അർത്ഥവത്തായ തുടർച്ചയാണ് സമത എ കലക്ടീവ് ഫോർ ജെന്റർ ജസ്റ്റിസ് എന്ന സാംസ്കാരിക കൂട്ടായ്മ.

സ്ത്രീനാടക പണിപ്പുര

ഗൗരിപ്രിയ എസ് വി

സ്ത്രീക്കും പുരുഷനും തുല്യപ്രാധാന്യമുള്ള ഒരു നാടകവേദി അസംഭവ്യമാണെന്ന ധാരണയെ പൊളിച്ചെഴുതിക്കൊണ്ട്, പുരുഷാധിപത്യത്തിനെതിരായി നീങ്ങുന്ന ഒരു നാടകവേദി എന്ന സങ്കല്പത്തിൽ നിന്നാണ് 'സ്ത്രീനാടക പണിപ്പുര' രൂപംകൊള്ളുന്നത്. പ്രാദേശികവും ദേശീയവും അന്തർദ്ദേശീയവുമായ തലത്തിൽ സ്ത്രീകളുടെ സ്വത്വപ്രകാശനത്തെ കേന്ദ്രീകരിച്ച് നിരവധി സംരംഭങ്ങൾ ഉണ്ടായിട്ടുണ്ടെങ്കിലും സർക്കാരിന്റെയും അക്കാദമിയുടെയും നേതൃത്വത്തിൽ ആദ്യമായിട്ടാണ് ഇന്ത്യയിൽ സ്ത്രീകൾക്കുവേണ്ടിയുള്ള ഒരു ശില്പശാല സംഘടിപ്പിക്കുന്നത്. 1998 ഡിസംബർ 19-29 വരെ കേരള സംഗീത നാടക അക്കാദമിയുടെ നേതൃത്വത്തിൽ തൃശൂരിൽ നടന്ന 'സ്ത്രീനാടക പണിപ്പുര' അരങ്ങിലെ ആൺകോയ്മയെ ചോദ്യം ചെയ്തുകൊണ്ട് നാടകരംഗത്തെ സ്ത്രീയെ മുൻനിർത്തിയുള്ള സംരംഭം എന്ന നിലയ്ക്ക് സവിശേഷമായ ഒരു സാംസ്കാരിക അടയാളപ്പെടുത്തലും ഒപ്പം ചരിത്രപരമായ പ്രാധാന്യം ഉള്ളതുമാണ്.

ഇന്ത്യയിലെ പ്രശസ്തകളായ സ്ത്രീ സംവിധായികമാരുടെ നാടകങ്ങൾ കാണുവാനും അരങ്ങിലൂടെ ആവിഷ്കരിക്കപ്പെടുന്ന സ്ത്രീയുടെ ഭിന്നമുഖങ്ങൾ ചർച്ച ചെയ്യാനും, അവഗണിക്കപ്പെട്ടിരുന്ന സ്ത്രീയുടെ ശാക്തീകരണത്തിന് 'അരങ്ങി'നെ എങ്ങനെ ഉപയോഗപ്പെടുത്താമെന്നറിയാനും ഒപ്പം തന്നെ അതിനെ ഒരു സാമൂഹിക മുന്നേറ്റമായി തീർക്കുവാനുമുള്ള ശ്രമം കൂടിയായിരുന്നു സ്ത്രീനാടക പണിപ്പുര. 1998 ഡിസംബർ 19 വൈകുന്നേരം അക്കാദമി തിയേറ്ററിൽ സാംസ്കാരിക വകുപ്പുമന്ത്രി ടി കെ രാമകൃഷ്ണൻ പണിപ്പുരയുടെ ഉദ്ഘാടനം നിർവ്വഹിച്ചു. സംഗീത നാടക അക്കാദമിയുടെ ചെയർമാൻ തിക്കോടിയൻ ചടങ്ങിന് അദ്ധ്യക്ഷത

വഹിച്ചു. പ്രശസ്ത നടി സീമ ബിശ്വാസ് മുഖ്യാതിഥിയായിരുന്നു. തെരഞ്ഞെടുക്കപ്പെട്ട ഇരുപത്തഞ്ചു ക്യാമ്പംഗങ്ങൾക്കും നിരീക്ഷകർക്കും ഇന്ത്യൻ നാടകവേദിയെ മറ്റൊരുതലത്തിൽ അറിയുവാനും അതിൽനിന്ന് ഊർജ്ജം സംഭരിക്കുവാനും കഴിഞ്ഞു എന്നുള്ളത് ഈ സമ്മേളനത്തിന്റെ സവിശേഷതയാണ്. ക്യാമ്പ് ഡയറക്ടർ പ്രൊഫ. ടി എ ഉഷാകുമാരിയും പ്രൊഡക്ഷൻ ഡയറക്ടർ ശ്രീലതയുമായിരുന്നു.

സ്ത്രീനാടക പണിപ്പുരയോട് അനുബന്ധിച്ച് അവതരിപ്പിക്കപ്പെട്ട നാടകങ്ങളുടെ സംവിധായികമാരുമായി മുഖാമുഖം, വിവിധ വിഷയങ്ങളെക്കുറിച്ചുള്ള വിദഗ്ദ്ധരുടെ ക്ലാസുകൾ, വർക്ക്ഷോപ്പ്, എല്ലാദിവസവും പ്രശസ്ത സംവിധായികമാരുടെ നാടകങ്ങൾ എന്നിവയായിരുന്നു മുഖ്യപരിപാടികൾ. ഇന്ത്യൻ നാടകവേദിയിൽ പ്രവർത്തിക്കുന്ന പ്രശസ്തകളായ കലാകാരികളെ മുഴുവൻ ഒരേ വേദിയിൽ അണിനിരത്താൻ ഈ സ്ത്രീനാടക കൂട്ടായ്മയ്ക്ക് കഴിഞ്ഞു. ഇവരിൽ നീലം മാൻസിങ് ചൗധരി, അനുരാധാ കപൂർ, സീമാ ബിശ്വാസ്, ഉഷാഗാംഗുലി, മായാ കൃഷ്ണറാവു, വിഭാമിശ്ര, മങ്കൈ എന്നിവരുൾപ്പെടുന്നു. സ്ത്രീവിമോചനപ്പോരാട്ടമെന്നാൽ പുരുഷവിദ്വേഷമല്ലെന്നും അതിവേഗം മാറിക്കൊണ്ടിരിക്കുന്ന സമൂഹത്തിൽ മാറ്റത്തിനനുസരിച്ച് പുരുഷനോടൊപ്പം മുന്നേറാൻ സ്ത്രീയേയും സജ്ജമാക്കുകയാണെന്നും അവരെല്ലാം ഏകസ്വരത്തിൽ അഭിപ്രായപ്പെട്ടു. സ്ത്രീനാടക പണിപ്പുരയോട് അനുബന്ധിച്ച് സംഘടിപ്പിക്കപ്പെട്ട വിവിധ പരിപാടികളെക്കുറിച്ചുള്ള വിവരങ്ങൾ ചുവടെ ചേർക്കുന്നു.

മിനി സുകുമാരൻ (കേരളീയ സാമൂഹ്യജീവിതവും അരങ്ങിലെ സ്ത്രീ പങ്കാളിത്തവും), ചന്ദ്രമതി (ഫെമിനിസ്റ്റ് തിയേറ്റർ), ഡോ. വയലാ വാസുദേവൻ പിള്ള (മലയാള നാടകവേദിയുടെ പരിണാമം), സാറാജോസഫ് സ്ത്രീനാടകത്തിന്റെ ശരീരഭാഷ), പ്രൊഫ. പി ഗംഗാധരൻ (രംഗഭാഷയുടെ പ്രശ്നങ്ങൾ), എൻ ആർ ഗ്രാമപ്രകാശ് (ബ്രെഹ്തും സ്ത്രീനാടകവേദിയും), പാർവ്വതി ദേവി (സ്ത്രീയും മാധ്യമങ്ങളും), കോട്ടയ്ക്കൽ ശിവരാമൻ (കഥകളിയിലെ സ്ത്രീകഥാപാത്രങ്ങൾ) ഡോ. എച്ച് എസ് ശിവപ്രകാശ് (ദളിത് തിയേറ്റർ), ഡോ. എ കെ നമ്പ്യാർ (ശബ്ദസംസ്കാരവും നാടകാഭിനയവും), മങ്കൈ (തിയേറ്റർ ആക്ടിവിസം), ഡോ. പി ഗീത (കലയിലെ ആൺകോയ്മ), അനുരാധ കപൂർ (സ്ത്രീയും നാടകവേദിയും), പി ഗോവിന്ദപ്പിള്ള (നവോത്ഥാന നാടകവേദി), ഡയാനാ ഡൊറോത്തി (നങ്ങ്യാർസ് ചെയിഞ്ചിങ് ഫെയ്സ്), കലാമണ്ഡലം ഗിരിജ (നങ്ങ്യാർ കൂത്ത്- സോദാഹരണ പ്രഭാഷണം), ചന്ദ്രലേഖ (കോറിയോഗ്രാഫി), വിജയകുമാർ മേനോൻ (ചിത്രകലയും നാടകീയതയും) എന്നിവർ വിവിധങ്ങളായ വിഷയങ്ങളെ സംബന്ധിച്ച് ക്ലാസെടുത്തു.

'മലയാള നാടകവേദിയിലെ സ്ത്രീപങ്കാളിത്തം' എന്നതിനെ അടിസ്ഥാനമാക്കിയുള്ള ചിത്രങ്ങളുടെയും പത്രക്കട്ടിങ്ങുകളുടെയും പോസ്റ്ററുകളുടെയും മറ്റും പ്രദർശനം പ്രശസ്ത പഞ്ചാബി നാടകസംവിധായിക നീലം മാൻസിങ് ഉദ്ഘാടനം ചെയ്തു. 1924 ൽ തിരുവിതാംകൂറിൽ *ശാകു*

ന്തളം അവതരിപ്പിക്കുന്നത് സംബന്ധിച്ചുള്ള നോട്ടീസ് മുതൽ സമകാലിക പത്രക്കട്ടിങ്ങുകൾ വരെ പ്രദർശനത്തിനുണ്ടായിരുന്നു.

അവതരിപ്പിച്ച നാടകങ്ങൾ

ദേവശിലകൾ - കെ എസ് ശ്രീനാഥ് രചനയും ശ്രീലത സംവിധാവും നിർവ്വഹിച്ച *ദേവശിലകൾ* അവതരിപ്പിച്ചത് തിരുവനന്തപുരം 'അഭിനേത്രി' യാണ്. ശ്രീലത മുഖ്യകഥാപാത്രമായ യശോധരയെ അവതരിപ്പിച്ചു.

റോസ്മേരി പറയാനിരുന്നത് - സതീഷ് കെ സതീഷ് രചനയും രത്നാകരൻ സംവിധാനവും നിർവ്വഹിച്ച് കോഴിക്കോട് ദേശപോഷിണി കലാസമിതി അവതരിപ്പിച്ച *റോസ് മേരി പറയാനിരുന്നത്* സ്ത്രീപീഡനത്തിന്റെ അവസാനിക്കാത്ത കഥ പറയുന്നു.

ഫിദ - പഞ്ചാബി സംവിധായിക നീലം മാൻസിങ് ചൗധരി സംവിധാനം ചെയ്ത ഫിദ, ചണ്ഡീഗഢിലെ 'ദി കമ്പനി'യാണ് അവതരിപ്പിച്ചത്. ജീൻ റാസിന്റെ *ഫ്രീദ*യെ ആധാരമാക്കി സുർജാത് പടാറാണ് ഇതിന്റെ നാടകരൂപം തയ്യാറാക്കിയത്.

മീഡിയ- യുറിപ്പിഡിസിന്റെ ദുരന്തനാടകമായ *മീഡിയ,* ദാരിയോഫോ പുനരാഖ്യാനം ചെയ്ത് അവതരിപ്പിച്ചതിനെ അവലംബിച്ച് ജെ ശൈലജ തയ്യാറാക്കിയ നാടകമാണ്.

അവ്വൈ - വിശ്രുത തമിഴ് കവയിത്രിയായ അവ്വയാറിനെക്കുറിച്ചുള്ള ധാരണകളെ പുനർവായിക്കുന്ന ഈ നാടകത്തിന്റെ ശില്പി പ്രശസ്ത തമിഴ് സംവിധായിക മങ്കൈ ആണ്.

വിളുമ്പ് - നസീമ അസീസിന്റെ *ദ എഡ്ജ്* എന്ന നാടകത്തിന്റെ പരിഭാഷയാണ് *വിളുമ്പ്.* തമിഴ്നാട്ടിലെ ദളിത് നാടകവേദിയിലെ ശ്രദ്ധേയ സംവിധായക എം ജീവയാണ് ഈ നാടകം അവതരിപ്പിച്ചത്.

ജാനസ് - വിജയ് ടെണ്ടുൽക്കറിന്റെ *സഖാറാം ബൈൻഡർ* എന്ന നാടകത്തിന്റെ സ്വതന്ത്രാവിഷ്കാരമാണ് *ജാനസ്.* ദിവ്യയാണ് സംവിധായിക.

നഗരവധു - ആനന്ദിന്റെ *കാലം* എന്ന നോവലിനെ ആധാരമാക്കി നാരായണൻ പട്ടാമ്പി അവതരിപ്പിച്ച നാടകം.

ബ്യൂട്ടിപാർലർ - എം സജിത, കെ എസ് ശ്രീനാഥ് എന്നിവർ ചേർന്നു സംവിധാനം ചെയ്തു.

ദ സ്പൈഡേഴ്സ് ഡ്രീം (മൈം) - മെക്സിക്കൻ വംശജ യുജിനീയ കാനോ പ്യൂഗോ, വിവിധതരം സ്വപ്നങ്ങളെക്കുറിച്ച് മൂകാഭിനയം നടത്തി.

മന്ഥരയുടെ അന്തരംഗം - കെ കെ സുബ്രഹ്മണ്യൻ സംവിധാനം ചെയ്തു. മന്ഥരയെക്കുറിച്ചുള്ള പരമ്പരാഗത വീക്ഷണങ്ങളെ നിരാകരിക്കുന്നു ഈ നാടകം.

സുന്ദരി: ഒരു നടൻ ഒരുങ്ങുന്നു - സുപ്രസിദ്ധ സംവിധായിക അനുരാധ കപൂർ സംവിധാനം ചെയ്ത ഈ നാടകം ജയശങ്കർ സുന്ദരി എന്ന നടന്റെ *അല്പം കണ്ണീരും കുറച്ചു പൂക്കളും* എന്ന ആത്മകഥയെ ആധാ

രമാക്കി രചിച്ചതാണ്.

വാമ - ബിബാസ് ചക്രവർത്തി സംവിധാനം ചെയ്ത മൂന്നു ലഘു നാടകങ്ങളുടെ ശൃംഖലയാണ് വാമ. ഉഷ ഗാംഗുലി മൂന്നു നാടകങ്ങളും തനിച്ച് രംഗത്ത് അവതരിപ്പിക്കുന്നു.

ഖോൽദോ - കഥകളിയുടെ ശൈലിയിൽ മായാകൃഷ്ണറാവു അവതരിപ്പിക്കുന്ന ഏകാഭിനയനാടകമാണ് *ഖോൽദോ.*

ഏക് പരികഥാദാർ - പ്രശസ്ത സംവിധായിക വിഭ്രാമിശ്ര അവതരിപ്പിച്ച നാടകം.

ഹിമ്മത്ത് മാ - ബർത്തോൾഡ് ബ്രഹ്തിന്റെ പ്രസിദ്ധ നാടകമായ *മദർ കറേജ് ആന്റ് ഹെർ ചിൽഡ്രൻ* ന്റെ ഹിന്ദി ആവിഷ്കാരമാണ് ഹിമ്മത്ത്മാ ഉഷാ ഗാംഗുലിയാണ് സംവിധാനം ചെയ്തത്.

ഉറുമ്പുകൾ സംസാരിക്കുന്നത് - സി എസ് ചന്ദ്രിക എഴുതി സംവിധാനം ചെയ്തത്, മേധ അവതരിപ്പിച്ച നാടകം.

കുളിമുറി - സ്ത്രീ നാടകപ്പണിപ്പുരയിൽ രൂപപ്പെടുത്തിയ *കുളിമുറി* എന്ന നാടകം, റഷ്യൻ നാടകത്തിൽനിന്ന് ആശയം ഉൾക്കൊണ്ട് നിർമ്മിച്ചതാണ്.

വ്യക്തമായി തിരിച്ചറിയുന്ന, നിർവ്വചിക്കപ്പെട്ട ഒരു സ്ത്രീ നാടകവേദി രൂപപ്പെടുന്നതിന്റെ ആദ്യാങ്കുരമാണ് 'സ്ത്രീനാടക പണിപ്പുര'യിൽ കാണാനാകുന്നത്. ഒരു തരത്തിൽ സ്ത്രീ നാടകവേദിയുടെ ഈറ്റില്ലം തന്നെയായിരുന്നു ഈ പണിപ്പുര.

(കടപ്പാട് - *കേളി* മാസിക, ലക്കം 1998, ഡിസംബർ - ജനുവരി)

നിരീക്ഷ: സ്ത്രീപക്ഷനാടകവേദി

മാളു ആർ എസ്

അരങ്ങിൽ സ്ത്രീസാന്നിദ്ധ്യം ഉറപ്പാക്കുക എന്നതിനപ്പുറം സ്ത്രീരാഷ്ട്രീയം അരങ്ങിലൂടെ മുന്നോട്ട് വയ്ക്കുക എന്ന ലക്ഷ്യം മുൻനിർത്തിയാണ് *നിരീക്ഷ സ്ത്രീനാടകവേദി* 1999 ൽ രൂപം കൊണ്ടത്. മലയാള നാടകവേദിയിലെ പരീക്ഷണനാടകങ്ങളിൽപ്പോലും അരങ്ങിലെത്തുന്ന സ്ത്രീകഥാപാത്രങ്ങളുടെ ദൃശ്യാവിഷ്കാരങ്ങൾ സമൂഹമനസ്സിൽ നിലനില്ക്കുന്ന സ്ത്രീസങ്കല്പങ്ങളെ മറികടക്കുന്നില്ല എന്ന തിരിച്ചറിവ് സ്ത്രീകളുടേതായ പുതിയ ദൃശ്യസംസ്കാരം രൂപപ്പെടുത്തുവാൻ സ്ത്രീനാടകപ്രവർത്തകർക്ക് പ്രേരണ നല്കുന്നു. നിലവിലുള്ള സാഹചര്യങ്ങളിൽ ഇത് പ്രാവർത്തികമാകണമെങ്കിൽ ആശയപരമായി മാത്രമല്ല സാമ്പത്തികമായും സ്ത്രീകളുടെ നേതൃത്വത്തിലുള്ള ഒരു സംഘം ആവശ്യമാണെന്നത് നിരീക്ഷയുടെ രൂപീകരണത്തെ സ്വാധീനിച്ചിരുന്നു.

സ്ത്രീനാടകവേദി എന്ന സങ്കല്പം സ്ത്രീപക്ഷരാഷ്ട്രീയം എന്നതുപോലെ വൈവിദ്ധ്യമായ ആശയഗതികളാൽ സമ്മിശ്രവും കലാനുസൃതമായി വിപുലപ്പെട്ടുകൊണ്ടിരിക്കുന്നതും ആയതിനാൽ യാതൊരുവിധ മുൻവിധികളുമില്ലാതെ തികച്ചും പരീക്ഷണസ്വഭാവമുൾക്കൊള്ളുന്ന ഒന്നായി പ്രായോഗികതലത്തിൽ പ്രവർത്തിക്കുവാൻ നിരീക്ഷ ശ്രമിക്കുന്നു. സ്ത്രീപക്ഷ പരീക്ഷണനാടകങ്ങൾക്ക് പുറമേ സ്ത്രീകൾക്കുവേണ്ടിയും കുട്ടികൾക്കുവേണ്ടിയുമുള്ള നാടകശില്പശാലകൾ, സ്ത്രീകളുടെ മറ്റു കലാരൂപങ്ങളുടെ പ്രോത്സാഹനം, കലാരൂപങ്ങളിലെ സ്ത്രീകളുടെ ചിത്രീകരണത്തെപ്പറ്റി സംവദിക്കുന്ന സെമിനാറുകൾ ഇവയെല്ലാം ഉൾക്കൊള്ളുന്ന പ്രവർത്തനപദ്ധതിയാണ് നിരീക്ഷയ്ക്കുള്ളത്.

1999 ൽ രൂപംകൊണ്ടതിനുശേഷം പ്രവർത്തനങ്ങളുടെ തുടക്കം കുട്ടികൾക്കായുള്ള നാടകശില്പശാലകളിലൂടെയായിരുന്നു. കുട്ടികളിൽ ആരം

ഭിച്ചതിന് ഒരു പ്രധാന കാരണമുണ്ട്. സ്കൂളുകളിൽ നല്കുന്ന ഔപചാരിക വിദ്യാഭ്യാസരീതി ഉൾക്കൊള്ളാനാവാതെ പോകുന്ന ലിംഗസമത്വ ബോധം പാഠമായി പഠിപ്പിക്കാതെതന്നെ ആൺ പെൺ കൂട്ടായ പ്രവർത്തനങ്ങളിലൂടെ സാധിച്ചെടുക്കാനാവുന്ന മേഖലയാണ് ജെന്ററിനെക്കുറിച്ച് സൂക്ഷ്മബോധമുള്ളവർ നയിക്കുന്ന നാടകശില്പശാലകൾ. അതുകൊണ്ടുതന്നെ അവധിക്കാല നാടകശില്പശാലകൾ ഗ്രാമപ്രദേശങ്ങളിലെ സ്കൂളുകൾ അല്ലെങ്കിൽ സംഘങ്ങളുമായി ചേർന്ന് സംഘടിപ്പിക്കുവാൻ നിരീക്ഷ പ്രത്യേകം ശ്രദ്ധിക്കുന്നു. നിരീക്ഷ സംഘടിപ്പിച്ച കുട്ടികളുടെ നാടക ശില്പശാലകളിൽ എടുത്തുപറയേണ്ട ഒന്നാണ് 2005 മേയ് മാസത്തിൽ കോട്ടയം തിരുവാർപ്പിലുള്ള ആർട്ടിസ്റ്റ് സുജാതൻ മാഷിന്റെ മേൽനോട്ടത്തിലുള്ള ആർട്ടിസ്റ്റ് കേശവൻസ്മാരക കലാമന്ദിരത്തിൽവച്ച് കേരളത്തിലെ ഒട്ടുമിക്ക ജില്ലകളിൽനിന്നും തിരഞ്ഞെടുക്കപ്പെട്ട കുട്ടികളുടെ ഒരു മാസം നീണ്ടുനിന്ന നാടകശില്പശാല. ഡൽഹിയിൽ പ്രവർത്തിക്കുന്ന പ്രസിദ്ധ നാടകക്കാരിയായ ശ്രീമതി മായാറാവു ആയിരുന്നു ശില്പശാല നയിച്ചിരുന്നത്. സുജാതൻ മാഷും സമാന ചിന്താഗതിക്കാരായ കലാകാരന്മാരും ചേർന്ന് നാട്ടുകാരുടെ മികച്ച സഹകരണത്തോടെ ഈ ശില്പശാല സംഘടിപ്പിക്കുവാൻ നിരീക്ഷയ്ക്ക് പിന്തുണ നല്കി. കലാസ്നേഹികളുടെ പിൻബലം ഉള്ളതുകൊണ്ടുതന്നെ വിപുലമായ രീതിയിലായിരുന്നു ശില്പശാല മുന്നോട്ടുപോയത്. എല്ലാ വൈകുന്നേരങ്ങളിലും വിവിധ കലാരൂപങ്ങളുടെ പ്രദർശനമുണ്ടായിരുന്നു. കുട്ടികളുടെ ഉല്പന്നപിരിവ് യാത്ര രസകരമായ അനുഭവമായിരുന്നു. സംഘാടകരും ശ്രീമതി മായാറാവുവും കുട്ടികളോടൊപ്പം യാത്ര ചെയ്തുകൊണ്ട് തിരുവാർപ്പിലെ നല്ല മനസ്സുകൾ നല്കിയ ഉല്പന്നങ്ങൾ ശേഖരിച്ചുവന്നായിരുന്നു ശില്പശാലയുടെ അടുക്കള മുന്നോട്ടു കൊണ്ടുപോയത്. ശില്പശാലയുടെ അവസാനദിനം കുട്ടികൾ അവതരിപ്പിച്ച് രണ്ട് ലഘുനാടകങ്ങൾ കാണുവാൻ നല്ലൊരു സദസ്സുണ്ടായിരുന്നു. ഈ ശില്പശാല നല്കിയ നല്ല ഓർമ്മകൾ സംഘാടകരോടൊപ്പം അതിൽ പങ്കെടുത്ത കുട്ടികളും സൂക്ഷിക്കുന്നുണ്ട് എന്നതിന്റെ തെളിവാണ് വർഷങ്ങൾക്കു ശേഷവും ഉദ്യോഗസ്ഥരും മറ്റുമായിത്തീർന്നവരിൽ പലരും ഇപ്പോഴും ഞങ്ങളുമായി ആ അനുഭവം പങ്കുവെക്കുന്നത്.

കുട്ടികൾക്കു വേണ്ടിയുള്ള ശില്പശാലകളുടെ സംഘാടനവും നടത്തിപ്പും നാട്ടുകാരുടെയും കുട്ടികളുടെയും സഹകരണങ്ങൾകൊണ്ട് ഉത്സാഹം നല്കുന്നവയാണെങ്കിൽ മറിച്ച് സ്ത്രീകൾക്ക് വേണ്ടി നടത്തുന്ന ശില്പശാലകൾ പല രീതികളിലുള്ള പ്രതിബന്ധങ്ങൾ മറികടന്ന് നടത്തേണ്ടതായി വരുന്നു. പ്രതിബന്ധങ്ങളിൽ ഏറ്റവും ദുഷ്കരമായി തീരുന്നത് നാടകത്തെക്കുറിച്ചുള്ള മനോഭാവമാണ്. സിനിമ, ടെലിവിഷൻ എന്നിവയെ അപേക്ഷിച്ച് ഇവിടെ നാടകം ഉന്നതമായ അവബോധം നല്കുന്നു. ആദ്യത്തേത് സ്ത്രൈണതയെ മാമൂൽവ്യവസ്ഥയ്ക്കുള്ളിൽ അടിയുറപ്പിച്ചു നിർത്തുകയും അതുവഴി ഗ്ലാമറും പണവും ലഭ്യമാക്കുകയും ചെയ്യുന്നു.

അതേസമയം തിയേറ്റർ ആകട്ടെ സ്വന്തം സ്വത്വത്തിന്റെ സത്യസന്ധമായ വിശകലനവും ദൃശ്യവല്ക്കരണവും ആവശ്യപ്പെടുന്ന പ്രവർത്തനമേഖലയാകുന്നു. അതുകൊണ്ടുകൂടിയാകാം ഈ മേഖലയോട് പൊതുവേ വിമുഖത കണ്ടുവരുന്നത്. എങ്കിലും 'ഭേരി' എന്ന ശീർഷകത്തിൽ 2005 മുതൽ എല്ലാ വർഷവും സ്ത്രീകൾക്കുവേണ്ടിയുള്ള ശില്പശാലകൾ സംഘടിപ്പിച്ചുവരുന്നു. ഇവയിൽ 2007-ാമാണ്ടിലെ 'ഭേരി' വർക്ക്ഷോപ്പുകൾ എടുത്തു പറയേണ്ടതാണ്. 2006 നടത്തുവാൻ കഴിയാതെ പോയതും കൂടി ഉൾപ്പെടുത്തിക്കൊണ്ട് രണ്ട് ശില്പശാലകളാണ് 2007 ൽ നടത്തിയത്. മേയ് മാസത്തിൽ സംഘടിപ്പിച്ച 15 ദിവസം നീണ്ടുനിന്ന നാടകത്തിന്റെ സാങ്കേതികവശങ്ങൾ സ്ത്രീകളെ പരിചയപ്പെടുത്തുന്ന ശില്പശാല നയിച്ചത് ദീപവിധാനരംഗത്തെ പ്രസിദ്ധനായ ശ്രീരാമമൂർത്തി ആയിരുന്നു. നാഷണൽ സ്കൂൾ ഓഫ് ഡ്രാമയുടെ ബാംഗ്ലൂർ റീജണൽ റിസോഴ്സ് സെന്ററിന്റെ സഹായത്തോടൊപ്പം കേന്ദ്ര സംഗീതനാടക അക്കാദമിയുടെ ധനസഹായവും ഇതിനു ലഭിച്ചു. നിരീക്ഷയുടെ മിക്കവാറും എല്ലാ പ്രവർത്തനങ്ങൾക്കും പിന്തുണ നല്കുകയും സ്ഥലം അനുവദിക്കുകയും ചെയ്തുവരുന്ന വൈലോപ്പിള്ളി സംസ്കൃതിഭവനും ഇതിൽ പങ്കാളിയായി. ശില്പശാലയിൽ ലൈറ്റിങ്, സെറ്റ് ഡിസൈനിങ്, വേഷ സംവിധാനം, ചമയം, പപ്പറ്ററി എന്നിവയിൽ പരിശീലനം നടത്തി.

ശില്പശാലയോടൊപ്പം മേയ് 27-ാം തീയതി സൗത്ത് സോൺ കൾച്ചറൽ സെന്ററിന്റെ സഹായത്തോടെ നടത്തിയ സ്ത്രീകളുടെ ഏകദിനകലോത്സവം വളരെയേറെ ശ്രദ്ധയാകർഷിച്ച പരിപാടിയായിരുന്നു. സ്ത്രീകൾ മാത്രം അവതരിപ്പിച്ച നാടൻ-ക്ലാസിക്കൽ കലാരൂപങ്ങളുടെ ഉദ്ഘാടനം ചിത്രകാരിയായ സജിത ശങ്കർ രൂപകല്പന ചെയ്ത 'ഫയർട്രീ (തീമരം) പങ്കെടുത്ത സ്ത്രീകൾ എല്ലാവരും ചേർന്നു കത്തിച്ചുകൊണ്ട് പുതുമയാർന്ന രീതിയിൽ നടന്നു.

ഈ വർഷംതന്നെ സെപ്തംബർ ഒക്ടോബർ മാസങ്ങളിലായി 15 ദിവസം നീണ്ടുനിന്ന സ്ത്രീകൾക്കായുള്ള അഭിനയക്കളരി പ്രസിദ്ധ നാടകപ്രവർത്തക അനാമിക ഹക്ക്സറുടെ നേതൃത്വത്തിൽ റഷ്യൻ കൾച്ചറൽ സെന്ററിന്റെയും നാഷണൽ സ്കൂൾ ഓഫ് ഡ്രാമയുടെയും സഹായത്തോടെ നടന്നു. ശില്പശാലയുടെ അവസാന ദിവസം ഗോർക്കിയുടെ *അമ്മ* എന്ന നോവലിനെ ആസ്പദമാക്കി സീൻവർക്ക് അവതരിപ്പിച്ചു. 40 മിനിറ്റ് ദൈർഘ്യമുള്ള ഈ അവതരണത്തിന്റെ രണ്ട് പ്രദർശനങ്ങളാണ് റഷ്യൻ കൾച്ചറൽ സെന്ററിൽ വച്ച് നടന്നത്. ഈ ശില്പശാലയിൽ പങ്കെടുത്ത പതിനഞ്ചോളം പെൺകുട്ടികൾ നാടക കലാരംഗങ്ങളിൽ അവരുടേതായ വ്യക്തിത്വം പ്രകടിപ്പിച്ചുവരുന്നു എന്നത് 2007 ലെ ഭേരിയുടെ വിജയമാണ്. തുർന്നുള്ള വർഷങ്ങളിലെ ശില്പശാലകൾ നിരീക്ഷയുടെ നാടകാവതരണത്തിനോടനുബന്ധിച്ചു നടത്തുകയായിരുന്നു.

ശില്പശാലകൾക്ക് പുറമേ സ്ത്രീകളുടെ കലാപ്രകടനങ്ങളുടെ പരമ്പരയായ 'എക്സ്പ്രഷൻസ് (Expressions) എന്ന പരിപാടിക്ക് 2004 ൽ

തുടക്കമിട്ടു. സ്ത്രീകളുടെ സ്വതന്ത്രമായ ഭാവനയ്ക്കൊരു വേദി എന്ന നിലയ്ക്കാണ് ഈ പരമ്പര വിഭാവനം ചെയ്തിരിക്കുന്നത്. ഇക്കാലം കൊണ്ട് ഹിന്ദുസ്ഥാനി സംഗീതം, നങ്ങ്യാർകൂത്ത്, ചിത്രകലാ പ്രദർശനം, പുസ്തകപ്രകാശനം എന്നീ പരിപാടികൾ നടത്തുകയും ചെയ്തു. ഇതിനു പുറമെ നിലനില്ക്കുന്ന കലാരൂപങ്ങളിൽ സ്ത്രീകളുടെ ചിത്രീകരണമെന്ന വിഷയത്തെ മുൻനിർത്തിയുള്ള സെമിനാർ പരമ്പരയായി 'റെപ്രസെന്റേഷൻസ്' (Representations)ന് രൂപം കൊടുക്കുകയും അതിന്റെ ഭാഗമായി 'Concepts of Nayika & Nati in the context of Malayalam Theatre' എന്ന വിഷയത്തിൽ 2008 മാർച്ചിൽ മായാറാവു, മങ്കൈ മുതലായ പ്രമുഖർ പങ്കെടുത്ത സെമിനാർ നടത്തുകയും ചെയ്തു.

നാടകശില്പശാലകൾക്കും മറ്റു പ്രവർത്തനങ്ങൾക്കുമൊപ്പം നിരീക്ഷ നാടകാവതരണത്തിന് അതീവ പ്രാധാന്യം നല്കുന്നുണ്ട്. യാഥാസ്ഥിതിക സ്ത്രീസങ്കല്പങ്ങളിൽനിന്നു ഭിന്നമായി ഒരു മറുകാഴ്ച സൃഷ്ടിക്കുവാൻ സ്ത്രീപക്ഷ നാടകാവതരണം അനിവാര്യമായിരുന്നു. സ്ത്രീകളുടെ രചനകളെ ആസ്പദമാക്കിയുള്ളതും സ്ത്രീകളുടെ സംവിധാനത്തിലും രൂപം കൊള്ളുന്ന വ്യത്യസ്ത ദൃശ്യബോധം സൃഷ്ടിപ്പിക്കുന്ന നാടകങ്ങളാണ് സംഘത്തിന്റെ ലക്ഷ്യം. നിരീക്ഷയുടെ പ്രധാന നാടകങ്ങളെല്ലാം രചിച്ചിരിക്കുന്നത് രാജരാജേശ്വരിയും സംവിധാനം ചെയ്തുവരുന്നത് സി വി സുധിയുമാണ്.

2001 ൽ തെരുവുനാടകാവതരണങ്ങളിലൂടെയാണ് ഇതിന് തുടക്കമിട്ടത്. നിരീക്ഷയ്ക്ക് പുറമേ മറ്റ് സ്ത്രീസംഘടനകളായ സേവാ. കേരള സ്ത്രീവേദി, അന്വേഷി എന്നിവയ്ക്ക് വേണ്ടിയും നിരവധി സ്ത്രീ വിഷയങ്ങൾ കൈകാര്യം ചെയ്യുന്ന തെരുവുനാടകങ്ങൾ രൂപപ്പെടുത്തി. 2002-ാം ആണ്ടിൽ തിരുവനന്തപുരം ചെഷയർ ഹോമിനുവേണ്ടി നിരീക്ഷ *കനൽപ്പോട്* എന്ന നാടകം വൈലോപ്പിള്ളി സംസ്കൃതി ഭവനിൽ ഏപ്രിൽ 30-ാം തീയതി അവതരിപ്പിച്ചു. ചെഷയർ ഹോമിൽ അന്തേവാസികളായിട്ടുള്ള വീൽചെയറിന്റെ സഹായത്തോടെ മാത്രം ചലിക്കുന്നവരായിരുന്നു ഇതിലെ നടീനടന്മാർ. മലയാള നാടകവേദിയിലെതന്നെ ആദ്യത്തെ സംഭവമായിരുന്നു നടനശാസ്ത്രസിദ്ധാന്തങ്ങൾക്ക് മുൻതൂക്കം നല്കുന്നതും ശാരീരികാഭിനയത്തെ വെല്ലുവിളിക്കുന്നതുമായ ഈ സംരംഭം. ഈ നാടകം ആ വർഷത്തെ സൂര്യാ നാടകോത്സവത്തിന്റെ ഭാഗമായി വി ജെ ടി ഹാളിൽ വീണ്ടും അവതരിപ്പിക്കപ്പെട്ടു. ചെഷയർ ഹോമുമായി നിരീക്ഷ തുടർന്നും സഹകരിച്ചുകൊണ്ട് അവർക്ക് വേണ്ടി ലഘുനാടകങ്ങൾ അവതരിപ്പിച്ചു. നാടകകല അന്യംവച്ച സമൂഹങ്ങളിലും നാടകം എത്തിക്കുക എന്ന ലക്ഷ്യം നേടുവാൻ ഇതിലൂടെ നിരീക്ഷയ്ക്കു കഴിഞ്ഞു.

വൈലോപ്പിള്ളി സംസ്കൃതിഭവനുവേണ്ടി വൈലോപ്പിള്ളി കവിതയായ *കുടിയൊഴിക്കലി*ന്റെ നാടകാവിഷ്കാരമായിരുന്നു നിരീക്ഷ അവതരിപ്പിച്ച ആദ്യത്തെ പ്രധാന നാടകം. 2005 മേയ് 11-ാം തീയതി വൈലോപ്പിള്ളി ജന്മദിനാഘോഷങ്ങളുടെ ഭാഗമായി സംസ്കൃതി ഭവനിൽ ഈ

നാടകം അരങ്ങേറി. തുടർന്ന് അനേകം വേദികളിൽ *കുടിയൊഴിക്കൽ* അവതരിപ്പിക്കുകയുണ്ടായി.

കേന്ദ്ര സാംസ്കാരിക വകുപ്പ് അനുവദിച്ച പ്രൊഡക്ഷൻ ഗ്രാന്റോടുകൂടി നിരീക്ഷ 2007 ൽ അവതരിപ്പിച്ച *പ്രവാചക* എന്ന നാടകം ഏറെ ശ്രദ്ധിക്കപ്പെട്ടു. 2007–2008 ലെ കേരള സംഗീത നാടക അക്കാദമി നടത്തുന്ന അമേച്വർ നാടകമത്സരത്തിൽ *പ്രവാചക*യ്ക്ക് ഏറ്റവും നല്ല നടിക്കുള്ള സമ്മാനം ലഭിച്ചു. എൻ എസ് ഡി സംഘടിപ്പിക്കുന്ന ദേശീയ നാടകോത്സവം ഉൾപ്പെടെ കേരളത്തിനകത്തും പുറത്തുമായി നിരവധി നാടകോത്സവങ്ങളിൽ പങ്കെടുത്തു.

അതിനുശേഷം കേന്ദ്ര സാംസ്കാരിക വകുപ്പിന്റെ ധനസഹായത്തോടെ തയ്യാറാക്കിയ *ആണുങ്ങളില്ലാത്ത പെണ്ണുങ്ങൾ* എന്ന നാടകം കേരള സംഗീത നാടക അക്കാദമിയുടെ 2010 ലെ അമേച്വർ നാടകമത്സരത്തിൽ അവതരിപ്പിച്ചു. മികച്ച സംവിധായികയ്ക്കും മികച്ച ചമയത്തിനുമുള്ള അവാർഡുകൾ ഈ നാടകം നേടി. തുടർന്ന് ITFOK (International Theatre Festivel of Kerala) 2010 ഉൾപ്പെടെ അനേകം വേദികളിൽ പ്രദർശിപ്പിച്ചു. ഈ വർഷവും ഈ നാടകം കൂടുതൽ വേദികളിലെത്തിക്കുവാനുള്ള തയ്യാറെടുപ്പിലാണ്. ഇറാനിയൻ എഴുത്തുകാരിയായ ഷഹർനുഷ് പർസി പൂരിന്റെ *സനാൻ ബേദുൻ മർദാൻ* എന്ന നോവലിനെ അവലംബിച്ചു കൊണ്ടുള്ളതാണ് നാടകം.

2009 മാർച്ചിൽ നിരീക്ഷ അവതരിപ്പിച്ച മറ്റൊരു നാടകം ഇന്റർനെറ്റ് വിപ്ലവം നടക്കുന്ന സമകാലീന ആശയവിനിമയ പശ്ചാത്തലത്തിൽ സ്ത്രീയുടെ സ്വത്വം അന്വേഷിക്കുന്ന *ദി ട്രോൾ* ആണ്. എം ജി യൂണിവേഴ്സിറ്റിയുടെ സ്കൂൾ ഓഫ് ഗാന്ധിയൻ തോട്സ് ആന്റ് സ്റ്റഡീസ് നടത്തിയ നാഷണൽ സെമിനാറിന്റെ ഭാഗമായി ഈ നാടകം മാർച്ച് മാസത്തിൽ അവതരിപ്പിച്ചു.

നിരീക്ഷയുടെ സ്വന്തം അവതരണങ്ങൾക്കു പുറമേ, മറ്റു സ്ത്രീ സംഘടനകളുമായി ചേർന്ന് നാടകാവതരണങ്ങൾ നടത്തുന്നുണ്ട്. കോഴിക്കോടുള്ള അന്വേഷിക്കുവേണ്ടി സ്നേഹലത റെഡ്ഡിയുടെ *സീത* എന്ന രചന 2009 മേയ് മാസത്തിലെ സുരാസു ഫെസ്റ്റിവെലിൽ അവതരിപ്പിച്ചു. കഴിഞ്ഞ വർഷം ഒക്ടോബർ മാസം സജിത ശങ്കറുടെ നേതൃത്വത്തിലുള്ള ഗൗരി ആർട്ട്സിന്റെ ഉദ്ഘാടന പരിപാടിയുടെ ഭാഗമായി *എക്കോ ഓഫ് ദി ഡേ*, എന്ന പേരിൽ ശ്രീലത അവതരിപ്പിച്ച സോളോ പെർഫോമൻസിനു രൂപകല്പന നല്കി. ചിത്രകാരിയുടെ രചനകളിൽ നിന്നും പ്രകൃതിയിൽ നിന്നും പ്രചോദനം ഉൾക്കൊണ്ട് രൂപപ്പെടുത്തിയ *എക്കോ ഓഫ് ദി ഡേ.* ഒരു പുതിയ അവതരണരീതിയുടെ പരീക്ഷണമായിരുന്നു. അവതരിപ്പിക്കുന്ന ഇടം അനുസരിച്ച് വ്യത്യസ്തമാകുന്ന ഈ പെർഫോമൻസ് 2011 ലെ പി ആർ ഡി കോഴിക്കോട് വച്ച് നടത്തിയ ദേശീയ നാടകോത്സവത്തിൽ അവതരിപ്പിക്കുകയും വളരെയേറെ ശ്രദ്ധ പിടിച്ചുപറ്റുകയും ചെയ്തു.

നിരീക്ഷയുടെ നാടകങ്ങളിലെ പുരുഷ കഥാപാത്രങ്ങളെ അവതരിപ്പിക്കുന്നത് പുരുഷന്മാർ തന്നെയാണ്. അതുപോലെ സാങ്കേതിക രംഗത്തും - സെറ്റ്, ലൈറ്റ്, സംഗീതം എന്നിവയിൽ - പുരുഷന്മാർ പ്രവർത്തിക്കുന്നു. സ്ത്രീനാടകവേദി എന്ന ആശയത്തെ ഗൗരവമായി കാണുന്ന നിരീക്ഷയുടെ പ്രസക്തി തിരിച്ചറിയുന്നവരാണ് അവരെല്ലാവരും. പ്രത്യേകിച്ച് സ്കൂൾ ഓഫ് ഡ്രാമയിലെ സീനിയർ അദ്ധ്യാപകനായ ഡോ. ഷിബു എസ് കൊട്ടാരം, അതുപോലെ കേരള യൂണിവേഴ്സിറ്റി ഡിപ്പാർട്ടുമെന്റ് ഓഫ് വിഷ്വൽ ആൻഡ് പെർഫോമിങ് ആർട്സിലെ അദ്ധ്യാപകനായ ഡോ. രാജാവാര്യർ എന്നിവരുടെ പരിപൂർണ്ണ പിന്തുണ നിരീക്ഷയുടെ സ്ത്രീപക്ഷ നാടകപരീക്ഷണങ്ങൾക്ക് ലഭിച്ചുവരുന്നു.

സ്ത്രീകൾക്കായി സ്വന്തമായൊരു ഇടം എന്ന സ്ത്രീപക്ഷവാദികളുടെ സ്വപ്നം എന്നതിനുപുറമെ സ്ത്രീപക്ഷ നാടകവേദിയിലെ പരീക്ഷണങ്ങളും അതിനായുള്ള വർക്ക്ഷോപ്പുകളും കലോത്സവങ്ങലും തടസ്സമില്ലാതെ നടത്തുവാനായി നിരീക്ഷയുടെ പേരിൽ ഭൂമി വാങ്ങുകയെന്നത് തുടക്കത്തിലേ പ്രധാന ലക്ഷ്യങ്ങളിലൊന്നായിരുന്നു. 2005 ൽ രാജരാജേശ്വരിയും സുധിയും നല്കിയ ധനസഹായത്തോടെ ഇത് പ്രാവർത്തികമാക്കുവാൻ കഴിഞ്ഞു. എന്നാൽ സാമ്പത്തിക ബുദ്ധിമുട്ടുകൾ മൂലം ഇതിൽ നാടകത്തിനായുള്ള ഒരു പരിശീലനത്തറ നിർമ്മിക്കുവാൻ കുറച്ചുകൂടി കാലതാമസമുണ്ടായി. ഒടുവിൽ 2008 ൽ പ്രമുഖ സ്ത്രീപ്രവർത്തകയും മത്സ്യത്തൊഴിലാളി മേഖലയിലെ പ്രവർത്തകയുമായ നളിനി നായിക്കിന്റെ സഹായത്തോടെ ഒരു പരിശീലനത്തറ ഉണ്ടാക്കിയെടുക്കാൻ സാധിച്ചു. ഇപ്പോൾ ഇത് വിപുലപ്പെടുത്തിക്കൊണ്ടിരിക്കുകയാണ്. അങ്ങനെ സ്വന്തമായൊരു തറയും കഴിഞ്ഞ രണ്ടുവർഷങ്ങളായി കേന്ദ്ര സാംസ്കാരിക വകുപ്പു നല്കുന്ന സാലറി ഗ്രാന്റും കൂടി ചേർത്ത് ഒരു നാടകവേദിക്ക് വേണ്ടി അടിസ്ഥാന സൗകര്യങ്ങൾ നേടിയെടുക്കാൻ നിരീക്ഷയ്ക്ക് സാധിച്ചിട്ടുണ്ട്. ഇനി തുടർച്ചയുള്ളതും കൂടുതൽ വൈവിദ്ധ്യമാർന്നതുമായ പ്രവർത്തനങ്ങൾ നടത്തുവാൻ കഴിയുമെന്ന പ്രതീക്ഷയോടെ മുന്നോട്ടു പോകുന്നു.

ജിഷയുടെ നാടകവേദി

പി സി ഹരീഷ്

"മഹത്തായ ഒരു മനസ്സിൽ ഒരേ സമയം സ്ത്രീപുരുഷ ലക്ഷണങ്ങൾ അടങ്ങിയിരിക്കും എന്ന് പറഞ്ഞത് ആംഗലേയ കവിയും നിരൂപകനുമായ കോൾറിഡ്ജ് ആണ്. ഈ സംയോഗം നടക്കുമ്പോഴാണ് സർഗ്ഗാത്മകമായ മനസ്സ് അതിന്റെ ഉല്പാദനക്ഷമത പൂർണ്ണമായും കൈവരിക്കുന്നത്. ശുദ്ധപുരുഷമനസ്സിന് ഒരുപക്ഷേ, ഒന്നും സൃഷ്ടിക്കാൻ കഴിഞ്ഞെന്നുവരില്ല. അതേ അവസ്ഥ തന്നെയാണ് ശുദ്ധ സ്ത്രൈണമനസ്സിനും. ആ നിലയ്ക്ക് ഉഭയലിംഗമനസ്സുകൾ സ്വാഭാവികമായും സ്ത്രീകളുടെ പ്രശ്നങ്ങൾ ഏറ്റെടുക്കുകയും അവയുടെ വ്യാഖ്യാനങ്ങൾക്ക് വേണ്ടി സ്വയം അർപ്പിക്കുകയും ചെയ്യും. അത് സർഗ്ഗാത്മകവും ഉജ്ജ്വലവും അഖണ്ഡവും ആയിരിക്കുകയും ചെയ്യും...!!" (*എഴുത്തുകാരിയുടെ മുറി*, മലയാള പരിഭാഷ, 6-ാം അദ്ധ്യായം പു. 114)

'ഫെമിനിസം' എന്ന വാക്ക് സ്ഥാനത്തും അസ്ഥാനത്തും പ്രയോഗിച്ച് അതിന്റെ അർത്ഥധ്വനികളത്രയും വികലമായിത്തീർന്ന ഈ ചുറ്റുപാടുകളിൽ നിന്നുകൊണ്ട് പെണ്ണരങ്ങിന്റെ തുറസ്സുകളിലേക്ക് കണ്ണോടിക്കുമ്പോൾ പോയ നൂറ്റാണ്ടിലെ ഏറ്റവും തീക്ഷ്ണമായ ഫെമിനിസ്റ്റ് എഴുത്തുകാരിയായ വെർജീനിയ വുൾഫിന്റെ വാക്കുകൾ ഇവിടെ ഓർക്കാതിരിക്കുവാൻ ആവില്ല. ശുദ്ധ സ്ത്രൈണമനസ്സിന്റെ പരിമിതി കൊണ്ടാണ് ലിംഗാധിഷ്ഠിതമായി മാത്രം സ്ത്രീകളുടെ സമകാലിക പ്രശ്നങ്ങൾക്ക് പരിഹാരമന്വേഷിക്കുന്ന തീവ്രഫെമിനിസ്റ്റുകൾ ലക്ഷ്യങ്ങളിൽ എത്താതെ പോകുന്നത്.

ഇത്രയും ആമുഖമായി പറഞ്ഞുകൊണ്ടല്ലാതെ കേരളത്തിലെ ഫെമിനിസ്റ്റ് തിയേറ്റർ ഗ്രൂപ്പായ തൃശൂരിലെ 'അഭിനയ നാടകകലാസമിതി'യെയും അതിന്റെ അമരക്കാരിയായ ജിഷയെയും പറ്റി പറഞ്ഞാൽ ശരിയാകില്ല.

തൃശൂർ ജില്ലയിലെ കുറ്റൂർ എന്ന ഗ്രാമത്തിൽ അഭിനയ നാടകകലാസമിതിയുടെ പ്രവർത്തനങ്ങൾ വർഷങ്ങളായി തുടരുന്നുണ്ടെങ്കിലും 1-4-2006 ലാണ് സംഗീത നാടക അക്കാദമിയിൽ രജിസ്ട്രേഷൻ നടത്തിയത്. തുടർന്ന് 2011 ൽ ചാരിറ്റബിൾ ആക്ട് അനുസരിച്ചും സംഘം രജിസ്റ്റർ ചെയ്തു. അതിനുമുമ്പ് തന്നെ ഈ പ്രദേശത്തെ തൊഴിലെടുക്കുന്ന സ്ത്രീകളുടെ കൂട്ടായ്മയിലൂടെ നാടകസംഘം പ്രവർത്തിച്ചുകൊണ്ടിരുന്നു. ജോലിയോടൊപ്പം നാടകാവതരണമെന്ന സവിശേഷതയും സംഘം കാത്ത് സൂക്ഷിക്കുന്നു. സ്ത്രീകളുടെ നാടകവേദിയോടൊപ്പം കുട്ടികളും അരങ്ങിലെത്തുന്നുണ്ട്. മദ്ധ്യവേനൽ അവധികളിൽ കുട്ടികൾക്കായി നാടകശില്പശാലയും ക്ലാസും നടത്തുന്നുണ്ട്.

2006 ൽ *കുറിയേടത്ത് താത്രി*യിലൂടെ സ്വന്തമായി രചനയും സംവിധാനവും ആവിഷ്കാരവും നിർവ്വഹിച്ചുകൊണ്ടായിരുന്നു ജിഷ മലയാളത്തിന്റെ പെണ്ണരങ്ങിന് സ്വയം സമർപ്പിച്ചത്. അഭിനയ നാടകകലാസമിതിയുടെ പേരിൽ തൃശൂർ റീജിയണൽ തിയേറ്ററിൽ നാടകത്തിന്റെ ആദ്യ അവതരണം നടത്തി.

“ഇരച്ചുകയറണം... എനിക്ക് പുരുഷന്റെ നെഞ്ചുകളിലേക്ക് ഇരച്ചു കയറണം. എല്ലിൻകൂടുകളും രക്തക്കുഴലുകളും വലിച്ചെടുത്ത് എറിഞ്ഞ് കളിക്കണം. അവന്റെ എല്ലാ അടവുകളും അവനെ വീഴ്ത്താൻ പയറ്റുക. കാട് വെട്ടി തെളിക്കേണ്ടവർ കാട്ടുവഴികളിലൂടെ തന്നെയാണ് മുന്നോട്ട് നീങ്ങേണ്ടത്,” എന്ന മട്ടിലുള്ള താത്രിക്കഥകളിലെ അതിതീവ്ര ആൺവിരുദ്ധ കാഴ്ചപ്പാടിലൂടെ ഒരു താത്രീകലാപമോ അതല്ലെങ്കിൽ കണ്ണുനീരിന്റെയും ഗദ്ഗദത്തിന്റെയും ഭ്രഷ്ടിന്റെയും താത്രീവിലാപമോ ആക്കാതെ പ്രണയത്തെ തന്നെ പ്രണയിച്ചവളുടെ മനസ്സിനുള്ളിലേക്ക് ഒരു ശലഭയാത്ര നടത്തുകയായിരുന്നു ജിഷ. പുരുഷൻ നിർവ്വചിച്ചു വച്ച സ്വാതന്ത്ര്യത്തിന്റെ ലക്ഷ്മണരേഖകൾ മറികടക്കേണ്ടവളാണ് താൻ എന്ന സ്ത്രീബോധത്തെ ശക്തമായിത്തന്നെ അടയാളപ്പെടുത്തുകയും ചെയ്യുന്നുണ്ട് ഈ ദൃശ്യാവിഷ്കാരത്തിൽ. സ്ത്രീപക്ഷ ചിന്തകളുടെ തലം ആൺകോയ്മ അടയാളപ്പെടുത്തുന്ന സദാചാരവ്യവസ്ഥകൾക്ക് പുറത്ത് കടക്കുമ്പോഴാണ് യഥാർത്ഥത്തിൽ അത് വിമോചനപരമായി തീരുന്നത്. കുറിയേടത്ത് താത്രിയെന്ന ബിംബത്തിലൂടെ വളരെ സമർത്ഥമായാണ് ജിഷ തന്റെ നിലപാടുകൾ അടയാളപ്പെടുത്തിയത്.

ഒരു പെൺകുട്ടിയെ എങ്ങനെ ബലാത്സംഗം ചെയ്ത് കൊല്ലാം (16-10-07 സാഹിത്യ അക്കാദമി ഹാൾ, തൃശൂർ) *ഖസാക്കിന്റെ ഇതിഹാസം* (സാഹിത്യ അക്കാദമി, തൃശൂർ, ഡി സി ബുക്സ്, പുസ്തകോത്സവം എറണാകുളം 3-11-2008) കൂടാതെ കോഴിക്കോട്, കണ്ണൂർ, തിരുവനന്തപുരം വൈലോപ്പിള്ളി സംസ്കൃതി ഭവൻ തുടങ്ങി ഒട്ടേറെ വേദികൾ), *മയ്യഴിപ്പുഴയുടെ തീരങ്ങളിൽ, പ്രകാശം പരത്തുന്ന പെൺകുട്ടികൾ* തുടങ്ങിയ ഏകപാത്ര നാടകങ്ങളും അഭിനയ നാടകസമിതി അരങ്ങിലെത്തിച്ചു. *നമുക്കിടയിൽ ഏതോ സ്ത്രീ ബോംബ്* ഉണ്ടാക്കുന്നു (8-2-10 ഡി സി ബുക്സ്

പുസ്തകോത്സവം, എറണാകുളം), *സാംസ്കാരിക നഗരിയിൽ നിന്ന് അരുണാചന്ദ്രമോഹൻ* (9-12-10 റീജിണൽ തിയേറ്റർ തൃശൂർ) ഏതോ ചിറകടിയൊച്ചകൾ (24-4-11 റീജിണൽ തിയേറ്റർ, തൃശൂർ) *ബാബുക്ക* (16-9-2011 പനങ്കുറുശ്ശി ക്ഷേത്രം ചെല്ലത്തൂർ, പാലക്കാട്) *മരണാനന്തരം* (12-11-11 കുറ്റൂർ എൽ പി സ്കൂൾ, തൃശൂർ) *രണ്ടാഴ്ച കഴിഞ്ഞ് വരൂ* (2-3-12 റീജിണൽ തിയേറ്റർ, തൃശൂർ) എന്നിങ്ങനെ വൈവിദ്ധ്യമാർന്ന സ്ത്രീപുരുഷ നാടകങ്ങൾ കരുത്തോടെ സംഘം അവതരിപ്പിച്ചു. അഭിനയ നാടകകലാസമിതിയുടെ മുഖ്യസാരഥിയായ ജിഷയാണ് സംഘം അവതരിപ്പിക്കുന്ന മിക്ക നാടകങ്ങളുടെയും രചനയും സംവിധാനവും നിർവ്വഹിക്കുന്നത്. സ്ത്രീ സംവിധായികയെന്ന മാറ്റിനിർത്തൽ ഇല്ലാതെയാണ് സംഘത്തിലെ പുരുഷന്മാർ സഹകരിക്കുന്നത്.

നാടകം ഉൾപ്പെടെയുള്ള കലാസൃഷ്ടികൾ എല്ലാം തന്നെ ആസ്വാദകമനസ്സുകളിലെ ആത്മീയ ഭാവങ്ങളുടെ സ്ഥൂലവും സുവ്യക്തവും പരിഷ്കൃതവുമായ രൂപാന്തരങ്ങളാണെന്ന പ്രൊഫ. നരേന്ദ്രപ്രസാദിന്റെ നിഗമനം ഇവിടെ ചേർത്തുവയ്ക്കുകയാണ്. ആസ്വാദകർ തനിയെ എത്തിച്ചേരാത്ത സത്യങ്ങളിലേക്ക് അഥവാ അനുഭൂതികളിലേക്ക് അതല്ലെങ്കിൽ സർഗ്ഗാത്മക കലാപങ്ങളിലേക്ക് അവരെ കൂട്ടിക്കൊണ്ടു പോവുക. ആത്യന്തികമായി ഓരോ കലാസൃഷ്ടിയും നിർവ്വഹിക്കേണ്ടത് ഈ ധർമ്മമാണ്. അരങ്ങിലെ ദൃശ്യാനുഭവവും ഇതിൽനിന്ന് വിഭിന്നമാകരുത്. ഈ കലാമർമ്മം മനസ്സിലാക്കുകയും അതനുസരിച്ച് രചനകളിലും ആഖ്യാനങ്ങളിലും അത് സമർത്ഥമായി സന്നിവേശിപ്പിക്കുകയും ചെയ്യുന്ന ഈ മാധ്യമപ്രവർത്തകയുടെ സവിശേഷത നാടകത്തിന്റെ അക്കാദമിക ശാഠ്യങ്ങളുടെ കെണിയിൽ ഇവർ പെട്ടുപോയിട്ടില്ലായെന്നതാണ്. നാടകപാഠപുസ്തകങ്ങളെ അനുസരിക്കാതെ സ്വയം ഒരു നാടകപാഠപുസ്തകമായി മാറാനുള്ള സ്വാഭാവികശ്രമം ഈ സംവിധായികയുടെ ആദ്യനാടകമായ *കുറിയേടത്ത് താത്രിയിൽ*നിന്ന് തന്നെ തുടങ്ങുന്നു. ഏറ്റവും അവസാനത്തെ *മുലനാവുകാരോട് ചില സുവിശേഷങ്ങൾ* എന്ന നാടകത്തിൽ വരെ അത് ദീപ്തമായി തുടരുകയും ചെയ്യുന്നു.

ധാർമ്മിക പ്രശ്നങ്ങൾക്കെല്ലാം റെഡിമെയ്ഡ് ഉത്തരങ്ങൾ ലഭ്യമായിരുന്ന പ്രാചീന സംസ്കൃതിയിൽനിന്ന് ആഗോളവല്ക്കരണ ക്ലൈമാക്സ് കാലത്ത് എത്തിച്ചേരുമ്പോൾ കലയും കലാപ്രകടനവും അതനുസരിച്ച് മാറുക തന്നെ വേണം. ഈശ്വരൻ നഷ്ടപ്പെട്ട, മനസ്സ് നഷ്ടപ്പെട്ട, അനുനിമിഷം മാറിക്കൊണ്ടിരിക്കുന്ന ഒരുസമൂഹത്തിൽ ഭാവുകത്വമെന്നത് ചലനവിധേയമാണ്.

പ്രശ്നങ്ങൾ അവതരിപ്പിക്കുകയും അവയ്ക്ക് പരിഹാരനിർദ്ദേശങ്ങൾ നല്കുകയും ചെയ്യുന്ന ഒരാളെയോ ഒരു സംഘത്തെയോ അല്ല സാമാന്യബുദ്ധിയുള്ള പ്രേക്ഷകൻ അഥവാ പ്രേക്ഷക അരങ്ങിൽ പ്രതീക്ഷിക്കുന്നത്. അവർ അവരുടെ സ്വത്വം ആണ് ആരായുന്നത്. സ്വന്തം അവസ്ഥാവിശേഷത്തിന്റെ ആത്യന്തികമായ മാനുഷികത. അവർ അന്വേഷിക്കുന്നത്

അരങ്ങിന്റെ ജ്യാമിതീയ നിർമ്മിതിയോ അതിന്റെ ചിട്ടകളോ പാഠ്യക്രമമോ ഒന്നുമല്ല. വെളിച്ചത്തിന്റെ തെരുക്കൂത്തുകളും പ്രോപ്പർട്ടി, ലെവലുകൾ, മാസ്ക് ഇത്യാദി അക്കാദമിക് ശാഠ്യങ്ങളുമല്ല. സ്വന്തം അവസ്ഥാവിശേഷത്തിന്റെ മാനുഷികാംശം എത്രമാത്രം സമഗ്രവും രൂക്ഷവും ദീപ്തവും അഗാധവുമായി അരങ്ങിൽ ആവിഷ്കൃതമാകുന്നു എന്നതാണ് അവരുടെ അന്വേഷണം. സമകാലിക യാഥാർത്ഥ്യങ്ങളുടെ ആഘാതങ്ങൾ സൗന്ദര്യാത്മകമായ ഒരു അനുപാതത്തിൽ സന്നിവേശിപ്പിക്കുക എന്നതായിരിക്കണം അരങ്ങ് ഒരുക്കുന്ന ഒരാളുടെ മിടുക്ക്. സർഗ്ഗപരത, ആസ്വാദകനിൽ രൂപപ്പെടുന്ന ബോധപ്രപഞ്ചം, രസാനുഭൂതി ഇതൊക്കെയാണ് അവനിലെ അഥവാ അവളിലെ മനുഷ്യത്വത്തിന്റെ അനാവരണം. ഇവിടെ സത്യവും സൗന്ദര്യവും ഏകതാളത്തിൽ ത്രസിക്കുന്നു. അരങ്ങും പ്രേക്ഷകനും ഒന്നാകുന്നു. നാടകമെഴുത്തുകാരിയും സംവിധായികയും ആവിഷ്കർത്താവും ആസ്വാദകരും ഒന്നായി മാറുന്നു. രചനാവേളയിൽ ആഖ്യാതാവിന്റെയുള്ളിൽ വിരിയുന്ന പൂവിതൾ ആഖ്യാനാന്ത്യത്തിൽ പ്രേക്ഷകമനസ്സിലും പ്രതിഫലിക്കണം. ആ അനുഭവം ആസ്വാദകന് നിർവ്വചിക്കാനാകാത്ത രസാനുഭൂതി പ്രദാനം ചെയ്യണം.

സ്വയം എരിയുന്നവന്റെ അഥവാ എരിയുന്നവളുടെ ജ്വാലാകലാപമാണ് ഓരോ കലാസൃഷ്ടിയും. അഭിനയ എന്ന നാടകകലാസമിതിയും ജിഷയെന്ന നാടകപ്രവർത്തകയും മലയാള നാടകവേദിയിൽ അടയാളപ്പെടുത്തിക്കൊണ്ടിരിക്കുന്നത് ഇതാണ്. ജിഷയുടെ ഏറ്റവും പുതിയ ദൃശ്യാഖ്യാനമായ *മുലനാവുകാരോട് ചില സുവിശേഷങ്ങളിലും* ഇതിന്റെ ലാവാപ്രവാഹത്തിൽ പ്രേക്ഷകർ പൊള്ളിപ്പിടിച്ചിരുന്നു. 20-9-12 ൽ തിരുവനന്തപുരത്തെ വൈലോപ്പിള്ളി സംസ്കൃതി ഭവനിലായിരുന്നു ആദ്യ അവതരണം.

പണ്ട് പണ്ട് ഒരു രാജ്യത്ത് മുലക്കരം കൊടുക്കാൻ കഴിയാത്ത സ്ത്രീകളുടെ മുലകളെല്ലാം രാജാക്കന്മാർ അരിഞ്ഞുവീഴ്ത്തി. ബാക്കിയുള്ള സ്ത്രീകളാകട്ടെ സ്വന്തം മുലകൾ പിഴുതെടുത്ത് രാജാക്കന്മാരുടെ മുഖത്തെറിഞ്ഞു. എന്നാൽ അക്കൂട്ടത്തിൽനിന്നും നിറഞ്ഞ മുലകളുമായി ഒരുവൾ ഇറങ്ങിയോടി.. ചരിത്രത്തിലേക്ക്.... അവൾക്കായി കാത്തിരുന്ന അടുക്കളയിൽ, അല്ലെങ്കിൽ പുരുഷൻ അവൾക്കായി പണിതുവച്ചിരുന്ന അഞ്ചാംപുരയ്ക്കുള്ളിൽ. പുകഞ്ഞുനീറുന്ന സ്ത്രീസ്വാതന്ത്ര്യമോഹങ്ങളുടെ ചിറകടിയൊച്ചകൾ. അവൾ അടുപ്പിനുള്ളിൽ ചുട്ടെടുക്കുന്നത് സ്വന്തം കണ്ണുനീർത്തുള്ളികളാണ്. മുലക്കച്ചയ്ക്കകത്ത് ആൺധാർഷ്ട്യത്തിന്റെ സ്പർശനത്തിനായി കാത്തിരിക്കുന്ന നനുത്ത മുലക്കണ്ണുകളല്ല, ഇപ്പോഴവൾക്കുള്ളത്. അവന്റെ ഭ്രാന്തൻ കൈത്തലങ്ങളെയും അറപ്പിക്കുന്ന ചുണ്ടുകളെയും കുത്തിക്കീറാൻ പോന്ന ചിരവനാവുപോലെ മൂർച്ചയേറിയ മുലക്കണ്ണുകൾ... പുതിയ കാലത്ത് സ്ത്രീശരീരത്തിന്റെയും മനസ്സിന്റെയും പുനർനിർമ്മിതിയുടെ അനിവാര്യതയ്ക്ക് ഈ ദൃശ്യാഖ്യാനം അടിവരയിടുന്നു. പെൺസ്വത്വബോധത്തിന്റെ പകർന്നാട്ടത്തിന് തിരശ്ശീലയുയരുന്നത്

പ്രേക്ഷകമനസ്സിലാണ്.

ജിഷ തന്റെ ഓരോ രചനയിലും വ്യാഖ്യാനിക്കുന്നതും അപഗ്രഥിക്കുന്നതും സ്വാതന്ത്ര്യത്തിന്റെ പുതിയ ആകാശങ്ങളാണ്. സ്വാതന്ത്ര്യത്തിന് നിർവ്വചനങ്ങൾ പലതുണ്ടെങ്കിലും പൊതുവായ അർത്ഥത്തിൽ മനുഷ്യൻ അവന്റെ ആവശ്യം കണ്ടെത്തുന്നത് തന്നെയാണ് സ്വാതന്ത്ര്യം. ശീലങ്ങൾ കൊണ്ടും അത് സൃഷ്ടിച്ച ആത്മവഞ്ചന കൊണ്ടും സ്വാതന്ത്ര്യം പലപ്പോഴും അർത്ഥരഹിതമായി പോകാറുണ്ടെന്ന് മാത്രം. ഉത്തമഭാര്യ, അനുസരണയുള്ള മകൾ, വിശ്വസ്തയായ കാമുകി, സർവ്വംസഹയായ അമ്മ ഇത്യാദി ബഹുമതിമുദ്രകൾ ചാർത്തിക്കൊടുത്ത് സ്ത്രീസ്വാതന്ത്ര്യമോഹങ്ങളെ തന്ത്രപൂർവ്വം തല്ലിക്കെടുത്തുന്ന ആൺകോയ്മാവ്യവസ്ഥിതിയുടെ ബാക്കി പത്രങ്ങൾ. സ്ത്രീകളുടെ ദുരന്തമാണിത്. ഇതിൽനിന്ന് രക്ഷപ്പെടുമ്പോഴാണ്, അതല്ലെങ്കിൽ രക്ഷപ്പെടാൻ ശ്രമിക്കുമ്പോഴാണ് നിഷേധം നിഷേധി എന്നൊക്കെയുള്ള ആക്രോശങ്ങൾ അവൾക്കുമേൽ പതിക്കുന്നത്. സ്വാതന്ത്ര്യം ഏറ്റുവാങ്ങാൻ സ്വാഭാവികമായും നിഷേധിയാവാതെ തരമില്ലല്ലോ. ജിഷയുടെ രചനകളും ആവിഷ്കാരങ്ങളും സാക്ഷ്യപ്പെടുത്തുന്നത് ഇതാണ്.

നിഷേധികൾ മാത്രമല്ല, പ്രണയാതുരരും കൂടിയാണ് ജിഷ നെഞ്ചേറ്റുന്ന കഥാപാത്രങ്ങൾ, ചുംബനങ്ങൾ ജീവന്റെ അടയാളമെന്നപോലെ പ്രണയവും സ്ത്രീയുടെ സ്വാതന്ത്ര്യപ്രഖ്യാപനത്തിന്റെയും അടയാളങ്ങൾ തന്നെ. ജിഷ രചനയും സംവിധാനവും ആവിഷ്കാരവും നിർവ്വഹിച്ച *കുറിയേടത്ത് താത്രി, സാംസ്കാരിക നഗരിയിൽനിന്നും അരുണാ ചന്ദ്രമോഹൻ, ഏതോ ചിറകടിയൊച്ചകൾ, മുലനാവുകാരോട് ചില സുവിശേഷങ്ങൾ* എന്നീ ദൃശ്യാവിഷ്കാരങ്ങളുടെ ആഖ്യാനത്തിലും, സൗഹൃദക്കൂട്ടായ്മകളിലൂടെ രൂപപ്പെടുത്തിയ *ഖസാക്കിന്റെ ഇതിഹാസത്തിലൂടെ, പ്രകാശം പരത്തുന്ന പെൺകുട്ടികൾ, മയ്യഴിപ്പുഴയുടെ തീരങ്ങളിലൂടെ, ചന്ദനമരങ്ങൾ* എന്നിവയിലുമൊക്കെ ജിഷ അടയാളപ്പെടുത്തുന്നത് ഈ പ്രണയമുദ്രകളാണ്.

ചന്ദനമരങ്ങളുടെ പ്രവേശികയിൽ ജിഷ പറയുന്നു. "വളരെ കുറച്ച് കാര്യങ്ങൾ മാത്രമേ ജീവിതത്തിന് ആവശ്യമുള്ളൂ. തുറന്നിട്ട ഒരു ജാലകം... പൂപാത്രത്തിലെ പുത്തനിലകൾ.. ചിന്തിക്കാനൊരു പുസ്തകം, സ്നേഹിക്കുന്ന ഒരാളുടെ കരം. പ്രണയകഥകളുടെ *രാജകുമാരി സ്വന്തം* മാധവിക്കുട്ടി ഹൃദയരക്തം ചാലിച്ചെഴുതിയ കഥകൾ, മയ്യഴിപ്പുഴയുടെ തീരങ്ങളിൽ ചന്ദ്രിക പങ്കുവയ്ക്കുന്നതും ഇതേ കാമനകളാണ്. ടി പത്മനാഭന്റെ *ഗൗരി, കടൽ, കടയനല്ലൂരിലെ സ്ത്രീ, പ്രകാശം പരത്തുന്ന പെൺകുട്ടി* എന്നീ കഥകളെ ആസ്പദമാക്കി രചിച്ച *പ്രകാശം പരത്തുന്ന പെൺകുട്ടികളിൽ* പ്രണയത്തിന്റെ വിവിധ ഭാഗങ്ങളെ അരങ്ങിലെത്തിക്കുന്നു. ചുരുക്കിപ്പറയുമ്പോൾ ജിഷയുടെ നാടകസംഘമായ തൃശൂർ അഭിനയ നാടകകലാസമിതി മലയാള നാടകവേദിയിൽ അയാളപ്പെടുത്തുന്നത് സ്ത്രീസ്വാതന്ത്ര്യാഭിവാഞ്ഛയുടെ വ്യത്യസ്തതലങ്ങളാണ്.

മറ്റ് സമകാലീന സ്ത്രീനാടകസംഘങ്ങൾ അകാദമിക ശാഠ്യങ്ങളുടെ ശ്വാസം മുട്ടിക്കുന്ന അറകളിൽ പ്രേക്ഷകരെ ബന്ദികളാക്കുമ്പോൾ ജിഷയുടെ നേതൃത്വത്തിലുള്ള അഭിനയ ഓരോ പ്രേക്ഷകമനസ്സിലും തുറന്നിടുന്നത് രസാനുഭൂതിയുടെ സ്ഥലികളിലേക്കുള്ള വാതായനങ്ങളാണ്. സ്ത്രീനാടകവേദി എന്ന പരികല്പന സ്ത്രീകളുടെ മാത്രം കൂട്ടായ്മയിൽനിന്ന് ഉടലെടുക്കുന്ന ലിംഗാധിഷ്ഠിത വിവേചനങ്ങളോടുള്ള പ്രതിസ്ഫുരണങ്ങളായിരിക്കണം എന്ന നിലയിൽ നിന്നുമാറി, പെൺസ്വത്വബോധത്തെ അതിന്റെ ആകത്തുകയിൽ അംഗീകരിക്കുകയും ആദരിക്കുകയും അതിന്റെ അനിവാര്യതകളെയും രാഷ്ട്രീയത്തെയും കുറിച്ച് സമാനകാഴ്ചപ്പാടുള്ള ആൺസൗഹൃദങ്ങളുമായി സഹകരിച്ച് തയ്യാറാക്കുകയും ചെയ്യുന്ന ജിഷയുടെ ആഖ്യാനങ്ങൾ യാഥാസ്ഥിതിക ഫെമിനിസ്റ്റ് ചിന്തകളിൽനിന്നുള്ള വിടുതൽ കാഴ്ചകളാണ്. അതുതന്നെയാണ് ഈ നാടകസംഘത്തിന്റെ വിജയവും....

അനുബന്ധം

നാടക നിരൂപണത്തിലെ പെൺ സാന്നിദ്ധ്യം

ഗൗരിപ്രിയ എസ് വി

സെബീനാറാഫി, *ചവിട്ടുനാടകം* 1964, കോട്ടയം, എൻ ബി എസ്

കേരളത്തിന്റെ ദൃശ്യകലാപാരമ്പര്യത്തിൽ ഏറെ പ്രാധാന്യം അർഹിച്ചിരുന്ന *ചവിട്ടുനാടക*ത്തിന്റെ ചരിത്രസാംസ്കാരിക വശങ്ങളെക്കുറിച്ച് സമഗ്രമായി പ്രതിപാദിക്കുന്ന കൃതിയാണ് സെബീന റാഫിയുടെ *ചവിട്ടുനാടകം* എന്ന ചരിത്രപഠനം. ചവിട്ടുനാടകത്തെക്കുറിച്ച് തനിക്ക് ഇത്തരമൊരു താല്പര്യം ഉണ്ടായ സാഹചര്യത്തെക്കുറിച്ച് ഗ്രന്ഥകാരി മുഖവുരയിൽ പ്രതിപാദിച്ചിരിക്കുന്നു. "ചവിട്ടുനാടകങ്ങളോട് അതിരറ്റ പ്രതിപത്തിയുള്ള ഒരന്തരീക്ഷത്തിലാണ് ഞാൻ ജനിച്ചു വളർന്നത്." നാടകത്തിലെ വർണ്ണശബളമായ അന്തരീക്ഷം അന്നേ ആ മനസ്സിനെ സ്വാധീനിച്ചിരിക്കണം. കേരള ചരിത്രത്തെക്കുറിച്ചുള്ള തന്റെ പഠനമാണ് ചവിട്ടുനാടകത്തെക്കുറിച്ച് ഗഹനമായ അന്വേഷണങ്ങൾക്ക് തുടക്കം കുറിക്കാൻ പ്രേരണയായതെന്ന് മുഖവുരയിൽ പറയുന്നുണ്ട്. ഈ ഗ്രന്ഥത്തിൽ മുന്നോടിയായി *സാഹിത്യപരിഷത് മാസിക*യിൽ 1956 ജൂലൈ ലക്കത്തിൽ *ചവിട്ടുനാടകം* എന്ന ലേഖനം പ്രസിദ്ധീകരിക്കുകയുണ്ടായി. 'വിദേശച്ചുവയുള്ള ഈ നാടകപ്രസ്ഥാനം കേരളത്തിനെങ്ങനെ ലഭിച്ചു?' പ്രശസ്തമായ യൂറോപ്യൻ ഷാർലിമെയിൻ കഥകൾ കേരളത്തിലെങ്ങനെയെത്തി, ചവിട്ടുനാടകം കേരളത്തിൽ രൂപമെടുത്ത ചരിത്രപശ്ചാത്തലം തുടങ്ങിയ ചോദ്യങ്ങളെ അധികരിച്ചാണ് ഗ്രന്ഥത്തിന്റെ പത്ത് അദ്ധ്യായങ്ങളും ചർച്ച ചെയ്യുന്നത്. കൂടാതെ, ചവിട്ടുനാടകത്തിന്റെ ഭാവി?' എന്നൊരു അനുബന്ധം കൂടി ചേർത്തിട്ടുണ്ട്.

ഡോ. ആർ ബി രാജലക്ഷ്മി, *നാടകം: സൃഷ്ടിയും സാക്ഷാൽക്കാരവും*, 2001, പ്രഭാത് ബുക്ക് ഹൗസ്

മലയാള നിരൂപണരംഗത്ത് ഇനിയും ഏറെ വികസിക്കാത്ത ഒരു ശാഖയായ നാടകനിരൂപണത്തെ സംബന്ധിച്ച് ഏറെ പഠനം നടത്തിയ എഴുത്തുകാരിയാണ് ഡോ. ആർ ബി രാജലക്ഷ്മി, 2001 ൽ പുറത്തിറങ്ങിയ *നാടകം: സൃഷ്ടിയും സാക്ഷാൽക്കാരവും* എന്ന പഠനം മലയാളനാടകസാഹിത്യത്തിന്റെ പാശ്ചാത്യ പൗരസ്ത്യ സ്വാധീനതകളെക്കുറിച്ചുള്ള ഏഴ് ലേഖനങ്ങളും നാടകലോകത്തെ അനുഗൃഹീതരും അതിപ്രഗത്ഭരുമായ പ്രേംജി, കെ ടി മുഹമ്മദ്, തോപ്പിൽഭാസി എന്നിവരുടെ അഭിമുഖങ്ങളും ഉൾപ്പെടുന്നതാണ്. എൻ കൃഷ്ണപിള്ളയുടെ നാടകങ്ങളെ സാമൂഹിക സാംസ്കാരിക ചരിത്രപശ്ചാത്തലത്തിൽ വിശകലനം ചെയ്യുന്ന, പി ഗോവിന്ദപ്പിള്ളയുമായുള്ള ദീർഘമായ അഭിമുഖവും എൻ കൃഷ്ണപിള്ളയുടെ നാടകങ്ങളുടെ സംവിധായകനെന്ന നിലയിൽ പി കെ വേണുകുട്ടൻ നായരുടെ അനുഭവങ്ങളും ഈ ഗ്രന്ഥത്തിലുണ്ട്. ഗ്രന്ഥത്തിന്റെ അവതാരികയിൽ പി ഗോവിന്ദപ്പിള്ള നാടകനിരൂപണരംഗത്ത് പ്രസ്തുത ഗ്രന്ഥത്തിനുള്ള പ്രസക്തി വ്യക്തമാക്കുന്നുണ്ട്. *സ്ത്രീയും നാടകരംഗവും* എന്ന ലേഖനം ഈ കൃതിയെ മറ്റ് നിരൂപണഗ്രന്ഥങ്ങളിൽനിന്നും വേറിട്ടു നിർത്തുന്നു. നാടകചരിത്രത്തിലെ സ്ത്രീസാന്നിദ്ധ്യത്തെക്കുറിച്ചുള്ള അന്വേഷണമാണ് ലേഖനം. നാടകരചന, സംവിധാനം, എന്നീരംഗങ്ങളിൽ സ്ത്രീകളുടെ സംഭാവന എന്ത് എന്ന അന്വഷണം ഇന്നും പ്രസക്തമാണല്ലോ. നാടകചരിത്രത്തിന്റെ പൂർവ്വഘട്ടത്തിൽ മാത്രമല്ല വികാസപരിണാദശകളിൽ ഒരിടത്തും എടുത്തുപറയത്തക്ക സംഭാവനകൾ നല്കിയ വനിതകൾ ഏറെയൊന്നും ഇല്ല എന്നുതന്നെ ലേഖിക വെളിപ്പെടുത്തുന്നു. തുടർന്ന് അത്തരമൊരു സാഹചര്യത്തിന്റെ പിന്നിലെ സംസ്കാരപരവും ചരിത്രപരവുമായ കാരണങ്ങളെക്കുറിച്ച് അന്വേഷണം നടത്തുന്നു. ഏതൊരു കലാസൃഷ്ടിയുടെയും അടിസ്ഥാനം ജീവിതം തന്നെയാണെങ്കിലും നാടകത്തിലൂടെ അവതരിപ്പിക്കുന്ന ജീവിതത്തിന്റെ രംഗപ്രയോഗയോഗ്യത, ആസ്വാദനക്ഷമത, പ്രബോധനപരത എന്നീ ഘടകങ്ങൾ ആവശ്യമാണ്. അതായത് ജനപ്രിയമായ നാടകം രചിക്കുവാൻ സാമൂഹികാവബോധം കൂടിയേ തീരൂ. ഇതൊക്കെ അംഗീകരിച്ചുകൊണ്ട് നാടകമെഴുതാൻ സ്ത്രീക്ക് കഴിയുന്നില്ല. കാരണം പുരോഗമനചിന്താഗതി ഉൾക്കൊള്ളുന്നവളാണെങ്കിലും ജീവിതത്തിന്റെ ഭിന്നമണ്ഡലങ്ങളെ അടുത്തറിയാൻ അവസരങ്ങൾ അവൾക്കു ലഭിക്കുന്നില്ല. നിരവധി നാടകങ്ങൾ കണ്ട് രംഗാവബോധം നേടാൻ നമ്മുടെ സാമൂഹികസ്ഥിതി അനുയോജ്യമല്ല. അമ്പലപ്പറമ്പിലോ തിയേറ്ററുകളിലോ പോയി നാടകങ്ങൾ കണ്ടുവിലയിരുത്താൻ പുരുഷനോളം അവസരം സ്ത്രീക്ക് ലഭിച്ചിരുന്നില്ല. അതുകൊണ്ട് തന്നെ നാടകാസ്വാദനം അവളെ സംബന്ധിച്ചിടത്തോളം കയ്പേറിയ ഒരനുഭവമായി തീരുന്നു. കൂടാതെ സാങ്കേതികതയിലുള്ള അപരിചി

തത്വവും സ്ത്രീയെ അകറ്റി നിർത്തുന്നതിന്റെ കാരണമാണ്. എന്നാൽ രചന, സംവിധാനം എന്നീ രംഗങ്ങളിൽ സ്ത്രീസാന്നിദ്ധ്യം ഇല്ലെങ്കിലും അഭിനയരംഗത്ത് മികച്ചപ്രകടനം കാഴ്ചവെക്കാനും പുരുഷനോളം പ്രാഗത്ഭ്യം നേടാനും സ്ത്രീക്ക് സാധിച്ചിട്ടുണ്ട് എന്ന വാസ്തവം ഇവിടെ ലേഖിക വെളിപ്പെടുത്തുന്നുണ്ട്. സ്വന്തം പ്രശ്നങ്ങളെ തിരിച്ചറിയുവാനും അവ പരിഹരിക്കേണ്ട മാർഗ്ഗങ്ങൾ തെരഞ്ഞെടുക്കാനുമുള്ള കഴിവ് ഇന്നത്തെ സ്ത്രീ ആർജ്ജിച്ചിരിക്കുന്നു. അതുകൊണ്ടുതന്നെ നാടകത്തിലെ സങ്കീർണ്ണമേഖലകളായ രചന, സംവിധാനം എന്നിവയിൽ അഭിനയരംഗത്തെന്നപോലെ കഴിവ് പ്രകടിപ്പിക്കാൻ സ്ത്രീക്ക് കഴിയുമെന്നും അവർ പ്രത്യാശിക്കുന്നുണ്ട്

ലളിതമായ ഭാഷ, വിഷയത്തിലുള്ള ഗ്രന്ഥകാരിയുടെ ഗഹനത, ചരിത്രപരത, സാമൂഹികാംശങ്ങൾ എന്നിവ പ്രസ്തുതഗ്രന്ഥത്തിനെ നാടകനിരൂപണമേഖലയിൽ അടയാളപ്പെടുത്തുന്ന കൃതിയാക്കിത്തീർക്കുന്നു.

നിലമ്പൂർ ആയിഷ, ജീവിതത്തിന്റെ അരങ്ങ് 2005, തൃശൂർ കറന്റ് ബുക്സ്

കേരളത്തിലെ ഇടതുപക്ഷരാഷ്ട്രീയ പ്രവർത്തനത്തിന്റെയും നാടകപ്രവർത്തനത്തിന്റെയും ആദ്യകാല ചരിത്രത്തെ വെളിപ്പെടുത്തുന്ന കൃതിയാണ് നിലമ്പൂർ ആയിഷയുടെ ആത്മകഥയായ *ജീവിതത്തിന്റെ അരങ്ങ്. ഇജ്ജ് ഒരു മനുസനാകാൻ നോക്ക്* എന്ന നാടകത്തിലെ ജമീലയുടെ വേഷം കെട്ടിക്കൊണ്ടാണ് നിലമ്പൂർ ആയിഷ നാടകരംഗത്തേക്ക് എത്തുന്നത്. സവിശേഷമായ ഒരു സാംസ്കാരികാന്തരീക്ഷമാണ് അന്ന് കേരളത്തിൽ നിലനിന്നിരുന്നത്. കേരള സമൂഹം തികച്ചും യാഥാസ്ഥിതിക കാഴ്ചപ്പാടുകൾ പുലർത്തിയിരുന്ന കാലഘട്ടത്തിലാണ് 'നാടകനടി'യായി അവർ അരങ്ങിലേക്കുള്ള കാൽവയ്പുകൾ ആരംഭിക്കുന്നത്. അതുകൊണ്ടുതന്നെ ആ കലാകാരിയുടെ അരങ്ങനുഭവങ്ങൾ തികച്ചും ക്ലിഷ്ടത നിറഞ്ഞവയാണ്. 'കുഴഞ്ഞുമറിഞ്ഞ ഒരുജീവിത കഥ' എന്നാണ് അവർ തന്റെ ആത്മകഥയെ വിശേഷിപ്പിച്ചിരിക്കുന്നത്. സാഹിത്യചരിത്രങ്ങളിലും നാടകപഠനങ്ങളിലും ഒന്നും തന്നെ അടയാളപ്പെടാതെ പോയ, ഒരു സവിശേഷചരിത്രകാലഘട്ടത്തിന്റെ തന്നെ ദൃക്സാക്ഷി വിവരണം കൂടിയാണ് നിലമ്പൂർ ആയിഷയുടെ *ജീവിതത്തിന്റെ അരങ്ങ്.*

അരങ്ങിലെ അനുഭവങ്ങൾ, കെ പി എ സി സുലോചന, തൃശൂർ കറന്റ് ബുക്സ്, 2007

ആത്മകഥകൾ ഒരു പ്രത്യേക കാലഘട്ടത്തിന്റെ രാഷ്ട്രീയ സാംസ്കാരിക സാമൂഹിക മേഖലകളെ വെളിപ്പെടുത്തുന്നവയാണ്. കേരള രാഷ്ട്രീയത്തിലെ ഇടതുപക്ഷ സംഘടനകളുടെ സവിശേഷസാന്നിദ്ധ്യത്തിന്റെ പശ്ചാത്തലത്തിലാണ് കെ പി എ സി സുലോചനയുടെ *അര*

ങ്ങിലെ അനുഭവങ്ങൾ എന്ന ആത്മകഥ രൂപപ്പെട്ടിരിക്കുന്നത്.

ദേശാഭിമാനി വാരാന്തപ്പതിപ്പിൽ തുടർച്ചയായി പ്രസിദ്ധീകരിച്ച ആത്മകഥ, കെ പി എ സി സുലോചനയുടെ നിര്യാണത്തിനുശേഷം ജീവിതസഹയാത്രികൻ ശ്രീ. കലേശൻ ആണ് പുസ്തകരൂപത്തിൽ പ്രസിദ്ധീകരിച്ചത്. 50 കൊല്ലം മുമ്പുള്ള കേരളത്തിന്റെ സാംസ്കാരിക രാഷ്ട്രീയമേഖലയിലെ സുവർണ്ണ നിമിഷങ്ങളാണ് കൃതിയിൽ രേഖപ്പെടുത്തിയിട്ടുള്ളത്. കേരളത്തിലെ കമ്യൂണിസ്റ്റ് പ്രസ്ഥാനത്തിന്റെ ഉയർച്ചയിലും കമ്യൂണിസ്റ്റ് പാർട്ടി അധികാരത്തിൽ എത്തുന്നതിലും കെ പി എ സി എന്ന നാടകസംഘം വഹിച്ച പങ്ക് പ്രധാനമാണ്. 'സാഹചര്യമാണ് തന്നെ കലാകാരിയാക്കിയത്.' എന്ന് പലപ്പോഴും കെ പി എ സി സുലോചന തന്റെ ആത്മകഥയിൽ പറയുന്നുണ്ട്. "കുടുംബത്തിന്റെ പട്ടിണി മാറ്റാൻ കലാകാരിയായി മാറിയ ഞാൻ ജനങ്ങളുടെ പ്രോത്സാഹനവും ഗുരുനാഥന്മാരുടെ അനുഗ്രഹങ്ങളും കമ്യൂണിസ്റ്റ് പാർട്ടിയോടും തൊഴിലാളി വർഗ്ഗത്തോടുമുള്ള അടിയുറച്ച വിശ്വാസം കൊണ്ടും എല്ലാവിധ അപവാദപ്രചാരണങ്ങളെയും എതിർപ്പുകളെയും പുറംകാൽകൊണ്ട് തട്ടിത്തെറിപ്പിച്ച് കലയ്ക്കും പ്രസ്ഥാനത്തിനും വേണ്ടി നിലകൊള്ളുകയായിരുന്നു. സർഗ്ഗാത്മകവും സാമൂഹ്യപ്രതിബദ്ധത ഉള്ളതുമായ ഒരു നാടകനടിയുടെ വ്യക്തിത്വത്തിന്റെ പ്രതിഫലനമാണ് ഈ വാക്കുകളിൽ തെളിഞ്ഞു കാണുന്നത്. ആവിഷ്കാര സ്വാതന്ത്ര്യം നിഷേധിച്ച കേരളത്തിലെ ആദ്യത്തെ സംഭവം എന്ന് കൃതിയിൽ വിശേഷിപ്പിച്ചിരിക്കുന്ന കെ പി എ സി യുടെ നാടകനിരോധനത്തെക്കുറിച്ചുള്ള ഓർമ്മകൾക്ക് ഇന്നും വിപ്ലവത്തിന്റെ തീജ്ജ്വാലയാണ്. 'പുതിയ തലമുറയിലെ കലാകാരന്മാർക്കിത് അനുഭവപാഠമായെങ്കിൽ' എന്ന ആമുഖത്തോടെ പറഞ്ഞുതുടങ്ങുന്ന കെ പി എ സി സുലോചനയുടെ കലാനുഭവങ്ങൾ തികച്ചും തഴക്കം സിദ്ധിച്ച ഒരു നാടകനടിയുടേതാണ് എന്ന് വായനക്കാർക്കും ബോദ്ധ്യമാകും. 1956 കാലഘട്ടത്തിൽ കേരള സർക്കാർ ഏർപ്പെടുത്തിയ വിനോദനികുതിക്കെതിരെ പ്രതിഷേധിച്ചതിന്റെ പേരിൽ നേരിടേണ്ടി വന്ന ദുരനുഭവങ്ങളെക്കുറിച്ച് 'പൊലീസ് മന്ത്രിക്ക് ഒരു കത്ത്' എന്ന അദ്ധ്യായത്തിൽ രേഖപ്പെടുത്തിയിരിക്കുന്നു. സമരമുഖത്ത് തനിക്കും തന്റെ സഹപ്രവർത്തകർക്കും നേരിടേണ്ടി വന്ന പീഡനാനുഭവങ്ങളെക്കുറിച്ച് വിശദീകരിച്ചാണ് അക്കാലത്തെ മന്ത്രിയായിരുന്ന പി ടി ചാക്കോയ്ക്ക് ഈ കത്ത് രചിച്ചിരിക്കുന്നത്. 'ചരിത്രരേഖ' എന്ന് ഗ്രന്ഥകാരി തന്നെ വിശേഷിപ്പിച്ചിരിക്കുന്ന പ്രസ്തുത കത്ത് *ജനയുഗ*ത്തിലാണ് ആദ്യം പ്രസിദ്ധീകരിച്ചത് (1. *അരങ്ങിലെ അനുഭവങ്ങൾ*, കെ പി എ സി സുലോചന പുറം 30). നാടകരംഗത്തെ സൗഹൃദങ്ങളെക്കുറിച്ചുള്ള കെ പി എ സി സുലോചനയുടെ ഓർമ്മകൾ ഏറെ ഹൃദ്യമാണ്.

മലയാളനാടകചരിത്രത്തിന്റെ ഭിന്നവഴികളാണ് ഈ ആത്മകഥയിൽ കാണുന്നത്.

ഡോ. ബിയാട്രിക്സ് അലെക്സിസ്, *ക്രൈസ്തവമിത്തും സി ജെ നാടകങ്ങളും*, 2006, തിരുവനന്തപുരം, ഇസഡ്സ് ലൈബ്രറി, പരിധി ഗ്രൂപ്പ്

മൗലിക പ്രതിഭാധനനായ സി ജെ തോമസിന്റെ നാടകങ്ങളെ പ്രമേയപരമായി പഠനം നടത്തുന്ന ഗ്രന്ഥമാണ് ഡോ. ബിയാട്രിക്സ് അലെക്സിസിന്റെ *ക്രൈസ്തവമിത്തും സി ജെ നാടകങ്ങളും.*

മലയാള നാടകചരിത്രത്തിൽ ദാർശനികൗന്നത്യത്തിൽ എത്തിനില്ക്കുന്ന സി ജെ തോമസിന്റെ നാടകങ്ങൾ പല നിലകളിൽ വിലയിരുത്തപ്പെട്ടിട്ടുണ്ടെങ്കിലും, ആ നാടകങ്ങളുടെ കാതലായ അംശം 'ബൈബിൾ സ്വാധീനത'യാണെന്ന് തിരിച്ചറിയുകയും വേറിട്ട വഴിയിലൂടെ പഠനം നടത്തുകയും ചെയ്തിരിക്കുന്നു എന്നുള്ളതാണ് ഈ കൃതിയുടെ പ്രസക്തി. സി ജെ തോമസ് എന്ന പ്രതിഭാശാലിയുടെ രൂപീകരണത്തിൽ നിർണ്ണായകമായ ഘടകം *ബൈബിൾ* സംസ്കാരം/ സ്വാധീനത തന്നെയാണ് എന്ന് ലേഖിക സമർത്ഥിക്കുന്നു.

എന്താണ് മിത്ത്? മിത്തിന്റെ സ്വാധീനത സാഹിത്യത്തിൽ, എന്താണ് മിഥോളജി, മിഥോളജിയും മതവും തമ്മിലുള്ള ബന്ധം തുടങ്ങിയവയാണ് ആദ്യത്തെ അദ്ധ്യായങ്ങളിൽ ചർച്ച ചെയ്തിരിക്കുന്നത്. 'മിത്തിനെ'ക്കുറിച്ച് നിരവധി പഠനങ്ങൾ നടന്നിട്ടുണ്ടെങ്കിലും നാടകനിരൂപണരംഗത്ത് ഇത്തരമൊരു ചർച്ച പ്രാധാന്യം അർഹിക്കുന്ന ഒന്നാണ്. സി ജെ യുടെ പ്രധാന നാടകങ്ങളായ *അവൻ വീണ്ടും വരുന്നു, ആ മനുഷ്യൻ നീ തന്നെ രൂഥ്, വിഷവൃക്ഷം*, 1128 ക്രൈം 27, ശാലോമി എന്നിവയെ അടിസ്ഥാനമാക്കി രക്ഷകമിത്ത്, പതനമിത്ത് എന്നിവ എപ്രകാരം ആവിഷ്കൃതമായിരിക്കുന്നു എന്ന് ഈ ഗ്രന്ഥത്തിൽ വിശദമാക്കുന്നു.

ഉന്നതമായ ധാർമ്മികബോധത്തിൽ അധിഷ്ഠിതമാണ് സി ജെ നാടകങ്ങൾ എന്നും അതിന് പ്രേരകമായിത്തീർന്നത് *ബൈബിളി*ലെ പതനത്തിന്റെയും രക്ഷയുടെയും മിത്തുകളാണെന്നുമുള്ള നിഗമനങ്ങളിലൂടെ രംഗത്ത്, സി ജെ നാടകങ്ങളെ വേറിട്ട വഴിയിലൂടെ അപഗ്രഥിച്ചിരിക്കുന്നു ഇതാണി ഗ്രന്ഥത്തിന്റെ പ്രസക്തി.

ഡോ. വത്സലാ ബേബി, *നാടകത്തിന്റെ കഥ*, 2007, തിരുവനന്തപുരം, ചിന്ത പബ്ലിഷേഴ്സ്

നാടകരംഗത്തെ ശ്രദ്ധേയസ്ത്രീസാന്നിദ്ധ്യമാണ് ഡോ. വത്സലാ ബേബിയുടേത്. നാടകത്തിന്റെ കഥ എന്ന ഗ്രന്ഥം, 'നാടകം' എന്ന കലാരൂപത്തെക്കുറിച്ചും മലയാള നാടകങ്ങളുടെ ഭിന്നമായ ചരിത്രവഴികളെക്കുറിച്ചും സമഗ്രമായ അന്വേഷണം നടത്തുന്നു.

ഒൻപത് അദ്ധ്യായങ്ങളിലായി 'നാടകം' എന്ന സങ്കല്പത്തെക്കുറിച്ചും നാടകത്തിന്റെ വ്യത്യസ്തമേഖലകളെ സംബന്ധിച്ചും അന്വേഷണം നടത്തിയിരിക്കുന്നു. നോർവീജിയൻ നാടകകൃത്തായ ഇബ്സൻ സൃഷ്ടിച്ച

നാടകശൈലി, മലയാള നാടകബന്ധത്തെയും നാടകതാല്പര്യത്തെയും സ്വാധീനിച്ചതായി അവർ കണ്ടെത്തുന്നു. കൂടാതെ മലയാളനാടകചരിത്രം, എപ്രകാരമാണ് ഇടതുപക്ഷരാഷ്ട്രീയത്തിന്റെ ചരിത്രം ആകുന്നതെന്നും അതിൽ തോപ്പിൽഭാസി എന്ന മൗലികപ്രതിഭയുടെ പങ്ക് എന്തായിരുന്നു എന്നും രേഖപ്പെടുത്തിയിരിക്കുന്നു. മലയാളനാടകവേദിക്ക് നവീനമായൊരു സൗന്ദര്യദർശനമാണ് ആധുനികത നല്കിയത്. അതിന്റെ വക്താക്കളായ സി ജെ തോമസ്, എം ഗോവിന്ദൻ, അയ്യപ്പപ്പണിക്കർ, ജി ശങ്കരപ്പിള്ള, കാവാലം, സി എൻ ശ്രീകണ്ഠൻ നായർ എന്നിവരുടെ കലാപ്രവർത്തനങ്ങളെക്കുറിച്ച് ചരിത്രപരമായ അന്വേഷണവും ഗ്രന്ഥത്തിൽ കാണാം. ആധുനികതയിൽനിന്നും ആധുനികോത്തരതയിലേക്ക് എത്തുന്ന മലയാളനാടകത്തിന്റെ ഭാവുകത്വ പരിമാണത്തെയും ശ്രദ്ധയോടെ തന്നെ ഗ്രന്ഥകാരി കൈകാര്യം ചെയ്തിരിക്കുന്നു. കൂടാതെ റേഡിയോ നാടകം, തനതുനാടകം, തെരുവുനാടകം, ഏകാങ്കനാടകം എന്നിങ്ങനെ നാടകത്തിന്റെ ഭിന്നരൂപങ്ങളെക്കുറിച്ചുള്ള ചർച്ചകളും നടത്തിയിട്ടുണ്ട്.

ഡോ. ആർ ബി രാജലക്ഷ്മി, *എൻ കൃഷ്ണപിള്ളയും പ്രശ്ന നാടകങ്ങളും*, 2008 തിരുവനന്തപുരം, കേരള ഭാഷാ ഇൻസ്റ്റിറ്റ്യൂട്ട്

നാടകനിരൂപണരംഗത്ത് ഇന്നും സജീവമായി ചർച്ച ചെയ്യപ്പെടുന്ന സാങ്കേതികപദമാണ് പ്രശ്നനാടകം എന്നത്. പ്രശ്ന നാടകസങ്കല്പത്തിന്റെ ലക്ഷണങ്ങൾ ഉൾക്കൊള്ളുന്ന എൻ കൃഷ്ണപിള്ളയുടെ നാടകങ്ങളെ മുൻനിർത്തിയുള്ള പഠനമാണ് ഡോ. ആർ ബി രാജലക്ഷ്മിയുടെ പ്രസ്തുത ഗ്രന്ഥം.

മലയാളിയുടെ സംസ്കാര സ്വത്വനിർമ്മിതിയെ സ്വാധീനിച്ച ഘടകഘങ്ങളിൽ ഒന്ന് നാടകം തന്നെയാണ്. പ്രോബ്ലം പ്ലേ അഥവാ പ്രശ്നനാടകസങ്കേതം എന്താണെന്നും കേരളത്തിന്റെ സാംസ്കാരിക പശ്ചാത്തലത്തിൽ അത്തരമൊരു നാടകസങ്കല്പം രൂപം കൊള്ളാനിടയായ സാഹചര്യങ്ങൾ എന്തെന്നുമുള്ള ചരിത്രപരമായ അന്വേഷണം എന്ന നിലയ്ക്കാണ് ഈ ഗ്രന്ഥത്തിന്റെ പ്രസക്തി. പ്രശ്നനാടകസങ്കല്പം എൻ കൃഷ്ണപിള്ളയ്ക്ക് മുൻപ് സി ജെ തോമസ്, പി ജെ ആന്റണി, കെ ടി മുഹമ്മദ് എന്നിവരുടെ നാടകങ്ങളിൽ എപ്രകാരമായിരുന്നു എന്ന പരിശോധനയ്ക്കു ശേഷം ആക്ഷേപഹാസ്യം തെളിയുന്ന എൻ എൻ പിള്ള. തോപ്പിൽഭാസി എന്നിവരുടെ നാടകങ്ങളിലേക്ക് അന്വേഷണം നീളുന്നു. തുടർന്ന്, സി എൻ ശ്രീകണ്ഠൻനായർ, ജി ശങ്കരപ്പിള്ള എന്നിവരുടെ നാടകങ്ങളും പഠനവിധേയമാക്കുന്നു. ഗ്രന്ഥകാരിയുടെ അഭിപ്രായം, ഇബ്സന്റെ നാടകങ്ങൾ പരിശോധിച്ചാൽ പ്രശ്നനാടക സങ്കല്പത്തിന്റെ മിക്ക ലക്ഷണങ്ങളും എൻ കൃഷ്ണപിള്ളയുടെ നാടകത്തിലുണ്ട് എന്നതാണ്.

എൻ കൃഷ്ണപിള്ളയുടെ നാടകങ്ങൾ ഇന്നും സജീവമായി ചർച്ച ചെയ്യപ്പെടുന്നതിനാൽ ഇത്തരം പഠനങ്ങൾ വഹിക്കുന്ന പങ്ക് ചെറുതല്ല. കാലത്തെ അതിജീവിക്കാൻ അവയ്ക്ക് പ്രേരിതമാകുന്നത് ഇത്തരം പഠ

നങ്ങളാണ്. നാടകനിരൂപണരംഗത്തെ ശ്രദ്ധേയമായ സ്ത്രീ സാന്നിദ്ധ്യമാണ് ഡോ. ആർ ബി രാജലക്ഷ്മി. നാടകപഠനശാഖയിൽ മുൻപും ഇത്തരം മികച്ച സംഭാവനകൾ നല്കുകയും വൈവിദ്ധ്യപൂർണ്ണമായ അന്വേഷണമാർഗ്ഗങ്ങൾ തെരഞ്ഞെടുക്കുകയും ചെയ്ത ലേഖികയുടെ ഈ ഗ്രന്ഥം നാടകപഠനശാഖയ്ക്ക് ഒരു മുതൽക്കൂട്ടാണ്.

ഡോ. ആർ ബി രാജലക്ഷ്മി, *അരങ്ങിന്റെ കാണാപ്പുറങ്ങൾ*, 2008 തിരുവനന്തപുരം ഇസഡ്സ്റ്റ് പരിധി ഗ്രൂപ്പ്

മലയാളനാടകവേദിയെ വിവിധ ശാഖകളിലും കാലഘട്ടങ്ങളിലുമായി സ്വാധീനിക്കുകയും നമ്മുടെ കലാസാംസ്കാരികരംഗത്ത് ചലനം സൃഷ്ടിക്കുകയും ചെയ്ത അപൂർവ്വ സർഗ്ഗസംരംഭങ്ങളെക്കുറിച്ചുള്ള ചർച്ചയാണ് *അരങ്ങിന്റെ കാണാപ്പുറങ്ങൾ.* മാനവരാശിയുടെ തന്നെ മഹത്തായ പൈതൃകമാണ് നാടകം ഉൾക്കൊള്ളുന്നത്. ലളിതാംബിക അന്തർജ്ജനത്തിന്റെ അപ്രകാശിത നാടകമായ *സാവിത്രി അഥവാ വിധവാ വിവാഹത്തെക്കുറിച്ചുള്ള പഠനം* കലാകാരന്റെ ആത്മനൊമ്പരങ്ങളെക്കുറിച്ച് വിശ്വസാഹിത്യകാരനായ വൈക്കം മുഹമ്മദ് ബഷീർ രചിച്ച ഏകനാടകം *കഥാബീജ*ത്തെക്കുറിച്ചുള്ള പഠനം, മലയാളനാടകവേദിയിൽ ശ്രദ്ധിക്കപ്പെടാതെ പോയ പി കുഞ്ഞിരാമൻനായരുടെ നാടകങ്ങളുടെ വിലയിരുത്തൽ, കേശവദേവിന്റെ അഞ്ച് നാടകങ്ങളെ മുൻനിർത്തിയുള്ള പഠനം, എൻ കൃഷ്ണപിള്ളയുടെ *ഭഗ്നഭവനം, അഴിമുഖത്തേക്ക്* എന്നീ നാടകങ്ങളുടെ വിലയിരുത്തൽ സി എൻ ശ്രീകണ്ഠൻനായരുടെ നാടകങ്ങളിലെ സ്ത്രീകഥാപാത്രങ്ങളെ സ്ത്രീപക്ഷചിന്തയുടെ അടിസ്ഥാനത്തിൽ അവലോകനം ചെയ്തുകൊണ്ടുള്ള *ശാരദ* മുതൽ വിലാസിനി വരെ എന്ന ലേഖനം, മാക്സിം ഗോർക്കിയുടെ *അമ്മ* നാടകരൂപത്തിൽ കേരളത്തിൽ അവതരിപ്പിച്ചപ്പോൾ രൂപപ്പെട്ട രാഷ്ട്രീയവും ചരിത്രപരവുമായ ചലനങ്ങളെക്കുറിച്ചുള്ള വിലയിരുത്തൽ, എന്നിവ ഈ കൃതി ഉൾക്കൊള്ളുന്നുണ്ട്.

മലയാള നാടകവേദിയുടെ ചരിത്രപരമായ അന്വേഷണമാണ് ഈ ഗ്രന്ഥത്തെ വേറിട്ടു നിർത്തുന്നത്. *മലയാള നാടകം കഴിഞ്ഞ അരനൂറ്റാണ്ടിൽ* എന്ന ലേഖനം ചരിത്രപരമായ സമീപനം ഉൾക്കൊള്ളുന്നു. നാടകഗവേഷണം എന്നത് നാടകചരിത്രം കൂടി ഉൾപ്പെടുത്തിയാകണം എന്ന് അറിയിക്കാൻ അതിലൂടെ ഗ്രന്ഥകാരിക്ക് സാധിച്ചു.

സജിത മഠത്തിൽ, *മലയാളനാടകസ്ത്രീചരിത്രം*, 2010, കോഴിക്കോട്, *മാതൃഭൂമി* പബ്ലിഷേഴ്സ്

മലയാളനാടകചരിത്രത്തിലെ 'സ്ത്രീ' സാന്നിദ്ധ്യത്തെക്കുറിച്ചുള്ള അന്വേഷണമാണ് സജിത മഠത്തിൽ രചിച്ച *മലയാളനാടകസ്ത്രീ ചരിത്രം.*

മലയാളനാടകവേദിയുടെ ചരിത്രവും സ്ത്രീസാന്നിദ്ധ്യങ്ങളുടെ അനുഭവങ്ങളും ആത്മകഥകളും വായനക്കാരിൽ എത്തിയിട്ടും നമ്മുടെ നാടക

ചരിത്രത്തിൽ സ്ത്രീയെ എവിടെയാണ് അടയാളപ്പെടുത്തിയിരിക്കുന്നത് എന്ന ചോദ്യം നിലനിന്നിരുന്നു. അതിനൊരു ഉത്തരം കണ്ടെത്തൽ കൂടിയാണ് സജിത മഠത്തിലിന്റെ നാടകസ്ത്രീ ചരിത്രാന്വേഷണം. ചരിത്രം എല്ലായ്പ്പോഴും പുരുഷകേന്ദ്രിതമാണ്. വ്യവസ്ഥാപിതമായ ചരിത്രവിജ്ഞാനത്തിൽനിന്നും വേറിട്ടൊരു വഴിയാണ് ഇവിടെ ഗ്രന്ഥകാരി സ്വീകരിച്ചിരിക്കുന്നതെന്ന് കൃതിയുടെ തലക്കെട്ടുതന്നെ സൂചിപ്പിക്കുന്നുണ്ട്. ആൺകോയ്മയുടെ നിർവ്വചനങ്ങളിലധിഷ്ഠിതമായ നാടകചരിത്രത്തിന്റെ പൊളിച്ചെഴുത്തുകൂടിയാണ് ഈ കൃതി. മലയാള നാടകചരിത്രത്തിൽ തമസ്ക്കരിക്കപ്പെട്ട സ്ത്രീയെക്കുറിച്ചുള്ള അന്വേഷണമാണ് സജിത മഠത്തിൽ നിർവ്വഹിക്കുന്നത്. ആധുനിക നാടകത്തിന്റെ അടിവേരുകൾ തേടി നാടോടി പാരമ്പര്യത്തിലേക്കും തുടർന്ന് അനുഷ്ഠാന കലകളിലേക്കും എത്തിച്ചേരുകയും അത്തരം സവിശേഷ രംഗങ്ങളിൽ സ്ത്രീക്കുണ്ടായിരുന്ന പങ്കാളിത്തത്തെക്കുറിച്ച് വിശകലനം നടത്തിയുമാണ് ഈ ചരിത്രാന്വേഷണം ആരംഭിക്കുന്നത്. നാടകചരിത്രമെഴുത്തിന്റെ മാനദണ്ഡങ്ങൾക്കു പുറത്തു നില്ക്കുന്ന സവിശേഷാനുഭവങ്ങളെ ഉൾച്ചേർത്തുകൊണ്ടുള്ള പുതിയ രചനാരീതിയാണ് കൃതിയിൽ സ്വീകരിച്ചു കാണുന്നത്. 'സ്ത്രീ എന്ന നിലയിൽ നാടകരംഗത്ത് അനുഭവിക്കേണ്ടി വന്ന ദുരനുഭവങ്ങളെക്കുറിച്ചുള്ള 'അനാവൃതമായ രേഖപ്പെടുത്തൽ' അതു വെളിവാക്കുന്നുണ്ട്. കൂടാതെ നാടകരംഗത്തെ ഇടതുപക്ഷ പ്രസ്ഥാനങ്ങളുടെ സ്വാധീനങ്ങളെക്കുറിച്ചുള്ള നിരവധി കഥകൾ ഈ ചരിത്രാന്വേഷണത്തിന്റെ പ്രത്യേകതയാണ്. നാടകനടിയുടെ സർഗ്ഗാത്മകവും സാമൂഹ്യപ്രതിബദ്ധത ഉള്ളതുമായ വ്യക്തിത്വത്തെക്കുറിച്ചുള്ള അന്വേഷണവും ലേഖിക നിർവ്വഹിക്കുന്നു.

ഇന്നു നിലനില്ക്കുന്ന ചരിത്രരചനാരീതികൾ സ്ത്രീകളുടെ അനുഭവങ്ങൾ രേഖപ്പെടുത്തുവാൻ പര്യാപ്തമല്ലെന്ന തിരിച്ചറിവിൽ നിന്നാണ് സ്ത്രീ നാടകചരിത്രകാരികൾ മറ്റു രചനാതന്ത്രങ്ങൾ തിരഞ്ഞു തുടങ്ങിയതെന്ന് ലേഖിക കണ്ടെത്തുന്നു. മലയാള നാടകചരിത്രങ്ങളിൽ എങ്ങനെയാണ് 'സ്ത്രീവിരുദ്ധ' വായന നടക്കുന്നത് എന്ന ചരിത്രപരമായ ഈ പുനർവായന 'സ്ത്രീ ചരിത്രങ്ങളെക്കുറിച്ചുള്ള സമകാലിക ചർച്ചകൾക്ക് ഗണ്യമായ സംഭാവന നല്കാൻ പര്യാപ്തമായ ഒന്നാണ്. അതാണ് ഈ കൃതിയുടെ പ്രസക്തിയും.

ഡോ. സീമാജെറോം, *അരങ്ങിലെ ആധുനികീകരണം*, 2011, കൊല്ലം, രചന ബുക്സ്.

സങ്കീർണ്ണത നിറഞ്ഞ ആധുനിക ജീവിതസമസ്യകൾക്ക് ഉത്തരം കണ്ടെത്താൻ നാടകത്തെ മാധ്യമമാക്കിത്തീർത്ത അതുല്യ പ്രതിഭയായ ജി ശങ്കരപ്പിള്ളയുടെ നാടകത്തെക്കുറിച്ചുള്ള പഠനമാണ് ഡോ. സീമ ജെറാം രചിച്ച അരങ്ങിലെ ആധുനികീകരണം എന്ന കൃതി

എൻ കൃഷ്ണപിള്ള, സി ജെ തോമസ്, കെ ടി മുഹമ്മദ്, സി എൻ

ശ്രീകണ്ഠൻ നായർ എന്നിവരുടെ നാടകസങ്കേതങ്ങളിൽനിന്ന് വ്യത്യസ്തമായി ജി ശങ്കരപ്പിള്ള എപ്രകാരമാണ് തനതും ആധുനികവുമായ രംഗഭാഷാ രചിച്ചതെന്ന് ഗ്രന്ഥകാരി ഗവേഷണബുദ്ധിയോടെ കണ്ടെത്തുന്നുണ്ട്. വൈരുദ്ധ്യാത്മകത എന്നത് ജി ശങ്കരപ്പിള്ളയുടെ നാടകങ്ങളുടെ സവിശേഷതയായി കണക്കാക്കുന്നു. വൈരുദ്ധ്യാത്മകത നിറഞ്ഞു നില്ക്കുന്ന ബൃഹത്തായ നാടകസപര്യയെ വർഗ്ഗീകരിക്കുക എന്ന ശ്രമകരമായ ഉദ്യമം ഡോ. സീമാജെറാം ഇവിടെ നിർവ്വഹിക്കുന്നുണ്ട്. ഡോ. അയ്യപ്പപ്പണിക്കർ, വയലാവാസുദേവൻപിള്ള എന്നിവർ ജി ശങ്കരപ്പിള്ളയുടെ നാടകങ്ങളെ വർഗ്ഗീകരിച്ച രീതി പരിശോധിച്ച്, രൂപപരം, ആശയപരം എന്നിങ്ങനെ വിഭജനം നടത്തി നിർദ്ധാരണം ചെയ്യുന്നു. ഇത്തരമൊരു വർഗ്ഗീകരണം ഈ കൃതിയെ നാടകപഠനഗ്രന്ഥങ്ങൾക്കിടയിൽ ശ്രദ്ധേയമായ സ്ഥാനം നേടാൻ പര്യാപ്തമാക്കി. കൂടാതെ മലയാളത്തിലെ എക്കാലത്തെയും മികച്ച ഏതാനും നാടകങ്ങളുടെ അപഗ്രഥനം എന്ന നിലയ്ക്കും ഈ കൃതി ശ്രദ്ധേയമാണ്.

സ്ത്രീവിരചിത നാടകങ്ങൾ

ക്രമ നം.	ഗ്രന്ഥകാരി	വർഷം	ഗ്രന്ഥനാമം
1.	കുട്ടിക്കുഞ്ഞുതങ്കച്ചി	1890	*അജ്ഞാതവാസം*
2.	തോട്ടയ്ക്കാട്ട് ഇക്കാവമ്മ	1891	*സുഭദ്രാർജ്ജുനം*
3.	ഓമനക്കുഞ്ഞമ്മ പാലിയത്ത്	1934	*കിരാതാർജ്ജുനീയം വ്യായോഗം*
4.	ചിന്നമ്മ സി എം	1934	*യുവരാജസിംഹം*
5.	തങ്കമ്മ എൻ ജി	1934	*ശിവജി അഥവാ മഹാരാഷ്ട്രസിംഹം*
6.	ലളിതാംബിക അന്തർജ്ജനം	1934	*സാവിത്രിക്കുട്ടി അഥവാ വിധവാ വിവാഹം*
7.	മുതുകുളം പാർവ്വതിയമ്മ	1941	*ഭുവനദീപിക*
8.	സരസ്വതിയമ്മ കെ	1944	*ദേവദൂതി*
9.	മുതുകുളം പാർവ്വതിയമ്മ	1946	*ധർമ്മബലി അഥവാ മാർത്തോമ്മാ ശ്ലീഹായുടെ ജീവിത ദുരന്തകഥ*
10.	കമുകറ ലീലാഭായി (ലീലാ ഓംചേരി)	1947	*ജീവിതം, ഉഷാനിരുദ്ധം, വിധവ*
11.	മുതുകുളം പാർവ്വതിയമ്മ	1947	*അഹല്യ*
12.	കുഞ്ഞുലക്ഷ്മിയമ്മ	1948	*ചിത്രഗുപ്തൻ*
13.	ഒരു സംഘം സ്ത്രീകൾ	1948	*തൊഴിൽകേന്ദ്രത്തിലേക്ക്*

14.	കെ സി കെ തമ്പുരാട്ടി	1949	*രക്ഷാബന്ധനം*
15.	പത്മം കെ പി	1950	*വെറും പ്രേമം*
16.	എലിസബത്ത് ദേവകിയമ്മ	1952	*സ്നേഹാരാമം*
17.	പത്മാവതി പി	1952	*ഇരമ്പുന്ന കടൽ*
18.	ഹെലൻ തോമസ്	1955	*പ്രേമാർപ്പണം*
19.	ഹെലൻ തോമസ്	1955	*ലുബ്ധൻ (വിവർത്തനം)*
20.	മിസ്സിസ്. കെ പി കെ നമ്പ്യാർ	1956	*അരാവലി അഥവാ രാജപുത്രസ്മാരകം.*
21.	സുഭദ്ര പരമേശ്വരൻ	1962	*ഓപ്പറേഷൻ തിയേറ്റർ*
22.	ശ്രീലേഖ	1962	*അൾത്താര.*
23.	സുശീല, കുഞ്ഞികൃഷ്ണൻ	1962	*എബ്രഹാം ലിങ്കൻ*
24.	സുഭദ്രാ പരമേശ്വരൻ	1963	*മണിമുഴക്കം* (വിവർത്തനം)
25.	സുഭദ്രാ പരമേശ്വരൻ	1963	*റഷ്യൻ കാമുകന്മാർ*
26.	സുഭദ്രാ പരമേശ്വരൻ	1963	*രണ്ട് കാമുകന്മാർ*
27.	എ എൻ ഇ സുവർണ്ണവല്ലി	1964	*നീയാണ് കേമത്തി*
28.	ലക്ഷ്മിക്കുട്ടിയമ്മ	1967	*വീരതാണ്ഡവം*
29.	ശ്രീലേഖ	1967	*നിശാഗന്ധി*
30.	സാവിത്രി കെ എം	1967	*വാടിക്കരിഞ്ഞ പൂമൊട്ടുകൾ*
31.	ഏലിയാമ്മ ജോർജ്	1967	*കല്യാണക്കാര്യം*
32.	മല്ലികാ ജോസ്	1969	*അവകാശികൾ*
33.	കോന്നിയൂർ മീനാക്ഷിയമ്മ	1972	*വീരയോദ്ധാക്കൾ ഹെൽഗലണ്ടിൽ*
34.	മേരി ചിറ്റിലപ്പിള്ളി	1973	*മാറ്റൊലി*
35.	മുതുകുളം പാർവ്വതിയമ്മ	1976	*ലഘുനാടകങ്ങൾ-*
36.	മോഹിനി	1976	*ധർമ്മയുദ്ധം*
37.	എ എസ് ആലംകോട്	1978	*ഹിമവർഷം*
38.	സാവിത്രി ലക്ഷ്മൺ	1979	*സ്മൃതി*
39.	സുഭദ്ര ചന്ദ്രൻ	1980	*ഭ്രാന്താശുപത്രി*
40.	ലതാ മേനോൻ ബി	1981	*രാജി* (ഏകാങ്കനാടകം)
41.	അമ്മിണി നാലപ്പാട്	1982	*ശകുന്തള* (ഗാനനാടകം)
42.	സുമതിയമ്മ കെ	1983	*രാമായണത്തിലെ സീത*
43.	സെലിൻ മാത്യു	1983	*രണ്ട് ജർമ്മൻ നാടകങ്ങൾ*
44.	പ്രഭ ആനിക്കാട്	1983	*അമർഷം*
45.	മിനി നെല്ലിക്കാല	1985	*ജാഗ്രഗീതം* (അഞ്ച് ഏകാങ്കങ്ങൾ)
46.	സാറാ ജോസഫ്	1986	*സ്ത്രീ-മാനുഷിയുടെ*

			തെരുവുനാടകം
47.	ലക്ഷ്മി മംഗലത്ത്	1986	*വിഷാദഗീതം*
48.	ദ്രൗപദി ജി നായർ	1988	*വിഷുക്കൈനീട്ടം, സ്ത്രീഹൃദയം, നിക്കാഹ്, വിവാഹം ഇന്റർനെറ്റിൽ, പുത്രവധു പുത്രിയായപ്പോൾ, വനിതാ പ്രൊഫസർ, കാത്തിരിപ്പ്*
49.	മാധവിക്കുട്ടി	1989	*മാധവിവർമ്മ, കടലിൽ വേലിയേറ്റം*
50.	സജിത എം	1998	*ബ്യൂട്ടിപാർലർ*
51.	എസ് സന്ധ്യ	1998	*മന്ഥരയുടെ അന്തരംഗം*
52.	ഐ ജി മിനി	1998	*ദ റൂംസ്*
53.	ഐ ജി മിനി	1999	*മഞ്ഞിൽപ്പതിഞ്ഞ നിന്റെ കാല്പാടുകൾ*
54.	ശ്രീജ ആറങ്ങോട്ടുകര	1999	*ഓരോരോ കാലത്തിലും*
55.	ശ്രീജ ആറങ്ങോട്ടുകര	2001	*കല്യാണസാരി*
56.	ശ്രീജ ആറങ്ങോട്ടുകര	2002	*ലേബർറൂം*
57.	ശ്രീജ ആറങ്ങോട്ടുകര	2004	*കാറ്റുകൊണ്ട് വീടു വെക്കുന്നവർ, ഇടനിലങ്ങൾ*
58.	സജിത എം	2007	*മത്സ്യഗന്ധി*
59.	ഇ രാജരാജേശ്വരി	2008	*പ്രവാചക*
60.	ശ്രീജ ആറങ്ങോട്ടുകര	2008	*കലംകാരിയുടെ കഥ*
61.	ഇ രാജരാജേശ്വരി	2010	*ആണുങ്ങളില്ലാത്ത പെണ്ണുങ്ങൾ*

(സമ്പാദക: ഡോ. എം ആശ)

ലേഖകരുടെ മേൽവിലാസം

1. ഡോ. കെ ജി പൗലോസ്, ഫെല്ലോ, ഇന്ത്യൻ ഇൻസ്റ്റിറ്റ്യൂട്ട് ഓഫ് അഡ്വാൻസ്ഡ് സ്റ്റഡീസ് രാഷ്ട്രപതി നിവാസ്, സിംല, ഫോൺ: 98460041205 ഇമെയിൽ: kgpaulose@gmail.com
2. ഡോ. പ്രിയാനായർ, അസോസിയേറ്റ് പ്രൊഫസർ, ശ്രീശങ്കാചാര്യ സംസ്കൃത സർവ്വകലാശാല, പ്രാദേശികകേന്ദ്രം, തിരുവനന്തപുരം ഫോൺ 9495595666 ഈമെയിൽ: sripreeya@gmail.com
3. ഡോ. ഉഷാനങ്ങ്യാർ, അസിസ്റ്റന്റ് പ്രൊഫസർ, ഡിപ്പാർട്ടുമെന്റ് ഓഫ് തിയേറ്റർ, ശ്രീശങ്കരാചാര്യ സംസ്കൃത സർവ്വകലാശാല കാലടി ഫോൺ: 94462299225, ഇ മെയിൽ: mizhavukalari@gmail.com
4. ഡോ. സി ആർ രാജഗോപാൽ, പ്രൊഫസർ, മലയാളവിഭാഗം, കേരള സർവ്വകലാശാല, കാര്യവട്ടം, തിരുവനന്തപുരം, ഫോൺ: 9446937766. ഇമെയിൽ: rajagopalcr@gmail.com
5. ജെ ശൈലജ, വൈഖരി, ചുനക്കര പി ഒ, മാവേലിക്കര- 690534. ഫോൺ: 9446544431, ഇ-മെയിൽ: shailaja.jalagmail.com
6. ഡോ. കെ എസ് ശ്രീനാഥ് നായർ, സീനിയർ ലക്ചറർ, സ്കൂൾ ഓഫ് പെർഫോമിങ് ആർട്ട്സ്, യൂണിവേഴ്സിറ്റി ഓഫ് ലിങ്കൻ, യു ണൈറ്റഡ് കിങ്ഡം. ഇമെയിൽ: snair@lincoln.ac.uk
7. ഡോ. എൽ തോമസുകുട്ടി, അസോസിയേറ്റ് പ്രൊഫസർ, മലയാളം വിഭാഗം, കോഴിക്കോട് സർവ്വകലാശാല. ഫോൺ 9947390078 ഇ-മെയിൽ: drthomaskutty@rediffmail.com
8. ഡോ. ആർ ബി രാജലക്ഷ്മി, സുരഭി, ടി സി 55/1102, നീറമൺകര, കൈമനം പി ഒ, തിരുവനന്തപുരം- 40, ഫോൺ: 9495991323, ഇ-മെ

യിൽ: rblekshmi@gmail.com

9. പ്രൊഫ. സാവിത്രി ലക്ഷ്മണൻ (എക്സ് എം പി), കൃഷ്ണകൃപ, പേഷ്കാർ റോഡ്, ഇരിങ്ങാലക്കുട- 680121, ഫോൺ: 9847345600
10. ഇ പി രാജഗോപലൻ, ശ്രീരേഖ. മാണിയാട്ടുഗ്രാമം, മാണിയാട്ട്, പി ഒ, കാസർഗോഡ് - 671310, ഫോൺ: 9847605601.
11. ഡോ. സി ജയകുമാർ, അസോസിയേറ്റ് പ്രൊഫസർ, മലയാളം വിഭാഗം, എൻ എസ് എസ് കോളേജ്, നിലമേൽ. ഫോൺ: 9447559097, ഇ-മെയിൽ: pallimonjayakumar@gmail.com
12. കെ എം രാഘവൻ നമ്പ്യാർ, ശ്രീപദ്മം, കല്യാശ്ശേരി പി ഒ, കണ്ണൂർ ജില്ല - 670562 ഫോൺ: 9349254252
13. ഡോ. എസ് ശ്രീകുമാരി, അസിസ്റ്റന്റ് പ്രൊഫസർ, മലയാളം വിഭാഗം, പ്രോവിഡൻഡ് വിമൻസ് കോളേജ്, കോഴിക്കോട് ഫോൺ: 9446500049. ഇമെയിൽ: sreekumariaa@gmail.com
14. ഡോ. രാജാവാര്യർ, ഡയറക്ടർ ഇൻ ചാർജ്, സെന്റർ ഫോർ പെർഫോമിങ് ആന്റ് വിഷൽ ആർട്ട്സ്. കേരള സർവ്വകലാശാല, പാളയം, തിരുവനന്തപുരം. ഫോൺ: 9446419362
15. എസ് ആർ സിജി പ്രദീപ്, സിജി ഭവൻ, കണ്ണണിക്കോണം, ഏണിക്കര, കരകുളം പി ഒ തിരുവനന്തപുരം, ഫോൺ: 8129797925, ഇമെയിൽ: sijithusharam@yahoo.co.in
16. പി സി ഹരിഷ്, കേരളകൗമുദി, തൃശൂർ, ഫോൺ: 9946108314 ഇമെയിൽ: pcharish@gmail.com
17. കെ വി ശ്രീജ, ആറങ്ങോട്ടുകര, തൃശൂർ, ഫോൺ: 9446530309 ഇമെയിൽ: paatasala@gmail.com
18. ഇ ഡി ഡേവിസ്, ഇടത്തുരുത്തി വീട്, പരാക്കര പി ഒ, തൃശൂർ - 680325, ഫോൺ: 9497317084, ഇമെയിൽ: davisesksa@gmail.com

www.ingramcontent.com/pod-product-compliance
Lightning Source LLC
LaVergne TN
LVHW060600051026
849519LV00002B/431

* 9 7 8 9 3 8 9 4 1 0 6 1 7 *

9 789389 41061